# బాడీ లాంగ్వేజ్

హావభావాల నిఘంటువు

## Why not use Allan Pease as guest speaker for your next conference or seminar?

**PEASE INTERNATIONAL PTY LTD**

PO Box 1260, Buderim 4556, Queensland, AUSTRALIA
Tel: +61 7 5445 5600

Email: info@peaseinternational.com
Website: www.peaseinternational.com

---

Allan and Barbara Pease are the most successful relationship authors in the business. They have written a total of 15 bestsellers - Including 9 number ones- and give seminars in up to 30 countries each year. Their books are available in over 100 countries, are translated into 51 languages and have sold over 25 million copies. They appear regularly in the media worldwide and their work has been the subject of 9 television series, a stage play and a number one box office movie which attracted a combined audience of over 100 million.

Their company, Pease International Ltd, produces videos, training courses and seminars for business and governments worldwide. Their monthly relationship column was read by over 20 million people in 25 countries. They have 6 children and 5 grandkids and are based in Australia and the UK.

**Also by Allan Pease:**

### DVD Programs

Body Language Series
Silent Signals Series
How To Be A People Magnet - It's Easy Peasey
The Best Of Body Language
How To Develop Powerful Communication Skills - Managing the Differences Between Men & Women

### Audio Programs

The Definitive Book Of Body Language
Why Men Don't Listen & Women Can't Read Maps
Why Men Don't Have A Clue & Women Always Need More Shoes
How To Make Appointments By Telephone
Questions Are The Answers
It's Not What You Say

### Books

The Body Language of Love
Body Language in the Work Place
The Definitive Book Of Body Language
Why Men Don't Listen & Women Can't Read Maps
Why Men Lie & Women Cry
Why Men Want Sex & Women Need Love
You Can! People Skills For Life
Questions Are The Answers
Why He's So Last Minute & She's Got It All Wrapped Up
Why Men Can Only Do One Thing At A Time & Women Never Stop Talking
How Compatible Are You? Your Relationship Quiz Book
Talk Language
Get It Write

# బాడీ లాంగ్వేజ్

## హావభావాల నిఘంటువు

ఎలన్ & బార్బరా పీజ్

అనువాదం :
పసుపులేటి గీత

MANJUL

మంజుల్ పబ్లిషింగ్ హౌస్

This book is dedicated to all people who have good eyesight but who cannot see.

First published in India by

MANJUL

**Manjul Publishing House Pvt. Ltd.**

*Corporate Office*

2nd Floor, Usha Preet Complex,

42 Malviya Nagar, Bhopal 462 003 - India

Email: manjul@manjulindia.com Website: www.manjulindia.com

*Sales and Marketing Office*

7/32, Ground Floor, Ansari Road, Daryaganj, New Delhi 110 002

Email: sales@manjulindia.com



This edition first published in 2012
Second impression 2014

**ISBN 978-81-8322-253-2**

Translation by P. Geetha
Typesetting by Balaji Graphics

Printed & bound in India by Thomson Press (India) Ltd.

Art direction by Santamaria www.santamaria.co.uk
Illustrations by Piero

# విషయసూచిక

# కృతజ్ఞతలు

ఈ పుస్తక రచనలో ప్రత్యక్షంగానో, పరోక్షంగానో మాకు తమ సహకారాన్నందించిన మా శ్రేయోభిలాషులు వీరు, వీరంతా ఉద్దేశపూర్వకంగా కానీ, మరో విధంగా కానీ మాకు ఎనలేని సహాయం చేశారు.

వారెవరంటే : డాక్టర్ జాన్ టికెల్, డాక్టర్ డెన్నిస్ వెయిట్లీ, డాక్టర్ ఆండ్రే డావ్రిల్, ప్రొఫెసర్ ఫిలిప్ హన్సేకర్, ట్రెవర్ డొల్బీ, ఆర్మిన్ గౌంటెర్మాన్, లొథర్ మెన్నె, రే మరియు రూథ్ పీజ్, మాల్కోమ్ ఎడ్వర్డ్స్, ఇయాన్ మార్షల్, లారా మీహన్, రాన్ మరియు టొబీ హేల్, డారిట్ విట్బీ, సుసాన్ లాంబ్, సడాకి హయాష్మీ, డెబ్ మెహెర్టన్స్, డెబ్ హింక్స్మన్, డొరీన్ కరోల్, స్టీవ్ రైట్, డెర్రిన్ హించ్, డానా రీవ్స్, రోనీ కార్బెట్, వనీసా ఫెల్ట్జ్, ఎస్తర్ రాంట్జెన్, జోనాథన్ కోల్మాన్, ట్రిష్ గొడార్డ్, కెర్రీ–ఆన్నే కెన్నర్లీ, బెర్ట్ న్యూటన్, రోజర్ మూరే, లెన్నీ హెన్రీ, రే మార్టిన్, మైక్ వాల్ష్, డాన్ లేన్, ఇయాన్ లెస్లీ, అన్నె డైమండ్, గెర్రీ మరియు షెర్రీ మీడోస్, స్టాన్ జెర్మానిక్, డారెల్ సోమర్స్, యాండ్రెస్ కెప్స్, లియాన్ బైనర్, బాబ్ గెల్డాఫ్, వ్లదీమిర్ పుతిన్, ఆండీ మెక్‌నాబ్, జాన్ హోవర్డ్, నిక్ మరియు కాథరిన్ గ్రీనర్, బ్రైస్ కోట్నీ, టోనీ మరియు చెరీ బ్లెయిర్, గ్రెగ్ మరియు కాథీ ఒవన్, లిండీ షాంబర్లీన్, మైక్ స్టోలర్, గెర్రీ మరియు కాథీ బ్రాడ్బీర్, టై మరియు పాట్టీ బాయ్డ్, మార్క్ విక్టర్ హాన్‌సెన్, బ్రయాన్ ట్రేసీ, కెర్రీ పాకర్, ఇయాన్ బోథమ్, హెలెన్ రిచర్డ్స్, టోనీ గ్రెగ్, సిమన్ టౌన్సెండ్, డయానా స్పెన్సర్, రాకుమారులు విలియమ్ మరియు హారీ, ప్రిన్స్ చార్లెస్, డాక్టర్ డెస్మాండ్ మోరిస్, ప్రిన్సెస్ అన్నె, డేవిడ్ మరియు జాన్ గుడ్విన్, ఇవెన్ ఫ్రాంగీ, విక్టోరియా సింగర్, జాన్ నెవిన్, రిచర్డ్ ఒట్టన్, రాల్ బొయిలీ మాథ్యూ బ్రాండ్, డౌగ్ కన్‌స్టబుల్, జార్జి డెవెరాక్స్, రాబ్ ఎడ్మండ్స్, గెర్రీ హట్టన్, జాన్ హెప్వర్త్, బాబ్ హూస్లర్, గె హూబర్, ఇయాన్ మెకిల్లాప్, డెలియా మిల్స్, పమెలా అండర్సన్, వెయిన్ మగ్రిడ్జ్, పీటర్ ఒపి, డేవిడ్ రాస్, అలన్ వైట్, రాబ్ వించ్, రాన్ టాచీ, బారీ మార్క్రోఫ్, క్రిస్టిన్ మహెర్, సాలీ మరియు జియోఫ్ బర్క్, జాన్ ఫెన్టన్, నార్మన్ మరియు గ్లెండా లియోనార్డ్.

వీరితో పాటు

ఈ పుస్తక రచనకు మాకు ఉత్సాహ, ప్రోత్సాహాల్ని అందించిన డోరీ సిమ్మండ్స్‌కు,

అందరికీ కృతజ్ఞతలు!

# పరిచయం

ఒక వ్యక్తి గోళ్ళని బట్టి కానీ, అతను ధరించిన కోటు చేతులు, ట్రౌజర్‌లని బట్టి కానీ, పాదరక్షల్ని బట్టి కానీ, అతని చూపుడు వేలు లేదా బొటన వేలిలో కణుపుల్ని బట్టి కానీ, అతని ముఖ కవళికల్ని బట్టి కానీ, అతని చొక్కా ముంజేతుల్ని బట్టి కానీ, అతని కదలికల్ని బట్టి కానీ - తరచి చూస్తే వీటిలో విడివిడిగా, దేనికదే ఆ మనిషి మనస్తత్వాన్ని పట్టి ఇస్తుంది. కానీ ఇవన్నీ కలగలిపినప్పుడు ఆ వ్యక్తిని చదవడానికి ఉత్సాహపడేవాళ్ళు విఫలమైపోతారు.

**షెర్లాక్ హోమ్స్, *1892***

పసితనంలోనే నాకొక జ్ఞానం అబ్బింది. అదేమిటంటే వ్యక్తులు చెప్పే మాటలు, లేదా వారి ఉద్దేశాలు అన్నివేళలా వారి మనోభావాలకు ప్రతీకలు కావన్న నిజాన్ని నేను ఆనాడే కనిపెట్టాను. ఒకవేళ నేను వారి మనోభావాల్ని ఉన్నదున్నట్టుగా చదవగలిగితే, వారి అవసరాలకు అనుగుణంగా ప్రతిస్పందించగలిగితే వారి నుంచి ఆశించిన ప్రయోజనాన్ని పొందడం నల్లేరు మీద నడకేనన్నది కూడా చిన్నతనంలోనే నేను పసిగట్టగలిగాను. పదకొండేళ్ల వయసులో నేను జేబు ఖర్చుకోసం బడికి వెళ్ళొచ్చాక, ఇంటింటికీ తిరిగి రబ్బరు స్పాంజ్‌ల్ని అమ్మేవాడిని. ఇలా అమ్మడంలో నేనొక అనుభవసారాన్ని పొందాను. ఎవరు నా దగ్గర వస్తువును కొనడానికి సుముఖంగా ఉన్నారో, ఎవరు విముఖంగా ఉన్నారో తేల్చి చెప్పేయగలిగే వాణ్ణి. ఎవరింటి తలుపైనా తట్టినపుడు, వాళ్ళు అరచేతులు కనిపించేలా చేతుల్ని బారుగా ఊపుతూ 'వెళ్ళమంటారో' అలాంటి వారిని కొంత కష్టపడి అయినా ఒప్పించవచ్చునని నాకనిపించేది. ఇలాంటి వ్యక్తులు నా మాట వినడానికి, నా వస్తువుని కొనడానికి విముఖతని వ్యక్తం చేసినప్పటికీ, మరీ 'తాము పట్టిన కుందేలుకి మూడే కాళ్ళు' అనేంత మొండి మనుషులు కారని అర్థమయ్యేది. ఎవరైతే సుతిమెత్తని కంఠస్వరంతో మాట్లాడుతూ, మూసిన గుప్పెళ్ళతో లేదా చూపుడు వేలితో నన్ను 'వెళ్ళిపొమ్మని' అంటారో, అలాంటి వ్యక్తుల సమక్షం నుంచి వెంటనే తప్పుకోవడం మంచిదని నాకు తెలుసు. ఒక సేల్స్‌పర్సన్‌గా ఉండడాన్ని నేనెంతగానో ప్రేమిస్తాను. అందులో బాగా రాణించాను కూడా! యవ్వనంలో

అడుగు పెట్టిన తొలిరోజుల్లో నేను కుండీలు, తొట్టెలు అమ్మడాన్ని ప్రారంభించాను. రాత్రి వేళల్లో అమ్మేవాడిని, ఇలా అమ్ముతూ మనుషుల్ని చదవడంలో నాకున్న అనుభవాన్ని ఉపయోగించుకుని నేనెంత సంపాదించానంటే, నా స్వార్జితంతో జీవితంలో మొట్టమొదటి ఆస్తిని కొనుగోలు చేయగలిగాను. అమ్మడమన్నది మనుషుల్ని దగ్గరగా చూడడానికి, వారిని అర్థం చేసుకోవడానికి నాకొక అవకాశా న్నిచ్చింది. వారి హావభావాలు, శరీర కదలికల్ని బట్టి వాళ్ళు కొనుగోలుదారులు అవునా, కాదా అన్నది అంచనా వేసుకునే నేర్పు నాకు దానివల్లే అబ్బింది. డిస్కోథెక్‌ల్లో అమ్మాయిల్ని కలుసుకుని, మాటకలిపే అదృష్టాన్ని కూడా నాకదే ప్రసాదించింది. ఎవరు నాతో నర్తించడానికి మొగ్గు చూపుతారో, ఎవరు కాదంటారో ఇట్టే పసిగట్టేసే వాణ్ణి.

ఇరవై యేళ్ళ ప్రాయంలో నేను జీవితభీమా వ్యాపారంలో అడుగుపెట్టాను. అందులో నేను పనిచేసే సంస్థలో అందరికంటే ఎన్నో ముందంజలు వేయగలిగాను. తొలి ఏడాదిలోనే మిలియన్ డాలర్ల లక్ష్యాన్ని అధిగమించి రికార్డు సృష్టించాను. అమెరికాలో నిర్వహించిన ప్రతిష్టాత్మక మిలియన్ డాలర్ రౌండ్ టేబుల్ సమావేశానికి హాజరయ్యే అర్హతని ఈ విజయమే నాకు కల్పించింది. కుండీలు, తొట్టెలు అమ్మే కుర్రాడిగా ఇతరుల ముఖకవళికల్ని, హావభావాల్ని చదివే పరిజ్ఞానాన్ని సంపాదించ గలగడం నిజంగా నా అదృష్టం. అప్పుడు సంపాదించిన జ్ఞానమే నేను ఎన్నుకున్న ఈ కొత్త రంగంలో విజయానికి బాటలు పరిచింది. అంతేకాదు, మనుషులకు సంబంధించిన ఏ విషయంలోనైనా నేను నిస్సందేహంగా విజయాన్ని సాధించడానికి ఈ జ్ఞానమే ప్రత్యక్షకారణం.

## కనిపించేదంతా నిజం కాదు

ఒక వ్యక్తికి సంబంధించి ఏం జరుగుతోందో అర్థం చేసుకోవడం పెద్ద అసాధారణమైన విషయమేమీ కాదు. అంతమాత్రంచేత అది సులువైందీ కాదు. కేవలం సాధారణ మైందే! మీరేం చూశారో, విన్నారో, ఎలాంటి పరిస్థితుల్లో మీరు చూడడం, వినడం లాంటివి చోటు చేసుకున్నాయో, వాటిని అనుసంధానించి సరైన అంచానాకు రావడమే ఇందులోని మర్మం. చాలామంది విషయాన్ని స్థూలదృష్టితో చూస్తారే తప్ప సూక్ష్మదృష్టితో చూడరు.

దీనిని ఒక ఉదాహరణ ద్వారా మరింత వివరంగా చెప్పుకుందాం :

ఇద్దరు వ్యక్తులు అడవిలో నడచి వెళుతున్నారు. దారిలో వారికి ఒక పెద్ద గొయ్యి ఎదురైంది.

'అబ్బో... గొయ్యి చాలా లోతున్నట్టుందే!' అన్నాడొకరు. 'కాసిని గులకరాళ్ళు అందులో వేసి చూద్దాం. ఎంత లోతుందో తెలుస్తుంది' అని సలహా ఇచ్చాడు రెండో వ్యక్తి. వాళ్లిద్దరూ కొన్ని గులకరాళ్ళు గొయ్యిలోకి విసిరారు. కానీ ఎలాంటి చప్పుడూ వినిపించలేదు.

'ఆహా... ఇది నిజంగా లోతైన గొయ్యే...! ఈసారి ఈ బండరాళ్లని తోసి చూద్దాం. ఒకవేళ ఏదైనా చప్పుడైతే, దాన్నిబట్టి దీని లోతుని అంచనా వేయవచ్చు' అనుకున్నారిద్దరూ.

పెద్ద ఫుట్‌బాల్ ప్రమాణంలోని రెండు బండరాళ్ళని గోతిలోకి నెట్టారు. అప్పుడు కూడా ఎలాంటి చప్పుడూ రాలేదు.

'దాపునే పొదల్లో ఒక పనికి రాని రైల్వే బోగీ ఉంది. దాన్ని కనుక మనం ఇందులోకి తోసినట్టయితే, కచ్చితంగా చప్పుడవుతుంది' అని వారిలో ఒక వ్యక్తి అన్నాడు.

అత్యంత బరువైన ఆ రైల్వే బోగీని లాక్కుని వచ్చి, వాళ్ళు దాన్ని ఆ గోతిలోకి తోసేశారు. ఇప్పుడు కూడా వాళ్ళు ఆశించినవిధంగా ఎలాంటి చప్పుడూ రాలేదు.

కాగా, ఉన్నట్టుండి వాళ్ళకి చెట్ల మధ్య నుంచి సుడిగాలిలాగా దూసుకు వస్తున్న ఒక గొర్రె కనిపించింది. అది వారిద్దరికేసి వేగంగా పరిగెడుతూ వచ్చి, ఇద్దరి మధ్యనుంచి దూసుకుపోయింది. అలా పరిగెత్తుకొచ్చిన ఆ గొర్రె ఒక్కదాటున గాల్లోకి గెంతి, గొయ్యిలోకి దూకి అదృశ్యమైంది. ఈ హఠాత్పరిణామంతో తాము చూస్తున్న దాన్ని నమ్మలేనట్టుగా వాళ్ళిద్దరూ ప్రమాన్పడిపోయి నిలుచున్నారు. ఇంతలో అడవిలోంచి ఒక రైతువచ్చి, 'మీరు నా గొర్రెని చూశారా?" అని ప్రశ్నించాడు.

'అవును చూశాం! అంత మూర్ఖమైన జీవాన్ని మేమింత వరకు చూడలేదు. అది సుడిగాలిలాగా పరిగెత్తుతూ వచ్చి ఈ గోతిలో పడిపోయింది!' అని వాళ్ళు అతనికి జవాబిచ్చారు.

'అయితే, అది నా గొర్రె అయి ఉండదు. ఎందుకంటే నేను దాన్ని ఒక పాత రైల్వేబోగీకి కట్టేశాను!' అని ఆ రైతు అన్నాడు.

## మీ చేతుల్ని వెనుకవైపు నుంచి మీరు గుర్తించగలరా?

మనలో చాలామంది చాలా విషయాల గురించి 'ముంజేతి కంకణమునకద్దమేలా?' అన్నట్టు మాట్లాడుతుంటారు. అంతా తెలిసినట్టే చెబుతుంటారు. నిజానికి మనం మన చేతుల్ని వెనుక నుంచి చూడగలమా? చూసి గుర్తించగలమా? ఈ దిశగా జరిగిన ప్రయోగాల్లో దాదాపు ఐదు శాతం మంది కంటే తక్కువ మందే తమ చేతుల్ని వెనుక నుంచి గుర్తుపట్టగలిగారు. ఈ ప్రయోగాల కోసం చేతుల్ని మాత్రం వెనుక నుంచి ఫోటోలు తీసి, వాటిని ఉపయోగించి వ్యక్తుల్ని ప్రశ్నించినపుడు వెల్లడైన నిజమిది. ఒకానొక టెలివిజన్ కార్యక్రమం కోసం మేము చేసిన ఒక సాధారణ ప్రయోగంలో చాలామంది బాడీలాంగ్వేజ్‌కి సంబంధించిన సంకేతాల్ని

కూడా అర్థంచేసుకోలేరని తేలింది. ఈ ప్రయోగం నిమిత్తం ఒకానొక హోటల్‌లోని అతి పొడవైన వరండాని ఎన్నుకున్నాం. వరండాకి ఒక చివర పెద్ద అద్దాన్ని అమర్చాం. హోటల్‌లో అడుగు పెట్టినవారి ప్రతిబింబం అద్దంలో కనబడుతుందన్న మాట. ఆ వరండానుంచే హోటల్‌లోకి ప్రవేశించాలి. దానికి వెనుక భాగంగుండా హోటల్‌నుంచి నిష్క్రమించేందుకు దారి ఉంది. నేలనుంచి ఐదడుగుల ఎత్తులో వరండా ముఖద్వారంలో మేము కొన్ని పూల కుండీల్ని వేలాడదీశాం. దానివల్ల హోటల్‌లోకి అడుగుపెట్టిన వాళ్ళకి అద్దంలో తమ ముఖం కనబడదు. దాంతో హోటల్‌లోకి అడుగుపెట్టిన వ్యక్తి తన ప్రతిబింబాన్ని చూసి, వేరే వ్యక్తి తనకు ఎదురుగా వస్తున్నాడని భ్రమించే అవకాశం ఉంది. ఆ 'మరో వ్యక్తి' ముఖం కనిపించదు. ఎందుకంటే పూలకుండీల్లోని మొక్కలు ఆ ప్రతిబింబపు ముఖాన్ని కనబడనివ్వకుండా అడ్డుకుంటాయి కదా! ముఖం కనబడకపోయినప్పటికీ ప్రతిబింబపు మిగతా శరీరమూ, దాని కదలికలూ మాత్రం స్పష్టంగా కనిపిస్తుంటాయి. వరండాలోకి అడుగుపెట్టిన ప్రతి వ్యక్తీ, ఎదురుగా వస్తున్న వ్యక్తి (ప్రతిబింబం) వైపు కేవలం ఐదారు సెకన్లపాటు మాత్రమే చూసి, వరండా నుంచి ఎడమవైపు తిరిగి, రిసెప్షన్ దగ్గరికి వెళ్ళారు. తరువాత వారిని 'ఎదురుగా వచ్చిన వ్యక్తి' గురించి వాకబు చేస్తే, 85 శాతం మంది 'మేము చూళ్ళేదు' అని జవాబిచ్చారు. మరికొంతమంది ఎదురుగా ఎవరో వచ్చినట్టు గమనించామని చెప్పారే తప్ప, అది తమ ప్రతిబింబమేనని గుర్తించలేదు. కొంతమంది మరీ విచిత్రంగా, 'ఎవరూ, ఆ బొద్దు మనిషా, చూట్టానికే చిరాగ్గా ఉన్నాడు' అంటూ వ్యాఖ్యానించేశారు కూడా! కానీ 58 శాతం మహిళలు మాత్రం తమ సహజ ధోరణిలో వరండా ప్రవేశద్వారానికి ఎదురుగా అద్దాన్ని ఏర్పాటు చేశారని చెప్పారు. మరో ముప్ఫైశాతం మంది 'ఎదురుగా వచ్చిన వ్యక్తి'ని 'ఎక్కడో చూసినట్టుంది' అని సెలవిచ్చారు.

చాలామంది పురుషులు, సగానికి పైగా స్త్రీలు కంఠం కింది నుంచి తమ శరీరాన్ని తామే గుర్తించలేరు.

## బాడీ లాంగ్వేజ్‌లోని వైరుధ్యాల్ని గుర్తించడంలో మీ ప్రతిభ ఏపాటిది?

ఎక్కడైనాసరే ప్రజలు రాజకీయ నాయకుల బాడీలాంగ్వేజ్‌ని చదవడానికి ఉద్యుక్తులవుతుంటారు. ఎందుకంటే సాధారణంగా రాజకీయ నాయకులు ఛద్మవేషధారులని, తాము నమ్మని దాన్ని నమ్ముతున్నట్టు నటిస్తారని ప్రజా బాహుళ్యం భావిస్తుంది. కుతంత్రాలు పన్నడం, మోసాలు చేయడం, తప్పించుకు తిరగడం, తప్పుదారి

పట్టించడం, మాయోపాయాలకు, కుయుక్తులకు పాల్పడడం, అసత్యాలాడడం, నటించడం, తమ మనోభావాల్ని మరుగు పరచడం, సమూహంలో తమ ప్రియనేస్తమెవరో ఉన్నట్టుగా చేతులు ఊపుతూ పలకరించడం, ఇత్యాది అనేకానేక రంగుల్ని మార్చడం రాజకీయ నాయకులకు నిత్యకృత్యం. కానీ ఏదో ఒక సందర్భంలో తమ సిసలైన మనోభావాల్ని పట్టించే విధంగా వాళ్ళ బాడీలాంగ్వేజ్ సంకేతాల్ని ఇస్తుందని మనకు తెలుసు. దాంతో వాళ్ళ నిజస్వరూపాన్ని అర్థం చేసుకోవచ్చునన్న సహజ ప్రేరణతోనే మనం రాజకీయ నాయకుల హావభావాల్ని, ముఖకవళికల్ని చదవడానికి ప్రయత్నిస్తుంటాం.

*రాజకీయ నాయకుడు అబద్ధాలాడుతున్నాడనడానికి సంకేతాలేమిటి? అతని పెదవులు అనవసరంగా కదులుతుంటాయి.*

మరో టెలివిజన్ కార్యక్రమం కోసం మేమొక ప్రయోగాన్ని చేశాం. ఇందుకోసం స్థానిక పర్యాటకశాఖ సిబ్బంది సహకారాన్ని తీసుకున్నాం. పర్యాటకశాఖ కార్యాలయానికి వచ్చిన టూరిస్టులు ఆ ప్రాంతంలో దర్శనీయ ప్రదేశాల గురించీ, ఇతర పర్యాటక ఆకర్షణల గురించీ వాకబు చేస్తుంటారు. వారికి సంబంధిత పర్యాటక అధికారి కూర్చున్న కౌంటర్ దగ్గరికి వెళ్ళమని సిబ్బంది సలహా ఇస్తారు. జేగురు రంగు తలకట్టు, బొద్దు మీసాలు ఉన్న ఆ అధికారి తెల్లనిచొక్కా, టై ధరించి ఉంటాడు. యాత్రా మార్గాల గురించి కాసేపు పర్యాటకులతో చర్చించాక, అతను తత్సంబంధిత బ్రోచర్లకోసం కౌంటర్లో కిందికి వంగుతాడు. వెంటనే నల్లటిజుట్టు కలిగి, గడ్డం, మీసాలు నున్నగా క్షౌవరం చేసుకుని, నీలం చొక్కా ధరించిన మరో వ్యక్తి కౌంటర్ కింది భాగంనుంచి చేతిలో బ్రోచర్లతో పైకి లేస్తాడు. మొదటి వ్యక్తి చర్చను ఎక్కడైతే ఆపాడో రెండో వ్యక్తి చర్చను ఆ విషయంనుంచే ప్రారంభిస్తాడు. ఆసక్తికరమైన విషయం ఏమిటంటే సగానికి సగం మంది పర్యాటకులు జరిగిన 'ఈ మార్పు'ను గుర్తించలేకపోయారు. మహిళల కంటే రెట్టింపుమంది పురుషులు కౌంటర్లో వ్యక్తులు మారిన విషయంతోపాటు, ఆ వ్యక్తుల బాడీలాంగ్వేజ్‌ని పక్కన పెడితే, కళ్ళకు కట్టినట్టు కొత్త వ్యక్తిలో కనిపించిన మార్పును కూడా గమనించలేదు! ఎప్పుడైతే బాడీలాంగ్వేజ్‌కి సంబంధించిన పరిజ్ఞానం మీలో లుప్తమైందో లేదా అలాంటి శిక్షణకు మీరు దూరమయ్యారో, దానివల్ల మీరు పోగొట్టుకునే అవకాశాలు కూడా మెండుగానే ఉంటాయి. మీరేం పోగొట్టుకుంటున్నారో ఈ పుస్తకం మీకు తెలియజెబుతుంది.

## ఈ పుస్తక రచనకు మమ్మల్ని ప్రేరేపించినదేమిటి?

'బాడీలాంగ్వేజ్ : హావభావాల నిఘంటువు' అనే ఈ పుస్తకాన్ని నేనూ, బార్బరా రచించాము. కాని దీనికంటే ముందుగానే నేనే రచించిన 'బాడీలాంగ్వేజ్' అనే పుస్తకం ఆధారంగానే ప్రస్తుత రచన జరిగింది. ఇదివరకటి రచనలో చెప్పిన విషయాన్ని మరింత విపులీకరించడంతో పాటు, అత్యాధునిక సాంకేతిక పరిజ్ఞానం ఆధారంగా జరిపిన పరిశోధనల్ని కూడా మేం ఇందులో పేర్కొన్నాం. మెదడులో జరిగే చర్యలన్నింటికీ అద్దం పట్టే 'మ్యాగ్నటిక్ రిసొనెన్స్ ఇమేజింగ్' (ఎంఆర్ఐ) తో పాటు పరిణామవాద జీవశాస్త్రం, పరిణామ వాద మానసిక శాస్త్రాల రంగంలో చోటు చేసుకున్న శాస్త్రీయ విప్లవాల్ని మేం ఈ రచనలో వివరించాం. పుస్తకంలోని ఏ పేజీని తెరిచినా, పాఠకుడు ఆ పేజీ నుంచే పుస్తకాన్ని చదవనారంభించే వీలుండే విధంగా దీనిని మేము రచించాము. పుస్తకంలోని విషయమంతా శరీర కదలికలు, హావభావాలు, ముఖకవళికలకు సంబంధించి ఉండేలా మేము శ్రద్ధ తీసుకున్నాం. ఎందుకంటే ఎవరినైనా ప్రత్యక్షంగా కలుసుకున్నపుడు వారిని చదవడానికి మనకు ఉపకరించే విషయాలు ఇవే కాబట్టి. 'బాడీలాంగ్వేజ్ : హావభావాల నిఘంటువు' అనే ఈ పుస్తకం మీ సంభాషణేతర సంజ్ఞలు, సంకేతాలపై అవగాహనను పెంపొందించుకునే దిశగా మిమ్మల్ని నడిపిస్తుంది. అంతేగాక వాటిని ప్రతిభా వంతంగా ఉపయోగించుకుని, మీకు కావలసిన ఫలితాన్ని రాబట్టుకోవడమెలాగో కూడా ఈ పుస్తకం నేర్పుతుంది.

బాడీలాంగ్వేజ్, హావభావాలకు సంబంధించిన ప్రతి చిన్న విషయాన్నీ విడివిడిగా, స్పష్టంగా పరిశీలించడంతోపాటు, సరళమైన పరిభాషలో అవి మీకు అర్థమయ్యేలా ఈ పుస్తకం వివరిస్తుంది. కొన్ని హావభావాల్ని మిగతా వాటి నుంచి విడదీసి వివరించే ప్రయత్నం చేస్తూనే, వాటి వివరణలో అతి సాధారణీకరణకు పాల్పడకుండా ఉండడానికి తగిన జాగ్రత్తలు తీసుకున్నాం.

బాడీలాంగ్వేజ్ అనగానే కొంతమంది ఆందోళనకు గురవుతారు. బాడీలాంగ్వేజ్ అంటే అధునాతన శాస్త్రీయ పరిజ్ఞానాన్ని ఉపయోగించుకుని, ఇతరుల ఆలోచనల్ని, రహస్యాల్ని చదివేసి, వారిపై ఆధిపత్యాన్ని చెలాయించడానికి ఉపకరించే ప్రమాద కరమైన మార్గమన్నది అలాంటి వారి భావన. కానీ ఇది మన సహమానవులతో సంబంధాలను నెరపేందుకు కావలసిన నిశితదృష్టిని మీకు ప్రసాదిస్తుందని, ఇతరులను లోతుగా అర్థం చేసుకోవడంలో మీకు సహాయకారిగా ఉంటుందని, మిమ్మల్ని అర్థం చేసుకోవడంలో తోడ్పడుతుందని మా అభిప్రాయం. ఒక విషయాన్ని అర్థం చేసుకోవడమంటే దాంతో సానుకూలంగా సులభంగా

వ్యవహరించడమే. అదే సమయంలో అవిద్య, అవగాహనాలోపం వంటివి భయాన్ని, మూర్ఖత్వాన్ని, మూఢనమ్మకాల్ని పెంచి ఇతరుల్ని ఎల్లప్పుడూ నిందిస్తూ, అనుమానాలకు, అపార్థాలకు, విమర్శలకు పాల్పడేలా మనల్ని ప్రోత్సహిస్తాయి. పక్షులని చంపి, వాటిని విజయచిహ్నాలుగా ప్రదర్శనకి పెట్టాలనే ఉద్దేశంతో పక్షులని పరిశీలించే వ్యక్తి వాటిని అధ్యయనం చెయ్యడు? బాడీలాంగ్వేజ్‌కి సంబంధించిన పరిజ్ఞానం, నేర్పు అన్నవి మరో వ్యక్తితో మీ సమాగమనాన్ని ఒక అద్భుతమైన అనుభూతిగా మిగులుస్తాయి.

దీన్నే కాస్త సరళంగా చెప్పుకోవాలంటే మనం 'అతను' అనే పదానికి విభక్తి రూపాన్ని స్త్రీ పురుషులిద్దరికీ కూడా వర్తింపజేయవచ్చు.

## మీ బాడీలాంగ్వేజ్ నిఘంటువు

సేల్స్‌రంగంలోని సేల్స్‌పీపుల్, మేనేజర్లు, ఎగ్జిక్యూటివ్‌లు, తదితరులను ఉద్దేశించి, విధివిధానాల కూర్పులాగా ఉపయోగపడేటట్టు మూలాధార గ్రంథాన్ని ఉద్దేశించాము. కానీ ఈ పుస్తకాన్ని మాత్రం మీ జీవితంలో గృహసంబంధిత విషయాలు, లేదా ప్రియతములతో గడపడం, లేదా మీరు చేసే పని, ఇత్యాది అనేక అంశాలకు ఉపయోగపడేలా తీర్చిదిద్దాం. ఈ రంగంలో మా ముప్పై ఏళ్ల అనుభవసారంగా ప్రతిఫలించిన ప్రవర్ధమాన పరిజ్ఞానం, అంకితభావాల మేలుకలయికగా ఈ పుస్తకాన్ని మీ ముందుకు తెచ్చాం. ఇది దృక్పథాల్ని అనుభూతుల్ని అర్థం చేసుకోవడానికి కావలసిన 'పదసంపద'ను మీకు సమకూరుస్తుంది. కొందరు ఉద్దేశపూర్వకంగా ప్రవర్తించే తీరు తాలూకు కారణాలకు, అలాంటి ప్రవర్తన మీ స్వీయ ప్రవర్తనపై చూపే ప్రభావాలకు సంబంధించి మీలో ఉదయించే అనేక జటిల ప్రశ్నలకు ఈ పుస్తకం జవాబులిస్తుంది. ఒకానొక చీకటి గదిలో కూర్చుని, ఆ గదిలోని కిటికీ తెరలు, సోఫా కవర్లు, ఫర్నీచర్, గోడలకు అలంకరించిన వస్తువులు, ఆ గది తలుపులు, ఇలా అన్నింటినీ అనుభూతిస్తూనే, అవి ఎలా ఉంటాయో చూడలేకపోవడం లాంటిదే మీ పరిస్థితి. అలాంటి స్థితిలో గోరంత దీపాన్ని వెలిగించి, మీ చుట్టూ ఉన్న ప్రపంచాన్ని మీకు స్పష్టంగా చూపడమే ఈ పుస్తకం నిర్వహించే ప్రధాన బాధ్యత. ఒకసారి ఈ పరిజ్ఞానం మీలో వెలిగితే మీరు విషయాల్ని అర్థం చేసుకోగలరు, ఉన్నదున్నట్టుగా చూడగలరు. వాటికి సంబంధించి ఏం చేయాలో తెలుసుకోగలరు.

**ఎలన్ పీజ్**

# అధ్యాయం 1

# మూలాధారాల్ని అర్థం చేసుకోవడం

ఇలా బొటన వ్రేలిని చూపితే పాశ్చాత్య దేశాల్లో 'మంచిది' అని అర్థం. ఇటాలియన్స్‌కైతే 'ఒకటి' అని అర్థం. జపాను వారికైతే 'ఐదు' అని అర్థం. గ్రీకులు దీనిని ఒక బూతుకు సంకేతంగా వాడుతారు.

జనంతో నిండి ఉన్న గదిలోకి అడుగుపెట్టిన ప్రతి వ్యక్తికీ ఆ గదిలోని ఎవరో ఒకరు పరిచయస్థులై ఉండవచ్చు. కొన్ని నిమిషాల వ్యవధిలోనే వారి మధ్య సంబంధాన్ని, వారి మనోభావాల్ని కచ్చితంగా అంచనా వేసి చెప్పేయవచ్చు. వ్యక్తి ప్రవర్తనను బట్టి వారి దృక్పథాల్ని, ఆలోచనల్ని చదివే సామర్థ్యమే మనిషికి మొట్టమొదటగా అందుబాటులోకి వచ్చిన సమాచార వినిమయ ఉపకరణం. మనిషి మాటలు నేర్వడానికి ముందే ఈ ఉపకరణం అతనికి అందుబాటులో ఉంది.

రేడియో ఆవిష్కరణ జరగక మునుపు పుస్తకాలు, ఉత్తరాలు, వార్తా పత్రికలు సమాచార సాధనాలుగా ఉండేవి. వీటి వాడకం వల్ల అబ్రహాం లింకన్ వంటి అనాకర్షణీయమైన రూపం, బలహీనమైన వక్తృత్వ సామర్థ్యం కలిగిన రాజకీయ వేత్తలు కూడా చక్కగా రాయగల నేర్పును ప్రదర్శిస్తే చాలు, రాజకీయ రంగంలో సుదీర్ఘకాలం మనగలిగే వాళ్ళు. విన్స్టన్ చర్చిల్ లాగా మంచి వాక్పటిమ కలిగిన వారికి 'రేడియో తరం' పూలబాటలు పరిచింది. చర్చిల్ మంచి మాటకారి. కానీ

ఇప్పటి 'దృశ్యమాన' ప్రపంచపు ప్రమాణాల ప్రకారం ఆయన తన రంగంలో నిలదొక్కుకోవడానికి బాగానే శ్రమించాల్సి వచ్చింది.

చూపరుల్ని ఆకర్షించే రూపం, హావభావాలతో ప్రజాదరణను చూరగొనడమన్నది నేటి తరపు రాజకీయ నాయకులకు వెన్నతో పెట్టిన విద్య. అందుకే అత్యున్నత స్థాయికి చెందిన రాజకీయవేత్తలు ఇవాళ బాడీలాంగ్వేజ్ నిపుణుల సహాయాన్ని కోరుకుంటున్నారు. ప్రధానంగా తమలో లేని నిజాయితీ, శ్రద్ధ, నిష్కాపట్యం, అంకితభావాల్ని తమ హావభావాల ద్వారా వ్యక్తం చేయడంలో వాళ్ళు ఆ నిపుణుల దగ్గర శిక్షణ తీసుకుంటున్నారు.

వేలాది సంవత్సరాలకు పైబడిన మానవ పరిణామ చరిత్రలో బాడీ లాంగ్వేజ్‌ని గురించిన స్పృహ, దానికి సంబంధించిన అధ్యయనమన్నది కేవలం 1960ల నుంచే తెర మీదికి రావడం నమ్మలేని నిజం. మా పుస్తకం 'బాడీ లాంగ్వేజ్' వెలువడిన తరువాతే, అంటే 1978 నుంచి సామాన్య ప్రజలకు బాడీలాంగ్వేజ్‌తో పరిచయం ఏర్పడిందంటే అతిశయోక్తి కాదు. అయినప్పటికీ 'భాష' నే ప్రధాన సమాచార వినిమయ ఉపకరణంగా నేటికీ చాలా మంది భావిస్తున్నారు. పరిణామవాద పదజాలం ప్రకారం ఇటీవలి సంవత్సరాల్లోనే భాషని సమాచార వినిమయ సంగ్రహంలో ఒక భాగంగా భావిస్తున్నారు. భాష అన్నది వాస్తవాలు, వివరాలకు సంబంధించిన సమాచార వినిమయానికే ప్రబలంగా ఉపయుక్తమైంది. మానవుల మెదడు తొలి ప్రమాణానికన్నా మూడింతలు పెరిగిన తరువాత అంటే రెండు మిలియన్ల 500,000 సంవత్సరాల క్రితమే తొలిసారిగా ప్రాథమిక భాషా రూపానికి అంకురార్పణ జరిగింది. అంతకన్నా ముందు కేవలం సంజ్ఞలు, కొన్ని అస్పష్ట శబ్దాల ఆధారంగానే భావ వ్యక్తీకరణ జరిగేది. దాని తాలూకు లక్షణాల్ని మానవాళి ఇంకా అంటిపెట్టుకునే ఉంది. కానీ ప్రస్తుతం మనం కేవలం భాష మీద మాత్రమే దృష్టిని కేంద్రీకరించడం వల్ల బాడీ లాంగ్వేజ్‌కు సంబంధించిన పరిజ్ఞానానికి, దాని ప్రాధాన్యానికి పూర్తిగా అంధులమయ్యాము.

కానీ బాడీ లాంగ్వేజ్ ప్రాధాన్యాన్ని భాష గుర్తించింది. అందుకు కొన్ని ఉదాహరణల్ని మనం పరిశీలిద్దాం.

---

*గుండె మీద చేతులు వేసుకుని, పిడికిళ్ళు బిగించు, చేయి చేయి కలుపు, చిరునవ్వును చెదరనీయకు, భుజం కలుపు, వెన్ను చూపకు, అడుగు ముందుకు వేయి, పళ్ళబిగువున...*

---

వీటితో పాటు మరికొన్ని బూతులు కూడా మన భాషలో మిళితమై ఉంటాయి. అవి వెంటనే మింగుడు పడవు కూడా! కానీ ఇవన్నీ మన కళ్లు తెరిపించేవే. కాబట్టి వాటిని చేతులు చాపి ఆహ్వానించాల్సిందే. కానీ భాష మీద పట్టు సంపాదించాలంటే పిడికిళ్ళు బిగించాల్సిందే. దారిలో ఎదురయ్యే అన్ని అవాంతరాల్ని పళ్ళబిగువున దాటాల్సిందే. కాదంటే మధ్యలోనే వెన్ను చూపాల్సి వస్తుంది. ఈ జాతీయాలు, పలుకుబళ్ళు అన్నీ మనోరంజకమైనవే, ముందు ముందు మనకు దారి దీపాల్లాంటివే.

## ఆరంభంలో...

బాడీలాంగ్వేజ్ సంకేతాల్ని జగద్విదితం చేయడంలో నిశ్శబ్ద చలన చిత్ర యుగానికి చెందిన మహానటుడు చార్లీ చాప్లిన్ వంటి వారిని పితామహులుగా పరిగణించాలి. అప్పట్లో అందుబాటులో ఉన్న సమాచార సాధనం సంజ్ఞా పరమైన సందేశాలు మాత్రమే. నాటి నటుల కళా వైదుష్యాన్ని హావభావాలు, ముఖ కవళికలు, సంజ్ఞా పరమైన సామర్థ్యం వంటి విషయాల ఆధారంగానే నిర్ణయించేవారు. నటులు తమ బాడీలాంగ్వేజ్‌తో ప్రేక్షకుల్ని ఎంతగా కదిలించగలిగితే అంత మంచి నటులన్న మాట! కానీ మౌఖిక చలన చిత్రాలు తెరమీదికి రావడంతో నటనకు సంబంధించిన మౌఖికేతర కళాకౌశలానికి ప్రాధాన్యం తగ్గింది. దీంతో చాలామంది నిశ్శబ్ద చలన చిత్ర నటులు తెరమరుగయ్యారు. హావభావాలతో పాటు మౌఖిక వ్యక్తీకరణలో కూడా సామర్థ్యాన్ని నిరూపించుకోగలిగిన వారే చలన చిత్ర రంగంలో నిలదొక్కుకున్నారు.

శాస్త్రీయ అధ్యయనం ప్రకారం బాడీ లాంగ్వేజ్‌కి సంబంధించి ఇరవయ్యవ శతాబ్దానికి పూర్వం చార్లెస్ డార్విన్ రచించిన 'ది ఎక్స్‌ప్రెషన్స్ ఆఫ్ ది ఎమోషన్స్ ఇన్ మ్యాన్ అండ్ ఎనిమల్స్' అనే పుస్తకాన్నే ప్రతిభావంతమైన రచనగా పేర్కొనవచ్చు. ఇది 1872 లో వెలువడింది. కానీ ఇది పూర్తిగా శాస్త్రీయ అధ్యయనానికి ఉద్దేశించింది కావడంతో సామాన్య ప్రజానీకానికి అందుబాటులోకి రాలేదు. ఏది ఏమైనప్పటికీ, ముఖ కవళికలు, బాడీ లాంగ్వేజ్‌కి సంబంధించిన ఆధునిక అధ్యయనాలకు ఈ రచనే ప్రేరణగా నిలిచింది. నాటి నుంచి నేటివరకు చార్లెస్ డార్విన్ అభిప్రాయాలు, అధ్యయనాలే పరిశోధకులకు అక్షయపాత్రలుగా మారాయి. అప్పటినుంచి జరిపిన అధ్యయనాల్లో పదిలక్షల మౌఖికేతర సంకేతాల్ని, సంజ్ఞల్ని పరిశోధకులు గుర్తించారు. బాడీ లాంగ్వేజ్ అధ్యయనంలో అగ్రగణ్యుడనదగిన ఆల్బర్ట్ మెహ్రాబియాన్ 1950ల్లోనే ఒక నిజాన్ని వెల్లడించారు. ఒక సందేశంలో పదాలు కేవలం ఏడు శాతం, కంఠస్వరం తదితర శబ్ద సంచయం మరో 38

శాతం ప్రభావాన్ని కలిగి ఉంటాయని, మిగతా 55 శాతం ప్రభావమంతా కేవలం మౌఖికేతరమైందేనని ఆయన తేల్చాడు.

> ఏదైనా చెప్పినప్పుడు నువ్వేం చెప్పావనే దానికంటే, చెప్పేటప్పుడు నువ్వెలా కనిపించావన్నదే ముఖ్యం.

మౌఖికేతర సమాచార వినిమయంపై సిసలైన శాస్త్రీయ అధ్యయనాన్ని మానవ విజ్ఞాన శాస్త్రవేత్త రే బర్డ్‌విస్టెల్ ఆవిష్కరించారు. ఆయన ఈ తరహా సమాచార వినిమయాన్ని 'కైనెసిక్స్' అని పిలిచారు. మానవుల మధ్య జరిగే సమాచార వినిమయంలో ఒక సందేశంలోని పలు భాగాలు ఎంతటి ప్రభావాన్ని కలిగి ఉంటాయన్న విషయాన్ని బర్డ్‌విస్టెల్ కూడా ప్రమాణపూర్వకంగా పరిశీలించారు. ఆయన అంచనాల ప్రకారం సగటున ఒక మనిషి రోజులో కేవలం 10 లేక 12 నిమిషాలపాటు పదాలని ఉచ్చరిస్తాడు. దీని ప్రకారం సగటున ఒక వాక్యం 2.5 సెకన్ల నిడివిని తీసుకుంటుంది. మనం దాదాపు 250,000 ల ముఖకవళికల్ని మార్చడమూ, గుర్తు పట్టడమూ చేస్తుంటామని కూడా బర్డ్ విస్టెల్ తెలిపారు. మెహ్రాబియాన్ లాగానే బర్డ్‌విస్టెల్ కూడా ముఖాముఖి చర్చల్లో మౌఖిక సందేశం కేవలం 35 శాతం మేరకు మాత్రమే తన పాత్ర పోషిస్తుందని, మిగతా 65 శాతం బాధ్యతని మౌఖికేతర సందేశమే నిర్వర్తిస్తుందని చెప్పారు. మేము వేలాది సేల్స్ ఇంటర్వ్యూల్ని, వాణిజ్యపరమైన చర్చల్ని విశ్లేషించాం. ఇవన్నీ 1970ల నుంచి 1980ల మధ్యకాలానికి సంబంధించినవి. ఈ విశ్లేషణల సారాంశం ఇలా ఉంది. చర్చల్లో దాదాపు అరవై నుంచి ఎనభైశాతం వరకు ప్రభావం బాడీలాంగ్వేజ్‌దే. అంతేగాక చర్చ మొదలైన తొలి నాలుగు నిమిషాల్లో అరవై నుంచి ఎనభై శాతం మంది ఎదుటి వ్యక్తిని గురించి ఒక అంచనాకు వచ్చేశారు. ఫోన్ సంభాషణలకు సంబంధించిన విశ్లేషణలో వ్యక్తుల వాదనా పటిమను బట్టి ఎవరు దృఢచిత్తులో తెలుసుకోవచ్చు. కానీ ముఖాముఖి సంభాషణలో మాత్రం ఈ సూత్రం పనిచేయలేదు. ఎందుకంటే మేం విని తెలుసుకున్న దాని కంటే చూసి తెలుసుకున్న దానికే అధిక ప్రాధాన్యం ఇచ్చాం.

## మీరనుకున్నది నిజం కాదెందుకని?

మనం ఎవరినైనా తొలిసారిగా కలిసినప్పుడు ఉత్తరక్షణంలో వారు స్నేహశీలురా, అహంకారులా, రసికులా వంటి విషయాల్లో ఒక అంచనాకు రావడానికి యత్నిస్తాం.

నమ్మినా, నమ్మకున్నా ఇది నిజమే అయినప్పటికీ, ఇక్కడ గమనించాల్సిన ముఖ్యమైన విషయం ఏమిటంటే, కొత్త వ్యక్తుల్ని కలిసినప్పుడు వారి కళ్ళలోకి సూటిగా చూడడానికి మనం ప్రాధాన్యమివ్వం.

మౌఖికమైన పదాలు కేవలం సమాచారాన్ని పరస్పరం చేరవేయడానికి పనికొస్తాయి. అదే సమయంలో అంతర్గత ఆలోచనల్ని పంచుకోవడంలో బాడీ లాంగ్వేజ్ ప్రముఖ పాత్ర పోషిస్తుందన్నది చాలామంది పరిశోధకుల అభిప్రాయం. కొన్ని సందర్భాల్లో మాటలు చేయలేని పని బాడీలాంగ్వేజ్ చేస్తుంది. ఉదాహరణకు ఒక స్త్రీ నోరు తెరిచి ఒక మాట మాట్లాడకపోయినా, తన మనోభిప్రాయాన్ని 'వాలు చూపుల' ద్వారా స్పష్టంగా చెబుతుంది.

సంస్కృతి భాషలతో సంబంధం లేకుండా విన్న సందేశాన్ని బట్టి శరీర కదలికలు మారుతుంటాయని బర్డ్‌విస్టెల్ తొలిసారిగా తేల్చి చెప్పారు. తగిన శిక్షణ కలిగిన వ్యక్తి కంఠస్వరాన్ని బట్టి ఎదుటి వ్యక్తిలో ఎలాంటి కదలికలు చోటుచేసుకుంటాయో కచ్చితంగా చెప్పగలడన్నది ఆయన అభిప్రాయం. వ్యక్తుల కదలికల్ని బట్టి, వారు ఏ భాష మాట్లాడుతున్నారో కూడా చెప్పగల నైపుణ్యాన్ని బర్డ్‌విస్టెల్ సాధించారు.

జీవశాస్త్ర పరంగా మానవులు ఇప్పటికీ జంతుదశను దాటలేదంటే చాలామందికి చేదుగా వినిపిస్తుంది. మనం 'హోమోసేపియన్స్' అనే వాసర సంతతికి చెందిన వాళ్ళం. ఒళ్ళంతా వెంట్రుకలు లేకుండా, రెండు కాళ్ళమీద నడుస్తూ, తెలివైన బుర్ర కలిగిన జంతువులమన్నమాట. అయినప్పటికీ, ఇతర జీవజాతుల్లాగా మన చర్యలు, ప్రతిచర్యలపై జీవసంబంధిత అదుపు ఉన్నమాట సత్యం. ఆ నియంత్రణ బాడీ లాంగ్వేజ్ రూపంలోనూ, హావభావాల రూపంలోనూ వ్యక్తమవుతుంది. తాను తన హావభావాలతోనూ, ముఖ కవళికలతోనూ, శరీర కదలికలతోనూ చెప్పే కథకూ, కంఠస్వరాన్ని ఉపయోగించి మౌఖికంగా చెప్పే కథకూ ఎంతో వ్యత్యాసముంటుందన్న విషయం మానవునికి మాత్రం తెలియకపోవడమే ఇందులోని అద్భుతం.

## ఆలోచనల్ని, అనుభూతుల్ని బాడీలాంగ్వేజ్ ఎలా వ్యక్తపరుస్తుంది?

బాడీలాంగ్వేజ్ అన్నది మనిషి మానసికోద్వేగాలకు అద్దం పట్టే బాహ్య వ్యక్తీకరణ. ఆ క్షణంలో వ్యక్తి ఎలాంటి అనుభూతికి లోనవుతున్నాడో చెప్పడానికి అతని హావభావాలతో పాటు, అతని ప్రతి కదలికా ప్రధానమైందే. ఉదాహరణకు తాను బరువు పెరుగుతున్నాడన్న స్పృహ కలిగిన వ్యక్తి, గడ్డం కింద ఏర్పడిన అదనపు

కండరాలు కనబడకుండా చొక్కాబొత్తాముతో మూసేస్తాడు. ఒక మహిళకు తన తొడలు లావయ్యాయన్న సందేహం వస్తే, ఇక అప్పట్నుంచీ మోకాలి దిగువ వరకు ఉన్న డ్రెస్సులనే తొడుగుతుంది. ఎవరైనా వ్యక్తి తనను ఎదుటివారు గెలిచేస్తారన్న భయానికి గురైతే, అతను తన రెండు చేతుల్ని మడుచుకుంటాడు లేదా, కాళ్ళని ఒకదానిపై ఒకటి పెనవేసుకుంటాడు. లేదా చేతులు, కాళ్ళు ముడుచుకుంటాడు. ఎత్తైన వక్షసంపద కలిగిన మహిళను చూసినప్పుడు పురుషులు ఆమె వక్షోజాల వైపు చూడకుండా ఉండడానికి శతథా యత్నిస్తారు. అదే సమయంలో తమకు తెలియకుండానే దేనికోసమో తడుముతున్నట్లు చేతుల్ని ముందుకు చాస్తుంటారు.

చిత్రంలో ప్రిన్స్ చార్లెస్ చేతిని గమనించండి

బాడీ లాంగ్వేజ్‌ని అర్థం చేసుకునేందుకు ఒక కిటుకు ఉంది. ఒక వ్యక్తి ఏం చెబుతున్నాడో వింటూ, ఏ పరిస్థితుల్లో అతను ఆ మాటల్ని చెబుతున్నాడన్న విషయాన్ని గమనిస్తూ, ఆ వ్యక్తి మానసికోద్వేగాల్ని అర్థం చేసుకోగలిగితే బాడీ లాంగ్వేజ్ మీద కొంత పట్టు సాధించినట్టే. దీనివల్ల సత్యమేదో, అసత్యమేదో, వాస్తవమేదో, అవాస్తవమేదో విడివిడిగా చూసే వీలు కలుగుతుంది. ఇటీవల మనుషుల్లో 'మాటల' మీద ఆసక్తి పెరిగిపోతోంది. ప్రతి వాళ్ళూ గొప్ప వాక్చాతుర్యాన్ని ప్రదర్శించాలని ఆరాట పడిపోతున్నారు. చాలా మందికి బాడీలాంగ్వేజ్‌కి సంబంధించిన సంకేతాల గురించి పూర్తిగా తెలియదు. వాటి ప్రభావం గురించిన పరిజ్ఞానం వీరికి ఉండదు. అయినప్పటికీ ముఖాముఖి సంభాషణల్లో సందేశాలన్నీ బాడీలాంగ్వేజ్ సంకేతాలపైనే ఆధారపడి ఉంటాయని మనకు తెలుసు. ఉదాహరణకు ఫ్రాన్స్ మాజీ అధ్యక్షుడు చిరాక్, అమెరికా మాజీ అధ్యక్షుడు రోనాల్డ్ రీగన్,

ఆస్ట్రేలియా మాజీ ప్రధాని బాబ్‌హాక్‌లు తాము ఎంత పెద్ద సమస్య గురించి మాట్లాడుతున్నామన్న విషయాన్ని చేతులు చాపడం ద్వారా సూచిస్తారు. బాబ్‌హాక్ రాజకీయ నాయకులకు పారితోషికాన్ని పెంచడాన్ని సమర్థించుకుంటూ వారి పారితోషికాల్ని కార్పోరేట్ స్థాయి అధికారుల జీతాలతో పోల్చారు. కార్పోరేట్ స్థాయి అధికారుల వేతనాలు ఎంతో పెద్ద మొత్తంలో పెరిగాయని, వారితో పోలిస్తే రాజకీయ నాయకుల పారితోషికాలు చాలా తక్కువ స్థాయిలో ఉన్నాయని ఆయన చెప్పారు. రాజకీయ నాయకుల పారితోషికాల గురించి ప్రస్తావించినప్పుడల్లా ఆయన తన చేతుల మధ్య మీటరు ఎడం ఉంచారు. అదే అధికారుల జీతాలు గురించి మాట్లాడినప్పుడల్లా ఆయన చేతుల మధ్య ఎడం కేవలం ముఫ్పై సెంటీమీటర్లు మాత్రమే ఉండేది. రాజకీయ నాయకుల పారితోషికాలు తక్కువగా ఉంటున్నాయని ఆయన మాట్లాడినప్పటికీ, వారి ఆదాయం ఇబ్బడిముబ్బడిగానే ఉందన్న సంగతిని ఆయన ఇలా తస బాడీలాంగ్వేజ్ ద్వారా చెప్పకనే చెప్పారన్న మాట.

ఫ్రాన్స్ మాజీ అధ్యక్షుడు జాక్స్ చిరాక్ తన ప్రేమ జీవితాన్ని ఉదాహరణగా తీసుకుని చెప్పదలచుకున్న విషయాన్ని ఇలా కొలిచి వివరించేవారు.

## ఇతరుల అంతరంగాన్ని పసిగట్టడంలో మహిళలే సమర్థులు, ఎందుచేత?

ఇతరుల అంతరంగాన్ని పసిగట్టడంలో ఎవరినైనా సమర్థులనో, లేదా 'మంచి అంతఃకరణ ప్రవృత్తి' కలవారనో అన్నామంటే, మనం అప్రయత్నంగానే ఇతరుల బాడీలాంగ్వేజ్‌ని అర్థం చేసుకోవడంలో, తత్సంబంధిత సంకేతాల్ని మౌఖిక సంకేతాలతో అన్వయించుకోవడంలో ఆ వ్యక్తికి మంచి సామర్థ్యం ఉందని

చెబుతున్నట్టే! మరో విధంగా చెప్పాలంటే, ఇతరులు మనతో అబద్ధాలాడినట్టు అనుమానం కలిగి మనసులో కలవరం మొదలైందంటే, దానర్థం వారి బాడీలాంగ్వేజ్‌కి, మాటలకి పొంతన కుదరలేదన్న విషయాన్ని మనం గుర్తించినట్టే. దీన్నే ఉపన్యాసకులు 'శ్రోతల అవగాహనా శక్తి' అని పిలుస్తుంటారు. ఉదాహరణకు ఒక సభలో శ్రోతలు తమ కుర్చీల్లో చేతులు ముడుచుకుని, చుబుకాన్ని కిందికి దించి కూర్చున్నారనుకోండి (కునికిపాట్లు పడడమనకోవచ్చు). అప్పుడా సులభగ్రాహి అయిన ప్రసంగకర్త తన ప్రసంగం శ్రోతలకి మనోరంజకంగా లేదని గ్రహించి, ఇబ్బందికి లోనవుతాడు. శ్రోతల్ని ఆకట్టుకోవడానికి అతను వెంటనే తన బాణీని మార్చి మాట్లాడడం మొదలు పెడతాడు. అదే సమయంలో శ్రోతల మనసును అర్థం చేసుకోలేని వ్యక్తి తన ధోరణిలోనే ప్రసంగాన్ని కొనసాగించి అభాసుపాలవుతాడు.

*'గ్రాహ్యశక్తి' ని కలిగి ఉండడమంటే, ఇతరుల మాటలకు, వారి బాడీలాంగ్వేజ్‌కి మధ్య పొంతన కుదరని విషయాన్ని పసిగట్టడమే.*

ఇతరుల అంతరంగాన్ని అర్థం చేసుకోవడంలో పురుషుల కన్నా మహిళలే ఎంతో మెరుగ్గా ఉంటారు. అందుకే ఈరకమైన సామర్థ్యాన్ని 'మహిళల సహజ జ్ఞానం' గా పిలవడం పరిపాటైంది. మౌఖికేతర సంకేతాల్ని గుర్తించి, అనువదించుకోగల పరిజ్ఞానం మహిళలకు సహజ లక్షణంగా ఉంటుంది. వాళ్ళు ప్రతి చిన్న విషయాన్ని కూడా వదలకుండా గమనించగలరు. అందుకే భార్యల్ని నమ్మించేలా అబద్ధాలాడగలిగిన ఘటికులు కొందరే ఉంటారు. తద్భిన్నంగా పురుషుల అబద్ధాల్ని సులభంగా పసిగట్టడంలో చాలామంది మహిళలు సమర్థులుగా ఉంటారు. వారెంతటి సమర్థులంటే పురుషులు తమ అబద్ధాన్ని స్త్రీ పసిగట్టినట్టు తెలుసుకోలేరు.

బాడీలాంగ్వేజ్‌ని అర్థం చేసుకోవడంలో స్త్రీలు, పురుషుల కన్నా ఎంతో చురుగ్గా వ్యవహరిస్తారని హార్వర్డ్ విశ్వవిద్యాలయానికి చెందిన మానసికవేత్తలు జరిపిన పరిశోధనలో స్పష్టమైంది. ఈ పరిశోధనల కోసం కొన్ని లఘుచిత్రాల్ని ఉపయోగించారు. వీటిని ప్రదర్శించేటపుడు శబ్దం వినిపించకుండా, మూకీ చిత్రాల్లా చూపించారు. వాటిలో ఒకానొక చిత్రంలో ఒక పురుషుడు, మరో మహిళ మాట్లాడుకుంటుంటారు. పరిశోధనలో పాలుపంచుకున్న వ్యక్తుల్ని చిత్రంలోని ఆ స్త్రీ పురుష పాత్రల మధ్య జరిగిన సంభాషణని ఊహించి చెప్పమన్నారు. ఆ పాత్రలు, వాటి మధ్య నెలకొన్న పరిస్థితుల గురించి పరిశోధనలో పాల్గొన్న మహిళలు 87 శాతం కచ్చితంగా చెప్పారు. అదే సమయంలో కేవలం 42 శాతం

మంది పురుషులు మాత్రమే ఆ పాత్రల మధ్య జరిగిన సంభాషణను, ఆ పాత్రలు ఎలాంటి పరిస్థితిలో ఆ సంభాషణను జరిపాయో చెప్పగలిగారు. నటన, పిల్లల్ని పెంచడం, నర్సింగ్ వంటి ఉపాధి మార్గాలనెంచుకున్న పురుషులు, స్వలింగ సంపర్కులు కూడా ఈ విషయంలో మహిళలతో పాటు ముందంజలో ఉన్నారు. మహిళల్లో దాగి ఉన్న ఈ 'సహజ జ్ఞానానికి', వాళ్ళు సంతానాన్ని పెంచి పోషించడానికి దగ్గరి సంబంధం ఉంది. బిడ్డ పుట్టిన తొలినాళ్ళలో తల్లి తన బిడ్డ అవసరాల్ని గుర్తించడానికి ప్రధానంగా మౌఖికేతర సంకేతాలపైనే పూర్తిగా ఆధారపడుతుంది. అందువల్లనే మహిళలు ఇతరుల అంతరంగాన్ని అర్థం చేసుకోవడంలో పురుషుల కన్నా ముందుంటారు. వాళ్ళు సంజ్ఞల్ని త్వరగా అర్థం చేసుకోగలరు.

## మెదడుకు స్కానింగ్‌లు ఏం చెబుతున్నాయి?

భూమ్మీద ఏ పురుషునితోనైనా సమాచార వినిమయం చేయగలిగిన సామర్థ్యం చాలామంది మహిళలకుంటుంది. ఇతరులతో సంబంధాల్ని నెరపడంలోను, అంచనా వేయడంలోను పురుషులకన్నా మహిళలదే పైచేయి అని 'మాగ్నటిక్ రిసొనాన్స్ ఇమేజింగ్ బ్రెయిన్ స్కాన్స్' (ఎంఆర్ఐ) స్పష్టంగా తేల్చి చెబుతున్నాయి. మహిళల మెదడులో పధ్నాలుగు నుంచి పదహారు స్థానాలు ఇతరుల ప్రవర్తనను అంచనా వేయడానికి ఉపకరిస్తుండగా, పురుషుల మెదడులో అలాంటి స్థానాలు కేవలం నాలుగు నుంచి ఆరు వరకే ఉన్నాయి. దీన్నిబట్టి ఒక విందుకు హాజరైన మహిళ అక్కడి వారి మధ్య ఎలాంటి సంబంధాలున్నాయి, ఎవరికి వాదనా పటిమ ఎక్కువగా ఉంది, ఎవరు ఎవరిని ఇష్టపడుతున్నారు వంటి విషయాల్ని వెంటనే పసిగట్టగలదని తెలుస్తోంది కదా! మహిళల దృష్టిలో పురుషులు 'మూగనోము' పట్టేవారని ఎందుకు ముద్ర పడతారో, అదే సమయంలో మహిళల గురించి 'వాగుడుకాయలు' అంటూ పురుషులు ఎందుకు నిందిస్తారో కూడా దీని వల్ల స్పష్టమవుతోంది.

'వై మెన్ డోన్ట్ లిజన్ అండ్ విమెన్ కాన్ట్ రీడ్ మాప్స్' అనే మా పుస్తకంలో మేం చెప్పిన విషయమిదే. స్త్రీల మెదడు బహువిధాలైన పనుల్ని ఏకకాలంలో చేయడానికి ఉద్దేశించింది. ఒక సామాన్య మహిళ ఒకదానితో ఒకటి సంబంధంలేని రెండు లేదా నాలుగు విషయాలపై ఒకేసారి దృష్టి నిలపగలదు. ఆమె కాఫీ తాగుతూ, టెలివిజన్ కార్యక్రమాన్ని వీక్షిస్తూ ఫోన్‌లో అవతలి వ్యక్తి చెప్పేది వింటూ, తన వెనుక జరిగే సంభాషణకు కూడా చెవి ఒగ్గగలదు. ఒకే సంభాషణలో ఆమె పలు విషయాల్ని ప్రస్తావించగలదు. అదే సమయంలో సందర్భానికి తగినట్లుగా

ఐదురకాలుగా కంఠస్వరాన్ని మారుస్తూ విషయాల్ని వివరించగలదు. దురదృష్ట వశాత్తూ పురుషుడు ఈ కంఠస్వరాల్లో కేవలం మూడింటిని మాత్రమే గుర్తించగలడు. తత్ఫలితంగా మహిళలు చెప్పాలనుకుంటున్న విషయాన్ని పురుషుడు తరచూ అర్థం చేసుకోలేడు.

ఇతరుల ప్రవర్తనని అంచనా వేయడానికి కళ్లతో చూసిన దాని మీద, ముఖాముఖి జరిగిన చర్చ మీద ఆధార పడే వ్యక్తి అంచనాలే ఎంతో కచ్చితంగా ఉంటాయి. అలా కాకుండా కేవలం తమ మనో వికారాలపై ఆధారపడే వ్యక్తుల అంచనాలెప్పుడూ తల్లకిందులవుతుంటాయి. ఒక వ్యక్తిని అర్థం చేసుకోవడానికి అవసరమైన సాక్ష్యాలు, ఆధారాలు ఎల్లప్పుడూ అతని బాడీలాంగ్వేజ్‌లోనే దాగి ఉంటాయి. బాడీలాంగ్వేజ్‌ని అర్థం చేసుకోవడమనేది మహిళలకు సహజ లక్షణం. సంకేతాల్ని, సంజ్ఞల్ని శ్రద్ధగా చదవడానికి ప్రయత్నిస్తే ఎవరైనా ఈ విద్యలో రాణించవచ్చు. ఈ పుస్తకం చెప్పేదదే.

## జ్యోతిష్కులు అంతా తెలిసినట్టే ఎలా చెప్పగలరు?

మీరు ఒక జ్యోతిష్కుడి దగ్గరికి వెళితే అతను చెప్పిన విషయాల్ని విని ఆశ్చర్యపోతారు. మీ గురించి మీకు తప్ప ఇతరులకు తెలియడానికి వీల్లేని విషయాలన్నింటినీ అతను మీకు ఏకరువు పెడతాడు. దాంతో మీరు అబ్బుర పడిపోయి ఇదంతా 'దివ్యదృష్టి' వల్లే సాధ్యమైందన్న నిర్ణయానికి వచ్చేస్తారు. జ్యోతిష్యం పేరుతో జరుగుతున్న వ్యాపారానికి సంబంధించిన పరిశోధనల్లో ఈ జోస్యులు 'కోల్డ్ రీడింగ్' అనే కిటుకును ఉపయోగిస్తారని తేలింది. ఇంతవరకు ఎన్నడూ కలవని వ్యక్తిని కలిసినప్పటికీ ఈ కోల్డ్‌రీడింగ్ ద్వారా ఆ వ్యక్తిని గురించి ఎనభై శాతం కచ్చితమైన సమాచారాన్ని రాబట్టే వీలుంది. అమాయకులకు, మానసిక దుర్బలులకు ఇదంతా ఏదో ఇంద్రజాలంగా కనిపిస్తుంది. కానీ బాడీలాంగ్వేజ్ సంకేతాల్ని శ్రద్ధగా చదవడం, మానవ స్వభావాన్ని అర్థం చేసుకోవడం, కచ్చితమైన అంచనాల్ని తయారు చేసుకోగల సామర్థ్యం వెరసి ఈ ఇంద్రజాలమవుతుంది. అతీంద్రియ శక్తుల్ని కలిగి ఉన్నామనే వాళ్ళు, టారట్ కార్డు రీడర్లు, జ్యోతిష్కులు, హస్తసాముద్రికులు ఒక వ్యక్తి నుంచి సమాచారాన్ని పొందడానికి ఉపయోగించే కిటుకు ఇదే. కానీ వీరిలో చాలా మందికి తమలో ఇలా ఇతరులకు సంబంధించిన మౌఖికేతర సంకేతాల్ని చదివే శక్తి ఉందన్న విషయం తెలియదు. అందుకే తమలో ఏదో అతీంద్రియ శక్తి దాగుందని వీళ్ళు భావిస్తారు. దీనికి తోడుఏదో ఒక సానుకూల ఫలితాన్ని ఆశిస్తూ నిరంతరం ఇలాంటి ఇంద్రజాలికుల చుట్టూ తిరిగే జనం కూడా

వాళ్ళ నమ్మకానికి మరింత బలాన్నిస్తారు. టారెట్ కార్డుల్ని పరచి, ఒకటి లేదా రెండు స్ఫటిక గోళాల్ని కళ్ళ ముందు మెరిపించి, కాసింత నాటకీయతను జోడించి, బాడీలాంగ్వేజ్‌ని చదివేందుగ్గాను ముఖాముఖి మాట్లాడించి వీళ్ళు ప్రదర్శించే గారడీ మొత్తం ఒక్కోసారి ఎంతటి మేధావినైనా బురిడీ కొట్టించి, 'అతీంద్రియ శక్తుల్ని' నమ్మేలా చేస్తుంది. తామడిగిన ప్రశ్నలకు వ్యక్తులు ఇచ్చే జవాబులు, వ్యక్తిని పరిశీలించి తెలుసుకున్న విషయాల్ని క్రోడీకరించి, తదనుగుణంగా అనువదించుకునే 'ఇంద్రజాలికుడి' నేర్పు మీదనే ఇవన్నీ ఆధారపడి ఉంటాయి. నిజానికి ఇలా నమ్మించే జోస్యుల్లో (పాశ్చాత్య దేశాల్లో) ఎక్కువ మంది మహిళలే ఉంటారు. ముందే చెప్పుకున్నట్టు వారి మెదడుకు పిల్లల శరీర కదలికల్ని చదవగలిగే నేర్పు, ఇతరుల మానసికోద్వేగాల్ని అర్థం చేసుకునే అదనపు సామర్థ్యం ఉంటాయి మరి.

*జోస్యురాలు తన స్ఫటిక గోళంలోకి దృష్టిని సారించి, తరువాత పట్టలేని విధంగా నవ్వింది. దాంతో జాన్ ఆమె ముక్కు మీద బలంగా గుద్దాడు. అతను అలా నవ్వుతున్న వ్యక్తిని కొట్టడం అదే మొదటిసారి.*

దీన్నే మరింత సోదాహరణంగా తెలుసుకుందాం. మీరు వ్యక్తిగతంగా ఒక జోస్యుని దగ్గరికి వెళ్లారనుకోండి. మసక వెలుతురు ఉన్న గదిలోకి మీరు ప్రవేశించినట్టుగా ఊహించుకోండి. గదంతా పొగపెట్టినట్టు స్పష్టాస్పష్టంగా ఉంది. ఆ గదిలో వజ్రాన్ని పొదిగిన తలపాగాను ధరించిన ఒక ఇంద్రజాలికుడు నెలవంక ఆకారంలో ఉన్న ఒక ఆసనంపై ఆసీనుడై ఉన్నాడు. అతని ఎదురుగా ఒక స్ఫటిక గోళం ఉంది.

'మీ రాక నాకు చాలా సంతోషాన్నిచ్చింది. మీ నుంచి బలమైన సంకేతాలు వెలువడు తున్నాయి. వాటిని బట్టే మీరు కొన్ని సమస్యల్లో ఉన్నట్టు తెలుస్తోంది. కొన్ని సార్లు మీ జీవితం నుంచి బలంగా కోరుకునే విషయాలు ఏనాటికైనా వాస్తవ రూపం దాలుస్తాయా అంటూ ఆశ్చర్యపోవడం మీకు పరిపాటని నేను భావిస్తున్నాను. కొన్ని సందర్భాల్లో మీరు ఎంతో స్నేహశీలురుగానూ, సామాజికంగా ఎంతో సేవాభావాన్ని ప్రదర్శించే వ్యక్తిగానూ ఉంటారని, మరికొన్ని సందర్భాల్లో ముభావంగానూ, జాగరూకతతోనూ, అంతర్ముఖంగానూ ప్రవర్తిస్తారని కూడా నాకనిపిస్తోంది. స్వతంత్రభావాలు కలిగిన వ్యక్తిగా మిమ్మల్ని మీరు భావించుకోవడంలో ఒకరకమైన గర్వాన్ని పొందుతారు. కానీ నిరూపణ కానిదే దేన్నీ, ఎవరినీ విశ్వసించలేరు. మార్పునీ, వైవిధ్యాన్ని మీరు కోరుకుంటారు. కానీ మార్పు లేని దైనందిన జీవితం, నియమ నిబంధనలు మిమ్మల్ని అసహనానికి గురిచేస్తుంటాయి.

మీ మనసును అతి సన్నిహితుల ముందు పరవాలనుకుంటారు కానీ జీవితాన్ని పూర్తిగా తెరచిన పుస్తకంలా పరవడం ప్రమాదకరమని భావిస్తారు. ఇప్పటి నుంచీ 'ఎస్' అక్షరంతో మొదలయ్యే పేరు గల వ్యక్తి మీమీద బలమైన ప్రభావాన్ని చూపిస్తారు. నవంబర్‌లో పుట్టిన మహిళ వచ్చే నెల ఒక అద్భుతమైన కానుకతో మిమ్మల్ని కలుస్తుంది. మీరు చూడ్డానికి చాలా మనోనిబ్బరం కల వ్యక్తిగానూ క్రమశిక్షణ కల వ్యక్తిగానూ కనిపించినప్పటికీ లోలోపల చాలా ఆందోళనకు గురవుతుంటారు. మీ నిర్ణయాలు సరైనవో, కావోనని మీరు భయపడుతుంటారు.

ఇంతేనా, మీ గురించి మేము సరిగ్గానే అంచనా వేశామా? మిమ్మల్ని మేము కచ్చితంగా చదివామా? ఈ దిశగా జరిగిన అధ్యయనాలు ఏం చెబుతున్నాయంటే ఏ వ్యక్తి విషయంలోనైనా పైన చెప్పిన దాంట్లో రమారమి ఎనభైశాతం వరకు అంశాలు నిజమయ్యే అవకాశాలున్నాయి. బాడీలాంగ్వేజ్ భంగిమల్ని చదవడంలో నేర్పు, ముఖకవళికలు, ముడుచుకుపోవటం, తదితర శరీర కదలికలూ, వీటికితోడు మసక వెల్తురూ, సన్నగా వినిపించే సంగీతం, అగరు పొగలు, ఇవి చాలు మిమ్మల్ని మాయలో పడేయడానికి. ఇదంతా చెప్పడం ద్వారా మిమ్మల్ని జోస్యులుగా మార్చడం మా ఉద్దేశం కాదు. కానీ వీటిని గురించి తెలుసుకోవడం ద్వారా జ్యోతిష్కుల్లాగా ఇతరులను చక్కగా చదవగల నేర్పు మీకు పట్టుబడుతుంది.

## సహజాతమా, జన్యుపరమైందా, లేదా నేర్చుకోవడం వల్ల పట్టుబడిందా?

మీరు మీ గుండె మీద చేతుల్ని మడత పెట్టుకున్నపుడు కుడిచేతి మీద ఎడమ చేతిని మడుస్తారా లేక ఎడమ చేతి మీద కుడి చేతి మడుస్తారా? మళ్ళీ ఒకసారి ప్రయత్నించి చూస్తే తప్ప, ఉన్నపాటున ఈ ప్రశ్నకు చాలామంది కచ్చితమైన జవాబునివ్వలేరు. ఇప్పటికిప్పుడు మీ ఛాతీ మీద చేతులు కట్టుకోండి. వెంటనే మీరు ఇదివరకు చేతుల్ని మడిచిన పద్ధతికి వ్యతిరేకంగా మార్చి మళ్ళీ చేతులు కట్టుకోండి. మొదటి పద్ధతిలో మీకు సౌకర్యంగా అనిపిస్తుంది. అదే రెండో పద్ధతిలో అసౌకర్యంగా అనిపిస్తుంది. ఇదంతా హావభావాలకు సంబంధించిన జన్యుపరమైన లక్షణం. ఇది ఎన్నటికీ మారదు.

పదింట ఏడుగురు తమ కుడిచేతి మీదుగా
ఎడమ చేతిని మడుస్తారు.

మౌఖికేతర సంకేతాలు సహజాతాలా, జన్యుపరంగా సంక్రమించేవా, అభ్యాసం ద్వారా అలవడేవా, మరే ఇతర పద్ధతి ద్వారానైనా అబ్బినవా అనే విషయంపై ఎన్నో చర్చలు, ఎంతో పరిశోధన జరిగింది. అంధుల మౌఖికేతర సంకేతాల (వీరు చూసి కానీ, అనుకరించి కానీ నేర్చుకోలేరు) నుంచి సేకరించిన సమాచారం ద్వారా, ప్రపంచ వ్యాప్తంగా పలు సంస్కృతులకు సంబంధించిన సంజ్ఞాపరమైన ప్రవర్తనను పరిశీలించడం ద్వారా, మానవులకు సమీప జీవజాతులైన వానరాలు, కోతుల ప్రవర్తనల్ని అధ్యయనం చేయడం ద్వారా రుజువుల్ని నిర్ధారించడం జరిగింది.

పరిశోధనా సారాంశంగా కొన్ని హావభావాల్ని పలు విభాగాలుగా గుర్తించారు. ఉదాహరణకు వానరాలకు సంబంధించి పిల్లలు పుట్టుకతోనే చూషణాన్ని (చీకడం) నేర్చుకుంటాయి. ఇది సహజాత లక్షణం లేదా జన్యుపరమైన లక్షణం కావచ్చు. జన్మతః అంధులు, చెవిటి వారు అయిన పిల్లలు అనుకరించడం, నేర్చుకోవడం వంటి లక్షణాల్ని కలిగి ఉండరు. కానీ నవ్వగలుగుతారు. కాబట్టి నవ్వుకు సంబంధించిన ముఖ కవళికలు కూడా పుట్టుకతో సంక్రమించే లక్షణమేనని జర్మన్ శాస్త్రవేత్త ఈబిల్-ఈబిస్‌ఫెల్ట్ నిర్ధారించారు. ఐదు విభిన్న సంస్కృతులకు చెందిన ప్రజల ముఖ కవళికల్ని అధ్యయనం చేయడం ద్వారా ఎక్మాన్, ఫ్రీజెన్, సొరెన్సన్‌లనే పరిశోధకులు ముఖ కవళికలకు సంబంధించిన డార్విన్ నమ్మకాల్ని బలపరిచారు. వీరు పరిశోధించిన సంస్కృతుల్లో ప్రతి విడి విడి సంస్కృతికి చెందిన ప్రజలంతా మానసికోద్వేగాల్ని ఒకే రకమైన ముఖ కవళికల ద్వారా ప్రదర్శించారు. కాబట్టి ఇలాంటి హావభావాలు కూడా పుట్టుకతో సహజంగా సంక్రమించేవేనని వారు అభిప్రాయపడ్డారు.

*సాంస్కృతిక వైరుధ్యాలు ఎన్నయినా ఉండనీ గాక, బాడీలాంగ్వేజ్‌కి సంబంధించిన ప్రాథమికమైన సంకేతాలు మాత్రం ప్రపంచవ్యాప్తంగా ఒక్కలాగే ఉంటాయి.*

కొన్ని ప్రత్యేకమైన హావభావాల విషయంలో చర్చ ఇంకా కొనసాగుతూనే ఉంది. ఇవి సాంస్కృతికంగా నేర్చుకోవడం ద్వారా, అలవాటుగా మారాయా లేక సహజాతంగా వచ్చాయా లేదా జన్యుపరమైనవా అన్న చర్చ ఇంకా ఒక కొలిక్కి రాలేదు. ఉదాహరణకు చాలామంది పురుషులు కోటు తొడుక్కోవడాన్ని ముందుగా కుడిచేతి నుంచి ప్రారంభిస్తారు. అదే మహిళలైతే ఎడమ చేతి నుంచి ప్రారంభిస్తారు. దీనివల్ల పురుషులు తమ మెదడులోని ఎడమ భాగాన్ని వాడుతారని, మహిళలు

తమ మెదడులోని కుడిభాగాన్ని ఈ పనికి వాడుతారని తెలుస్తోంది. రద్దీగా ఉన్న వీథిలో ఒక పురుషుడు, మహిళను దాటుకుని వెళ్ళాల్సి వస్తే, నడిచినంత సేపు అతను తన శరీరాన్ని ఆమె వైపుకే తిప్పుతాడు. ఆమె సహజంగానే తన శరీరాన్ని అతనికి దూరంగా ఉంచుతూ తన వక్షోజాలు అతనికి తగలకుండా చూసుకుంటుంది. మహిళకు ఇది సహజంగా అబ్బిన లక్షణమా? లేదా ఆమె అప్రయత్నంగానే ఇతర మహిళలను చూసి నేర్చుకున్నదా?

## కొన్ని ప్రాథమిక ఆధారాలు

సమాచార వినిమయానికి సంబంధించిన సంకేతాలన్నీ ప్రపంచ వ్యాప్తంగా ఒకే తీరుగా ఉంటాయి. వ్యక్తులు సంతోషంగా ఉన్నప్పుడు నవ్వుతారు. విచారంగానో, కోపంగానో ఉన్నప్పుడు కనుబొమలు చిట్లిస్తారు. చిరచిరలాడుతారు. తలఊపడం విశ్వవ్యాప్తంగా 'అవున'నడానికి, అంగీకారానికి సంకేతం. తలను కిందికి దించడం ద్వారా అంగీకారాన్ని వ్యక్తం చేసే ఈ సంజ్ఞ అంధుల్లో కూడా కనిపించడం వల్ల దీనిని సహజాత లక్షణంగా చెప్పుకోవచ్చు. తలని అడ్డంగా అటూ ఇటూ ఊపడ మన్నది 'కాద'నడానికీ, అనంగీకారానికీ సంకేతం. ఇది కూడా అన్ని చోట్లా కనిపించే ప్రవర్తనే. దీనిని శైశవం నుంచీ నేర్చుకున్నట్టు భావించాలి. ఎందుకంటే, పిల్లవాడు కడుపు నిండా పాలు తాగిన తరువాత 'ఇక వద్దు' అన్నట్లు తల అటూ ఇటూ తిప్పి, తల్లి రొమ్మును తోసేస్తాడు. కాస్త ఎదిగిన తరువాత కడుపు నిండిన వెంటనే తల్లి చేతి గోరు ముద్ద నుంచి తప్పించుకుంటూ ఇక చాలన్నట్టు తలను అడ్డంగా అటూ ఇటూ తిప్పుతాడు. ఇదే పద్ధతిలో తన అనంగీకారాన్ని తెలుపడానికి మనిషి తలను అడ్డంగా ఊపడాన్ని అలవాటు చేసుకుంటాడు.

*తల అడ్డంగా ఊపడమన్నది 'కాదు' కు సంకేతం.*
*దీనికి మూలం తల్లి పాలు తాగే శైశవదశలోనే ఉంది.*

కొన్ని హావభావాలకు సంబంధించిన పరిణామవాద మూలాలకు మన పూర్వ జంతుచరితకు మధ్య అవినాభావ సంబంధం ఉంది. ఉదాహరణకు నవ్వడమన్నది కొన్ని రకాల మాంసాహార జంతువుల్లో భయపెట్టే సంకేతం. కానీ వానరజాతికి మాత్రం లొంగిపోయేందుకు, భయంతో సంబంధం లేని హావభావాలకు సంకేతం.

పళ్ళని బయటకు చూపెడుతూ, నాసికాగ్రాల్ని పొంగించడం అనేవి దాడి చేయడానికి వానర సంతతి వాడే సంకేతం. కోపాన్ని వ్యక్తం చేయడానికి ఇది

ప్రాథమిక సంకేతం. పళ్ళు బయటపెట్టి గుర్రుగా చూడడం ద్వారా దాడి చేయడానికో లేదా ఆత్మరక్షణ నిమిత్తమో తాము పళ్ళని వాడతామని జంతువులు చెబుతాయి. పళ్ళతో దాడి చేయకపోయినప్పటికీ, జంతు దశని దాటినప్పటికీ నేటికీ మానవుల్లో ఈ లక్షణం కనబడుతూనే ఉంటుంది.

గుర్రుగా చూడడం మానవుల్లో జంతువుల్లో ఒక్కలాగే ఉంది. ఇలా చూసిన తరువాత మీరెవరైనా వీరితో స్నేహం చేస్తారా?

ముక్కుపుటాలెగరేయడం వల్ల యుద్ధానికి, దాడికి శరీరాన్ని సిద్ధం చేసేందుకు సరిపడా ప్రాణవాయువును పీల్చుకోవడమన్నది వానర జాతిలో పరిపాటి. ఒక ప్రమాదాన్ని ఎదుర్కోవడానికి ముందస్తు తయారీ అవసరమన్న సంకేతం ఇవ్వడమే దీని పరమార్థం. మానవ ప్రపంచంలో ముక్కుపుటాలెగరేయడమన్నది కోపం, చిరాకుల వల్ల జరుగుతుంది. శారీరకంగా కానీ, మానసికంగా కానీ ఒక వ్యక్తి ప్రమాదాన్ని ఎదుర్కొన్నప్పుడో లేదా అననుకూల పరిస్థితుల్లోనో ఈ వ్యక్తీకరణ చోటుచేసుకుంటుంది.

## విశ్వవ్యాప్త హావభావాలు

భుజాలెగరేయడమన్నది కూడా విశ్వవ్యాప్త హావభావాలకు మంచి ఉదాహరణ. ఒక వ్యక్తి తనకేమీ తెలియదని, లేదా ఎదుటి వ్యక్తి చెబుతున్నదేమిటో తనకేమీ అర్థం కాలేదనడానికి సంకేతంగా భుజాలెగరేస్తాడు. మూడు శరీర భాగాలతో కూడిన సంకీర్ణమైన సంజ్ఞ ఇది. అరచేతులు పూర్తిగా తెరచి పెట్టడం ద్వారా తానేమీ దాచిపెట్టలేదనడం, భుజాల్ని దగ్గరగా ముడుచుకోవడం వల్ల మెడ భాగాన్ని దాడి నుంచి కాపాడుకోవడం, కనుబొమల్ని పైకి ఎగరేయడం ద్వారా లొంగిపోతున్నానని చెప్పడం వంటివి ఇందులో దాగి ఉన్నాయి.

ఇలా భుజాలెగరేయడమన్నది లొంగుబాటుకు సంకేతం

సంస్కృతికీ, సంస్కృతికీ మధ్య భాష ఎలా మారుతుంటుందో, బాడీ లాంగ్వేజ్‌లోని కొన్ని సంకేతాలు కూడా అలాగే మారుతుంటాయి. ఒక సంస్కృతిలో స్పష్టమైన అర్థం కలిగిన ఒక సంకేతానికి మరో సంస్కృతిలో అసలు అర్థమే ఉండకపోవచ్చు, లేదా పూర్తి వ్యతిరేకార్థాన్ని కూడా కలిగి ఉండవచ్చు. దీనికి సంబంధించిన సాంస్కృతిక వైరుధ్యాల గురించి ఐదో అధ్యాయంలో చదువుకుందాం.

## సంకేతాల్ని కచ్చితంగా చదవడానికి మూడు సూత్రాలు

ఏ పరిస్థితిలోనైనా మనం చూస్తున్నదీ, లేదా వింటున్నదీ వ్యక్తుల నిజమైన మనోగతానికి అద్దం పట్టక పోవచ్చు. అందుకే బాడీలాంగ్వేజ్‌కి సంబంధించిన సంకేతాల్ని చదవడానికి మూడు ప్రాథమిక సూత్రాలను మీరు పాటించవచ్చు.

### మొదటిసూత్రం : హావభావాల సముచ్చయాన్ని చదవడం

ఇతర హావభావాల నుంచీ, పరిస్థితుల నుంచీ ఒకే ఒక్క సంజ్ఞను విడదీసి, దానిని అనువదించాలనుకోవడమే బాడీలాంగ్వేజ్‌ను చదవడంలో వ్యక్తులు ప్రాథమికంగా చేసే అతిపెద్ద తప్పు. ఉదాహరణకు తలగోక్కోవడమనేది చాలా అర్థాలనిస్తుంది. చెమట పట్టడం, అస్థిరత, చుండ్రు, ఈగలు, మతిమరుపు, లేదా అసత్యాలాడడం- అదే సమయంలో చోటుచేసుకున్న ఇతర హావభావాలను బట్టి పరిస్థితులకు అనుగుణంగా దీనిని అన్వయించుకోవలసి ఉంటుంది. ఇతర మౌఖిక భాషల్లాగానే బాడీలాంగ్వేజ్‌కి కూడా తనదైన పదాలు, వాక్యాలు, విరామచిహ్నాలు ఉంటాయి. ప్రతి కవళిక ఒక పదంలాంటిదే. ఒక పదానికి అనేక అర్థాలుంటాయి. ఉదాహరణకు

ఆంగ్లంలో 'డ్రెస్సింగ్' అనే పదానికి కనీసం పది అర్థాలున్నాయి. బట్టలు తొడుక్కోవడం, ఆహారంలో ఉపయోగించే సాస్, పక్షిమాంసానికి పట్టించే దినుసు, గాయానికి లేపనం, ఎరువు, గుర్రానికి మాలీష్ చేయడం ఇలా చాలా రకాల అర్థాలున్నాయి.

ఒక పదాన్ని ఇతర పదాలతో జతపరచి వాక్యాన్ని తయారు చేసినప్పుడే దానికి పూర్తి అర్థం చేకూరుతుంది. హావభావాలు 'వాక్యాల్లాంటివి', ఈ వాక్యాల్లాంటి హావభావాలనే 'క్లస్టర్లు' లేదా 'సముచ్చయం' అని పిలుస్తారు. ఇవే ఒక వ్యక్తి అనుభూతుల్ని, దృక్పథాన్ని వివరించి చెబుతాయి. బాడీలాంగ్వేజ్‌లోని ఈ హావభావాల సముచ్చయం ఎలాంటిదంటే మౌఖిక భాషలోని వాక్యం లాంటిది. కాబట్టి ఇందులో కూడా కనిష్ఠం మూడు పదాలుండాలి. అప్పుడే ఒక హావభావ సముచ్చయాన్ని మనం అర్థవంతంగా అనువదించగలం. ఇతరుల అంతరంగాన్ని అర్థం చేసుకోగల వ్యక్తి ఈ బాడీలాంగ్వేజ్ 'వాక్యాల్ని' సొంతం చదవగలడు. అంతేగాక వాటిని ఆ వ్యక్తి మౌఖిక వాక్యాలతో కలిపి కచ్చితంగా అన్వయించగలడు.

బుర్రగోక్కోవడమన్నది అస్థిరతకు సంకేతమే కాని
అది చుండ్రుకు కూడా సంకేతమే

కాబట్టి కచ్చితమైన అర్థం కోసం హావభావ సముచ్చయాన్ని చదవడానికే ప్రయత్నించండి. మనలో ప్రతి ఒక్కరూ మనదైన ఒకటి లేదా అంతకంటే ఎక్కువ హావభావాల్ని పదే పదే ప్రదర్శిస్తూంటాం. అలాంటి సందర్భంలో మనం విసిగిపోయి ఉన్నామని లేదా ఒత్తిడికి గురయ్యామని దాని అర్థం. జుట్టును పదే పదే సవరించుకోవడం, లేదా జుట్టుని వంపులు తిప్పడం దీనికి ఉదాహరణగా చెప్పుకోవచ్చు. దీన్నొక్కదాన్నే అనువదించాలనుకుంటే ఈ అర్థం సరిపోతుంది. ఒక వ్యక్తి అస్థిరతతోనో, ఆందోళనతోనో బాధపడుతున్నాడనడానికి ఇది సంకేతం. చిన్న పిల్లలుగా ఉన్నప్పుడు తల్లి వారి తలమీద చేత్తో సుతారంగా రుద్దడం వల్ల పిల్లలు తమ బాధను మరచిపోతారు. ఆందోళనలో ఉన్నప్పుడు పదే పదే జుట్టును సవరించుకోవడమన్న దానికి ఈ అలవాటే మూలం.

ఈ హావభావ సముచ్చయాల గురించి మరింత విస్తృతంగా తెలుసుకోవాలనుకుంటే సామాన్యంగా అందరూ ఉపయోగించే, ముఖ్యమైన మూల్యాంకనానికి పనికివచ్చే ఈ కింద చూపిన హావభావ సముచ్చయమే ఉదాహరణ. ఈ రకమైన ముద్రని బట్టి ఆ వ్యక్తి తాను వింటున్న విషయంపట్ల అనాసక్తుడై ఉన్నాడని అర్థం చేసుకోవచ్చు.

ఈ వ్యక్తి మీ మాటల పట్ల అనాసక్తుడై ఉన్నాడు

అన్నింటికన్నా ప్రధానమైన సంకేతం చెక్కిలికి చేతిని చేర్చడం. చెక్కిలిమీద చూపుడు వేలుని పైకి ఉంచుతూ, మరో వేలిని నోటి మీద పెట్టి, చుబుకానికి బొటనవేలిని ఆనించడం ఈ సంకేతంలోని భాగాలు. ఒక వ్యక్తి కాళ్ళని ఒకదాని మీద మరొకటి వేసుకుని, చేతుల్ని శరీరానికి అడ్డంగా మడుచుకుంటే (ఆత్మరక్షణ) శ్రోత తాను వింటున్న దానిపై విమర్శనాత్మకమైన ఆలోచనలు చేస్తున్నాడని అర్థం. అదే సమయంలో అతను తలను, గడ్డాన్ని కిందికి వాల్చడమన్నది అనంగీకారానికి సంకేతం. 'నువ్వు చెప్పేది నాకు నచ్చలేదు', 'నేను నీతో ఏకీభవించడం లేదు', 'నాలోని వ్యతిరేక భావనల్ని బహిర్గతం కానివ్వను' అన్నదే బాడీ లాంగ్వేజ్‌కి సంబంధించిన ఈ వాక్యానికి అర్థం.

తాను ఏకీభవించని పక్షంలో హిల్లరీ క్లింటన్ ఇలాంటి ముద్రలో కనిపిస్తారు.

## రెండో సూత్రం : అనుగుణమైన సందేశాన్ని వెదకాలి

వాగ్రూప సంకేతాల కంటే మౌఖికేతర సంకేతాలు ఐదు రెట్లు ప్రభావాన్ని కలిగి ఉంటాయని పరిశోధనల్లో రుజువైంది. కాబట్టే ఒకరితో ఒకరు ఏమాత్రం ఏకీభవించని వ్యక్తులు- ముఖ్యంగా మహిళలు మౌఖిక విషయానికంటే మౌఖికేతర సందేశం పైనే ఎక్కువగా ఆధారపడతారు.

మిమ్మల్ని మీరు ఒక ప్రసంగకర్తగా భావించుకోండి. మీరు చెప్పిన విషయంపై అభిప్రాయాన్ని తెలుపమని ఒక శ్రోతని అడగండి. అతను తాను మీతో ఏకీభవించడం లేదని చెప్పినపుడు అతని మాటలకు, బాడీ లాంగ్వేజ్ సంకేతాలకు మధ్య ఒక సమతౌల్యాన్ని మీరు గమనించవచ్చు. ఒకవేళ, అతను మీతో ఏకీభవిస్తున్నట్టు చెబితే, అతని మాటలకు, హావభావాలకు మధ్య పొంతన కుదరని పక్షంలో ఆ వ్యక్తి మీతో అబద్ధం చెప్పినట్టే.

ఒక వ్యక్తి మాటలు, హావభావాల మధ్య వైరుధ్యం ఉన్న పక్షంలో ఆ వ్యక్తి మౌఖికంగా చెప్పిన దాన్ని మహిళలు పట్టించుకోరు.

ఒక రాజకీయ నాయకుడు వేదిక మీద ఆత్మవిశ్వాసంతో నిలబడి ప్రసంగిస్తూ, అదే సమయంలో చేతుల్ని ఛాతీ మీద గట్టిగా ముడుచుకుని (ఆత్మరక్షణ), చుబుకాన్ని కిందికి దించి (విమర్శనాత్మకం/కోపం) ఉన్నాడనుకోండి. శ్రోతలంతా ఎంతో ఆదరణతో తన ప్రసంగాన్ని ఆస్వాదిస్తున్నారని, తాను యువజనుల ఆలోచనలతో మమేకమవుతున్నానని చెబుతుంటే మీరు నమ్మగలరా? మాటల్లో అతను ఎనలేని ప్రేమను, దయను కురిపిస్తూ, తన ముందున్న బల్ల మీద పిడిగుద్దులు గుద్దుతుంటే ఎలా అర్థం చేసుకుంటాం? ఇలాంటి ప్రవర్తన గురించే సిగ్మండ్ ఫ్రాయిడ్ ఒకసారి పేర్కొన్నారు. తనకు తెలియకుండానే పెళ్ళి ఉంగరాన్ని వేలి నుంచి జారవిడుస్తూ, మళ్ళీ సరిగ్గా అమర్చుకుంటూ ఒక మహిళ తన వైవాహిక జీవితం ఎంతో సంతృప్తికరంగా, ఆనందదాయకంగా ఉందని చెప్పడాన్ని ఆయన వివరించారు. వివాహానంతర సమస్యల గురించిన అవగాహన ఉన్న ఫ్రాయిడ్‌కి, ఆ మహిళ స్వీయ ప్రమేయం లేకుండానే తెలియజెప్పిన ఈ సంకేతం ఎంత ప్రధానమైందో కూడా తెలుసు.

బాడీలాంగ్వేజ్ ద్వారా వ్యక్తుల దృక్పథాల్ని వివరించబూనుకుంటే హావభావాల సముచ్చయాన్ని, మౌఖిక సందేశాన్ని పరిశీలిస్తూ, వాటి మధ్య సమతౌల్యాన్ని అధ్యయనం చేయాలి.

**మూడో సూత్రం : పరిస్థితులకు అనుగుణంగా హావభావాల్ని విశ్లేషించండి**

హావభావాలన్నింటి పుట్టుకకూ పరిస్థితులే కారణం. పరిస్థితుల్ని బట్టి హావభావాలు చోటుచేసుకుంటాయి. ఉదాహరణకు, ఒకానొక బస్‌టర్మినల్‌లో ఒక వ్యక్తి కాళ్ళని, చేతుల్ని గట్టిగా ముడుచుకుని, చుబుకాన్ని కిందికి దించి కూర్చుని ఉన్నాడనుకోండి. అది శీతాకాలంలో ఎముకలు కొరికే చలిరోజు కావచ్చు. అందుకే అతను చలికి ముడుచుకుని కూర్చున్నాడే తప్ప, దాన్ని ఆత్మరక్షణ సంకేతంగా భావించకూడదు. కానీ మీరొక వ్యాపార ప్రతిపాదనను చర్చకు పెట్టడం, లేదా ఏదైనా వస్తువును అమ్మజూపడం వంటివి చేస్తుండగా మీ ఎదురుగా ఉన్న కుర్చీలో అదే వ్యక్తి, అదే భంగిమలో కూర్చుని ఉంటే మాత్రం అతనికి మీరు చెబుతున్న ప్రతిపాదన కానీ, అమ్మజూపిన వస్తువు కానీ నచ్చలేదని అర్థం చేసుకోవాలి.

చలే తప్ప ఆత్మరక్షణ సంకేతం కాదిది.

ఈ పుస్తకంలో బాడీ లాంగ్వేజ్‌కి సంబంధించి పేర్కొన్న హావభావాలన్నీ పరిస్థితులకు అనుకూలంగా గుర్తించాల్సి ఉంటుంది. అవసరమైన చోటల్లా హావభావ సముచ్ఛయాల్ని కూడా విశ్లేషించాం.

## తప్పుడు విశ్లేషణలే సులభం ఎందుచేత?

ఒక వ్యక్తితో చేయి కలిపినప్పుడు, ముఖ్యంగా పురుషులతో చేయికలిపినప్పుడు అతని కరచాలనం వదులుగా ఉంటే అతని వ్యక్తిత్వం బలహీనమైందిగా అర్థం చేసుకోవాల్సి ఉంటుంది. కరచాలనానికి సంబంధించిన మెళుకువలు, కిటుకుల గురించి తరువాతి అధ్యాయంలో పేర్కొన్నాం. కానీ ఎముకలకు సంబంధించిన ఆర్థరైటిస్ వ్యాధికి గురైన వ్యక్తి బలంగా షేక్‌హ్యాండ్ ఇవ్వడం ద్వారా నొప్పికి గురవుతాడు. అందుచేత అలాంటి వారి కరచాలనం కాస్త బలహీనంగా ఉంటుంది. నొప్పికి భయపడి వాళ్ళు చేతిని బలంగా నొక్కలేరు. అలాగే చిత్రకారులు, శస్త్రచికిత్సలు నిర్వహించే వైద్యులు, సంగీత వాయిద్యకారులు, ఇలా సున్నితమైన పనులు చేసే వ్యక్తులు సాధారణంగా కరచాలనం చేయడానికి ఇష్టపడరు. ఒకవేళ తప్పనిసరి పరిస్థితులు ఎదురైతే మాత్రం వారి కరచాలనం నిర్జీవంగా ఉంటుంది. ఎందుకంటే వాళ్ళు తమ చేతుల్ని కాపాడుకోవాలనుకుంటారు కాబట్టి.

కొంతమంది బిగుతైన బట్టలు తొడుక్కోవడం వల్ల కొన్ని రకాల శరీర కదలికల్లో ఇబ్బంది పడుతుంటారు. అలాంటివారు సరైన సంకేతాల్ని ఇవ్వలేరు. దీని వల్ల వారు బాడీలాంగ్వేజ్‌ను సరిగా ఉపయోగించుకోలేరు. ఉదాహరణకు ఊబకాయులు కాలు మీద కాలు వేసుకుని కూర్చోలేరు. చిన్ని స్కర్టులు తొడుక్కున్న మహిళలు ఇబ్బంది పడుతూ కాళ్ళను బాగా దగ్గరగా లాక్కుని, ముడుచుకుంటారు. ఇది ఒక ఆత్మరక్షణ సంకేతం. కానీ దీని వల్ల వారు ఇతరుల దృష్టిని ఆకర్షించలేరు. వారితో స్నేహం కలుపుకోవడానికి ఎవరైనా సందేహిస్తారు. కానీ ఇవన్నీ ఎవరో కొద్దిమందికి మాత్రమే ఎదురయ్యే ఇబ్బందులు. కానీ దీనిలో గ్రహించాల్సిన విషయం ఏమిటంటే, శారీరకమైన ఇబ్బందులు, పరిమితులు ఏమేరకు వారి కదలికలపై దుష్ప్రభావాన్ని చూపాయన్నదే.

## పిల్లలు సులభంగా అర్థమవుతారు, ఎందుచేత?

వృద్ధుల కన్నా యువజనుల ముఖకవళికల్ని చదవడం సులభం. ఎందుకంటే, వృద్ధుల కన్నా వీరి ముఖంలో కండర కణజాలం తక్కువగా ఉంటుంది కాబట్టి.

కొన్ని హావభావాల వేగం, అవి ఇతరులకు ఎంత స్పష్టంగా కనిపిస్తాయన్నవి వ్యక్తి వయసు మీద ఆధారపడి ఉంటుంది. ఉదాహరణకు, ఐదేళ్ళ పిల్లాడు అబద్ధమాడితే, అతను వెంటనే తన నోటిని రెండు చేతులతో కానీ, ఒక్క చేతితో కానీ మూసేసుకుంటాడు.

ఈ పాప అబద్ధాలాడింది

నోటిని ఇలా మూసివేయడమన్నది పిల్లల అసత్యాల్ని కనుగొనేలా తల్లిని జాగరూకురాల్ని చేస్తుంది. దాంతో పాటు ఈ అలవాటు జీవితాంతం వెన్నాడుతుంది కూడా, కాకపోతే నోటిని మూసేసుకోవడంలో వ్యక్తులు తీసుకునే వ్యవధిలో మాత్రమే తేడా ఉంటుంది. కౌమారంలోకి అడుగుపెట్టిన వాళ్ళు కూడా ఐదేళ్ళ పిల్లల్లాగే అబద్ధాలాడినప్పుడు వెంటనే నోటిని చేతులతో కప్పేస్తారు. కాకపోతే వేళ్ళన్నింటితో కాకుండా ఏదో ఒక వేలితో పెదవుల చుట్టూ రాస్తుంటారు వీళ్ళు.

ఈ అమ్మాయి అసత్యమాడింది

నోటినిలా మూసేయడమనే అలవాటు యుక్తవయసుకు వచ్చేటప్పటికి మరింత వేగవంతమై పరిణతి చెందుతుంది. వ్యక్తి పెద్దవాడయ్యేటప్పటికి అబద్ధమాడినపుడు అతని మెదడు నోటిని చేతితో మూసేయమంటూ సంకేతాలు పంపుతుంది. ఎందుకంటే మోసపూరితమైన మాటలు నోటి నుంచి వెలువడకుండా ఉండడం కోసమన్నమాట. ఐదేళ్ళ ప్రాయంలోనూ, కౌమారంలోనూ అతని మెదడు ఇదే పని చేసింది మరి. కానీ పెద్దవాడయ్యాడు కదా. అందుకే చేతిని నోటి నుంచి వెనక్కి

లాగేసుకుని, వేలు ముక్కును అంటేలా జాగ్రత్త పడతాడు. ముక్కును వేళ్ళతో తాకడమనే అలవాటుకు నోటిని చేతిలో మూసేసుకునే అలవాటు మాతృకన్నమాట.

లెవిన్స్కీ వ్యవహారంలో బిల్ క్లింటన్ గ్రాండ్‌జ్యూరీ ముందు ఇలా కనిపించారు.

దీనిని బట్టి వ్యక్తుల వయసు పెరిగే కొద్దీ వారి హావభావాలు కూడా మరింత మార్మికంగా తయారై, వెంటనే అర్థం కానంతగా క్లిష్టతరమవుతాయి. అందుకే ఐదేళ్ళ పిల్లవాడి హావభావాల్ని చదవడం కన్నా యాభై ఏళ్ళ వ్యక్తి హావభావాల్ని చదవడం కష్టసాధ్యమవుతుంది.

## నకిలీ హావభావాలు సాధ్యమా?

'నకిలీ హావభావాలు సాధ్యమా?' అనే ప్రశ్న తరచూ వినిపిస్తుంటుంది. దానికి జవాబు 'కాదు' అనే చెప్పాలి, ఎందుకంటే, కనిపించే హావభావాలకు, అదే సమయంలో శరీరంలో చోటు చేసుకునే ఇతర సూక్ష్మ సంకేతాలకు మధ్య సమతౌల్యం కుదరదు కనుక. ఉదాహరణకు అరచేతుల్ని తెరచి ఉంచడమన్నది నిజాయితీకి సంకేతం, కానీ మోసం చేయాలనుకున్న వ్యక్తి కూడా ఇలాంటి సంకేతాన్నివ్వవచ్చు. అయితే, మోసం చేయాలనుకున్న వ్యక్తి తన అరచేతుల్ని తెరచి చూపిస్తూ, మీకేసి ఒక నవ్వును రువ్వుతాడు. అతను అబద్ధం చెబుతున్నాడు కాబట్టి అతని శరీరమిచ్చే సూక్ష్మ సంకేతాలు మాత్రం అతణ్ణి పట్టిచ్చేస్తాయి. అతని కనుపాపలు సంకోచిస్తాయి. ఒక్క కనుబొమ మాత్రమే పైకి లేస్తుంది, లేదా పెదవుల చివర్లలో ఒకవైపు మాత్రమే వంపు తిరుగుతుంది. ఇవన్నీ అరచేతిని పూర్తిగా తెరచి ఉంచిన సంకేతానికి వ్యతిరేకార్థాన్నిస్తాయి. ఫలితంగా ఎదుటివారు, ముఖ్యంగా మహిళలు అతను చెప్పే మాటల్ని లక్ష్యపెట్టరు.

స్త్రీల కన్నా పురుషులనే ఎక్కువగా నకిలీ హావభావాలతో
మోసం చేయవచ్చు. ఎందుకంటే బాడీలాంగ్వేజ్‌ని
చదవడంలో పురుషులకు సామర్థ్యం తక్కువ.

## ఒక యదార్థ గాథ : అసత్యాలాడిన ఉద్యోగార్థి

మేము ఒక వ్యక్తిని ఉద్యోగం నిమిత్తం ఇంటర్వ్యూ చేయాల్సి వచ్చింది. ఆ వ్యక్తి తాను ఇంతకు మునుపు చేసిన ఉద్యోగంలో భవిష్యత్తు అవకాశాలు తక్కువగా ఉన్నందునే ఆ ఉద్యోగాన్ని వదులుకున్నానని చెప్పాడు. తాను పనిచేసిన పాత కార్యాలయంలో అందరితోనూ తానెంతో స్నేహపూర్వకంగా మసలుకునే వాడినని కూడా చెప్పాడు. ఇంటర్వ్యూ చేస్తున్నంత సేపూ అతను తన పూర్వ యజమానిని పొగడ్తలతో ముంచేశాడు. అతనిని ఇంటర్వ్యూ చేస్తున్న మా బృందంలో ఒక మహిళ కూడా ఉంది. ఆ వ్యక్తి అబద్ధం చెబుతున్నట్టు ఆవిడ అనుమానం వ్యక్తం చేసింది. అతను తన పూర్వ యజమాని పట్ల ద్వేషభావాన్ని కలిగి ఉన్నట్టుగా తనకు అర్థమవుతోందని ఆమె చెప్పింది. జరిగిన ఇంటర్వ్యూని వీడియోలో పరిశీలించగా, ఆ వ్యక్తి తన పూర్వ యజమాని గురించి చెబుతున్న ప్రతిసారీ అతని ముఖంలో రెప్పపాటు వ్యవధిలో ఒక తిరస్కార భావం కనిపించి మాయమవడాన్ని మేము గమనించాం. ఈ తిరస్కార భావాన్ని అతని ముఖంలో ఎడమ వైపున ఉన్న కండరాల కదలిక వల్ల మేము గుర్తించాం. ఎవరైనా ఎదుటి వ్యక్తిని మోసం చేయాలని తలచినప్పుడు తరచూ ఇలాంటి వ్యతిరేక సంకేతాలు లిప్తపాటు కనిపించి మాయమవుతుంటాయి. జాగ్రత్తగా పరిశీలించక పోతే ఆ వ్యక్తి చెప్పే మాటలన్నింటినీ నమ్మాల్సి వస్తుంది. మేము వెంటనే అతని పాత యజమానికి ఫోన్‌చేసి ఆ వ్యక్తి గురించిన నిజానిజాల్ని తెలుసుకున్నాం. అతను తన పాత కార్యాలయంలో సహోద్యోగులకు మాదకద్రవ్యాల్ని సరఫరా చేస్తూ పట్టుబడి, ఉద్యోగాన్ని కోల్పోయినట్టు తెలిసింది. మమ్మల్ని నమ్మించగలనన్న ఆత్మవిశ్వాసంతో అతను చేసిన ప్రయత్నాలన్నీ అతని బాడీలాంగ్వేజ్‌లో వ్యక్తమయిన వ్యతిరేక సంకేతాల వల్ల విఫలమయ్యాయి. అతనిలోని ఈ వ్యతిరేక సంకేతాల్ని కనిపెట్టింది మాత్రం మా బృందంలోని మహిళే.

నిజమైన హావభావాల్ని, నకిలీ హావభావాల్ని వేరు చేసి చూడగల నేర్పు మాత్రమే మోసగాళ్ల కూటమిలో నిజాయితీగల వ్యక్తిని గుర్తించే అవకాశాన్నిస్తుంది. అరచేతుల్ని పూర్తిగా తెరిచి ఉంచి, ఇతరుల వద్ద నిజాయితీపరునిగా నటించవచ్చు

కానీ, కనుపాపలు వ్యాకోచించడం, చెమట పట్టడం, సిగ్గుపడటం ఇలాంటి వాటిని నటించడం సాధ్యం కాదు.

మోసగాళ్ళు కేవలం కొద్దిసేపు మాత్రమే తమ నటనతో మెప్పించగలరు.

కాగా, కొన్ని సందర్భాల్లో బాడీలాంగ్వేజ్‌ని మోసం చేయడానికి కూడా ఉపయోగించుకునే వీలుంది. ఉదాహరణకు విశ్వసుందరి, ప్రపంచ సుందరి పోటీల్లో పాల్గొనే ప్రతిఒక్కరికీ ఇతరులను నిజాయితీతో ఆకట్టుకునే విధంగా శిక్షణనిస్తారు. ఈ శిక్షణలో వారంతా ఎంతో శ్రద్ధగా పాల్గొని శరీర కదలికల ద్వారా ఇతరుల మనసును గెలవడంలో శిక్షణ పొందుతారు. ఇలా తాము నేర్చుకున్న విద్యని ఎంత అద్భుతంగా ప్రదర్శించగలిగితే న్యాయనిర్ణేతల నుంచి అంత ఎక్కువ స్థాయిలో వారు మార్కుల్ని సంపాదించగలరు. కానీ ఎంత ప్రతిభ కలిగిన పోటీదారులైనా కేవలం కొద్దిసేపు మాత్రమే బాడీలాంగ్వేజ్‌ని నటించి చూపగలరు. కొంతసేపు గడిచిన తరువాత శరీరం సహజమైన సూక్ష్మ సంకేతాల్ని ప్రదర్శిస్తుంది. ఈ సంకేతాలన్నీ నకిలీ హావభావాలకు వ్యతిరేకమైనవే. చాలా మంది ప్రముఖ రాజకీయనేతలు తమ నకిలీ హావభావాల్ని విజయవంతంగా పలికించి, ఓటర్లని ఆకట్టుకోగలరు. జాన్ ఎఫ్ కెన్నడీ, అడాల్ఫ్ హిట్లర్ వంటి వారు ఇలాంటి కోవకు వస్తారు. వారికి తమదైన 'సమ్మోహన శక్తి' ఉంటుంది.

క్లుప్తంగా చెప్పుకోవాలంటే, నకిలీ హావభావాల్ని పలికించడం సుదీర్ఘకాలం సాధ్యం కాదు. మనం ఇంతకు మునుపు చెప్పుకున్నట్టుగా సానుకూలమైన బాడీలాంగ్వేజ్‌ని నేర్చుకోవడం ముఖ్యం. తద్వారా ఇతరులతో సానుకూలంగా వ్యవహరించగలుగుతాం. అదే సమయంలో ఇతరులకు తప్పుడు సంకేతాలందించే బాడీలాంగ్వేజ్‌లోని నకిలీ హావభావాలవంటి అవాంఛిత ధోరణులకు స్వస్తి చెప్పాలి. దీనివల్ల ఇతరులతో మీ సంబంధాలు మరింత సజావుగా ఉంటాయి. ఇతరుల మనసును గెలుచుకోవడంలో మీకు సహాయపడడమే ఈ పుస్తకం లక్ష్యం.

## బాడీలాంగ్వేజ్‌ని చదవడంలో నిష్ణాతులవడం ఎలా?

ఇతరుల హావభావాల్ని చదవడానికి రోజులో కనీసం పదిహేను నిమిషాల్ని వెచ్చించండి. అలాగే మీ హావభావాల్ని కూడా మీరు అర్థం చేసుకునే ప్రయత్నం చేయండి. నలుగురు కలిసేచోటు, కలిసి పనిచేసే చోటు ఏదైనా మీకు ఈ దిశగా మంచి కార్యక్షేత్రమవుతుంది. విమానాశ్రయాలు, రైల్వేస్టేషన్లు, బస్టాండ్‌ల వంటివి

ఇందుకు తగిన ప్రదేశాలు ఇక్కడైతే ప్రజలు తమ ఉత్కంఠని, కోపాన్ని, విచారాన్ని, సంతోషాన్ని, అసహనాన్ని, ఇంకా అనేకానేక ఇతర అనుభూతుల్ని ఎలాంటి దాపరికాలు లేకుండా తమ బాడీలాంగ్వేజ్ ద్వారా వ్యక్తపరుస్తుంటారు. విందులు, వినోదాలు, వాణిజ్య సమావేశాలు కూడా కొంత ఉపయుక్తంగానే ఉంటాయి. ఎప్పుడైతే మీరు బాడీలాంగ్వేజ్‌ని చదవడంలో నేర్పుని సంపాదిస్తారో అప్పుడు ఒక విందుకో, శుభకార్యానికో వెళ్ళండి. ఒక మూలన కూర్చుని అక్కడికి వచ్చిన వారందరి బాడీలాంగ్వేజ్‌ని చదువుతూ ఆ సాయంత్రాన్ని సంతోషంగా గడపండి.

ఆధునిక మానవులు బాడీలాంగ్వేజ్‌ని చదవడంలో
తమ పూర్వీకులంటే ఎంతో వెనుకబడి ఉన్నారు.
ఎందుకంటే మనం ఇప్పుడు మౌఖిక పదాల వల్ల దారితప్పుతున్నాం.

టెలివిజన్‌ని చూడడం ద్వారా కూడా బాడీలాంగ్వేజ్‌ని నేర్చుకోవచ్చు. సౌండ్‌ని పూర్తిగా ఆపేసి, దృశ్యాన్ని మాత్రమే వీక్షిస్తూ, తెరపై జరుగుతున్నదేమిటో అర్థం చేసుకోవడానికి యత్నించండి. ప్రతి కొన్ని నిమిషాల వ్యవధిలోనూ సౌండ్‌ని పెంచి, మీరు బాడీలాంగ్వేజ్ ద్వారా ఏం అర్థం చేసుకున్నారో తెలుసుకోవడానికి ప్రయత్నించండి. నిశ్శబ్ద సంకేతాల్ని అర్థం చేసుకోవడంలో మీకున్న నేర్పును ఇలా పరీక్షించుకోండి. ఇంతకంటే ముందు బధిరుల్లాగా ఒక కార్యక్రమాన్నంతా పూర్తిగా సౌండ్ లేకుండానే వీక్షించండి. తెరమీద జరుగుతున్న దాన్ని అర్థం చేసుకోవడానికి యత్నించండి.

బాడీలాంగ్వేజ్ సంకేతాల్ని చదవడాన్ని నేర్చుకోవడం ద్వారా ఇతరులు మిమ్మల్ని ఎంతగా నియంత్రిస్తున్నారో, ఎంతగా మిమ్మల్ని తప్పుదారి పట్టిస్తున్నారో మీరు అర్థం చేసుకోవచ్చు. అదే విధంగా మన బాడీలాంగ్వేజ్‌ని కూడా ఇతరులు చదువుతుంటారన్న స్పృహని పెంచుకుంటూ, అన్నింటికంటే ముఖ్యంగా ఇతరుల మనోభావాల్ని అర్థం చేసుకుంటూ వారితో సున్నితంగా వ్యవహరించడమెలాగో కూడా బాడీలాంగ్వేజ్‌ని నేర్చుకోవడం ద్వారా పట్టుబడుతుంది.

కొత్త తరానికి చెందిన ఒక కొత్త సామాజిక శాస్త్రవేత్తను మనమిప్పుడు చూస్తున్నాం. అతని పేరే బాడీలాంగ్వేజ్ పరిశీలకుడు. పక్షుల్ని ప్రేమించే వ్యక్తి ఎలాగైతే పక్షుల్ని, వాటి ప్రవర్తనని పరిశీలిస్తుంటాడో, బాడీ లాంగ్వేజ్ పరిశీలకుడు కూడా అలాగే మానవుల నిశ్శబ్ద సంకేతాల్ని చదవడంలో నిమగ్నమై ఉంటాడు. అతను సామాజిక కార్యకలాపాల్లో, విందు వినోదాల్లో, సముద్ర తీరాల్లో, టెలివిజన్

తెరమీదా, కార్యాలయాల్లో, ఎక్కడైతే ప్రజాబాహుళ్యం పరస్పర సంబంధాల్ని నెరుపుతుంటుందో ఆయా ప్రాంతాలన్నింటా అతను ఈ సంకేతాల్ని చదువుతుంటాడు. తన తోటి మనుషుల చర్యల్ని అర్థం చేసుకోవడం ద్వారా అతను ప్రవర్తనా శాస్త్రాన్ని అధ్యయనం చేసే విద్యార్థి అవుతాడు. అదే సమయంలో అతను తన గురించి తనకు తెలియని విషయాలెన్నింటినో నేర్చుకుంటాడు. తద్వారా ఇతరులతో తన సంబంధాల్ని మరింత మెరుగుపరచుకుంటాడు.

*వేటగాడికి, పరిశీలకునికి మధ్య తేడా ఎలాంటిదంటే,*
*క్లిప్ బోర్డుకు, కలానికి మధ్య ఉన్న తేడాలాంటిదే.*

# అధ్యాయం 2

# అద్భుతమంతా మీ చేతుల్లోనే ఉంది

## అరచేతులు, కరచాలనాల విషయంలో ఎలాంటి నియంత్రణల్ని పాటించాలి?

ప్రాచీనకాలంలో అరచేతుల్ని ఇలా తెరచి చూపించడమన్నది తను నిరాయుధుడినని చెప్పడానికి సంకేతం.

ఆ రోజు ఆడమ్ ఉద్యోగంలో చేరి తొలిసారిగా తన కార్యాలయానికి వెళ్ళాడు. అతనికి ఒక పబ్లిక్ రిలేషన్స్ సంస్థలో ఉద్యోగం వచ్చింది. కార్యాలయంలోని సహోద్యోగులందరి మన్ననల్ని పొందాలని ఆడమ్ ఆశించాడు. కార్యాలయంలో అడుగు పెట్టిన తరువాత అతను తన సహోద్యోగుల్ని ఒకరి తరువాత ఒకరుగా అందర్నీ పరిచయం చేసుకున్నాడు. అలా పరిచయం చేసుకుంటున్నప్పుడు అతను అందరికీ బలంగా షేక్‌హ్యాండ్ ఇస్తూ చిరునవ్వులు చిందించాడు. ఆడమ్ ఆరడుగుల మూడంగుళాల ఎత్తుతో అందంగా ఉంటాడు. హుందాతనం ఉట్టిపడేలా బట్టలు ధరిస్తాడు. పబ్లిక్ రిలేషన్స్ రంగంలో రాణించగల సత్తాగల యువకునిలాగా కనిపిస్తాడు. అతనెప్పుడూ బలంగానే కరచాలనం చేస్తాడు. అది అతనికి చిన్నప్పటి నుంచీ తండ్రి ఇచ్చిన శిక్షణ. అతను ఎంత బలంగా షేక్‌హ్యాండ్ ఇస్తాడంటే, తన సహోద్యోగుల్లో ఇద్దరు మహిళలకు ఉంగరపు వేళ్ళు చితికి రక్తం వచ్చింది. మరికొందరికి చేతులు నొప్పి పెట్టాయి. కొద్దిమంది మాత్రమే ఆడమ్ కరచాలనాన్ని తట్టుకోగలిగారు. అలా తట్టుకున్న వాళ్ళందరూ పురుషులే. ఈ బాధనంతా మౌనంగా మనసులోనే దాచుకున్న మహిళలు మాత్రం చాటుగా గుసగుస

లాడ్డం మొదలెట్టారు. 'అతనికి దూరంగా ఉండండి. దొరికితే రక్తపాతం చేస్తాడు...' అంటూ పరస్పరం హెచ్చరించుకున్నారు. పురుషులు అంతగా పట్టించుకోక పోయినా, మహిళలు మాత్రం ఆడమ్‌ని చూస్తేనే ఆమడదూరం పారిపోతున్నారు. నిజానికి ఆ కార్యాలయంలో సగానికి సగం మంది బాస్‌లు మహిళలే.

ఇక్కడొక చిన్న కిటుకును పాటించాలి. మీచేయి ఎంత పెద్దదయినా, లేదా మీది ఉడుం పట్టే అయినా కాస్త సున్నితంగా వ్యవహరించండి, లేకుంటే గోటితో పోయేది గొడ్డలి వరకూ వెళ్ళొచ్చు. మీదే పైచేయి కావాలంటే కొన్ని సార్లు పిడికిలి బిగించాల్సిందే. అంత మాత్రం చేత మిమ్మల్ని చూడగానే జనం ప్రాణాలు అరచేతిలో పెట్టుకుని పారిపోయే పరిస్థితిని కొనితెచ్చుకోవద్దు. అన్నం పెట్టే చేతికి హాని తలపెట్టకండి. చేతులారా నోటికాడి కూడును పోగొట్టుకోకండి.

మానవ పరిణామంలో చేతులు అత్యంత ప్రధానమైనవి. ఇతర శరీర భాగాల కన్నా చేతులు మెదడుతో చాల రకాలుగా అనుసంధానమై ఉంటాయి. కొద్దిమంది మాత్రమే తమ చేతుల్ని అదుపాజ్ఞల్లో ఉంచుకోగలుగుతారు. లేదా ఇతరులతో మర్యాదపూర్వకంగా చేయి కలిపినప్పుడు ఒళ్ళు దగ్గర పెట్టుకుని ప్రవర్తిస్తారు. కరచాలనం చేసినపుడు ఏడుసార్లు చేతిని నొక్కినట్టయితే, అందులో మొదటి ఐదుసార్లలోనే ఆ వ్యక్తి ఆధిక్యతని ప్రదర్శిస్తున్నాడా, లేక లొంగుబాటు మనస్తత్వాన్ని కలిగి ఉన్నాడా అన్నది తేలిపోతుంది. బలాబలాల నిరూపణ జరిగిపోతుంది. చరిత్ర ఆసాంతం 'అరచేతుల్ని తెరచి పెట్టడమన్నది' నిజానికి, నిజాయితీకి, సంఘీభావానికి, అంగీకారానికి సంకేతంగానే ఉంది. ఇప్పటికీ గుండె మీద చేయివేసుకుని ప్రమాణ స్వీకారాన్ని చేయడం, లేదా న్యాయస్థానాల్లో సాక్ష్యమివ్వాల్సి వచ్చినపుడు గాలిలో అరచేతిని ఉంచి ప్రమాణం చేయడం, పవిత్ర మతగ్రంథాల మీద కుడిచేతిని ఉంచి, ఎడమచేతిని గాలిలో ఉంచి ప్రమాణం చేయడం వంటివి జరుగుతూనే ఉన్నాయి. ఒక వ్యక్తి నిజాయితీపరుడా, కాదా అనే విషయాన్ని నిర్ధారించడంలో ముఖ్యభూమికని పోషించేది అతను తన అరచేతిని ఏ విధంగా ప్రదర్శిస్తున్నాడన్నదే. తనను గెలిచిన ప్రత్యర్థికి లొంగిపోవలసి వచ్చినపుడు కుక్క ఎలాగైతే తన మెడను చాచి, నాలుకను బయటికి ప్రదర్శిస్తుందో అలాగే మనిషి కూడా తాను నిరాయుధునిగా ఉన్నానని చెప్పడానికి తన అరచేతుల్ని ఉపయోగిస్తాడు.

మచ్చికైన కుక్కలు తమ నాలుకను బయటపెట్టడం ద్వారా లొంగుబాటును ప్రదర్శిస్తాయి. అదే సందర్భంలో మనుషులు తమ లొంగుబాటును అరచేతుల ద్వారా ప్రదర్శిస్తారు.

## నిష్కాపట్యాన్ని గ్రహించడమెలా?

వ్యక్తులు తమ నిజాయితీని ప్రదర్శించాల్సి వచ్చినప్పుడు తమ అరచేతుల్ని ఎదుటి వారికి కనిపించేలా తెరచి ఉంచి, 'నేనలా చేయలేదు!' అనో, 'నేను నిన్ను బాధపెట్టినట్టయితే క్షమించు' అనో, 'నేను నీకు నిజమే చెబుతున్నాను' అనో చెబుతారు. ఎవరైనా తమ నిష్కాపట్యాన్ని ప్రదర్శించబూనుకుంటే, తమ అరచేతుల్ని పూర్తిగానో, పాక్షికంగానో ఇతరులకు కనిపించేలా ఉంచుతారు. బాడీలాంగ్వేజ్‌లోని మిగతా సంకేతాల్లాగే ఇది కూడా అప్రయత్నంగా చోటు చేసుకునే వ్యక్తీకరణ. ఎదుటి వ్యక్తి అరచేతుల్ని తెరచి పెట్టడం వల్ల, ఆ వ్యక్తి నిజమే చెబుతున్నట్టు మీలో కూడా హఠాత్తుగా, అంతర్గతంగా ఒక భావన కలుగుతుంది.

'నన్ను నమ్మండి, నేను డాక్టర్‌నే!'

అంతర్జాతీయంగా ఎక్కడైనా సరే అరచేతుల్ని నిజాయితీకి, నిష్కాపట్యానికి సంకేతంగానే ఉపయోగిస్తారు.

పిల్లలు ఏదైనా వస్తువును దాచిపెట్టాలనుకున్నా, అబద్ధాలాడాలన్నా వెంటనే తమ అరచేతుల్ని వెనక్కి వెన్నుమీదికి తిప్పి దాచేస్తారు. అలాగే, ఒక రాత్రంతా తన స్నేహితుల్తో ఎక్కడో గడిపిన వ్యక్తి కూడా తన జీవిత భాగస్వామితో అబద్ధం చెబుతూ తన తప్పిదాన్ని కప్పిపుచ్చే యత్నంలో భాగంగా అరచేతుల్ని ప్యాంటు జేబుల్లోనో, లేదా చేతుల్ని మడిచి చంకలకిందనో దాచేస్తాడు. అలా అతను ఎప్పుడైతే అరచేతుల్ని దాచేస్తాడో అతని భార్య వెంటనే, అతను తన దగ్గర ఏదో రహస్యాన్ని దాచేస్తున్నాడని కనిపెట్టేస్తుంది. ఒక మహిళ అబద్ధమాడదలిస్తే, లేదా ఒక విషయాన్ని దాటవేయాలనుకున్నా ఒకదానితో ఒకటి పొంతనలేని అనేక విషయాల్ని ఏకమొత్తంగా మాట్లాడేస్తుంటుంది. అదే సమయంలో తానేదో తీరికలేని పనిలో నిమగ్నమై ఉన్నాననే అర్థం వచ్చేలా రకరకాల పనుల్ని ఏకకాలంలో చేసేస్తూ హైరానా పడుతుంటుంది.

*పురుషులు అబద్ధమాడితే వారి బాడీలాంగ్వేజ్ వారి అబద్ధాన్ని స్పష్టంగా పట్టిచ్చేస్తుంది. అబద్ధమాడదలిస్తే మహిళలు తీరికలేనట్టు కనిపించడానికే మొగ్గు చూపుతారు.*

సేల్స్‌పర్సన్స్‌కి వినియోగదారుల అరచేతుల్ని అధ్యయనం చేయడంలో శిక్షణ ఉంటుంది. ఎందుకంటే ఒక వస్తువును కొనడానికి తానెందుకు ఇష్టపడడంలేదో, లేదా తన అభ్యంతరలేమిటో చెప్పేటపుడు వినియోగదారులు తమ అరచేతుల్ని ఎదుటివారికి కనిపించేలా తెరచి ఉంచుతారు. అదే సమయంలో తమ కారణాల పట్ల నిజాయితీ లేని వినియోగదారుల మాటలకు, వారి బాడీలాంగ్వేజ్ సంకేతాలకు పొంతన ఉండదు. వాళ్ళు తమ అరచేతుల్ని దాచి ఉంచుతారు.

సంభాషణలో పాలుపంచుకోవడానికి ఇష్టపడని సందర్భంలో పురుషులు తమ చేతుల్ని ప్యాంటు జేబుల్లో దాచుకుంటారు. ఇది వారికెంతో ఇష్టమైన పని. అరచేతులనేవి బాడీలాంగ్వేజ్‌లో స్వరపేటికల్లాంటివి. మిగతా శరీర భాగాల కన్నా ఇవి ఎక్కువ 'మాట్లాడతాయి', వాటిని దాచడమంటే వ్యక్తి నోటిని మూసేసినట్టే.

జేబులో చేతులు మీడియాతో మాట్లాడడానికి ప్రిన్స్ విలియం తన అయిష్టాన్నిలా వ్యక్తం చేస్తున్నారు.

## మోసగించడానికి అరచేతుల్ని వాడడమన్నది అంతర్జాతీయ సంకేతం

'నేను నా అరచేతుల్ని తెరచిపెట్టి కూడా ఏదైనా అబద్ధం చెబితే, అందరూ నన్ను నమ్మేస్తారా?' అని ఎవరైనా ప్రశ్నించవచ్చు. దానికి జవాబు 'అవును-కాదు' అని చెప్పుకోవాలి. అరచేతుల్ని చూపుతూ మీరు పచ్చి అబద్ధాలాడితే వినేవాళ్లకి మీరు చెపుతున్నది అబద్ధమని వెంటనే తెలిసిపోతుంది. ఎందుకంటే మీలో నిజాయితీ లోపించినప్పుడు మీరు అరచేతుల్ని తెరచిపెట్టినప్పటికీ, అబద్ధం చెప్పినంత సేపూ మీ శరీరంలో చోటు చేసుకునే ఇతర అననుకూల సంకేతాలు మీ అబద్ధాన్ని పట్టిస్తాయి. ఈ సంకేతాలకు, అరచేతుల్ని చూపడమనే సానుకూల సంకేతానికి పొంతన కుదరదు. అయితే అబద్ధాలాడడంలో చేయి తిరిగిన వ్యక్తులు మాత్రం తాము చెప్పే మౌఖిక అసత్యాలకు, తమ మౌఖికేతర సంకేతాలకు మధ్య సమతౌల్యాన్ని రాబట్టగల ప్రత్యేక కళలో ఆరితేరి ఉంటారు. నిజాయితీకి సంబంధించిన బాడీలాంగ్వేజ్‌ని ప్రదర్శించడంలో ఎంత ప్రావీణ్యం సంపాదిస్తే మోసగాడు అంత అందంగా తన అబద్ధాన్ని నిజమంటూ మెప్పించగలడు.

---

'నేను ముసలిదాన్నయినా నన్నిలాగే ప్రేమిస్తూ ఉంటావా?'
ఆమె అడిగింది, అతను తన అరచేతుల్ని ఆమెకి కనబడేలా తెరచిపెట్టి,
'కేవలం ప్రేమించడం మాత్రమే కాదు, నీకు అప్పుడప్పుడూ
ప్రేమలేఖలు కూడా రాస్తుంటాను' అని చెప్పాడు.

---

## కార్యకారణ సంబంధం

ఇతరులతో సంబంధాల్ని నెరిపేటపుడు అరచేతుల్ని తెరచి ఉంచడంలాంటి నిజాయితీకి సంబంధించిన హావభావాల్ని అభ్యాసం చేయడం ద్వారా మరింత నిజాయితీతో ఇతరుల మెప్పును పొందడం సాధ్యమే. ఇందులో ఆసక్తికరమైన అంశం ఏమిటంటే, అరచేతుల్ని చూపుతూ మాట్లాడడం వంటి హావభావాలకు ఎంతగా అలవాటు పడితే అంతగా అబద్ధాలాడడం కూడా తగ్గిపోతుంది. కార్యకారణ సంబంధం వల్ల అరచేతుల్ని చూపుతూ అబద్ధాలాడడమన్నది చాలామంది విషయంలో కష్టమవుతుంది. వ్యక్తి తన నిజాయితీని ప్రతిబింబించే ప్రయత్నం చేసినకొద్దీ అతనిలో అరచేతులు బహిర్గతమయ్యే లక్షణం పెరుగుతుంటుంది. అరచేతుల్ని తెరచిపెట్టుకుని ఒక చక్కటి అబద్ధాన్ని చెప్పడమన్నది దాదాపు అసాధ్యం. ఎందువల్లనంటే హావభావాలు, అనుభూతులన్నవి పరస్పరాధారితాలు.

మీరు ఆత్మరక్షణలో పడ్డారనుకోండి, మీ చేతులు ఛాతీ మీద పెనవేసుకుపోతాయి. కానీ మీరు ఊరికే మీ చేతుల్ని ఛాతీ మీద మడుచుకున్నారనుకోండి, అప్పుడు కూడా మీలో ఆత్మరక్షణ తాలూకు భావజాలం పనిచేస్తుంది. మీరు మీ అరచేతుల్ని చూపుతూ మాట్లాడినప్పుడు అది కేవలం మీ నిజాయితీని ప్రదర్శించడమే గాక, మీ ఎదుటి వ్యక్తిలో కూడా నిజాయితీగా వ్యవహరించాలన్న ఒత్తిడిని పెంచుతుంది. మరో విధంగా చెప్పాలంటే, అరచేతుల్ని తెరచిపెట్టడమన్నది ఇతరుల్లోని అబద్ధపు సమాచారాన్ని వ్యక్తం కాకుండా తొక్కిపెట్టేస్తుంది. వాళ్ళు మీతో మరింత నిష్కపటంగా వ్యవహరించేలా అది ప్రేరణనిస్తుంది.

## అరచేతి అద్భుతం

ఎవరికైనా దారిచూపేటప్పుడు, లేదా ఆదేశాలు జారీ చేసేటప్పుడు లేదా షేక్‌హ్యాండ్ ఇచ్చేటపుడు అరచేయి ఇచ్చే సంకేతాలు అన్నింటికన్నా శక్తివంతమైనవి. వీటిని గుర్తించడం కూడా కష్టం. సరైన పద్ధతిలో ఉపయోగిస్తే, 'అరచేతి అద్భుతం' వల్ల ఆ వ్యక్తికి ఒక నిశ్శబ్ద ఆధిక్యత సంప్రాప్తిస్తుంది.

అరచేతికి సంబంధించి మూడు ప్రధానమైన ఆధిక్యతా సంకేతాలున్నాయి, అవి ఏమిటంటే : *'అరచేతిని పైకి ఉంచడం'*, *'అరచేతిని కిందికి చూపడం'*, *'అరచేతిని మూసి ఉంచడం'*. ఒక ఉదాహరణ ద్వారా ఒకే విషయానికి సంబంధించి ఈ మూడు సంకేతాలు ఎలా ఉపయోగపడ్డాయో చూద్దాం. ఏదైనా వస్తువును ఒక చోటినుంచి మరోచోటికి తీసుకెళ్ళమని మీరు ఎవరికైనా చెప్పారనుకుందాం. ఒకే రకమైన కంఠస్వరాన్ని ఒకేరకమైన పదాల్ని, ఒకే రకమైన ముఖకవళికల్ని ఉపయోగిస్తూ కేవలం మీ అరచేతిని ప్రదర్శించే పద్ధతిని మాత్రం మారుస్తూ ఈ ఉదాహరణను పరిశీలిద్దాం.

అరచేతిని పైకి చూపడం ద్వారా లొంగుబాటును, ప్రమాదరహితమన్న సంకేతాన్ని ఇస్తాం. బిచ్చగాడు తన అరచేతిని పైకి చూపుతూ అడుక్కోవడాన్ని గుర్తుకు తెచ్చుకోండి. పరిణామవాదం ప్రకారం ఈ సంకేతానికి 'నిరాయుధుణ్ణి' అనే ప్రాచీన కాలపు సంకేతమే మాతృక. ఒక వ్యక్తి ఏదైనా వస్తువును ఒకచోటి నుంచి మరోచోటికి తరలించడమంటూ కోరితే, ఆ కోరికలో ఎదుటివారికి తాము బలవంతంగా ఆ పనికి నియుక్తులమయ్యామన్న ఒత్తిడి ఉండదు. వారికి అలాంటి కోరికలో ఏ బెదిరింపూ ధ్వనించదు. ఎవరైనా మీతో మాట్లాడాలని మీరు కోరుకుంటే, ఆ వ్యక్తిని మీ అరచేతిని పైకి చూపుతూ అడగండి. దానివల్ల మీరు తనతో మాట్లాడాలని కోరుకుంటున్నట్టు, తన మాటల్ని వినడానికి మీరు సుముఖంగా ఉన్నట్టు అవతలి వ్యక్తికి అర్థమవుతోంది.

అరచేతిని పైకి చూపడమనే ఈ సంకేతం శతాబ్దాల కాలక్రమంలో పలు మార్పులకు గురై, వివిధ సంకేతాలు పుట్టుకొచ్చాయి. 'ఒక్క చేతినే గాలిలో ఉంచడం', 'గుండె మీద అరచేతిని ఉంచుకోవడం', ఇంకా మరెన్నో విధాలైన సంకేతాలు రూపుదిద్దుకున్నాయి.

అరచేతిని పైకి చూపడం : ఎలాంటి హాని లేదని చెప్పడం

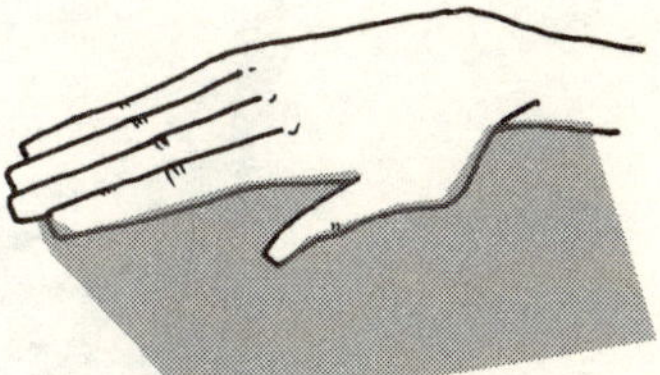

అరచేతిని కిందికి చూపడం : ఆధిక్యతకు చిహ్నం

అరచేతిని కిందికి చూపినప్పుడు మీరు మీ ఆధిక్యతను చాటుతున్నారని అర్థం. తనను మీరు ఆదేశిస్తున్నారని అవతలి వ్యక్తికి అర్థమవుతుంది. అతనితో మీకున్న సంబంధాన్ని బట్టి, లేదా మీరు అతనితో కలిసి పనిచేసే వాతావరణాన్ని బట్టి మీరిచ్చిన ఈ సంకేతం అతనిలో ప్రతికూల ధోరణిని పెంచుతుంది.

అరచేతిని పైకి చూపడం నుంచి దాన్ని కిందికి చూపడం మొదలుపెడితే, దాన్ని బట్టి ఇతరులు మిమ్మల్ని అర్థం చేసుకునే పద్ధతి పూర్తిగా మారిపోతుంది.

ఉదాహరణకు మీ ఎదుటనున్న వ్యక్తి మీతో సరిసమాన హోదాను కలిగినవాడైతే, అరచేతిని కిందికి చూపుతూ మీరు కోరిన కోరికను తిరస్కరించవచ్చు. అదే సమయంలో అరచేతిని పైకి చూపుతూ మీరు అభ్యర్థించినట్టయితే, అతను మీరేం కోరినా చేసేందుకు సిద్ధపడవచ్చు. అదే ఎదుటి వ్యక్తి మీ కిందిస్థాయి ఉద్యోగి అయితే, అరచేతిని కిందికి చూపుతూ మీరేం చెప్పినా ఆ వ్యక్తి చేయడానికి సంసిద్ధుడుగా ఉంటాడు. ఎందుకంటే అతనిని ఆదేశించే హోదాలో మీరు ఉన్నారు కాబట్టి.

అరచేతిని కిందికి చూపుతూ సైనిక వందనం చేయడమన్నది నాజీల పాలనలో వారి ఆధిపత్యానికి, నిరంకుశత్వానికి సంకేతంగా ఉండేది. ఒకవేళ అడాల్ఫ్ హిట్లర్ అరచేతిని పైకి చూపుతూ సైనిక వందనంచేసి ఉన్నట్టయితే, అతని మాటల్ని ఎవరూ పెద్దగా లక్ష్యపెట్టే వారు కారు. పైగా నవ్వుకునే వాళ్ళు.

అడాల్ఫ్ హిట్లర్ ఇలా అరచేతిని కిందికి చూపుతూ చేసిన సంకేతమే ప్రపంచంలో ప్రామాణికమైందిగా గుర్తింపును పొందింది.

దంపతులెవరైనా చేతిలో చేయి వేసుకుని నడిచి వెళుతుంటే, సహజంగా వారిద్దరిలో ఆధిక్యతను చూపుతూ పురుషుడిచేయి ముందువైపుకు ఉంటుంది, అతని అరచేయి వెనక్కి ఉంటుంది. మహిళ చేయి వెనుకవైపుకు ఉంటూ, ఆమె అరచేయి పైకి చూస్తూ ఉంటుంది. ఇంత చిన్న సంకేతం ఆ కుటుంబంలో ఎవరిది పై చేయి అన్న విషయాన్ని తేల్చిచెబుతుంది.

అరచేతిని మూసి ఉంచి, చూపుడు వేలిని (తర్జనిని) ముందుకు చాచడమనే సంకేతం వక్త తన శ్రోతల్ని లొంగదీసుకున్న వైనానికి అద్దం పడుతుంది. అప్రయత్నంగానే ఇలాంటి సంకేతం ఎదుటి వారిలో వ్యతిరేక భావనల్ని రేకెత్తిస్తుంది. మన పూర్వీకులైన వానర సంతతి దాడి చేసేముందు కుడిచేతిని ఇలాగే వాడేది కాబట్టి, ఈ సంకేతం ఎదుటి వారిలో విముఖతను పాదుకొల్పుతుంది.

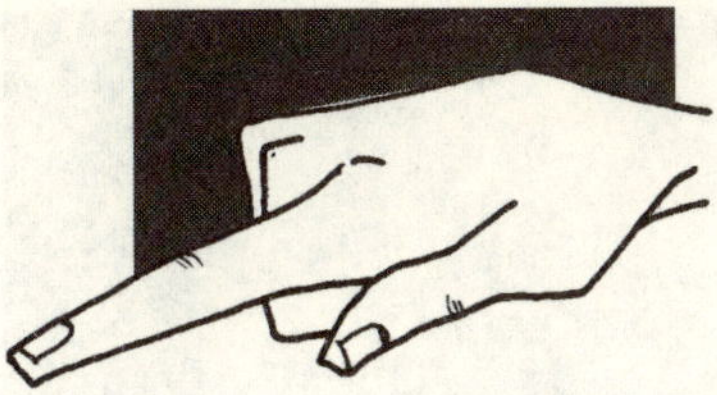

చూపుడు వేలిని చూపడం : 'చెప్పిన పని చెయ్యి, లేకపోతే...'

అరచేతిని మూసిపెట్టి, తర్జనిని ముందుకు చాచడమన్నది బాడీలాంగ్వేజ్ సంకేతాలన్నింటిలోకెల్లా అవమానకరమైన సంకేతం. ఎవరైనా తమ మాటల్ని పట్టించుకోకపోతే, వెంటనే ఇలాంటి సంకేతాన్ని చూపుతుంటారు. మలేషియా, ఫిలిప్పీన్స్ వంటి కొన్ని దేశాల్లో ఒక వ్యక్తి వైపు వేలిని చూపడమంటే అవమానకరంగా భావిస్తారు. ఎందుకంటే వాళ్ళు కేవలం జంతువుల విషయంలోనే ఇలాంటి సంకేతాల్ని వాడుతారు. ఇతరులను ఉద్దేశించినప్పుడు, వారికి ఏదైనా ఆదేశాలివ్వాల్సి వచ్చినపుడు బొటనవేలిని చూపడం మలేషియన్లకు అలవాటు.

## శ్రోతలతో మా ప్రయోగం

ఎనిమిది మంది వక్తల్ని ఎంచుకుని, పదినిమిషాల పాటు వాళ్ళచేత పలు విధాలైన శ్రోతల బృందాలకు ఉపన్యాసమిప్పిస్తూ మేము ఒక ప్రయోగాన్ని నిర్వహించాం. వక్తలు పైన పేర్కొన్న మూడు రకాలైన అరచేతి సంకేతాల్ని వాడుతూ ప్రసంగించారు. తరువాత ఒక్కొక్క వక్త పట్ల శ్రోతల అభిప్రాయాల్ని మేము తెలుసుకున్నాం. ఈ ప్రయోగంలో అరచేతిని పైకి చూపుతూ ప్రసంగించినప్పుడు వక్తలకు శ్రోతల నుంచి 84 శాతం అనుకూల ప్రతిస్పందన లభించింది. వారు అదే విషయాన్ని మరో శ్రోతల బృందానికి అరచేతిని కిందికి చూపుతూ చెప్పినప్పుడు శ్రోతల నుంచి అనుకూల ప్రతిస్పందన స్థాయి 52 శాతానికి పడిపోయింది. అరచేతిని మూసి ఉంచి, తర్జనిని చూపుతూ చేసిన ప్రసంగానికి శ్రోతల నుంచి కేవలం 28 శాతం మాత్రమే సానుకూల స్పందన లభించింది. ఈ సంకేతాన్ని ఉపయోగిస్తూ ప్రసంగం జరిగినప్పుడు కొందరు శ్రోతలు లేచి వెళ్ళిపోయారు కూడా.

చూపుడువేలిని ఇలా ప్రదర్శించినప్పుడు అది
చాలామంది శ్రోతల్లో వ్యతిరేక భావనల్ని కలిగించింది.

తర్జనిని చూపుతూ ప్రసంగించినప్పుడు అది శ్రోతల్లో వ్యతిరేకతను పెంచడమే గాక, అసలు వాళ్ళు విన్నదాంట్లో చాలావరకు మరచిపోయారు కూడా. మీకు తర్జనిని చూపుతూ మాట్లాడే అలవాటు కనుక ఉంటే, అరచేతిని పైకి కానీ, లేదా కిందికి కానీ చూపుతూ, మాట్లాడడాన్ని అలవాటు చేసుకోండి. అందువల్ల మీరు మరింత ప్రశాంతమైన వాతావరణాన్ని సృష్టించుకోవడమే గాక, ఇతరులపై మరింత సానుకూల ప్రభావాన్ని చూపడానికి వీలవుతుంది. మరో ప్రత్యామ్నాయం కూడా ఉంది. మీ వేళ్ళని బొటనవేలికి వ్యతిరేకంగా మడిచి ఉంచడం ద్వారా 'సరే' అనే సంకేతాన్నివ్వవచ్చు. ఈ సంకేతాన్ని ఉపయోగిస్తూ మీరు మాట్లాడినట్టయితే, అహంకారాన్ని ప్రదర్శించకుండానే మీ ఆధిక్యతని నిలుపుకోవచ్చు. ఈ సంకేతాన్ని మేము కొంతమంది వక్తలకు, రాజకీయ నేతలకు, వాణిజ్య ప్రముఖులకు నేర్పి, వారు ప్రసంగించినప్పుడు శ్రోతల ప్రతిస్పందనను బేరీజు వేశాం. వీరి ప్రసంగాన్ని విన్న వ్యక్తులు వేళ్ళని ముడిచి మాట్లాడిన వక్తల్ని 'ఆలోచనా పరులు' గాను, 'లక్ష్య సాధకులు' గాను, 'శ్రద్ధాళువులు' గాను అభివర్ణించారు.

వేళ్ళని బొటనవేలి దిశగా ముడవడం ద్వారా శ్రోతల్ని భయపెట్టే ప్రయత్నాన్ని నివారించవచ్చు.

తర్జనని చూపుతూ మాట్లాడిన వక్తల్ని, శ్రోతలు 'అహంకారులు' గాను, 'మొరటు వారు' గాను, 'ఘర్షణ స్వభావులు' గాను వర్ణించడమే గాక, అలాంటి ప్రసంగాల నుంచి శ్రోతలు అతితక్కువ విషయాల్నే మననం చేసుకోగలిగారు. ఎప్పుడైతే వక్త తర్జనని చూపుతూ మాట్లాడాడో, ఆ క్షణం నుంచి శ్రోతలు అతని స్వభావం, వ్యక్తిత్వాల గురించి అంచనాలు కట్టడంలో నిమగ్నమయ్యారే తప్ప, అతను చెప్పేది వినిపించుకోలేదు.

## కరచాలనంలో శైలీ భేదాల విశ్లేషణ

చేయి, చేయి కలిపి పరస్పరం అభినందనలు తెలుపుకోవడానికి మూలాలు ప్రాచీన చరిత్రలోనే ఉన్నాయి. ప్రాచీన తెగల వారు స్నేహపూర్వక వాతావరణంలో కలుసుకున్నపుడు, చేతుల్ని ముందుకు చాచి, అరచేతుల్ని కనిపించేలా ప్రదర్శించడం ద్వారా తమ వద్ద ఎలాంటి ఆయుధాలు లేవని, తాము ఆయుధాల్ని దాచి ఉంచలేదని పరస్పరం భరోసా ఇచ్చుకునే వాళ్లు. రోమనుల కాలంలో మణికట్టు కింద చిన్నపాటి చురకత్తిని దాచి ఉంచుకుని సంచరించడం పరిపాటి. అందుకే రక్షణ కోసం రోమన్లు మణికట్టును పట్టుకుని చూడడమనే సంప్రదాయానికి తెరతీశారు.

మణికట్టు దగ్గర పట్టుకుని ఆయుధాలేమైనా ఉన్నాయోమో నని సోదాచేయడం - రోమన్లు పరస్పర అభివాదానికి అనుసరించిన పద్ధతి ఇదే.

అరచేతుల్ని అనుసంధానం చేసి, ఊపుతూ అభినందించుకోవడమన్న ప్రస్తుత సంప్రదాయం నాటి మణికట్టును పరిశీలించడానికి ఉద్దేశించిన పద్ధతి నుంచి ప్రాదుర్భవించిందే. కానీ ఈనాటి కరచాలనానికి పందొమ్మిదో శతాబ్దం నాంది పలికింది. ఆ కాలంలో సమాన హోదా కలిగిన ఇద్దరి మధ్య వాణిజ్య ఒప్పందాలు కుదిరినందుకు చిహ్నంగా పరస్పరం కరచాలనం చేసుకునేవారు. ఈ అలవాటు వందేళ్లలో ప్రబలంగా ప్రపంచమంతా పాకిపోయింది. ఇటీవలి కాలం వరకు ఈ అలవాటు పురుష ప్రపంచానికే పరిమితమై ఉండేది. పాశ్చాత్య, యురోపియను దేశాల్లో ఇవాళ వ్యక్తులు పరస్పరం కలిసినప్పుడు పలకరింపుగా కరచాలనం చేయడంతో పాటు, నిష్క్రమించేటపుడు కూడా చేతులు కలపడమన్నది ఆనవాయితీగా మారింది. ముఖ్యంగా దీనిని వాణిజ్య సమావేశాల్లో చూడవచ్చు. క్రమేణా ఇలా చేతులు కలపడమన్నది విందు వినోదాలకు, ఇతర సామాజిక కార్యక్రమాలకు ప్రాకింది. ఇప్పుడు స్త్రీ పురుషులిద్దరూ కూడా కరచాలనాలు చేస్తున్నారు.

*ఒక వాణిజ్య ఒప్పందాన్ని సూచిస్తూ ఇద్దరు వ్యక్తులు పరస్పరం కరచాలనం చేసుకోవడం ఒక పద్ధతిగా మారింది.*

జపాను, థాయిలాండ్ వంటి దేశాల్లో పరస్పర అభివాదానికి విభిన్న పద్ధతులు అలవాటులో ఉన్నప్పటికీ, ప్రపంచవ్యాప్తంగా కరచాలనం ఇంచు మించు అన్నిదేశాల్లో వాడుకలోకి వచ్చింది. జపానులో వంగి నమస్కరించడం అన్నది పరస్పరాభివాద సంకేతం. థాయిలాండ్‌లో ప్రార్థనను పోలిన 'వయ్' అనే సంకేతం ఆచరణలో ఉంది. కరచాలనానికి సంబంధించి చాలా దేశాల్లో ఒకసారి చేయి కలిపి, ఐదు నుంచి ఏడుసార్లు పరస్పరం నొక్కి, ఊపడం అలవాటుగా ఉంది. కానీ కొన్ని దేశాల్లో ఇందులో కొంత మార్పు కనిపిస్తుంది. ఉదాహరణకు జర్మనీలో కేవలం రెండు, మూడు సార్లు చేతులు ఊపాక, కొంతసేపు చేతుల్ని కలిపి ఉంచుతారు. ఫ్రాన్స్ ప్రజలు కరచాలనాన్ని ఎక్కువగా ఆనందిస్తారు. వారు కరచాలనానికి ఎక్కువ సమయాన్ని తీసుకుంటారు. ప్రతిరోజు వారి దినచర్యలో కరచాలనానికి చాలినంత సమయాన్ని వెచ్చిస్తారు.

## కరచాలనం కోసం ముందుగా ఎవరు చేతిని ముందుకు చాపాలి?

ఒక వ్యక్తిని తొలిసారిగా కలిసినప్పుడు కరచాలనం చేయడమన్నది అంతటా ఆదరణ పొందిన నియమమే. అయినప్పటికీ కరచాలనం కోసం చేతిని ముందుకు

చాపేటపుడు, అది మీకు అవసరమా, కాదా అని ఒక్కసారి ఆలోచించాల్సి ఉంటుంది. కరచాలనమంటే నమ్మకానికి, ఆహ్వానానికి సంకేతం, అందుకే కరచాలనం చేసే ముందు మిమ్మల్ని మీరు ఇలా ప్రశ్నించుకోవాలి : 'నేను ఆహ్వానితుడినేనా? ఈ వ్యక్తి నన్ను కలుసుకున్నందుకు సంతోషిస్తున్నాడా, లేదా? బలవంతంగా చేతులు కలిపేలా నేను ఒత్తిడి పెడుతున్నానా?' ఒక వినియోగదారుడు విముఖంగా ఉన్నప్పుడు కరచాలనం చేయడానికి ప్రయత్నించడం వల్ల అతను తమను అంగీకరించడని, తమ పట్ల వ్యతిరేకతను పెంచుకుని, కరచాలనం చేయాల్సి వచ్చినందుకు ఒత్తిడికి గురవుతాడని, కాబట్టి కరచాలనం చేసే ముందు ఈ విషయాలన్నింటినీ దృష్టిలో ఉంచుకోవాలని సేల్స్ పర్సన్స్‌కి శిక్షణలో భాగంగా చెబుతారు. ఇలాంటి సందర్భాల్లో అవతలి వ్యక్తి కరచాలనం కోసం చేతిని ముందుకు చాపే వరకు వేచి చూడాలని, అప్పటికీ ఆ వ్యక్తి నుంచి తగిన ప్రతిస్పందన లభించకపోతే చిన్నగా తలూపడం ద్వారా అభివాదం చేయాలంటూ సేల్స్‌పర్సన్స్‌కు మెళుకువలు నేర్పుతారు. కొన్ని దేశాల్లో మహిళలతో కరచాలనం చేయడం అభ్యంతరకర ప్రవర్తనగా పరిగణిస్తారు (ఉదాహరణకు కొన్ని ముస్లిం దేశాల్లో స్త్రీలతో కరచాలనం చేయడమంటే మొరటుగా ప్రవర్తించినట్టు పరిగణిస్తారు. ఇలాంటి సందర్భాల్లో చిన్నగా తలూపడమే అభివాద చిహ్నం. ), కానీ కరచాలనానికి ముందుగా తామే చేతిని అందించే మహిళలను విశాల దృక్పథం కలవారిగా ఇప్పుడు పరిగణిస్తున్నారు. బలమైన కరచాలనం ఇచ్చే మహిళలు ఇప్పుడు చాలాచోట్ల తొలికలయికలోనే తమ వ్యక్తిత్వం పట్ల సానుకూల అభిప్రాయాన్ని కలిగిస్తున్నారు.

## ఆధిక్యత, నియంత్రణలు ఎలా వ్యక్తమవుతాయి?

ఇంతకు మునుపే అరచేతిని పైకి చూపడం, లేదా కిందికి చూపడం ఎలాంటి ప్రభావాల్ని చూపుతుందో తెలుసుకున్నాం కదా, ఇప్పుడు కరచాలనంలో ఆ సంకేతాల పాత్ర ఎలా ఉంటుందో పరిశీలిద్దాం.

రోమన్ల కాలంలో ఇద్దరు నేతలు పరస్పరం కలుసుకోవడం, అభినందించుకోవడం ఎలా ఉండేదంటే ఆధునిక కాలంలోని కుస్తీపట్లలా ఉండేది. ఒక నాయకుని కన్నా మరొక నాయకుడు బలవంతుడైతే, అతనిదే 'పైచేయి'గా ఉండేది.

తొలిసారిగా మీరెవరినైనా కలిసారనుకుందాం, మీరిద్దరూ పరస్పరం కరచాలనం ద్వారా అభినందించుకున్నారు. ఆ కరచాలనం ఈ మూడు ప్రాథమిక దృక్పథాల్ని ప్రతిబింబిస్తుంది.

1. ఆధిక్యత : 'ఇతను నాపై ఆధిక్యతని ప్రదర్శిస్తున్నాడు, నేను చాలా జాగ్రత్తగా ఉండాలి'
2. లొంగుబాటు : 'ఈ వ్యక్తిపై నేను ఆధిక్యతని ప్రదర్శించవచ్చు. నా కోరికని ఇతను నెరవేరుస్తాడు'.
3. సమానత్వం : 'ఈ వ్యక్తితో నాకు ఎలాంటి ఇబ్బంది లేదు'.

మనకు తెలియకుండానే ఈ దృక్పథాలు ఒకరి నుంచి ఒకరికి పరస్పరం వినిమయం అవుతాయి. కానీ ఏ సమాగమంలోనైనా తుది ఫలితాలపై ఇవి తక్షణ ప్రభావాన్ని చూపుతాయి. మేము వాణిజ్యపరమైన శిక్షణ తరగతులను నిర్వహించినపుడు కరచాలనంలోని ఈ ప్రభావాలపై 1970ల్లో ఒక పరిశీలనను నిర్వహించాం. వీటినే వాణిజ్య వ్యవహారశైలిగా బోధిస్తూ, వీటికి సంబంధించి కాసింత అనుభవాన్ని, మెళుకువల్ని నేర్పించాం. ముఖాముఖి సమావేశాల్లో ఇవి నాటకీయ ప్రభావాన్ని చూపించాయి. ముందు ముందు మీకిది అనుభవంలోకి వస్తుంది.

కింద బొమ్మలో చారల చొక్కా తొడుక్కున్న వ్యక్తి తన అరచేతిని కిందికి చూపుతూ కరచాలనం చేశాడు. తద్వారా అతను తన ఆధిక్యతని తెలుపుతున్నాడు. మీ కరచాలనంలో కూడా ఇలాగే అరచేయి కిందికి ఉండడాన్ని గమనించండి. మీ అరచేయి సరాసరి కిందికే చూడాల్సిన అవసరం లేదు, అది 'పైచేయి' గా ఉంటూ కూడా ఆ 'సమాగమం'పై మీ నియంత్రణను సూచించవచ్చు.

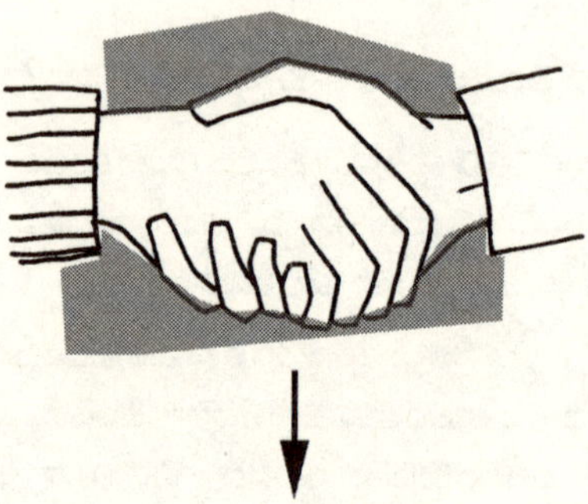

అదుపులోకి తీసుకోవడం

మేము ఇందుకోసం 350 మంది సీనియర్ స్థాయి అధికారులను పరిశీలించాం. వీరిలో 89 శాతం మంది పురుషులు. వారందరూ కరచాలనానికి ముందుగా చేయినందించిన వారే కాక, వీరిలో 88 శాతం పురుషులు, 31 శాతం మహిళలు కరచాలనంలో తమ చేతిని ఆధిక్యతా భావంతో 'పై చేయి' గానే ఉంచారు. అధికారం, నియంత్రణ అన్నవి మహిళల దృష్టిలో అంతగా ప్రధాన విషయాలు కావు. అందుకే ప్రతి ముగ్గురు స్త్రీలలో కేవలం ఒక్కరు మాత్రమే 'పై చేయి' అలవాటును కలిగి ఉన్నారు. తాము అణగిమణగి ఉన్నామనడానికి సంకేతంగా కొన్ని ప్రత్యేక సామాజిక పరిస్థితుల్లో మహిళలు పురుషులతో సుతిమెత్తగా కరచాలనం చేస్తుంటారు. తమ స్త్రీత్వాన్ని ప్రతిబింబింపజేయడానికి మహిళలు అనుసరించే మార్గమిది. ఇలా చేయడం వల్ల తమపై ఆధిక్యతని ప్రదర్శించవచ్చునని కూడా వారు పరోక్షంగా తెలియజేస్తుంటారు. కానీ వ్యాపార రంగంలో ఇలాంటి సంకేతాలివ్వడం ప్రమాదకరం. ఎందుకంటే పురుషులు అలాంటి మహిళల్లోని స్త్రీత్వానికే ప్రాధాన్యమిచ్చి, వృత్తిపరమైన ప్రతిభను నిర్లక్ష్యం చేస్తారు. వాణిజ్య సమావేశాల్లో తమ స్త్రీత్వపు చిహ్నాల్ని అతిగా ప్రదర్శించే మహిళల్ని అటు పురుషులతో పాటు, స్త్రీలు కూడా పట్టించుకోరు. స్త్రీ, పురుష సమానత్వపు సూత్రం ఇలాంటి పరిస్థితుల్లో పెద్దగా పనిచేయదు. అంత మాత్రాన వాణిజ్య రంగంలో రాణించాలనుకునే మహిళలు తమ సహజమైన స్త్రీత్వపు లక్షణాల్ని విడిచి పెట్టి, పురుషుల్లా మెలగాలని అర్థం కాదు. ఇక్కడ మహిళలు సుతిమెత్తని కరచాలనాల్ని, పొట్టి స్కర్టుల్ని, ఎత్తుమడమల పాదరక్షల్ని కాస్త దూరంగా ఉంచితే చాలు, వారు కోరుకునే విశ్వసనీయతను పొందగలరు.

ముఖ్యమైన వాణిజ్య సమావేశాల్లో స్త్రీత్వపు లక్షణాల్ని
అతిగా ప్రదర్శించే మహిళలు తమ విశ్వసనీయతను కోల్పోతారు.

అలబామా విశ్వవిద్యాలయానికి చెందిన విలియమ్ చాప్లిన్ 2001లో కరచాలనాలపై అధ్యయనం చేశారు. కలివిడిగా ఉండే వ్యక్తులు బలంగా కరచాలనం చేస్తే, సిగ్గరులు, అంతర్ముఖులు బలమైన కరచాలనాలకు దూరంగా ఉంటారని ఈ అధ్యయనంలో తేలింది. కొత్త ఆలోచనలకు సానుకూలురైన మహిళలు కూడా బలంగానే కరచాలనం చేస్తారని చాప్లిన్ తెలుసుకున్నాడు. కొత్త ఆలోచనల పట్ల సానుకూలత ఉన్నా, లేకున్నా పురుషులు బలంగా కరచాలనం చేస్తారు. కాబట్టి వాణిజ్య రంగంలో ముందుకు వెళ్లాలనుకునే మహిళలకు, పురుషులతో బలంగా చేతులు కలపడమన్నది విజయానికి దగ్గరి దారిగా ఉపయోగపడుతుంది.

## లొంగుబాటును సూచించే కరచాలనం

బలమైన కరచాలనానికి వ్యతిరేకమైంది లొంగుబాటును సూచించే కరచాలనం. బొమ్మలో చారల చొక్కా వ్యక్తి తన అరచేతిని పైకి చూపుతూ కరచాలనం చేయడం వల్ల, అవతలి వ్యక్తిది 'పైచేయి' అవడానికి ఆస్కారం ఏర్పడింది. తనకంటే బలమైన కుక్కని చూసి, బలహీనమైన కుక్క మోరచాపినట్టన్నమాట.

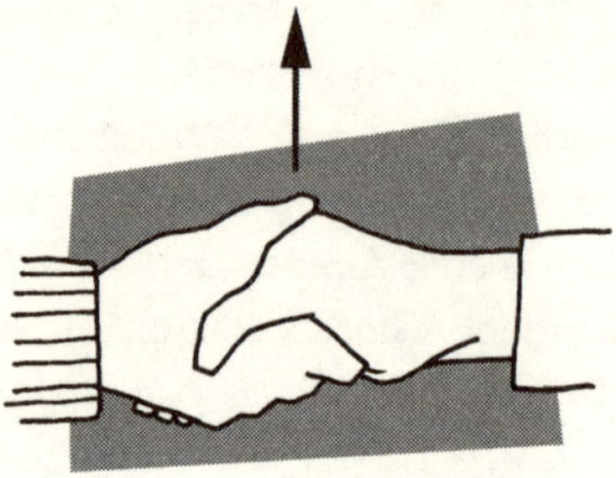

లొంగుబాటును సూచించే కరచాలనం

ఈ రకమైన కరచాలనం కొన్ని సందర్భాల్లో బాగా ఉపయోగపడుతుంది. ఎదుటి వ్యక్తి అధికారాన్ని మీరు అంగీకరించినప్పుడు, పరిస్థితిపై అతనికే పూర్తి నియంత్రణను కట్టబెట్టినప్పుడు ఈ రకమైన కరచాలనం ఉపయుక్తంగా ఉంటుంది. ఉదాహరణకు మీరు ఎవరికైనా క్షమాపణ చెప్పాలనుకుంటే ఇదే ఉత్తమం.

అరచేతిని పైకి చూపుతూ చేసే కరచాలనం లొంగుబాటుతనానికి నిదర్శనమైతే కావచ్చు కానీ అన్ని వేళలా దాన్ని అలాగే అర్థం చేసుకోరాదు. ఉదాహరణకు ఆర్థ్రైటిస్ వ్యాధితో బాధపడే వ్యక్తులు వదులైన కరచాలనానికే మొగ్గు చూపుతారు. నొప్పి నుంచి తప్పించుకోవడానికి వాళ్ళు తమ అరచేతిని పైకి చూపుతూ కరచాలనం చేస్తారు. అలాగే తమ వృత్తుల్లో ఎక్కువగా చేతుల్ని ఉపయోగించే సర్జన్లు, చిత్రకారులు, సంగీతకారులు కూడా ఇలా అరచేతిని పైకి చూపుతూనే కరచాలనం చేస్తారు. తమ చేతుల్ని రక్షించుకునేందుకే వాళ్ళు చాలా వదులుగా కరచాలనం చేస్తారు. అలాంటి సందర్భంలో కరచాలనంతో పాటు, వారి హావభావాల సముచ్ఛయాన్ని కూడా చదవగలిగితే, ఆ వ్యక్తుల గురించి ఒక నిర్దిష్టమైన అభిప్రాయానికి రావచ్చు. లొంగుబాటు మనస్తత్వం కలిగిన వ్యక్తి మరింతగా లొంగుబాటును సూచించే హావభావాలనే ప్రదర్శిస్తాడు. అదే సమయంలో ఆధిక్యతా భావం కలిగిన వ్యక్తులు దృఢమైన హావభావాలనే ప్రదర్శిస్తారు.

## సమానత్వాన్ని సాధించడమెలా?

తామే అధికులమనుకునే ఇద్దరు వ్యక్తులు పరస్పరం కరచాలనం చేసుకుంటే అక్కడ అధికారం కోసమైన సంఘర్షణ తలెత్తుతుంది. ఇద్దరూ ఎవరికి వారే అవతలి వ్యక్తి అరచేతిని లొంగుబాటును సూచించేలా పైకి తిప్పడానికి ప్రయత్నిస్తారు. తత్ఫలితంగా కింద బొమ్మలో చూపినట్టు ఇద్దరి చేతులూ సమాంతరంగా కలుస్తాయి. అది వారి మధ్య ఏర్పడిన సమానత్వానికి, పరస్పర గౌరవానికి చిహ్నంగా మారుతుంది.

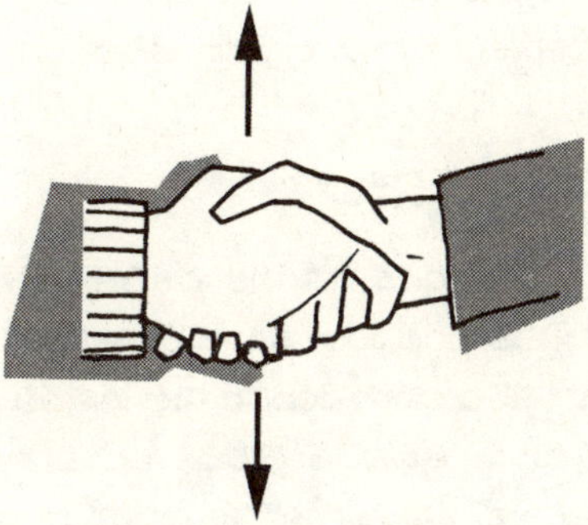

సమానత్వాన్ని ఆమోదించడం

## కరచాలనంతో సామరస్యాన్ని సాధించడమెలా?

కరచాలనం ద్వారా సామరస్యాన్ని సాధించాలనుకుంటే ప్రధానంగా రెండు విషయాలపై దృష్టిని నిలపాలి. తొలుత మీ అరచేయి, ఎదుటి వ్యక్తి అరచేయి సమాంతరంగా ఉండేలా చూసుకోండి. మీ ఇద్దరిలో ఎవరూ అధికులుగా కానీ, అధములుగా కానీ కాకుండా పరస్పరం సమానులుగా ఉండేందుకు ఇది తోడ్పడుతుంది. ఎదుటి వ్యక్తి మీ చేతిని ఎంత బలాన్ని ఉపయోగించి నొక్కుతున్నాడో గమనించి, అంతే బలాన్ని ఉపయోగిస్తూ ప్రతిస్పందించండి. అంటే ఈ బలాన్ని 1 నుంచి 10 పాయింట్లుగా అనుకుంటే, మీ కరచాలనం ఏడు పాయింట్లని కలిగి ఉన్నపుడు ఎదుటి వ్యక్తి కరచాలనం కేవలం ఐదు పాయింట్లే ఉంటే, మీ కరచాలనంలో బలాన్ని ఇరవై శాతానికి తగ్గించాల్సి ఉంటుంది. అదే సమయంలో ఎదుటి వ్యక్తి కరచాలనం తొమ్మిది పాయింట్లుగా ఉంటే మీ కరచాలనంలో అదనంగా మరో ఇరవై శాతం బలాన్ని సమకూర్చుకోవలసి ఉంటుంది. మీరు ఏకకాలంలో పదిమందిని కలుసుకున్నారనుకుందాం. అప్పుడు మీ కరచాలనానికి సంబంధించి అరచేతిని అందించే కోణాల్లోను, బలాన్ని ప్రయోగించడంలోనూ

వెంటవెంటనే మార్పులు చేయాల్సి ఉంటుంది. అప్పుడే అందరితోనూ సామరస్యం సాధ్యమవుతుంది. గుర్తుంచుకోవలసిన విషయమేమిటంటే, ఒక సగటు పురుషుని చెయ్యి, ఒక సగటు మహిళ చేతి కంటే రెండింతలు బలమైందిగా ఉంటుంది. పరిణామక్రమంలో పురుషుని చెయ్యి 45 కిలోల్ని భరించగల శక్తిని సంతరించుకుంది. చీల్చడం, గట్టిగా పట్టుకోవడం, వస్తువుల్ని మోయడం, విసరడం, రాళ్ళు బద్దలు కొట్టడం వంటి పనుల ద్వారా ఇది సంభవించింది.

కరచాలనమన్నది ఒక పలకరింపు కోసం, ఒక నిష్క్రమణ కోసం, లేదా ఒక ఒప్పందం కుదిరినందుకు సంకేతంగా వాడడం కోసం ఉద్దేశితమైంది. కాబట్టి అదెప్పుడూ స్నేహపూర్వకంగా, సానుకూలంగా, ఆత్మీయంగా ఉండేలా చూసుకోండి.

## అధికార దర్పాన్ని ఆపడమెలా?

కరచాలనాలన్నింటిలోకి *'అరచేతిని కిందికి చూపుతూ చేసే కరచాలనం'* (పామ్ డౌన్ థ్రస్ట్) నాజీల సైనిక వందనంలా కడు అహంకారంతో, అధికార దర్పంతోను కూడుకున్నది. ఇలా కరచాలనం చేయడం వల్ల అవతలి వ్యక్తికి సమానహోదా అన్నది మృగ్యమవుతుంది. అణచివేత ధోరణికి ఇది చిహ్నం. అధికార దర్పంతో విర్రవీగే వ్యక్తులు ఇలాంటి కరచాలనం కోసం ముందుగా తామే చేతిని ముందుకు చాపుతారు. అరచేతిని కిందికి చూపుతూ తమ బలమైన చేతితో కరచాలనం చేయడం వల్ల అవతలి వ్యక్తిని లొంగుబాటుకు లోను చేస్తారు.

అరచేతిని కిందికి చూపుతూ చేసే కరచాలనం

ఎవరైనా ఇలాంటి కరచాలనాన్ని ఇవ్వడానికి ప్రయత్నిస్తున్నారని మీకు అనిపిస్తే, దానికి ప్రతికృతి చేయడానికి కొన్ని మార్గాల్ని ఇక్కడ సూచించాం :

### 1. సరైన కిటుకును పాటించండి

ఎవరైనా అధికారాన్ని చెలాయించేలా మీకు కరచాలనం అందిస్తే ముఖ్యంగా ఇలాంటి కరచాలనాలు చేసే పురుషులు ఎదురైనపుడు, మీరు వారి చేతిని సమాంతరంగా ఉండేలా తిప్పడం కష్టమే గాక మీరలా చేసిన వెంటనే ఎదుటి వ్యక్తి మీ ఉద్దేశాన్ని పసిగట్టే ప్రమాదం ఉంది.

ఇలాంటి సందర్భాల్లో పాటించాల్సిన ఒక కిటుకును తెలుసుకుందాం. ఎవరైనా తమ అరచేతిని కిందికి చూపుతూ కరచాలనానికి మిమ్మల్ని ఆహ్వానించినపుడు, మీరు మీ ఎడమ కాలిని ఒక్కడుగు ముందుకు వేస్తూ, కుడి చేతిని కరచాలనానికి అందివ్వండి. ఇది కొంచెం కష్టం. ఎందుకంటే సాధారణంగా కుడిచేత్తో కరచాలనం చేసేటపుడు తొంభై శాతం మందికి తమ కుడిపాదాన్ని ముందుకు జరపడం సహజ లక్షణం. కానీ కొద్దిపాటి అభ్యాసంతో ఎడమ పాదాన్ని ముందుకు జరిపేలా మనం అలవాటు చేసుకోవచ్చు.

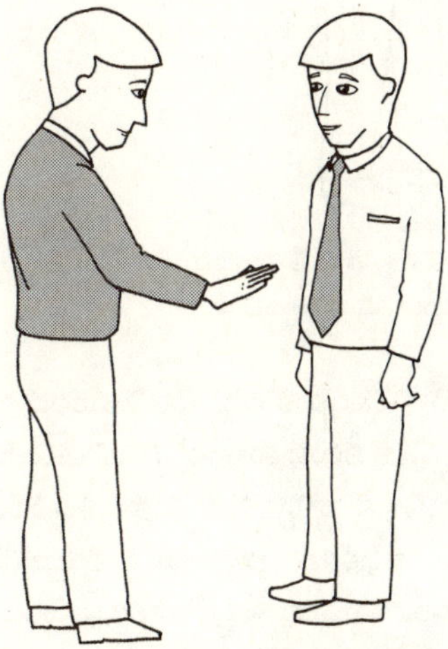

పెత్తనం చెలాయించాలని చూస్తున్న వ్యక్తి మిమ్మల్ని ఇలా నియంత్రిస్తాడు.

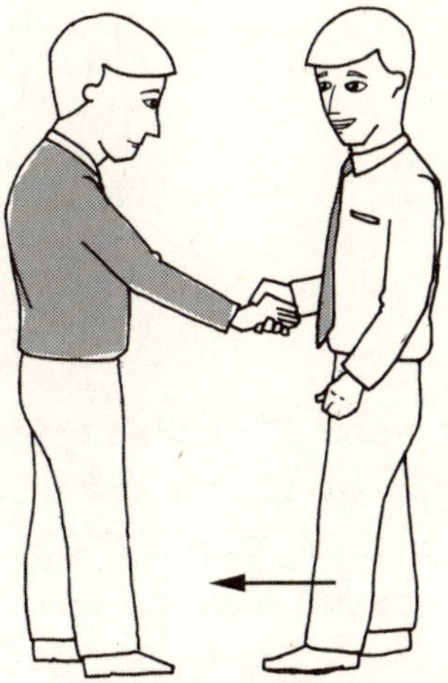

మీ ఎడమ పాదం మీదుగా కొంచెం ముందుకు జరగండి.

తరువాత మీ కుడి కాలిని ముందుకు కదిపి, అతనికి మరింత దగ్గరగా జరగండి. చివరగా మీ ఎడమ కాలిని మీ కుడికాలి మీదుగా ముందుకు జరుపుతూ (కింద బొమ్మలో చూపిన విధంగా) వ్యూహాన్ని పూర్తి చేస్తూ కరచాలనం చేయండి. దీనివల్ల ఆ కరచాలనాన్ని సమాంతరంగా చేయడానికి లేదా ఎదుటి వ్యక్తి అరచేతిని పైకి చూసే విధంగా వంచి, అతనిని లొంగదీసుకోవడానికి కూడా వీలవుతుంది. ఇదెలా ఉంటుందంటే, మీరు అతనికి ఎదురుగా నడచి వస్తున్నట్టుగా ఉంటుంది. నిజానికి ఇది ఇంచుమించు ప్రత్యర్థిని గెలవడానికి ఉపయోగించే మల్లయుద్ధపు తంత్రం లాంటిది. అతనికి మరింత దగ్గరగా జరగడం వల్ల అతని మీద నియంత్రణను సాధించడానికి కూడా ఇది మీకు వీలును కల్పిస్తుంది.

కుడికాలితో అతనికి దగ్గరగా వెళుతూ, కిందికి చూస్తున్న
అతని అరచేతిని ఇలా పైకి తిప్పడానికి యత్నించండి.

కరచాలనం చేసేటపుడు మీ దృక్పథాన్ని మీరే విశ్లేషించుకోండి. చేతిని ముందుకు చాపేటపుడు మీ ఎడమ లేదా కుడి పాదాల్ని ఎలా కదుపుతున్నారో గమనించండి. చాలామందికి కరచాలనం చేసేటపుడు కుడి పాదాన్ని ముందుకు కదపడం అలవాటుగా ఉంటుంది. ఇలాంటి వాళ్ళు ఆధిక్యతా భావాలున్న వ్యక్తులతో కరచాలనం చేయాల్సి వచ్చినపుడు తమ అలవాటు వల్ల నష్టపోవాల్సి వస్తుంది. ఎందుకంటే కుడి పాదాన్ని కదిలించడం వల్ల ఇద్దరి మధ్యా దూరం కుంచించుకు పోయి, మరిక ముందుకు కదల్లేని పరిస్థితి ఏర్పడుతుంది. దాంతో అవతలి వ్యక్తి మీద ఆధిక్యతని ప్రదర్శించేందుకు వీలుండదు. అలా కాకుండా కరచాలనం చేసేటపుడు ఎడమ పాదాన్ని ముందుకు కదపడాన్ని అభ్యాసం చేయండి, తత్ఫలితంగా మీమీద పెత్తనం చెలాయించాలనుకున్న వ్యక్తులు ఎదురైనప్పుడు వారికి అధిగమించడం మీకు తేలికవుతుంది.

## 2. చేతి మీద చేయి వేసే కిటుకు

ఎవరైనా తమ అరచేతిని కిందికి చూపుతూ మీమీద నియంత్రణను చెలాయించేలా కరచాలనం చేయడానికి యత్నిస్తే, అతనికి మీ అరచేతిని పైకి చూపుతూ కరచాలనాన్ని అందివ్వండి. అదే సమయంలో అతని కుడి చేతిమీద మీ ఎడమ చేతిని ఉంచి, ఆ కరచాలనాన్ని వెనువెంటనే సమాంతరంగా మార్చండి. ఈ రకమైన కరచాలనాన్ని 'డబుల్ హ్యాండర్' అంటారు.

డబుల్ హ్యాండర్

ఇలా చేయడం వల్ల బలం అతని చేతి నుంచి మీ చేతిలోకి ఒదిగిపోతుంది. ఆధిక్యతా భావాన్ని తిప్పికొట్టడానికి ఇది తేలికైన ఉపాయం. నిజానికి ఈ ఉపాయం మహిళలకు మరింత ప్రయోజనకారిగా ఉంటుంది. అయినప్పటికీ అవతలి వ్యక్తి ఉద్దేశపూర్వకంగా మీ ప్రయత్నాన్ని అడ్డుకుంటున్నట్టు మీకు అనుమానం కలిగితే, లేదా అతను ప్రతిసారీ అలాగే ప్రవర్తిస్తుంటే, అతని చేతిని మణికట్టు మీదుగా పట్టుకుని, ఆ తరువాత కరచాలనం చేయండి (బొమ్మలో చూపిన విధంగా). ఇలా చేయడం వల్ల ఆ వ్యక్తి ఊహించని పరిణామానికి ఖిన్నుడవుతాడు. కాబట్టి ఇలా చేసే ముందు బాగా ఆలోచించాలి. మరో దారి లేకపోతే తప్ప దీనికి పూనుకోరాదు.

గత్యంతరం లేదు మరి!

## చల్లని, నిర్జీవమైన కరచాలనం

చేయి కలిపినప్పుడు అవతలి వ్యక్తి చేయి చల్లగా, శవసదృశంగా ఉంటే ఎవరూ అలాంటి కరచాలనాన్ని ఇష్టపడరు. కొత్త వ్యక్తుల్ని కలుసుకున్నపుడు మనం ఆందోళనకు గురయ్యామనుకోండి, అప్పుడు మన చేతుల పైపొరలోని కణాలకు దిగువ నుంచి జరిగే రక్త ప్రసరణలో మార్పులు సంభవిస్తాయి. అలా రక్త ప్రసరణ తన మార్గాన్ని మార్చుకుని చేతులు, కాళ్లవైపుగా పరుగులు పెడుతుంది. దీంతో 'పోట్లాటకో, పారిపోవడానికో' రంగం సిద్ధమవుతుంది. దీని వల్ల మన చేతుల్లో వెచ్చదనం చల్లారి, చెమటలు పట్టడం మొదలవుతుంది. చెమట పట్టడంతో మన

చేతులు చల్లగా, తేమగా మారి ఎదుటి వ్యక్తికి అవి చేతుల్లా కాక చచ్చిన చేపల్లా అనిపిస్తాయి. అందుకే జేబులో కానీ, హ్యాండ్ బ్యాగ్‌లో కానీ ఒక చేతి రుమాలును ఉంచుకోండి. ఎవరైనా ముఖ్యమైన వ్యక్తికి కరచాలనం చేసే ముందు మీ చేతుల్ని శుభ్రంగా తుడుచుకోండి. దానివల్ల తొలికలయికలోనే మీమీద దురభిప్రాయం కలిగే దురవస్థ నుంచి తప్పించుకోవచ్చు. దీనికి మరో ప్రత్యామ్నాయం కూడా ఉంది. మీరు మీ చేతిని నిప్పుకు దగ్గరగా ఉంచినట్టు ఊహించుకోండి. ఇలా ఊహించుకోవడంవల్ల మనిషి అరచేతి ఉష్ణోగ్రత సగటున మూడు నుంచి నాలుగు డిగ్రీల వరకు పెరిగినట్టు నిరూపితమైంది.

## కుడి కన్నా ఎడమే ముద్దు

ఇద్దరు నేతలు మీడియా వారి కెమెరాలకు ఎదురుగా నిలబడి ఫోటోలు దిగినపుడు, వాళ్ళిద్దరూ భౌతికంగానూ, ఆహార్య పరంగానూ సమ ఉజ్జీలుగానే కనబడతారు. కానీ ఫోటోలో ఎడమవైపున నిలుచున్న వ్యక్తి చూపరుల దృష్టిని ఆకర్షిస్తూ, ఆధిక్యతను నిలబెట్టుకోవడంలో ముందంజలో ఉంటాడు. చూపరులకు కుడివైపున ఉన్న వ్యక్తి కన్నా ఎడమవైపున నిలుచున్న వ్యక్తి ఆకర్షణీయంగా కనిపించడానికి కారణం. ఈ వ్యక్తి కరచాలనం చేసినపుడు అతని అరచేయి కిందికి చూస్తూ, ఆధిక్యతని ప్రదర్శించే వీలును కలిగి ఉంటుంది. నియంత్రణ ఇతని చేతిలో ఉన్నట్టు స్పష్టంగా కనిపిస్తుంది. జాన్ ఎఫ్ కెన్నడీ, రిచర్డ్ నిక్సన్‌ల మధ్య 1960లో జరిగిన ఎన్నికల ప్రసంగానికి ముందు వారిద్దరూ దిగిన ఫోటోగ్రాఫ్‌లో స్పష్టంగా ఇది కనిపిస్తుంది. అప్పటికింకా బాడీలాంగ్వేజ్ గురించి ప్రజలకు అంతగా తెలియదు. కానీ బాడీలాంగ్వేజ్‌ని ఉపయోగించే కళ కెన్నడీకి సహజాతంగా లభించిన వరమని విశ్లేషకులు అంటారు. ఫోటోగ్రాఫ్‌లో ఎడమ వైపున నిలుచోడానికే కెన్నడీ మొగ్గుచూపేవారు. 'పైచేయి' సంకేతాన్ని వాడడం ఆయనకు ఎంతో ప్రీతిపాత్రమైన విషయం.

ఎడమవైపున నిలుచున్నందున కెన్నడీ 'పైచేయి'ని సాధించి, నిక్సన్‌ని బలహీనమైన స్థానంలోకి నెట్టేశారు.

కెన్నడీ, నిక్సన్‌ల మధ్య జరిగిన ఈ ఎన్నికల ప్రసంగం చరిత్రలో సుప్రసిద్ధమైంది. ఇది బాడీలాంగ్వేజ్ ప్రభావానికి ప్రబల సాక్ష్యంగా నిలిచింది. ఈ ప్రసంగాన్ని రేడియోలో విన్న శ్రోతలు ఎన్నికల్లో నిక్సన్ తప్పక విజయం సాధిస్తారని భావించారు. ఇదే ప్రసంగాన్ని టెలివిజన్‌లో చూసిన ప్రేక్షకులు మాత్రం భావి విజేత కెన్నడీనేనని ప్రకటించారు. బాడీలాంగ్వేజ్ ద్వారా ఎదుటివారిని ప్రభావితం చేయడంలో కెన్నడీకి విశేష ప్రావీణ్యం ఉందని దీనివల్ల తేలడమే కాదు, ఆయన అధ్యక్ష ఎన్నికల్లో తిరుగులేని విజయాన్ని సాధించారు కూడా.

ఫోటోగ్రాఫ్‌లో ఎడమ వైపున నిలబడడం వల్ల బిల్ క్లింటన్, టోనీ బ్లెయిర్‌కన్నా 'పైచేయి'ని సాధించారు.

(1) కుడివైపున నిలబడడంవల్ల తప్పుదారి పట్టిన కొందరు (2) ప్రపంచ నేతలు ఫోటోగ్రాఫ్‌లో కొందరు కుడివైపున నిలుచున్నారు. (3) అవతలి వ్యక్తికి ఆధిక్యతా స్థానాన్ని కట్టబెట్టారు.

## స్త్రీ, పురుషుల మధ్య కరచాలనం

శతాబ్దాల తరబడి మహిళలు కృషిరంగంలో పురుషులతో సమానంగా పని చేస్తున్నప్పటికీ, పరస్పర అభినందనల విషయానికొచ్చేటప్పటికి స్త్రీ పురుషులు తడబాటుకు, ఇబ్బందికి లోనవుతూనే ఉన్నారు. కరచాలనానికి సంబంధించి తాము చిన్నతనం నుంచీ తమ తండ్రుల వద్ద శిక్షణ పొందామని పురుషులు చెబుతుంటారు. స్త్రీల విషయంలో ఇలాంటి శిక్షణేదీ మనకు కనిపించదు. తత్ఫలితంగా పెరిగి పెద్దవాళ్ళయ్యాక మగవారు కరచాలనం చేయడానికి ముందుకొస్తే, మహిళలు ఆ విషయాన్ని గమనించక, తొలుత పురుషుల ముఖంలోకి చూస్తారు. తన కరచాలనానికి మహిళ ప్రతిస్పందించక పోవడంతో గాలిలో ఉన్న తన చేతిని ఇబ్బంది పడుతూ పురుషుడు వెనక్కి తీసుకుంటాడు. అదే సమయంలో పురుషుని ఉద్దేశాన్ని కాస్త ఆలస్యంగా గ్రహించిన స్త్రీ తన చేతిని ముందుకు చాపినప్పటికీ, అది ఖాళీగా గాలిలో నిలుస్తుంది. తరువాత పురుషుడు మహిళ ఆంతర్యాన్ని గ్రహించి తన చేతిని మళ్లీ ముందుకు చాపుతాడు. ఈ తడబాటులో వారిద్దరి చేతులూ చిక్కుబడిన వేళ్లతో తత్తరపాటుకు గురవుతాయి. అదేదో ప్రేమలో పడిన జంట తొలిసారిగా కౌగిలిలో చిక్కుకున్నట్టుగా వీరిద్దరూ ఊపిరి సలపని ఒత్తిడికి గురవుతారు.

స్త్రీ, పురుషుల మధ్య తొలి కరచాలనం చేతకానితనంవల్ల విఫలమవడంతో వారి తొలి సమాగమం విఫలమవుతుంటుంది.

మీకెప్పుడైనా ఇలాంటి అనుభవం ఎదురైతే, వెంటనే ఎదుటి వ్యక్తి కుడిచేతిని మీ ఎడమ చేతితో పట్టుకోండి. దాన్ని సరిగ్గా మీ కుడిచేతిలో ఇమిడేలా ఉంచుకోండి. అప్పుడు నవ్వుతూ 'మనం మళ్ళీ ప్రయత్నిద్దాం!' అని చెప్పండి. దీంతో మీ పట్ల అవతలి వ్యక్తిలో విశ్వసనీయత అమాంతం పెరుగుతుంది. ఎందుకంటే తనతో పరిచయానికి మీరెంతో విలువనిస్తున్నారని, అందుకే తగిన విధంగా కరచాలనం చేయడానికి ఉత్సాహ పడుతున్నారని ఎదుటి వ్యక్తి భావిస్తాడు. మీరు వాణిజ్యరంగంలో కృషి చేస్తున్న మహిళ అయితే, కరచాలనం చేయడానికి బిడియ పడకుండా మీరెల్లప్పుడూ సిద్ధంగా ఉన్నారని అందరూ గుర్తించేలా ప్రవర్తించండి. ఎంత త్వరగా వీలైతే అంత త్వరగా మీ చేతిని ముందుకు అందించండి. దీనివల్ల తడబాటును అధిగమించవచ్చు.

## డబుల్ హ్యాండర్

ప్రపంచవ్యాప్తంగా ఆదరణ పొందిన సంకేతమిది. నేరుగా కళ్ళలోకి చూస్తూ, ఆత్మీయంగా నవ్వుతూ, ఎదుటివారి పేరును ఉచ్ఛరిస్తూ, వారి ఆరోగ్యాన్ని గురించి వాకబు చేస్తూ మీ రెండు చేతులను ఉపయోగించి కరచాలనం చేయడమన్నది మంచి ఫలితాన్నిస్తుంది.

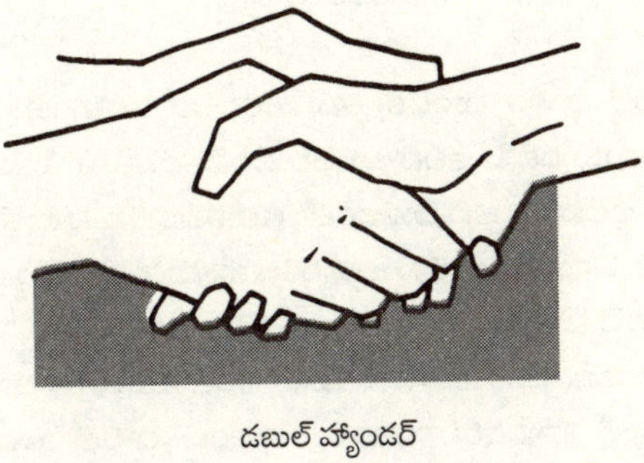

డబుల్ హ్యాండర్

కరచాలనానికి తొలుత ఉద్యుక్తుడైన వ్యక్తి ఈ డబుల్ హ్యాండర్ ద్వారా మరింత ఎక్కువగా ఎదుటి వారితో భౌతిక సంబంధాన్ని పెంచుకుంటాడు. అందువల్ల

అతను కరచాలనాన్ని స్వీకరించే వ్యక్తి మీద నియంత్రణను సాధిస్తూ అతని కుడిచేతిని అదుపులోకి తీసుకుంటాడు. దీనినే కొన్ని సందర్భాల్లో 'రాజకీయవేత్తల కరచాలనం' అని కూడా అంటారు. డబుల్ హ్యాండర్‌ను ఉపయోగించే వ్యక్తి తాను మరింత నమ్మదగిన, నిజాయితీపరుడినన్న భావన కలిగిస్తాడు. కానీ అప్పుడే కలుసుకున్న వ్యక్తుల మీద దీనిని ప్రయోగిస్తే, వాళ్ళు డబుల్‌హ్యాండర్ ఉద్దేశాలను శంకించే ప్రమాదముంది. డబుల్ హ్యాండర్ అనే కరచాలనం కౌగిలికి సంక్షిప్తరూపం. ఎక్కడైతే కౌగిలికి ఆస్కారం ఉంటుందో అలాంటి సందర్భాల్లో దీనిని ఉపయోగించడం సముచితంగా ఉంటుంది.

'మీరెవరైనా కానివ్వండి, మీరు మాత్రం ఎంతో ప్రేమాస్పదులు, గుర్తుండిపోయే వ్యక్తి...'

మానవుల్లో తొంభై శాతం మందికి తమ శరీర భాగాలన్నింటికన్నా ముందుగా కుడిచేతిని ముందుకు కదిపే అలవాటు ఉంటుంది. దీనికి ముష్టిఘాతమే మాతృక. ఎందుకంటే ఈ అలవాటు ఆదిమకాలంలో ఆత్మరక్షణార్థం పుట్టుకొచ్చింది. డబుల్ హ్యాండర్ అన్నది ఎదుటి వ్యక్తిలోని ఆత్మరక్షణ సామర్థ్యాన్ని హరిస్తుంది. అందుకే వ్యక్తిగతంగా బలమైన అనుబంధం ఉంటే తప్ప ఇలాంటి అభినందనను అన్ని సందర్భాల్లో వాడకూడదు. పాతస్నేహితుని వంటి మానసిక అనుబంధం కల వ్యక్తులతోనే డబుల్ హ్యాండర్‌ని వాడాలి. ఇలాంటి వారితో అయితే ఆత్మరక్షణ అనే మాటకి ఆస్కారం ఉండదు కాబట్టి, డబుల్‌హ్యాండర్‌లోని నిజాయితీని ఎవ్వరూ అనుమానించరు.

యాసర్ అరాఫత్ డబుల్ హ్యాండర్ ద్వారా టోనీబ్లెయిర్‌ను అభినందించారిక్కడ, కానీ బ్లెయిర్ పెదవులు బిగించుకుని ఉండడం వల్ల ఈ కరచాలనం ఆయనకు ఆమోదయోగ్యం కాలేదని తెలుస్తోంది.

## నియంత్రణకు ఉద్దేశితమైన కరచాలనాలు

రెండు చేతులతో కరచాలనం చేయడమన్నది వ్యక్తి నిజాయితీకి, నమ్మకానికి, అవతలి వ్యక్తి పట్ల ప్రగాఢమైన అనుభూతికి సంకేతం. ఇక్కడ రెండు ముఖ్యమైన విషయాల్ని గమనించాలి. మొదటిది, ఎడమ చేయి కరచాలనాన్ని అందించే వ్యక్తి అవతలి వ్యక్తి పట్ల ఎంత లోతైన అనుభూతిని కలిగి ఉన్నాడో చెబుతుంది. ఇది కరచాలనాన్ని స్వీకరించే వ్యక్తి కుడిచేతి మీద కరచాలనమిచ్చే వ్యక్తి తన ఎడమ చేతిని ఎంత దూరం నుంచి ఉంచుతున్నాడన్న విషయంపై ఆధారపడి ఉంటుంది. ఇది కౌగిలించుకోవాలన్న ఉద్దేశానికి మరోరూపమే. కరచాలనమిచ్చే వ్యక్తి ఎడమ చేయి ఎదుటి వ్యక్తితో అతనికి ఉన్న అనుబంధానికి కొలమానం వంటిది. కరచాలనాన్ని స్వీకరించే వ్యక్తి చేతి మీద ఇతను తన ఎడమ చేతిని ఉంచడం ద్వారా ఆ అనుబంధాన్ని ఎంత గాఢంగా ప్రదర్శిస్తున్నాడన్నది తెలుస్తుంది. ఇలాంటి కరచాలనం ఇవ్వడం ద్వారా ఎదుటి వ్యక్తితో తన అనుబంధం ఎంత గాఢమైందో చెబుతూనే, అవతలి వ్యక్తి కదలికల్ని నియంత్రించడమే ఇందులో విశేషం.

ఉదాహరణకు, కరచాలనానికి ముందు 'మణికట్టును పట్టుకోవడం' కంటే 'మోచేతిని పట్టుకోవడం' అన్నది మరింత గాఢమైన అనుబంధాన్ని, నియంత్రణను ప్రదర్శిస్తుంది. అలాగే 'మోచేతి పైభాగాన్ని పట్టుకోవడం' కంటే 'భుజాన్ని పట్టుకోవడం' అన్నది ఇద్దరి మధ్య అనుబంధాన్ని, నియంత్రణను మరింత గాఢంగా ప్రస్ఫుటం చేస్తుంది.

మణికట్టును పట్టుకోవడం

మోచేతిని పట్టుకోవడం

మోచేతి పైభాగాన్ని పట్టుకోవడం

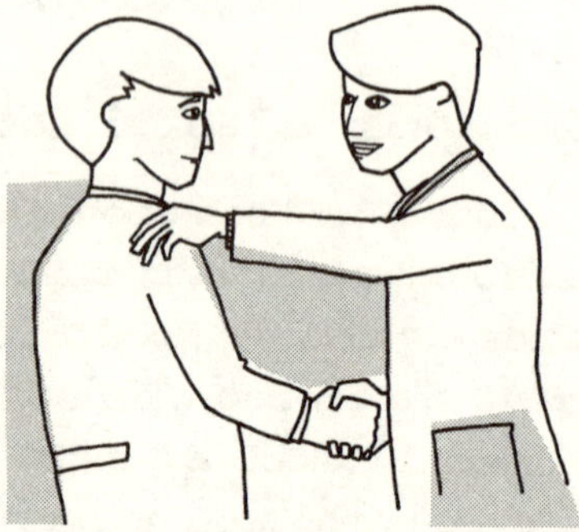

భుజాన్ని పట్టుకోవడం

రెండో విషయం ఏమిటంటే, రెండు చేతులూ ఉపయోగించి కరచాలనం చేయడంలో కరచాలనం చేసే వ్యక్తి, దాన్ని స్వీకరించే వ్యక్తికి మరింత దగ్గరగా జరగడం వల్ల అతని వ్యక్తిగత ప్రదేశంలోకి చొరబడినట్టవుతుంది. సాధారణంగా ఒక చేత్తో మణికట్టు దగ్గర పట్టుకుని మరో చేత్తో కరచాలనం చేయడమన్నది

బాగా దగ్గరైన ఇద్దరి మధ్య సాధ్యమవుతుంది. ఇలాంటి సందర్భాల్లో కరచాలనమిచ్చే వ్యక్తి ఎడమచేయి, స్వీకరించే వ్యక్తి తాలూకు వ్యక్తిగత ప్రదేశంలో బాహ్య ఉపరితలపు అంచు వరకే చొరబడగలదు. అలాగే 'భుజాన్ని పట్టుకోవడం', 'మోచేతి పైభాగాన్ని పట్టుకోవడం' అన్నవి మరింత అనుబంధాన్ని సూచిస్తూ, ఇంచుమించు కౌగిలిలోకి అనూదితమవుతాయి. ('వ్యక్తిగత ప్రదేశం' గురించిన వివరాల్ని పదకొండో అధ్యాయంలో చర్చించుకుందాం). ఇద్దరి మధ్య అవినాభావ సంబంధం ఉన్నప్పుడు తప్ప డబుల్ హ్యాండర్ కరచాలనాన్ని వాడితే, స్వీకర్తకు కరచాలనమిచ్చే వ్యక్తి ఉద్దేశాలపై అవిశ్వాసం, అనుమానాలు తలెత్తుతాయి. క్లుప్తంగా చెప్పాలంటే, మీకు వ్యక్తిగతంగా బలమైన అనుబంధం లేకపోతే అలాంటి వ్యక్తుల విషయంలో డబుల్ హ్యాండర్ కరచాలనాన్ని వాడవద్దు. అలాగే ఎవరైనా మీకు అలాంటి కరచాలనాన్ని అందిస్తే, ఆ వ్యక్తితో మీకు సన్నిహిత సంబంధం లేనట్టయితే, అతని ఉద్దేశాల్ని గ్రహించడానికి ప్రయత్నించి, జాగ్రత్తగా వ్యవహరించాల్సి ఉంటుంది.

*వ్యక్తిగతంగానో, మానసికంగానో మీ ఇద్దరి మధ్య అనుబంధం లేకుంటే అవతలి వ్యక్తికి ఒక్కచేత్తో కరచాలనం చేయడమే శ్రేయస్కరం.*

రాజకీయవేత్తలు తమ ఓటర్లతోను, వాణిజ్యరంగంలోని వ్యక్తులు తమ ఖాతాదారుల తోను డబుల్ హ్యాండర్ కరచాలనాలను ఇవ్వడం మనం చూస్తూనే ఉంటాం. కానీ అలా చేయడం ఆత్మహత్యా సదృశమన్న విషయం తెలియకనే వాళ్ళు ఇలాంటి కరచాలనాలు ఇస్తారు. దీనివల్ల వారు తాము దగ్గరవుదామని ఆశించిన వ్యక్తులతో మరింత దూరాన్ని పెంచుకుంటారు.

## బ్లెయిర్-బుష్ వైకుంఠపాళి

ఇరాక్‌పై 2003 లో యుద్ధం ప్రకటించిన రోజుల్లో అమెరికా ప్రధాని జార్జిబుష్, బ్రిటన్ ప్రధాని టోనీ బ్లెయిర్‌లు ప్రపంచం ముందు ఒక శక్తివంతమైన కూటమిగా కనిపించే ప్రయత్నం చేశారు. తామిద్దరూ సరిసమానులైన మిత్రులమని నమ్మించే ప్రయత్నం చేశారు. కానీ ఆ రోజుల్లో వారిద్దరి కలయికకు సంబంధించిన ఫోటోగ్రాపులను పరిశీలిస్తే ఇది అసత్యమని తేలుతుంది. ఈ ఫోటోగ్రాపుల్లో మొత్తం వ్యవహారం మీద జార్జి బుష్ పూర్తి స్థాయి అధికారాన్ని చెలాయిస్తున్న వైనం స్పష్టమవుతుంది.

జార్జిబుష్, టోనీబ్లెయిర్‌తో చేస్తున్న ఈ కరచాలనంలో
ఆయనదే పైచేయిగా ఉన్న విషయాన్ని గమనించవచ్చు.

పైన చూపిన బొమ్మలో ఫోటోగ్రాపుకు ఎడమ చేతి వైపు నిలబడడం ద్వారా జార్జిబుష్ తన 'పై చేతి' వాటాన్ని ప్రదర్శించగలిగారు. బుష్ సైనిక దళాల కమాండర్ స్థాయి అత్యున్నత అధికారిలాగా బట్టల్ని ధరించారు. అదే సమయంలో బ్లెయిర్ ఆంగ్ల పాఠశాల స్థాయి విద్యార్థిలాగా బట్టల్ని తొడుక్కున్నారు. ఇదెలా ఉందంటే ఒక పాఠశాల విద్యార్థి తన హెడ్ మాస్టర్ని కలుసుకున్నట్టే ఉంది. బుష్ తన పాదాల్ని బలంగా నేలమీద ఆన్చి దృఢంగా నిలబడి, అరచేతిని కిందికి చూపుతూ కరచాలనం చేశారు. దీంతో ఆయన బ్లెయిర్‌ను నియంత్రించినట్టయింది. బుష్ ఎల్లప్పుడూ ఫోటోగ్రాపుల్లో ఎడమవైపున నిలబడడానికే మొగ్గు చూపుతారు. దీనివల్ల ఆయనదే ఎప్పుడూ పైచేయిగా ఉంటూ, ఫోటోగ్రాఫర్లని ఆదేశించే స్థానంలో ఆయన నిలబడతారు.

## పరిష్కారం

ఒక వ్యక్తి మీ ఎడమ వైపున నిలబడి, ఫోటోగ్రాఫులో మిమ్మల్ని బలవంతంగా కుడివైపున నిలబడేట్టు చేస్తే, అంటే మీరు తప్పించుకోవడానికి వీల్లేని పరిస్థితి తలెత్తితే, దాన్ని నిరోధించడానికి మీరు ఎంత త్వరగా వీలైతే అంత త్వరగా మీ చేతిని ముందుకు చాపాలి. దీని వల్ల అవతలి వ్యక్తి మీ పక్కన నిలబడడం కాకుండా, మీకు సమాంతరంగా నిలబడాల్సి వస్తుంది. తత్ఫలితంగా సమాన ఫాయిదాలో కరచాలనం చేయడానికి వీలవుతుంది. ఫోటోలు, లేదా వీడియోలు తీస్తున్నప్పుడు

మీరు ఎల్లప్పుడూ ఎడమవైపున నిలబడడానికే ప్రయత్నించండి. ఇదంతా వీలు కాని పక్షంలో ఎదుటి వ్యక్తితో సమానత్వాన్ని ప్రకటించేందుకు డబుల్ హ్యాండర్ కరచాలనాన్ని వాడండి.

## చేవచచ్చిన ఎనిమిది కరచాలనాలు

ప్రపంచంలో అత్యంత హేయమైన కరచాలనాలుగా గుర్తింపు పొందిన ఎనిమిది కరచాలనాల గురించి, వాటి అనురూపాల గురించి తెలుసుకుందాం. ఇలాంటి కరచాలనాల్ని మీరు కచ్చితంగా నిరోధించాల్సిందే :

### 1. చచ్చిన చేప

ఆదరణ : పదింట ఒక వంతు

కొన్ని రకాల అభివాదాలు చాలా పేలవంగా ఉంటాయి. అలాంటి వాటిలో చచ్చిన చేపలాంటి కరచాలనం కూడా ఒకటి. చేతులు మరీ చల్లగా, తేమగా ఉన్నప్పుడు ఇచ్చిన కరచాలనం ఎదుటి వ్యక్తికి రుచించదు. ఇలాంటి కరచాలనాన్ని బలహీనమైన వ్యక్తిత్వానికి సంకేతంగా భావిస్తారు. ఎందుకంటే ఈ బలహీనమైన కరచాలనంలో అరచేతిని ఎదుటి వ్యక్తి పైకి తిప్పి తన ఆధిక్యతని ప్రదర్శించుకునే వీలుంటుంది. దీనిని స్వీకరించిన వ్యక్తిలో ఆ కలయిక పట్ల అవతలి వ్యక్తి అనాసక్తంగా ఉన్నాడేమోనన్న అనుమానం రేకెత్తుతుంది. అయినప్పటికీ కొన్ని దేశాల్లో ఇలాంటి కరచాలనమే ఆహ్వానించదగినదిగా ఆదరణను పొందుతోంది. కొన్ని ఆసియా, ఆఫ్రికా దేశాల్లో ఇలాంటి మెత్తని కరచాలనాన్నే స్వీకరిస్తారు. బలంగా కరచాలనం చేయడాన్ని నేరంగా పరిగణిస్తారు. అలాగే ప్రతి ఇరవై మందిలో ఒకరు 'హైపర్ హైడ్రోసిస్' అనే ఇబ్బందికర పరిస్థితికి తరచూ లోనవుతుంటారు. జన్యుకారణాల వల్ల ఇలాంటి వారిలో తరచూ చెమటలు పట్టడం పరిపాటి. అందుకే కరచాలనం చేసే ముందు చేతిని శుభ్రపరచుకోవడానికి జేబులో రుమాలును ఉంచుకోవడం మంచిది.

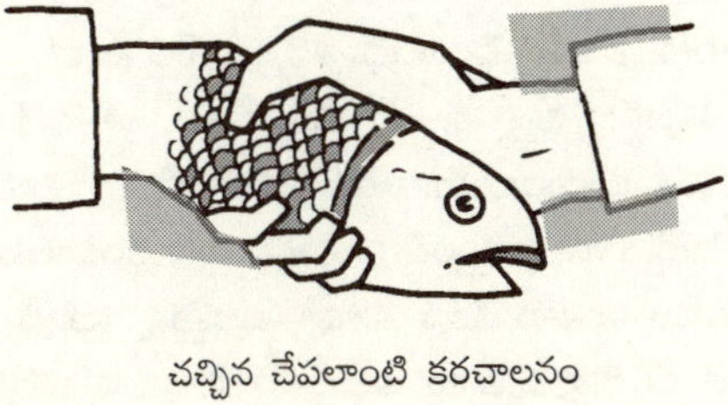

చచ్చిన చేపలాంటి కరచాలనం

శరీరంలోని మిగతా భాగాలన్నింటికన్నా అరచేతుల్లోనే చెమట అధికంగా పడుతుంది. అందుకే అరచేతులు తేమగా ఉండడమన్నది సర్వ సాధారణం. చాలామంది ఈ విషయాన్ని గమనించక పొరబాట్లు చేస్తుంటారు. కాబట్టి మీ కరచాలనంపై మీ స్నేహితుల అభిప్రాయాన్ని అడిగి తెలుసుకోండి. దీనివల్ల భవిష్యత్తులో ఎవరినైనా కలవాల్సి వచ్చినపుడు కాస్త జాగ్రత్తగా వ్యవహరించేందుకు వీలుంటుంది.

### 2. పట్టకారు

ఆదరణ : పదింట నాలుగు వంతులు

ఈ కరచాలనం ద్వారా ఇతరులను ఆకర్షించడం సులభం. ఇది ప్రధానంగా వాణిజ్య రంగంలోని పురుషులకు అలవాటుగా ఉంటుంది. ఈ కరచాలనం ద్వారా ఇతరులపై ఆధిక్యతను, ఆ సంబంధంపై నియంత్రణను ప్రదర్శించవచ్చు. అరచేతిని కిందికి వంచి, కిందివైపుకు బలంగా నొక్కుతూ అవతలి వ్యక్తి చేతిని వేగంగా రెండు, మూడు సార్లు ఊపడం ద్వారా ఈ రకమైన కరచాలనమిస్తారు. ఇందులో అవతలి వ్యక్తి చేతిని ఎంత బలంగా పట్టుకుంటారంటే, ఆ చేతికి రక్తప్రసరణ కూడా ఆగిపోతుంది. కొన్ని సందర్భాల్లో ఆత్మన్యూనతతో బాధపడే బలహీన మనస్కులు కూడా అవతలి వ్యక్తిపై నియంత్రణను చూపడానికి ఇలాంటి కరచాలనాలను ఇస్తుంటారు.

పట్టకారులాంటి కరచాలనం

### 3. బోన్-క్రషర్

ఆదరణ : పదింట 'సున్నా' వంతులు

పట్టకారు కరచాలనాల కోవకు చెందిందే ఇది. పేరులోనే దాని స్వభావమేమిటో తెలుస్తోంది కదా, ఎముకల్ని నజ్జు నజ్జు చేసేదన్నమాట. ఇలాంటి కరచాలనాలంటే చాలా మంది భయపడుతుంటారు. ఈ కరచాలనాన్ని స్వీకరించిన వ్యక్తికి కరచాలనమిచ్చిన వ్యక్తి బాగా గుర్తుండి పోతాడు. ఇది కరచాలనాన్ని స్వీకరించిన వ్యక్తి వేళ్ళ మీదే కాదు మనసు మీద కూడా 'బలమైన' ముద్ర వేస్తుంది. బాగా దూకుడు స్వభావం కలిగిన వ్యక్తులు ఇలాంటి కరచాలనాలకు పెట్టింది పేరు.

ఎలాంటి ముందస్తు హెచ్చరికలు లేకుండా అవతలి వ్యక్తి మీద వెంటనే కరచాలనానికి 'పాల్పడి', అతని చేతుల్ని, ఎముకల్ని సున్నం చేసేసి, తద్వారా ఆ వ్యక్తి మనోస్థయిర్యం మీద కోలుకోలేని విధంగా దెబ్బతీయడం ఇలాంటి వారి నైజం. మీరు వాణిజ్య రంగంలో కృషి చేస్తున్న మహిళలైతే, సమావేశాలకు ముందు మీ కుడి చేతికి ఉంగరాల్ని ధరించడం మానేయండి. ఎందుకంటే మీకు ఎక్కడైనా 'బోన్-క్రషర్'లు ఎదురుపడి, మీ చేతిలో రక్తాన్నంతా పీల్చేసి, మిమ్మల్ని దిగ్భ్రాంతికి గురిచేసే ప్రమాదముంది మరి!

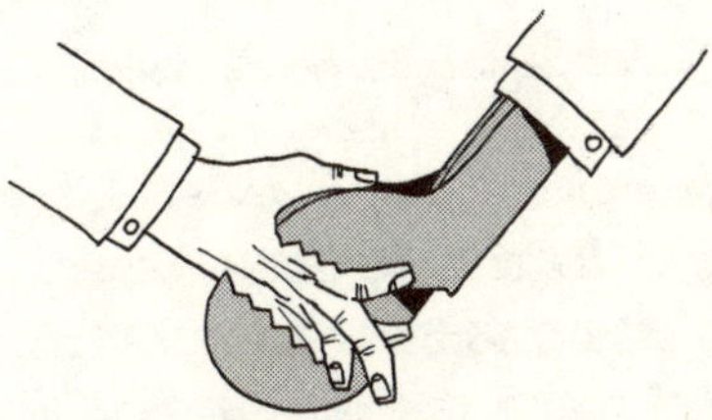

బోన్-క్రషర్ కరచాలనం

దురదృష్టవశాత్తూ ఇలాంటి కరచాలనాల్ని అవరోధించే మార్గాలేవీ లేవు. ఎవరైనా ఉద్దేశపూర్వకంగా బోన్-క్రషర్ కరచాలనమిచ్చినట్టు మీకు అనుమానం కలిగితే, ఆ విషయాన్ని 'అబ్బా, నా చెయ్యి నొప్పి పెడుతోంది! మీది ఉడుంపట్టు....' అంటూ అందరి దృష్టినీ ఆకర్షించేలా పెద్దగా అరవండి. దీంతో అలాంటి కరచాలనాలిచ్చే వ్యక్తి మళ్ళీ అలాంటి పొరపాటు చేయకుండా జాగ్రత్త పడతాడు.

## 4. వేలికొసల్ని పట్టుకోవడం

ఆదరణ : పదింట రెండు వంతులు

ఇలాంటి కరచాలనం సాధారణంగా స్త్రీ, పురుషుల మధ్య సంభవిస్తుంది. కరచాలనం చేయబోయి, పొరపాటున అవతలి వ్యక్తి చేతి వేళ్ళకొసల్ని పట్టుకుంటారు. ఎదుటి వ్యక్తి పట్ల అపారమైన ఆసక్తి ఉన్నప్పటికీ, కరచాలనమిచ్చే వ్యక్తి తన ఆత్మవిశ్వాసాన్ని పోగొట్టుకోవడం వల్ల ఇలాంటివి జరుగుతాయి. కొన్ని సందర్భాల్లో ఉద్దేశపూర్వకంగా వేలికొసల్ని పట్టుకుంటారు. దీని అర్థం ఏమిటంటే, అవతలి వ్యక్తిని సాధ్యమైనంత దూరంలో ఉంచడం. ఒక వ్యక్తి అవతలి వ్యక్తికి ఎంతదూరంలో నిలుచుంటే సావకాశంగా భావిస్తాడో ఆ దూరాన్ని వ్యక్తిగత ప్రదేశంగా గుర్తించాలి. వేలికొసల్ని పట్టుకుంటూ ఇచ్చే కరచాలనంలో ఈ వ్యక్తిగత ప్రదేశం కూడా కీలకమైన పాత్ర పోషిస్తుంది. ఇద్దరు వ్యక్తుల మధ్య వ్యక్తిగత ప్రదేశంలోని తేడాలు కూడా ఈ కరచాలనానికి కారణమవుతాయి. ఒక వ్యక్తి తాలూకు వ్యక్తిగత ప్రదేశం

రెండు అడుగులైతే, అవతలి వ్యక్తి తాలూకు వ్యక్తిగత ప్రదేశం మూడడుగులు ఉన్నట్టయితే, వీరిద్దరి చేతులు కలవడంలో కొంత ఇబ్బంది ఎదురవుతుంది. దాంతో వేలికొసల్ని పట్టుకుని కరచాలనం చేయాల్సి వస్తుంది.

వేలికొసల్ని పట్టుకుని కరచాలనమివ్వడం

మీకెప్పుడైనా ఇలాంటి అనుభవం ఎదురైతే, అవతలి వ్యక్తి కుడిచేతిని మీ ఎడమ చేతితో పట్టుకుని, దాన్ని మీ కుడి చేతి మీద ఉంచుకుని, చిరునవ్వుతో 'మళ్ళీ ప్రయత్నిద్దామా!' అని చెప్పండి. తరువాత చేతుల్ని ఊపండి. ఇలా చేయడం వల్ల మీ పట్ల అవతలి వ్యక్తిలో విశ్వసనీయత పెరుగుతుంది. తన పట్ల మీరెంతో ఆసక్తిని కనబరుస్తున్నారని, అందుకే మరోసారి సరైన కరచాలనానికి ప్రయత్నిస్తున్నారని అవతలి వ్యక్తి భావిస్తాడు.

### 5. స్టిఫ్ ఆర్మ్ థ్రస్ట్

ఆదరణ : పదింట మూడు వంతులు

అరచేతిని కిందికి చూపుతూ (పామ్ డౌన్ థ్రస్ట్) చేసే కరచాలనం లాగే 'స్టిఫ్ ఆర్మ్ థ్రస్ట్' కూడా అహంభావంతో కూడిన కరచాలనం. అవతలి వ్యక్తిని నిర్దిష్టదూరంలో ఉంచడానికి ఉద్దేశించిన కరచాలనమిది. మొరటు మనుషులు తమకు చాలినంత వ్యక్తిగత ప్రదేశాన్ని ఆక్రమించి, దాన్నుంచి ఇతరులను దూరంగా ఉంచడానికి ఇలా చేస్తుంటారు.

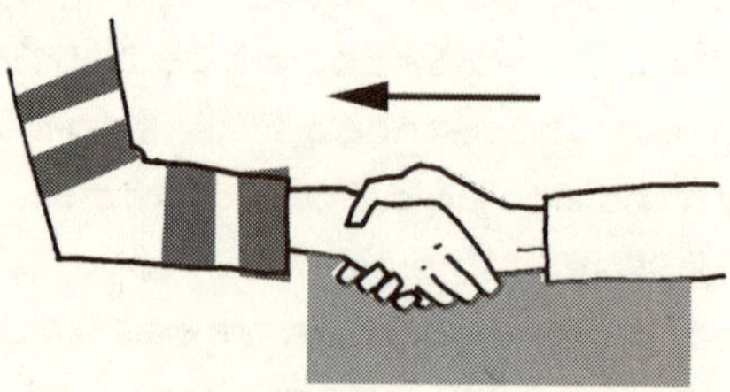

స్టిఫ్ ఆర్మ్ థ్రస్ట్

ఇలా కరచాలనం చేసే వ్యక్తులు మరింత ముందుకు వంగి, ఒక అడుగును ముందుకు వేసి కరచాలనం చేస్తారు.

## 6. సాకెట్ రెంచర్

ఆదరణ : పదింట మూడు వంతులు

అహంభావులు తరచూ వాడే కరచాలనమిది. దీన్నందుకున్న తరువాత కళ్ళ నీళ్ళు పెట్టుకోవడం తథ్యం. కొండొకచో ఎముకలు, చేతికీళ్ళు నజ్జవడం కూడా కద్దు. అవతలి వ్యక్తి కరచాలనం కోసం చేతిని చాపితే, ఆ చేతిని తన వ్యక్తిగత ప్రదేశంలోకి బలంగా లాగి, వెంటనే వెనక్కి నెట్టడం ఇందులో ఇమిడి ఉన్న కళ. తత్ఫలితంగా అవతలి వ్యక్తి తూలిపడి, ఇక అంతటితో ఆ సంబంధానికి స్వస్తి చెప్పడం ఖాయం.

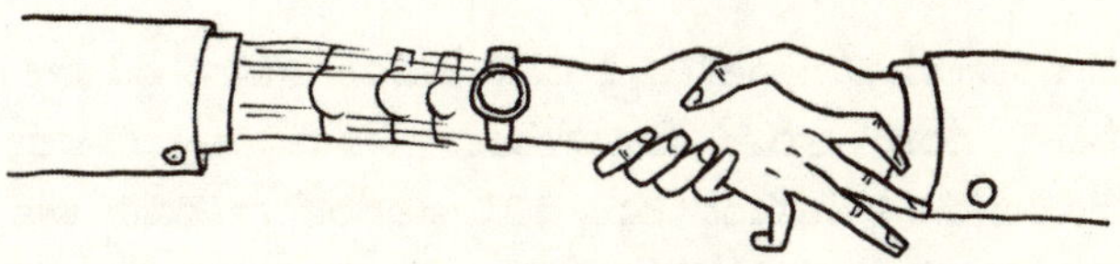

సాకెట్ రెంచర్ కరచాలనం

ఇలా అవతలి వ్యక్తిని తమ వ్యక్తిగత ప్రదేశంలోకి లాగడంలో మూడు విషయాలు దాగి ఉండవచ్చు. మొదటిది, తన వ్యక్తిగత ప్రదేశంలో తప్ప మరెక్కడా భద్రతని అనుభూతించలేనంతగా కరచాలనమిచ్చిన వ్యక్తి అభద్రతా భావంతో బాధపడుతూ ఉండవచ్చు. రెండోది, కాసింత చోటుంటే చాలు, దాన్నే వ్యక్తిగత ప్రదేశంగా భావించే సంస్కృతి నుంచి వచ్చిన వ్యక్తి అయి ఉండవచ్చు. మూడోది, అవతలి వ్యక్తి సమతౌల్యతని దెబ్బతీయడం ద్వారా అతనిపై నియంత్రణను సాధించాలన్న ఉద్దేశం కూడా దీనికి కారణం కావచ్చు.

## 7. పంప్ హ్యాండిల్

ఆదరణ : పదింట నాలుగు వంతులు

మొరటు వ్యక్తులు అవతలి వ్యక్తి చేతిని గ్రామాల్లో నీటి పంపుల్ని ఉపయోగించినట్టు ఉపయోగించడమే ఇది. ఎదుటి వ్యక్తి చేతిని బలంగా లాగి, అంతకంటే బలంగా వెనక్కి ఊపేయడమన్నమాట.

ఈ ఊపడమన్నది ఏడు సార్లయితే కొంతవరకు భరించవచ్చు. కానీ కొంతమంది చేతిని పట్టుకుంటే ఎంతసేపు ఊపేస్తారో తెలియదు. పంపు నుంచి నీటిని తోడడానికి ప్రయత్నించినట్టే ఉంటుంది వీరి వైనం.

పంపు హ్యాండిల్ లాంటి కరచాలనం

ఇలాంటి కరచాలనంలో అవతలి వ్యక్తి చేతిని ఊపడం ఆపేసిన తరువాత కూడా చాలా సేపటి వరకు అతను పారిపోకుండా ఆపడానికన్నట్టు అలా పట్టి ఉంచేసుకుంటారు. కొంతమంది తమ చేతిని బలవంతంగా వెనక్కి లాక్కోవడం కూడా కద్దు. భౌతికంగా మనం ఇతరులతో సంబంధంలో ఉన్నపుడు తప్పించుకోవడం అంత సులభం కాదు.

### 8. ముల్లంగి గుత్తినివ్వడం (డచ్ ట్రీట్)

ఆదరణ : పదింట రెండు వంతులు

ఇది కాస్త శాకాహార శైలితో కూడుకున్నది. దీనికి మూలాలు నెదర్లాండ్స్‌లో ఉన్నాయి. అక్కడ ఒక వ్యక్తికి 'ముల్లంగి గుత్తిని అందించినట్టుండే కరచాలనం' ఇవ్వడమన్నది సంప్రదాయం. ఇది ఇంచు మించు 'చచ్చిన చేప'లాంటి కరచాలనానికి దగ్గరి బంధువే అయినప్పటికీ, దానికన్నా కొంచెం స్థిరంగా, తేమ లేకుండా మరికాస్త జీవచైతన్యంతో కూడి ఉంటుంది.

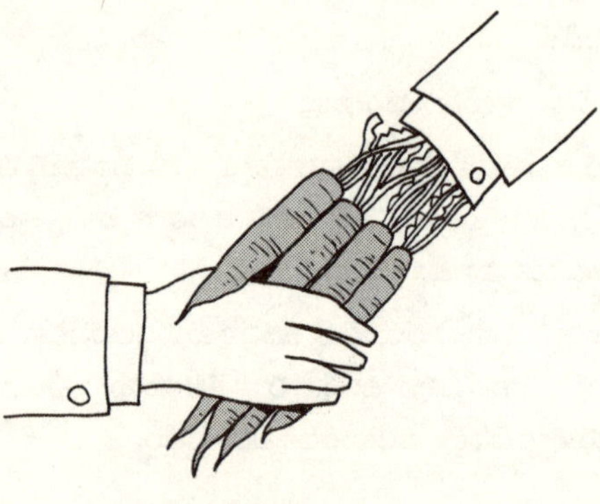

డచ్ ట్రీట్ కరచాలనం

దీన్నే నేటి యువతరం 'జిడ్డు పట్టిన మసిగుడ్డ' అంటూ వెక్కిరిస్తుంటారు. వాళ్ళ దృష్టిలో ఎంతటి అనాకర్షణీయమైందో దీన్ని బట్టే తెలుస్తోంది కదా!

## అరాఫత్ - రాబిన్ కరచాలనం

కింది ఫోటోగ్రాఫ్ 1993 లో వైట్‌హౌస్‌లో ఇజ్రాయిల్ ప్రధాని యాజిక్ రాబిన్, పాలస్తీనా చైర్మన్ యాసర్ అరాఫత్‌లు పరస్పరం కరచాలనం చేసుకుంటున్నప్పటి దృశ్యాన్ని చూపుతుంది. ఇది కేవలం వారి కరచాలనాన్నే కాక అనేక ఆసక్తికరమైన విషయాల్ని కూడా చెబుతోంది. వీరిద్దరి మధ్య నాటి అమెరికా అధ్యక్షుడు బిల్‌క్లింటన్ నిలబడి ఉన్నారు. ఫోటోగ్రాఫ్ మధ్యలో ఉండడం వల్ల ఆయన కీలకమైన స్థానంలో ఉన్నట్టే. వారిద్దరి కన్నా ఆయన పొడవుగా ఉండడంతో పాటు, అరచేతుల్ని తెరచి ఉంచే సంకేతాన్నిస్తున్నారు. పెదవుల్ని లోపలికి తీసుకుని, అర్ధచంద్రాకారపు చిరునవ్వును ప్రదర్శిస్తున్నారు. దీన్నిబట్టి ఆయన తన మానసికోద్వేగాన్ని ప్రదర్శించడానికో, లేదా నటించడానికో యత్నించాలని అర్థమవుతోంది.

రాబిన్ 'స్టిఫ్ ఆర్మ్ థ్రస్ట్'ని ఉపయోగిస్తూ, అరాఫత్ తనను ముందుకు లాగకుండా ఉండేలా జాగ్రత్త పడుతున్నారు. అలాగే అరాఫత్ చేతిని కొద్దిగా వంచి, రాబిన్‌ను తనవైపుకు లాక్కునే ప్రయత్నం చేస్తున్నారు.

ఇది చాలా ప్రసిద్ధి చెందిన ఫోటోగ్రాఫ్. ఇందులో రాబిన్, అరాఫత్‌లు ఇద్దరూ స్థిరంగా నిలబడేందుకు చేసిన ప్రయత్నం కూడా కనిపిస్తుంది. రాబిన్ ఫోటోగ్రాఫ్‌కి ఎడమ వైపున ఉన్నందున ఆధిక్యతా స్థానంలో నిలుచున్నారు. అలాగే స్టిఫ్ ఆర్మ్

థ్రస్ట్ కరచాలనాన్ని ఇవ్వడం ద్వారా అరాఫత్‌ని ఆయన వ్యక్తిగత ప్రదేశం నుంచి బయటకు లాగడానికి యత్నిస్తున్నారు. కానీ అరాఫత్ చేతిని వంచి, ఎదుటి వ్యక్తిని తన దగ్గరకు లాక్కునే ప్రయత్నం చేయడం ద్వారా రాబిన్ ప్రయత్నాన్ని అడ్డుకుంటున్నారు.

## క్లుప్తంగా....

ఎవరినైనా తొలిసారి ఎలా కలుసుకున్నామన్న విషయం చాలా మందికి జ్ఞాపకం ఉండదు. కానీ ఆ కలయికలోని తొలిక్షణాలే ఆ సంబంధం కొనసాగుతుందా లేదా అన్న విషయాన్ని నిర్ణయిస్తాయని మనలో చాలా మందికి తెలిసిన విషయమే. మీ స్నేహితులు, సహోద్యోగులతో సవ్యమైన కరచాలనాన్ని అభ్యాసం చేయండి. దీని వల్ల త్వరితగతిన సానుకూలమైన కరచాలనం ఇచ్చే పద్ధతి మీకు పట్టుబడుతుంది. అరచేతుల్ని సమాంతరంగా ఉంచుతూ ఎదుటి వ్యక్తి పట్టుతో సమానమైన పట్టును సాధిస్తూ ఇచ్చే కరచాలనమే పదికి పది శాతం సరైంది.

# అధ్యాయం 3

# చిరుహాస, దరహాసాల ఇంద్రజాలం

ప్రపంచంలో ఈ చిహ్నం
తిరుగులేని ఆదరణను ఎలా పొందింది?

బాబ్ ఆ గదినంతా కలియజూశాడు. చివరికి అతను అక్కడున్న ఒక అందమైన అమ్మాయితో చూపు కలిపాడు. ఆమె అతణ్ణి చూసి నవ్వినట్టనిపించింది. బాబ్ ఆ అవకాశాన్ని జారవిడుచుకోదలుచుకోలేదు. వెంటనే ఆమె దగ్గరికి వెళ్ళి మాట కలిపాడు. ఆమె పెద్దగా మాట్లాడలేదు, కానీ తన ముఖంలో నవ్వు మాత్రం చెరగలేదు. దాంతో బాబ్ ఎలాగైనా ఆమె దృష్టిని మరింతగా ఆకర్షించాలనుకున్నాడు. అంతలో అతని పాత స్నేహితురాలు అటూ ఇటూ తిరుగుతూ అతనికి దగ్గరగా వచ్చి, 'బాబ్ మరీ అంత కష్టపడకు.... ఆమె నిన్నొక పనికిరాని చెత్తకింద జమకట్టేసిందిలే...!' అంది. బాబ్‌కి తల తిరిగి పోయింది. తనని వలపు మాయలో కట్టిపడేసిన ఆ అందగత్తె వైపు మరోసారి చూశాడు. ఆమె ఇంకా అలాగే నవ్వుతోంది. మగవాళ్ళందరి లాగానే బాబ్‌కి కూడా పెదవులు విడివడకుండా వికసించే ఆ నవ్వులోని మర్మమేమిటో అంతుబట్టలేదు.

ఎవరినైనా కలుసుకున్నప్పుడు, 'కాస్త నవ్వు మొహంతో కనిపించు' అని లేదా 'ముత్యాల్లాంటి పళ్లని కాస్త కనిపించనీ' అని బామ్మలందరూ పిల్లలకి చెబుతుంటారు. ఎందుకంటే ఇలా నవ్వడం వల్ల ఇతరుల్లో అంతర్గతంగా తమ పిల్లలపట్ల మంచి అభిప్రాయాన్ని కలిగించవచ్చునని వాళ్ళకి తెలుసు కాబట్టి.

నవ్వుకు సంబంధించిన శాస్త్రీయ అధ్యయనం పందొమ్మిదో శతాబ్దపు ప్రథమార్థంలో ప్రారంభమైంది. ఫ్రెంచి శాస్త్రవేత్త గిలామీ డషెనె డి బౌలెనె విద్యుదుపకరణాల ద్వారా రోగనిర్ధారణ, ప్రేరణలను కలిగిస్తూ ఒక పరిశోధన

జరిపాడు. ఇతర కారణాల వల్ల వచ్చే నవ్వుల నుంచి స్వచ్ఛమైన నవ్వును వేరు చేసి అధ్యయనం చేశాడు. శిరచ్ఛేదనాలకు గురై మరణించిన వారి తలలను నిశితంగా పరిశీలించడం ద్వారా ముఖంలో కండరాల పనితీరును ఆయన తెలుసుకున్నాడు. ముఖంలోని కండరాలను పలురకాలైన నవ్వులకు అనుగుణంగా పలు కోణాల్లో, పలు విధాలుగా సాగదీశాడు. ఏయే కండరాల కదలికల వల్ల ఎలాంటి నవ్వులు పుడతాయో ఆయన అధ్యయనం చేశాడు. నవ్వుల్ని రెండు వర్గాలకు చెందిన కండరాలు నియంత్రిస్తాయని ఆయన తెలుసుకున్నాడు. వీటిలో *'జైగోమాటిక్ మేజర్'* వర్గానికి చెందిన కండరాలు ముఖానికి ఇరుప్రక్కలా కిందివైపున నోటికి అనుసంధానమై ఉంటాయి. *'ఆర్బిక్యులారిస్ అక్కులి'* అనే వర్గానికి చెందిన కండరాలు కళ్ళని వెనక్కి సాగదీసి, ముడుచుకునేలా చేస్తాయి. జైగోమాటిక్ మేజర్ కండరాలు నోటిని వెనక్కు లాగడం ద్వారా దంతాలు బయటకు కనిపించడానికి, చెక్కిళ్ళు వ్యాకోచించడానికి కారణమవుతాయి. అదే సమయంలో ఆర్బిక్యులారిస్ అక్కులి కళ్ళని ముడుచుకునేలా చేసి, కంటి చివర్లలో చర్మం ముడతలు పడడానికి దోహదపడతాయి. నవ్వుల్ని అర్థం చేసుకోవాలంటే ఈ కండరాల పనితీరును అర్థం చేసుకోవలసి ఉంటుంది. జైగోమాటిక్ మేజర్ కండరాల్ని ఉద్దేశపూర్వకంగా కదిలించవచ్చు, తద్వారా కపటపు నవ్వుల్ని చిందించవచ్చు. లేని సంతోషాన్ని, లేని ఆత్మీయతను ప్రదర్శించవచ్చు. కానీ ఆర్బిక్యులారిస్ అక్కులి కండరాలు కళ్ళ దగ్గర స్వతంత్రంగా వ్యవహరిస్తూ, నిజమైన అనుభూతికి, స్వచ్ఛమైన నవ్వుకు అద్దం పడతాయి. అందుకే నవ్వులోని నిజాయితీని తేల్చుకోవాలంటే మొదటగా కళ్ల దగ్గర ముడుతల్ని పరిశీలించాలి.

*సహజమైన నవ్వు కళ్ల చుట్టూ విలక్షణమైన ముడుతల్ని ఏర్పరుస్తుంది.*
*అసహజంగా నవ్వే వాళ్ళు కేవలం తమ నోటితోనే నవ్వుతారు.*

నిజమైన సంతోషంతో నవ్వే నవ్వు కేవలం పెదాల చివర్లని వెనక్కి లాగడమే కాదు, కళ్ల చుట్టూ ఉన్న కండరాలు సంకోచించేలా చేస్తుంది. సంతోషం కలగకపోయినా నవ్వే నవ్వు కేవలం పెదాలకే పరిమితమవుతుంది.

అబద్ధపు నవ్వులు నోటి చివర్లని మాత్రమే వెనక్కి లాగగలవు.
నిజమైన నవ్వులు నోటిని, కళ్లనీ కూడా వెనక్కి లాగుతాయి.

శాస్త్రీయమైన సాంకేతిక పదజాలాన్ని ఉపయోగించడం ద్వారా శాస్త్రవేత్తలు నిజమైన నవ్వుల్ని, అబద్ధపు నవ్వుల్ని పసిగట్టేస్తారు. ఈ సాంకేతిక పదజాలాన్ని 'ఫేషియల్ యాక్షన్ కోడింగ్ సిస్టమ్' (ఎఫ్ఎసిఎస్) అని పిలుస్తారు. దీనిని కాలిఫోర్నియా విశ్వవిద్యాలయానికి చెందిన ప్రొఫెసర్ పాల్ ఎక్మాన్, కెంటకీ విశ్వవిద్యాలయానికి చెందిన డాక్టర్ వాలస్ విఫ్రీజెన్‌లు రూపొందించారు. నిజమైన నవ్వులు మెదడులోని చైతన్యరహిత స్థితి నుంచి ఉద్భవిస్తాయి. అంటే అవి అప్రయత్నంగానే పుడతాయి. ఆనందం కలిగినప్పుడు మీ మెదడులో అనుభూతికి సంబంధించిన భాగానికి సంకేతాలు వెళతాయి. ఆ భాగం మీ నోటి కండరాల్ని కదిలించి, చెక్కిళ్లని వ్యాకోచింపజేసి, కళ్ళ దగ్గర ముడుతల్ని ఏర్పరచి, మీ కనుబొమల్ని కిందికి వంచుతుంది.

---

*'చీజ్' అనే పదాన్ని ఉచ్ఛరించమని ఫోటోగ్రాఫర్ మీకు చెప్పాడంటే*
*దానర్థం, జైగోమాటిక్ మేజర్ కండరాల్ని వెనక్కి లాగమనే,*
*కానీ అలాంటి ఆదేశాల వల్ల వచ్చే ఫలితం నకిలీ నవ్వు,*
*స్వచ్ఛమైన నవ్వుని ప్రతిబింబించలేని ఫోటోగ్రాఫు.*

---

కానీ కళ్ళ దగ్గర ముడుతలు ఏర్పడినంత మాత్రాన దాన్ని నిజమైన నవ్వుగా భావించరాదు. ఎందుకంటే నకిలీ నవ్వుల్లో కూడా ఇలా జరుగుతుంది. కళ్ళ దగ్గర ముడుతలతో పాటు, చెంపలు కూడా వ్యాకోచించడంతో అది స్వచ్ఛమైన నవ్వులాగే

భ్రమింపజేస్తుంది. కానీ ఇలాంటి అసహజమైన నవ్వుల్ని కొన్ని సంకేతాల ద్వారా కనిపెట్టవచ్చు. స్వచ్ఛమైన నవ్వులో కంటికీ, కనుబొమకూ మధ్య ఉన్న కండరం, రెప్ప మరింత లోపలికి ముడుచుకుంటాయి. కనుబొమ మరి కాస్త కిందికి వంగుతుంది.

## నవ్వు ఒక విధేయతా చిహ్నం

చిరునవ్వులు, దరహాసాలు ఒక వ్యక్తి ఆనందంగా ఉన్నాడనడానికి విశ్వవ్యాప్త చిహ్నాలు. పుట్టిన వెంటనే మనం ఏడుస్తాం. ఐదు వారాల తరువాత నవ్వడం మొదలు పెడతాం. నాలుగైదు నెలల ప్రాయంలో పెద్దగా నవ్వడాన్ని నేర్చుకుంటాం. పెద్దవాళ్ల దృష్టిని తమవైపు మళ్ళించడానికి ఏడుపు మంచి సాధనమని పిల్లలు భావిస్తారు. ఆ ఏడుపు పెరిగి పెద్దయ్యాక నవ్వులుగా విరబూస్తే మన దృష్టంతా ఆ పిల్లలమీదే ఉంటుంది. నవ్వు కేవలం ఆనందానికి సంకేతం మాత్రమే కాదని, అది ఇంకా లోతైన, ప్రాథమిక విషయాలకు సంబంధించిన విషయమని చింపాంజీల మీద ఇటీవల చేసిన పరిశోధనలో తేలింది.

కోపంతో ఉన్నపుడు కోతులు తమ కోరపళ్ళని బయటికి ప్రదర్శించడం ద్వారా తాము మీదపడి కొరికే ప్రమాదముందని హెచ్చరిస్తాయి. మానవుల్లో కూడా ఇలాంటి లక్షణాన్నే మనం చూడవచ్చు. కింది పెదవితో కింది దంతాల్ని కప్పేసి, దాన్ని లోపలికి మడవడం ద్వారా మనుషులు కోపాన్ని ప్రదర్శిస్తారు. చింపాంజీల నవ్వు రెండు విధాలుగా ఉంటుంది. ప్రత్యర్థి పట్ల విధేయతను ప్రదర్శిస్తూ నవ్వే నవ్వు - ఇందులో చింపాంజీ నోటి చివర్లని వెనక్కి లాగి, కింది దవడను ప్రస్ఫుటం చేయడం ద్వారా పళ్ళని బయటపెడుతుంది. ఇది ఇంచు మించు మనుషుల నవ్వును పోలి ఉంటుంది. ఈ రకమైన నవ్వును 'ఫియర్ ఫేస్' (భయంతో కూడిన ముఖకవళికలు) అంటారు.

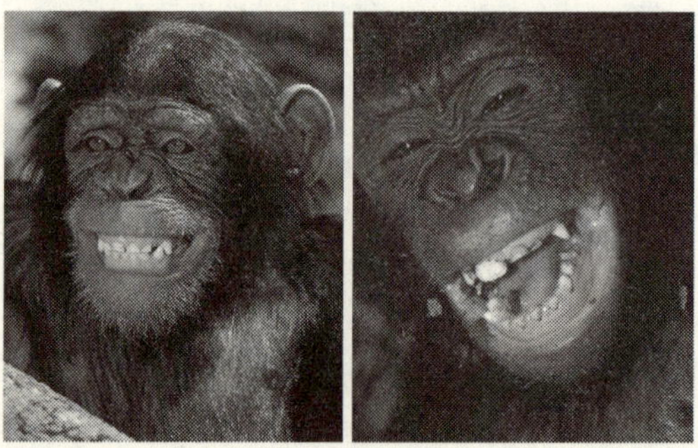

భయంతో కూడిన ముఖ కవళికల్ని ప్రదర్శిస్తున్న చింపాంజీ (ఎడమవైపున) ఆనందంతో కేరింతలు కొడుతున్న చింపాంజీ.

చింపాంజీల నవ్వులోని రెండో రకం ఇలా ఉంటుంది. దీనిని 'ప్లే ఫేస్' (ఆనందంతో విప్పారిన ముఖం) అని పిలుస్తారు. చింపాంజీ నోటి చివర్లని వెనక్కి లాగి, కళ్ళని పైకి లాగి, మనిషి బిగ్గరగా నవ్వినపుడు వచ్చే శబ్దాల్లాగా గొంతులో వింత వింత శబ్దాలు చేయడం ఈ నవ్వు లక్షణం. నిజానికి రెండు రకాల నవ్వులు విధేయతను ప్రదర్శించేవే. 'నా వల్ల నీకేమీ అపాయం లేదు. నేనే నీకు భయపడుతున్నాను చూడు!' అని 'ఫియర్ ఫేస్' చెబుతుంది, 'నా వల్ల నీకేమీ అపాయం లేదు, నేనొక పసిబిడ్డలాగా ఆడుకుంటున్నాను చూడు!' అని 'ప్లే ఫేస్' చెబుతుంది. కానీ ఇతరులపై దాడి చేయాలనుకున్నా ఇతరుల వల్ల గాయపడినా చింపాంజీ అదే ముఖాన్ని సాగదీస్తుంది. ఈ సందర్భంలో జైగోమాటిక్ మేజర్ కండరాలు నోటి చివర్లని సమాంతరంగా లేదా కింది వైపుగా వెనక్కి లాగుతాయి, కంటి కండరాల్ని ఆర్బిక్యులారిస్ కండరాలు కదపవు. అలాగే రద్దీగా ఉన్న రోడ్డు మీద బస్సు కింద పడబోయి, తృటిలో తప్పించుకున్న వ్యక్తి కూడా ఇలాంటి హావభావాల్నే ప్రదర్శిస్తాడు. ఎందుకంటే ఇది భయాన్ని సూచించే వ్యక్తీకరణ, కాకపోతే చావుతప్పి కన్ను లొట్టబోయిన తరువాత 'హమ్మయ్య, నేను చావును తప్పించుకున్నాను చూడు!' అనే సంకేతాన్నిచ్చే నవ్వుగా కూడా దీనిని పరిగణించవచ్చు.

ఇతర వానర సంతతిలో నవ్వు ఎలాంటి ప్రయోజనాలకు ఉద్దేశించిందో మానవుల విషయంలో కూడా అలాంటి ప్రయోజనాలకే ఉద్దేశితమైంది. నవ్వు ఎదుటి వ్యక్తికి మీరు ప్రమాదకరమైన మనిషి కాదని చెబుతుంది, మిమ్మల్ని వ్యక్తిగతస్థాయిలో ఆమోదించేలా అవతలి వ్యక్తిని నవ్వే ప్రేరేపిస్తుంది. వ్లదీమిర్ పుతిన్, జేమ్స్ కాగ్ని, క్లింట్ ఈస్ట్‌వుడ్, మార్గరెట్ థాచర్, చార్లెస్ బ్రన్సన్ వంటి ఆధిపత్య భావజాలం కల వ్యక్తులు నవ్వరు. నవ్వుకు దూరమైన వారి ముఖాలు చిరచిరలాడుతుంటాయి. వాళ్ళు ఎట్టి పరిస్థితుల్లోను విధేయులుగా ఉండడానికి ఇష్టపడరు.

కోర్టు గదుల్లో నవ్వుతూ క్షమాపణ అభ్యర్థించిన వారికి, నవ్వకుండా క్షమాపణ అభ్యర్థించిన వారికంటే తక్కువ జరిమానాను విధించినట్టు ఈ దిశగా నిర్వహించిన ఒక పరిశీలనలో వెల్లడైంది. కాబట్టి 'కాస్త నవ్వు మొహంతో కనిపించు' అన్న బామ్మ మాటలు సరైనవే.

'ఈ ముఖం ఏం చెబుతోంది, సంతోషాన్నా, విధేయతనా, లేక చీల్చి చెండాడుతాననా?'

## నవ్వు ఒకరి నుంచి ఒకరికి అంటుకుంటుంది, ఎందుకు?

నవ్వులో ఆసక్తికరమైన విషయం ఏమిటంటే, ఇతరుల్ని చూసి మీరు నవ్వినపుడు వాళ్ళు కూడా నవ్వుతూనే ప్రతిస్పందిస్తారు. చివరికి ఇద్దరూ నవ్వుల్ని నటించాల్సిన సందర్భమే అయినా సరే నవ్వుకు నవ్వే జవాబవుతుంది.

స్వీడన్‌లోని ఉప్పలా విశ్వవిద్యాలయానికి చెందిన ప్రొఫెసర్ ఉల్ఫ్ డింబర్గ్, మీ ముఖ కండరాల మీద చైతన్యరహిత స్థితిలో ఉన్న మీ మెదడు ఎలాంటి నియంత్రణను ప్రదర్శిస్తుందన్న విషయంపై ఒక ప్రయోగం జరిపారు. కండర కణజాలం నుంచి విద్యుత్ సంకేతాల్ని గ్రహించగల ఉపకరణాల సహాయంతో 120 మంది వలంటీర్లపై ఆయన ఈ ప్రయోగం చేశారు. వీళ్ళ ముఖ కండరాల పనితీరును గమనించే నిమిత్తం వాళ్ళు ఆనందంగా ఉన్నప్పుడు, కోపంగా ఉన్నప్పుడు తీసిన ఫోటోల్ని వాడారు. వాళ్ళు చూసిన విషయానికి ప్రతిస్పందిస్తూ కనుబొమల్ని ముడివేయాలని, చిరునవ్వులు చిందించాలని లేదా ముఖాల్ని భావరహితంగా ఉంచాలని వారికి సూచించారు. ఇలా చేస్తున్నపుడు కొన్ని సందర్భాల్లో వాళ్ళు ప్రదర్శించాల్సిన హావభావాలకు సరిగ్గా వ్యతిరేక హావభావాలు వారి ముఖాల్లో చోటు చేసుకున్నాయి. నవ్వుతూనే కనుబొమల్ని ముడివేయడం, లేదా కనుబొమల్ని ముడివేస్తూనే చిరునవ్వును ప్రదర్శించడం వంటివి జరిగాయి. ఈ ప్రయోగ ఫలితాలు వలంటీర్లకు తమ ముఖ కండరాలపై పూర్తి నియంత్రణ లేదనే విషయాన్ని స్పష్టం చేశాయి. కోపంతో ఉన్న ఒక వ్యక్తి చిత్రాన్ని చూసినపుడు కనుబొమలు ముడివేసినంత సులభంగా వాళ్ళు చిరునవ్వును ప్రదర్శించలేక పోయారు. తమ సహజ ప్రతిస్పందనల్ని నియంత్రించాలని ఈ వలంటీర్లు ప్రయత్నించినప్పటికీ, వారి ముఖకండరాల పనితీరు మాత్రం తద్విరుద్ధంగా పరిణమించింది. ఫోటోల్లో చూసిన హావభావాల్ని తిరిగి ప్రదర్శించకూడదని వారెంత ప్రయత్నించినప్పటికీ, అవే హావభావాలకు వాళ్ళు అద్దం పట్టారు.

మెదడులో ఇలా 'అద్దం' పట్టే న్యూరాన్ ఒకటి ఉందని ముఖాల్ని, కవళికల్ని గుర్తించడానికి ఇది ఉద్దేశితమైందని యూనివర్సిటీ కాలేజ్ ఆఫ్ లండన్‌కు చెందిన ప్రొఫెసర్ రూథ్ కాంప్బెల్ అభిప్రాయపడుతున్నారు. ఈ న్యూరాన్ ప్రభావం వల్లనే వ్యక్తులు తాము ఎదురుగా చూసిన దానిని అనుకరిస్తూ, అదే కవళికల్ని ప్రదర్శిస్తారని ఆయన నమ్మకం. మరో విధంగా చెప్పాలంటే, మన ప్రయత్నంతో నిమిత్తం లేకుండానే మనం చూసిన ముఖకవళికల్నే తిరిగి ప్రదర్శించడమన్నది యాంత్రికంగా జరిగిపోతుందన్నమాట.

దీనివల్లనే బాడీలాంగ్వేజ్‌కు సంబంధించిన ప్రతిస్పందనల్లో నవ్వడమన్నది ప్రధాన భాగమైంది, నవ్వాలన్న ఉద్దేశం మనకు లేకపోయినప్పటికీ నవ్వుతాం.

మీ పట్ల ఎదుటి వ్యక్తి దృక్పథం, అతను మీతో ప్రవర్తించే తీరుపై ఈ నవ్వు అపారమైన ప్రభావాన్ని చూపుతుంది.

---

మీరెంతగా నవ్వితే అంతగా ఇతరుల నుంచి
సానుకూల ప్రతిస్పందన లభిస్తుందని శాస్త్రీయంగా రుజువైంది

---

ముప్ఫై ఏళ్ళుగా అమ్మకాలు, తత్సంబంధిత రంగంలో మేము జరిపిన అధ్యయనం తగిన సమయంలో నవ్వడమన్నది ఇరువర్గాలకూ సానుకూల ఫలితాలను అందిస్తుందని స్పష్టం చేసింది. ఇద్దరు వ్యక్తులు లేదా రెండు కూటములు చర్చలకు ఉపక్రమించిన తొలిక్షణాల్లో ఎదుటివారి వ్యక్తిత్వం, స్వభావం, మనోభావాల్ని పరస్పరం బేరీజు వేసుకుంటారు. అలాంటి సమయంలో చర్చల్ని నవ్వుతూ సాదరంగా ఆరంభించినప్పుడు ఆ చర్చలు విజయవంతమవడమే గాక అమ్మకాల నిష్పత్తిలో కూడా గణనీయమైన అభివృద్ధి కనిపించింది.

## నవ్వు మెదడుపై చూపే ప్రభావమేమిటి?

జీవన గమనానికి అనువైన ఉపకరణంలా నవ్వు మానవ మస్తిష్కంలో ఇమిడి పోయింది. నవ్వుల అంతరార్థాన్ని కనిపెట్టడమంటే చాలా కష్టసాధ్యమైన పనే. ఎందుకంటే నవ్వు విధేయతకు చిహ్నం. మన పూర్వీకులందరూ దాన్ని సరిపోల్చుకోగలిగే నేర్పు ప్రదర్శించినపుడే జీవించగలిగారు. ఎదుటి వ్యక్తి నుంచి ప్రమాదం పొంచి ఉందా, లేదా అనే విషయాన్ని కనిపెట్టగల నైపుణ్యాన్ని ప్రదర్శించలేని సందర్భాల్లో వాళ్ళు మట్టిలో కలిసి పోయారు.

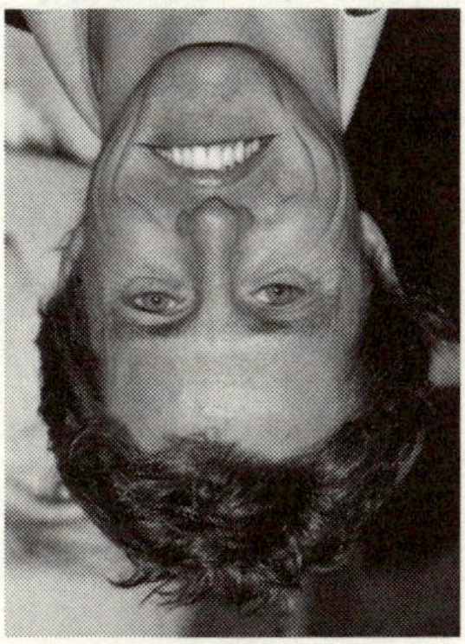

ఇతనెవరో పోల్చుకున్నారా?

ఈ ఫోటోగ్రాఫ్‌లో ఉన్నది ఆంగ్ల చలనచిత్ర నటుడు హ్యూగ్రాంట్ అని మీకు అర్థమైంది కదా! ఈ ఫోటోలో అతని ముఖ కవళికల గురించి వివరించమని కోరినపుడు చాలామంది హూగ్రాంట్ నవ్వును బట్టి అతను సంతోషంగా, ప్రశాంతంగా ఉన్నాడని చెప్పారు. అదే ఫోటోని తిరగేసి చూపిస్తే, మీకు దీనికి భిన్నమైన మానసిక అనుభూతి ఆ ఫోటోలో కనబడుతుంది.

మేమే గ్రాంట్ కళ్ళని, నవ్వుని ఫోటోగ్రాఫ్ నుంచి కత్తిరించి, తిరిగి అతికించడం ద్వారా ఇదిగో ఇలా భయంకరమైన ముఖకవళికల్ని ప్రతిఫలింపజేశాం. కానీ మీరు ఈ చిత్రాన్ని చూస్తున్నపుడు కూడా మీ మెదడు అందులోని నవ్వును పసిగడుతుంది. మీ మెదడు కేవలం ఈ ఒక్కపని మాత్రం చేసి ఊరుకోదు, అది తాను చూసిన నవ్వును ముఖంలోని అన్ని భాగాల నుంచి వేరు చేసి కూడా చూస్తుంది. నవ్వు మన మీద ఎంతటి శక్తివంతమైన ప్రభావాన్ని కలిగి ఉందో దీనిని బట్టి తెలుస్తోంది కదా!

## నకిలీ నవ్వును నేర్చుకోవడం

స్వచ్ఛమైన నవ్వును, కపటపు నవ్వును వేరు చేసి చూడగల నేర్పు చాలా మందికి ఉండదు. మనలో చాలామందికి ఎదుటి వ్యక్తి తమను చూసి నవ్వాడా, లేదా అన్నదే ప్రధానం తప్ప, ఆ నవ్వు కపటంతో కూడుకున్నదా లేక స్వచ్ఛమైనదా అనే విషయమే పట్టదు. నవ్వు నిరాయుధమైంది కాబట్టే మోసగాళ్ళకి అది పెట్టని అభరణమవుతుందని చాలా మంది తప్పుగా అర్థం చేసుకుంటారు. నవ్వుతూనే

గొంతులు కోసే వాళ్ళు ఉండవచ్చు. కానీ ఆ నవ్వు నిజమైన నవ్వు కాదు. ఉద్దేశపూర్వకంగా అబద్ధాలాడినపుడు వ్యక్తులు నవ్వవచ్చునని, అయినప్పటికీ ముఖ్యంగా పురుషులు అబద్ధాలాడినపుడు తక్కువగా నవ్వుతారని పాల్ ఎక్మాన్ చేసిన పరిశోధన స్పష్టం చేసింది. కుటిల మనస్కులు ప్రధానంగా నవ్వునే ఆయుధం చేసుకుంటారని జనబాహుళ్యంలో నమ్మిక ఉంది కాబట్టి, ఎంత తక్కువ నవ్వితే అంతగా ఎదుటివారిని తమ అబద్ధంతో నమ్మించవచ్చునని వీరు భావిస్తారు. అందుకే అబద్ధం చెప్పేటపుడు పురుషులు ప్రయత్నపూర్వకంగా తక్కువగా నవ్వుతారని ఎక్మాన్ అభిప్రాయం. స్వచ్ఛమైన నవ్వు కన్నా అబద్ధం చెప్పేటపుడు నవ్వే నవ్వు తొందరగా వస్తుంది. అదేదో ఆ మనిషి ముఖానికి తొడుగు ధరించి ఉన్నట్టుగా ఎక్కువసేపు అలా అతుక్కుపోయి కనిపిస్తుంది.

అబద్ధపు నవ్వు ముఖంలోని ఒక్కవేపు మాత్రమే బలంగా కనిపిస్తుంది, రెండో వేపు బలహీనంగా ఉంటుంది. ఎందుకంటే మెదడు ఆ నవ్వును రెండు వైపులా బలంగా కనిపించేలా చేయడానికి యత్నిస్తుంది. ముఖంలో హావభావాలకు సంబంధించి మెదడులో కుడివైపున ఉన్న సగం పనిచేస్తుంది. అది శరీరంలోని ఎడమవైపుకు సంకేతాల్ని అందిస్తుంది. ఫలితంగా అబద్ధపు అనుభూతులు ముఖంలో కుడివైపుకన్నా ఎడమవైపే ప్రస్ఫుటంగా కనిపిస్తాయి. అదే స్వచ్ఛంగా నవ్వినపుడు మెదడులోని కుడి, ఎడమ భాగాలు రెండూ ఒకే విధంగా స్పందించి, ముఖంలో రెండువైపులా సమతౌల్యంతో కూడిన కదలికల కోసం సంకేతాలిస్తాయి.

అబద్ధం చెప్పినపుడు ముఖంలోని ఎడమవైపున
కుడివైపున కన్నా బలమైన కదలికలు కనిపిస్తాయి.

## స్మగ్లర్లు అరుదుగా నవ్వుతారు

ఆస్ట్రేలియాలోకి కుప్పలు తెప్పలుగా వచ్చి పడుతున్న అక్రమ ఆయుధాలు, మాదక ద్రవ్యాల రవాణాను నివారించడానికి 1986లో ఆస్ట్రేలియన్ కస్టమ్స్ అధికారులు మా సహాయాన్ని కోరారు. వారి కోరిక మేరకు మేము ఈ నిషిద్ధ వస్తు రవాణాను అడ్డుకునే దిశగా ఒక కార్యక్రమాన్ని తయారుచేయాల్సి వచ్చింది. అబద్ధాలాడే వాళ్ళు అనవసరంగా, అతిగా నవ్వుతారని అంతవరకు అధికారులు భావించే వారు. కానీ దీనికి సంబంధించిన ఫిల్మ్‌ని విశ్లేషించిన తరువాత తేలిందేమిటంటే, ఉద్దేశపూర్వకంగా అబద్ధాలాడే వాళ్లు అబద్ధం చెబుతున్నపుడు కానీ, లేదా ఒత్తిడికి గురైనపుడు కానీ వారి నిజ సంస్కృతితో నిమిత్తం లేకుండా అరుదుగానే నవ్వుతారు లేదా అస్సలు నవ్వరు. అదే సందర్భంలో అమాయకులు, నిజాన్ని చెప్పే వాళ్ళు చీటికి మాటికి నవ్వుతారు. నవ్వడమన్నది విధేయతలోంచి పుట్టేది కాబట్టి అమాయకులు తమను ఎవరైనా అనుమానించినపుడు తమ నిజాయితీని విధేయతతో వ్యక్తం చేస్తారు. అదే మోసగాళ్ళు తమ అబద్ధాన్ని కప్పిపుచ్చుకోవడానికి నవ్వడాన్ని, ఇతర శరీర సంకేతాల్ని తక్కువగా ప్రదర్శిస్తారు. ఇది ఎలాంటిదంటే, ట్రాఫిక్‌లో ఉండగా మీ పక్కనే ఒక పోలీస్ వాహనం వచ్చి ఆగగానే, మీ తప్పు ఏమీ లేకపోయినప్పటికీ, పోలీసుల ఉనికి మిమ్మల్ని అపరాధ భావంలోకి నెట్టేయడంతో మీరు నవ్వడం మొదలుపెడతారు. పరిస్థితుల్ని బట్టి నకిలీ నవ్వును ఎంతగా నియంత్రించవచ్చునన్నది దీనినిబట్టి అర్థమవుతోంది.

## సాధారణ తరగతికి చెందిన ఐదు నవ్వులు

ఇక మీరు ప్రతిరోజూ చూసే నవ్వుల్లో సాధారణంగా ఎదురయ్యే నవ్వుల గురించిన వివరణకు ఉపక్రమిద్దాం.

### 1. పెదవులు విడివడకుండా నవ్వడం

ఈ రకమైన నవ్వులో పెదవులు ముఖంలోని రెండు చివర్లకూ ఒక సరళరేఖలాగా సాగుతాయి. పళ్ళు వెలుపలికి కనబడవు. అలా నవ్వుతున్న వ్యక్తి ఏదో రహస్యాన్ని దాస్తున్నారని, లేదా తన అభిప్రాయాన్ని, దృక్పథాన్ని చెప్పకుండా దాటేస్తున్నారన్నది ఈ నవ్వుకు అర్థం. మహిళలు ఇలాంటి నవ్వును ఎక్కువగా ఆశ్రయిస్తుంటారు. తమ అయిష్టతను వ్యక్తం చేయకుండా ఇలా నవ్వుతారు. కానీ ఇతర మహిళలు ఈ నవ్వులోని మర్మాన్ని వెంటనే కనిపెట్టేస్తారు. చాలామంది పురుషులు దీనిని అస్సలు గుర్తుంచుకోరు.

పెదవులు బిగించి నవ్వుతున్న ఈవిడ ఏదో రహస్యాన్ని దాస్తోంది.

ఉదాహరణకు ఒక మహిళ పెదవుల్ని బిగించి నవ్వుతూ, 'ఈవిడ తనకేం కావాలో తెలుసుకోవడంలో చాలా నైపుణ్యం కల మహిళ' అంటూ ఎవరినైనా ప్రశంసించిందనుకోండి. ఆవిడ నిజంగా ఆ మహిళ గురించి మనసులో 'ఈవిడకి అహంకారమెక్కువ...' అని అనుకుంటూనే అలా ప్రశంసిస్తుందన్నమాట. అలాగే పత్రికల మీద ప్రముఖ వాణిజ్యవేత్తల ముఖ చిత్రాల్ని గమనించండి. వారి ముఖం మీద కూడా ఇలాంటి పెదవులు విడివడని నవ్వే కనిపిస్తుంది. 'విజయ రహస్యాలన్నీ నా గుప్పెట్లో ఉన్నాయి, కనిపెట్టగలిగితే కనిపెట్టండి...' అన్న భావన ఆ నవ్వులో వ్యక్తమవుతుంది. దీనికి సంబంధించిన ఇంటర్వ్యూల్లో ఏ సూత్రాల్ని పాటించడం ద్వారా తాము ఆ విజయాన్ని సాధించామో చెప్పాలన్న తపనే తప్ప ఆ విజయ రహస్యాల గుట్టు విప్పాలన్న తాపత్రయం మాత్రం ఈ వ్యక్తుల్లో మచ్చుకు కూడా కనిపించదు. కానీ రిచర్డ్ బ్రన్సన్ విషయంలో ఇది కాస్త విరుద్ధంగా కనిపిస్తుంది. ఆయన మనస్ఫూర్తిగా నవ్వేస్తూ, తన విజయ రహస్యాల్ని పూసగుచ్చినట్టు చెప్పేస్తుంటారు. తన విజయ రహస్యాల్ని ఎవ్వరూ అనుకరించలేరన్న ధీమాతోనే ఆయన ఈ విధంగా చేస్తుంటారు.

చెరీ గర్భంతో ఉన్న విషయాన్ని చెప్పడానికి ఇష్టపడని టోనీబ్లెయిర్,
చెరీబ్లెయిర్ ఇదిగో ఇలా పెదవులు బిగించి గుంభనంగా స్పందించారు.

## 2. వంకర నవ్వు

ముఖంలో ఒకేసారి రెండు విరుద్ధ భావావేశాల్ని ప్రతిఫలింపజేసే నవ్వు ఇది. ముఖంలోని రెండువైపులా రెండు రకాలైన కవళికల్ని సృష్టిస్తుంది ఇది. కింద 'ఎ' బొమ్మలో చూపిన విధంగా మెదడులోని కుడివైపు భాగం ముఖంలోని ఎడమవైపున ఉన్న కనుబొమను పైకి లేపుతుంది. అలాగే ఎడమవైపున ఉన్న జైగోమాటిక్ కండరాలు, ఎడమ చెక్కిలి మరోరకమైన నవ్వుకు అద్దం పడతాయి. మెదడులోని ఎడమవైపు భాగం ఈ కండరాల్నే కిందికి లాగడంతో ముఖం మీద కుడివైపున కోపంతో కనుబొమ చిట్లించినట్టు అవుతుంది. ఈ బొమ్మకి మధ్యలో మీరొక అద్దాన్ని ఉంచినట్టయితే, అది రెండు విభిన్నమైన అనుభూతుల్ని ప్రదర్శిస్తుంది. అద్దంలో ఎడమవైపు ముఖం 'బి' బొమ్మలో మాదిరిగా మెత్తని నవ్వును ప్రదర్శిస్తే, కుడివైపు ముఖం కోపానికి అద్దం పడుతుంది.

ఎ                బి                సి

'వంకర నవ్వు' కు పాశ్చాత్య ప్రపంచం పెట్టింది పేరు. అక్కడ ఈ నవ్వు కేవలం 'వ్యంగ్యాన్ని' మాత్రమే ప్రతిఫలిస్తుంది.

## 3. కింది దవడని మరింత తెరిచి నవ్వడం

కింది దవడని పూర్తిగా తెరిచి నవ్వడం అన్నది అభ్యాసం వల్ల పట్టుబడుతుంది. ఇలా నవ్వుతున్నపుడు ఆ వ్యక్తి బిగ్గరగా నవ్వుతున్నట్టు, ఉల్లాసంగా ఉన్నట్టు కనిపిస్తాడు. 'బ్యాట్‌మ్యాన్'లో జోకర్, బిల్ క్లింటన్, హ్యూగ్రాంట్ వంటి వ్యక్తులకు ఇలా నవ్వడం బాగా ఇష్టం. ఎందుకంటే ఈ నవ్వుతోనే వాళ్ళు తమ అభిమానుల మనసును దోచేయగలరు. రాజకీయనాయకులైతే ఓట్లని కొల్లగొట్టగలరు.

కింది దవడని బాగా తెరిచి నవ్వడం ద్వారా
కళ్ళలో నవ్వుల్ని మెరిపింపజేసే ప్రయత్నం

కేవలం కింది దవడను మాత్రమే బాగా తెరిచి
నవ్వడం వల్ల లేని సంతోషాన్ని నటించడం

**4. వాలు చూపులు చూస్తూ గుంభనంగా నవ్వడం**

పెదవుల్ని బిగించి, తలను పక్కకి తిప్పడం లేదా, కిందికి వంచడం చేస్తూ కళ్ళని పైకెత్తి చూస్తూ నవ్వే నవ్వు ఇది. ఈ నవ్వు యవ్వనంలోకి అడుగుపెట్టిన వాళ్ళు నవ్వే నవ్వులా, ఉల్లాసంగా కాసింత గుంభనంగా ఉంటుంది. సిగ్గుతో కూడిన ఈ నవ్వు ప్రపంచంలో పురుషుల మనసును దోచేస్తుంది. సిగ్గుపడుతూ, వాలు చూపులు విసురుతూ మహిళలు నవ్వినపుడు అది పుంభావనను మరింత

ప్రోత్సహిస్తుంది. ఈ నవ్వు పురుషుల్లో స్త్రీలను సంరక్షించే, వారికి భద్రత కల్పించే బాధ్యతను మేల్కొలుపుతుంది. ప్రిన్సెస్ డయానా ఈ నవ్వుతోనే ప్రపంచ ప్రజల హృదయాలను కొల్లగొట్టారు.

డయానా ఇలా గుంభనంగా నవ్వుతూనే
స్త్రీ పురుషుల హృదయాల్ని గెలిచారు.

డయానా నవ్వు పురుషుల్లో ఆమెను రక్షించాలన్న భావనను రేకెత్తిస్తే, మహిళల్లో ఆమె పట్ల అభిమానాన్ని పెంచేది. స్త్రీ, పురుషుల సమాగమంలో మహిళలు ఇలా నవ్వినపుడు అది పురుషుల్ని బలంగా ఆకర్షించడం సహజం. పురుషుల్లో శృంగారాభిలాషను పెంచే ఇంద్రజాలం ఈ నవ్వులో దాగి ఉంది. అంతేగాక వాలుచూపుల్ని విసురుతూ, కవ్విస్తూ నవ్వే ఈ నవ్వు శృంగారానికి ఒక 'ఆహ్వాన' చిహ్నంలా కూడా మన్ననను పొందింది. ఇప్పుడు బ్రిటన్ రాకుమారుడు విలియమ్ కూడా ఇలాంటి నవ్వుల్నే రువ్వుతూ జనాకర్షణను పొందుతున్నారు. ఆయన అలా నవ్వినప్పుడల్లా ప్రజల మనస్సుల్లో డయానా జ్ఞాపకాలు మెదిలి, వారిలో విలియమ్ పట్ల అభిమానాన్ని మరింతగా పెంచుతున్నాయి.

**5. జార్జి డబ్ల్యు బుష్ నవ్వు**

అమెరికా మాజీ అధ్యక్షుడు జార్జి బుష్ ముఖంలో ఎప్పుడూ ఒక అసహజమైన నవ్వు తొణికిసలాడుతుంటుంది. అట్లాంటా, లూయీ విల్, మెంఫిస్, నాష్‌విల్, ఇంకా టెక్సస్‌లోని చాలా మటుకు ప్రాంతాల్లో మధ్యతరగతి ప్రజల్లో అన్ని విషయాలకీ తరచూ నవ్వడమన్నది పరిపాటి అని రే బర్డ్‌విస్టెల్ అభిప్రాయం. బుష్ టెక్సస్ ప్రాంతానికి చెందిన వ్యక్తి మిగతా అమెరికన్‌లతో పోలిస్తే, టెక్సస్ పౌరులు పదే పదే నవ్వుతుంటారు. ఫలితంగా టెక్సస్‌లో ఎవరైనా నవ్వకుండా

మూతి ముడుచుకుని కూర్చుంటే 'ఎవరి మీదైనా కోపమా?' అంటూ ప్రశ్నిస్తారు. అదే న్యూయార్క్‌లో ఇలా పదే పదే నవ్వుతుంటే 'అంత విచిత్రం ఏం కనిపించిందీ...' అంటూ ముక్కున వేలేసుకుంటారు. మరో మాజీ అధ్యక్షుడు జిమ్మీ కార్టర్ కూడా సదా నవ్వుతూనే ఉండేవారు. ఆయన దక్షిణాది ప్రాంతానికి చెందిన వారు. కార్టర్ నవ్వు ఉత్తరాదికి చెందిన అమెరికన్లలో 'మనకు తెలియనిదేదో ఈయనకు తెలిసి పోయింది' అనే కలవరాన్ని కలిగించేదట.

*నిరంతరం నవ్వుతూనే ఉండు, నీకేమైందోనని*
*అందరూ ఆశ్చర్యానికి గురవుతారు.*

## నవ్వు పరమౌషధమంటారు, ఎందుచేత?

హాయిగా మనస్ఫూర్తిగా నవ్వడమన్నది మీలో ఒక శాశ్వత భాగమైనప్పుడు మీ చుట్టూ స్నేహితులు చేరుతారు, మీ ఆరోగ్యం పదికాలాలు పదిలంగా ఉంటుంది, మీ ఆయుష్షు మరింతగా పెరుగుతుంది. మనం నవ్వినప్పుడు శరీరంలోని ప్రతి భాగం ఒకానొక సానుకూల ప్రభావానికి లోనవుతుంది. శ్వాసలో వేగం పెరుగుతుంది. దాని వల్ల మీ ఉదర వితానం, మెడ, కడుపు, ముఖం, భుజాలకు తగిన వ్యాయామం లభిస్తుంది. నవ్వడం వల్ల రక్తంలో ఆక్సిజన్ శాతం పెరుగుతుంది. దాని వల్ల రక్తప్రసరణ మెరుగుపడడంతోపాటు, చర్మపు ఉపరితలంలో రక్తకణాల్ని వ్యాకోచింపజేస్తుంది. అందుకే పెద్దగా నవ్వినపుడు వ్యక్తుల ముఖాలు ఎర్రబడతాయి. గుండె పనితీరును కూడా నవ్వు మెరుగు పరుస్తుంది. ధమనుల్ని వ్యాకోచింపజేస్తుంది. ఆకలిని పెంచుతుంది, శరీరంలోని క్యాలరీల్ని హరించి వేస్తుంది.

ఒక్కనిమిషంపాటు ఆగకుండా నవ్వితే శరీరానికి 45 నిమిషాలపాటు విశ్రాంతి లభిస్తుందని నాడీ శాస్త్రజ్ఞుడు హెన్రీ రూబెన్‌స్టీన్ తెలిపారు. స్టాన్‌ఫోర్డ్ విశ్వవిద్యాలయానికి చెందిన ప్రొఫెసర్ విలియమ్ ఫ్రై అభిప్రాయం ప్రకారం వంద నవ్వులు శరీరానికి పదినిమిషాలపాటు రోవింగ్ మెషీన్ మీద గడపడంతో సమానమైన వ్యాయామాన్ని అందిస్తాయి. వైద్యపరంగా చెప్పాలంటే నవ్వడమంటే ఒక యోగం, నవ్వలేకపోవడం ఒక రోగం.

*మనం ఎదిగేకొద్దీ వయసుతో పాటు మనలో జీవితం పట్ల బాధ్యత పెరుగుతుంది. ఒక యుక్తవయస్కుడు రోజుకు సగటున 15 సార్లు నవ్వితే, చిన్నపిల్లవాడు రోజుకు సగటున 400 సార్లు నవ్వుతాడు.*

## నవ్వుకు అంత ప్రాధాన్యమెందుకు?

సంతోషంగా లేకపోయినప్పటికీ ఎవరైతే నిరంతరం నవ్వుతూ ఉంటారో, వారి మెదళ్ళలో ఒక 'ఆనందసీమ' (హ్యాపీజోన్) తయారవుతుందని, మెదడులోని ఎడమ భాగంలో విద్యుత్తరంగాల కదలికలు పెరిగి ఆ భాగం ఉప్పొంగుతుందని శాస్త్రీయ పరిశోధనల్లో తేలింది. మాడిసన్‌లోని విస్కాన్సిన్ విశ్వవిద్యాలయానికి చెందిన మానసిక శాస్త్ర వైద్యవిభాగంలో అధ్యాపకునిగా ఉన్న రిచర్డ్ డేవిడ్సన్ 'నవ్వు' పై పలు పరిశోధనలు చేశారు. అందులో ఒక ప్రయోగానికి సంబంధించి కొంత మందిని ఇఇజి (ఎలక్ట్రోయెన్సెఫలోగ్రఫీ) యంత్రాలకు అనుసంధానం చేశారు. ఈ యంత్రాలు మెదడు పనితీరును పరిశీలిస్తాయి. ఇలా అనుసంధానం చేసిన తరువాత వారికి కొన్ని హాస్య ప్రధానమైన చలనచిత్రాల్ని చూపించారు. నవ్వడం వల్ల వారిలోని హ్యాపీజోన్స్ మరింత చురుగ్గా పనిచేయడాన్ని ఆయన గమనించారు. ఉద్దేశపూర్వకంగా నవ్వినప్పటికీ ఆ నవ్వులు మెదడును అసంకల్పిత సంతోషం దిశగానే నడిపిస్తాయని ఆయన నిరూపించారు.

నార్త్‌కరొలినా విశ్వవిద్యాలయంలోని మనస్తత్వశాస్త్ర విభాగానికి చెందిన అధ్యాపకుడు అర్నీ కాన్ మానసిక ఒత్తిడిని తగ్గించడంలో హాస్యం సానుకూల ప్రభావాన్ని చూపుతుందని కనుగొన్నారు. మానసిక ఆందోళనకు సంబంధించి ప్రాథమిక లక్షణాలు పొడసూపిన వ్యక్తుల ఆధారంగా ఆయన ఒక ప్రయోగం చేశారు. తాను పరిశీలించదలచుకున్న వ్యక్తుల్ని ఆయన రెండు బృందాలుగా విభజించారు. వారు మూడు వారాల పాటు కొన్ని వీడియోలను వీక్షించారు. హాస్య ప్రధానమైన వీడియోలను చూసిన బృందంలో మానసికంగా కొంత మెరుగుదల కనిపించింది. హాస్యమే లేని ఇతర వీడియోలను తిలకించిన మరో బృందం మానసిక స్థితి సాటి బృందంతో పోల్చినపుడు ఏమాత్రం మెరుగు పడలేదని తెలిసింది. అల్సర్ వ్యాధికి గురైన వ్యక్తులు, అల్సర్ లేని వ్యక్తులకన్నా ఎక్కువసార్లు భృకుటి ముడివేస్తారని కూడా ఆయన కనుగొన్నారు. మీకు ఇలా భృకుటిని ముడి వేసే అలవాటు కనుక ఉంటే మాట్లాడేపుడు నుదుటి మీద చేతిని ఉంచడం ద్వారా ఆ అలవాటు నుంచి బయటపడండి.

## నవ్వడం, మాట్లాడడం మనకు తప్ప, చింపాంజీలకు చేతకాదు ఎందుచేత?

వానర జాతితో పోలిస్తే మానవుల నవ్వు విభిన్నమైందని బాల్టిమోర్‌లోని మేరీల్యాండ్ విశ్వవిద్యాలయ మనస్తత్వ విభాగానికి చెందిన ప్రొఫెసర్ రాబర్ట్ ప్రొవిన్ అంటారు.

చింపాంజీల నవ్వు రొప్పడం లాంటిదే. శ్వాస తీసుకోవడం లేదా నిశ్వాసకు సంబంధించిన శబ్దం మాత్రమే అది. సంజ్ఞకు, శ్వాసకు మధ్య ఉన్న నిష్పత్తే ఇది. దీనివల్లనే వానరాలు మాట్లాడలేవు. మనుషులు చతుష్పాద జంతుదశను దాటి, నిటారుగా నిలుచుని, నడవడం ప్రారంభించిన తరువాత వారి శరీర పైభాగాలకు శరీరాన్ని మోసే పని తప్పింది. దాంతో శ్వాసపై వారికి నియంత్రణ ఏర్పడింది. ఫలితంగా మానవులు నిశ్వాసను భాషగాను, నవ్వుగాను మార్చే శక్తిని సంతరించుకున్నారు. చింపాంజీలకు కూడా ఒక భాష ఉండవచ్చు కానీ, దాన్ని భౌతిక శబ్దాలుగా మార్చే శక్తి మాత్రం వాటికి లేదు. నిటారుగా నిలుచుని, నడవడం వల్ల మానవులకు వారు చేసే శబ్దాల్ని, భాష, నవ్వులతో సహా యథేచ్ఛగా నియంత్రించే అవకాశం కలిగింది.

## నవ్వు పరమౌషధంగా ఎలా పనిచేస్తుంది?

నవ్వు శరీరంలోనే సహజమైన నొప్పి నివారుణులను, 'సంతోషంగా ఉన్నామన్న భావన'ను కలిగించే ఉత్ప్రేరకాల్ని ప్రేరేపించగలదు. వీటినే 'ఎండార్ఫిన్'లు అంటారు. వీటి వల్ల మానసిక ఒత్తిడి దూరమై, శరీరానికి స్వస్థత చేకూరుతుంది. నార్మన్ కజిన్స్ అనే వ్యక్తికి వెన్నుపూసకు సంబంధించి 'యాంకిలో స్పాండిలిటిస్' అనే వ్యాధి సోకింది. విపరీతమైన నొప్పులతో మరణించడం తప్ప మరో దారి లేదని డాక్టర్లు తేల్చేశారు. అప్పుడు నార్మన్ కజిన్స్ ఒక హోటల్ గదిని అద్దెకు తీసుకుని, 'ఎయిర్‌ప్లేన్', 'ది త్రీ స్టూజెస్' వంటి హాస్యభరిత చలన చిత్రాలన్నింటినీ ఒకదాని వెంట ఒకటిగా పదే పదే చూస్తూ, బిగ్గరగా నవ్వుతూ ఆరు నెలలు గడిపాడు. తరువాత అతనిని పరిశీలించిన వైద్యులు ఆశ్చర్యపోయారు. వైద్యానికి లొంగదనుకున్న అతని వ్యాధి పూర్తిగా నయమై పోయింది. తన అనుభవాన్ని ఉటంకిస్తూ కజిన్స్ 'అనాటమీ ఆఫ్ ఇల్‌నెస్' అనే పుస్తకాన్ని రచించారు. ఈ ఉదంతం ఆధారంగా ఎండార్ఫిన్ల ప్రభావంపై విస్తృత పరిశోధన ప్రారంభమైంది. మీరు నవ్వినప్పుడు మీ మెదడు నుంచి విడుదలయ్యే రసాయనాలనే ఎండార్ఫిన్లు అంటారు. రోగనిరోధక వ్యవస్థను పటిష్టం చేయడంలో శరీరంపై మార్ఫిన్, హెరాయిన్లవంటి మాదక ద్రవ్యాల ప్రభావాన్నే ఎండార్ఫిన్లు కలిగిస్తాయి. సదా సంతోషంగా ఉండే వ్యక్తులు ఎన్నడూ అనారోగ్యం బారిన పడకుండా ఉండడం, విచారగ్రస్తులు ఎల్లప్పుడూ ఏదో ఒక అనారోగ్యంతో బాధపడుతూ ఉండడం వెనుక కారణమిదే.

## కన్నీళ్ళొచ్చేదాకా కడుపుబ్బా నవ్వండి

నవ్వడం, ఏడవడం అన్నవి ఒకానొక మానసిక, భౌతిక దృక్పథానికి అనుసంధానమైన విషయాలే. మీరు గతంలో ఎవరో చెప్పిన జోకును ఇప్పుడు తలచుకున్నప్పటికీ, కితకితలు పెట్టినట్టు పకాలున నవ్వేస్తారు. ఎందువల్ల? జోకు విని ఇంతకాలమైనా అది మీకు నవ్వునెలా తెప్పించగలుగుతుంది? ఆ జోకు గుర్తుకు వచ్చిన వెంటనే మీ శరీరమంతా గిలిగింతలు పెట్టినట్టవుతుంది కదా?! ఎందుకంటే ఆ జోకు గుర్తుకు రాగానే మీ మెదడు ఎండార్ఫిన్లను విడుదల చేస్తుంది. అది ఏ స్థాయిలో ఉంటుందంటే, ఒకప్పుడు 'సహజాతి సహజంగా' మీరు నవ్వినప్పుడు విడుదలైన మోతాదులోనే. మాదకద్రవ్యాలకు బానిసలైన వ్యక్తులకు కూడా ఇలాంటి అనుభూతే అనుభవంలోకి వస్తుంది. జీవితంలోని కఠినమైన విషయాల్ని చూసి నవ్వలేని నిస్సహాయులు, బలహీన మనస్కులు, ఎండార్ఫిన్ల ప్రభావంతో వచ్చే నవ్వులాంటి అనుభూతి కోసం మాదకద్రవ్యాల్ని ఆశ్రయిస్తారు. అంతవరకు గూడుకట్టుకున్న మానసిక ఇబ్బందుల్ని ఆల్కహాలు బద్దలుకొట్టి, అతిగా నవ్వడం ద్వారా ఆ స్థానే ఎండార్ఫిన్లు విడుదల కావడానికి మార్గం సుగమం చేస్తుంది. మీరు గమనించే ఉంటారు, కాస్త సర్దుబాటు మనస్తత్వం కలిగిన వ్యక్తులు ఆల్కహాల్‌ను తీసుకున్నపుడు అతిగా నవ్వుతుంటారు, అదే విచారగ్రస్త మనస్తత్వం కలిగిన వ్యక్తులు మరింత విచారంగా మారిపోయి, కొన్నిసార్లు హింసాత్మక వైఖరిని ప్రదర్శిస్తుంటారు. దీనికంతటికీ కారణం ఆల్కహాలుకు ఉన్న గుణమే.

---

*ఆనందంతో ఉప్పొంగే వారికి సహజంగా కలిగే అనుభూతిని కృత్రిమంగా పొందేందుకే ఆల్కహాలు, మాదకద్రవ్యాల్ని తీసుకోవడం ద్వారా వ్యక్తులు ప్రయత్నిస్తుంటారు.*

---

'నవ్వు ముఖాల' పట్ల మనమెందుకు ఆకర్షితులవుతామంటే ఆ నవ్వు మన నాడీ వ్యవస్థపై ప్రభావం చూపడం వల్లనేనని పాల్ ఎక్మాన్ కనుగొన్నారు. ఎవరైనా నవ్వుతూ కనిపిస్తే, మనం కూడా బదులుగా నవ్వుతాం. దీనివల్ల మన శరీరంలో ఎండార్ఫిన్లు విడుదల అవుతాయి. మీ చుట్టూ విషాదంతో బాధపడే వ్యక్తులు ఉన్నట్టయితే మీరు కూడా ఆ విచారాన్ని, వారి దుఃఖాన్ని ప్రతిబింబిస్తూ, మానసికంగా కుంగిపోతారు.

విచారగ్రస్త వాతావరణంలో పనిచేయడమంటే
మీ ఆరోగ్యానికి ఎనలేని హాని చేసుకున్నట్టే.

## జోకుల ప్రభావమేమిటి?

జోకుల్లో మనం ముఖ్యంగా గమనించాల్సిన విషయం ఏమిటంటే, వాటి సారాంశ మంతా చిట్టచివరికి ఎవరో ఒకరు బాధపడడం, లేదా ఎవరికో ఒకరికి ఊహించని నష్టం కలగడం, ఆ కష్టనష్టాలు ఇతరులకు నవ్వు తెప్పించేవిగా ఉండడం. జోకుల్లో మనం ఊహించని మలుపు తొలుత మన మెదడును 'భయపెడుతుంది'. ఫలితంగా మనం నవ్వుతాం. ఈ నవ్వు, దాని తాలూకు శబ్దం ఎలాంటిదంటే చింపాంజీ ఇతరుల మీద దాడి చేయడానికి ముందు చేసే హెచ్చరికలాంటిదే. జోకు అన్నది 'నిజం' కాదని తెలిసినప్పటికీ మన నవ్వు ఎండార్ఫిన్లని విడుదల చేస్తుంది. అదేదో వాస్తవ విషయమన్నట్టు మనల్ని మత్తులో పడేస్తుంది. ఒకవేళ అదే 'వాస్తవ' విషయమైతే మనం ఏడుపు లంకించుకునే అవకాశం కూడా ఉంది! అప్పుడు కూడా మన శరీరం ఎండార్ఫిన్లని విడుదల చేస్తుంది. ఏడుపనేది నవ్వుకు కొనసాగింపే, అందుకే విపరీతమైన మానసిక అనుభూతులు రేకెత్తినపుడు, అంటే ఎవరి మరణాన్నయినా వ్యక్తి జీర్ణించుకోలేనపుడు ఆ విషాద వార్త విన్న వెంటనే అతను బిగ్గరగా నవ్వడాన్ని మనం చూస్తాం. వాస్తవం ఎదురైనప్పుడు నవ్వు ఏడుపుగా మారిపోతుంది.

దాడికి ముందు వానరాలు చేసే హెచ్చరికే
మనిషి నవ్వుకు మాతృక.

## నవ్వుల గది

అమెరికాలోని చాలా మటుకు వైద్యశాలలు 1980ల్లో 'లాఫ్టర్ రూమ్' (నవ్వుల గది) అనే ప్రతిపాదనకు తెరతీశాయి. నార్మన్ కజిన్స్ అనుభవాలు, డాక్టర్ పాచ్ ఆడమ్స్ పరిశోధనల ఆధారంగా ఆసుపత్రుల్లో ఒక గదిని కేటాయించి, అందులో జోక్స్ బుక్స్, హాస్యభరిత చలనచిత్రాలు, టేపుల్ని ఉంచడంతో పాటు, క్రమం తప్పకుండా విదూషకుల్ని అక్కడికి ఆహ్వానించి వారి చేత ప్రదర్శనలు ఏర్పాటు చేయడం వంటివి ఈ 'లాఫ్టర్ రూమ్' ప్రత్యేకతలుగా ఉండేవి. ప్రతిరోజూ రోగులు కనీసం అరగంట నుంచి గంట వరకు ఈ గదిలో గడపాలి. ఈ ప్రయోగం మంచి ఫలితాన్నే ఇచ్చింది. రోగుల అనారోగ్యం తగ్గుముఖం పట్టడమే కాకుండా, వాళ్ళు ఆసుపత్రిని సందర్శించాల్సిన అవసరాన్ని కూడా ఇది గణనీయంగా తగ్గించింది. నొప్పితో బాధపడే రోగులకు వాడే నొప్పి నివారిణుల శాతాన్ని కూడా ఇది తగ్గించింది. నొప్పిని భరించే శక్తిని కూడా రోగుల్లో పెంచింది. కాబట్టి వైద్యులు ఇకపై నవ్వును 'తీవ్రం'గా పరిగణించాల్సిందేనన్నమాట!

*కింద ఉన్న ఆకు రాలుతుంటే, పైనున్న ఆకు పకాపకా నవ్విందట!*

## అనుబంధాలకు అందమైన వారధులు నవ్వులే!

వ్యక్తిగతంగానో, ఏకాంతంగానో ఉన్నప్పటికంటే సమూహంగా ఉన్నప్పుడు ముప్పై రెట్లు అధికంగా నవ్వడం జరుగుతుందని రాబర్ట్ ప్రొవైన్ చెబుతారు. నవ్వు పూర్తిగా జోకులకు, హాస్యభరిత కథలకు మాత్రమే సంబంధించింది కాదు, దాని ప్రధానోద్దేశం వ్యక్తుల మధ్య అనుబంధాల్ని నిలబెట్టడమే. మన నవ్వుల్లో కేవలం పదిహేను శాతం మాత్రమే జోకులకు సంబంధించిందని ప్రొవైన్ అంటారు. మనుషులు ఒంటరిగా ఉన్నప్పటి కంటే ఇతరులతో కలిసి ఉన్నప్పుడే ఎక్కువగా నవ్వుతారని ఆయన జరిపిన పరిశోధనల్లో రుజువైంది. ఈ దిశగా ప్రొవైన్ జరిపిన పరిశోధనల్లో మూడు విభిన్న సందర్భాల్లో ఒక వీడియో టేపును ప్రదర్శించడం ద్వారా కొందరు వ్యక్తుల్ని పరిశీలించారు. ఒంటరిగా, ఒకే లైంగిక వర్గానికి చెందిన అపరిచిత వ్యక్తితో, ఒకే లైంగిక వర్గానికి చెందిన స్నేహితుడు/స్నేహితురాలితో ఉండగా ఈ పరిశీలన జరిగింది.

*మన నవ్వులో కేవలం 15 శాతం మాత్రమే జోకులకు సంబంధించింది, నవ్వనేది అనుబంధాలకు సంబంధించిన విషయం.*

ఈ పరిశోధనలో సరదా అయిన వీడియో క్లిప్‌ను చూడడంలో పైన పేర్కొన్న మూడు విభిన్న పరిస్థితుల్లోనూ వ్యక్తులు ఇంచుమించు ఒక్కలాగే ప్రతిస్పందించినప్పటికీ, వాళ్ళు ఒంటరిగా వీడియో క్లిప్‌ను తిలకించినప్పటి కంటే ఇతరులతో కలిసి చూసినప్పుడు ఎక్కువగా నవ్వారు. పరిచిత, అపరిచిత వ్యక్తులతో కలిసి వీడియో క్లిప్‌ను చూస్తున్నప్పుడు వ్యక్తులు ఎక్కువసేపు నవ్వగలిగారు. అదే ఒంటరిగా ఉన్నప్పుడు వాళ్ళు తక్కువసేపు నవ్వారు. సామాజికంగా వ్యక్తులు కలిసి పని చేస్తున్నపుడు ఎక్కువసేపు నవ్వుతారు. సందర్భం ఎంత స్థాయిలో సామూహికమైందో అంతకన్నా ఎక్కువస్థాయిలో తరచూ వ్యక్తులు నవ్వుతుంటారు. వారి నవ్వుకూడా దీర్ఘవ్యవధిలో కొనసాగుతుంది.

## నవ్వు మంచి ప్రచార సాధనం

యూనివర్సిటీ ఆఫ్ సిన్‌సినారిస్ కాలేజ్ ఆఫ్ బిజినెస్ అడ్మినిస్ట్రేషన్‌లో మార్కెటింగ్ విభాగానికి చెందిన ప్రొఫెసర్ కరేన్ మాక్లీట్ వస్తువుల తాలూకు వాణిజ్య ప్రకటనలకు హాస్యాన్ని జోడిస్తే అమ్మకాలు మరింతగా పెరుగుతాయని అంటారు. హాస్యాన్ని జోడించడం వల్ల ప్రచారకర్త మాటల్ని వినియోగదారులు సులభంగా నమ్ముతారని మాక్లీట్ కనుగొన్నారు. ఒకానొక ప్రముఖ వ్యక్తితో హాస్యభరితమైన ప్రకటనను తయారు చేయడం వల్ల వినియోగదారుల మనసును గెలుచుకోవడం సులభమంటారు మాక్లీట్.

## ఏడుపుగొట్టు ముఖం

పెదవుల్ని ఈ చివర్నుంచీ ఆ చివరిదాకా పై అంచులకు లాగడం మనం సంతోషంగా నవ్వుతున్నామనడానికి గుర్తు. కానీ దీనికి పూర్తి భిన్నంగా పెదవుల్ని రెండు చివర్ల దాకా కింది అంచులకు అంటే వంగినట్టు సాగదీయడం మన విచారానికి సంకేతం. దీన్నే 'డౌన్ మౌత్' వ్యక్తీకరణ అంటారు. కాస్త సరళంగా చెప్పుకోవాలంటే 'ఏడుపుగొట్టు ముఖం' అన్నమాట. విచారంతో, నిర్వేదంతో, ఆందోళనతో, కోపంతో, ఒత్తిడితో ఉండే వ్యక్తుల ముఖాలు ఇలా ఉంటాయి. దురదృష్టవశాత్తు జీవితాంతం ఇలాంటి ప్రతికూల అనుభూతులతోనే గడిపే

వ్యక్తుల ముఖాలు, పెదవులు కిందికి వాలి, వంగిపోయి శాశ్వతంగా ఏడుపుగొట్టు ముఖాలుగా మారతాయి.

ఇలాగే కొనసాగితే భవిష్యత్తులో అలాంటి విచార వదనం క్రమేపీ 'బుల్‌డాగ్' ముఖంలాగా కిందికి వేలాడుతుంది. ఇలాంటి వ్యక్తులకు దూరంగా ఉండాలని, వాళ్లు ఎదురైతే వాళ్ళ కళ్ళలోకి చూడకూడదని పరిశోధనలు చెబుతున్నాయి. ఒకవేళ ఏడుపుగొట్టు కవళికలు మీ ముఖంలోకి ప్రవేశిస్తున్నట్టు అనుమానం కలిగితే, నిరంతరం నవ్వడం ద్వారా ఆ ఉపద్రవాన్ని తప్పించుకోండి. లేకపోతే మీ ముఖం కూడా బుల్‌డాగ్ ముఖంలా తయారవుతుంది. ఎల్లప్పుడూ నవ్వు ముఖంతో కనిపిస్తే సానుకూల ఫలితాలు కూడా సంభవిస్తాయి. నవ్వుతూ ఉండడం వల్ల చిన్నపిల్లలు మిమ్మల్ని చూసి ఏదో క్రూర జంతువును చూసినట్టు భయపడే దురవస్థ కూడా ఉండదు.

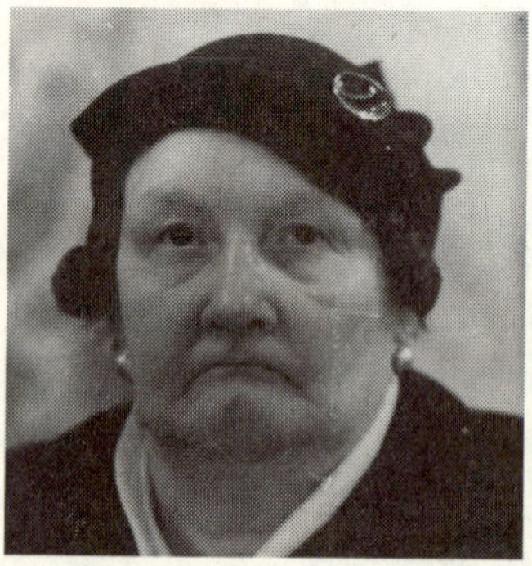

ఇలా ఉంటే మీ ముఖం శాశ్వతంగా ఏడుపుగొట్టు ముఖమై పోతుంది. ఇలాంటి ముఖాలు కనిపించగానే పక్కకు తప్పుకోవాలని మనకు అప్రయత్నంగానే అనిపిస్తుంది.

## మహిళలకు ఒక సలహా

తమకన్నా బలవంతులు, అధికుల సమక్షంలో బలహీనులు ఎక్కువగా నవ్వుతారని బోస్టన్ విశ్వవిద్యాలయానికి చెందిన మార్విన్ హెచ్. మరియన్నె లా ఫ్రాన్స్‌ల పరిశోధనలో తేలింది. సానుకూల, ప్రతికూల పరిస్థితుల్లో కూడా ఈ నవ్వు ఒక్కలాగే ఉంటుంది. అదే సందర్భంలో తాము అధికులమని భావించే వ్యక్తులు తమ కింది స్థాయి వ్యక్తులతో సానుకూల సందర్భాల్లో మాత్రమే నవ్వుతారని కూడా ఈ పరిశోధన తేల్చింది.

సామాజిక, వాణిజ్య సందర్భాల్లో పురుషుల కన్నా మహిళలే ఎక్కువగా నవ్వుతారని ఈ పరిశోధన చెబుతోంది. దీనివల్ల మహిళలు అస్సలు నవ్వని పురుషుల సమక్షంలో దుర్బలురుగాను, విధేయులైన వ్యక్తులుగాను కనిపిస్తారు. చారిత్రక దృక్పథంతో పరిశీలిస్తే మహిళల్ని పురుషుల కన్నా కిందిస్థాయి వ్యక్తులుగానే సమాజం గుర్తించడంవల్ల స్త్రీలలో ఇలా పదే పదే నవ్వే గుణం పరిపాటైందని ఒక అధ్యయనం చెబుతోంది. కానీ ఆడపిల్లలు ఎనిమిది నెలల వయసు నుంచే మగపిల్లల కన్నా ఎక్కువగా నవ్వుతారని, కాబట్టి పదే పదే నవ్వడం ఆడవాళ్లకు సహజంగా అబ్బిన కళే తప్ప ఉద్దేశపూర్వకంగా నేర్చుకున్నది కాదని మరో అధ్యయనం అంటోంది. పరిణామ క్రమంలో మహిళలు శాంతమూర్తులుగాను, పాలిచ్చి పెంచే పోషకులుగాను ఎదగడం వల్ల కూడా పదే పదే నవ్వడమన్నది వారికి సహజ లక్షణమైందని కూడా భావించవచ్చు. అంతమాత్రం చేత మహిళలు పురుషుల్లాగా ఆదేశాత్మక పాత్రల్ని, బాధ్యతల్ని నిర్వహించలేరని అర్థం కాదు, కానీ పదే పదే నవ్వడమన్నది వారిలోని అధికారయుత ప్రవర్తనని కప్పిపుచ్చి, బలహీనులుగా కనిపించేట్టు చేస్తుంది.

*పదే పదే నవ్వడమన్నది మహిళల మెదడులో ఒక అంతర్భాగమైన విషయం.*

మహిళల నవ్వు వారి పాలిట 'శాంతమూర్తుల'న్న బిరుదులాంటిదేనని, అది శక్తివంతమైన పురుషుణ్ణి కూడా లోబరుచుకోగలదని 'యుసిఎల్ఎ' కి చెందిన సామాజిక మానసిక శాస్త్రవేత్త డాక్టర్ నాన్సీ హెన్లీ అభివర్ణించారు. సామాజిక సందర్భాల్లో మహిళలు తమ సమయంలో 87 శాతాన్ని నవ్వడానికి వెచ్చిస్తే, పురుషులు 67 శాతాన్ని మాత్రమే నవ్వడానికి వెచ్చించారు. అదే సమయంలో పురుషులు నవ్వినపుడు 26 శాతం మంది మహిళలు ప్రతిస్పందిస్తూ నవ్వారు. దీనికి సంబంధించిన ఒక ప్రయోగంలో 15 మంది మహిళల ఫోటోల్ని ఉపయోగించారు. ఈ ఫోటోల్లో విచార వదనాలతోనూ, సంతోషం విప్పారిన ముఖాలతోనూ, భావరహితమైన ముఖాలతోనూ ఆ మహిళలు కనిపించారు. ప్రయోగం నిమిత్తం ఈ ఫోటోల్ని 257 మంది వ్యక్తులకు చూపించారు. ఫోటోల్లో కనిపిస్తున్న మహిళల్లో ఎవరు ఆకర్షణీయంగా ఉన్నారో చెప్పాలని వీరిని అడిగారు. విచార వదనాలతో ఉన్న మహిళల్ని అనాకర్షణీయ వ్యక్తులుగాను, భావరహితంగా ఉన్న మహిళలు ఏదో విచారంలో మునిగి ఉన్నారని వారు పేర్కొన్నారు. అదే సమయంలో భావరహితంగా ఉన్న పురుషుల ఫోటోల్ని చూసి అది ఆ ఫోటోల్లోని

ఆధిక్యతకు చిహ్నంగా కూడా పేర్కొన్నారు. దీనంతటి సారాంశంగా చెప్పదలచుకున్న దేమిటంటే, వాణిజ్య సమావేశాల్లో ఆధిక్యతా భావజాలం కలిగిన పురుషుల సమక్షంలో మహిళలు ఎంత తక్కువగా నవ్వితే అంత మంచిది. లేదా పురుషుడు ఏ స్థాయిలో నవ్వుతాడో అదే స్థాయిలో ప్రతిస్పందిస్తే చాలు. పురుషులు కూడా మహిళలతో అవగాహన పెంచుకోవాలనుకుంటే అన్ని సందర్భాల్లోనూ సాధ్యమైనంత మేరకు నవ్వుతూ కనిపిస్తే మంచిది.

## ప్రేమబంధంలో నవ్వే అందం

స్త్రీ పురుషుల మధ్య ప్రేమైక సమాగమాల్లో కూడా మహిళలే ఎక్కువగా నవ్వుల్ని చిందిస్తారని రాబర్ట్ ప్రొవైన్ కనుగొన్నారు. ఇలాంటి సందార్భాల్లో వారిద్దరి సంబంధం ఎంతటి పటిష్టమైందో చెప్పడానికి నవ్వే కొలమానం. ఇంకాస్త సరళంగా చెప్పాలంటే అతడు ఆమెను ఎంతగా నవ్విస్తాడో, ఆమెను అతను అంతగా ఆకర్షిస్తాడు. ఇతరులను నవ్వించడమనే ఆధిక్యతా లక్షణాన్ని పురుషుల్లోని పుంభావనకు చిహ్నంగా స్త్రీలు భావిస్తారు, పురుషులు స్త్రీలలోని విధేయతను ఇష్టపడతారు. కాబట్టి నవ్వు వారిద్దరి మధ్య బలమైన వారధి అవుతుంది. విధేయుడైన వ్యక్తి తన కన్నా అధికుడైన వ్యక్తిని, తన పై అధికారిని మెప్పించడానికి ఎక్కువగా నవ్వుతాడని, అదే సందర్భంలో ఆధిక్యతా భావజాలం కలిగిన వ్యక్తి తాను నవ్వకుండా తన అధికారాన్ని కాపాడుకుంటూనే తన విధేయుల్ని నవ్విస్తాడని ప్రొవైన్ తెలుసుకున్నారు.

మహిళలు తమను ఆకర్షించిన పురుషుల్ని చూసి నవ్వుతారని, తమవైపు చూసి నవ్విన మహిళల పట్ల పురుషులు ఆకర్షితులవుతారని అధ్యయనాలు చెబుతున్నాయి.

పురుషుల్లో మహిళల్ని ఆకర్షించే గుణాల్లో హాస్యప్రియత్వానికే ప్రథమ తాంబూలమని దీనిని బట్టి అర్థమవుతోంది కదా! ఒక మహిళ పురుషుణ్ణి గురించి చెబుతూ, 'అతనెంత చిలిపివాడంటే, రాత్రంతా మేమిద్దరం నవ్వుతూనే గడిపేశాం...' అని చెప్పిందంటే, రాత్రంతా తాను నవ్వుతూ గడిపానని, అతను రాత్రంతా తనను నవ్విస్తూ గడిపాడని అర్థం.

పురుషుని దృష్టిలో ఒక మహిళ మంచి హాస్య ప్రియురాలంటే, ఆమె చక్కగా జోకులు చెప్పగలదని అర్థం కాదు, తాను చెప్పిన జోకులకు ఆమె నవ్వుతూ ప్రతిస్పందించగలదని అర్థం.

కాస్త లోతుగా ఆలోచిస్తే, హాస్య ప్రియునిగా ఉండడం ఎంతటి ప్రధానమైన విషయమో గ్రహించిన పురుషులు తమ సమయంలో ఎక్కువ భాగాన్ని ఇతరులను నవ్వించడంలో సాటి పురుషులతో పోటీ పడుతూ, తమ స్థానాన్ని కాపాడుకోవడానికి ప్రయత్నిస్తారని అర్థమవుతోంది. చుట్టూ మహిళలు ఉండి, వాళ్ళు పురుషులు వేసే జోకులకు నవ్వుతున్న సందర్భంలో ఒక పురుషుడు ఛలోక్తులు పేలుస్తూ, అందరి దృష్టినీ ఆకర్షిస్తుంటే అక్కడున్న ఇతర పురుషులు తాము విఫలమైనట్టుగా బాధపడుతారు. సాటి పురుషుడు జోకులు చెప్పడంలో అందె వేసిన చెయ్యి అని ఒప్పుకోవడానికి ఇష్టపడని వ్యక్తులు అలా జోకులు చెప్పే వ్యక్తిని పనికిమాలిన వాడిగానూ, అలా చెప్పడానికి పెద్దగా చిలిపితనం అవసరం లేదని అంటూంటారు. నిజానికి అలాంటి వ్యక్తి చుట్టూ చేరి మహిళలు నవ్వుల్లో మునిగి తేలుతున్నప్పటికీ వారు దీన్ని గొప్ప కళగా అందరి ముందూ ఒప్పుకోరు. పురుషులు అర్థం చేసుకోవలసిన విషయం ఏమిటంటే, చాలా మంది మహిళల దృష్టిలో హాస్య ప్రియత్వం కలిగిన పురుషులే ఆకర్షణీయంగా కనిపిస్తారు. అదృష్టవశాత్తూ, హాస్యప్రియత్వాన్ని అభ్యాసం ద్వారా అవలీలగా సొంతం చేసుకోవచ్చు.

ఒక మహిళ దృష్టిలో పురుషుడు ఎలా కనిపిస్తాడంటే : ఎడమ వైపున ఫోటోలో ఉన్న వ్యక్తిని చూసి మహిళ అతను తనను ఎన్నటికీ నవ్వించలేడని భావిస్తుంది. మహిళకు తనను నవ్వించిన పురుషుడు కుడివైపున ఫోటోలో ఉన్న వ్యక్తిలా కనిపిస్తాడు.

## క్లుప్తంగా...

ఎదుటి వ్యక్తిని చూసి మీరు నవ్వినప్పుడు అతను కూడా బదులుగా నవ్వుతాడు. తత్ఫలితంగా కార్యకారణ సంబంధం వల్ల మీ ఇద్దరిలో సానుకూల అనుభూతులు చిగురిస్తాయి. నవ్వడాన్ని ఒక అలవాటుగా మార్చుకుంటే ఎన్నో పరిచయాలు సున్నితంగా, చిరకాలం కొనసాగుతాయని, మరింత సానుకూల ఫలితాల్ని ఇస్తాయని, అనుబంధాలు మరింతగా బలపడతాయని అధ్యయనాలు రుజువు చేస్తున్నాయి.

చిరుహాసాలు, దరహాసాలు రోగనిరోధక వ్యవస్థని పటిష్టం చేసి, తద్వారా శరీరాన్ని రోగాల బారిన పడకుండా కాపాడుతాయని, శరీరానికి వైద్యం చేసే భిషక్కులవుతాయని, భావాల్ని సులభంగా ప్రచారం చేసే శక్తివంతమైన ప్రకటనలవుతాయని, మంచి ఉపాధ్యాయులవుతాయని, మరింత మంది స్నేహితుల్ని మీకు చేరువ చేస్తాయని, మీ ఆయుఃప్రమాణాన్ని మరింత పెంచుతాయని చెప్పడానికి చాలినన్ని రుజువులున్నాయి. నవ్వు స్వస్థత చేకూరుస్తుంది.

# అధ్యాయం 4

# చేతులు చెప్పే సంగతులు

కటి ప్రాంతానికి దిగువ భాగాన్ని ఇలా రెండు చేతులతో కప్పి ఉంచుకోవడం మగవాళ్ళకి ఆపత్సమయంలో ఆత్మరక్షణ భావనను కలిగిస్తుంది.

## చేతులే రక్షణ కవచాలుగా...

ప్రమాదం ముంచుకొచ్చిందనగానే ఆత్మరక్షణలో భాగంగా దేని వెనుకనైనా దాగడం అన్నది మనకు పసితనం నుంచి తెలిసిన ఒక సాధారణ ప్రతిస్పందన. చిన్న పిల్లలుగా ఉన్నప్పుడు ఏదైనా భయపెట్టే పరిస్థితి ఎదురైనప్పుడల్లా మనం టేబిళ్ళు, కుర్చీలు, బెంచీలతో పాటు అమ్మకొంగు చాటున కూడా దాక్కునే వాళ్ళం కదా! పెరిగి పెద్దవాళ్ళమయ్యే కొద్దీ ఇలా దాక్కునే లక్షణం మరింత నాజూకు తనాన్ని సంతరించుకుని ఆరేళ్ళ వయసు వచ్చేటప్పటికి ఇలా కుర్చీల వెనుక, బెంచీల వెనుక దాక్కోవడం మరీ చిన్నతనంగా భావిస్తాం. దాంతో అప్పటినుంచి ఏదైనా ప్రమాదకర పరిస్థితికి లోనైనప్పుడు మన రెండు చేతుల్నీ ఛాతీ మీదుగా ముడుచుకోవడాన్ని ఆత్మరక్షణ చర్యగా అలవాటు చేసుకుంటాం. మరి కొంత ఎదిగాక అంటే యుక్తవయస్కులమైన తరువాత గుండె మీద చేతుల్ని వేసుకునే అలవాటును కొంత సడలించి, కాళ్ళను ఒకదానిమీద మరొకటి ముడుచుకోవడాన్ని మొదలు పెడతాం. మనలో ఆత్మరక్షణ తాలూకు సంకేతాలు ఇలా క్రమపరిణామం చెందుతాయన్నమాట.

ఎదిగేకొద్దీ భయపడినప్పుడు గుండె మీద చేతులు వేసుకున్నట్టు ఇతరులకు తెలియడాన్ని మనం ఇష్టపడం. దానివల్ల చేతుల్ని మడుచుకునే అలవాటును బయటివారికి కనిపించకుండా దాచేస్తాం. కానీ అలా ప్రయత్నించే కొద్దీ ఈ లక్షణం మనలో మరింత బలపడుతుంది. ఒక చెయ్యి లేదా రెండు చేతులతో ఛాతీని కప్పి ఉంచడమంటే ఏదైనా అవాంఛనీయ పరిస్థితి, ప్రమాదం నుంచి మనల్ని మనం కాపాడుకునేందుకు రక్షణ కవచాన్ని నిర్మించుకోవడమన్నమాట. ఇది అప్రయత్నంగా జరిగే చర్య. గుండె, శ్వాసకోశాల మీద చక్కగా చేతుల్ని మడుచుకోవడమంటే శరీరంలోని అత్యంత ప్రధానమైన ఈ భాగాలకు ఎలాంటి హాని వాటిల్ల కూడదన్న ముందు జాగ్రత్త చర్యను తీసుకోవడమే. కాబట్టి ఛాతీ మీద చేతుల్ని మడుచుకోవడమన్నది ఒక సహజ లక్షణం. కోతులు, చింపాంజీలు కూడా ఏదైనా ప్రమాదమెదురైనప్పుడు ఇలాగే ప్రవర్తిస్తాయి. ఒక విషయాన్ని స్పష్టంగా చెప్పుకోవాలి : ఏదైనా ఇబ్బంది, ప్రమాదం ఎదురైనప్పుడు లేదా ఆత్మరక్షణ అవసరమని భావించినప్పుడు ఒక వ్యక్తి ఛాతీ మీద చేతుల్ని మడుచు కుంటాడు. అది తాను ప్రమాదంలో ఉన్నానన్న భావనకు వ్యక్తీకరణే.

## చేతుల్ని మడుచుకోవడం ప్రమాదకరమా?

'ఛాతీ మీద చేతుల్ని మడుచుకోవడం' అనే విషయంపై అమెరికాలో కొన్ని అధ్యయనాలు జరిగాయి. వీటి ఫలితాలు మాత్రం చాలా ఆందోళనకరమైన నిజాల్ని వెలికి తెచ్చాయి. వీటిలో ఒక పరిశోధన నిమిత్తం, కొంతమంది వ్యక్తుల్ని ఒక బృందంగా ఏర్పరచి, కొన్ని ఉపన్యాసాల్ని వినాల్సిందిగా కోరారు. అలా వినేటప్పుడు ప్రతి వ్యక్తీ చేతుల్ని, కాళ్ళని మడుచుకోకుండా స్వేచ్ఛగా వదిలి, ప్రశాంతంగా ఉపన్యాసాల్ని వినాలని చెప్పారు. ఇలా ఆ ఉపన్యాసాలన్నీ ముగిసిన తరువాత ప్రతి వ్యక్తి తాను విన్న ఉపన్యాసాన్ని ఏ మేరకు గుర్తుపెట్టుకోగలిగిందీ, విన్న విషయంలో ఏ మేరకు జ్ఞానాన్ని ఆర్జించగలిగిందీ, ఉపన్యాసకుని పట్ల ఆ వ్యక్తి అభిప్రాయమేమిటి, తదితర విషయాలకు సంబంధించి వారిని పరీక్షించారు. తరువాత మరో బృందాన్ని ఇలాగే ఉపన్యాసాల్ని వినడానికి పంపారు. కానీ ఈసారి ఈ బృందంలోని వ్యక్తులకు ఉపన్యాసాల్ని వింటున్నంతసేపూ ఛాతీ మీద చేతులు కట్టుకుని కూర్చోవాలని చెప్పారు. ఉపన్యాసాల అనంతరం ఈ బృందాన్ని పరీక్షించినపుడు వీళ్ళు తొలి బృందం కన్నా 38 శాతం తక్కువగా తాము విన్న దాన్ని గుర్తు పెట్టుకున్నారు. అంతేగాక తాము విన్న ఉపన్యాసాన్ని, ఉపన్యసించిన వ్యక్తినీ కూడా వీళ్ళు చాలా ప్రతికూల దృష్టితోనే చూశారు.

మీరు మీ చేతుల్ని మడుచుకున్న క్షణంలోనే
మీలో విశ్వసనీయత క్రమేపీ తగ్గిపోతుంది.

మేము ఇలాంటి పరిశోధనలనే 1989లో 1500 మంది ప్రతినిధులతో ఆరు విభిన్న విషయాలకు సంబంధించిన ఉపన్యాసాలతో నిర్వహించాం. ఈ పరిశోధనలు కూడా ఎంతమాత్రం తేడా లేకుండా పై విధమైన ఫలితాలనే ఇచ్చాయి. ఒక శ్రోత తన చేతుల్ని మడుచుకోవడం వల్ల అతనిలో వక్త పట్ల ప్రతికూల భావనలు పెరుగుతాయి. అంతేగాక వింటున్న విషయంపై శ్రద్ధ కూడా హరించుకు పోతుంది. అందుకే శిక్షణా శిబిరాల్లో వ్యక్తులు తమ చేతుల్ని మడుచుకోకుండా స్వేచ్ఛగా ఉంచుకునేందుకు వీలుగా ఉండే కుర్చీలనే అమర్చాల్సి ఉంటుంది.

## అయితే కావచ్చు...., కానీ నాకు అదే 'సౌకర్యంగా' ఉంది

సౌకర్యవంతంగా ఉండడం వల్ల చేతుల్ని మడుచుకోవడమన్నది తమకు అలవాటుగా మారిందని కొందరు వ్యక్తులు అంటారు. భావనకు అనుకూలమైన అనుభూతి కలిగిన పక్షంలో సంబంధిత సంకేతమేదైనా మీకు చాలా అనుకూలంగానే ఉంటుంది. అంటే, మీలో ప్రతికూల దృక్పథం తలెత్తి ఆత్మరక్షణ భావన, ఇబ్బందికర పరిస్థితి ఏర్పడినపుడు చేతుల్ని ఛాతీమీద మడుచుకోవడమన్నది సౌకర్యవంతంగానే ఉంటుంది. కానీ మీరు మీ స్నేహితులతో సరదాగా గడుపుతున్నపుడు చేతుల్ని మడుచుకోవడమన్నది సరైన పని కాదు.

ఇక్కడొక విషయాన్ని గుర్తుంచుకోవాలి. బాడీలాంగ్వేజ్‌కి సంబంధించి ఏ సందేశానికైనా అర్థం స్వీకర్తకు ఎంతటి ప్రధానమైందో, సందేశ కర్తకు కూడా అంతే ప్రధానమైంది. చేతుల్ని ఛాతీ మీద మడుచుకోవడం, మెడని, వెన్నుని నిటారుగా ఉంచడం మీకు సౌకర్యంగానే ఉండవచ్చు. కానీ ఈ దిశగా జరిగిన అధ్యయనాల ప్రకారం ఆరకమైన హావభావాలు ఎదుటి వారిలో ప్రతికూలతను పాదుకొల్పుతాయి. కాబట్టి ఇక్కడ మీరు నేర్చుకోవలసిన పాఠం ఏమిటంటే, ఎట్టి పరిస్థితుల్లోనూ చేతుల్ని ఛాతీ మీద మడుచుకునే అలవాటు నుంచి బయటపడి తీరాలి. మీ అనంగీకారాన్ని చెప్పక తప్పనప్పుడు, భాగస్వామ్యం వహించబోనని స్పష్టం చేయాల్సిన తప్పనిసరి పరిస్థితుల్లో తప్ప మీరు చేతుల్ని మడుచుకొని కూర్చోవద్దు.

చేతుల్ని మడుచుకోవడమన్నది మీకు సౌకర్యంగా ఉన్నప్పటికీ, ఇతరుల దృష్టిలో మాత్రం మీ పట్ల ప్రతికూలత పెరుగుతుంది.

## లైంగిక భేదాలు

స్త్రీ, పురుషుల చేతుల కదలికల్లో స్వల్ప తేడాల్ని మనం గమనించవచ్చు. పురుషుల చేతులు కొద్దిగా లోపలికి తిరుగుతూ కదులుతాయి. మహిళల చేతులు కాస్త బయటి వైపుకు తిరుగుతూ కదులుతాయి. ఈ చిన్నపాటి తేడానే పురుషులు ఏదైనా విషయం పట్ల సూటిగాను, గురితప్పకుండా దృష్టిని కేంద్రీకరించడానికి, మహిళల మోచేతులు వెలుపలి దిశగా విస్తరించి, పిల్లల్ని మోసే క్రమంలో వారు మరింత స్థిరంగా నిలబడడానికి కారణమవుతుంది. తమను ఆకర్షించిన పురుషుల సమక్షంలో మహిళలు తమ చేతుల్ని మరింత బహిర్గతం చేస్తూ ఉంటారు. అదే సమయంలో దుందుడుకుగాను, అనాకర్షణీయంగాను కనిపించే పురుషుల సమక్షంలో తమ వక్షోజాల్ని కాపాడుకునేందుకు వాళ్ళు చేతులతో వక్షోజాల్ని కప్పుకుంటారు.

లోపలి వైపుకు చేతుల్ని కదిలించడం పురుషులు తమ దృష్టిని కేంద్రీకరించడానికి ఉపకరిస్తుంది. వెలుపలి దిశగా కదిలే చేతులు మహిళలకు పిల్లల్ని మోసే శక్తిని ఇస్తాయి.

## ఛాతీ మీదుగా చేతుల్ని మడుచుకోవడం

నచ్చని విషయానికీ లేదా వ్యక్తికీ, తమకు మధ్య ఒక కంచెను ఏర్పాటు చేసుకునేందుకే వ్యక్తులు రెండు చేతుల్నీ ఛాతీమీదుగా మడుచుకుంటారు. ఇలా చేతుల్ని మడుచుకోవడంలో ఎన్నోరకాల పద్ధతులున్నాయి. సాధారణంగా మనకు కనిపించే కొన్ని పద్ధతుల గురించి తెలుసుకుందాం. రెండు చేతుల్ని పరస్పరం

వ్యతిరేక దిశలో ఛాతీ మీద మడుచుకోవడమన్నది విశ్వవ్యాప్తంగా ఆత్మరక్షణ లేదా ప్రతికూల భావనకు చిహ్నం. సాధారణంగా ఇలాంటిది మనకు అపరిచితుల మధ్య బహిరంగ సమావేశాల్లో, క్యూలలో, లిఫ్టుల్లో, వ్యక్తులు అభద్రతకు, అస్థిరతకు గురయ్యే అన్ని ప్రాంతాల్లో కనిపిస్తుంటుంది.

ఛాతీ మీదుగా రెండు చేతుల్ని పరస్పర వ్యతిరేక దిశలో మడుచుకోవడం : అతను గుంభనంగా ఉన్నాడు లేదా అతను మిమ్మల్ని అంగీకరించడం లేదు.

స్థానికంగా ఒక ప్రదేశంలో కట్టడాల్ని నిర్మించే నిమిత్తం నిర్మాణ సంస్థకు చెందిన కొందరు చెట్లను కొట్టడానికి ఉపక్రమించారు. కానీ కొందరు పర్యావరణ ప్రేమికులు ఈ ప్రయత్నాన్ని వ్యతిరేకించారు. దీనికి సంబంధించి స్థానిక పురపాలక సంస్థ ఆధ్వర్యంలో ఇద్దరి మధ్య చర్చను ఏర్పాటు చేశారు. ఆ చర్చకు మేము కూడా హాజరయ్యాం. ఒక వైపున నిర్మాణ సంస్థకు సంబంధించిన వ్యక్తులు, మరో వైపున పర్యావరణ ప్రేమికులు కూర్చున్నారు. చర్చ ప్రారంభంలో వీరిలో సగానికి సగం పైగా వ్యక్తులు తమ చేతుల్ని ఛాతీ మీద పరస్పర వ్యతిరేక దిశలో మడుచుకుని కూర్చున్నారు. చర్చ ముగింపు దశకు చేరుకునేటప్పటికి తొంభైశాతం మంది పర్యావరణ ప్రేమికులు, వందశాతం మంది నిర్మాణసంస్థకు చెందిన వ్యక్తులు తమ చేతుల్ని ఛాతీ మీద పరస్పర వ్యతిరేక దిశలో మడుచుకుని కూర్చోవడం కనిపించింది. తాము వింటున్న దానితో ఏకీభవించని పరిస్థితిలో వ్యక్తులు తమ చేతుల్ని ఇలా మడుచుకుంటారని చెప్పడానికి ఇదొక ఉదాహరణ. శ్రోతలు చేతుల్ని ఛాతీ మీద ఇలా మడుచుకుని కూర్చున్న విషయాన్ని, వారి వైమనస్యాన్ని అర్థం చేసుకోలేని వక్తలు తరచూ విఫలమవుతుంటారు. అనుభవజ్ఞులైన వక్తలు ఈ సంకేతాన్ని గ్రహించి, తమ పద్ధతి మార్చుకోవలసిన అవసరాన్ని గుర్తిస్తారు. మరింత హృద్యంగా ప్రసంగించి శ్రోతలు ఈ ప్రతికూల సంకేతాన్నుంచి, సానుకూల ముద్రలోకి మారేలా వారు తమ ప్రసంగాన్ని మరింత మెరుగైన ధోరణిలో కొనసాగిస్తారు.

మీరేదైనా చెబుతున్నపుడు ఎవరైనా చేతుల్ని ఇలా మడుచుకొని కనిపిస్తే, వారికి నచ్చని విషయం గురించి మాట్లాడుతున్నామని మీరు గ్రహించాల్సి ఉంటుంది. ఒకవేళ ఆ వ్యక్తి మౌఖికంగా మీతో ఏకీభవిస్తున్నట్టు చెప్పినప్పటికీ, మీ మాటల ధోరణిని మార్చకుండా అలాగే కొనసాగించడం వల్ల ఎలాంటి ప్రయోజనం ఉండదు. ఎందుకంటే మాటల్లో లేని నిజాయితీ, బాడీలాంగ్వేజ్‌లో ఉంది కాబట్టి.

*చేతుల్ని ఛాతీ మీద మడుచుకున్నంత సేపూ వ్యక్తుల్లో ప్రతికూల భావన కూడా అంతే పటిష్ఠంగా పాదుకుని ఉంటుంది.*

వాళ్ళు ఎందుకలా చేతుల్ని మడుచుకుని ప్రతికూల సంకేతాన్నిస్తున్నారో గమనించడమే మీ ప్రధానోద్దేశం కావాలి. వారిని ఆ వ్యతిరేకత నుంచి సానుకూల ధోరణికి మళ్ళించగలగాలి. దృక్పథమే హావభావాలకు పట్టుగొమ్మ, అదే సమయంలో హావభావాలు ఎంత దీర్ఘంగా కొనసాగుతాయో దృక్పథం కూడా అంతే మొండిగా పాదుకుంటుంది.

## పరిష్కారం

ఇలా చేతుల్ని మడుచుకుని కూర్చున్న వాళ్ళ దృక్పథంలో మార్పు తీసుకురావడం ఎలా? ఈ సమస్యని పరిష్కరించడానికి ఒక చిన్న ఉపాయం ఉంది. మీ ఎదురుగా కూర్చున్న శ్రోత చేతికి ఒక వస్తువును ఇవ్వడం, లేదా అతనికి ఏదైనా పనిని పురమాయించడం ద్వారా చేతులు కట్టుకుని కూర్చునే భంగిమ నుంచి అతనిని మార్చవచ్చు. ఎదుటనున్న వారికి ఒక పెన్ను, పుస్తకం, బ్రోచర్, తదితర వస్తువుల్ని ఇవ్వడం లేదా లిఖిత పరీక్ష పెట్టడం వల్ల వాళ్ళు మడుచుకున్న తమ చేతుల్ని విప్పి, మరింత ముందుకు వంగుతారు. ఈ కదలిక వల్ల మరింత బహిర్గతమయ్యే స్థితిలోకి వారి శరీరం మారుతుంది. తద్వారా వారి దృక్పథం కూడా మరింత విశాలమవుతుంది. మరికాస్త సమర్థనీయంగా ఈ సమస్యను ఎదుర్కొనేందుకు మరోదారి ఉంది. ఒకానొక దృశ్యమాన ప్రదర్శన దిశగా వ్యక్తుల్ని మరింత ముందుకు వంగి చూసేలా చేయవచ్చు. ఫలితంగా చేతుల్ని మడుచుకుని కూర్చునే పద్ధతికి స్వస్తి పలకవచ్చు. మాట్లాడుతున్నపుడు మీరు కూడా ముందుకు వంగి, మీ అరచేతుల్ని పైకి చూపుతూ, 'మీరేదో అడగాలనుకుంటున్నారు.... మీకు ఏం కావాలి?' అని కానీ లేదా 'మీ అభిప్రాయం ఏమిటి?' అని కానీ ప్రశ్నించవచ్చు.

తరువాత మీరు మీ కుర్చీలో మళ్ళీ వెనక్కి వాలి కూర్చోవాలి. దీనివల్ల ఇక మాట్లాడడం ఎదుటివారి వంతేనని చెప్పకనే చెప్పినట్లవుతుంది. అరచేతుల్ని ఉపయోగించడం వల్ల సంకేత భాష ద్వారా మీరు మరింత విశాల దృక్పథాన్ని కలిగి ఉన్నారని, నిజాయితీ కల వ్యక్తులనీ, ఎదుటివారి నుంచి కూడా వాటినే ఆశిస్తున్నారని చెప్పవచ్చు. మీ నిజ స్వభావమే నిజాయితీతో కూడుకున్నదన్న విశ్వాసాన్ని కలిగించవచ్చు.

*'ఈ పెన్నులు, పెన్సిళ్ళు, బ్రోచర్లని నేనెందుకు పట్టుకోవాలి' అని వాణిజ్య సమావేశంలో ఒక వినియోగదారుడు ప్రశ్నించాడు. అతను ఇప్పటికే ఈ వస్తువులన్నింటితో అలంకరించిన క్రిస్మస్ చెట్టులా ఉన్నాడు. వినియోగదారుని ప్రశ్నకు బదులిస్తూ, వక్త 'ఆ విషయానికి తరువాత వద్దాం' అని చెప్పాడు.*

వినియోగదారుడు తన చేతుల్ని ఎందుకు మడుచుకున్నాడో స్పష్టంగా తెలిసేంత వరకూ తమ వస్తువును, లేదా సేవను గురించి విపులీకరించే ప్రయత్నం చేయకూడదని సేల్స్‌రంగంలోని వ్యక్తులకు నిపుణులు బోధిస్తుంటారు. కొనుగోలుదారులకు వ్యాపారి అమ్మే వస్తువు మీద ఎన్నో అభ్యంతరాలు ఉంటాయి. ఈ అభ్యంతరాల్ని వారు తమ చేతుల్ని ఛాతీమీద మడుచుకోవడమనే హావభావ సముచ్చయం ద్వారా అప్రయత్నంగా వ్యక్తం చేస్తారు. కానీ అమ్మకందారుడు ఆ అభ్యంతరాల్ని గమనించకపోవడం వల్ల విఫలమవుతుంటాడు.

## పిడికిళ్ళు బిగించి చేతులు మడుచుకోవడం

పిడికిళ్ళు బిగించి, చేతుల్ని ఛాతీ మీద బలంగా పూర్తిగా మడుచుకోవడాన్ని *'పిడికిళ్ళు బిగించి చేతులు కట్టుకోవడం'* అంటారు. ఇది ద్వేషాన్ని, ఆత్మరక్షణ భావనను ప్రతిబింబిస్తుంది. ఈ హావభావ సముచ్చయానికి తోడు పెదవులు బిగించిన నవ్వు, ఎర్రబడిన ముఖమూ కూడా తోడైతే ఆ వ్యక్తి మాటలతో యుద్ధానికి లేదా భౌతిక దాడికి తెగబడే ప్రమాదం ఉందని అర్థం. అసలు ఆ వ్యక్తికి అంతటి కోపం తెప్పించిన విషయమేదో మొదట కనిపెట్టాలి. ఇలాంటి వ్యక్తి దూకుడు స్వభావిగాను, దాడిచేసే ఉద్దేశంతోను ఉంటాడు కాబట్టి దీనికి కొంత సంయమనం అవసరం.

పిడికిళ్ళు బిగించి, చేతుల్ని మడుచుకున్న ఈ వ్యక్తిలో విద్వేషం గూడుకట్టుకుని ఉంది.

## చేతుల్ని గట్టిగా పట్టుకోవడం

చేతుల్ని ఛాతీమీద మడుచుకుంటూ రెండువైపులా అరచేతులతో మోచేతి పైభాగాల్ని పట్టుకోవడాన్ని 'డబుల్ ఆర్మ్ గ్రిప్పింగ్' అంటారు. ఇలా చేతుల్ని మడుచుకోవడమన్నది వ్యక్తి తనను తాను బలపరుచుకోవడమే గాక శరీరంలోని ముందు భాగానికి హాని కలగకుండా రక్షించుకోవడానికి ఉద్దేశించింది. కొన్ని సందర్భాల్లో చేతుల్ని ఎంత గట్టిగా పట్టుకుంటారంటే, చేతివేళ్ళు, కణుపుల దగ్గర రక్తప్రసరణ ఆగిపోయి, ఆ భాగాలు తెల్లగా పాలిపోతాయి. తనను తాను కౌగిలించుకోవడం ద్వారా తనకు తాను ఊరట కలిగించుకునే మార్గమిది. ఇలా చేతుల్ని మడుచుకునే లక్షణం మనకు ఎక్కువగా డాక్టర్లు, దంతవైద్యుల వెయిటింగ్ రూముల్లో నిరీక్షించే వాళ్లలోనూ, విమానం గాలిలోకి ఎగరబోయే ముందు తొలిసారిగా విమానప్రయాణం చేస్తున్న వాళ్ళలోనూ కనిపిస్తుంది.

'డబుల్ ఆర్మ్ గ్రిప్పింగ్' : అభద్రతకు చిహ్నమైనా కావచ్చు లేదా మీరు అమ్మదలిచిన వస్తువుపట్ల అనాసక్తత అయినా కావచ్చు.

కోర్టు గదుల్లో నేరారోపణ చేసిన వ్యక్తులు పిడికిళ్ళు బిగించి ఛాతీమీద చేతుల్ని మడుచుకుని కూర్చోవడం, నేరారోపణను ఎదుర్కొంటున్న వ్యక్తులు డబుల్ ఆర్మ్ గ్రిప్ పద్ధతిలో చేతుల్ని మడుచుకుని కూర్చుని ఉండడాన్ని మనం గమనించవచ్చు.

## అధికారి, సిబ్బంది పరస్పర నైజం

చేతుల్ని మడుచుకునే పద్ధతిమీద సామాజిక హోదా కూడా ప్రభావాన్ని కలిగి ఉంటుంది. అధికార వర్గానికి చెందిన వ్యక్తి చేతుల్ని మడుచుకోకుండా ఉండడం ద్వారా తన ఆధిక్యతను ప్రదర్శించవచ్చు. 'నేనేమీ భయపడడం లేదు, కాబట్టి నా శరీరాన్ని దాచుకోవలసిన అగత్యం నాకు లేదు' అని దీని ద్వారా అతను చెబుతాడన్నమాట. ఉదాహరణకు ఒక కంపెనీకి సంబంధించిన వేడుకలో కొత్త ఉద్యోగులందరికీ జనరల్ మేనేజర్‌ని పరిచయం చేస్తారు. ఆ సందర్భంలో అతను అరచేతుల్ని కిందికి చూపుతూ కరచాలనమందించడం ద్వారా వారిని అభినందిస్తాడు. తరువాత అతను వారికి మీటరు దూరంలో నిలబడతాడు. అలా నిలబడడంలో అతను తన చేతుల్ని శరీరానికి పక్కగాకానీ, వెనకకానీ ఉంచుకుంటాడు. అరచేతుల్ని ప్రిన్స్ ఫిలిప్‌లాగా ఒకదానిమీద ఒకటి ఉంచుకుంటాడు (ఆధిక్యతను ప్రదర్శించడం), లేదా ఒక చేతినికానీ, రెండు చేతుల్నికానీ జేబుల్లో ఉంచుకుంటాడు (తనకేమీ సంబంధం లేనట్టు కనిపించడం). ఇలాంటి సందర్భాల్లో ఆధిక్యతాభావం కలిగిన వ్యక్తులు అరుదుగా తప్ప ఛాతీమీద చేతుల్ని మడుచుకోరు. ఎట్టిపరిస్థితుల్లోనూ వాళ్ళు తాము ఇబ్బందిపడుతున్నట్టు కనిపించడానికి ఇష్టపడరు కాబట్టి ఇలా వ్యవహరిస్తారు.

కొత్త ఉద్యోగులు తద్భిన్నంగా తమ పైఅధికారితో చేతులు కలిపాక, అత్యున్నత అధికారి సమక్షంలో తాము ఉన్నామన్న భయంచేత పాక్షికంగాకానీ, పూర్తిగాకానీ ఛాతీమీద చేతుల్ని మడుచుకుంటారు. ఇలా విరుద్ధమైన హావభావ సముచ్చయాల్ని ప్రదర్శించడం ద్వారా అటు జనరల్ మేనేజర్, ఇటు కొత్త ఉద్యోగులు కూడా సౌకర్యవంతమైన అనుభూతిని పొందుతారు. ఇద్దరికీ పరస్పర హోదాల్ని గుర్తించి, మెలుగుతున్నామన్న తెలివిడి ఉంటుంది. కానీ జనరల్ మేనేజర్ తనస్థాయికే చెందిన ఒక వర్ధమాన యువఅధికారికి కరచాలనం చేయాల్సివచ్చినపుడు పరిస్థితి ఎలాఉంటుంది? ఇద్దరూ బలమైన కరచాలనాలు ఇచ్చుకున్న తరువాత, యువ అధికారి తన చేతుల్ని ఛాతీమీదుగా మడుచుకుంటూ, తన బొటనవేళ్ళని పైకి ఉంచుతాడు (థమ్స్ అప్!)

థమ్స్ అప్ : ఆత్మరక్షణ భావనే అయినప్పటికీ, తనకేమీ ప్రమాదం లేదన్న ప్రశాంతతను వ్యక్తపరచడం.

చేతుల్ని ఛాతీ మీద మడుచుకుని, బొటనవేళ్ళని పైకి చూపే ఈ భంగిమ ఆ వ్యక్తి తాను 'సౌకర్యవంతం'గా, 'ప్రశాంతం'గా ఉన్నానని చెప్పడానికి సంకేతం. అతను వినయంగా మాట్లాడుతూ ఉన్నప్పటికీ, బొటనవేళ్లని పైకి చూపడంవల్ల తాను చెప్పదలచుకున్న విషయంపట్ల అతను స్పష్టంగా ఉన్నాడని అర్థమవుతుంది. ఇదివరకే చెప్పుకున్నట్టు బొటనవేళ్ళని పైకి చూపడమన్నది మనలోని ఆత్మవిశ్వాసాన్ని ఇతరులకు ప్రదర్శించడానికి సంకేతం. అదే సమయంలో ఛాతీమీద చేతుల్ని కట్టుకోవడమన్నది ఆత్మరక్షణ భావనను వ్యక్తపరచడమన్నమాట.

ఎవరైనా ఆత్మరక్షణను అనుభూతిస్తూనే, విధేయతను ప్రదర్శిస్తే, అతను ఆ సమయంలో శరీరాన్ని పొందికగా ఉంచుకుంటాడు. అంటే అతని శరీరంలోని ప్రతిసగమూ రెండోసగానికి అడ్డం పడుతుందన్నమాట. ఒకవేళ ఒకవ్యక్తి కండరాలు ఒత్తిడికి లోనవుతూ కనిపిస్తే, అతను ఒకే సమయంలో ఆత్మరక్షణను, ఆధిక్యతను ప్రదర్శించడానికి ప్రయత్నిస్తున్నాడని అర్థం. అప్పుడు అతని శరీరం అసమతౌల్య పరిస్థితిలో ఉంటుంది. అంటే అతని శరీరంలోని ఒకసగం, మరోసగానికి విరుద్ధమైన భావవ్యక్తీకరణను కలిగి ఉంటుంది.

## 'థమ్స్ అప్'ని సాధించాలంటే...

మీరు ఎవరితోనైనా ఒక ప్రతిపాదన గురించి మాట్లాడుతున్నపుడు, మీరు మాట్లాడడం పూర్తయ్యేటప్పటికి అవతలి వ్యక్తి ఛాతీమీద చేతులు మడుచుకొని బొటనవేళ్లని పైకి చూపిస్తూ, ఇతర సానుకూల హావభావ సముచ్చయాన్ని ప్రదర్శిస్తే, మీరు మరింత ముందుకువెళ్ళి మీ ప్రతిపాదనకు అతని అంగీకారాన్ని కోరవచ్చు. కానీ మీరు మాట్లాడడం పూర్తయ్యేటప్పటికి అవతలివ్యక్తి హేళన ప్రతిబింబించే ముఖంతో పిడికిళ్ళు బిగించి, చేతుల్ని మడుచుకున్నట్టు కనిపిస్తే మీరు అతని అంగీకారాన్ని పొందే క్రమంలో ఒక ప్రమాదాన్ని కొనితెచ్చుకున్నారన్న మాటే. అలాంటి సందర్భంలో అవతలి వ్యక్తి అభ్యంతరాలకు కారణాలను ప్రశ్నల ద్వారా రాబట్టడం మంచిపద్ధతి. ఎవరైనా మీ ప్రతిపాదనకు ప్రతికూలంగా స్పందిస్తే, తొలుత గమనించాల్సిన విషయమేమిటంటే మీ ధోరణి దూకుడుగా ఉందేమో పసిగట్టడం. బాడీలాంగ్వేజ్ని చదవగలిగే నేర్పువల్ల మీకు ఒక ప్రతికూల నిర్ణయం మాటలరూపం తీసుకోకముందే దాని పర్యవసానాన్ని గుర్తించే వీలుకలుగుతుంది. సానుకూల జవాబుల్ని పొందేందుకు ఎలాంటి మార్గాన్ని అనుసరించాలో ముందుగానే నిర్ణయించుకునే అవకాశమేర్పడుతుంది.

ఒక ప్రతికూల జవాబు మాటలరూపంలోకి మారకముందే
దానిని సానుకూలంగా మార్చుకునేందుకు
మరో అనుకూల ధోరణిని అనుసరించే వీలుంది.

ఆయుధాల్ని వెంట తీసుకెళ్ళేవాళ్లు, ఆత్మరక్షణ కవచాల్ని ధరించినవాళ్ళు అరుదుగానే చేతుల్ని మడుచుకునే హావభావాల్ని ప్రదర్శిస్తారు. వారి వద్ద ఉండే ఆయుధాలు, కవచాలే వారి శరీరానికి తగిన రక్షణను కల్పిస్తాయి కాబట్టి వాళ్ళకి మరో రకమైన ఆత్మరక్షణ అవసరం ఉండదు. పోలీసు అధికారులు అవసరమైతే తప్ప చేతుల్ని మడుచుకోరు. ఒకవేళ అలా చేయాల్సివచ్చినా వాళ్ళు సాధారణంగా పిడికిళ్లు బిగించి చేతుల్ని మడుచుకుంటారు. ఇతరులెవ్వరూ తమను అధిగమించి పోరాదన్న సంకేతాన్నివ్వడానికే వాళ్ళు అలాచేస్తారు.

## మిమ్మల్ని మీరు కౌగిలించుకోవడం

చిన్నపిల్లలుగా ఉన్నప్పుడు మనం ఆందోళన లేదా నిరాశకు గురైన సందర్భాల్లో తల్లిదండ్రులు, పెద్దవాళ్ళు మనల్ని తమ చేతుల్లోకి తీసుకోవడమో, కౌగిలించు కోవడమో చేసేవాళ్ళు. పెరిగి పెద్దవాళ్ళమైన తరువాత మనమేదైనా ఒత్తిడికి గురైనప్పుడు అలాంటి ఓదార్పునే కోరుకుంటాం. రెండు చేతుల్ని ఛాతీమీద మడుచుకోవడంవల్ల మనం భయపడుతున్న సంగతి అందరికీ తెలిసిపోతుంది. దీన్ని నివారించేందుకు మహిళలు ఒక ఉపాయం కనిపెట్టారు. ఇదే పాక్షికంగా చేతుల్ని మడుచుకోవడం. ఒక చేతిని శరీరం పక్కన నిలువుగా ఉంచి, మరోచేతితో ఈచేతిని పట్టుకోవడమన్నమాట. ఇది చూడ్డానికి ఆ మహిళ తనను తానే కౌగిలించుకున్నట్టు కనిపిస్తుంది. దీనివల్ల ఆమె ఎదుటినుంచి వచ్చే ఆపదను చేతిని శరీరానికి అడ్డం పెట్టడంద్వారా నిలువరిస్తుందన్నమాట. ఇలా చేతులు మడుచుకునే వ్యక్తులు మనకు పలు సమావేశాల్లో కనిపిస్తారు. ఎవరైనా అపరిచితునితో మాట్లాడాల్సి వచ్చినపుడు, ఆత్మవిశ్వాసాన్ని కోల్పోయినపుడు వ్యక్తులు ఇలా వ్యవహరిస్తారు. ఏదైనా ఒత్తిడికి గురైనపుడు ఒక మహిళ ఇలా చేతుల్ని మడుచు కోవడం ద్వారా 'సౌకర్యవంతమైన' అనుభూతిని పొందుతుంది.

చిన్నపిల్లగా ఉన్నపుడు తనను తన తల్లి ఎలా పట్టుకునేదో, అచ్చం అలాగే తనను తాను పట్టుకుంది ఈవిడ.

పురుషులు కూడా ఇలాంటి హావభావాల్నే మరోవిధంగా ప్రదర్శిస్తారు. రెండు చేతులతో తొడల మధ్యభాగాన్ని కప్పుకోవడం ద్వారా పురుషులు ఆత్మరక్షణ లభించినట్టుగా అనుభూతి చెందుతారు. ప్రజాబాహుళ్యం ముందు నిలబడి ఏదైనా పురస్కారాన్ని స్వీకరించడం, లేదా ప్రసంగించాల్సిరావడం వంటి సందర్భాల్లో పురుషులు సాధారణంగా ఇలాంటి సంకేతాల్ని ఉపయోగిస్తారు. దీన్నే 'బ్రోకెన్ జిప్పర్' సంకేతమని కూడా అంటారు. ఎదురుగావచ్చే దెబ్బనుంచి తన వృషణాల్ని కాపాడుకునేందుకు ఉద్దేశించిన ఈ సంకేతం అతనిని 'సౌకర్యవంతం'గా ఉంచుతుంది.

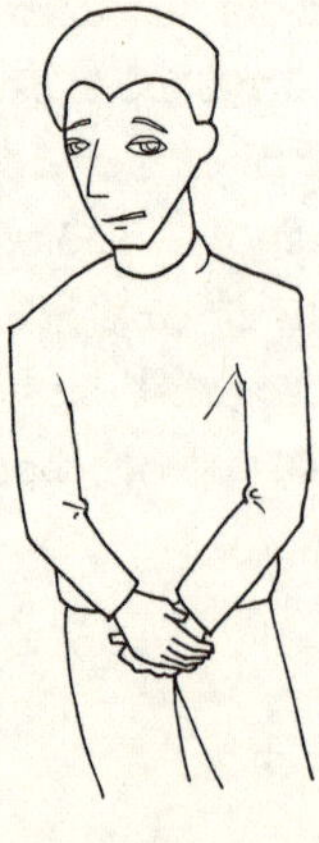

బ్రోకెన్ జిప్పర్ సంకేతం

ఏదైనా వరుసలో నిలబడడం, లేదా సామాజికలబ్ధిని పొందడంవంటివి పురుషుల్లో ఒకవిధమైన నైరాశ్యాన్ని, అభద్రతను కలిగిస్తాయి. చేతులతో కటిభాగాన్ని కప్పడంద్వారా ఎవరో తోడుగా తమచేతిని పట్టుకుని ఉన్నారన్న భావనకోసం వాళ్ళు ఇలా ప్రవర్తిస్తారు. అడాల్ఫ్ హిట్లర్ ప్రజలతో సంభాషించాల్సి వచ్చినప్పుడల్లా ఇలాంటి సంకేతాన్నే ఉపయోగించేవారు. ఎందుకంటే ఒక్క వృషణమే ఉండడంతో

ఆయన తన లైంగిక లోటుపాట్లని కప్పిపుచ్చుకునేందుకు ఇలా ప్రవర్తించేవారట. ఇలాంటి ఆత్మరక్షణ పద్ధతికి అనువుగా పరిణామక్రమంలో పురుషుని చేతులు పొట్టిగా మారాయి. వానర సంతతిలో చింపాంజీలు తమ మోకాళ్ళ మీద చేతుల్ని కప్పినట్టు ఉంచడమే ఈ సంకేతానికి మాతృక.

శరీరంలో అత్యంత బలహీనమైనవి, గాయపడే ఆస్కారమున్నవి అని భావించిన అంగాలను మనుషులు దాచేస్తుంటారు.

## ధనికులు, ప్రముఖులు తమ అభద్రతను ఎలా వ్యక్తం చేస్తారు?

ఎల్లప్పుడూ సమాజం దృష్టిని ఆకర్షించే రాజవంశీకులు, రాజకీయ నాయకులు, టెలివిజన్ కళాకారులు, నటీనటులు తమలోని అభద్రతను, ఇబ్బందిని ప్రజలు పసిగట్టకుండా ఉండాలని ఆరాటపడతారు. ప్రజలముందుకు వచ్చినపుడు వాళ్ళు ఎంతో సౌమ్యులుగాను, ప్రశాంతచిత్తులుగాను, ఆత్మవిశ్వాసం, స్వీయనియంత్రణ కలిగిన వ్యక్తులుగాను కనిపించాలని తీవ్రంగా ప్రయత్నిస్తారు. కానీ చేతులు మడుచుకున్నట్టు కనిపించకుండా ఉండేందుకు అవలంబించే మార్మిక పద్ధతులవల్ల వాళ్ళ అభద్రత, ఆందోళనలు బహిర్గతమవుతూనే ఉంటాయి. అందరిముందూ చేతులు మడుచుకుని కనిపిస్తే వాళ్ళు భయపడుతున్నట్టు తెలిసిపోతుంది. కాబట్టి దానిని నివారించడానికి చేతుల్ని కట్టుకోవడంకంటే, వాళ్ళు ఒకచేతిని శరీరం పక్కనుంచి మరోచేతివైపుగా తిప్పి ఉంచడం, ఒక చేతితో మరో చేతిని తాకడం, లేదా ఆ చేతిలోని హ్యాండ్ బ్యాగ్, బ్రేస్‌లెట్, వాచీ, చొక్కా బొత్తాముల్ని స్పృశించడం

వంటివి చేస్తుంటారు. ఇలా చేయడం ద్వారా శరీరానికి రక్షణను కల్పిస్తూ ఒక కంచెను ఏర్పాటు చేసుకున్నట్టు వాళ్ళు సౌకర్యవంతమైన అనుభూతికి లోనవుతారు.

ప్రముఖులు కూడా నలుగురి మధ్య మనలాగే ఇబ్బంది పడతారు.

కోటును ధరించే పురుషులు సాధారణంగా అందరికీ కనిపించే విధంగాఉన్న ఏదైనా ఒక గదిని దాటేటప్పుడు కోటు బొత్తాముల్ని సరిచేస్తూ కనబడతారు. ఎందుకంటే అలాంటిచోట్ల వాళ్ళు అందరికీ కనిపిస్తారు. ఈ 'కఫ్ లింక్ అడ్జస్ట్' అనేది ప్రిన్స్ చార్లెస్‌కు బాగా అలవాటు. ఏదైనా ఒక బహిరంగ ప్రదేశంగుండా వెళుతున్నప్పుడు అది ఆయనకు రక్షణ భావనను కలిగిస్తుంది.

ప్రిన్స్ చార్లెస్ అవలంబించే ఈ కఫ్‌లింక్ అడ్జస్ట్ పద్ధతి ఆయనలోని అభద్రతను వ్యక్తం చేస్తుంది.

ప్రిన్స్ చార్లెస్ వంటి రాజవంశీకులు అర్థ శతాబ్దానికి పైగా ప్రజలదృష్టిని ఆకర్షిస్తూనే ఉన్నారు. ప్రజలదృష్టిని ఆకర్షించడమంటే వాళ్ళ ప్రతి కదలికనీ ప్రజలు గమనించడమన్నమాట. దీనివల్ల వాళ్ళు ప్రతికూల భావనలను నిరోధించడంలో ఘటికులేనని మీరు భావించవచ్చు. కానీ ప్రిన్స్ చార్లెస్ చేతుల్ని ముడుచుకోవడానికి సంబంధించి ప్రదర్శించే కొద్దిపాటి సంకేతాలే ఆయన కూడా మీలాగా, నాలాగా కొన్ని ప్రత్యేక సందర్భాల్లో అభద్రతా భావనకు లోనవుతుంటారని స్పష్టం చేస్తుంటాయి.

ఆందోళనకు గురైన లేదా అతిజాగ్రత్తపరుడైన వ్యక్తి కూడా తన చేతికి ఉన్న వాచీని సరిచేసుకుంటూ, చేతిలో ఉన్న బ్యాగులోని వస్తువుల్ని పరికిస్తూ, రెండు చేతుల్ని కలిపి, నలుపుకుంటూ, చొక్కా బొత్తాముతో ఆడుకుంటూ, ఇలా రకరకాల పద్ధతుల్లో తన చేతిని శరీరానికి అడ్డుగా రక్షణగా ఉంచుకుంటాడు. వాణిజ్యరంగంలోని వాళ్ళకి సమావేశ ప్రాంగణంలోకి అడుగుపెట్టేముందు తమచేతిలోని బ్రీఫ్ కేసును శరీరానికి ముందుంచుకుని నడవడం చాలా హాయినిస్తుంది. అనుభవజ్ఞుడైన పరిశీలకునికి ఇవన్నీ పెద్దగా లక్ష్యపెట్టాల్సిన సంకేతాలు కావు. వీటి ద్వారా ఆ వ్యక్తులు తాము ఇబ్బందిపడుతున్న విషయాన్ని కప్పిపుచ్చుకోవడం తప్ప పెద్ద ప్రయోజనమేమీ ఉండదు. మరి వీటిని ఎప్పుడు పరిశీలించాలంటే ఒక వ్యక్తి ఒక సమూహాన్ని కానీ, ప్రత్యేకమైన ప్రదేశంలో కానీ ఇలా ప్రవర్తించినపుడు అతనిని గమనించాల్సిందే. ఉదాహరణకు పురస్కారాన్ని స్వీకరించడానికి వెళుతున్న వ్యక్తిలో ఇలాంటి హావభావాలు గమనించదగినవే.

మహిళలు చేతిని శరీరానికి అడ్డుగా, రక్షణగా వాడడమన్నది చూపరులకు స్పష్టంగా కనిపించేలా ఉండదు. ఎందుకంటే వీళ్ళు ఏదైనా ఇబ్బందికర పరిస్థితిని ఎదుర్కొన్నపుడు తమను ఎవరైనా గమనిస్తున్నారని అనుమానిస్తే చేతిలోని హ్యాండ్‌బ్యాగ్ లేదా పర్సును శరీరానికి అడ్డుగా ఉంచుకుంటారు. రాజవంశానికి చెందిన మహిళలైతే పూలగుత్తిని చేతిలో పట్టుకుని నడుస్తారు. ప్రజల ముందుకు వచ్చినపుడు బ్రిటన్‌రాణి ఎలిజబెత్ తనచేతిలో పుష్పగుచ్ఛాన్ని కానీ, హ్యాండ్‌బ్యాగ్‌ని కానీ తప్పనిసరిగా ఉంచుకుంటారు. ఆ హ్యాండ్‌బ్యాగ్‌లో లిప్‌స్టిక్, మేకప్ సామగ్రి, క్రెడిట్ కార్డులు ఏవైనా ఉండనివ్వండి. నిజానికి అవేవీ అంత ప్రధానమైనవి కావు. ఆ హ్యాండ్‌బ్యాగ్‌ను ఆమె రక్షణ కవచంగానే ఉపయోగించుకుంటారు. తాను నిష్క్రమించాలనుకున్నా, ఆగాలనుకున్నా, విసిగిస్తూ మాట్లాడేవారి బారినుంచి తప్పుకోవాలనుకున్నా, ఇలాంటి అనేక సందర్భాల్లో ఎలిజబెత్ అనుసరించే పన్నెండు సంకేతాల్ని పరిశీలకులు కనిపెట్టారు.

హ్యాండ్‌బ్యాగ్‌ను రక్షణ కవచంగా వాడడం.

నిగూఢమైన రక్షణ కవచాలుగా గుర్తింపు పొందిన సంకేతాల్లో సాధారణంగా మనకు కనిపించేది రెండు చేతులతో కాఫీ కప్పునుకానీ, గ్లాసునుకానీ పట్టుకోవడం. ఒక గ్లాసును పట్టుకోవడానికి మీకు ఒక చెయ్యిచాలు, కానీ అభద్రతకు గురైన వ్యక్తి రెండు చేతుల్నీ ఉపయోగిస్తాడు. దీని ద్వారా ఎవరూ గమనించని విధంగా అతను తన శరీరానికి రక్షణ కవచాన్ని ఏర్పరచుకుంటాడు. ఇలాంటి హావభావాల్ని దాదాపు అందరూ ఉపయోగిస్తూనే ఉంటారు. కానీ కొద్దిమందికి మాత్రమే తాము ఎందుకలా చేస్తున్నామో స్పష్టంగా తెలిసిఉంటుంది.

పుష్పగుచ్ఛాన్నిలా పట్టుకోవడం ఆత్మవిశ్వాసానికి నిదర్శనం.

## కాఫీకప్పే రక్షణ కవచం

మీ ప్రతిపాదనపట్ల అవతలి వ్యక్తి ఎలా ప్రతిస్పందిస్తున్నారో తెలుసుకోవాలంటే అతనికి ఒక కప్పు కాఫీ ఇవ్వండి చాలు. కాఫీ తాగిన తరువాత ఆ వ్యక్తి కప్పును కింద ఉంచే పద్ధతినిబట్టి అతను మీ ప్రతిపాదనను అంగీకరిస్తున్నాడా లేక విభేదిస్తున్నాడా, సందేహిస్తున్నాడా వంటి విషయాల్ని తెలుసుకోవచ్చు. అతను కాఫీ తాగి కప్పును యథాస్థానంలో ఉంచితే ఆ వ్యక్తి మీరు చెబుతున్న దాన్ని స్వీకరించడానికి సిద్ధంగా ఉన్నాడని, అతను మీతో మనసు విప్పి మాట్లాడడానికి సుముఖంగా ఉన్నాడని అర్థం. కానీ కాఫీ తాగిన తరువాత ఆ వ్యక్తి కప్పును తన శరీరానికి పక్కన ఉంచుకునే నెపంతో చేతుల్ని శరీరానికి అడ్డుగా ఉంచుకున్నాడంటే అతను అభద్రతతో, అస్పష్టతతో సందేహిస్తూ ఉన్నాడని అర్థం.

చేతిని అడ్డుగా పెట్టుకోవడమంటే ప్రతికూల ప్రతిస్పందనే

మీ అభిప్రాయాల్ని స్వీకరించడానికి ఆమె సిద్ధంగా ఉంది.

కుర్చీ చేతులమీద చేతుల్ని వంచి కూర్చోవడమంటే మీలోని శక్తిని ప్రదర్శిస్తున్నట్టే, అది మీలోని దృఢత్వాన్ని ప్రతిబింబిస్తుంది. మర్యాదపూర్వకంగానో లేదా ఓటమిని అంగీకరించాల్సిన సందర్భంలోనో వ్యక్తులు తమ చేతుల్ని కుర్చీ చేతులమీద కాకుండా ఒళ్ళో పెట్టుకుంటారు. కాబట్టి ఓటమిని అంగీకరించాల్సిన అగత్యం తలెత్తితే తప్ప కుర్చీలో కూర్చున్నపుడు మీరు మీ చేతుల్ని ఒళ్ళో పెట్టుకోకండి.

## స్పర్శతో సాధించవచ్చు

మీ కుడిచేతితో కరచాలనం చేస్తూ ఎడమచేతితో అవతలి వ్యక్తిని తాకడం వల్ల అద్భుతమైన ఫలితాల్ని సాధించవచ్చు.

మిన్నెసొటా విశ్వవిద్యాలయానికి చెందిన పరిశోధకులు ఈ దిశగా ఒక ప్రయోగం చేశారు. దీనిని 'ది ఫోన్‌బూత్ టెస్ట్' అంటారు. వాళ్ళు ఫోన్‌బూత్‌ను ఒకదాన్ని ఎంచుకుని అందులో ఫోన్‌కి దగ్గరగా ఒక నాణాన్ని ఉంచారు. తరువాత వెళ్లి దగ్గర్లోని చెట్టు వెనుక దాక్కున్నారు. ఎవరైనా ఫోన్‌బూత్‌కు వచ్చి ఆ నాణాన్ని తీసుకుంటారేమోనని ఎదురు చూశారు. ఒక వ్యక్తి ఫోన్‌బూత్‌లోకి ప్రవేశించాడు. అతను ఆ నాణాన్ని చూసి జేబులో వేసుకున్నాడు. వెంటనే దాపునే దాగిన పరిశోధకుల్లో ఒకరు బూత్ దగ్గరికి వచ్చి, 'ఈ ఫోన్‌బూత్‌లో నేనొక నాణాన్ని మరచిపోయాను, మీరు దాన్ని చూశారా? ఇప్పుడు నేను మరొక కాల్ చేయాలనుకుంటున్నాను' అని చెప్పారు. ఇలాగే చాలామందితో వ్యవహరించారు. నాణాన్ని తీసుకున్న వారిలో కేవలం 23 శాతంమంది మాత్రమే నాణాన్ని తిరిగి ఇచ్చారు.

ప్రయోగంలోని రెండోభాగంలో కూడా పరిశోధకులు నాణాన్ని ఫోన్‌బూత్‌లో ఉంచారు. కానీ ఈసారి దాన్ని తీసుకున్న వ్యక్తులతో మాట్లాడే ముందు కేవలం మూడు సెకన్లు వాళ్ళ మోచేతిని తాకుతూ నాణెం గురించి వాకబు చేశారు. ఈసారి 68 శాతం మంది నాణాన్ని తిరిగి ఇచ్చేశారు. కొంతమంది ఇబ్బంది పడుతూ, 'దీని సొంతదారులెవరైనా కనిపిస్తారేమోనని చూస్తున్నాను...' అని కూడా అన్నారు.

కాస్త నాజూకుగా మోచేతిని తాకి సంభాషించగల నేర్పు
మీకు ఉంటే మీరు కోరుకున్న దాన్ని రాబట్టుకునే
అవకాశాలు మూడురెట్లు పెరుగుతాయి.

ఈ కిటుకు పనిచేయడానికి మూడు కారణాలున్నాయి : మెదటిది, మోచేయి అనేది శరీరంలోని ఇతర భాగాల్లాగా శరీరానికి అంటిపెట్టుకుని ఉండదు. కాస్త బహిరంగంగా, ఇతరులకు అందుబాటులో ఉంటుంది. రెండోది, చాలా దేశాల్లో అపరిచిత వ్యక్తిని తాకడమన్నది అంగీకారయోగ్యంకాదు. మూడోది, కేవలం మూడు సెకన్లపాటు మృదువుగా స్పృశించడంవల్ల ఇద్దరు వ్యక్తుల మధ్య తాత్కాలిక అనుబంధం ఏర్పడుతుంది. ఒక టెలివిజన్ కార్యక్రమం కోసం మేము ఇదే ప్రయోగాన్ని చేసినప్పుడు సంస్కృతిపరమైన భేదాల ఆధారంగా వేర్వేరు ఫలితాలు వచ్చాయి. స్పర్శకు సంబంధించి ఒక్కో ప్రదేశంలో ఒక్కోరకమైన సంస్కృతి ఉండడంవల్ల ఇలా జరిగింది. ఉదాహరణకు మోచేతిని తాకడంవల్ల 72 శాతంమంది ఆస్ట్రేలియన్లు నాణాన్ని తిరిగి ఇవ్వగా, 70 శాతంమంది ఆంగ్లేయులు, 85 శాతంమంది జర్మన్లు, 50 శాతంమంది ఫ్రెంచి పౌరులు, 22 శాతంమంది ఇటాలియన్లు మాత్రమే నాణాన్ని తిరిగి ఇచ్చారు. అపరిచితుల్ని స్పృశించడమన్నది అంతగా అలవాటులేని దేశాల్లో మోచేతిని తాకడమన్నది బాగా పనిచేసింది. పలుదేశాల్లో ప్రజలు ఎంత తరచుగా ఇతరులను స్పర్శిస్తారన్న విషయంపై మేము కేఫ్‌లలో పరిశీలన జరిపాం. క్రమం తప్పకుండా ఆయా ప్రదేశాల్ని సందర్శిస్తూ అక్కడ ప్రజలు ఒకరినొకరు ఎన్నిసార్లు ముట్టుకుంటారో గమనించాం. రోమ్‌లో గంటకు 220 సార్లు, పారిస్‌లో గంటకు 142 సార్లు, సిడ్నీలో గంటకు 25 సార్లు, న్యూయార్క్‌లో గంటకు నాలుగుసార్లు ప్రజలు ఒకరినొకరు స్పృశించారు. కాగా లండన్‌లో గంట వ్యవధిలో ఒక్కసారి కూడా ఇలాంటిది జరగలేదు. బ్రిటిష్, జర్మన్ జాతీయతకు చెందిన వ్యక్తులు ఇతరులను తక్కువగా ముట్టుకుంటారు. కాబట్టి ఇలాంటివారి విషయంలో మోచేతిని తాకడమనే కిటుకు సులభంగానే ఆశించిన ఫలితాన్నిస్తుంది.

*మీరు జర్మన్ లేదా బ్రిటిష్ దేశానికి చెందినవారైతే, మిగతా అందరికన్నా మిమ్మల్ని స్పృశించటం సులభం.*

కాగా, మహిళలు సాటి మహిళల్ని తాకి మాట్లాడడంలో పురుషులకన్నా నాలుగురెట్లు ముందంజలో ఉన్నారు. చాలా ప్రదేశాల్లో మోచేతికిపైన కానీ, దిగువనకానీ ముట్టుకోవడమన్నది ఇదివరకటి ఫలితాలకన్నా భిన్నమైన ఫలితాలనిచ్చింది. మోచేతిని మాత్రమే తాకడంవల్ల కలిగిన సానుకూల ఫలితాలు ఇందులో కనబడలేదు. కొన్నిసార్లు ప్రతికూల ఫలితాలను కూడా చూడాల్సివచ్చింది. మూడు

సెకన్లకన్నా ఎక్కువసేపు ముట్టుకోవడం కూడా ప్రతికూల ఫలితాలను ఇచ్చింది. ఎందుకంటే అంతకన్నా ఎక్కువ వ్యవధి తీసుకున్నపుడు అవతలి వ్యక్తి మీచేతికేసి చూస్తూ మీరేం చేస్తున్నారో పసిగట్టే అవకాశం ఉంది.

## మీ స్పర్శ కూడా విలువైందే

ఈ దిశగా గ్రంథాలయ సిబ్బందిమీద ఒక పరిశోధన జరిగింది. ఇందులో భాగంగా గ్రంథాలయంలో లైబ్రేరియన్ పుస్తకాలను ఇచ్చేటపుడు అవతలి వ్యక్తి చేతిని మృదువుగా స్పృశిస్తాడు. అలా పుస్తకాల్ని అందుకున్న వారిని గ్రంథాలయం వెలుపల కలిసి లైబ్రేరియన్ సేవలు ఏమేరకు సంతృప్తికరంగా ఉన్నాయో చెప్పమన్నపుడు, స్పర్శను అందుకున్నవారు గ్రంథాలయం గురించి, లైబ్రేరియన్ గురించి సానుకూలంగా మాట్లాడారు. వారు అడిగిన ప్రశ్నలన్నింటికీ ఓపికగా జవాబులిచ్చారు. లైబ్రేరియన్ పేరును కూడా వారు గుర్తుంచుకున్నారు. బ్రిటన్‌లోని సూపర్‌మార్కెట్లలో జరిపిన పరిశోధనలో చిల్లర తిరిగి ఇచ్చేటపుడు చేతిని మృదువుగా తాకడంవల్ల ఖాతాదారులు సానుకూలంగా ప్రతిస్పందించారు. అదే ప్రయోగాన్ని అమెరికాలో హోటళ్ళలో నిర్వహించినపుడు చేతిని తాకుతూ సేవల్ని అందించిన మహిళా వెయిటర్లు, మిగతా హోటల్ సిబ్బందికన్నా, తాకకుండా సేవల్ని అందించిన వెయిటర్లకన్నా 36 శాతం అదనంగా 'టిప్పు'ల్ని పొందారు. ఇలా టిప్స్ ఇచ్చినవారిలో స్త్రీ, పురుషులిద్దరూ ఉన్నారు. అలాగే పురుష వెయిటర్లు హోటల్‌కు వచ్చిన ఖాతాదారుల్ని తాకుతూ సేవలందించడంవల్ల తమ ఆదాయాన్ని 22 శాతం పెంచుకోగలిగారు.

మీరు ఇకపై ఎవరినైనా కలిసినప్పుడు కరచాలనం చేస్తూ, మీ ఎడమ చేతితో అవతలి వ్యక్తిని మోచేతి మీద కానీ, చేతిమీద కానీ మృదువుగా తాకండి. అలా చేస్తున్నప్పుడు వారి పేరును పదే పదే ఉచ్చరించండి. వారి ప్రతిస్పందనను గమనించండి. దీనివల్ల మీరు అవతలి వ్యక్తికి ప్రాధాన్యమిస్తున్న విషయం స్పష్టం కావడంతోపాటు, అతనిపేరు కూడా మీకు గుర్తుండి పోతుంది.

చేతిని లేదా మోచేతిని విలక్షణమైన పద్ధతిలో తాకడంవల్ల అది అవతలి వ్యక్తి దృష్టిని మీమీదికి మళ్ళిస్తుంది. మీపట్ల ప్రతిస్పందనను ప్రేరేపిస్తుంది. ఒక ప్రతిపాదనకు ఊతమిస్తుంది. ఇతరులపై మీ ప్రభావాన్ని మరింతగా ప్రస్ఫుటం చేస్తుంది. మిమ్మల్ని అవతలి వ్యక్తులు గుర్తుంచుకునేందుకు దోహదపడుతుంది. అందరిలో మీపట్ల సానుకూల అభిప్రాయాన్ని కలిగిస్తుంది.

## క్లుప్తంగా...

మీరు ఎలా అనుకున్నా సరే, చేతుల్ని శరీరం ముందుకు జరపడమన్నది ప్రతికూల ఫలితాల్నే ఇస్తుంది. సందేశమన్నది సందేశకర్తకన్నా స్వీకర్త మనసుమీదే ఎక్కువ ప్రభావాన్ని చూపుతుందన్న విషయాన్ని గుర్తుంచుకోవాలి. మీరు వెన్నునొప్పితో బాధపడుతూ, చేతుల్ని శరీరం ముందుకు జరిపి, ఛాతీమీదుగా మడుచుకుంటే అవతలి వ్యక్తి అప్రయత్నంగానే మీరు తనతో ఏకీభవించడంలేదని, గుంభనంగా వ్యవహరిస్తున్నారని సందేహించే ప్రమాదముంది. అందుకే ఎట్టి పరిస్థితుల్లోనూ చేతుల్ని మడుచుకోవడానికి సంబంధించిన హావభావాలకు ఇక స్వస్తి చెప్పండి. మీరు మరింత సానుకూలంగా, ఆత్మవిశ్వాసంతో కనిపించేందుకు ఏం చెయ్యాలో రానున్న అధ్యాయాలు చెబుతాయి.

# అధ్యాయం 5
# సంస్కృతీపరమైన వ్యత్యాసాలు

ఈ సంకేతాన్ని ఒక బ్రిటిష్, లేదా జర్మన్, లేదా
అమెరికా పౌరుడు ఎలా అర్థం చేసుకుంటారు?

మనమొక దృశ్యాన్ని ఊహించుకుందామా? మీరు ఒక ఇల్లు కొనాలని నిర్ణయించుకున్నారనుకుందాం. ఎక్కడో ఒక అందమైన ఇల్లు అమ్మకానికి ఉందని తెలిసింది. దాన్ని ఆమూలాగ్రం పరిశీలించాలనుకుని మీరు ఆ ఇంటికి వెళ్ళి, గదులన్నీ కలియదిరుగుతున్నారు. పడకగదిని పరిశీలిస్తూ, అనుకోకుండా మీరు అక్కడి బాత్‌రూమ్ తలుపును తీశారు. కానీ బాత్‌రూమ్‌లోని స్నానాలతొట్టెలో ఒక మహిళ నగ్నంగా స్నానం చేస్తోంది. చెప్పా పెట్టకుండా తలుపు తీసిన మిమ్మల్ని చూసి ఆ మహిళ ప్రతిస్పందన ఎలా ఉంటుంది? ఆవిడ బ్రిటిష్ లేదా అమెరికాకు చెందిన మహిళ అయితే మిమ్మల్ని చూసిన వెంటనే ఒకచేత్తో తన వక్షోజాల్ని కప్పుకుంటూ, మరో చేత్తో తన మర్మావయాల్ని దాచుకునే ప్రయత్నం చేస్తుంది. ఆమె స్వీడన్‌కు చెందిన వ్యక్తి అయితే కేవలం తన మర్మావయాల్ని మాత్రమే దాచుకుంటుంది. అదే ఒక ముస్లిం యువతి అయితే ముఖాన్ని దాచుకుంటుంది. ఆవిడ సుమత్రా దీవులకు చెందిన స్త్రీ అయితే తన మోకాళ్ళని దాచుకుంటుంది. దక్షిణ పసిఫిక్ మహాసముద్రానికి పశ్చిమాన ఉన్న సమోవన్ దీవులకు చెందిన మహిళ అయితే తన బొడ్డును దాచుకుంటుంది.

## కుడి ఎడమైతే కుదరదు

ఈ అధ్యాయాల్ని రాస్తున్నపుడు మేము సంస్కృతీపరమైన వ్యత్యాసాలకు సంబంధించిన ఒకానొక సమావేశంలో పాల్గొనే నిమిత్తం ఇటలీలోని వెనిస్ నగరానికి వచ్చాం. ఇటలీకి వెళ్ళడం ఇదే ప్రథమమైతే మాత్రం అక్కడ మనల్ని ఆశ్చర్యానికి గురిచేసే అనేక విషయాలున్నాయి. దాదాపు అన్ని దేశాల్లో పేవ్‌మెంట్‌కు ఒక్కవైపే వాహనాల్ని నడుపుతారు. బ్రిటిష్, ఆస్ట్రేలియన్, దక్షిణ ఆఫ్రికా, న్యూజిలాండ్ వంటి దేశాలన్నింటిలో పేవ్‌మెంట్‌కు ఎడమవైపునే నడుస్తారు. వాహనాల్ని నడుపుతారు. కానీ ఈ అలవాటు ఇటలీలో ఇబ్బందులకు గురిచేస్తుంది. మీరు ఎడమవైపున నడుస్తుంటే ఇటాలియన్లు కుడివైపునుంచి మీమీదికి దూసుకొస్తారు. మీరు ఎడమవైపుకు మొగ్గితే, వాళ్ళు కుడివైపుకు మొగ్గుతారు. విదేశాల్లో పేవ్‌మెంట్లమీద జరిగే ప్రమాదాలకు 'సన్‌గ్లాసెస్' ప్రబల కారణాలుగా ఉంటాయి. ఎందుకంటే వాటిని ధరించిన తరువాత ఎదురుగా వస్తున్న వ్యక్తి ఎటువైపుకు మళ్ళుతాడో కనిపించదు. ఈ కారణంగా మనకు సరికొత్త పరిచయాలు, ఆసక్తికరమైన స్నేహితులు కూడా ఎదురవుతారు.

ఇటాలియన్ పౌరులకు మీరు కరచాలనం అందించి, వీడ్కోలు చెప్పాలనుకుంటే, అక్కడ మిమ్మల్ని వాళ్ళు విస్మయంలో ముంచెత్తుతారు. వాళ్ళు కరచాలనంతో ఆగరు, ఏకంగా రెండు చెక్కిళ్ళమీద ముద్దుపెట్టుకుని వీడ్కోలు చెబుతారు.

నేను నిష్క్రమించాల్సిన సమయం ఆసన్నమైంది,
ఆ ఇటాలియన్ వ్యక్తి నా రెండు చెక్కిళ్ళని ముద్దాడాడు.
ఆ సమయంలో నేను నా బూట్లకి లేసుల్ని బిగిస్తున్నాను.
**ఉడీ అలెన్**

మీరు స్థానిక ఇటాలియన్లతో మాట కలపాలని ప్రయత్నిస్తే వాళ్ళు అమాంతం మీమీదికి దూకినంత పనిచేసి, మిమ్మల్ని అడ్డూ ఆపూ లేకుండా ఊపేస్తూ, మీకు మాట్లాడే అవకాశమే ఇవ్వకుండా, ఇంచుమించు గొంతు చించుకుని అరచినంత పనిచేస్తారు. ఎప్పుడూ కోపంగా ఎవరినో కొట్టడానికి ఉపక్రమించే మనుషుల్లాగానే ఉంటారు. ప్రతీదాని మీదా వాళ్ళకి కోపమే. కానీ ఒక సగటు ఇటాలియన్ పౌరుని రోజువారీ జీవితంలో ఇవన్నీ సర్వసాధారణమైన విషయాలే. ఇంత కోపంలోనూ ఎంతో స్నేహపూర్వకంగా మసలుకోవడమే వాళ్ళ ప్రత్యేకత. అన్ని సంస్కృతుల్లోనూ ప్రజలు ఇలాగే ప్రవర్తిస్తారనుకుంటే అది పొరపాటే.

## సంస్కృతీ పరీక్ష

బాడీలాంగ్వేజ్‌కి సంబంధించి సంస్కృతీపరమైన తేడాల్ని మీరెలా గుర్తిస్తారు? ఒక చిన్న పనిచేయండి చాలు, మీరిప్పటికిప్పుడు మీ చేతిని పైకి చూపుతూ ఐదు వేళ్ళని ఐదు అంకెకి చిహ్నంగా ప్రదర్శించండి. వెంటనే మూడు వేళ్ళని మూసివేస్తూ రెండింటిని మాత్రమే ప్రదర్శించండి. మీరు కనుక ఆంగ్లో-శాక్సన్ పౌరులైతే మీరు మీ మధ్యవేలిని, చూపుడువేలిని ప్రదర్శించే అవకాశం 96 శాతంగా ఉంటుంది. అదే మీరు యూరోపియన్ పౌరుడైతే మీరు 94 శాతంవరకు మీ బొటనవేలిని, చూపుడువేలిని చూపే అవకాశం ఉంది. యురోపియన్లు అంకెల్ని గణించేటప్పుడు తొలుత బొటనవేలితోనే ఒకటో అంకెను ప్రారంభిస్తారు. రెండో అంకెను చూపుడు వేలితోను, మూడో అంకెను మధ్యవేలితోను సూచిస్తూ ముందుకు వెళతారు. అదే ఆంగ్లో-శాక్సన్ పౌరులైతే తొలి అంకెను చూపుడువేలితో మొదలు పెట్టి లెక్కిస్తారు. రెండో అంకెను మధ్యవేలితోను, ఐదో అంకెను బొటనవేలితోనూ సూచిస్తూ లెక్కింపును ముగిస్తారు.

ఇప్పుడిక్కడ చూపిన చేతుల సంకేతాల్ని గమనించండి. ప్రతి ఒక్క సంకేతమూ ఎన్నెన్ని అర్థాలనిస్తుందో తెలుసుకోండి. ఇక్కడ మేము పేర్కొన్న ప్రశ్నలకు మీరు ఎన్ని సరైన జవాబులు ఇవ్వగలిగితే అన్ని పాయింట్లు మీ ఖాతాలో చేరుతాయి. ఒకవేళ మీ జవాబు తప్పయితే ఒక పాయింట్‌ను మీరు కోల్పోతారు. సరైన సమాధానాలకోసం పేజీ దిగువన చూడండి.

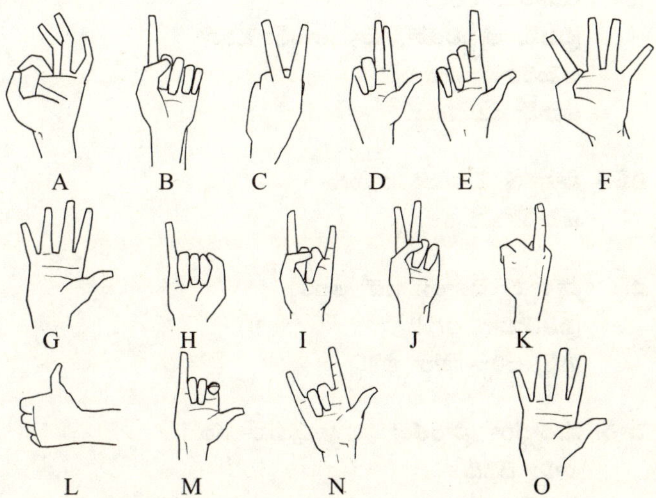


ప్రతి సరైన జవాబుకు ఒక పాయింటును మీరు పొందుతారు.

ఎ. **యూరప్, ఉత్తర అమెరికా: 'సరే!'**
**మధ్యదరా ప్రాంతం, రష్యా, బ్రెజిల్, టర్కీ:**
ఒక అధికారిక సంకేతం; లైంగికపరమైన తిట్టు;
స్వలింగ సంపర్కుడైన పురుషుడు
**ట్యునీషియా, ఫ్రాన్స్, బెల్జియం:** సున్న; పనికి మాలినది
**జపాన్:** డబ్బు; నాణేలు

బి. **పాశ్చాత్య దేశాలు:** 'నన్ను క్షమించండి!'; భగవంతుని సాక్షిగా;
వద్దు (పిల్లలకి)

సి. **బ్రిటన్, ఆస్ట్రేలియా, న్యూజిలాండ్, మాల్టా:** ఒక బూతు!
**అమెరికా:** రెండు
**జర్మనీ:** విజయం
**ఫ్రాన్స్:** శాంతి
**ప్రాచీన రోమ్:** 'ఫైవ్ బీర్స్'కు సంబంధించిన జూలియస్ సీజర్ ఆదేశం

డి. **యూరప్:** మూడు
**కాథలిక్ దేశాలు:** ఒక ఆశీర్వచనం

ఇ. **యూరప్:** రెండు
**బ్రిటన్, ఆస్ట్రేలియా, న్యూజిలాండ్:** ఒకటి
**అమెరికా:** 'వెయిటర్'
**జపాన్:** ఒక తిట్టు

ఎఫ్. **పాశ్చాత్య దేశాలు:** నాలుగు
**జపాన్:** ఒక తిట్టు

జి. **పాశ్చాత్య దేశాలు:** ఐదో అంకె
**ప్రతిచోటా:** 'ఆగు!'
**గ్రీస్, టర్కీ:** 'పోరా ఫో!'

హెచ్. **మధ్యధరా ప్రాంతం:** 'చిన్న పురుషాంగం'
**బాలి:** చెడ్డది
**జపాన్:** మహిళ

**దక్షిణ అమెరికా:** పలుచనిది
**ఫ్రాన్స్:** నన్ను నువ్వు మోసగించలేవు!

ఐ. **మధ్యధరా ప్రాంతం:** 'నీ భార్య నిన్ను వంచిస్తోంది!'
**మాల్టా, ఇటలీ:** దిష్టి తగలకుండా రక్షణ (ప్రత్యేకించి చూపినపుడు)
**దక్షిణ అమెరికా:** దురదృష్టం దరిచేరకుండా నివారించడం (తిప్పినపుడు)
**అమెరికా:** టెక్సస్ విశ్వవిద్యాలయ అధికార చిహ్నం, టెక్సస్ లాంగ్‌హార్న్ ఫుట్‌బాల్ బృందం

జె. గ్రీస్: 'పోరా ఫో...'
**పాశ్చాత్య ప్రపంచం:** రెండు

కె. ప్రాచీన రోమ్: ఒక బూతు
**అమెరికా:** ఇదీ ఒక రకమైన బూతే

ఎల్. **యూరప్:** ఒకటి
**ఆస్ట్రేలియా:** ఇదీ ఒకరకమైన బూతే
**ఎల్లెడలా:** మంచిది; అలాగే
గ్రీస్: ఒక బూతు
**జపాన్:** పురుషుడు; ఐదు

ఎం. **హవాయ్:** 'అంతా సవ్యంగానే ఉంది, కోపం వద్దు'
**హాలండ్:** 'మీకు ఏదైనా పానీయం కావాలా?'

ఎన్. **అమెరికా:** నేను నిన్ను ప్రేమిస్తున్నాను!

ఒ. **పాశ్చాత్య ప్రపంచం:** పది; నేను లొంగిపోతున్నాను!
గ్రీస్: ఒక బూతు
**ఎల్లెడలా:** నేను నిజమే చెబుతున్నాను!

**మీ స్కోరెంత?**

**ముప్పై పాయింట్లకన్నా ఎక్కువైతే :** మీరు విస్తృతంగా ప్రయాణించే వ్యక్తి, విశాలహృదయులు, వారూ వీరూ అన్న తేడాలేకుండా అందరి క్షేమాన్ని కాంక్షిస్తారు. అందరూ మిమ్మల్ని ప్రేమిస్తారు.

**పదిహేను నుంచి ముప్ఫై పాయింట్లు :** మీపట్ల ఇతరులు భిన్నంగా ప్రవర్తిస్తారన్న తెలివిడిని కలిగి ఉంటారు. మరింత అంకితభావంతో ప్రయత్నిస్తే ఎదుటివారిని చక్కగా అర్థం చేసుకునే శక్తి మీకు ఉంది.

**పదిహేనుకన్నా తక్కువ పాయింట్లు :** అందరూ మీలాగే ఆలోచిస్తారని మీరు అనుకుంటారు. మీరు ఎన్నడూ గడపదాటి వెళ్ళిన వ్యక్తి కాదు, మీరు పాస్‌పోర్టును కూడా కలిగి ఉండరు. మీకన్నా మిగతా ప్రపంచమంతా భిన్నమైనదేనని మీరు భావిస్తారు. ప్రపంచమంతా ఒకే విధమైన వాతావరణం, సమయం నడుస్తూంటాయని మీరు అనుకుంటారు. అయితే గియితే మీరు అమెరికన్ అయిఉంటారు.

## మనమంతా అమెరికన్లలాగానే ఎందుకు మారుతున్నాం?

అమెరికన్ టెలివిజన్, సినిమాలు ప్రపంచమంతా విస్తరించడం భిన్న సంస్కృతుల మీద, యువతమీద ప్రతికూల ప్రభావాన్ని చూపుతోంది. ప్రపంచవ్యాప్తంగా యువత ఇప్పుడు ఉత్తరఅమెరికా బాడీలాంగ్వేజ్‌నే అనుకరిస్తోంది. ఉదాహరణకు బ్రిటన్ పౌరులు చూపించే రెండు వేళ్ళ సంకేతాన్ని అరవైల నాటి ఆస్ట్రేలియన్లు అవమాన చిహ్నంగా భావించే వాళ్ళు. కానీ నేటి ఆస్ట్రేలియన్ యువత అదే సంకేతాన్ని 'రెండు' అనే అర్థంతో స్వీకరిస్తోంది. అమెరికన్లు అన్నివేళ్ళని మడిచి, మధ్యవేలిని మాత్రం పైకి లేపి చూపితే పెద్ద బూతుకు సంకేతం. నేటి యువత దీన్ని కూడా బాగానే అర్థం చేసుకుంటోంది. చాలా దేశాల్లో స్థానికంగా వాడుకలో లేకపోయినప్పటికీ, వేళ్ళతో సున్న చుట్టి చూపితే దాన్ని 'సరే' లేదా 'అవును' అన్న అర్థంతో స్వీకరిస్తున్నారు. టెలివిజన్‌తో పరిచయం ఉన్న ప్రతిదేశంలో పిల్లలు బేస్‌బాల్ టోపీలను ధరించి, స్పానిష్ భాషతో పరిచయం లేనప్పటికీ 'వీడ్కోలు'కు సంకేతంగా 'హస్తా లా విస్తా, బేబీ' అంటున్నారు.

*సాంస్కృతికంగా బాడీలాంగ్వేజ్‌లో ఉన్న తేడాల్ని రూపుమాపడంలో అమెరికన్ టెలివిజన్ ప్రబలమైన పాత్రని పోషిస్తోంది.*

ఉత్తరఅమెరికన్ల ప్రభావం పుణ్యమాని ఆంగ్లభాష నుంచి 'టాయ్‌లెట్' అనే పదం క్రమేణా అదృశ్యమవుతోంది. వాళ్ళకి ఆ పదాన్ని ఉచ్చరించాలంటే కంపరం. అందుకే వాళ్ళు మరుగుదొడ్డి గురించి మాట్లాడే సందర్భంలో దానిని 'బాత్‌రూమ్' అని పేర్కొంటారు. యూరప్‌లోని చాలా ప్రదేశాల్లో మరుగుదొడ్డిలోనే స్నానాలగదిని

కూడా నిర్మిస్తారు. లేదా వాళ్ళు దాన్ని బాగా సరళీకరించి 'రెస్ట్‌రూమ్' అని పిలుస్తారు. ఇలాంటి రెస్ట్‌రూముల్లో విశ్రాంతి తీసుకునేందుకు వీలుగా అధునాతన పడకకుర్చీలు ఉంటాయి. ఇంగ్లాండ్‌లో అయితే 'పౌడర్‌రూమ్' అని పిలుస్తారు. ఈ గదిలో అద్దం, వాష్‌బేసిన్‌లు కూడా ఉంటాయి. యూరప్‌లో బాలికలకోసం 'లిటిల్ గర్ల్ రూమ్స్' ఉంటాయి. ఇక్కడి రహదార్ల వెంబడి ప్రయాణికుల సౌకర్యార్థం 'కంఫర్ట్‌రూమ్'లు ఉంటాయి. ఇక్కడ ఒక ఉత్తర అమెరికా పౌరుడు బాత్‌రూమ్ అనే అర్థంలో వాష్‌రూమ్ అని అడిగాడనుకుందాం, అతణ్ణి సరాసరి వంటగదిలోకి తీసుకువెళ్ళి, ఒక చిన్న టవల్ చేతిలోపెట్టి అంట్లు కడగడానికి ఆహ్వానిస్తారు.

## విశ్వజనీన సాంస్కృతిక మూలాలు

మనం మూడో అధ్యాయంలో మాట్లాడుకున్నట్టు ముఖకవళికలు, నవ్వులు వంటి హావభావాలకు అన్ని చోట్లా ఒక్కలాంటి అర్థమే ఉంటోంది. శాన్‌ఫ్రాన్సిస్కో కాలిఫోర్నియా విశ్వవిద్యాలయానికి చెందిన పాల్‌ఎక్మాన్ ఈ దిశగా ఒక ప్రయోగం చేశాడు. ఆయన ఆనందం, కోపం, భయం, విచారం, అవమానం, ఆశ్చర్యం వంటి అనుభూతుల్ని ప్రదర్శించే ఫోటోల్ని 24 విభిన్న సంస్కృతులకు చెందిన ప్రజలకు చూపించాడు. అత్యధికశాతం ప్రజలు ఆనందం, విచారం, అవమానాలకు సంబంధించిన హావభావాలుగా వాటిని గుర్తుపట్టారు. ఆశ్చర్యానికి సంబంధించి ఇరవై ఒక్కింట ఇరవైదేశాల ప్రజలమధ్య ఏకాభిప్రాయం వ్యక్తమైంది. వీటిలో భయానికి సంబంధించి 19, కోపానికి సంబంధించి 18 దేశాల మధ్య ఏకాభిప్రాయం నెలకొంది. ఆయా హావభావాల్ని ఆయా అనుభూతులకు సంబంధించినవిగా గుర్తించడంలో వీళ్ళ మధ్య ఎలాంటి వ్యత్యాసాలు చోటుచేసుకోలేదు. ఈ ప్రయోగంలో ఒక్క జపాను పౌరులు మాత్రమే భయానికి సంబంధించిన ముఖకవళికల్ని ఆశ్చర్యానికి సంబంధించిన ముఖకవళికలుగా పేర్కొన్నారు.

ఎక్మాన్ అక్కడితో ఆగలేదు. ఆయన న్యూగినియా, పశ్చిమ ఇరాన్‌కు చెందిన డానీ తెగ ప్రజల్ని కలుసుకున్నాడు. వాళ్ళు మిగతా ప్రపంచానికి దూరంగా ఉంటారు. అక్కడ కూడా ఆయనకు ఇలాంటి ఫలితాలే లభించాయి. అక్కడి ప్రజలు కూడా జపాను వారిలాగానే ఆశ్చర్యానికి, భయానికి మధ్య వ్యత్యాసాన్ని సరిగా గుర్తించలేకపోయారు.

ఈ ఆదిమసంతతికి చెందిన ప్రజల హావభావాల్ని ఎక్మాన్ తన కెమెరాలో

బంధించి, అమెరికన్ పౌరులకు చూపాడు. వాళ్ళు ఈ హావభావాల్ని కచ్చితంగా పోల్చుకున్నారు. కాబట్టి నవ్వు, ముఖకవళికలకు సంబంధించిన హావభావాలు విశ్వవ్యాప్తంగా ఒక్కలాగే ఉన్నాయని చెప్పవచ్చు.

షికాగోలోని డిపాల్ విశ్వవిద్యాలయానికి చెందిన డాక్టర్ లిండా కామ్రాస్ కూడా ఈ దిశగా కొన్ని పరిశోధనలు చేశారు. వాటి తుది ఫలితం కూడా హావభావ వ్యక్తీకరణలు మనిషికి సహజాతాలేనని రుజువుచేసింది. లిండా కామ్రాస్ 'ఫేషియల్ యాక్షన్ కోడింగ్ సిస్టమ్' (ఆస్టర్ అండ్ రోజెన్‌స్టీన్, 1991) అనే అధునాతన పద్ధతిని ఉపయోగించి జపాను, అమెరికాలకు చెందిన శిశువుల ముఖకవళికల్ని పరిశీలించారు. ఈ పద్ధతివల్ల పసిపిల్లల ముఖకవళికల్ని నమోదు చేసుకోవడానికి, వాటిని విభజించడానికి, క్రమానుగతంగా వర్గీకరించడానికి వీలవుతుంది. ఈ ప్రయోగంలో అమెరికా, జపాన్‌లకు చెందిన పిల్లలందరిలో మానసికానుభూతులకు సంబంధించి ఒకే విధమైన వ్యక్తీకరణలు కనిపించాయి.

కాబట్టి ఈ పుస్తకంలో ప్రపంచమంతటా సాధారణంగా కనిపించే బాడీలాంగ్వేజ్ సంకేతాలపైనే మేము దృష్టిని కేంద్రీకరించాం. ప్రాంతీయం, కంటిచూపు, స్పర్శ, అవమానం తదితరాలకు సంబంధించిన హావభావాల్లో అతిపెద్ద సాంస్కృతిక అంతరం కనిపించింది. స్థానిక సంకేతాలకు సంబంధించి అరబ్‌దేశాలు, ఆసియా, జపాన్లలోని కొన్ని ప్రాంతాల్లో అతిపెద్ద మొత్తంలో వ్యత్యాసాల్ని మనం గుర్తించవచ్చు. అవగాహనకు అందేవిధంగా సాంస్కృతిక వ్యత్యాసాల్ని వివరించడం ఒక్క అధ్యాయంలో పూర్తయ్యేపని కాదు. కాబట్టి మీకు ఆసక్తిని కలిగించే కొన్ని మూలాధార విషయాలకే మేము పరిమితమయ్యాం.

ఒక సౌదీ పౌరుడు ఇలా మరో వ్యక్తి చేతిని
బహిరంగంగా పట్టుకున్నాడంటే అది అక్కడ గౌరవచిహ్నం.
కానీ ఆస్ట్రేలియా, టెక్సస్, ఇంగ్లాండ్‌లో మాత్రం ఇలా చేయడం కుదరదు.

## అభినందనల్లో తారతమ్యాలు

కరచాలనాల్లో భిన్నపద్ధతులవల్ల సాంస్కృతికపరమైన సందర్భాల్లో కొన్ని పరిహాసాస్పదమైన విషయాలు, కొన్ని ఇబ్బందులు చోటుచేసుకుంటూ ఉంటాయి. ఇద్దరు వ్యక్తులు కలుసుకున్నప్పుడు, విడిపోయేటపుడు పరస్పరం కరచాలనమివ్వడం బ్రిటిష్, ఆస్ట్రేలియా, న్యూజిలాండ్, జర్మన్ పౌరులకు ఆనవాయితీ. చాలామటుకు యూరోపియను సంస్కృతుల్లో రోజులో పలుసార్లు కరచాలనమివ్వడం అలవాటుగా ఉంటుంది. కొంతమంది ఫ్రెంచి పౌరులు రోజుకు అరగంటపాటు మాత్రమే కరచాలనానికి వెచ్చిస్తారని ప్రతీతి. భారత్, ఆసియా, అరబిక్ సంస్కృతుల్లో కరచాలనం ఇవ్వడం పూర్తయ్యాక కూడా చేతిని వదిలిపెట్టరు. కరచాలనమిచ్చినపుడు జర్మన్, ఫ్రెంచి పౌరులైతే ఒకటి లేదా రెండుసార్లు చేతిని నొక్కుతారు. బ్రిటన్ పౌరులైతే మూడునుంచి ఐదుసార్లు, అమెరికన్ పౌరులైతే ఐదు నుంచి ఏడుసార్లు అవతలివ్యక్తి చేతిని నొక్కుతారు. ప్రపంచవ్యాప్తంగా ఉన్న భిన్నసంస్కృతులకు చెందిన వ్యక్తులు ఒకచోట గుమికూడే అంతర్జాతీయ స్థాయి సమావేశాల్లో కరచాలనాలను ఇవ్వడంలో, స్వీకరించడంలో ప్రతినిధుల హావభావాలను గమనిస్తే చాలా వినోదంగా ఉంటుంది. అమెరికన్లకు, జర్మన్లకు సంబంధించినంత వరకు అవతలి వ్యక్తిచేతిని ఒకసారి నొక్కితే చాలు, కానీ బలంగా చేతిని నొక్కడంలో వారిద్దరూ సమ ఉజ్జీలే.

ఇక చెక్కిలిమీద ముద్దుపెట్టుకోవడం ద్వారా అభినందించే ప్రక్రియను అవలోకిద్దాం. స్కాండినేవియన్ పౌరులు ఒక ముద్దుతో సంతృప్తి పడతారు. ఫ్రెంచి వాళ్ళు రెండు ముద్దులతో అభినందిస్తారు. డచ్, బెల్జియం, అరబ్ దేశాలకు చెందిన పౌరులు మూడు ముద్దులతో ముగిస్తారు. ఆస్ట్రేలియన్లు, అమెరికన్లు, న్యూజిలాండ్ పౌరులు మాత్రం ముద్దుల విషయంలో కొంత సందిగ్ధానికి లోనవుతారు. ఒక్క ముద్దు తరువాత ఊహించని మరో ముద్దును స్వీకరించడం చేతకాక, ముఖాన్ని అటూ ఇటూ తిప్పేస్తుంటారు. బ్రిటన్ పౌరులు ఈ విషయంలో గడుగ్గాయిలే. ముద్దుకు అందకుండా దూరంగా నిలబడతారు : లేదా యూరోపియన్ తరహా రెండు ముద్దులతో మిమ్మల్ని ఆశ్చర్యంలో ముంచెత్తుతారు. ఎవరెస్ట్ శిఖరాన్ని అధిరోహించిన సర్ ఎడ్మండ్ హిల్లరీ 'ఎ వ్యూ ఫ్రమ్ ది సమ్మిట్' అనే పుస్తకాన్ని రచించారు. ఇందులో ఆయన ఎవరెస్ట్‌ను అధిరోహించిన తొలిక్షణాల అనుభవాన్ని వర్ణిస్తూ, శిఖరాన్ని అధిరోహించగానే తాను తన సహచరుడు టెన్జింగ్ నార్వేకి బ్రిటన్ తరహాలో కరచాలనమిచ్చేందుకు యత్నించగా, నార్వే మాత్రం టిబెటన్ శైలిలో తనను అమాంతం కౌగలించేసుకుని, ముద్దుల్లో ముంచెత్తారని ఎడ్మండ్ హిల్లరీ చెప్పారు.

## ఎదురెదురైతే...

ఎదుటివారితో వ్యవహరించేటపుడు ఇటాలియన్ పౌరులు కాస్త తెలివిగానే వ్యవహరిస్తారు. సంభాషణలో తమదే పైచేయిగా ఉండడానికన్నట్టు వాళ్ళు తమ చేతుల్ని ఎదుటివారి భుజాలపై ఉంచి మరీ మాట్లాడుతుంటారు. చూడ్డానికి అది చాలా ఆప్యాయంగా వాళ్ళు మీ భుజాలమీద చేతులు వేసినట్టు కనిపిస్తుంది కానీ, కాస్త చేతులు అటూ ఇటూ కదపడానికి వీల్లేకుండా ఒకానొక ఇబ్బందికరమైన స్థితిలోకి ఎదుటివారిని నెట్టేసి, మొత్తం సంభాషణలో వారిదే పైచేయి అయ్యేలా జాగ్రత్తపడతారు ఇటాలియన్లు. వీళ్ళ వాక్ప్రవాహానికి అడ్డుకట్ట వేయాలంటే వాళ్ళ చేతులు మీ భుజాలమీదికి వచ్చేలోగానే వాటిని అడ్డుకుని ఆపాలి. వీళ్ళతో పోలిస్తే జర్మన్, బ్రిటన్ పౌరులకు మొహమాటం మరీ ఎక్కువ. ఫ్రెంచి, ఇటాలియన్ పౌరుల సమక్షంలో వీళ్ళు బిక్కచచ్చిపోతారు. ఇటాలియన్లు, ఫ్రెంచి వాళ్ళు వీళ్ళకు అసలు మాట్లాడే అవకాశమే ఇవ్వరు. ఫ్రెంచివాళ్ళు ఇతరులతో మాట్లాడేటపుడు ఎక్కువగా తమ చేతుల్ని, ముంజేతుల్ని వాడుతుంటారు. ఇటాలియన్లు అయితే సంభాషణకు శరీరాన్నంతా వాడుతారు. బ్రిటిషర్లు, జర్మన్లు మాత్రం బుద్ధిగా నిలుచుని మాట్లాడడానికి మొగ్గుచూపుతారు.

అంతర్జాతీయ వాణిజ్య సమావేశాల్లో హుందాగా కనిపించే దుస్తుల్ని ధరించడం, గొప్పగొప్ప విశేషణాల్ని ఉపయోగించి మాట్లాడడం, మంచి, మంచి ప్రతిపాదనల్ని ప్రతినిధుల ముందుంచటం లాంటి సకలవిద్యలూ బాడీలాంగ్వేజ్‌కి సంబంధించిన ఒకే ఒక్క చిన్నతప్పిదంతో, లేదా చేతకానితనంతో బూడిదలో పోసిన పన్నీరవుతాయంటే అతిశయోక్తికాదు. మేము 42 దేశాల్లో నిర్వహించిన పరిశీలనల్లో తేలిందేమిటంటే, ప్రపంచంలో ఇతరుల సంస్కృతుల్ని అర్థం చేసుకోవడంలో ఉత్తరఅమెరికన్లు పూర్తిగా జ్ఞానశూన్యులు. వీరి తరువాతి స్థానంలో బ్రిటిష్ పౌరులున్నారు. అందుకే 82 శాతం మంది ఉత్తరఅమెరికన్లకు పాస్‌పోర్టు ఉండదు. వీరు నూతిలో కప్పలు. చివరికి అమెరికా మాజీ అధ్యక్షుడు జార్జిబుష్ కూడా అధ్యక్షునిగా ఎన్నికైన తరువాతే విదేశీ పర్యటనలకు ఉపయోగపడుతుంది కదా అని పాస్‌పోర్టు దరఖాస్తు చేసుకున్నారంటే ఉత్తర అమెరికన్ల పరిస్థితిని సులభంగానే అర్థం చేసుకోవచ్చు. బ్రిటిష్ పౌరులు ప్రపంచమంతా విస్తృత పర్యటనలు చేసే వారే అయినప్పటికీ, వాళ్ళు అందరూ తమలాగే ప్రవర్తించాలని, తమలాంటి హావభావాల్నే ప్రదర్శించాలని, తమలాగే వీనుల విందుగా ఆంగ్లభాషను మాట్లాడాలని, చేపలు, చిప్స్ తినాలని భావిస్తారు. చాలామటుకు విదేశీ సంస్కృతుల్లో గుర్తించాల్సిన విషయం ఏమిటంటే, వాళ్ళు ఇతరుల భాషను నేర్చుకోవడానికి ఇష్టపడరు. కానీ తమ భాషను విదేశీయులు నేర్చుకుంటే మాత్రం ఆనందంతో

ఉబ్బితబ్బిబ్బవుతారు. దీని ద్వారా తమ సంస్కృతిని ఇతరులు గౌరవిస్తున్నారని వీళ్ళు భావిస్తారన్నమాట.

## పెదవులు బిగబట్టడం

ఇది ఆంగ్లేయులకు వెన్నతో పెట్టిన విద్య. పెదవుల్ని పర్సులాగా మడిచేయడంవల్ల ముఖంలో అతితక్కువ హావభావాల్ని ప్రదర్శించే వీలుంటుంది. ఇలా ప్రవర్తించడం ద్వారా ఆంగ్లేయులు మానసిక అనుభూతులపై తమకు పూర్తి అదుపు ఉందని లోకాన్ని భ్రమింపజేస్తారు. డయానా మరణించినప్పుడు కూడా బ్రిటన్ రాకుమారులు ఫిలిప్, చార్లెస్, హారీలు ఇలాగే పైపెదవిని బిగపెట్టి కనిపించారు. కానీ వాళ్ళనలా చూసినప్పుడు మిగతా ప్రపంచం మాత్రం డయానా మరణం వారిని ఎంతమాత్రమూ కదిలించలేదని భావించింది.

పైపెదవిని బిగబట్టడమనే విద్యలో ఎనిమిదవ హెన్రీ తరువాతే ఎవరి పేరునైనా ప్రస్తావించాలి. ఆయన నోరు బాగా చిన్నది, దాంతో పైపెదవిని బిగబట్టగానే అది మరింత ముడుచుకుపోయి కనిపించేది. ఫోటోలకోసం నిలబడ్డప్పుడల్లా హెన్రీ ఇలాగే పైపెదవిని బిగబట్టేవాడు. దాంతో చిన్ననోరు అన్నది పదహారవ శతాబ్దంనాటి ఆంగ్ల ప్రపంచంలో హోదాకు చిహ్నంగా మారిపోయింది. ఇప్పటికీ ఆంగ్లేయులు పైపెదవిని బిగబట్టే అలవాటును కొనసాగిస్తూనే ఉన్నారు. తమకన్నా తక్కువస్థాయి మనుషుల సమక్షంలో వీళ్ళ ప్రవర్తన ఇలాగే ఉంటుంది. ఇలా పైపెదవిని బిగబట్టడమనే సంకేతంలో అప్రయత్నంగానే కనురెప్పల్ని పదే పదే తాటించడం కూడా అంతర్లీన లక్షణంగా ఉంటుంది.

ఉన్నత సమాజపు హోదా చిహ్నంగా ఎనిమిదో హెన్రీ ఈ ముఖకవళికకు ప్రాచుర్యం కల్పించారు. ఆధునిక బ్రిటన్, అమెరికన్ పౌరులు ఇప్పటికీ దీన్ని అలాగే కొనసాగిస్తున్నారు.

## జపనీయులతో కొంచెం కష్టమే

కరచాలనాలు ఇవ్వడం, ముద్దాడడం, కౌగిలించుకోవడం వంటివి జపానులో చెల్లవు. ఇలాచేసే వాళ్ళని జపనీయులు మర్యాద తెలియని వ్యక్తులుగా జమకట్టేస్తారు. జపానులో పరస్పరం వంగి అభినందించుకోవడమే ఆనవాయితీ. ఇది కూడా హోదాను అనుసరించే ఉంటుంది. తన కన్నా అధికుడైన వ్యక్తి ఎదురైనప్పుడు జపాన్ పౌరుడు శరీరాన్ని బాగా ముందుకు వంచి అభినందిస్తాడు. జపనీయులు తమకన్నా హోదాపరంగా తక్కువ స్థాయి వ్యక్తికి శరీరాన్ని కొంచెంగా వంచి అభివాదాలు తెలుపుతారు. వాణిజ్యపరమైన సమావేశాల్లో బిజినెస్ కార్డుల్ని అందుకున్న తరువాత వారి వారి స్థాయినిబట్టి ఈ అభివాదాల శైలి మారుతుంటుంది.

*జపాన్‌కు వెళ్ళినపుడు మీ బూట్లు పరిశుభ్రంగా ఉంచుకోండి. ఎందుకంటే వాళ్ళు అభివాదం నెపంతో వంగి వాటినే పరిశీలిస్తారు మరి.*

ఎదుటివారితో మాట్లాడేటపుడు జపనీయులు హృదయపూర్వకంగా సాదర అభిప్రాయాన్నే కలిగి ఉన్నట్టు ప్రవర్తిస్తారు. నవ్వడం, తల ఊపడం, గౌరవప్రదమైన శబ్దాలు చేయడం వీరికి ఆనవాయితీ. నిజానికి జపనీయులు ప్రదర్శించే ఈ సంకేతాలకు ప్రపంచంలోని ఏ భాషలోనూ సమానార్థకాలు లేవు. దాంతో సాధారణంగా జపనీయులతో సంభాషించే పాశ్చాత్యులు, యురోపియన్లు వాళ్ళ హావభావాల్ని 'అంగీకార' సూచకంగా పొరబడుతుంటారు. 'తల ఊపడం' అన్నది విశ్వవ్యాప్తంగా 'అవును' లేదా 'అంగీకారానికి' చిహ్నం. ఒక్క బల్గేరియన్లు మాత్రమే దీనిని 'కాదు' అనడానికి సంకేతంగా ఉపయోగిస్తారు. జపనీయులు మాత్రం తల ఊపడాన్ని మర్యాద పూర్వక చిహ్నంగా వాడుతారు. మీరు జపనీయులతో ఒక విషయాన్ని చెప్పినపుడు, వాళ్లు దానికి 'అవును' అంటూ తల ఊపుతూ బదులిస్తారు. దానర్థం సంభాషణను కొనసాగించమని మీకు చెప్పడమే. జపనీయులు 'అవును' అన్నారంటే, దానర్థం 'అవును, మీరు చెప్పింది నేను విన్నాను' అని మాత్రమే, అంతే తప్ప 'మీరు చెప్పిన దానిని నేను అంగీకరిస్తున్నాను' అని కాదు. ఉదాహరణకు 'నేను చెప్పిన దానితో మీరు ఏకీభవించడం లేదు కదూ...' అని చెప్పి చూడండి. అప్పుడు కూడా అతను తల ఊపుతూ, నవ్వుతూ 'అవును' అనే అంటాడు. ఒకవేళ అతను మీతో ఏకీభవంచినప్పటికీ ఇదే జవాబు మీకు ఎదురవుతుంది. మీతో ఏకీభవించక పోయినా జపాన్ పౌరుడు తలూపుతూ 'అవును' అని అన్నాడంటే, 'మీరు చెప్పింది బాగానే ఉంది, కానీ నేను మీతో ఏకీభవించడం లేదు' అని దానర్థం.

ప్రతికూల విషయాలనుంచి తమను తాము కాపాడుకోవడానికి జపనీయులు కొన్ని సూత్రాల్ని పాటిస్తారు. వాటి ప్రకారం వాళ్ళు ఎన్నడూ 'కాదు', 'లేదు' వంటి పదాల్ని వాడరు. ప్రతికూల సమాధానం వస్తుందని వాళ్ళు అనుమానించినచోట ప్రశ్నించడాన్ని మానుకుంటారు. అనంగీకారానికి జపనీయులు వాడే పదాలు ఇంచుమించుగా ఇలా ఉంటాయి, 'ఇది చాలా కష్టం' లేదా 'దీన్ని మేము సానుకూలదృష్టితో పరిశీలించాల్సి ఉంది'. ఇలాంటి పదాల్ని వాళ్ళు వాడారంటే, 'దాని గురించి మరిచిపోయి, ఇక ఇంటికి వెళ్లండి' అన్నదే గూఢార్థం.

## 'ముక్కు చీదడం....,'

తుమ్మినపుడు యురోపియన్లు, పాశ్చాత్యులు తమ ముక్కును కర్చీఫుల్లోనూ, టిష్యూ పేపర్లలోనూ దాచుకుంటారు. అదే ఆసియా, జపానులకు చెందిన వ్యక్తులు ఉమ్మేస్తారు. కానీ వీళ్ళు ఈ లక్షణాల్నే పరస్పరం 'అవమానకరమైన ప్రవర్తన'గా ఏవగించుకుంటారు. తుమ్మినపుడు ముక్కును కర్చీఫుల్లో దాచుకునే అలవాటుకు గత శతాబ్దాల్లో యురోపియను ప్రపంచం పాలిట ఎయిడ్స్ మహమ్మారిలాంటి 'క్షయ వ్యాధే' మూలం. యూరప్‌లో క్షయవ్యాధి విజృంభించి వేలాది ప్రాణాల్ని బలిగొన్న సమయంలో ఆ ప్రాణాంతక వ్యాధిని నివారించే మార్గంగా ప్రభుత్వాలు ప్రజల్ని బహిరంగంగా తుమ్మరాదని ఆదేశించాయి. అలా కర్చీఫుల్లో తుమ్మడంవల్ల వ్యాధి మరింత వ్యాపించకుండా నిరోధించవచ్చునన్న ఆలోచనే ఈ ఆదేశం వెనుక దాగిన రహస్యం. ఇందువల్లే బహిరంగంగా తుమ్మడం, ఉమ్మడం వంటి చర్యల్ని ఇప్పటికీ పాశ్చాత్యులు తీవ్రంగా పరిగణిస్తారు. బహిరంగ ప్రదేశాల్లో ఉమ్మే వ్యక్తి క్షయవ్యాధిని సమాజంలో వ్యాపింపజేస్తాడని వాళ్ళ నమ్మిక.

ముక్కుకు కర్చీఫును అడ్డుపెట్టుకుని తుమ్మే లక్షణం
ఒకనాటి క్షయవ్యాధి సృష్టించిన దారుణాల ఫలితమే.

తూర్పుదేశాల్లో కూడా క్షయవ్యాధి ఇలాంటి ఉపద్రవాన్నే సృష్టించిఉంటే, బహుశా వీళ్ళు కూడా పాశ్చాత్యుల్లాగానే ముక్కుకు అడ్డంగా కర్చీఫును ఉంచుకునే అలవాటును పెంపొందించుకునే వాళ్ళేమో! అప్పుడు తుమ్మే వ్యక్తికి ఎవరైనా కర్చీఫును అందిస్తే జపనీయులు వాళ్ళని పొగడ్తలతో ముంచెత్తేవాళ్ళు. కానీ కోటు పైజేబులో కర్చీఫును కనపడేలా ఉంచుకునే ఆంగ్లేయుల ప్రవర్తనను జపనీయులు గర్హిస్తారు. అదేదో కోటు జేబులో టాయ్‌లెట్ 'పేపరును ఉంచుకున్నట్టుగా వీళ్ళు భావిస్తారు.

తుమ్మినపుడు వెంటనే ఉమ్మివేయడం అనేది మంచి ఆరోగ్యలక్షణమని ఆసియన్లు భావిస్తారు. కానీ ఇలా ఉమ్మడాన్ని యురోపియన్లు, పాశ్చాత్యులు అసహ్యించుకుంటారు.

## బ్రిటన్‌లో అయితే 'ఓకే.....' కానీ....

చేతి కదలికలకు సంబంధించిన 'రింగ్', 'థమ్స్-అప్', 'వి' చిహ్నం అనే మూడు హావభావాలు తరచూ మనకు కనిపిస్తుంటాయి. కానీ బాడీలాంగ్వేజ్‌కి సంబంధించిన ఈ మూడు హావభావాలకు ఒక్కో సంస్కృతిలో ఒక్కో అర్థం ఉంటుంది.

### 1. రింగ్

పందొమ్మిదో శతాబ్దంలో అమెరికాలోని వార్తాపత్రికలు ఈ సంజ్ఞకి ప్రాచుర్యం కల్పించాయి. సాధారణ పదబంధాల్ని సంక్షిప్తీకరించి వాడే అలవాటులో భాగంగా పదాలకు ముందున్న పొడి అక్షరాలతో పదాన్ని సూచించడాన్ని అవి వాడుకలోకి తెచ్చాయి. 'ఓకే' (ok) అనే ఆంగ్ల అక్షరాలతో కూడిన సంజ్ఞకు మూలం ఏమిటన్న విషయంపై భిన్నాభిప్రాయాలు వ్యక్తమవుతున్నాయి. ఓకే అనే ఆంగ్ల అక్షరాలు 'అంతా సరిగ్గానే ఉంది' అనే అర్థంతో ప్రాచుర్యంలోకి వచ్చాయని కొందరు అభిప్రాయపడుతున్నారు. అదే సమయంలో knock-out అనే ఆంగ్లపదాన్ని తిరగదిప్పి కేఓని (KO) ఓకేగా వాడుకలోకి తెచ్చారని మరికొందరు అంటుంటారు.

ok అన్న పదాన్ని పాశ్చాత్యులు 'అంతా సరిగ్గానే ఉంది' అనే అర్థంలో వాడుతారు. జపనీయులు 'డబ్బు' అనే అర్థంలోనూ, ఫ్రెంచి వాళ్ళు 'సున్న' అనే అర్థంలోనూ, టర్కీ పౌరులు, బెల్జియం పౌరులు ఒక తిట్టుకు సంకేతంగాను వాడుతారు.

మరో వాదన ప్రకారం పందొమ్మిదో శతాబ్దంనాటి అమెరికా అధ్యక్షుడు 'ఓల్డ్ కిండర్‌హుక్' పేరిట ఈ పదం వాడుకలోకి వచ్చింది. ఆయన ఎన్నికల ప్రచారంలో తన పేరులోని మొదటి అక్షరాల్ని ఇలా వాడారట. బొటన వేలిని, చూపుడు వేలిని ఉంగరంలాగా చుడితే అంటే ఆంగ్ల అక్షరం 'ఒ'లాగానన్న మాట, దాన్ని ఓకే అనే అర్థంలో స్వీకరించాల్సి ఉంటుంది. ఆంగ్లభాష మాట్లాడే దేశాలన్నింటా ఇదే ప్రాచుర్యంలో ఉంది. అమెరికన్ టెలివిజన్, సినిమాల పుణ్యమాని ఇలాంటి

సంకేతాలు ప్రపంచమంతటా శరవేగంగా విస్తరించాయి. కానీ కొన్ని దేశాల్లో ఈ సంకేతానికి భిన్నమైన అర్థాలున్నాయి. ఉదాహరణకు ఫ్రాన్స్, బెల్జియంలలో ఈ సంకేతానికి 'సున్న' లేదా 'ఏమీ లేదు' అనే అర్థం వాడుకలో ఉంది. పారిస్‌లోని ఒకానొక రెస్టారెంటుకు మేము వెళ్ళాం. మాకు అక్కడి వెయిటర్ ఒక టేబుల్‌ని చూపాడు. అతను 'మీకు ఈ టేబుల్ ఓకేనా?' అని అడిగాడు. అందుకు బదులుగా మేము ఈ సంకేతాన్ని చూపాం. దాంతో అతను 'మీకిది నచ్చకపోతే మేము మరో టేబుల్‌ని ఏర్పాటు చేస్తాం' అని అన్నాడు. మేము చూపిన 'ఓకే' సంకేతాన్ని అతను 'నచ్చలేదన్న' అర్థంలో స్వీకరించాడన్నమాట.

*ఫ్రెంచి వాళ్ళు వంటచేసి, మిమ్మల్ని అథిత్యానికి పిలిస్తే, ఆ వంటను మీరు 'ఓకే' సంకేతంతో బాగుందని మెచ్చుకున్నారనుకుందాం. వెంటనే వాళ్ళు మిమ్మల్ని మెడపట్టి బయటికి గెంటేస్తారు.*

జపాన్‌లో ఈ సంకేతానికి 'డబ్బు' అనే అర్థం చెలామణిలో ఉంది. మీరు జపానులో వ్యాపార వ్యవహారాల్ని నడిపిస్తూ, అక్కడ వేళ్లని ఇలా మడిచి 'ఓకే' సంకేతాన్ని చూపారనుకోండి, మీరు వాళ్ళని లంచం అడిగారని కన్నెర్ర చేస్తారు. కొన్ని మధ్యధరా ప్రాంతాల్లో ఈ సంకేతానికి ఒక అధికారిక అర్థం ఉంది. అక్కడ మీరు ఈ సంకేతాన్ని ప్రదర్శిస్తే, మీరు కానీ మీ ఎదుటివ్యక్తి కానీ 'స్వలింగ సంపర్కుల'ని చెప్పినట్టవుతుంది. గ్రీకు వ్యక్తి కూడా ఈ సంకేతాన్ని ఇలాగే అర్థం చేసుకుంటాడు. అదే టర్కీకి చెందిన ఒక వ్యక్తికి మీరీ సంకేతాన్ని చూపగానే అతను పృష్టభాగానికి సంబంధించిన ఒక బూతును ఉపయోగిస్తూ తనను దూషించారని భావిస్తాడు. అరబ్ దేశాల్లో ఈ సంకేతాన్ని వాడడమే అరుదు. ఒకవేళ వాడినా దాన్ని ఒక ప్రమాద చిహ్నంగానో, బూతుగానో వాళ్ళు అర్థం చేసుకుంటారు.

అలనాటి అమెరికా అధ్యక్షుడు రిచర్డ్ నిక్సన్ 1950ల్లో ఒకసారి లాటిన్ అమెరికాను సందర్శించారు. తనపట్ల లాటిన్ అమెరిన్లలో నెలకొన్న ద్వేషభావాన్ని పోగొట్టడానికి ఆయన ఈ పర్యటనను ఉద్దేశించారు. విమానం దిగగానే తనకోసం వేచి ఉన్న లాటిన్ అమెరికన్ పౌరులకు ఆయన 'ఓకే' సంకేతాన్ని చూపారు. దాంతో వాళ్ళు ఆయనను చీదరించుకున్నారు. అక్కడ ఆ సంకేతానికి ఒక బూతు అర్థం ఉంది.

మీరు అంతర్జాతీయంగా విస్తృతంగా పర్యటించాల్సి వస్తే మాత్రం మీరు వెళ్ళిన చోట అక్కడి స్థానికుల్ని అవమానాన్ని సూచించేందుకు వాళ్ళు ఏ సంకేతాల్ని

వాడుతారో ముందుగానే అడగండి. తద్వారా అనేక ఇబ్బందికర పరిణామాలనుంచి మిమ్మల్ని మీరు కాపాడుకోవచ్చు.

**2. థమ్స్-అప్**

బ్రిటిష్ ప్రభావం ఉన్న ఆస్ట్రేలియా, అమెరికా, దక్షిణాఫ్రికా, సింగపూర్, న్యూజిలాండ్ లాంటి చోట్ల 'థమ్స్ అప్‌కి మూడు రకాలైన అర్థాలు ఉన్నాయి. సాధారణంగా రోడ్డుమీద వెళుతున్న పాదచారులు ఎవరినైనా లిఫ్ట్ అడిగేందుకు ఈ సంకేతాన్ని వాడుతారు. 'అంతా సరిగానే ఉంది' అనే అర్థంలో కూడా దీనిని ఉపయోగిస్తారు. బొటనవేలిని మరికాస్త పైకి లేపి చూపితే మాత్రం ఒక రకమైన బూతుగా భావిస్తారు. గ్రీసుదేశంలో బొటనవేలిని ముందుకు చాపితే కూడా బూతుగానే ధ్వనిస్తుంది.

*గ్రీసుదేశంలో ఎన్నడూ రోడ్డుమీద థమ్స్అప్ సంకేతాన్ని వాడకండి.*

ఇదివరకే మనం చెప్పుకున్నట్టు యురోపియన్లు అంకెల్ని లెక్కబెట్టేటపుడు బొటనవేలితో ప్రారంభిస్తారు. కానీ ఆంగ్లభాషను మాట్లాడే దేశాల్లో చూపుడు వేలితో లెక్కబెట్టడాన్ని ప్రారంభిస్తారు. అలాంటి సందర్భంలో థమ్స్ అప్ 'ఐదో' అంకెను సూచిస్తుంది.

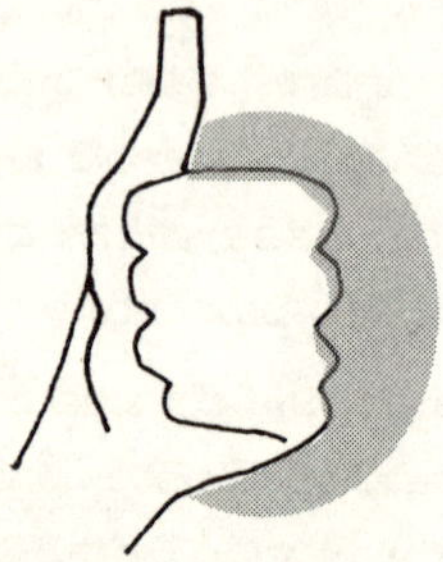

దీనికి 'మంచిది', 'ఒకటి', లేదా బూతు అనే అర్థాలున్నాయి. ప్రాంతాన్నిబట్టి అర్థాలు మారుతుంటాయి.

థమ్స్ అప్ అన్నది శక్తివంతమైన అంకెను సూచిస్తుంది కాబట్టి, ఇది సాధారణంగా కోటు జేబుల్లోంచి, చొక్కా జేబుల్లోంచి కనబడుతూనే ఉంటుంది. థమ్స్ అప్ అన్నది మరికొన్ని హావభావ సముచ్ఛయాలతో కలిసి శక్తిని, ఆధిక్యతను తెలిపేందుకు ఒక చిహ్నంగా వినియోగంలో ఉంది. నిజానికి బొటనవేలు చాలా బలమైంది కాబట్టే ఈ సంకేతానికి ఇంతటి ప్రాధాన్యం.

### 3. 'వి' సంకేతం

అరచేతిని ముఖం వైపుగా ఉంచుకుని రెండు వేళ్ళతో 'వి' ఆకారాన్ని ప్రదర్శిస్తే అది ఆస్ట్రేలియా, న్యూజిలాండ్, బ్రిటన్ దేశాల్లో ఒకానొక బూతును సూచిస్తుంది. కానీ విన్‌స్టన్ చర్చిల్ 'వి' అంటే విజయానికి చిహ్నంగా ప్రాచుర్యం కల్పించారు. ఆయన వాడిన సంకేతంలో అరచేయి ప్రజలవైపుకు ఉంటుంది. అరచేయి ఏ వైపుకు తిరిగి ఉందన్న దాన్ని బట్టి ఈ సంకేతానికి అర్థం మారుతుంది.

అమెరికన్ పరిభాషలో దీనికి 'రెండు' అని అర్థం, జర్మన్ దృష్టిలో ఇది 'విజయానికి' సంకేతం, బ్రిటన్‌లో ఒక బూతు ధ్వనిస్తుంది.

ఈ సంకేతానికి మాతృక శతాబ్దాలకు పూర్వం ఆంగ్ల సమాజంలోని విలువిద్య నేర్చిన వారిలో ఉంది. విలువిద్యలో బాణాన్ని వదలడానికి ప్రధానంగా ఈ రెండు వేళ్ళనే ఉపయోగిస్తారు. నాటి సమాజంలో శత్రువు చేతికి ప్రాణాలతో చిక్కడంకంటే మరణించడమే ఉత్తమంగా భావించేవాళ్ళు. ఎందుకంటే యుద్ధంలో దొరికిన వైరిపక్షం విలుకాండ్రకి శత్రువులు ఈ రెండు వేళ్ళని నరికివేసే వాళ్ళు. యుద్ధంలో అప్పటి బ్రిటిష్ సైనికులు శత్రువుల్ని రెచ్చగొట్టేందుకు కూడా ఈ సంకేతాన్ని వాడేవాళ్ళు. ఇలా రెండు వేళ్ళని ప్రదర్శిస్తే 'నా వేళ్ళను ఇంకా పోగొట్టుకోలేదు, చూడు...' అని చెప్పినట్టవుతుంది.

యూరప్‌లోని కొన్ని ప్రాంతాల్లో అరచేతిని ముఖానికి అభిముఖంగా ఉంచుకుని చెప్పినప్పటికీ ఈ సంకేతానికి విజయమనే అర్థం ఉంది. ఒక ఆంగ్లేయుడు అరచేతిని తన ముఖానికి ఎదురుగా ఉంచుకుని, ఒక జర్మన్‌కి బూతు సంకేతాన్ని చూపినప్పటికీ, జర్మన్ మాత్రం ఆంగ్లేయుడు తాను సాధించిన విజయాన్ని ప్రదర్శిస్తున్నట్టే అర్థం చేసుకుంటాడు. మరికొన్ని ప్రాంతాల్లో ఈ సంకేతం 'రెండు'కు గుర్తుగా వాడుతారు. ఒక యురోపియన్ బార్టెండర్‌కి మరో ఆంగ్లేయుడు, లేదా అమెరికన్ లేదా ఆస్ట్రేలియన్ ఈ సంకేతాన్ని చూపితే ఆ బార్టెండర్ వాళ్ళకి రెండు మగ్గుల బీరును ఇవ్వాల్సి ఉంటుంది.

## తాకనా, మాననా?!

సంస్కృతినిబట్టి కొందరు మాట్లాడేటపుడు ముట్టుకుని మాట్లాడడాన్ని అవమానించినట్లుగా భావిస్తారు. ఉదాహరణకు ఫ్రెంచి, ఇటాలియన్ పౌరులు మాట్లాడినంతసేపూ ఎదుటివారిని తాకుతూనే మాట్లాడుతారు. బ్రిటిషర్లు మాత్రం దీనికి పూర్తి విరుద్ధం. ఒక్క క్రీడా ప్రాంగణంలో, అదికూడా అనంత ప్రేక్షకసమూహం సమక్షంలో మాత్రమే ఆంగ్లేయులు ఇతరులను ముట్టుకుంటారు. బ్రిటన్, ఆస్ట్రేలియన్, న్యూజిలాండ్‌లకు చెందిన ఆటగాళ్ళు మైదానంలో ఒకళ్ళనొకళ్ళు కౌగిలించుకుంటూ, ముద్దులతో ముంచెత్తుతూ చేసే విన్యాసాలన్నీ దక్షిణ అమెరికన్, తదితర ప్రాంతాలకు చెందిన ఆటగాళ్ళని చూసి నేర్చుకున్నవే. కాకపోతే మిగతా క్రీడాకారులందరూ ఈ 'ముద్దు ముచ్చట్ల'ని కేవలం మైదానాలకే పరిమితం చేయకుండా, డ్రెస్సింగ్ రూముల్లోకూడా కొనసాగిస్తుంటారు. అదే సమయంలో అమెరికన్లు, బ్రిటిషర్లు, ఆస్ట్రేలియన్లు ఈ విన్యాసాల్ని మైదానానికి మాత్రమే పరిమితం చేస్తారు. మిగతాచోట్ల 'నన్నంటుకోకు...' అన్నట్టే ప్రవర్తిస్తారు.

---

*ఒక్క క్రీడా ప్రాంగణంలో మాత్రమే అది కూడా ఎవరైనా ఒక పాయింట్‌ను లేదా గోల్‌ను స్కోర్ చేసినప్పుడు బ్రిటిష్ పౌరులు తోటి క్రీడాకారుల్ని అమాంతం కౌగలించుకుని, ముద్దాడుతారు. కానీ మీరు వారితో ఒక పబ్‌లో అదేవిధంగా ప్రవర్తించి చూడండి, పరిస్థితి పూర్తి భిన్నంగా మారుతుంది.*

---

పలుదేశాల్లో ప్రజలు ఎన్ని పర్యాయాలు పరస్పరం ముట్టుకుని మాట్లాడతారన్న విషయంపై డాక్టర్ కెన్ కూపర్ ఒక అధ్యయనం జరిపారు. ఫలితాలు ఇలా ఉన్నాయి : ప్యూర్టోరికోలో గంటకు 180 సార్లు, పారిస్‌లో గంటకు 110 సార్లు, ఫ్లోరిడాలో గంటకు రెండు సార్లు ముట్టుకోగా, లండన్‌లో గంటకు ఒక్కసారి కూడా ముట్టుకోలేదు.

'స్పృశిస్తూ' మాట్లాడడం ఎక్కడ అంగీకారయోగ్యమో, ఎక్కడ కాదో తేల్చుకునేందుకు మా పరిశోధనలు, వ్యక్తిగత అనుభవాల ఆధారంగా మేము కింది విధమైన అవగాహనకు వచ్చాం.

| **ముట్టుకోరాదు** | **ముట్టుకోవచ్చు** |
|---|---|
| జర్మనీ | ఇండియా |
| జపాన్ | టర్కీ |

ఇంగ్లాండ్
అమెరికా, కెనడా
ఆస్ట్రేలియా
న్యూజిలాండ్
ఎస్తోనియా
పోర్చుగల్
ఉత్తర యూరప్
స్కాండినేవియా
ఫ్రాన్స్
ఇటలీ
గ్రీస్
స్పెయిన్
మధ్యప్రాచ్యం
ఆసియాలోని కొన్ని ప్రాంతాలు
రష్యా

## ఇతర సంస్కృతుల్ని తప్పుబట్టడం

ఇతరుల మనోభావాల్ని లక్ష్యపెట్టకుండా వారి సంస్కృతుల్ని అవహేళన చేయడంలో అమెరికన్లదే అగ్రతాంబూలం. చాలామంది అమెరికన్లకు పాస్‌పోర్టులు ఉండవు. వాళ్ళు ఎక్కడికీ వెళ్ళరు. పైగా ప్రపంచమంతా తమలాగే ఆలోచిస్తుందని, తమలా ప్రవర్తించడానికి ప్రయత్నిస్తుందని వాళ్ళ భావన. వాళ్ళు నూతిలో కప్పలు. ఇక్కడ ఒక ఫోటోని చూపాం. అందులో టెక్సస్ లాంగ్ హార్న్ ఫుట్‌బాల్ టీమ్ అధికార చిహ్నాన్ని ప్రదర్శిస్తూ అమెరికా మాజీ అధ్యక్షుడు జార్జిబుష్ ఈ సంకేతాన్ని చూపారు. ఆ టీమ్‌కు ఆయన అభిమాని. కాగా ఇలా చూపుడు వేలిని, చిటికెన వేలిని ఎద్దుకొమ్ముల్లాగా పైకి లేపి చూపడమన్నది చాలామంది అమెరికన్ల దృష్టిలో ఫుట్‌బాల్‌కు సంకేతం.

ఫుట్‌బాల్‌కు అమెరికన్లు వాడే ఈ సంకేతాన్ని ఇటలీలో కనుక ఉపయోగిస్తే జైలుకెళ్ళడం తథ్యం.

ఇటలీలో ఇలా చూపుడు వేలిని, చిటికెన వేలిని ఎద్దుకొమ్ముల్లాగా చూపడం అంటే 'నీ భార్య వ్యభిచారిణి' అని దూషించినట్టవుతుంది. రోమ్‌లో 1985లో తమ దేశంలో లాంగ్‌హార్న్ ఫుట్‌బాల్ టీమ్ విజయాన్ని సాధించిందని విన్న ఐదుగురు అమెరికన్లు వాటికన్ వెలుపల ఆనందాతిరేకంతో ఈ సంకేతాన్ని ప్రదర్శిస్తూ చిందులు వేశారు. వెంటనే వాళ్ళని అరెస్టు చేశారు. వాళ్ళు ప్రదర్శించిన ఈ సంకేతం పోప్‌కు నచ్చలేదు.

## క్లుప్తంగా...

తమపట్ల సదవగాహన కలిగిన తోటి వ్యక్తులతో సంబంధాల్ని నెరపవచ్చు. కానీ విదేశాలకు వెళ్ళినప్పుడు మాత్రం మీ బాడీలాంగ్వేజ్‌ని ఒకింత జాగ్రత్తగా పునస్సమీక్షించుకోవాల్సి ఉంటుంది. అక్కడి స్థానికుల హావభావాల్ని పరిశీలించే అవకాశం లభించేంతవరకు మనం జాగ్రత్తగా ఉండడమే ఉత్తమం. బాడీలాంగ్వేజ్‌కి సంబంధించిన సాంస్కృతిక వైరుధ్యాల్ని అర్థం చేసుకోవాలంటే విదేశాలకు చెందిన చలన చిత్రాల్ని 'మ్యూట్' లో ఉంచి చూడాలి. సబ్‌టైటిల్స్‌ని పరికించకూడదు. ఇలా చేయడంవల్ల ఆయా ప్రాంతాల్లో వాడుకలో ఉన్న బాడీలాంగ్వేజ్ సంకేతాల్ని అర్థం చేసుకోవచ్చు.

*ఇతర సంస్కృతుల్లో వినయాన్ని ప్రదర్శించే హావభావాల గురించి మీకు తెలియకపోతే అక్కడి స్థానికుల్ని అడగండి.*

సాంస్కృతికంగా హావభావాలకు తప్పుడు భాష్యాల్ని చెప్పడం ద్వారా లేనిపోని ఇబ్బందుల్ని కొనితెచ్చుకున్నట్టవుతుంది. వ్యక్తి భాష, హావభావాల్ని కూలంకషంగా పరిశీలించకుండా వాళ్ళగురించి ఒక అభిప్రాయానికి రావడమన్నది తప్పుడు దారి.

మీరు తరచూ అంతర్జాతీయ పర్యటనలు చేస్తుంటే మీకు రోజర్ ఆక్స్‌టెల్ రచించిన 'గెశ్చర్స్ : డూస్ అండ్ టాబూస్ ఆఫ్ బాడీలాంగ్వేజ్ అరౌండ్ ది వరల్డ్' (జాన్ విలే అండ్ సైన్స్) అనే పుస్తకం బాగా ఉపకరిస్తుంది. ఇందులో రచయిత విశ్వవ్యాప్తంగా ఉన్న డెబ్బై వేల పైచిలుకు బాడీలాంగ్వేజ్ సంకేతాల్ని, స్థానిక ఆచార వ్యవహారాల్ని వివరించారు.

# అధ్యాయం 6

# చేతులు, బొటనవేళ్ళతో హావభావాలు

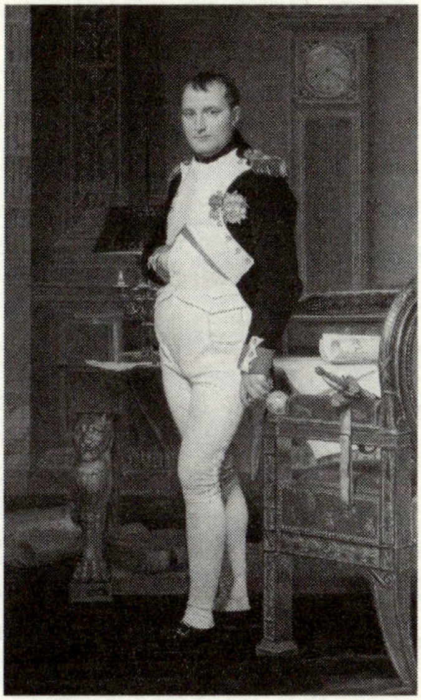

ఇది 1812లో జాక్స్-లూయిస్ డేవిడ్ చిత్రించిన నెపోలియన్ చిత్రపటం. ఇందులో నెపోలియన్ నిలుచున్నతీరు చాలా ప్రసిద్ధం. అది చూడ్డానికి ఎలా ఉంటుందంటే ఆయనేదో అల్సర్ వ్యాధితో బాధపడుతూ చేతిని నడుము దగ్గర ఉంచుకున్నారా అని అనిపిస్తుంది. లేదా ఆయన సంతోషంగానే ఉన్నట్టు కూడా అనిపిస్తుంది.

మనిషి చేతిలో 27 చిన్న ఎముకలుంటాయి. మణికట్టులో గులకరాళ్ళలాంటి మరో ఎనిమిది పూసలు ఒకదానితో మరొకటి బంధించి ఉంటాయి. ఇవి కీళ్ళ కదలికలకు అనుకూలంగా చిన్ని చిన్ని కండరాలతో అనుసంధానమై ఉంటాయి. చేతికి, మెదడుకు మధ్య మరే ఇతర శరీర భాగానికి లేనంత ఎక్కువగా నాడీపరమైన సంబంధాలుంటాయని శాస్త్రవేత్తలు గమనించారు. అందుకే భావోద్వేగపరమైన వ్యక్తీకరణల్లో, హావభావాల్లో సింహభాగం చేతులదే. చేతులతో వ్యక్తపరిచే హావభావాలు శక్తివంతమైనవి కూడా. ఎందుకంటే చేతులు మన శరీరానికి ముందుంటాయి. అవి స్పష్టంగా కనపడతాయి. మనలో ప్రతి ఒక్కరూ చేతులకు సంబంధించి ప్రత్యేక శైలిలో హావభావాల్ని కలిగి ఉంటాం. వాటినే పదే

పదే ఉపయోగిస్తుంటాం. ఉదాహరణకు, నెపోలియన్ అనగానే కోటు జేబులో ఒక చేతిని ఉంచుకుని నిలబడిన వ్యక్తి గుర్తుకు వస్తాడు. ఆయన జేబులోంచి బొటనవేలు బయటికి కనపడుతుంటుంది. నెపోలియన్ నిలబడిన తీరుపై అనేకానేక విపరీత వ్యాఖ్యానాలు వినపడతాయి. ఆయన అల్సర్‌తో బాధపడు తున్నందువల్లే అలా నిలబడ్డారని, ఆయన తన గడియారాన్ని తిప్పుతూ నిలబడ్డారని, ఆయనకు చర్మవ్యాధి ఉంది కనుక అది కనపడకుండా అలా నిలుచున్నారని, చేతుల్ని జేబుల్లో ఉంచుకుని నిలబడడాన్నే ఆ కాలంలో మర్యాదస్తుల లక్షణంగా భావించేవాళ్ళు కాబట్టి ఆయన అలా నిలబడ్డారని, ఆయనకు రొమ్ము కాన్సర్ ఉండడం వల్లే అలా నిలుచున్నారని, ఆయన చేతికి అవకరాలున్నాయని, వాటిని అలా జేబులో దాచేశారని, జేబులో సుగంధద్రవ్యాన్ని ఉంచుకున్నారని, లేదా చిత్రకారులు సహజంగా మనుషుల చేతుల్ని చిత్రించడానికి ఇష్టపడరు కాబట్టి నెపోలియన్‌ను చిత్రకారుడు ఆ విధంగా చిత్రించాడని, ఇత్యాది కబుర్లు తరచూ వినిపిస్తూనే ఉంటాయి. ఇంతకీ దీని వెనుక దాగిన రహస్యమేమిటంటే నెపోలియన్ జన్మించకముందు అంటే 1738లో ఫ్రాంకోయిస్ నివెలన్ *'ఏ బుక్ ఆఫ్ జెంటిల్ బిహేవియర్'* అనే ఒక పుస్తకాన్ని ప్రచురించారు. అందులో *'చేతుల్ని కనిపించకుండా దాచుకోవడమన్నది కులీనులకు పౌరుషేయ, మర్యాద చిహ్నం...'* అని రచయిత పేర్కొన్నారు. నెపోలియన్ తన చిత్రాన్ని చూస్తూ, చిత్రకారునితో 'డేవిడ్ నవ్వు నన్ను బాగానే అర్థం చేసుకున్నావు' అని చెప్పారుట. కాబట్టి నెపోలియన్ హావభావాల్ని హోదా చిహ్నాలుగా అర్థం చేసుకోవలసి ఉంటుంది.

చారిత్రక ఆధారాల్ని బట్టి నెపోలియన్‌కు తరచూ ఇలా నిలబడే అలవాటు లేదు. నిజానికి జగద్విఖ్యాతి గాంచిన ఈ పెయింటింగ్ కోసం ఆయన తీరుబడిగా చిత్రకారుని ముందు నిలబడలేదట. నెపోలియన్‌కు సంబంధించిన జ్ఞాపకాలు, తన మనస్సులో ముద్రించుకున్న ఆ ఫ్రెంచి నేత పోలికల్ని, హావభావాల్ని డేవిడ్ ఇలా రంగుల్లో ఆవిష్కరించారన్నమాట. కానీ సార్వభౌమాధిపత్యానికి చిహ్నంగా చేతిని జేబులో ఉంచుకుని, బొటనవేలిని బయటికి ప్రదర్శిస్తున్న వైనాన్ని ఆ చిత్రకారుడు అర్థం చేసుకున్న తీరు మాత్రం గమనించదగినది.

*నిజానికి నెపోలియన్ ఐదడుగుల నాలుగు అంగుళాల పొడవు ఉండేవారు. కానీ చిత్రంలో మాత్రం ఆయన ఆరడుగుల పొడగరిగా కనిపిస్తారు.*

## చేతులెలా మాట్లాడతాయి?

సమాజంలో వేలాది సంవత్సరాలుగా సమూహాన్ని ఉద్దేశించి ప్రసంగించాలంటే వ్యక్తుల హోదాను పరిగణనలోకి తీసుకుని వారికి ప్రాధాన్యమివ్వడమన్నది ఆనవాయితీగా వస్తోంది. మీరెంత శక్తివంతులైతే అంతమంది మారు మాట్లాడకుండా మీ మాటల్ని వింటారు. ఉదాహరణకు చక్రవర్తి జూలియస్ సీజర్ ప్రసంగానికి అడ్డుపడినందుకు ఒకానొక అనామకుడిని ఉరి తీసేసినట్టు ప్రాచీన రోమన్ చరిత్ర చెబుతోంది. కానీ నేటి ప్రజాస్వామిక ప్రపంచంలో ప్రతి ఒక్కరికీ వాక్స్వాతంత్ర్యం ఉంది. ఎవరైనా తమ అభిప్రాయాల్ని నిర్భయంగా వెల్లడి చేయవచ్చు. బ్రిటన్, ఆస్ట్రేలియా, అమెరికాల్లో అధ్యక్షుని ప్రసంగాన్ని కూడా అడ్డుకుని మీ అభిప్రాయాన్ని చెప్పే అవకాశం ఉంది. అలా చేయడం కోసం మీరు మీ రెండు చేతుల్ని దగ్గరకు చేర్చి శబ్దం చేస్తే చాలు. టెలివిజన్‌లో ఇరాక్ సంక్షోభానికి సంబంధించి 2003లో ప్రసారమైన ఒకానొక చర్చాకార్యక్రమంలో బ్రిటన్ ప్రధాని టోనీ బ్లెయిర్‌కు ఇలాంటి అనుభవమే ఎదురైంది. చాలాదేశాల్లో సంభాషణకు సంబంధించి చేతులు వ్యాకరణ చిహ్నాల పాత్రను పోషిస్తాయి. చేతిని పైకెత్తి అభివాదం చేయడమన్నది ఇటాలియన్లు, ఫ్రెంచి వాళ్ళనుంచి నేర్చుకున్నదే. చేతుల్ని ఉపయోగించి సంభాషించడం వారికి వెన్నతో పెట్టిన విద్య. కానీ ఇంగ్లండ్‌లో మాట్లాడేటపుడు చేతుల్ని పైకెత్తి ఊపడాన్ని చవకబారు ప్రవర్తనగా పరిగణిస్తారు.

ఇటలీలో మాట్లాడడం చాలా సులువు. చేతులు పైకెత్తిన వ్యక్తికి మాట్లాడే అవకాశం లభిస్తుంది. శ్రోత మాత్రం తన చేతుల్ని కిందికి కానీ, వెనుక కానీ ఉంచుకుంటాడు. అక్కడ మీరు మాట్లాడాలనుకుంటే మీ చేతుల్ని గాల్లోకి లేపండి చాలు. లేదా పక్కనున్న వ్యక్తి భుజం మీద చేతులు వేయడం ద్వారా అతనిని మాట్లాడకుండా నిరోధించవచ్చు. ఇటాలియన్ పౌరుల్ని చాలామంది స్నేహశీలురుగా భావిస్తారు. ఎందుకంటే వాళ్ళు ఎదుటివారిని స్పృశిస్తూ మాట్లాడతారు, కానీ వాళ్ళు అలా స్పృశించడానికి మరో కారణం కూడా ఉంది. ఎదుటి మనిషిని మాట్లాడనివ్వకుండా నిరోధించడానికే వాళ్ళు అలా ప్రవర్తిస్తారు.

ఒక ఇటాలియన్ పౌరుడి రెండు చేతుల్ని కట్టేసి చూడండి,
అతనిక ఒక్కమాట కూడా మాట్లాడలేడు.

## చేతులే చెప్పేస్తాయి

ఒక వ్యక్తి ఏదైనా విషయం గురించిన మంచి చెడ్డల్ని మీకు వివరిస్తున్నాడను కోండి. నిజానికి ఆ వ్యక్తి నిష్కర్షగా ఉన్నదున్నట్టు చెప్పాలి. కానీ ఈ విషయంలో చాలామంది ఏకపక్షంగానే వ్యవహరిస్తుంటారు. అలాంటి సందర్భాల్లో మీతో మాట్లాడుతున్న వ్యక్తి మంచి విషయాల గురించి చెప్పడానికి తన అరచేతిని పైకి లేపి మాట్లాడుతుంటాడు. అదే సమయంలో చెడు విషయాల గురించి చెప్పేటపుడు మరో చేతిని ఉపయోగిస్తాడు. కుడిచేతివాటం మనిషైతే తాను మంచివనుకున్న విషయాల గురించి చెప్పేటపుడు కుడిచేతిని, ఎడమచేతివాటం మనిషైతే ఎడమ చేతిని వాడుతారు.

## మనసు మీద బలమైన ముద్ర

చేతులకు సంబంధించిన హావభావాలు అందరి దృష్టినీ ఆకర్షించడమే గాక, ప్రతిభావంతమైన సంభాషణకు దోహదం చేస్తాయి. తత్ఫలితంగా ఈ హావభావాలు శ్రోతల మనసులో గట్టి ముద్రవేసి, ఆ సంభాషణా సారాంశాన్ని బాగా గుర్తుపెట్టుకునేందుకు సహాయపడతాయి. ఇంగ్లండ్‌లోని మాంఛెస్టర్ విశ్వవిద్యాలయానికి చెందిన నిపుణులు జాఫ్రీ బీట్టీ, నైనా మెక్లాఫ్లిన్‌లు ఒక పరిశోధన జరిపారు. ఈ పరిశోధనలో శ్రోతలకు రోజర్ రాబిట్, ట్వీటీ పై, సిల్విస్టర్ అనే పిల్లి తదితర కార్టూన్ పాత్రలతో కూడిన కథలను వినిపించారు. ఇలా కథల్ని వినిపించేటపుడు ఆయా కథల్లో సన్నివేశాల్ని చేతుల్ని కదిలించడం ద్వారా కళ్ళకు కట్టినట్టు చెప్పడానికి ప్రయత్నించారు. ఉదాహరణకు ఏ పాత్రయినా పరిగెడుతోంది అని చెప్పడానికి చేతుల్ని వేగంగా పైకెత్తి, కిందికి దించడం, హెయిర్ డ్రయ్యర్‌ను సూచించేందుకు చేతుల్ని ఊపడం. ఒక లావుపాటి గాయకుడిని సూచించడం కోసం చేతుల్ని బార్లా చాపడం తదితర సంకేతాల్ని వక్తలు వాడారు. కార్యక్రమం ముగిసిన పదినిముషాల తరువాత శ్రోతల్ని దీనికి సంబంధించి ప్రశ్నిస్తే, చేతుల ద్వారా చేసిన సంజ్ఞల్ని గుర్తుంచుకున్నవాళ్ళు తాము విన్నదాన్ని మూడువంతుల వరకు తిరిగి చెప్పగలిగారు. చేతులకు సంబంధించిన హావభావాలు మన జ్ఞాపకశక్తి మీద ఎంతటి నాటకీయ ప్రభావాన్ని కలిగి ఉన్నాయో దీన్నిబట్టి అర్థమవుతోంది కదా!

ఈ అధ్యాయంలో చేతులకు సంబంధించిన హావభావాల్లో మీకు రోజూ కనిపించే పదిహేను సంకేతాల గురించి వివరించబోతున్నాం.

## అరచేతుల్ని రుద్దుకోవడం

రానున్న వారాంతపు సెలవుల్లో స్కీయింగ్‌కు వెళ్లాలని నిర్ణయించాం. దానికి సంబంధించి మాట్లాడడానికి మా స్నేహితురాలు ఒకావిడ మా ఇంటికి వచ్చింది. ఆమె కుర్చీలో కూర్చుని మమ్మల్ని చూసి సాదరంగా నవ్వింది. అలా నవ్వుతూనే తన అరచేతుల్ని వేగంగా ఒకదానితో మరోదాన్ని రాస్తూ, ఉద్వేగంగా 'నేనిక ఎంతమాత్రం వేచి చూడలేను!' అంది. తన వాక్యాన్ని పూర్తిచేసేటప్పటికి ఆమె తన రెండు చేతుల్ని పైకెత్తి మరీ అరచేతుల్ని రుద్దుతోంది. అలా ప్రవర్తించడం వల్ల మేము తలపెట్టిన పర్యటన విజయవంతమవుతుందన్న ఆశాభావాన్ని ఆమె వ్యక్తం చేసిందన్నమాట.

చేతుల్ని ఇలా రుద్దుకోవడమంటే
సానుకూల ఫలితాన్ని ఆశిస్తున్నట్టే!

సానుకూల ఫలితాన్ని ఆశిస్తున్నట్టుగా చెప్పడానికి వ్యక్తులు ఇలా అరచేతుల్ని రుద్దుకుంటారు. పాచికలాడేటపుడు వాటిని విసిరే వ్యక్తి రెండు అరచేతుల మధ్య పాచికల్ని ఉంచుకుని రుద్దుతూ విసురుతాడు. అంటే ఆ ఆటలో తాను గెలిచి తీరాలన్న ఆశాభావాన్ని అతను బలంగా చెబుతున్నాడన్నమాట. సభానిర్వాహకుడు చేతుల్ని రుద్దుకుంటూ, 'తదుపరి ప్రసంగానికి మనం ఫలానా వ్యక్తిని ఆహ్వానిస్తున్నాం...' అంటాడు. ఒక సేల్స్‌పర్సన్ తన మేనేజర్ గదిలోకి ఉద్వేగంగా దూసుకొచ్చి తన చేతుల్ని రుద్దుకుంటూ 'సర్, మనకు అతిపెద్ద ఆర్డర్ వచ్చింది!' అని అంటాడు. మీరేదైనా రెస్టారెంటుకు వెళ్ళారనుకోండి, చివరగా వెయిటర్ తన చేతుల్ని రాసుకుంటూ, 'సర్, ఇంకేమైనా కావాలా?!' అని ప్రశ్నిస్తాడు. దానర్థం తాను కాస్త పెద్దమొత్తంలో టిప్‌ను ఆశిస్తున్నానని చెప్పడమే.

ఒక వ్యక్తి తన రెండు అరచేతుల్ని రుద్దుకునే వేగాన్ని బట్టి అతను ఎవరి ప్రయోజనాన్ని ఆశిస్తున్నాడో చెప్పవచ్చు. మీరు ఒక ఇల్లు కొనడానికి రియల్ ఎస్టేట్ ఏజెంట్ దగ్గరికి వెళ్ళారనుకుందాం. మీకు కావలసిన హంగులున్న ఇంటికి సంబంధించిన వర్ణన పూర్తయ్యాక ఆ ఏజెంట్ తన అరచేతుల్ని వేగంగా

రుద్దుకుంటూ 'మీకు కావలసిన ఇల్లు అందుబాటులోనే ఉందండి!' అని అన్నాడంటే, ఆ వ్యవహారం మీకు అనుకూలంగా ఉండాలని అతను కోరుకుంటున్నట్టు అర్థం. అదే వ్యక్తి తన అరచేతుల్ని నెమ్మదిగా రుద్దుకుంటూ మీతో ఆ మాటే అన్నాడను కోండి, అతను ఆ వ్యవహారం ద్వారా తనకు లభించబోయే ప్రతిఫలాన్ని గురించే తప్ప మీ గురించి ఆలోచించడం లేదని అర్థం చేసుకోవాలి.

అరచేతుల్ని రుద్దుకునే వేగమే ఆ వ్యక్తి
ఎవరి ప్రయోజనాన్ని ఆశిస్తున్నాడో చెప్పేస్తుంది.

వినియోగదారుల్ని ఆకట్టుకోవడానికి ఉత్పాదనల గురించి వివరించేటపుడు తమ చేతుల్ని వేగంగా రుద్దుకుంటూ ఉండాలని సేల్స్‌పర్సన్‌లకు శిక్షణ ఇస్తారు. వినియోగదారుడికి ఎలాంటి ప్రతికూల ఆలోచనలు రాకుండా చేయడానికి ఇది ఉపకరిస్తుంది. వినియోగదారుడు ఎవరైనా తన చేతుల్ని వేగంగా రుద్దుకుంటూ 'మీ వస్తువుల్ని చూపండి!' అంటే, అతను తనకు నచ్చితే ఆ వస్తువును కొనడానికి ఉత్సాహపడుతున్నట్టే.

'మీకు నచ్చే ప్రతిపాదన
ఒకటి నా దగ్గరుంది!'

కానీ గుర్తుంచుకోవలసిన విషయం ఏమిటంటే, ఈ సంకేతాన్ని పరికించేటప్పుడు భౌతిక పరిస్థితుల్ని కూడా పరిగణనలోకి తీసుకోవాలి. ఉదాహరణకు శీతాకాలపు సాయంత్రం బస్టాపులో ఒక వ్యక్తి అరచేతుల్ని వేగంగా రుద్దుకుంటూ నిలుచున్నాడంటే, అతను మంచి బస్సు కోసం ఎదురుచూస్తున్నాడని కాదు, చలిని తట్టుకునేందుకు అతనలా చేతుల్ని రుద్దుకుంటున్నాడన్నమాట.

## బొటనవేలిని రుద్దడం

బొటనవేలితో చూపుడువేలిని రుద్దితే, లేదా వేళ్ళ కొసల్ని రుద్దితే అది డబ్బుకు సంబంధించిన సంకేతం. ఒక నాణాన్ని వేళ్ల మధ్య ఉంచుకుని రుద్దడాన్ని ఇది సూచిస్తుంది. కిరాణా దుకాణదారుడు వేళ్ళనిలా రుద్దుతూ, 'మీకు నలభై శాతం డిస్కౌంట్ ఇస్తాను' అంటాడు. లేదా మీరు మీ స్నేహితునితో ఇలాగే వేళ్ళని కదిలిస్తూ 'ఓ యాభై ఉంటే సర్దు గురూ!' అంటారు.

'ఈ వ్యవహారం నుంచి కాసింత డబ్బును కళ్ళ చూడవచ్చు!'

కానీ అన్నివేళలా ఈ సంకేతాన్ని వాడడం మంచిది కాదు. ముఖ్యంగా మీరు ఇతరులతో లావాదేవీలు నడిపే వ్యక్తి అయితే ఇలాంటి సంజ్ఞల్ని వాడడం నష్టదాయకం. దీనివల్ల డబ్బుకు సంబంధించి ఎదుటివారి దృష్టిలో మీ వ్యక్తిత్వం దిగజారిపోతుంది.

## రెండు అరచేతుల్నీ గట్టిగా పట్టుకోవడం

అరచేతులు రెండింటినీ ముడివేసినట్టుగా పట్టుకునే ఈ సంకేతం చూడ్డానికి మొదట్లో ఆత్మవిశ్వాసాన్ని ప్రతిబింబిస్తున్నట్టుగా కనిపిస్తుంది. ఇలా రెండు అరచేతుల్ని గట్టిగా పట్టుకుని, నవ్వుతూ మాట్లాడినప్పటికీ అది ఆ వ్యక్తిలోని ఆందోళనని, గోప్యతని, ప్రతికూల భావాల్ని పట్టి ఇస్తుంది. ఒకసారి వ్యాపారంలో నష్టపోయిన వ్యక్తి ఒకరు మాతో మాట్లాడుతూ, తాను ఎలా నష్టపోయిందీ చెబుతున్నాడు. అతను నవ్వుతూ మాట్లాడాడు. కానీ ఆ వ్యవహారాన్ని వర్ణించడంలో చివరి దశకు వచ్చేటప్పటికి అతను తన అరచేతుల్ని గట్టిగా ముడివేసినట్టు పట్టుకున్నాడు. అతని వేళ్ళు పాలిపోయాయి కూడా. ఇలా అరచేతుల్ని పట్టుకోవడమంటే ఎలిజబెత్ మహారాణికి మహా ఇష్టమట. ప్రజలను కలుసుకునే సందర్భంలోనూ, మరేదైనా రాజ సంబంధిత పర్యటనల్లోనూ ఆమె తన ఒడిలో ఇలా చేతుల్ని ముడివేసుకుని కూర్చుంటారట.

అరచేతుల్ని ముడివేసుకుని, దాన్ని ఇలా పైకెత్తితే ఆ వ్యక్తి నవ్వుతున్నప్పటికీ అతను ఆందోళన చెందుతున్నాడని అర్థం.

ఈ సంకేతానికి సంబంధించి సంభాషణా నిపుణులు నీరెన్‌బర్గ్, కలెరోలు నిర్వహించిన పరిశోధనలు కూడా ఇలా చేతుల్ని ముడివేసుకోవడమన్నది ఆందోళనకు సంబంధించిన హావభావమని తేల్చాయి. పరస్పర చర్చలు జరుగుతున్న సమయంలో వ్యక్తులు ఈ సంకేతాన్ని ప్రదర్శిస్తే, అది వాళ్ళు ఆందోళన చెందుతున్నారని, లేదా ప్రతికూల భావాన్ని కలిగి ఉన్నారని తెలుపుతుంది. ఇతరుల్ని లేదా ఇతరుల ప్రతిపాదనల్ని అంగీకరించలేని సందర్భంలో వ్యక్తులు ఇలాంటి సంకేతాల్ని ప్రదర్శిస్తారు.

ఈ సంకేతం మూడు విధాలుగా ఉంటుంది : చేతుల్ని ముఖానికి ఎదురుగా ముడిపెట్టుకోవడం, లేదా ఎదురుగా ఉన్న బల్లపైగానీ, ఒడిలో కానీ చేతుల్ని ముడిపెట్టి ఉంచడం, నిలబడి ఉన్నప్పుడు కటిభాగానికి ఎదురుగా చేతుల్ని గట్టిగా పట్టుకోవడం.

చేతుల్ని ఇలా మధ్యభాగంలో ముడిపెట్టడం

చేతుల్ని ఇలా కింది భాగంలో ముడిపెట్టడం

ఏ భాగంలో ఏ ఎత్తులో చేతుల్ని ముడిపెట్టారన్న దానిపై ఆ వ్యక్తిలోని ఆందోళనని అంచనా వేయవచ్చు. చేతుల్ని పైకెత్తి, లేదా మధ్యభాగంలో (బల్ల లేదా ఒడిలో ఉంచుకోవడం) ఉంచినట్టయితే ఆ వ్యక్తి ధోరణిని మార్చడం కష్టం. అలాంటివారి ధోరణిలో మార్పు తీసుకురావాలంటే తొలుత వాళ్ళ చేతులు విడివడేలా వారికి ఏదైనా వస్తువును అందివ్వాలి. లేదంటే ప్రమాదమే.

## గోపురం

ఒక వాక్యంలో పదాల్లాగా హావభావాల్ని వేటికవే కాకుండా ఒక సముచ్చయంగా స్వీకరించాలని మనం ఇంతకుమునుపు చెప్పుకున్నాం. కానీ రెండు అరచేతుల్ని గోపురంలా ఉంచే ఈ సంకేతం మాత్రం ఇందుకు మినహాయింపు. ఇది ఏ సందర్భంలోనైనా ఒకే అర్థాన్ని కలిగి ఉంటుంది. ఒక చేతి వేళ్ళని మరో చేతి వేళ్ళతో తేలికగా ఒత్తి రెండు చేతుల్నీ గోపురం ఆకారంలో కలిపే ఈ సంకేతంలో చేతుల్ని నెమ్మదిగా ఊపడం కూడా కద్దు.

అధికారి–సేవకుడు అనే సంబంధంలో ఈ సంకేతం మనకు ప్రధానంగా కనిపిస్తుంది. తమ కింది స్థాయి ఉద్యోగులకు, వ్యక్తులకు ఆదేశాలు, సలహాల నిచ్చేటపుడు ఉన్నత స్థానంలోని వ్యక్తులు ఈ సంకేతాన్ని ఉపయోగిస్తారు. ఇది వారిలోని ఆత్మవిశ్వాసానికి దర్పణం పడుతుంది. ఈ సంకేతం ప్రధానంగా అక్కౌంటెంట్లు, న్యాయవాదులు, మేనేజర్ స్థాయి ఉద్యోగుల్లో కనిపిస్తుంది.

'నా దగ్గర అన్ని ప్రశ్నలకు సమాధానాలున్నాయి'

ఈ సంకేతాన్ని వాడే వ్యక్తుల్లో కొందరు గోపురాన్ని కాస్త 'నమస్కారం'గా ప్రార్థనా సంకేతంగా మార్చేస్తుంటారు. తమలోని దైవత్వాన్ని ప్రదర్శించే ప్రయత్నమిది. సాధారణంగా 'గోపురాన్ని ఉపయోగించకపోవడమే ఉత్తమం. ఇతరుల మనసు గెలవాలనుకుంటే దీనికి దూరంగా ఉండాలి. ఎందుకంటే గోపురం కొన్నిసార్లు అహంభావంగా కనిపిస్తుంది.

అధ్యక్షుడు చిరాక్, గెర్రీ ఆడమ్స్ ఒక్కోసారి ఇలా చేతులు జోడించి కనిపిస్తారు.

మీ దగ్గర అన్ని ప్రశ్నలకూ జవాబులు ఉన్నపుడు, మీలో ఆత్మవిశ్వాసం తొణికిసలాడుతున్నపుడు గోపురం మీకు నప్పుతుంది.

## చదరంగంలో గెలుపు గుర్రంగా 'గోపురం'

మీరు చదరంగం ఆడుతున్నట్టుగా ఊహించుకోండి. చదరంగం బోర్డు మీద మీరు ఒక చెస్‌పీస్ మీద మీ వేలిని ఉంచారు. అంటే మీరు దాన్ని కదిలించబోతున్నారన్న మాట. అప్పుడు మీ ప్రత్యర్థి కవళికల్ని గమనించండి. అతను తాపీగా కూర్చుని, చేతుల్ని 'గోపురం'లా ఉంచుకున్నాడంటే మీరు వేయబోయే ఎత్తు అతనిలో ఎలాంటి ఆందోళనను కలిగించలేదని అర్థం. అంటే మీ ఎత్తుకు పై ఎత్తు అతని దగ్గర సిద్ధంగా ఉంది. వెంటనే మీరు మరో చెస్‌పీస్ మీద మీ దృష్టిని కేంద్రీకరించండి. ఇప్పుడు మీ ప్రత్యర్థిని గమనించండి. అతను అరచేతుల్ని ముడిపెట్టడం, చేతుల్ని ఛాతీ మీద మడుచుకోవడం వంటివి చేశాడనుకోండి. అతను మీ ఎత్తును చూసి బెదిరిపోయాడని అర్థం. ఇక మీరు నిశ్చింతగా ముందుకు కదలవచ్చు.

'గోపురం' రెండు రకాలుగా ఉంటుంది: చేతుల్ని గోపురంలా ఉంచి పైకెత్తడం, లేదా వాటిని ఒడిలోనే ఉంచుకుని గోపురంలా ఉంచడం. మొదటిది ఆదేశాలు, సలహాలు ఇచ్చే వ్యక్తుల్లో మనకు కనిపిస్తుంది. వాళ్ళు ఆ సమయంలో మాట్లాడుతూ ఉంటారు. రెండోది శ్రోతల్లో కనిపిస్తుంది.

కిందికి దించిన 'గోపురం'

సాధారణంగా చేతుల్ని ఒడిలో గోపురంలా ఉంచుకోవడమన్నది మహిళల్లో ఎక్కువగా కనిపిస్తుంది. అహంభావానికి చిహ్నమైన మొదటిరకం 'గోపురానికి' వీళ్ళు దూరంగా ఉంటారు.

'గోపురం' అన్నది సానుకూల హావభావమే అయినప్పటికీ పరిస్థితుల్ని బట్టి దీన్ని ప్రతికూలంగా కూడా అర్థం చేసుకోవచ్చు. ఉదాహరణకు మీరు ఏదైనా విషయం గురించి చెప్పినప్పుడు మీ శ్రోతలు తొలుత అరచేతుల్ని తెరచి ఉంచడం, ముందుకు వంగి వినడం, తలూపడం వంటి సానుకూల హావభావ సముచ్చయాన్ని ప్రదర్శించినప్పటికీ మీ ప్రసంగం ముగిసేటప్పటికి వాళ్ళు 'గోపురం' సంకేతంతో కనిపించవచ్చు.

ఒక వ్యక్తి తాలూకు సమస్యకు మీరు పరిష్కారాన్ని సూచించినప్పుడు అతను ఇతర సానుకూల హావభావ సముచ్చయంతోపాటు గోపురం సంకేతాన్ని ప్రదర్శిస్తే, మీ పరిష్కారం అతనికి అంగీకారయోగ్యంగా కనిపించిందని అర్థం. అదే వ్యక్తి గోపురంతోపాటు చేతుల్ని మడుచుకోవడం, కాళ్ళని మడుచుకోవడం, ఎటో చూస్తూ ఉండడంవంటి ప్రతికూల హావభావ సముచ్చయంతో కనిపిస్తే అతను మీ పరిష్కారాన్ని ఆమోదించబోడని అర్థం.

## సారాంశం

మీ అనుభూతులకి, భావోద్వేగాలకి అద్దం పడుతూ మీ చేతులు ఎప్పుడూ మీ శరీరానికి ముందుంటాయి. బాడీ లాంగ్వేజ్‌కి సంబంధించిన మిగతా హావభావాల్ని, సంకేతాల్ని అభ్యాసం ద్వారా అభినయించడం కుదరకపోవచ్చు కానీ చేతులకి సంబంధించిన సంకేతాల్ని అభ్యాసం ద్వారా నేర్చుకోవచ్చు. మీ చేతులు ఎక్కడున్నాయో, ఏం చేస్తున్నాయో గమనించడం సులభం. వాటిని నియంత్రించడం కూడా సులభమే.

## 'ఫేస్ ప్లేటర్'

ఫేస్ ప్లేటర్ - అతని దృష్టిని ఆకర్షించేలా ఆమె తన ముఖాన్నిలా ఉంచింది.

చేతుల్ని ముఖానికి ఆసరాగా ఒకదాని మీద మరొకదాన్ని ఉంచి, వాటి మీద ముఖాన్ని ఆనించే సంకేతమిది. ఇది మనకు ఎక్కువగా స్త్రీ, పురుషుల సమాగమంలో కనిపిస్తుంది. ఈ సంకేతాన్ని ప్రధానంగా మహిళలు, స్వలింగ సంపర్కులైన పురుషులు ఉపయోగిస్తారు. పురుషుల్ని ఆకర్షించే కిటుకు ఇది. పురుషుని దృష్టిని ఆకర్షించే విధంగా అతనికి మరింత సమ్మోహనంగా కనిపించేందుకు మహిళలు తమ ముఖాన్ని ఇలా చేతుల మీద ఉంచుకుంటారు. ఎవరినైనా ఆకర్షించాలని మీరు ఆశిస్తే ఈ సంకేతం చక్కగా పనిచేస్తుంది.

## చేతుల్ని వెనక్కి కట్టుకోవడం

చుబుకం స్పష్టంగా కనిపించేలా తలను పైకెత్తి, వెన్నును నిటారుగా ఉంచుతూ, వెనుక వైపున ఒకదాని మీద మరోదాన్ని ఉంచుతూ రెండు చేతుల్ని కట్టుకునే సంకేతమిది. ఎడిన్‌బరో మహారాజు, బ్రిటన్ రాజవంశానికి చెందిన పురుషులు ఇలా చేతుల్ని వెనక్కి కట్టుకుని హుందాగా నడుస్తారు. ఈ సంకేతం నాయకులు, రాజవంశీకులు, పోలీసులు, సీనియర్ సైనికోద్యోగుల్లో మనకు ఎక్కువగా కనిపిస్తుంది. పిల్లల్ని పరిశీలిస్తూ క్రీడా మైదానంలో తిరిగే హెడ్‌మాస్టర్ కూడా ఇలాగే చేతుల్ని వెనక్కి కట్టుకుని నడుస్తాడు. అత్యున్నత హోదాలో ఉన్న వ్యక్తుల్లో మనకు ఇది తరచూ కనిపిస్తూనే ఉంటుంది.

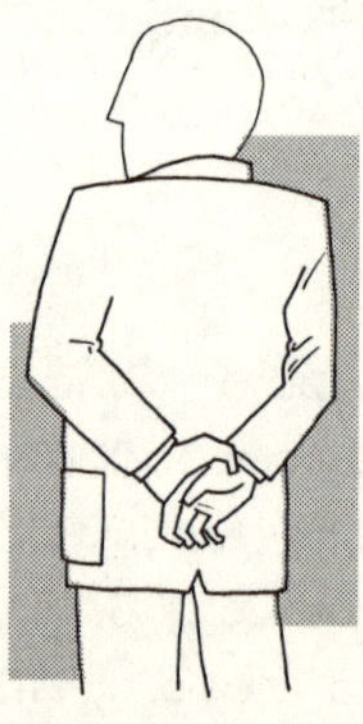

ఆధిక్యతను ప్రదర్శించే ఈ సంకేతం వ్యక్తి ముందు-వెనుక కనిపించే తీరిది.

ఆధిక్యత, ఆత్మవిశ్వాసం, అధికారాల్ని ఈ సంకేతం ధ్వనిస్తుంది. ఇలా చేతుల్ని వెనక్కి కట్టుకుని నడిచేటపుడు వ్యక్తి ఉదరభాగం, గుండె, గొంతు, కటిభాగాలు రక్షణ లేకుండా ఉంటాయి. అంటే ఎలాంటి దాడికైనా తాను వెరవబోనని వ్యక్తి ధైర్యాన్ని ప్రకటించడమే ఈ సంకేతానికి అర్థం. మీరెప్పుడైనా విపరీతమైన ఒత్తిడికి గురైనప్పుడు అంటే ఎవరైనా మిమ్మల్ని ఇంటర్వ్యూ చేయబోతున్నపుడు, లేదా ఏదైనా సర్జరీకి వెళ్ళాల్సి వచ్చినపుడు కాసేపు మీరీ విధంగా చేతుల్ని వెనక్కి కట్టుకుని నిలబడండి. మీలో మీకే తెలియని విధంగా ధైర్యం చోటుచేసుకుంటుంది.

ఆయుధాలు ధరించని సమయంలో పోలీసు అధికారులు తమ చేతుల్ని వెనక్కి కట్టుకుని మునివేళ్ల మీద పాదాల్ని కదిలిస్తూ ముందుకూ వెనక్కూ ఊగుతూ కనిపిస్తారు. అంటే తమ పొడవును మరింత పెంచి చూపడమే. అదే సమయంలో ఆయుధాల్ని ధరించిన పోలీసు అధికారులు ఈ విధంగా చేతుల్ని వెనక్కి కట్టుకుని కనిపించరు. వీళ్ళు శరీరానికి పక్కగా చేతుల్ని వదిలి లేదా బెల్ట్‌లో బొటనవేళ్లని గుచ్చి మరీ నిలబడతారు. వారి దగ్గర ఆయుధాలు ఉండడం వల్ల ఆత్మవిశ్వాసాన్ని ప్రకటించడం కోసం అరచేతిలో మరో అరచేతిని ఉంచుకోవలసిన అవసరం వీరికి ఉండదు.

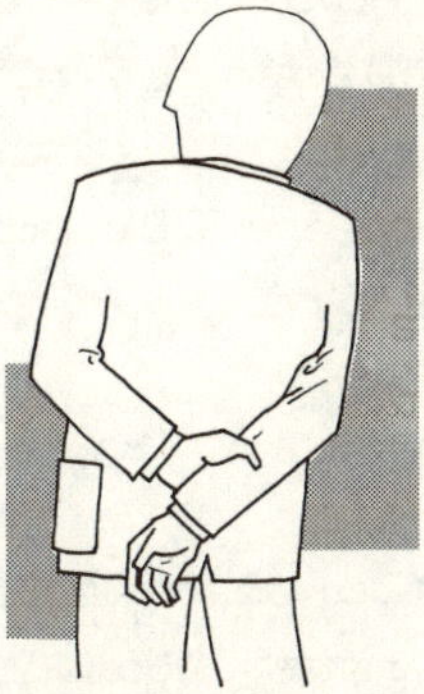

అరచేతితో మణికట్టును పట్టుకోవడం.

శరీరానికి వెనుక చేతుల్ని కట్టుకున్నపుడు ఒక చేతితో మరో చేతి మణికట్టును పట్టుకుంటే అది అరచేతితో అరచేతిని పట్టుకోవడంలా కాకుండా భిన్నమైన అర్థాన్ని ఇస్తుంది. అరచేతితో అరచేతిని పట్టుకుంటే అది ఆత్మవిశ్వాసానికి అద్దం పడుతుంది. కానీ అరచేతితో మణికట్టును పట్టుకుంటే అది వ్యక్తిలోని ఆందోళనను, స్వీయ నియంత్రణ కోసం అతను ఆరాటపడే వైనాన్ని తెలుపుతుంది.

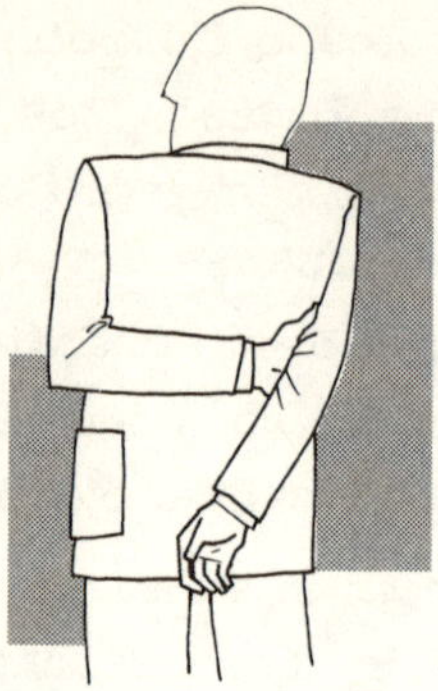

ఒక చేతితో మరో చేతిని మోచేతి పైభాగంలో పట్టుకుంటే అది ఆ వ్యక్తిలోని ఆగ్రహాన్ని, మరింత ఆందోళనను వ్యక్తీకరిస్తుంది. కింది బొమ్మలో వ్యక్తి పై బొమ్మలో వ్యక్తి కంటే స్వీయ నియంత్రణ కోసం అధికంగా శ్రమిస్తున్నట్టు అర్థ మవుతుంది. ఇది 'నిన్ను నువ్వు నియంత్రించుకో' అన్న మాటకి అద్దం పడుతుంది. వెనుకవైపు చేతులు కట్టుకోవడంలో మణికట్టును లేదా మోచేతి పైభాగాన్ని పట్టుకోవడం వంటివి మనకు కోర్టు గదుల వెలుపలా, వినియోగదారుల్ని కలుసుకోబోయే సేల్స్‌పర్సన్స్‌లోనూ, డాక్టర్లని కలవబోయే రోగుల్లోనూ కనిపిస్తాయి. ఆయా వ్యక్తుల మానసిక ఆందోళనను, ఇబ్బందిని ఇది వ్యక్తీకరిస్తుంది. మీకు కనుక ఇలాంటి అలవాటు ఉంటే దాన్ని అరచేతితో అరచేతిని పట్టుకునే లక్షణంగా మార్చుకోండి. మీలో ఆత్మవిశ్వాసం వికసిస్తుంది.

## బొటనవేలితో 'కూల్'

మనం ముందుగానే చెప్పుకున్నట్టు బొటనవేలు ఆధిపత్యానికి చిహ్నం. సాముద్రిక శాస్త్రానుసారం కూడా బొటనవేలు వ్యక్తి స్వభావాన్ని నిర్ణయించడంలో కీలకపాత్ర పోషిస్తుంది. బాడీలాంగ్వేజ్ పరిభాషలో కూడా బొటనవేలికి సంబంధించిన సంకేతాలు వ్యక్తి స్వభావాన్ని నిర్వచిస్తాయి. ఆధిక్యతను, దృఢచిత్తాన్ని, కొన్ని సందర్భాల్లో దురహంకారాన్ని ప్రదర్శించడానికి కూడా బొటనవేలు ఆధారమవు తుంది. సాధారణంగా బొటనవేలుకు సంబంధించిన సంకేతాలు హావభావ సముచ్చయంలో భాగంగా ఉంటాయి. సాధారణంగా ఇవి సానుకూల ప్రతీకలుగానే ఉంటాయి. ప్రశాంతచిత్తుడైన వ్యక్తి తన ఆధిక్యతను బొటనవేలి ద్వారా ప్రదర్శిస్తాడు. కోటు జేబుల్లోంచి బొటనవేలు కనిపించే ఈ సంకేతాన్ని మహిళల సమక్షంలో వారిని ఆకర్షించడానికి కులీన వర్గాలకు చెందిన పురుషులు ప్రదర్శిస్తారు.

వెయిస్ట్‌కోటు జేబులోంచి కనిపిస్తున్న బొటనవేళ్ళు

ఇలా బొటనవేళ్ళను ప్రదర్శించేవాళ్ళు కూడా తమ పాదాల్ని మునివేళ్ల మీద కదిలిస్తూ, మరింత పొడగరిగా కనిపించడానికి యత్నిస్తుంటారు.

## కోటు జేబుల్లోంచి తొంగిచూసే ఆధిక్యత

ఇతరులకన్నా తాము అధికులమని భావించే వ్యక్తులు ఈ విధమైన హావభావాలతో కనిపిస్తారు. సాధారణంగా బ్రిటన్ రాకుమారుడు చార్లెస్ ఇలా కోటు జేబుల్లో చేతులు ఉంచుకుని, బొటనవేళ్లని బయటికి ప్రదర్శిస్తూ కనబడతారు. ఈ సంకేతం ఆయనలోని స్వీయ నియంత్రణను ప్రతిబింబిస్తుంది. కార్యాలయాల్లో ఉన్నతాధికారి ఇలాంటి హావభవాలనే ప్రదర్శిస్తాడు. ఆయన వెళ్ళిపోగానే అతని తరువాతి స్థాయి అధికారి కింది స్థాయి ఉద్యోగుల దగ్గర ఇలాగే బొటనవేళ్ళని ప్రదర్శిస్తాడు. కానీ ఏ చిరుద్యోగి కూడా తనపై అధికారి దగ్గర కోటు జేబుల్లో చేతులు ఉంచుకుని, బొటనవేళ్ళని ప్రదర్శిస్తూ కనబడడు.

కోటు జేబుల్లోంచి బొటనవేళ్లని ప్రదర్శిస్తున్న బ్రిటన్ రాకుమారుడు చార్లెస్

బొటనవేలు మరో భిన్నమైన సందేశాన్ని అందివ్వడానికి కూడా

ఉపయోగపడుతుంది. కోర్టులో న్యాయవాది న్యాయమూర్తి వంక చూస్తూ, 'గౌరవనీయులైన న్యాయమూర్తికి నేను విన్నవించేదేమిటంటే...' అంటూ వినమ్రంగా మొదలుపెట్టి, బొటనవేలిని ప్రదర్శించడం ద్వారా తాను చెప్పదలచుకున్న మాటను అక్షరం పొల్లుపోకుండా నిర్మొహమాటంగా తేల్చి చెప్పేస్తాడు.

వినయంగా కనిపిస్తూనే ఈ న్యాయవాది తన వాదనను గట్టిగా వినిపిస్తున్నాడు.

కానీ ఇలా కనిపించడంవల్ల న్యాయవాది ఏకపక్షంగా మాట్లాడుతున్నాడని, నిజాయితీని కోల్పోయాడని న్యాయస్థానం భావించే ప్రమాదముంది. అందుకే న్యాయవాది హుందాగా కనిపించాలంటే అతను తన అరచేతుల్ని తెరచి ఉంచుకుని, కాస్త ముందుకు వంగి మాట్లాడాల్సి ఉంటుంది.

'మీరు తెలివైనవారిలాగానూ, నిజాయితీగలవారిలాగానూ కనిపిస్తున్నారు,' అన్నాడు న్యాయవాది వ్యంగ్యంగా.
'మీ ప్రశంసని తిరిగి మీకే అందించాలనుంది, సార్! కానీ నేను ప్రమాణం చేసి ఉన్నాను,' అన్నాడు సాక్షి.

ఒక్కోసారి బొటనవేళ్ళు వెనక జేబులలోంచి కూడా కనబడతాయి. తమలోని ఆధిపత్య పోకడని దాచుకోవాలనుకున్నవాళ్ళు ఇలా వెనక జేబులలోంచి బొటనవేళ్ళని ప్రదర్శిస్తారు. మహిళలు బొటనవేలి సంకేతాలకు చాలా దూరంగా ఉండేవారు. కానీ 1960ల నుంచి అంటే ప్యాంట్లు ధరించడం ప్రారంభించినప్పటి నుంచి, సమాజంలో ఉన్నతస్థానాల్ని అలంకరించి, బాధ్యతల్ని చేపట్టినప్పటినుంచి వాళ్ళు బొటనవేలి సంకేతాలివ్వడానికి అలవాటుపడ్డారు.

బొటనవేళ్ళని ప్రదర్శించడమన్నది ఆత్మవిశ్వాసానికి, అధికారానికి అద్దం పడుతుంది.

'చేతులు మడుచుకుని, బొటనవేళ్ళని ప్రదర్శించడం' అన్నది మరో హావభావ సముచ్చయానికి సంబంధించింది. చేతులు మడుచుకోవడంవల్ల ఆత్మరక్షణ, ప్రతికూల భావాల్ని ప్రదర్శించడంతోపాటు బొటనవేళ్ళని ప్రదర్శించడం ద్వారా ఆధిక్యతని ప్రదర్శించడం ఇందులో అంతర్లీనంగా ఇమిడి ఉండే పరస్పర భిన్న దృక్పథాలు. ఈ సంకేతాన్ని ప్రదర్శించే వ్యక్తి తన పాదాల్ని వేలికొసల మీద కదలిస్తూ, ముందుకు, వెనక్కు ఊగుతుంటాడు.

తనను తాను దాచుకున్నప్పటికీ ఆధిక్యతని ప్రదర్శించడం

ఇతరుల్ని కించపరచడానికి కూడా బొటనవేళ్లని వాడుతారు. ఉదాహరణకు ఒక భర్త తన స్నేహితునితో మాట్లాడుతూ, బొటనవేలిని తన భార్యవైపు చూపి ఆడిస్తూ, 'ఈమె ఎప్పుడూ నసపెడుతుంటుంది' అన్నాడంటే, ఆమెని రెచ్చగొడుతున్నాడన్న మాట. సాధారణంగా పురుషులు ఇలాంటి సంకేతాల్ని వాడినప్పుడు మహిళలు చాలా చిరాకు పడతారు. మహిళల్లో బొటనవేళ్ల ద్వారా ఇతరుల్ని కించపరిచే అలవాటు చాలా అరుదుగా ఉంటుంది.

‘ఆమె నసపెడుతూనే ఉంటుంది’

## క్లుప్తంగా

బొటనవేళ్ళని అధికారాన్ని, దర్పాన్ని ప్రదర్శించడానికి ఉపయోగించడం వేలాది సంవత్సరాలుగా వాడుకలో ఉంది. ప్రాచీన రోమను కాలంలో బొటనవేలిని పైకి కానీ, కిందికి కానీ చూపడం అంటే అది ‘జీవన్మరణ సమస్య’ అని అర్థం. ఎలాంటి శిక్షణ లేకపోయినప్పటికీ బొటనవేలి సంకేతాల్ని అందరూ అర్థం చేసుకుంటారు. మీరిప్పుడు వాటిని అర్థం చేసుకోవడమే కాదు, బొటనవేళ్ళని సమయానుకూలంగా ఎలా ఉపయోగించాలో కూడా నేర్చుకున్నారు కదూ!

# అధ్యాయం 7

# 'అ'సత్యమేవ...

## చేతులు, ముఖానికి సంబంధించిన సంకేతాలకు అర్థాలు

న్యాయస్థానం ముందు బిల్‌క్లింటన్:
ఆయనేం ఆలోచిస్తున్నారో చెప్పగలరా?

మీరు అందరితోనూ కేవలం నిజాన్ని మాత్రమే చెప్పి చూడండి, ఫలితమెలా ఉంటుంది? ఆ క్షణంలో మీ మనసులో ఏ ఆలోచనలైతే దొర్లుతున్నాయో వాటిని అక్షరం పొల్లు పోకుండా ఎదుటి వ్యక్తితో చెబితే తదుపరి పరిణామాలు ఎలా ఉంటాయో మీరు ఊహించగలరా? ఉదాహరణకు :

మీ పై అధికారితో, 'నమస్తే సర్, మీరెందుకూ పనికిమాలిన వెధవ సుమండీ!' అని అన్నారనుకోండి.

ఒక మహిళతో వాణిజ్యపరమైన వ్యవహారాన్ని నెరుపుతూ, 'మీ వల్ల మా సంస్థకు మంచి ప్రయోజనం కలిగింది మేడమ్ అందుకు కృతజ్ఞతలు. అన్నట్టు మీ పెదవులు ఎంత అందంగా ఉన్నాయంటే, ఇప్పుడే వాటిని ముద్దాడాలనిపిస్తోంది...' అని ఒక పురుషుడు చెబితే...

పొరుగింటాయనతో మాట్లాడుతూ, 'సరుకుల్ని ఇంట్లోకి తెచ్చి పెద్ద సాయం చేశారు. కానీ మీ బట్టతలని చూస్తుంటే నాకు కడుపుబ్బా నవ్వొస్తోంది...' అని ఒక మహిళ అంటే....

'అత్తయ్యా మీరు రావడం వల్ల ఎంత సంతోషంగా ఉందో తెలుసా... ముసలి ముండా, ఇక అయిందానికి కానిదానికి నసపెట్టి ప్రాణాలు తోడేస్తావుగా...' అని మీ అత్తయ్యతో అని చూడండి.

ఎవరైనా ఒక మహిళ మీతో 'నేనీ డ్రెస్‌లో లావుగా కనిపిస్తున్నానా?' అని అడిగిందనుకోండి. మీరెలా ప్రతిస్పందిస్తారు? మీరు పురుషుడైతే ఎందుకైనా మంచిదని, ఆ డ్రెస్ ఆమెకు బాగానే నప్పిందని చెప్పి తప్పించుకుంటారు. కానీ ఆ క్షణంలో మీరు ఇలా కూడా ఆలోచిస్తుండవచ్చు. 'డ్రెస్ వల్ల లావుగా కనిపించవు, నువ్వు తినే అడ్డమైన చెత్త వల్ల బంగాళాదుంపలా ఊరిపోతున్నావు...'

ప్రతిక్షణం, ప్రతి ఒక్కరితో మీరు కేవలం నిజం మాత్రమే చెబితే ఏం జరుగుతుంది? మీరు ఏకాకిగా మిగిలిపోవచ్చు లేదా ఆసుపత్రి పాలుకావచ్చు, లేదా జైల్లో ఊచలు లెక్కబెట్టవచ్చు. అబద్ధం అనేది ఇతరులతో మీ సామాజిక సంబంధాల్ని సజావుగా కొనసాగించడానికి అవసరమైన ఇంధనం. కటువైన నిజాల్ని చెప్పి ఇతరుల్ని నొప్పించడం కంటే అసత్యాలే అయినా తీయగా మాట్లాడాల్సిన క్రమంలో మీరు చెప్పే అబద్ధాలు ఏమంత ప్రమాదకరమైనవి కావు. ఈ తరహా అబద్ధాల్ని ఆంగ్లంలో 'వైట్ లైస్' అంటారు. ప్రాణ, విత్త, మాన భంగమ్ములందు బొంకవచ్చునన్న పెద్దల మాట మనకు తెలియనిది కాదు. సమాజంలో అబద్ధీకుల సంఖ్యే ఎక్కువ. యధార్థ వాది లోకవిరోధి అన్నట్టు ఎప్పుడూ నిజమే చెప్పే వాణ్ణి లోకం మెచ్చదు. కానీ ఎదుటి వారికి హాని కలిగించే ఉద్దేశంతో చెప్పే అబద్ధాలు ప్రమాదకరమైనవి. వ్యక్తిగత ప్రయోజనం కోసం ఇతరుల్ని మోసగిస్తూ చెప్పే ఇలాంటి అబద్ధాల్ని సమాజం సహించదు.

## అబద్ధంపై పరిశోధన

పొందికగా నమ్మకం కలిగించేలా ఎలా అబద్ధాలాడవచ్చో ఒక వ్యక్తి పదే పదే అభ్యాసం చేయడం ద్వారా నేర్చుకోవచ్చు. ముఖ్యంగా మాటల్ని చాకచక్యంగా వాడడం వల్ల అబద్ధాన్ని పసిగట్టడం కష్టతరమవుతుంది. మరి అబద్ధాన్ని ఎలా పసిగట్టాలి? అసత్యం పలికేటప్పుడు వ్యక్తికి పదాలపై ఉన్న నియంత్రణ, హావభావాలపై ఉండదు. అతనికి తెలియకుండానే కొన్ని హావభావాలు చోటు చేసుకుంటాయి. ఎందుకంటే అబద్ధమన్నది దాన్ని చెబుతున్న వ్యక్తి భావోద్వేగాలకు సంబంధించిన ప్రధానమైన విషయం కాబట్టి వాటిని నియంత్రించడం సాధ్యం కాదు.

మసాచుసెట్స్ విశ్వవిద్యాలయానికి చెందిన రాబర్ట్ ఫెల్డ్‌మ్యాన్ ఈ దిశగా 121 జంటలపై ఒక పరిశోధన చేశాడు. ఇందులో భాగంగా ప్రతిజంట ఒక మూడవ వ్యక్తితో సంభాషించాల్సి ఉంటుంది. ఈ ప్రయోగంలో పాల్గొన్న వారిలో మూడింట ఒక వంతు మందిని తాము మాట్లాడుతున్న వ్యక్తి పట్ల అభిమానంతో

వ్యవహరించాల్సిందిగా కోరారు. మరో వంతు వ్యక్తుల్ని తాము మాట్లాడుతున్న వ్యక్తితో వాదనకు దిగమన్నారు. మిగిలిన వారందరినీ ఎలాంటి కృతకమైన ఉద్వేగాలకు చోటివ్వకుండా సహజంగా వ్యవహరించమన్నారు. వీరందరూ సంభాషిస్తుండగా చిత్రీకరించిన వీడియోని వీరికి చూపారు. సంభాషణ జరిపినంత సేపూ తాము మాట్లాడిన చిన్నా పెద్దా అబద్ధాలన్నింటినీ అందులో గుర్తించాల్సిందిగా ఆ జంటల్ని కోరారు. కొందరు 'వైట్‌లైస్'కి పాల్పడ్డారు. తాము అంతగా ఇష్టపడని వ్యక్తుల్ని ఇష్టపడినట్టుగా వాళ్ళు అబద్ధాలాడారు. మరికొందరు తాము ప్రసిద్ధ గాయకులమంటూ పచ్చి అబద్ధాలకు పాల్పడ్డారు. ఈ ప్రయోగంలో పాల్గొన్న వారిలో 62 శాతం మంది ప్రతి పదినిమిషాలకి సగటున రెండు లేదా మూడు అబద్ధాలు చెప్పారని ఫెల్డ్‌మ్యాన్ తెలిపారు. 'ది డే అమెరికా టోల్డ్ ది ట్రూత్' అనే పుస్తకరచన కోసం జేమ్స్ పాటర్సన్ దాదాపు రెండువేలమంది అమెరికన్లని ఇంటర్వ్యూ చేసి, వారిలో 91 శాతం మంది క్రమం తప్పకుండా ఇంటా, బయటా అబద్ధాలాడుతూనే ఉంటారని తేల్చారు.

---

*మీరు ఆరితేరిన అబద్ధాలకోరు అయితే తప్ప*
*అన్ని వేళలా నిజం చెప్పడమే ఉత్తమం*
**జె.కె.జెరోమ్**

---

ఎవరైనా అబద్ధం చెప్పినపుడు మీరు వినీ విననట్టు ఊరుకుంటారా, లేక దాని గురించి ఆలోచిస్తారా? ఒక అసత్యాన్ని గుర్తించాలంటే కొన్ని విషయాల్లో మీకు కొన్ని మెళుకువలు తెలిసి ఉండాలి. మోసం, ఉద్దేశపూర్వకంగా జాప్యం చేయడం, విసుగును కప్పిపుచ్చడం వంటి విషయాలకు సంబంధించిన హావభావాల్ని, ఒకానొక మానసిక, భౌతిక స్థితిని అంచనా వేయడానికి సహకరించే హావభావాల్ని చదవగలిగి ఉండాలి. ఈ అధ్యాయం మీకు అందుకు అవసరమైన బాడీలాంగ్వేజ్ పరిజ్ఞానాన్ని అందిస్తుంది. ఇందులో మొదటి భాగం అబద్ధం, మోసానికి సంబంధించిన హావభావాల్ని వివరిస్తుంది.

## మూడుకోతులు

గాంధీగారి మూడుకోతుల గురించి మనకు తెలుసు కదా! 'చెడు వినకు, చెడు కనకు, చెడు మాట్లాడకు' అన్న సందేశాన్ని ఇస్తాయి ఈ మూడు కోతులు. ఇవి ముఖానికి, చేతులకి సంబంధించిన హావభావాల్ని ప్రదర్శిస్తున్నాయి. మానవ

మస్తిష్కంలో మోసం తాలూకు ప్రాథమిక హావభావాలకు ఇవి అద్దం పడుతుంటాయి. మరోలా చెప్పాలంటే చెడు లేదా మోసాన్ని విన్నప్పుడు, చూసినపుడు, మాట్లాడినపుడు చేతులతో చెవుల్ని, కళ్ళని, నోటిని మూసేసుకునే మానవ లక్షణాన్ని ఈ మూడుకోతుల్లో చూడవచ్చు.

చెడు వినకు, చెడు చూడకు, చెడు మాట్లాడకు

ఏదైనా ఘోర ప్రమాదం జరిగినప్పుడు, దారుణాతి దారుణమైన దుర్వార్తని వినాల్సి వచ్చినపుడు వ్యక్తులు ముఖాన్ని చేతుల్లో దాచుకోవడం మనం చూస్తుంటాం. ఆ దుర్వార్తని, దారుణాన్ని చూడకూడదు, వినకూడదన్న ఉద్దేశమే ఇందుకు కారణం. అమెరికాలో 11 సెప్టెంబరు 2001న జరిగిన తీవ్రవాద దాడికి సంబంధించి ప్రపంచవ్యాప్తంగా వ్యక్తమైన హావభావమిదే.

పిల్లలు అబద్ధం చెప్పేటప్పుడు ముఖానికి, చేతులకి సంబంధించిన హావభావాల్ని వాడుతారని మనం ఇంతకు ముందు చెప్పుకున్నాం కదా. ఒక పిల్లవాడు అబద్ధం చెప్పాల్సి వస్తే, అతను తన నోటిని ఒకటి, లేదా రెండు చేతులతో కప్పేస్తాడు. ఎందుకంటే అబద్ధం తాలూకు మోసపూరితమైన మాటలు పెదవి దాటి వెలుపలికి రాకూడదన్న ఎరుకతో అప్రయత్నంగానే అతను నోటిని మూసేసుకుంటాడు. తల్లి లేదా తండ్రి తిడుతుంటే పిల్లవాడు చెవులు మూసుకుంటాడు. తనకు కష్టం కలిగించే ఆ మాటల్ని వినకూడదనే అతను అలా చేస్తాడు. చూడరాని దాన్ని చూసినప్పుడు కూడా పిల్లలు చేతులతో కళ్ళు మూసుకుంటారు. కానీ పెరిగి పెద్దవాళ్ళయ్యాక ముఖానికి, చేతులకి సంబంధించిన ఈ హావభావాలన్నీ మరింత వేగాన్ని పుంజుకుని, ఎవరికీ పట్టుబడకుండా ఉండడం కోసం అస్పష్టంగా మారుతాయి. అయినప్పటికీ ఈ హావభావాలన్నీ వ్యక్తి అబద్ధం చెప్పినపుడు, మోసాన్ని చూసినపుడు అప్రయత్నంగానే అతని ప్రవర్తనలో చోటుచేసుకుంటాయి.

ఈ హావభావాలన్నీ సందేహం, అస్థిరత, అబద్ధంతో ముడిపడి ఉంటాయి. డెస్మండ్ మోరిస్ ఈ దిశగా నర్సులతో ఒక ప్రయోగాన్ని చేశారు. దీని కోసం మోరిస్ రోగులతో వారి ఆరోగ్యం గురించి అబద్ధాల్ని చెప్పవలసిందిగా కొందరు నర్సుల్ని కోరారు. అలా రోగులతో అబద్ధం చెబుతున్నప్పుడు ఆ నర్సులు పదే పదే ముఖానికి, చేతులకి సంబంధించిన హావభావాల్ని ప్రదర్శించారు. రోగులతో నిజం చెప్పిన నర్సులు మాత్రం ఇలాంటి హావభావాల్ని ప్రదర్శించలేదు. అబద్ధాలాడుతున్నపుడు స్త్రీ, పురుషులు తత్తరపాటుతో పదే పదే గుటకలు మింగుతుంటారు. కానీ ఇలా గుటకలు మింగినపుడు పురుషుల్లో మాత్రమే ఆ విషయం స్పష్టంగా కనబడుతుంది. ఎందుకంటే, వారి 'ఆడమ్స్ ఆపిల్' దీన్ని పట్టిస్తుంది.

---

*ఆ పోలీసు గుటకలు మింగుతూ, ముక్కుని రుద్దుకుంటూ*
*'ఆ మహిళతో నాకు ఎలాంటి లైంగిక సంబంధం లేదు'* అని చెప్పాడు.

---

మనం హావభావాల్ని విడివిడిగా విశ్లేషిస్తామని, కానీ నిజానికి హావభావాలేవీ వేటికవి స్వతంత్రంగా చోటుచేసుకోవని, అవన్నీ ఒక సముచ్చయంగా ఉంటాయని ఈ పుస్తకం ప్రారంభంలోనే మనం తెలుసుకున్నాం. ఒక వాక్యంలోని పదాల సముదాయాన్ని బట్టి ఆ వాక్యానికి అర్థాన్ని చెప్పుకున్నట్టే ఈ హావభావ సముచ్చయాన్నంతా పరిగణనలోకి తీసుకుని వాటిని విశ్లేషించాల్సి ఉంటుంది. అలాగే ముఖానికి, చేతులకి సంబంధించిన హావభావాలతో పాటు మిగిలిన హావభావాల్ని కూడా పరిగణనలోకి తీసుకుని అర్థం చేసుకోవాలి. ముఖం, చేతులు కలిసినంత మాత్రాన ఆ వ్యక్తీకరణ కచ్చితంగా మోసానికి సంబంధించిందిగా ఉండాల్సిన అవసరం లేదు. వాటితో పాటు మిగిలిన శరీర భాగాల తాలూకు హావభావాల్ని కూడా గమనించి అప్పుడు వ్యక్తిని సందేహించడమో, లేదా ఆమోదించడమో చేయాలి.

ఏదో ఒక ముఖ కవళిక, శరీర కదలిక అబద్ధాన్ని నిర్ధారించలేవు. ఎవరైనా అబద్ధం చెబుతున్నట్టు తేల్చాలంటే వారిలో సంభవించిన ఇతర హావభావ సముచ్చయాన్ని పూర్తిగా గుర్తించడమెలాగో నేర్చుకుంటే, అబద్ధాన్ని గుర్తించడానికి మరిన్ని అవకాశాలు నాటకీయంగా మెరుగుపడతాయి.

## ముఖం చెప్పే నిజం

అబద్ధాల్ని కప్పిపుచ్చడంలో శరీరంలోని మిగతా భాగాలకన్నా ముఖమే ప్రధాన పాత్ర పోషిస్తుంది. అబద్ధం చెబుతున్నప్పుడు దాన్ని కప్పిపుచ్చేందుకు మనం నవ్వుతాం, తలాడిస్తాం, రెప్పలార్పుతాం. కానీ దురదృష్టవశాత్తూ అదే సమయంలో మన శరీరం వీటికి భిన్నమైన సంకేతాల్ని ఇస్తుంటుంది. ముఖ కవళికలకు, ఇతర హావభావాలకు మధ్య పొంతన కుదరదు. మన దృక్పథాలు, అనుభూతులకు ముఖం అద్దం పడుతుంటుంది. ఈ విషయాన్ని చాలా సందర్భాల్లో మనం గుర్తించం.

> రెప్పపాటు కాలంలో ముఖంలో కనిపించే పొంతనలేని కవళికలే మన అనుభూతుల్లోని వైరుధ్యాన్ని తేటతెల్లం చేస్తుంటాయి.

ఒక అబద్ధాన్ని లేదా ఆలోచనని మనం కప్పిపుచ్చడం లేదా దాచుకోవడానికి ప్రయత్నించినపుడు మన మనసులో దానికి సంబంధించిన ఆలోచన లిప్తపాటు కాలంలో మెరిసి, మాయమవుతుంటుంది. అది ముఖం మీద ప్రతిఫలిస్తుంది. ఎవరైనా ముక్కు గోక్కుంటే దురద పెట్టిందనుకుంటాం. లేదా ముఖానికి చేతిని చేర్చి వింటుంటే శ్రద్ధగా ఆలకిస్తున్నాడుకుంటాం. కానీ వాళ్ళని మనం ఎంతగా విసిగించి చంపుతున్నామో తెలుసుకోలేం. ఒక వ్యక్తి తన అత్తగారి గురించి మాట్లాడుతుండగా మేము వీడియో తీశాం. అత్తగారి పేరు ఉచ్చరించినప్పుడల్లా అతని ముఖంలో ఎడమవైపున లిప్తపాటు కాలంలో ఒక చీదరింపు కనిపించి మాయమవడాన్ని మేం గమనించాం. దీన్ని బట్టి అతనికి తన అత్తగారి పట్ల ఎలాంటి అభిప్రాయాలున్నాయో సులభంగా అర్థమైంది.

## ఆడవారి మాటలకు....

'వై మెన్ లై అండ్ ఉమెన్ క్రై' (ఓరియన్)లో ఇతరుల అనుభూతుల్ని అర్థం చేసుకోవడంలో మహిళలు ఎంత చురుగ్గా వ్యవహరిస్తారో వివరించాం. మహిళలు ఎదుటి వారి మానసికోద్వేగాల్ని ఎంత చక్కగా అర్థం చేసుకోగలరో, ఒక అబద్ధాన్ని నమ్మించడానికి వాటినే ఆయుధంగా చేసుకుని వారిని అంత సమర్థంగా బురిడీ కొట్టించగలరు. ఈ లక్షణాన్ని మనం ఆడపిల్లల్లో గమనించవచ్చు. పిల్లలు ఏడుస్తున్నపుడు వారికి సానుభూతిగా ఆడపిల్లలు కూడా ఏడుపందుకుంటారు. దాంతో ఇతర పిల్లలు కన్నీరు మున్నీరవుతారు. 'మైండ్ రీడింగ్' పుస్తక రచయిత

సంజిదా ఓ కౌన్సెల్ ఐదునెలల పాటు ఈ దిశగా ఒక అధ్యయనం జరిపారు. మగవారితో పోలిస్తే మహిళలు సంక్లిష్టమైన అబద్ధాల్ని ఆడడంలో ఆరితేరిన వారని, పురుషులు 'బస్సు మిస్సయ్యాను', లేదా 'నా మొబైల్‌లో ఛార్జింగ్ అయిపోయింది, అందుకే నేను నీకు ఫోన్ చేయలేదు' వంటి తేలికపాటి అబద్ధాలాడతారని ఆ అధ్యయనంలో తేలింది. అందమైన వ్యక్తులు చెప్పే అబద్ధాన్ని విశ్వసించే వారు ఎక్కువని, అందవిహీనులు అబద్ధం చెప్పి మెప్పించలేరని కూడా ఈ అధ్యయనం చెబుతోంది. అందువల్లేనేమో జాన్ ఎఫ్, కెన్నడీ, బిల్‌క్లింటన్‌లు తమ కత్తికి అడ్డులేకుండా దూసుకెళ్లగలిగారు.

## అబద్ధం చెప్పాలంటే అంత కష్టమెందుకు?

అబద్ధం చెప్పేవాళ్లు అతిగా నవ్వుతారన్నది జనబాహుళ్యంలో ఉన్న ప్రచారమే తప్ప, శాస్త్రీయ పరిశోధనా ఫలితాలు మాత్రం తద్విరుద్ధమైన ఫలితాలను ఇచ్చాయని మనం మూడో అధ్యాయంలో తెలుసుకున్నాం. అబద్ధం చెప్పే వాళ్ళు పట్టుబడకుండా ఉండేందుకు అరుదుగానే నవ్వుతారని అధ్యయనాలు చెబుతున్నాయి. అబద్ధం చెప్పడంలో పేచీ అంతా ఎక్కడ వస్తుందంటే, అబద్ధం చెబుతున్నప్పుడు మెదడులో అచేతనావస్థలోని భాగం మన మౌఖిక అబద్ధానికి విరుద్ధమైన సంకేతాల్ని వెలువరిస్తుంది. దాంతో బాడీలాంగ్వేజ్ సంకేతాలు అబద్ధాలాడే వారి బండారాన్ని బట్టబయలు చేసేస్తాయి. అందుకే అరుదుగా అబద్ధాలాడే వాళ్ళు ఎంత చాకచక్యంగా వ్యవహరించినప్పటికీ సులభంగా పట్టుబడి పోతుంటారు. అబద్ధం చెప్పడానికి మొదలుపెట్టిన క్షణంనుంచే వారి శరీరం విరుద్ధమైన సంకేతాల్ని వెలువరిస్తుంటుంది. దాంతో వారు చెబుతున్నది నిజం కాదని తెలిసిపోతుంటుంది. అబద్ధమాడుతున్నప్పుడు అచేతనావస్థలోని మెదడు అబద్ధానికి విరుద్ధమైన సంకేతాల్ని నాడీశక్తి రూపంలో విడుదల చేస్తుంది. అందుకే వృత్తిపరంగా అబద్ధాలాడే వాళ్ళు అంటే రాజకీయ నాయకులు, న్యాయవాదులు, నటులు, తదితరులు తమ బాడీలాంగ్వేజ్ సంకేతాల్ని మరింతగా మెరుగుపరచుకుంటారు. ఈ మెరుగుపరచుకోవడం ఎంత వరకూ అంటే వారు అబద్ధం చెప్పినా వారి బాడీలాంగ్వేజ్ సంకేతాలు వాటిని నిజాలుగానే మెప్పించేవరకు అన్నమాట. అందుకే ఇలాంటి వారి అబద్ధాలు అంత తేలిగ్గా బయటపడవు.

బాడీలాంగ్వేజ్ సంకేతాల్ని తమకు అనువుగా మార్చుకోవడమన్నది రెండు విధాలుగా జరుగుతుంది. తాము అబద్ధం చెబుతున్నప్పుడు కూడా అది నిజమని భ్రమ కల్పించేంతగా హావభావాలపై నియంత్రణను సాధిస్తారు. దీని కోసం కొన్ని

వేల సార్లు అబద్ధాలు చెప్పి చెప్పి అనుభవాన్ని గడించాల్సి ఉంటుంది. రెండో పద్ధతిలో అబద్ధం చెబుతున్నపుడు శరీరం ఎలాంటి హావభావాల్ని వ్యక్తపరచకుండా నియంత్రణను సాధిస్తారు. ఇది అంత సులభమేమీ కాదు.

అభ్యాసం ద్వారా అబద్ధాలాడే వాళ్ళు నటుల్లా తమ అబద్ధాలతో ఇతరుల్ని మెప్పించే స్థాయికి ఎదగవచ్చు.

ఒక చిన్న పరీక్షకు పూనుకుందాం. ఎవరితోనైనా ముఖాముఖి ఒక పచ్చి అబద్ధం చెప్పండి. అలా చెబుతున్నపుడు మీలో ఎటువంటి శారీరక హావభావాలు వ్యక్తమవకుండా జాగ్రత్త పడండి. మీరు ఎంతగా ప్రయత్నించినప్పటికీ మీ స్థూల హావభావాల్ని ఎంతగా అణచివేసినప్పటి, మీలో సూక్ష్మ స్థాయిలో హావభావాలు వ్యక్తమవుతాయి. ముఖకండరాలు సంకోచించడం, కనుపాపలు వ్యాకోచించడం లేదా కుంచించుకు పోవడం, చెమటలు పట్టడం, బుగ్గలు ఎర్రగా కందిపోవడం, కనురెప్పలు తాటించడం సాధారణ స్థాయి కన్నా నిమిషానికి పది నుంచి యాభై సార్లకి పెరిగిపోవడం, ఇంకా ఇతర స్థూల హావభావాలు మీ మోసాన్ని బయట పెట్టేస్తాయి. స్లో మోషన్ కెమెరాలను ఉపయోగించి జరిపిన పరిశోధనల్లో ఈ సూక్ష్మ స్థాయి హావభావాలన్నీ లిప్తపాటులో జరిగిపోతాయని తెలిసింది. వీటిని ఎంతో నిపుణులైన వాళ్ళే పసిగట్టగలరు.

కాబట్టి కాస్త సమర్థవంతంగా అబద్ధాలాడాలంటే మీ శరీరం కనపడకుండా దాచుకుని ప్రయత్నించడమే ఉత్తమం. నేరగాళ్ళని విచారించే అధికారులు వారిని వెలుతురు ప్రసరించే ప్రదేశాల్లోనో, లేదా కాంతివంతమైన విద్యుద్దీపాల కిందనో విచారిస్తుంటారు. అలాంటి పరిస్థితుల్లో అయితే నేరగాళ్ళు అబద్ధాలాడినా వారి శరీర కదలికల్ని, హావభావాల్ని విచారణాధికారులు స్పష్టంగా చూడగలుగుతారు. ఏదైనా డెస్కు వెనక కూర్చుని అబద్ధం చెప్పడం సులువు. అప్పుడైతే మీ శరీరం సగం వరకు డెస్క్ వెనుక దాగి ఉంటుంది. లేదా ఏదైనా కంచె వెనుక నుంచి, లేదా తలుపు చాటు నుంచి అబద్ధం చెబితే మీరు ఆశించిన ప్రయోజనం నెరవేరుతుంది. ఫోన్ ద్వారా లేదా ఇ-మెయిల్ ద్వారా అబద్ధం చెప్పడమే అన్నింటికన్నా ఉత్తమమైన మార్గం.

## అబద్ధానికి ఎనిమిది అద్దాలు

నోటిని చేతితో మూసేయడం

### 1. నోటిని చేతితో మూసేయడం

నోటి నుంచి అవాంఛనీయమైన పదాలు వెలువడ కుండా మెదడు ఆదేశాలు జారీ చేయడంతో అబద్ధం చెప్పే వ్యక్తి తన నోటిని చేతితో మూసుకుంటాడు. ఒక్కోసారి నోటి మీద వేళ్లని ఉంచుకోవడం లేదా పిడికిలిని ఉంచుకోవడంగా ఇది కనిపిస్తుంది. ఏదైనా అర్థం ఒక్కటే.

నోటిని చేతితో మూసుకునే ఈ సంకేతాన్ని దాచడానికి కొందరు 'దగ్గుతున్నట్టు'గా అభినయిస్తుంటారు. సినిమాల్లో విలన్ పాత్రలు పోషించే వ్యక్తులు తోటి దొంగలతో నేరానికి పథకాలు అల్లుతున్నపుడు, కుట్రలు పన్నుతున్నపుడు ఇలాంటి సంకేతాల్ని ఇవ్వడం మనం గమనిస్తాం. దీని వల్ల ఆ వ్యక్తులు గుంభనంగా వ్యవహరిస్తున్నారని, నిజాలు చెప్పడం లేదని ప్రేక్షకులు భావిస్తారు.

మాట్లాడే వ్యక్తి ఈ సంకేతాన్ని వాడితే అతను అబద్ధం చెబుతున్నట్టు అర్థం చేసుకోవాలి. కానీ వింటున్న వ్యక్తి ఇదే సంకేతాన్ని వాడితే అతను మీరు చెప్పేదాన్ని నమ్మడం లేదని, లేదా మీరేదో దాస్తున్నట్టు అతను అనుమానిస్తున్నాడని అర్థం. ఏదైనా కార్యక్రమంలో వక్త తన శ్రోతల్లో ఇలాంటి సంకేతాన్ని గమనిస్తే, వెంటనే ప్రసంగాన్ని ఆపివేసి, 'మీరేదైనా అడగాలనుకుంటున్నారా?' అని ప్రశ్నించవచ్చు. ఫలితంగా శ్రోతలకు తమ సందేహాల్ని వెలిబుచ్చే అవకాశం లభిస్తుంది.

నోటిని చేతితో మూసేసే ఈ సంకేతం, నోటి మీద వేలు పెట్టుకుని 'ఇష్' అనే సంకేతంలాగే ప్రమాదం లేనిది. నోటిమీద వేలు నుంచుకునే అలవాటు చిన్నతనంలో తల్లిదండ్రులు తమ నోటి మీద వేలు పెట్టుకుని పిల్లల్ని గద్దించడం వల్ల వస్తుంది. ఇలా నోటి మీద వేలుని ఉంచుకునే వ్యక్తి తన నోటి నుంచి అవాక్కులు వెలువడకుండా జాగ్రత్త పడుతున్నాడన్నమాట. వాక్కుని నిగ్రహించు కోవాలన్న జాగ్రత్తే ఈ సంకేతానికి మాతృక.

తల్లిదండ్రులు మీ చిన్నతనంలో ఇలాంటి సంకేతాల్ని ఉపయోగించి ఉంటే మీరు పెద్దవారైన తరువాత అది మళ్ళీ మీ ప్రవర్తనలో పునర్దర్శనమిస్తుంది.

ముక్కును స్పృశించడం

## 2. ముక్కును స్పృశించడం

ముక్కును మృదువుగా స్పృశించడమన్నది కొన్నిసార్లు ముక్కుకింద వేగంగా స్పృశించడం కావచ్చు లేదా ఒకసారి స్పృశించడం కావచ్చు. పురుషుల కన్నా ఇది మనకు మహిళల్లో ఎక్కువగా కనిపిస్తుంది.

ఈ సంకేతం విషయంలో ముఖ్యంగా గమనించాల్సిందేమిటంటే దీన్ని ఎప్పుడూ ఒకే చర్యగా పరిగణనలోకి తీసుకోరాదు. దీనితో పాటు ఇతర హావభావ సముచ్చయాన్ని, భౌతిక పరిస్థితిని కూడా గమనించాలి. ఒక వేళ జలుబు వల్ల కూడా ఇలాంటిది చోటుచేసుకోవచ్చు.

మీరు అబద్ధమాడినపుడు కెటెకోలమైన్స్ అనే రసాయనం విడుదల అవుతుందని, దాని వల్ల ముక్కులోని కణజాలం వ్యాకోచిస్తుందని షికాగోలోని 'స్మెల్ అండ్ టేస్ట్ ట్రీట్‌మెంట్ అండ్ రీసెర్చి ఫౌండేషన్'కు చెందిన పరిశోధకులు కనిపెట్టారు. శరీరంలో రక్తప్రసరణను స్పష్టంగా చూపించే ప్రత్యేకమైన కెమెరాల ద్వారా వారు పరిశోధన జరిపారు. ఉద్దేశపూర్వకంగా అబద్ధం చెప్పినపుడు శరీరంలో రక్తప్రసరణ కూడా పెరుగుతుందని ఈ కెమెరాలు పసిగట్టాయి. అబద్ధం చెప్పినపుడు ముక్కులోని కణజాలం కూడా వ్యాకోచిస్తుందని ఈ పరిశోధనలో తేలింది. ఇలా కణజాలం వ్యాకోచించడాన్ని 'పినాషియో ఎఫెక్ట్' అంటారు. దీని వల్ల ముక్కులోని నరాల చివర్లు వ్యాకోచించి, దురదలాంటిది కలుగుతుంది. దీంతో ముక్కుని వేగంగా స్పృశించడం ద్వారా ఆ దురద నుంచి విముక్తి పొందుతారు.

ముక్కు కణజాలంలో జరిగే వ్యాకోచాన్ని మనం చూడలేం. అయినప్పటికీ ముక్కును స్పృశించడం అనే సంకేతంలో జరిగే పరిణామమిది. వ్యక్తి ఆందోళనకు, నిరాశకు, ఆగ్రహానికి గురైనపుడు కూడా ఇలాంటి పరిణామాలే చోటు చేసుకుంటాయి.

అమెరికా మాజీ అధ్యక్షుడు బిల్ క్లింటన్, మోనికా లెవెస్కీల మధ్య లైంగిక సంబంధాల ఉదంతంపై అమెరికన్ నాడీ నిపుణుడు అలన్ హిర్ష్, మానసిక

'నాకు ఆ మహిళతో ఎలాంటి లైంగిక సంబంధం లేదు!'

నిపుణుడు చార్లెస్ ఊల్ఫ్‌లు ప్రత్యేక పరిశోధనలు జరిపారు. ఈ ఉదంతానికి సంబంధించి బిల్‌క్లింటన్ ఇచ్చిన వాంగ్మూలాన్ని వారు నిశితంగా పరిశీలించారు. దీనికి సంబంధించిన నిజాల్ని చెప్పినపుడు బిల్‌క్లింటన్ తన ముక్కును అస్సలు స్పృశించనే లేదు.

కానీ విచారణలో లెవిన్‌స్కీతో లైంగిక సంబంధంపై ఆయన అబద్ధాలు చెప్పినపుడు మాత్రం ప్రతి నాలుగు నిమిషాలకు ఒకసారి ముక్కును స్పృశించారు. అంటే విచారణ పూర్తయ్యేటప్పటికి మొత్తం 26 సార్లు ముక్కును స్పృశించారు. ఇది హిర్ష్, ఊల్ఫ్‌ల పరిశీలనలో తేలిన విషయం.

బాడీ ఇమేజింగ్ కెమెరాల ద్వారా మరో ఆసక్తికరమైన విషయం తెలిసింది. అబద్ధం చెప్పినపుడు పురుషుని శిశ్నం కూడా రక్తప్రసరణ ఎక్కువై వ్యాకోచిస్తుందట.

### 3. ముక్కు దురద పెడితే....

ముక్కు నిజంగా దురద పెడితే దాన్ని బలంగా రుద్దుకోవడం లేదా వేగంగా గోక్కోవడం ద్వారా ఆ దురద నుంచి విముక్తి లభిస్తుంది. దీనికి, ముక్కును మృదువుగా స్పృశించడానికి తేడా ఉంది. నోటిని చేతితో మూసేయడం లాగానే ముక్కుని స్పృశించడం కూడా వక్త, శ్రోత ఇద్దరిలోనూ కనిపిస్తుంది. వక్త తన కుటిలత్వాన్ని దాచుకోవడానికి ఈ సంకేతాన్ని వాడితే, శ్రోత అతని పట్ల అపనమ్మకాన్ని వ్యక్తపరచడానికి దీన్ని ఉపయోగిస్తాడు.

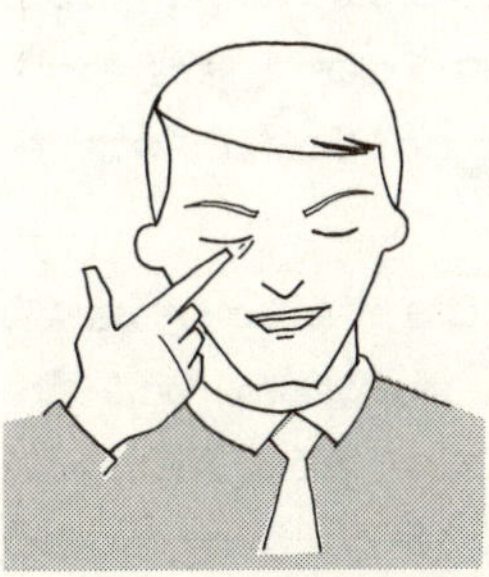
'నేను దాన్ని అస్సలు చూడలేను'

### 4. కంటిని రుద్దడం

మన మూడుకోతుల్లో 'చెడు కనకు' అన్న కోతి జ్ఞాపకం ఉంది కదూ. పిల్లవాడు తాను చూడడానికి ఇష్టపడనిది ఎదురైతే కళ్లని చేతులతో మూసుకుంటాడు. అదే పెద్దవాళ్లయితే తమకు ఇష్టం లేనిది కనిపించగానే కంటిని రుద్దుకుంటారు. మోసంతో కూడుకున్నదీ, సందేహాస్పదమైనదీ, ఇష్టం లేనిదీ, అయిన విషయాన్ని చూసినపుడు మెదడు దాన్ని నివారించడానికి పూనుకునే చర్యే ఇది. అబద్ధం చెప్పే వ్యక్తి ముఖాన్ని చూసినపుడు కూడా ఇలాంటి ప్రతిస్పందనే చోటు చేసుకుంటుంది. ఇలాంటి సందర్భాల్లో పురుషులు తమ కళ్ళని వేగంగా రుద్దుకుంటారు. వింటున్నది సర్వాబద్ధమైతే వాళ్ళు ఎటో చూస్తుంటారు. మహిళలు కళ్ళని వేగంగా రుద్దుకోవడమన్నది అరుదే. వారు కేవలం తమ కంటి కింద

సుతారంగా రాసుకుంటారు. చిన్నతనం నుంచీ ఆడపిల్లల్ని మొరటు ప్రవర్తన నుంచి మినహాయించడం వల్ల బహుశా వాళ్ళు ఇలా ప్రవర్తిస్తారు.

'పళ్లు బిగబట్టి అబద్ధమాడడం' కూడా పలు రకాల సంకేతాలతో కూడిన హావభావ సముచ్చయం. ఇందులో పళ్ళను బిగబట్టడం, కుటిలమైన నవ్వు, కంటిని రుద్దుకోవడం వంటి సంకేతాలు ఇమిడి ఉంటాయి. ఇది ఎక్కువగా చలనచిత్ర నటుల్లో కనిపిస్తుంది.

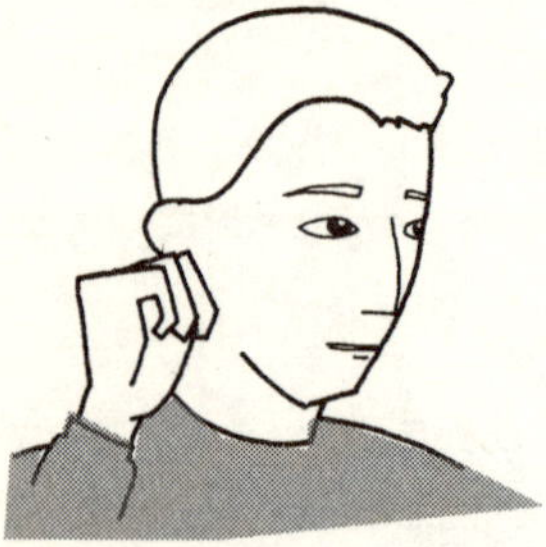

'నేను దాన్ని వినలదలచుకోలేదు'

## 5. చెవిని లాక్కోవడం

మీరు ఎవరితోనైనా 'ఈ వస్తువు మూడువందల రూపాయలు ఖరీదు చేస్తుంది' అని చెప్పండి. అప్పుడు అతను తన చెవిని లాక్కుంటూ, పక్క చూపులు చూస్తూ, 'సరే, అది నాకు అంగీకారమే' అని చెప్పినప్పటికీ, దాన్ని వేరుగా అర్థం చేసుకోవలసి ఉంటుంది. 'చెడు వినకు' అన్న సూత్రానికి ఇది సంజ్ఞామాత్రమైన వ్యక్తీకరణ. వినడానికి ఇష్టపడని మాటల నుంచి చెవిని మళ్ళించడమన్నమాట. అందుకే అతను తన చెవిమీద చేతిని ఉంచడం, లేదా చేతితో చెవిని లాగడం, చెవి తమ్మెను పట్టుకోవడం వంటివి చేస్తూ మీ మాటల్ని వింటాడు. పసిపిల్లలుగా ఉన్నప్పుడు తల్లిదండ్రుల తిట్లను వినకుండా చెవుల్ని రెండు చేతులతో మూసుకునే సంకేతమే పెద్ద వాళ్ళయిన తరువాత ఇలా వ్యక్తమవుతుంది. చెవి వెనుక గోక్కోవడం, లేదా చెవిలో వేళ్ళతో తిప్పడం వంటివి కూడా ఈ సంకేతానికి రూపాంతరాలే.

తాను విన్నదానితో సంతృప్తి చెందినట్టు చెప్పడానికి, లేదా తాను మాట్లాడుతానని చెప్పడానికి సంకేతంగా కూడా దీనిని భావించవచ్చు. ఆందోళనకు గురైన వ్యక్తి కూడా ఇలాంటి సంకేతాన్ని ప్రదర్శిస్తాడు. పెద్ద ఎత్తున జనం గుమికూడిన ప్రదేశాల్లోకి ప్రవేశించేటపుడు బ్రిటన్ రాజకుమారుడు చార్లెస్ కూడా ఇలాంటి హావభావాల్నే ప్రదర్శిస్తారు. ఆయన తన కారులో ఉండగా ఎప్పుడూ ఇలా ప్రవర్తించిన జాడ కనబడదు. అంటే తన కారులో ఆయన సురక్షితంగా ఉన్నట్టు అనుభూతి చెందుతారు కాబట్టి ఈ రకమైన సంకేతాలతో అవసరం ఉండదు.

ఇటలీలో చెవిని లాక్కోవడం అంటే ఒక వ్యక్తిని 'హిజ్రా' లేదా 'స్వలింగ సంపర్కుని'గా పేర్కొనడమే.

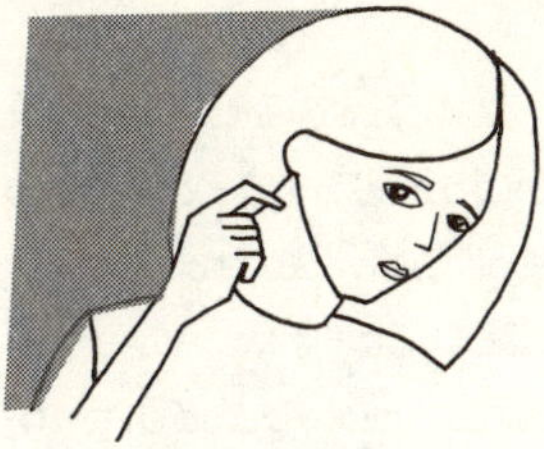

సందిగ్ధతకు చిహ్నం

### 6. మెడను గోక్కోవడం

చూపుడు వేలితో (సాధారణంగా రాయడానికి ఉపయోగించే చేతికి సంబంధించింది) చెవి కిందుగా, మెడమీద గోక్కోవడం సందేహానికి, సందిగ్ధానికి చిహ్నం. మేము జరిపిన పరిశీలనల్లో ఒక వ్యక్తి ఇలా మెడమీద రమారమి ఐదుసార్లు గోక్కుంటాడు. ఒక్కోసారి అంతకంటే తక్కువ సార్లు కూడా గోక్కోవచ్చు. కానీ ఐదు సార్ల కంటే ఎక్కువసార్లు మాత్రం గోక్కోడు. 'ఇది నాకు నచ్చిందో లేదో తెలియడం లేదు' అనే భావాన్ని స్ఫురింపజేస్తుంది ఈ సంకేతం. మౌఖికంగా అతను 'మీ బాధేమిటో నాకు అర్థమైంది' అని చెప్పినప్పటికీ ఇలా మెడగోక్కున్నాడంటే మాత్రం మీరు చెప్పింది అతనికి ఎంతమాత్రమూ అర్థం కాలేదని తెలుసుకోవాలి.

కాలర్ కింద ఉక్కపోతగా ఉంది

### 7. కాలర్‌ను లాక్కోవడం

అబద్ధం చెప్పినపుడు ముఖం, మెడ కణ జాలంలో ఒక విధమైన చిరచిరలాడే గుణం తలెత్తుతుందని డెస్మండ్ మోరిస్ కనిపెట్టారు. అలా చిరచిరలాడినప్పుడు తప్పనిసరిగా గోక్కోవాలి. అప్పుడు ఆ చిరాకు తగ్గుతుంది. కానీ సందిగ్ధానికి గురైనప్పుడు కూడా వ్యక్తులు కాలర్‌ను పట్టుకుని లాక్కుంటుంటారు. ఎందుకంటే ఇతరులు తమ అబద్ధాన్ని పసిగట్టేస్తారేమోనన్న అనుమానంతో మెడ మీద చెమటపడుతుంది. కాబట్టి చిరచిరలాడుతుంది. అబద్ధం చెప్పినపుడు రక్తపోటు పెరగడంతో కూడా ఇలా చెమటలు పట్టేస్తాయి.

కానీ ఒక వ్యక్తి ఆగ్రహానికి గురైనప్పుడు కూడా కాలర్‌ని పట్టుకుని లాక్కోవచ్చు. చిరాకు కలిగినపుడు చొక్కా కాలర్‌ని ఇలా లాక్కోవడం వల్ల చల్లని గాలి ప్రసరించి ఆ వ్యక్తికి కొంత ఉపశమనాన్ని కలుగజేస్తుంది. ఎవరైనా ఇలా కాలర్ లాక్కుంటున్న వాళ్ళని గమనించినట్టయితే, వాళ్ళు 'మీరు మళ్ళీ ఒకసారి దాన్ని వివరిస్తారా?' అని, 'మరోసారి చెప్పండి....' అనో అంటూంటారు. ఇలాంటి పరిస్థితి ఎదురైతే అబద్ధాలాడాలనుకున్న వ్యక్తి తన ప్రయత్నాన్ని విరమించుకోవడమే మంచిది.

**8. నోట్లో వేలు**

వ్యక్తి మానసిక ఒత్తిడికి గురైనపుడు అప్రయత్నంగా వేలిని నోట్లో పెట్టుకుంటాడు. పసితనంలో తల్లి స్తన్యం ఇచ్చే రక్షణను తిరిగి పొందే ప్రయత్నమే ఇది. చిన్నపిల్లలు తల్లి స్తన్యాన్ని పొందలేనపుడు వేలిని నోట్లో పెట్టుకోవడం మనకు తెలుసు. పెద్దవాళ్ళయ్యాక కూడా ఒత్తిడికి గురైన సందర్భాల్లో వేలిని లేదా పెన్ను, చూయింగ్ గమ్, కళ్ళజోడు ఫ్రేము చివర్లని నోట్లో పెట్టుకుంటారు. ఇలా చేయడం ద్వారా ఒకానొక భద్రతాభావాన్ని అనుభూతిస్తారు.

ఒక భరోసా కావాలి.

నోటికి, చేతికి సంబంధించిన సంకేతాలన్నీ మోసాన్ని, అబద్ధాన్ని ప్రతిబింబించేవే అయినప్పటికీ, నోట్లో వేలు పెట్టుకోవడం మాత్రం వాటికి మినహాయింపే. ఇలా నోట్లో వేలు పెట్టుకున్న సంకేతం కనిపిస్తే ఆ వ్యక్తికి భరోసాని ఇవ్వగలిగితే చాలు.

## నిర్ణయం లేదా జాప్యం

సమర్థుడైన వక్త తాను చెబుతున్న విషయం శ్రోతలకి మనోరంజకంగా ఉన్నదీ లేనిదీ సరైన సమయంలో పసిగట్టేస్తాడు. ప్రసంగాన్ని ఎప్పుడు ముగించాలో కూడా అతనికి బాగా తెలిసి ఉంటుంది. ఏం చెబితే వినియోగదారుడు మారు మాట్లాడకుండా తన వస్తువును కొంటాడో వ్యాపారికి తెలిసి ఉండాలి. వినియోగదారుని అవసరాన్ని సరిగ్గా బేరీజు వేసే నైపుణ్యం అతనికి ఉండాలి. ఇలా ఎవరైనా తమ ప్రతిపాదనలకు పూర్తిస్థాయి అంగీకారాన్ని పొందాలంటే వారికి యుక్తాయుక్త జ్ఞానం మెండుగా ఉండాలి. ఎవరైనా తన ఎదురుగా మూగనోము పట్టినట్టు కూర్చుని తాను చెప్పేది వింటున్నట్టు నటిస్తుంటే దాని ఫలితం ఎలా ఉంటుందో ప్రసంగించే వ్యక్తికి

తెలుసు. అలాంటి సందర్భాల్లో శ్రోతలకి తాను చెప్పేది నచ్చడం లేదన్న సంగతిని కనిపెట్టడానికి సంబంధించి బోలెడు సంకేతాలున్నాయి. ఇవన్నీ చుబుకం - చేతికి సంబంధించిన సంకేతాలే. వీటి ద్వారా ఎదుటి వ్యక్తులు మన మాటల్ని ఎలా స్వీకరిస్తున్నారో తెలుసుకోవచ్చు.

## విసుగు పుట్టడం

ఎప్పుడైతే మీ శ్రోత తన తలకు ఆసరాగా చేతిని ఉంచుకున్నాడో అప్పుడే మీ మాటలు అతనికి విసుగును తెప్పిస్తున్నాయని అర్థం చేసుకోవాలి. విసిగించే మీ మాటల్ని వింటూ నిద్రలోకి జారుకోకుండా ఉండేందుకే అతను తన తలకు చేతిని ఆసరాగా ఉంచుకున్నాడన్నమాట. తలకు చేతిని ఎంత మేరకు ఆసరాగా ఉంచుకున్నాడన్న దాన్నిబట్టి మీరు అతనిని ఎంతగా విసిగిస్తున్నారో అర్థం చేసుకోవచ్చు. బొటనవేలిని చుబుకం కింద ఉంచడంతో ఈ సంకేతం ప్రారంభమవుతుంది. వింటున్న దానిపై ఆసక్తి కరిగిపోయే కొద్దీ బొటనవేలి స్థానంలో పిడికిలి వచ్చి చేరుతుంది. ఇక ఎంతమాత్రమూ భరించలేని దశకు వచ్చినపుడు చేతిని పూర్తిగా తలకు ఆసరాగా మలుచుకుంటారన్నమాట (బొమ్మలో చూపిన విధంగా). తరువాత రెండు చేతుల్ని ఉపయోగిస్తారు. అప్పటికీ మీరు ఆపకపోతే గురకలు పెడతారు.

తూలిపడకుండా తలకు చేతిని
ఆసరాగా చేర్చడం.

ఎదురుగా ఉన్న టేబుల్ మీద లయబద్ధంగా వేళ్ళతో తాళం వేస్తూ, నేల మీద పాదాలతో తాటిస్తూ ఉంటే ఆ వ్యక్తి విసుగు చెందాడని పొరబాటుగా భావిస్తారు. కానీ అది విసుగు కన్నా అసహనాన్నే ప్రతిబింబిస్తుంది. మీరు ఒక సమూహాన్ని ఉద్దేశించి ప్రసంగిస్తున్నపుడు మీకు ఎవరైనా ఇలా వేళ్ళని, పాదాలనీ తాటిస్తూ కనబడితే, వెంటనే అతనిని సంభాషణలోకి దించడం ద్వారా ఆ ప్రతికూల సంకేతాల నుంచి బయట పడేయవచ్చు. దీని వల్ల ఇతరులపై అతని ప్రభావం పడకుండా నిరోధించవచ్చు. శ్రోతలు విసుగునీ, అసహనాన్నీ ప్రతిబింబిచే సంకేతాలను ప్రదర్శించడం మొదలు పెట్టిన వెంటనే మీరు మీ ప్రసంగ ధోరణిని మార్చుకోవాలి. లేదా ప్రసంగాన్ని ముగించాలి.

'మీకు నిద్రలో మాట్లాడే అలవాటు ఉందా?' అంటూ అతను వక్తని ప్రశ్నించాడు. 'అలాంటిదేమీ లేదు' అని వక్త బదులిచ్చాడు. 'అయితే నేను నిద్రపోతున్నపుడు మీరు మాట్లాడకండి' అని అతను జవాబిచ్చాడు.

వేళ్ళు, పాదాల కదలికలో వేగాన్ని బట్టి ఆ వ్యక్తి ఎంత అసహనంగా ఉన్నాడో చెప్పవచ్చు. వేగం పెరిగే కొద్దీ శ్రోతలో అసహనం పెరుగుతోందని తెలుసుకోవాలి.

## నిర్ణయానికి సంబంధించిన సంకేతాలు

చూపుడు వేలు తప్ప వేళ్ళన్నింటినీ ముడుచుకుని, చూపుడు వేలిని పైకి ఉంచి, చేతిని చెక్కిట చేరిస్తే ఆ వ్యక్తి మీ మాటలతో విసుగు చెందినప్పటికీ, మర్యాద కోసం తానింకా ఆసక్తిగానే ఉన్నట్టు నటిస్తున్నాడని అర్థం. విసుగు పెరిగే కొద్దీ అరచేయి ముఖానికి పూర్తి ఆసరాగా మారిపోతుంది.

ఆసక్తిని పూర్తిగా కోల్పోలేదు - తల స్వతంత్రంగానే నిలిచి ఉంటూ, చేయి చెక్కిలి మీదికి చేరింది.

కంపెనీ అధ్యక్షుడు బుర్ర తినేసేలా మాట్లాడుతున్నప్పటికీ తమ విసుగును అతనికి కనిపించనివ్వకుండా చేయడం కోసం మధ్యస్థాయి మేనేజర్లు ఇలాంటి సంకేతాలని ఆశ్రయిస్తుంటారు. కానీ దురదృష్టవశాత్తూ అరచేయి తలకు పూర్తిగా ఆసరాగా మారిపోగానే కిందిస్థాయి ఉద్యోగుల్లో కొందరు తన దగ్గర నటిస్తున్నారని, తనని అబద్ధపు పొగడ్తలతో ముంచెత్తుతున్నారని అధ్యక్షుడు భావించే ప్రమాదముంది.

ప్రతికూల ఆలోచనలు ముసురుకుంటున్నాయి.

విన్నది చాలుననిపిస్తోంది లేదా
విన్నదానితో ఆయన సంతృప్తి చెందలేదు.

చెంప మీద చేతిని తేలికగా ఆన్చి, దానిని ఆసరాగా తీసుకోకుండా ఉంటే అప్పుడు ఆ వ్యక్తి ఎదుటి వ్యక్తి చెప్పే విషయాన్ని ఆసక్తిగా ఆలకిస్తున్నాడని అర్థం. చూపుడు వేలు పైకి చూస్తూ, బొటనవేలు చుబుకానికి ఆసరాగా చేర్చితే ఆ వ్యక్తి ప్రతికూల ఆలోచనల్లో పడ్డాడని, వక్తను విమర్శించే దృష్టితో చూస్తున్నాడని అర్థం. కొన్ని సందర్భాల్లో చూపుడువేలిని కంటి మీద రుద్దుకోవడం, దానితో కంటి దగ్గర రాసుకోవడం వంటివి చోటుచేసుకుంటే ప్రతికూల ఆలోచనల పరంపర కొనసాగుతోందని తెలుసుకోవాలి.

నిజానికి ఇలా ఎవరైనా చెంపకు చేతిని ఆన్చితే, ఆ వ్యక్తి ఆసక్తిని కనబరుస్తున్నాడని పొరపాటుగా అర్థం చేసుకుంటారు. కానీ చుబుకానికి బొటనవేలు ఆసరాగా మారడం అతనిలోని ప్రతికూలతను ప్రతిబింబిస్తుంది. ఇలాంటి హావభావ సముచ్చయాన్ని వ్యక్తి ఎంతసేపు కొనసాగిస్తే అంతసేపు అతనిలో ప్రతికూల ఆలోచనలు కొనసాగుతూనే ఉంటాయి. వెంటనే వక్త ఈ విషయాన్ని కనిపెట్టి తన ప్రసంగాన్ని ఆపివేయాలి. లేదా ఆ శ్రోతకి ఏదైనా ఇవ్వడం ద్వారా అతనిలోని ప్రతికూల సంకేతాల్ని నిరోధించాలి.

రోడిన్ శిల్పం 'థింకర్' సాలోచనగా ఉన్నట్టు, నిర్ణయాన్ని తీసుకోవడానికి ఉద్యుక్తుడవుతున్నట్టు కనిపిస్తుంది. కానీ శరీరం కూర్చున్న భంగిమలో తలకు చేతిని ఆసరాగా చేర్చడం మాత్రం 'థింకర్'ని ఆసక్తిని కోల్పోయిన వ్యక్తిగా ప్రతిబింబిస్తుంది.

## అబద్ధమాడి అవకాశాన్ని పోగొట్టుకున్న వ్యక్తి

మా కంపెనీలో ఉద్యోగం కోసం విదేశాల నుంచి ఒక వ్యక్తి దరఖాస్తు చేసుకున్నాడు. అతనిని ఇంటర్వ్యూకి పిలిచాం. ఇంటర్వ్యూ జరుగుతున్నంతసేపూ అతను తన చేతుల్ని, కాళ్ళనీ మడతపెట్టుకుని కూర్చున్నాడు. నటిస్తున్నాడని చెప్పడానికి వీలయ్యే సంకేతాలన్నింటినీ ప్రదర్శించాడు. అరచేతిని అరుదుగానే తెరిచాడు. కొన్ని సందర్భాల్లో పక్కచూపులు చూడడం మొదలుపెట్టాడు. కానీ ఇంటర్వ్యూ ప్రారంభంలో అతనిలో చోటు చేసుకున్న ఈ ప్రతికూల సంకేతాల్ని మేం సరిగా అర్థం చేసుకోలేదు. తన స్వదేశంలో ఇంతకు క్రితం పనిచేసిన కార్యాలయం గురించి మేమతనిని ప్రశ్నించాం. అతను మా ప్రశ్నకు జవాబిస్తూ పలుసార్లు కంటిని రుద్దుకోవడం, ముక్కును స్పృశించడం వంటివి చేశాడు. ఇక అతనిని ఉద్యోగంలోకి తీసుకోకూడదని మేము నిర్ణయించుకున్నాం. తరువాత అతని గురించి వాకబు చేస్తే తన పూర్వ ఉద్యోగం గురించి అతను మాకు తప్పుడు సమాచారం ఇచ్చినట్టు తేలింది. పరాయి దేశంలో అయితే తన లోటుపాట్లని కప్పిపుచ్చుకోవచ్చునని అతను భావించాడు. ఒక వేళ మాకు బాడీలాంగ్వేజ్ సంకేతాలు తెలియని పక్షంలో అతనిని ఉద్యోగంలోకి తీసుకుని పొరపాటు చేసే వాళ్ళం.

## చుబుకాన్ని నిమురుకోవడం

ఈసారి మీరు ఏదైనా ఒక బృందం ముందు దేనిగురించైనా ప్రసంగించాల్సి వచ్చినపుడు వారి కదలికల్ని గమనించండి. మీరు ప్రసంగాన్ని ప్రారంభించినపుడు వాళ్ళు నెమ్మదిగా తమ చేతుల్ని చుబుకానికి చేర్చుతారు. అంటే మీ ప్రసంగం వారికి మనోరంజకంగా లేదని తెలిపే పలు ప్రతికూల సంకేతాలు వెలువడడం మొదలైందన్నమాట. మీ ప్రసంగం పూర్తయ్యాక దానిపై అభిప్రాయాల్ని చెప్పమని వాళ్లని కోరండి. వెంటనే ఈ ప్రతికూల సంకేతాలన్నీ అదృశ్యమవుతాయి. వాటి స్థానే చుబుకాన్ని నిమురుకోవడం మొదలవుతుంది. చుబుకాన్ని నిమురుకోవడం అనే సంకేతం శ్రోత తన అభిప్రాయాన్ని చెప్పడానికి ఉద్యుక్తుడయ్యాడని తెలుపుతుంది.

నిర్ణయం చెప్పడానికి సిద్ధమవడం

చుబుకాన్ని నిమురుకోవడమన్నది మహిళల్లో ఇలా వ్యక్తమవుతుంది.

మీరు శ్రోతల్ని 'మీ అభిప్రాయం ఏమిటని అడిగినప్పుడు వాళ్ళు చుబుకాన్ని నిమురుకుంటే, ఇక సానుకూల లేదా ప్రతికూల సంకేతాల్ని ప్రదర్శించడమే తరువాతి దశ అని మీరు అర్థం చేసుకోవచ్చు. ఈ దశను మౌనంగా గమనించడమే మీరు చేయవలసిన తెలివైన పని. ఉదాహరణకు చుబుకాన్ని నిమురుకున్న తరువాత వ్యక్తి చేతులు, కాళ్ళని మడచుకుని కుర్చీకి అతుక్కుపోయి కూర్చుంటే అతను కచ్చితంగా మీ ప్రతిపాదనను స్వీకరించబోడని అర్థం. అప్పుడు అతని నోటివెంట 'కాదు' అనే జవాబు రావడానికి ముందే మీరు ప్రతిపాదనకు అవసరమైన మార్పుల్ని చేసుకునే అవకాశాన్ని గుర్తించవచ్చు. ఒకవేళ చుబుకాన్ని నిమురుకున్న తరువాత వ్యక్తి కుర్చీలో ముందుకు వంగి చేతుల్ని తెరచి ఉంచితే అతను మీ ప్రతిపాదనను ఎలాంటి అభ్యంతరం లేకుండా స్వీకరించాడని అర్థం. మీ ప్రతిపాదనను మరింత ముందుకు తీసుకువెళ్ళేందుకు ద్వారాలు తెరుచుకున్నాయని గ్రహించండి.

## కపటోపాయాలతో కూడిన హావభావ సముచ్చయం

కళ్ళజోడు ధరించిన కొందరు వాటిని తీసివేసి, కళ్లజోడు ఫ్రేములోని ఒక చివరని నోట్లో పెట్టుకుని సాలోచనగా ఉన్నట్టు కనిపిస్తారు. ప్రసంగాన్ని పూర్తి చేసిన తరువాత శ్రోత అభిప్రాయాన్ని మీరు కోరినప్పుడు మీకు ఇలాంటి హావభావ సముచ్చయం కనిపిస్తే, దాన్ని సందేహించాల్సిందే. చుబుకాన్ని నిమురుకోవడం ద్వారా వ్యక్తి ఒక స్పష్టమైన అభిప్రాయానికి రావడానికి చేసే ప్రయత్నం కనిపిస్తుంది.

కానీ దాని స్థానే ఇలా కళ్ళజోడు ఫ్రేమును నోట్లో పెట్టుకోవడం, సిగరెట్ పఫ్ పీల్చడం, లేదా పెన్నుని, వేలిని నోట్లో పెట్టుకోవడం వంటివి కనిపిస్తే, ఆ వ్యక్తి మీ నుంచి మరింత గట్టి హామీని కోరుతున్నాడని, అతను మిమ్మల్ని నమ్మడం లేదని అర్థం. నోట్లో ఏదో ఒక వస్తువును పెట్టుకోవడం ద్వారా ఎదుటి వారిని అతను ఏమార్చే ప్రయత్నం చేస్తున్నాడన్న మాట. లేదా తన అభిప్రాయాన్ని చెప్పడానికి తొందరపడనవసరం లేదని భావిస్తున్నట్టు తెలుసుకోవాలి.

కొన్ని సార్లు విసుగును ప్రదర్శించడం, తర్కవితర్కాల్లో మునిగిపోవడం, అభిప్రాయానికి రావడానికి సంబంధించిన హావభావాలు ఒకదానితో ఒకటి మిళితమై కనిపిస్తాయి. వ్యక్తి దృక్పథానికి తగ్గట్టుగా ఇవి రూపం తీసుకుంటాయి.

కింది బొమ్మలో వ్యక్తి చుబుకానికి చేతిని ఆన్చడం ద్వారా అభిప్రాయాన్ని దాటవేయడానికి యత్నిస్తూనే చుబుకాన్ని నిమురుకోవడం ద్వారా తుది అభిప్రాయానికి వచ్చే ప్రయత్నం చేస్తున్నాడు. ప్రతిపాదనలోని మంచి, చెడుల గురించి తర్కిస్తూనే, ఒక స్పష్టమైన అభిప్రాయానికి రావడానికి ప్రయత్నిస్తున్నాడు.

తర్కవితర్కాలు / తుది అభిప్రాయానికి సంబంధించిన హావభావ సముచ్ఛయం

తాను వింటున్న ప్రసంగంపై ఆసక్తిని కోల్పోయే క్రమంలో శ్రోత తన తలకు చేతిని ఆసరాగా చేరుస్తాడు. కింది బొమ్మలో తలకు బొటనవేలిని ఆసరాగా చేర్చడం ద్వారా వ్యక్తి తాను వింటున్న ప్రసంగంపై ఆసక్తిని కోల్పోయినట్టు అర్థమవుతోంది.

తర్కవితర్కం / తుదిఅభిప్రాయానికి రావడానికి / విసుగుదలకు సంబంధించిన హావభావ సముచ్ఛయం

హాలీవుడ్ నటుడు ఆర్నాల్డ్ స్వాజ్ నెగ్గర్ మాటల ప్రవాహం కొనసాగుతుండగానే అతనితో సంభాషిస్తున్న టీవీ ప్రతినిధి మాత్రం ఆ నటుని ప్రసంగం ముగిసిపోయినట్టుగా భావిస్తున్నాడు.

## తలని రుద్దుకోవడం, నుదుటి మీద నెమ్మదిగా కొట్టుకోవడం

మీరు ఎవరినైనా ఆగ్రహానికి గురి చేసినపుడు, అతని మెడ వెనుక చిన్ని చిన్ని కండరాలు ఉబ్బడాన్ని గమనించవచ్చు. జంతువుల్లో ఆ కండరాల మీద వెంట్రుకలుంటాయి. కాట్లాడుకునేటపుడు ఎదుటి కుక్క వైపు కోపంగా చూసే కుక్క మెడ మీద ఇలాంటి ప్రతిస్పందననే మనం గమనించ వచ్చు. కాకపోతే వాటి శరీరం మీద ఆ స్థానంలో రోమాలు నిక్కబొడుచుకుంటాయి మనుషుల్లో కేవలం కండరాలు పొంగడం మాత్రమే కనిపిస్తుంది. ఈ ప్రతిస్పందన భయానికి లేదా ఆగ్రహానికి లోనవడానికి సంబంధించింది. అలా కండరాలు పొంగినపుడు మెడ మీద చిరచిరలాడుతుంది. మీరు భయానికి కానీ, ఆగ్రహానికి కానీ లోనైనపుడు ఇలా జరుగుతుంది. అలా చిరచిరలాడినపుడు మెడ మీద చేతితో రుద్దుకుంటే ఉపశమనం కలుగుతుంది.

'మెడ మీద రుద్దుకునే' చర్య

ఉదాహరణకు మీరు ఎవరికైనా ఒక పనిని అప్పగించారనుకుందాం. ఆ వ్యక్తి ఆ పనిని మరచి

పోయాడు. మీరు దాని గురించి ప్రస్తావించిన వెంటనే ఆ వ్యక్తి తన నుదుటి మీదికి కానీ, మెడ మీదికి కానీ చేతిని పోనిచ్చి, రుద్దుకోవడమో, నెమ్మదిగా కొట్టుకోవడమో చేస్తే రెండు విషయాల్ని అర్థం చేసుకోవచ్చు. అలా మరచి పోయినందుకు అతను కొట్టుకోవడం ద్వారా తనను తాను శిక్షించుకున్నట్టు. కాగా, అలా కొట్టుకున్నపుడు అతను నుదిటి మీద కొట్టుకున్నాడా, మెడ మీద రుద్దుకున్నాడా అనే విషయం కూడా కొన్ని విషయాల్ని వివరిస్తుంది. నుదుటి మీద కొట్టుకుంటే తాను మరచిపోయిన విషయాన్ని గురించి మీరు ప్రశ్నించడాన్ని అతను తప్పుపట్టడం లేదని అర్థం. కానీ మెడమీద రుద్దుకుంటే మాత్రం మీరు తనని ఇబ్బంది పెట్టారని అర్థం.

తరచూ మెడ వెనుక రుద్దుకునే వ్యక్తులు ప్రతికూల లేదా విమర్శనాత్మక దృక్పథాన్ని కలిగి ఉంటారని న్యూయార్క్‌కు చెందిన 'నెగోషియేషన్ ఇనిస్టిట్యూట్'కు చెందిన గెరార్డ్ నీరెన్‌బర్గ్ కనుగొన్నారు. అలాగే నుదుటి మీద రుద్దుకునే వ్యక్తులు తమ తప్పును ఎలాంటి భేషజాలకు పాల్పడకుండా అంగీకరించే వాళ్ళయి ఉంటారని కూడా నీరెన్‌బర్గ్ చెబుతున్నారు.

ఇలా నుదుటి మీద కొట్టుకోవడం ద్వారా తనను తాను శిక్షించుకుంటున్నాడన్న మాట.

భౌతిక పరిస్థితిని పరిగణనలోకి తీసుకుంటూ తలకు, ముఖానికి సంబంధించిన హావభావాల్ని కచ్చితంగా అంచనా వేయడాన్ని నేర్చుకోవాలంటే కొంత సమయమూ, అధ్యయనమూ అవసరం. ఒక వ్యక్తి ఈ అధ్యాయంలో తలకు, ముఖానికి సంబంధించి పేర్కొన్న హావభావాల్లో దేనినైనా ప్రదర్శిస్తే, అతను ప్రతికూల ఆలోచనల్లో ఉన్నాడని అర్థం చేసుకోవాలి. కానీ ఆ ప్రతికూల ఆలోచన ఏమిటి? అది సందేహమో, కుట్రో, సందిగ్ధమో, దర్పమో, పచ్చి అబద్ధమో..., తప్పకుండా వీటిలో ఏదో ఒకటి అయి ఉండవచ్చు. అది ఏమిటన్నది కచ్చితంగా పసిగట్టగలడమే సిసలైన ప్రతిభ. తలకు, ముఖానికి సంబంధించిన హావభావాల్ని పరిస్థితుల్ని పరిగణనలోకి తీసుకుంటూ విశ్లేషించడం ద్వారా ఈ విద్య పట్టుబడుతుంది.

## చదరంగంలో ఓటమే తప్ప గెలుపెరగని బాబ్

మాకు బాబ్ అనే సహోద్యోగి ఉన్నాడు. ఆయనకి చదరంగం ఆడడమంటే చాలా ఇష్టం. ఒకసారి మేము ఆయనని చదంరంగం పోటీకి ఆహ్వానించాం. కానీ ఆయనకి తెలియకుండా మేము రహస్యంగా ఆయన చదంగం ఆడే తీరును, ఆయన బాడీలాంగ్వేజ్‌ని వీడియో తీశాం. ఆ వీడియోలో బాబ్ తరువాతి ఎత్తుగడ ఏమిటో తేల్చుకోలేనప్పుడల్లా తరచూ చెవిని రుద్దుకోవడం, ముక్కును రుద్దుకోవడం చేశాడు. మేము ఏదైనా చెస్ పీస్‌ను కదిలించబూనుకుంటే, బాబ్ బాడీలాంగ్వేజ్ వల్ల ఆయన ఆ ఎత్తుకు సంబంధించి ఎలాంటి ఆలోచనలు చేస్తున్నాడో వీడియో ద్వారా తెలిసింది. తాను ఎదుటి వ్యక్తి వేస్తున్న ఎత్తును ఎదుర్కోగలను అనుకున్నపుడు, తరువాత ఎత్తుగడను నిర్ణయించుకున్నపుడు బాబ్ చేతుల్ని గోపురంలా ఉంచి తన ఆత్మవిశ్వాసాన్ని వ్యక్తం చేస్తాడు. కానీ ఎదుటి వ్యక్తి ఎత్తుగడకు దీటైన ఎత్తుగడను వేయలేనని భావించనపుడు, తరువాత ఎత్తుగడ ఏమిటో తేల్చుకోలేనపుడు, బాబ్ నోటిని మూసుకోవడం, చెవిని లాక్కోవడం, మెడ మీద రుద్దుకోవడం చేశాడు. ఈ వీడియోని ఇతరులకు చూపించి బాడీలాంగ్వేజ్ ద్వారా బాబ్ ఎత్తుగడల్ని ఎలా అంచనా వేయాలో మేము ఇతరులకు చెప్పాం. ఇక అప్పటి నుంచి బాబ్ చదరంగంలో ప్రతిసారీ ఓటమితోనే సరిపెట్టుకోవాల్సి వచ్చింది. మేము ఆయనకు ఈ పుస్తక ప్రతిని కూడా అందనివ్వలేదు మరి.

## తప్పుదోవ

ఒక ఇంటర్వ్యూ జరుగుతుండగా దానిని మేము వీడియో తీశాం. ఇంటర్వ్యూ సజావుగానే సాగుతోంది. హఠాత్తుగా ఇంటర్వ్యూ చేసే వ్యక్తి ఇంటర్వ్యూకి హాజరైన అభ్యర్థిని ఒక ప్రశ్న అడిగాడు. అంతదాకా తడుముకోకుండా నిబ్బరంగా జవాబులు చెప్పిన అభ్యర్థి ఈ ప్రశ్న విన్న వెంటనే కొన్ని క్షణాల పాటు నోటిని చేతితో మూసేసుకున్నాడు. తరువాత జవాబు చెప్పి తన కంగారులోంచి బయటపడి నిమ్మళంగా కూర్చున్నాడు. అంతకు ముందు వరకు ఆ అభ్యర్థి కోటు బొత్తాముల్ని విప్పుకుని, అరచేతుల్ని కనిపించేలా ఉంచుతూ, తల ఊపుతూ, ముందుకు వంగి సానుకూల సంకేతాలనే ప్రదర్శించాడు. కానీ ఈ ఒక్క ప్రశ్న అతనిలోని సానుకూల సంకేతాలకు స్వల్పకాలం పాటు అవాంతరం కలిగించింది. వీడియో టేపును పరిశీలించిన తరువాత మేము అతని ప్రవర్తనకు కారణమేమిటని అతనినే ప్రశ్నించాం. అందుకు అతను ఇంటర్వ్యూ చేసే వ్యక్తి అడిగిన ప్రశ్నకు తన దగ్గర సానుకూల, ప్రతికూల సమాధానాలు రెండూ ఉన్నాయని చెప్పాడు

సానుకూల సమాధానాన్ని చెప్పాలా, ప్రతికూల సమాధానాన్ని చెప్పాలా, ఏ జవాబు చెబితే ఇంటర్వ్యూ చేసే వ్యక్తి ఎలా ప్రతిస్పందిస్తాడో తాను కచ్చితంగా తేల్చుకోలేక పోయానని అన్నాడు. ఈ సందిగ్ధం వల్లే ప్రతికూల సమాధానం బయటికి రాకుండా తాను నోటిని చేతితో మూసుకున్నానని, సానుకూల సమాధానం చెప్పాలనుకున్న తరువాతే తాను నోటి మీద నుంచి చేతిని కిందికి దించానని అతను వివరించాడు. కానీ అలా అతను నోటిని చేతితో మూసేసుకున్నప్పుడు అతను అబద్ధం చెబుతున్నాడని భావించే అవకాశం ఉంది. అది నిజం కాదని అతని వివరణ విన్న తరువాత మాకు అర్థమైంది. దీన్నిబట్టి కొన్ని సందర్భాల్లో హావభావాల్ని విడివిడిగా దేనికి దానినే ప్రత్యేకంగా విశ్లేషించాల్సిన అవసరం ఉందని తెలిసింది. నోటికి, చేతికి సంబంధించిన సంకేతాలు మనల్ని తప్పుదోవ పట్టించే అవకాశాలున్నాయన్న నిజానికి ఈ ఉదంతం అద్దం పడుతోంది.

# అధ్యాయం 8
# కనుసైగలు

కొందరి చూపు గోడల్ని కూడా దాటి దూసుకువెళుతుంది.

చరిత్ర ఆసాంతం మానవ ప్రవర్తనపై 'కళ్ళు', వాటి ప్రభావం తప్పించుకోలేనిదిగా కనిపిస్తుంది. కళ్ళలో కళ్ళు పెట్టి సూటిగా మాట్లాడితే, ఆ సంభాషణ 'కనుసన్నల్ని' మీరిపోదు, అంతేకాక ఆధిపత్య ధోరణి ఎవరిదో ఇట్టే తెలిసిపోతుంది. 'వాడు నేలచూపులు చూస్తూ మాట్లాడాడు.....' అంటూ అబద్ధాలాడిన వ్యక్తిని కళ్ళు పట్టిస్తాయి. 'నా కళ్ళలోకి సూటిగా చూసి మాట్లాడు' అంటూ నిలదీస్తాయి. ఇతరుల ముఖాన్ని చూస్తూ మాట్లాడడంలో మనం చాలా కాలాన్ని గడిపేస్తుంటాం. అందుకే ఒక వ్యక్తి దృక్పథాన్ని, ఆలోచనల్ని చదవడంలో కళ్ళు చేసే సంజ్ఞలు ముఖ్య భూమికని పోషిస్తాయి. మొదటి సారి పరిచయమైన వ్యక్తులు ఒకరికొకరు కనిపించే పద్ధతిని బట్టే వాళ్ళు పరస్పరం ఒకరి పై మరొకరు తక్షణ అభిప్రాయాల్ని ఏర్పరచుకుంటారు.

'కంటిచూపుతో చంపేస్తా....', అతని కళ్లు మెరుస్తున్నాయి. 'అతని కళ్ళలో దిగులు ముసురుకుంది', 'ఆమె కళ్ళు చక్రాల్లా ఉన్నాయి', 'అతను నేల చూపులు చూస్తున్నాడు', 'ఆమె కళ్ళు కవ్విస్తున్నాయి', 'ఆమె తన కడగంటిచూపుతో అతనిని కట్టిపడేసింది'.... ఇలాంటి మరెన్నో వాక్యాలు మన సంభాషణల్లో దొర్లుతుంటాయి. వ్యక్తుల కళ్ళ గురించి కూడా మనం పలువర్ణనలు చేస్తుంటాం. ఫలానా వ్యక్తి కళ్ళు

కోపంతో ఎరుపెక్కాయని, ఆ చూపు కటువుగా ఉందని, నిర్లక్ష్యంగా ఉందని, విచారంగా ఉందని, భావరహితంగా ఉందని, చూపులు చురకత్తుల్లా ఉన్నాయని అంటూంటాం. ఇలా మాట్లాడేటపుడు మనకు తెలియకుండానే మనం ఎదుటి వ్యక్తి కనుపాపల పరిమాణం, కంటిచూపు ప్రవర్తించే తీరును ప్రస్తావిస్తున్నామన్నమాట. సందేశాల్ని అనువదించడంలో కళ్ళు ప్రతిభావంతమైన పాత్ర పోషిస్తాయి. అవి మానవ శరీరంలో అత్యంత కీలకమైన స్థానంలో ఉంటూ, ఎదుటివారి దృష్టిని ఆకర్షిస్తాయి. కనుపాపల కదలికలు నియంత్రణకు అందవు. కాబట్టి వ్యక్తి ఆలోచనలకి అవి అద్దం పడతాయి.

## కనుపాపలు పెద్దవి కావడం

కాంతి తగుమాత్రంగా ప్రసరించే చోట మీ మనోభావాలకు అనుగుణంగా కనుపాపలు వ్యాకోచించడం, సంకోచించడం జరుగుతుంటుంది. ఎవరైనా ఆశ్చర్యానికి లోనైనప్పుడు వారి కనుపాపలు తమ అసలు ప్రమాణం కన్నా నాలుగురెట్లు పెద్దవిగా వ్యాకోచిస్తాయి. అదేవిధంగా కోపానికి, ప్రతికూలభావాలకు లోనైనపుడు కనుపాపలు కుంచించుకుపోతాయి. లేతరంగు కనుపాపలు చాలా ఆకర్షణీయంగా కనిపిస్తాయి. అవి వ్యాకోచించే క్రమం స్పష్టంగా కనిపిస్తుంది కాబట్టి అవి అందంగా ఉంటాయి.

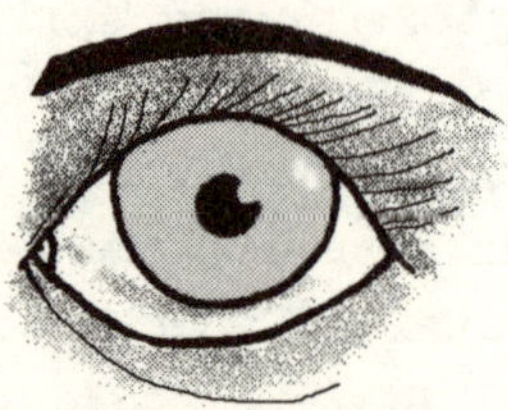

పూసల్లాంటి కనుపాపలు

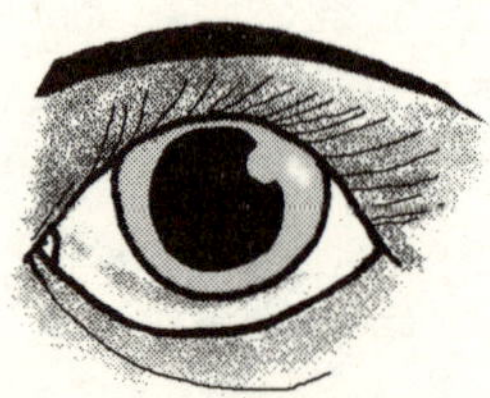

నిషా కళ్ళు

షికాగో విశ్వవిద్యాలయానికి చెందిన మనస్తత్వ శాస్త్ర విభాగాధిపతి ఎక్హార్డ్ హెస్ కనుపాపల కదలికలకు సంబంధించి పలు పరిశోధనలు నిర్వహించాడు. ఒక వ్యక్తి ఉద్రేకానికి గురైనపుడు కనుపాపలు వ్యాకోచిస్తాయని, సాధారణంగా వ్యక్తులు తమ కనుపాపల్ని ఉత్తేజపరిచే విషయాల్ని చూసినపుడు ఇలా వ్యాకోచించడం జరుగుతుందని ఆ పరిశోధనల్లో తేలింది. స్త్రీ, పురుషులు పరస్పరం ఎదుటివారి శరీరంలోని ఉబ్బెత్తు భాగాలను చూసినపుడు వారి కనుపాపలు వ్యాకోచిస్తాయని.

అదే సమయంలో స్త్రీలు స్త్రీలను, పురుషులు, పురుషులను చూసినపుడు కనుపాపలు కుంచించుకుపోతాయని ఆ పరిశోధన చెబుతోంది. అదే విధంగా వ్యక్తులకు ప్రియమైన, అప్రియమైన వస్తువులు, మనుషుల చిత్రాల్ని అంటే ఆహారం, రాజకీయ నేతల ఫోటోలు, అంగవికలురైన పిల్లల ఫోటోలు, యుద్ధ సన్నివేశాలకు సంబంధించిన ఫోటోలను చూపించినపుడు కూడా ఇలాంటి ఫలితాలే కనిపించాయి. కనుపాపలు వ్యాకోచించడమన్నది మెదడులో సమస్యల్ని పరిష్కరించడమనే ప్రక్రియకి సంబంధించినదని, సమస్యకు పరిష్కారం లభించే అనుకూలతపై వ్యాకోచ పరిమాణం ఆధారపడి ఉంటుందని కూడా హెస్ కనిపెట్టాడు.

ఈ పరిశోధనా ఫలితాన్ని మేము వాణిజ్య ప్రపంచంపై ప్రయోగించి చూశాం. అందగత్తెలైన మోడల్స్ ఫోటోల్లో వారి కనుపాపల పరిమాణాన్ని సాంకేతికంగా పెంచి చూపించినపుడు వ్యక్తుల ప్రతిస్పందనను మేము పరిశీలించాం. మహిళల సౌందర్య పోషకాలు, బట్టలు, తదితర వస్తువులకు సంబంధించిన వాణిజ్య ప్రకటనల నిమిత్తం మోడల్స్ కనుపాపల్ని పెంచి, వాళ్ళ ముఖాల్ని క్లోజప్‌గా చూపించినపుడు ఫలితాలు మరింత ఆశాజనకంగా మారాయి. మోడల్స్ ఫోటోగ్రాఫుల్లో వాళ్ల కనుపాపల్ని పెంచి, ఆ ఫోటోల్ని ఉపయోగిస్తూ రెవలాన్ లిప్‌స్టిక్ తాలూకు వాణిజ్య ప్రకటనల్ని నేరుగా మెయిల్ చేయడం ద్వారా వినియోగదారుల నుంచి సానుకూల ప్రతిస్పందన వచ్చింది. దీంతో ఈ లిప్‌స్టిక్ అమ్మకాలు ఏకంగా 45 శాతం పెరిగాయి.

ఈ రెండు ఫోటోల్లో ఏది ఆకర్షణీయంగా ఉంది?

స్త్రీ, పురుషుల కలయికలో తొలుతగా కళ్ళే పరస్పర సంభాషణను ప్రారంభిస్తాయని మనకు తెలుసు. అందుకే మహిళలు కంటికి సంబంధించిన మేకప్‌కు మరింత ప్రాధాన్యం ఇస్తారు. ఒక మహిళ పురుషునిపట్ల ఆకర్షితురాలైతే, ఆమె తన కనుపాపల్ని మరింత పెద్దవి చేస్తూ, అతనికేసి వలపు చూపుల్ని విసురుతుంది. పురుషుడు ఆ సంకేతాన్ని సులభంగానే అర్థం చేసుకుంటాడు. అందుకే మసక వెలుతురులోనే శృంగారం మరింతగా పండుతుంది. ఎందుకంటే మసక వెలుతురులో చీకటిని ఛేదిస్తూ చూపును ప్రసరించే ప్రయత్నంలో భాగంగా ప్రతి ఒక్కరి కనుపాపలు వ్యాకోచిస్తాయి. అందుకే అలాంటి వాతావరణంలో ప్రేయసీ, ప్రియులు పరస్పరం ప్రేమాస్పదంగా కనిపిస్తారు.

---

*ఒక పురుషుడు స్త్రీని చూసి లైంగిక ఉద్రేకానికి గురైతే, అతని శరీరంలో ఏ భాగం దాని అసలు పరిమాణం కంటే మూడురెట్లు అధికంగా వ్యాకోచిస్తుంది?*

---

ప్రేమికులు ఒకరి కళ్ళలోకి మరొకరు లోతుగా చూస్తే, కనుపాపలు వ్యాకోచించడం ద్వారా వ్యక్తమయ్యే సంకేతాల్ని వారు అప్రయత్నంగానే స్వీకరిస్తారు. ఒకానొక పరిశోధనలో భాగంగా మగవాళ్లకు నీలిచిత్రాలను చూపించినపుడు వారి కనుపాపలు తమ అసలు పరిమాణం కంటే మూడురెట్లు అధికంగా వ్యాకోచించినట్టు తేలింది. అదే మహిళల విషయానికొస్తే, తల్లీ పిల్లల చిత్రాలని చూసినప్పుడు వారి కను పాపలు వ్యాకోచించాయి. పసిపిల్లలు, శిశువుల కళ్ళు ఆకర్షణీయంగా ఉంటాయి. ఎందుకంటే వారి కనుపాపలు ఎల్లప్పుడూ వ్యాకోచించడానికి సిద్ధంగా ఉంటాయి. శిశువుల కనుపాపలు వ్యాకోచించి ఉంటాయి. అదే యుక్త వయస్కులైతే తాము ఆకర్షణీయంగా కనిపించాలనుకున్నపుడే వారి కనుపాపలు వ్యాకోచిస్తాయి. పిల్లల బొమ్మల్ని గమనించినట్టయితే వాటి కనుపాపలు అసహజమైన రీతిలో పెద్దవిగా చిత్రించి ఉండడాన్ని చూడవచ్చు.

ఎదుటి వ్యక్తి కనుపాపలు వ్యాకోచిస్తే, వాటిని చూసిన వ్యక్తి కనుపాపలు కూడా అదే విధంగా ప్రతిస్పందించి వ్యాకోచిస్తాయని పరిశోధనలు చెబుతున్నాయి. పెద్ద కనుపాపలు కలిగిన మహిళల ఫోటోల్ని చూసినపుడు పురుషుల కనుపాపల వ్యాకోచిస్తాయి. కానీ కనుపాపలు కుంచించుకు పోయిన మహిళల ఫోటోల్ని చూసినపుడు వీరి ప్రతిస్పందన మరోలా ఉంటుంది.

## కనుపాపల పరీక్ష

కనుపాపలు చెప్పే సంగతుల్ని అనువదించుకోవడమన్నది మెదడుకు వెన్నతో పెట్టిన విద్య. అందుకు ఏ ఇతర దుబాసీ అవసరం ఉండదు. అది అప్రయత్నంగానే జరిగిపోతుంది. దీనిని పరిశీలించాలనుకుంటే, ఇక్కడ చూపిన బొమ్మల్లో 'బి'ని చేతితో మూసి వేసి పక్కనే ఉన్న కనుపాపల్లోకి చూడమని మీరు ఎవరినైనా అడగండి. తరువాత వారికి హఠాత్తుగా 'బి' బొమ్మని చూపించండి. వారి కనుపాపలు వ్యాకోచించడాన్ని మీరు గమనించవచ్చు. పురుషుల కంటే మహిళల కనుపాపలే వేగంగా వ్యాకోచిస్తాయి. తమ కళ్ళలోకి చూసినపుడు ఇలా వేగంగా వ్యాకోచించడం వల్ల ఎదుటి వ్యక్తి కళ్ళతో మహిళలు సులభంగా సంభాషించగలరు.

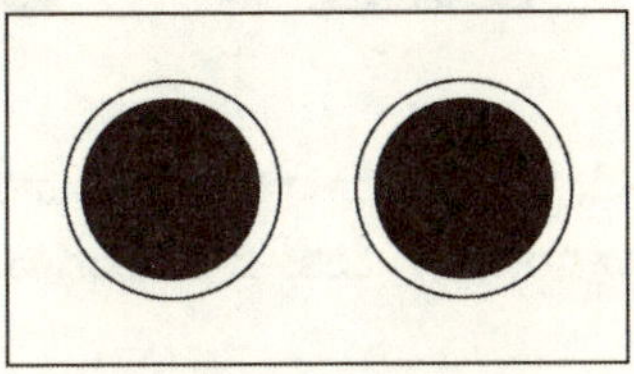

బొమ్మ 'ఏ'

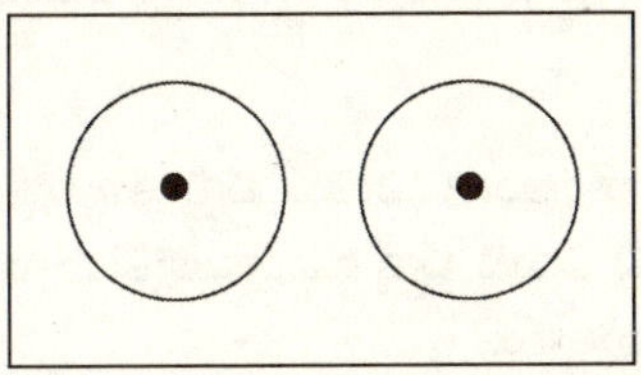

బొమ్మ 'బి'

కనుపాపల సంకేతాల్ని క్రోడీకరించే నిమిత్తం హెస్ ఒక ప్రయోగం చేశాడు. ప్రయోగంలో పాల్గొన్న వ్యక్తులకు ఆయన ఐదు రకాల చిత్రాల్ని చూపించాడు: నగ్నంగా ఉన్న పురుషుడు, నగ్నంగా ఉన్న మహిళ, శిశువు, తల్లీబిడ్డ, ప్రకృతి దృశ్యం. ఊహించినట్టే నగ్నంగా ఉన్న మహిళ చిత్రం చూసినపుడు పురుషుల కనుపాపలు వ్యాకోచించాయి. మహిళల కనుపాపలు తల్లీబిడ్డ చిత్రం పట్ల బాగా ప్రతిస్పందించాయి. దీని తరువాత నగ్నంగా ఉన్న పురుషుని చిత్రాన్ని చూసినపుడు కూడా మహిళల కనుపాపలు వ్యాకోచించాయి.

మరో పరిశీలనలో ఆసక్తికరమైన విషయం తేలింది. ప్రత్యర్థులు నల్లకళ్ళజోడును ఉపయోగించి పేకాట పోటీలో పాల్గొంటే నిష్ణాతులైన ఆటగాళ్ళు కూడా కేవలం కొన్ని గేమ్‌లనే గెలువగలిగారు. ఎందుకంటే పేకల్ని చూస్తున్నపుడు అవతలి వ్యక్తి కనుపాపల్లో చోటుచేసుకునే మార్పుల్ని బట్టి ఈ ఆటగాళ్ళు ముందుకు కదిలే వాళ్ళు. కానీ నల్లకళ్ళ జోడు ధరించడం వల్ల ప్రత్యర్థి మనోభావాల్ని చదివే అవకాశాన్ని కోల్పోయి పలు గేమ్‌ల్లో వీళ్ళు ఓటమిని చవిచూడాల్సి వచ్చింది.

ప్రాచీన కాలంలో చైనా వజ్రాల వర్తకులు ఎదుటి వ్యక్తి కనుపాపల సంకేతాల్ని చదవడం ద్వారా తమ వ్యాపారాన్ని మూడు పువ్వులు, ఆరు కాయలుగా పండించుకునేవారట. శతాబ్దాల క్రితం ఆకర్షణీయంగా కనిపించడం కోసం

వేశ్యలు తమ కళ్ళలో బెల్లడొనా చుక్కల్ని వేసుకునే వారట. దీని వల్ల వారి కనుపాపలు వ్యాకోచించి, మరింత ఆకర్షణీయంగా కనిపించేవారు.

ఈ చిత్రంలో కనిపిస్తున్న వ్యక్తి పేరు డేవిడ్ బౌవీ. ఈయనకు అరుదైన కంటి వ్యాధి ఉంది. అదేమిటంటే, ఈయనకు ఒక కన్ను నీలం రంగులోను, మరో కన్ను జేగురు రంగులోను ఉంటాయి. వీటిలో ఒక కంటి కనుపాప శాశ్వతంగా వ్యాకోచించి ఉంటుంది. ఈ స్థితిని హెటరోక్రోమియా అంటారు. ప్రపంచ జనాభాలో ఒక్క శాతానికి మాత్రమే ఇలాంటి పరిస్థితి ఎదురవుతుంది.

సాధారణంగా 'ఎదుటి వ్యక్తి కళ్ళలోకి సూటిగా చూసి మాట్లాడండి' అంటారు. కానీ ఎదుటి వ్యక్తి కనుపాపల్లోకి చూసి మాట్లాడండి, అవి మీకు చాలా సంగతులు చెబుతాయి.

## మహిళలదే పైచేయి

కేంబ్రిడ్జి విశ్వవిద్యాలయానికి చెందిన డాక్టర్ సిమోన్ బరన్ కొహెన్ ఒక ప్రయోగం చేశాడు. ఆయన కొంత మంది వ్యక్తులకు కేవలం కళ్ళు మాత్రమే ఉన్న ఒక ఫోటోని ఇచ్చి, ఆ కళ్లలో కనిపిస్తున్న భావమేమిటో చెప్పమన్నాడు. ఆ కళ్ళు 'స్నేహపూర్వకంగా' లేదా 'ద్వేషపూరితంగా' లేదా 'ఆందోళనగా' లేదా 'ప్రశాంతంగా' ఉన్నాయా అని ఆయన ప్రశ్నించాడు. అందుకు ఆ వ్యక్తుల్లో సగం మంది తగిన జవాబునే చెప్పారు. పాతిక మంది పురుషుల్లో 19 మంది సరైన జవాబునిచ్చారు. కానీ పాతిక మంది మహిళల్లో 22 మంది సరైన జవాబును చెప్పి ఇతరుల భావోద్వేగాల్ని అర్థం చేసుకోవడంలో మళ్ళీ తమదే పైచేయి అని నిరూపించారు. పురుషులు ఎంత తెలివైన వారైనప్పటికీ ఇలాంటి విషయాల్లో ఎందుకు వెనకబడిపోతున్నారో శాస్త్రవేత్తలకు కూడా అంతుబట్టని విషయం.

## తేట 'తెల్లం'

జీవులన్నింటి కన్నా ఒక్క మానవులలోనే కంటిలో తెల్లని భాగం బాగా అభివృద్ధి చెందింది. వానరాల కళ్లలో తెల్లని భాగం ఉండదు. ఇతరులు ఏ దిశగా చూస్తున్నారో, ఏ దిశలో నడుస్తున్నారో తెలుసుకోవడానికి వీలుగా మానవుల

కళ్ళలో ఈ తెల్లని భాగం అభివృద్ధి చెందింది. దిశ అన్నది మానవునికి సంబంధించి మానసికోద్రేకానికి చెందిన విషయం. ఇతరుల భావోద్వేగాల్ని చదవడంలో మహిళల మెదడు చురుగ్గా పని చేస్తుందని ఇంతకు మునుపే చెప్పుకున్నాం కదా. వారి కళ్లలో పురుషుల కళ్లలో కంటే తెల్లని భాగం మరింతగా వృద్ధి చెంది ఉండడం కూడా ఇందుకు మరో కారణం కావచ్చు. వానరాలకు కంట్లో తెల్లని భాగం లేకపోవడమన్నది వాటికి వేటలో ఇతోధికంగా సాయపడుతుంది. వానరం తనను చూసిందా, లేదా అది తనపై ఏ దిక్కు నుంచి దాడి చేస్తుంది అన్న విషయాల్ని అంచనా వేయడానికి శత్రువులకు సాధ్యం కాదు. ఎందుకంటే వాటి కళ్లలో తెల్లని భాగం లేకపోవడం వల్ల వాటి కనుపాప కదలికలు స్పష్టంగా కనిపించవు.

*జీవులన్నింటి కన్నా ఒక్క మానవులలోనే*
*కంటిలో తెల్లని భాగం బాగా అభివృద్ధి చెందింది.*

## కనుబొమలతో 'హలో'

కనుబొమలు లిప్తకాలం పాటు పైకెత్తి దించడం ద్వారా ఇతరులను పలకరించడమన్నది ప్రాచీనకాలం నుంచీ అలవాటులో ఉన్నదే. దూరంనుంచి వ్యక్తులకు ఇలా అభివాదం తెలపడమన్నది విశ్వవ్యాప్తంగా ఉన్న అలవాటు. కోతులు, చింపంజీల్లో కూడా మనం దీనిని గమనించవచ్చు. కాబట్టి ఈ సామాజిక అభివాద సంకేతం మానవులకు సహజాతంగా వచ్చిన లక్షణంగా చెప్పవచ్చు. కానీ దీనిని అభివాద చిహ్నంగా కాకుండా, అవమాన చిహ్నంగాను, లైంగిక ఉద్దేశంతో కూడుకున్న చిహ్నంగాను ఒక్క జపనీయులు మాత్రమే భావిస్తారు.

కనుబొమల్ని పైకి లేపి
'హలో' చెప్పడం

ఇతరుల ఉనికిని గుర్తిస్తున్నట్టు చెప్పే ఈ సంకేతం అప్రయత్నంగానే చోటు చేసుకుంటుంది. దీనికి ఆశ్చర్యం, భయం కారణాలై ఉంటాయి. ఒక వ్యక్తిని

చూడగానే ఆశ్చర్యానికి, భయానికిలోనై 'నేను నిన్ను చూసి ఆశ్చర్యానికి, భయానికి లోనయ్యాను' అని చెప్పడమే ఈ సంకేతానికి అర్థం. కానీ దానిని మనం 'నీ ఉనికిని నేను గుర్తిస్తున్నాను. నా వల్ల ఎలాంటి ఆపదా లేదు' అంటూ అనువదిస్తాం. వీధిలో ఎవరైనా అపరిచితుల్ని మనం కనుబొమల్ని పైకి లేపడం ద్వారా పలకరించం. మనకు నచ్చని వ్యక్తుల్ని కూడా ఇలా పలకరించం. పరిచితులెవరైనా ఈ సంకేతాన్నివ్వకుండా వెళ్ళిపోతే అలాంటి వ్యక్తుల్ని అహంకారులుగా పేర్కొంటాం. ఏదైనా హోటల్‌లో కూర్చుని వచ్చే, పోయే వాళ్ళందర్నీ ఇలా పలకరించండి. అందుకు ప్రతిస్పందనగా అందరూ నవ్వుతూ, కనుబొమల్ని పైకి లేపి మీకు అన్యాపదేశంగా 'హలో' చెబుతారు. కొంతమంది దగ్గరికి వచ్చి మరీ మాట్లాడతారు.

## కనుబొమల్ని కిందికి దించడం

కనుబొమల్ని కిందికి దించడం ద్వారా ఎదుటి వారిపై అధికృతను, అహంభావాన్ని వ్యక్తం చేస్తారు. కనుబొమల్ని పైకెత్తడం అంటే సానుకూలతను, లొంగుబాటును ప్రదర్శించడమవుతుంది. కోతులు, తదితర వానర సంతతిలో కూడా ఈ రెండు లక్షణాలు సరిగ్గా మనుషుల్లోలాగానే ఉపయోగంలో ఉండడాన్ని కీటింగ్ అండ్ కీటింగ్ కనుగొన్నారు.

'వై మెన్ లై అండ్ ఉమెన్ క్రై' అనే పుస్తకంలో మహిళలు కనుబొమల్ని పైకి లేపడం ద్వారా కళ్లను విశాలం చేసి 'పసిపిల్లలాంటి' ముఖాకృతుల్ని ఎలా ప్రదర్శిస్తారో మేము వివరించాం. ఇలా చేయడం ద్వారా పురుషుల మెదళ్ళలో హార్మోన్లు విడుదలై మహిళల్ని సంరక్షించే పాత్రలోకి వాళ్లని నెడుతుంది. మహిళలు తమ కనుబొమల్ని బ్యూటీ పార్లర్స్‌లో ప్లక్ చేయించుకోవడం ద్వారా వారు అప్రయత్నంగానే పురుషుల సమక్షంలో లొంగుబాటును ప్రదర్శిస్తూ, వారిని ఆకర్షించేందుకు ప్రయత్నిస్తారు. నుదుటి మీద మరింత పైకి కనుబొమలు కనబడేందుకు ప్లకింగ్ సహాయపడుతుంది. అదే మగవాళ్ళు కనుబొమల్ని ప్లక్ చేయించుకోవాల్సి వస్తే, తమ కనుబొమల్ని వాళ్ళు పై నుంచి ప్లక్ చేసుకుంటారు. దాని వల్ల వారి కనుబొమలు మరింత కిందికి కనిపిస్తాయి. అది వారిలోని ఆధిక్యతా భావానికి అద్దం పడుతుంది.

కళ్ళ నుంచి కనుబొమలు బాగా పైకి ఉండడం వల్ల మార్లిన్ మన్రో సమర్పణా భావాన్ని ప్రదర్శిస్తూ పురుషుల మదిని కొల్లగొట్టింది. కనుబొమలు కిందికి ఉండడం వల్ల జేమ్స్ కాగ్నీ దర్పంగా కనబడుతున్నాడు. కెన్నడీ కనుబొమలు ఇంత కిందికి ఉండడం ద్వారా ఆయన బాధ్యత కల వ్యక్తిగానూ, అధికుడిగానూ కనిపిస్తున్నారు.

జాన్ ఎఫ్ కెన్నడీ కనుబొమల్ని 'మెడికల్లీ డౌన్ టర్నర్డ్'గా పిలుస్తారు. ఇలాంటి కనుబొమల వల్ల ఆయన ఓటర్లకి బాధ్యతాయుతమైన వ్యక్తిలా కనిపించేవారు. కెన్నడీకి కనుక జేమ్స్ కాగ్నీ లాగా దట్టమైన కనుబొమలుంటే ఆయన ఓటర్లపై అంత బలమైన ముద్రని వేయలేక పోయేవారు.

## చూపుల వల

తలను వంచి, కళ్ళని పైకెత్తి చూడడంలోని మర్మాన్ని ఎనిమిదేళ్ళ వయసులో డయానా మౌనంగానే కనిపెట్టారు.

తలను కొద్దిగా కిందికి వంచి, కళ్ళని పైకెత్తి చూడడమన్నది కూడా మరో రకమైన సమర్పణా భావసంకేతమే. పురుషుల్ని సమ్మోహనపరిచే శక్తి దీనికి ఉంది. ఇలా చూడడం వల్ల కళ్ళు పసిపిల్లల కళ్ళలా మరింత పెద్దవిగా కనిపిస్తాయి. పిల్లలు పెద్దవాళ్ల కన్నా చిన్నవాళ్ళవడం మూలాన పెద్దవాళ్ళని కళ్ళు పైకెత్తి చూస్తారు. దీంతో వాళ్ళు పెద్దవాళ్లయిన స్త్రీ, పురుషుల్లో తమ పట్ల సంరక్షణా భావాన్ని కలిగిస్తారు.

వైవాహిక సమస్యల్ని ఎదుర్కొంటున్న తరుణంలో 'కళ్ళని పైకెత్తి' చూడడమనే హావభావ సముచ్చయాన్ని ఉపయోగించుకుని రాకుమారి డయానా ప్రజల సానుభూతిని చూరగొన్నారు.

చుబుకాన్ని కిందికి దించి, కళ్ళని పైకెత్తి చూడడం ద్వారా రాకుమారి డయానా కోట్లాది ప్రజల హృదయాలను చూరగొన్నారు. బ్రిటన్ రాజకుటుంబం డయానాకు ఎదురు తిరిగినపుడు చిన్నపిల్లలా కనిపించే ఆ ముఖాన్ని చూసే ప్రజలు ఆమెకు సానుభూతిపరులయ్యారు. ఇలాంటి సంకేతాల్ని ప్రదర్శించే వారు ఉద్దేశపూర్వకంగా వాటిని అభ్యాసం చేయరు. కానీ ఏ సందర్భంలో వాటిని ఉపయోగించాలో వారికి బాగా తెలుసు.

## పుంభావనను రెచ్చగొట్టడం

రతిక్రీడలో భావప్రాప్తికి ముందుగా స్త్రీపరమైన శృంగార అభివ్యక్తిలో మార్లిన్ మన్రో సిద్ధహస్తురాలు. ప్రయత్నపూర్వకంగానో, లేక అప్రయత్నంగానో ఆమె దీనికి సంబంధించిన బాడీలాంగ్వేజ్ సంకేతాల్ని అద్భుతంగా ప్రదర్శించేది. దీంతో పురుషుల్ని ఆమె మంత్రముగ్ధుల్ని చేసేది.

కనుబొమల్ని పైకెత్తి, అదే సమయంలో కనురెప్పల్ని అరమోడ్పుగా వాల్చి, పెదవుల్ని కొద్దిగా తెరచి ఉండమనే హావభావ సముచ్చయాన్ని మహిళలు శతాబ్దాలుగా

తమ లైంగిక సమర్పణకు సంకేతంగా వాడుతున్నారు. మార్లిన్ మన్రో, డెబోరా హారీ, షరాన్ స్టోన్ వంటి శృంగార తారలు ఈ హావభావ సముచ్ఛయానికి పెట్టింది పేరుగా మారారు.

ఈ హావభావ సముచ్చయం ద్వారా కనుబొమలకు, రెప్పలకు మధ్య దూరం పెరగడమే గాక, ఆ వ్యక్తిని ఒక మార్మిక కోణంలో చూపెడుతుందని, శృంగారంలో భావప్రాప్తిని పొందే ముందు మహిళలు ఇలాంటి హావభావ సముచ్ఛయాన్ని సహజంగా ప్రదర్శిస్తారని ఒక కొత్త పరిశోధన చెబుతోంది.

## కళ్ళలో కళ్ళు పెట్టి చూడు...

ఇద్దరి మధ్య సంబంధానికి కానీ, సంభాషణకు కానీ తెరతీయాలంటే ఆ ఇద్దరూ ఒకరి కళ్లలోకి ఒకరు చూసినప్పుడే వారిమధ్య సంసర్గం ప్రారంభమవుతుంది. కొందరితో సంభాషించేటపుడు మనకు ఎంతో ఊరటగా ఉంటుంది. మరికొందరితో సంభాషింటేపుడు ఇబ్బంది పడతాం. మరికొందరు అనుమానాస్పదంగా కనిపిస్తారు. ఎదుటి వ్యక్తి మన కళ్లలోకి ఎంతసేపు చూశాడన్న దాన్నిబట్టి, లేదా ఎంతసేపు వాళ్ళ కళ్లలోకి మనం చూడగలిగాం అన్న విషయాన్ని బట్టి ఇదంతా నిర్ణయ మవుతుంది.

సామాజిక మనస్తత్వ శాస్త్ర ప్రముఖుల్లో ఒకరైన మైకెల్ ఆర్గయెల్ పాశ్చాత్యులు, యురోపిన్ల సంభాషణ తీరుతెన్నులపై పరిశోధనలు జరిపారు. ఆ పరిశోధనల ఫలితాలు ఇలా ఉన్నాయి. సంభాషించేటపుడు వారు సగటున 61 శాతం ఒకరిని మరొకరు చూస్తూ మాట్లాడుకుంటారు. వీరు మాట్లాడుతుండగా 41 శాతం, వింటూండగా 75 శాతం, పరస్పరం చూస్తూ 31 శాతం సంభాషణ జరుపుతారని తేలింది. సగటున ఎదుటి వ్యక్తిని 2.95 సెకన్లు చూస్తారని, 1.18 సెకన్ల పాటు పరస్పరం చూసుకుంటారని ఈ పరిశోధనలు చెబుతున్నాయి. ఒక సంభాషణలో కంటి చూపులు 25 శాతం నుంచి వంద శాతం వరకు ప్రసరిస్తాయని మేము గమనించాం. కానీ ఇది ఆయా వ్యక్తుల సాంస్కృతిక పూర్వాపరాల్ని బట్టి ఉంటుంది. మనం మాట్లాడేటపుడు సాధారణంగా 40 నుంచి 60 శాతం చూస్తాం. వినేటప్పుడు ఎనభై శాతం చూస్తాం. కానీ జపాన్, ఇతర ఆసియా దేశాలు, కొన్ని దక్షిణ అమెరికా దేశాలు దీనికి మినహాయింపు. ఈ దేశాల్లో కళ్లలో కళ్ళు పెట్టి చూస్తూ మాట్లాడడాన్ని అమర్యాదగా భావిస్తారు.

ఆర్గయెల్ సిద్ధాంతం ప్రకారం 'ఎ' అనే వ్యక్తి 'బి' అనే వ్యక్తిని ఇష్టపడితే, అతను 'బి' కళ్ళలోకి చూస్తూ మాట్లాడతాడు. అప్పుడు 'బి' కూడా 'ఎ'ని ఇష్టపడతాడు.

మాట్లాడిన సమయంలో అరవై నుంచి డెబ్బై శాతం వరకు కళ్ళలోకి చూస్తూ మాట్లాడడం వల్ల మంచి ఫలితం ఉంటుంది. సహజంగానే పిరికి వ్యక్తులు, మిమ్మల్ని ఇష్టపడని వాళ్ళు మూడో వంతు సమయం కూడా మీ కళ్ళలోకి చూస్తూ మాట్లాడలేరు.

.......................................................................................................

ఆమె అందమైన చూపులను చూసి పెళ్లాడాడు అతను,
అంతేకాని ఈ మధ్య ఆమె తనను చూస్తున్న విధానాన్ని చూసికాదు.

.......................................................................................................

ఇతర బాడీలాంగ్వేజ్ సంకేతాల్లాగే కళ్ళలోకి చూస్తూ మాట్లాడడమన్నది కూడా సంస్కృతి మీద ఆధారపడి ఉంటుంది. జపాన్‌లాంటి దేశాలకు వెళ్ళినపుడు ఇతరుల్ని చూస్తూ మాట్లాడే సమయాన్ని ఎంత తగ్గించుకుంటే అంత మంచిది.

మొట్టమొదటిసారిగా ఇద్దరు వ్యక్తులు కలుసుకున్నపుడు వారిలో ఎవరిలో లొంగుబాటుతనం ఉందో కచ్చితంగా కనిపెట్టవచ్చు. లొంగుబాటు మనస్తత్వం ఉన్న వ్యక్తే తొలుత చూపుల్ని మరల్చుకుంటాడు. చూపుల్ని మరల్చకుండా సూటిగా చూస్తూనే మాట్లాడడమంటే ఒక సవాలును విసరడం, లేదా ఎదుటి వ్యక్తి పట్ల అనంగీకారాన్ని కలిగి ఉండడమన్నమాట. ఇద్దరిలో ఒకరి హోదా ఉన్నతమైనదైతే రెండవ వ్యక్తి ఎంతసేపు చూపులు కలిపాడన్న దానిపై భవిష్యత్తు ఆధారపడి ఉంటుంది. ఉదాహరణకు మీ బాస్‌తో మాట్లాడేటపుడు మీరు సాధారణంగా అతని కళ్ళలోకి చూసి మాట్లాడే సమయం కన్నా కొన్ని క్షణాలు ఎక్కువగా సూటిగా చూస్తూ మాట్లాడారనుకోండి. అతని ప్రతిపాదనను మీరు తిరస్కరిస్తున్నట్టు అర్థమవుతుంది. కానీ తరచూ ఇలా ఎక్కువసేపు చూస్తూ మాట్లాడితే ఉద్యోగానికే ఎసరు వచ్చే ప్రమాదముంది సుమా.

## నగ్నత్వాన్ని చూడడమెలా?

నగ్నంగా సంచరించే కొంతమంది మధ్యకు మేము ఒక బృందాన్ని పంపాము. ఈ రెండు బృందాల సమాగమాన్ని మేము రహస్యంగా వీడియో తీశాం. తొలుత నగ్నంగా ఉన్న వ్యక్తులకు నగ్నంగా లేని వ్యక్తుల్ని పరిచయం చేశాం. ఆ సమయంలో తమ చూపులు ఎదుటి వారి శరీరంలోని కింది భాగాన్ని చూడకుండా నిరోధించడం తమకు తలకు మించిన భారమైందని నగ్నంగా లేని వ్యక్తులు చెప్పారు. వీడియోలో కూడా ఈ విషయం స్పష్టంగా కనిపించింది. మహిళలు మాత్రం తమకు అలాంటి ఇబ్బందేమీ ఎదురు కాలేదని అన్నారు. దూరంలో ఉన్న

విషయాలపై గురిపెట్టడంలో పురుషులు మహిళలకన్నా సమర్థవంతంగా వ్యవహరిస్తారు. కానీ ఎదుట ఉన్న విషయాల్ని గుర్తించడంలో మాత్రం వారు మహిళలతో పోటీ పడలేరు. మహిళలు ఉపరితల దృష్టి 45 డిగ్రీల కోణంతో పైకి, కిందికి, పక్కలకి చూడగలరు. వీరి చూపు విస్తీర్ణం ఎక్కువ. దాని వల్లే వారు ఎదుటి వ్యక్తులతో మాట్లాడేటపుడు వారి శరీరంతో పాటు వారి చుట్టూ ఉన్న వస్తు సంచయాన్ని కూడా చక్కగా గుర్తించగలరు.

మహిళల ఉపరితల దృష్టి సామర్థ్యం ఎక్కువగా ఉండడం వల్ల వాళ్ళు ఒకవైపు ఒక విషయాన్నే చూస్తున్నా, పక్కనే ఉన్న మరో విషయాన్ని కూడా గమనించగలరు.

## పురుషుని మది దోచేదెలా?

ఒక గదిలో స్త్రీ, పురుషులకు 'ఏకాంతం' దొరికిందనుకోండి. పురుషుని కళ్లలోకి స్త్రీ తదేకంగా రెండు, మూడు క్షణాల పాటు చూస్తుంది. తరువాత చూపును మరల్చుకుని, కళ్ళు కిందికి దించుకుంటుంది. తన మనసులోని 'మాట'ను అతనికి చెప్పడానికి ఆమెకు ఆ రెండు, మూడు క్షణాలు చాలు. తాను అతని పట్ల ఆసక్తి కలిగి ఉన్నానని, స్వీయ సమర్పణకు సిద్ధంగా ఉన్నానని ఆమె ఆ ఒక్క చూపులోనే అతనికి చెబుతుంది. వెబ్‌స్టర్స్ విశ్వవిద్యాలయానికి చెందిన మోనికా మూర్ ఈ దిశగా నిర్వహించిన ఒక ప్రయోగంలో స్త్రీ చూపులకు అర్థమేమిటో తొలిచూపులోనే గ్రహించే శక్తి పురుషునికి ఉండదని తేలింది. అందుకే ఆమె తన సంకేతాన్ని మూడు సార్లు అతనికి చేరుస్తుంది. ఒక సగటు పురుషుడు అప్పటికి ఆమె మనసును అర్థం చేసుకుంటాడు. కానీ అతను అప్పటికీ ప్రతిస్పందించకపోతే నాలుగు సార్లు, ఐదుసార్లు కూడా ఆమె ప్రయత్నిస్తుంది. పురుషుడు మరీ మొద్దు రాతిచిప్పయితే

ఇక అతని ప్రతిస్పందన లభించే వరకు ఆ స్త్రీకి తిప్పలు తప్పవు. కోరుకున్న పురుషుని నుంచి ఆశించిన ప్రతిస్పందన ఎదురైన వెంటనే మహిళ కనుబొమల్ని పైకెత్తి అతణ్ణి సాదరంగా పలకరిస్తుంది. ఇది కూడా తృటి కాలంలోనే జరిగిపోతుంది. ఇంత స్వల్పకాలంలో ఆమె తన కళ్ళను విప్పార్చి తాను అతనిని కోరుకుంటున్నానని మరోసారి ఉద్ఘాటిస్తుందన్నమాట.

కానీ కొన్ని సందర్భాల్లో ముఖాముఖి 'నేను నిన్ను ఇష్టపడుతున్నాను' అని చెప్పడమే పురుషుని మనసును సులభంగా కదిలించే మంచి ఉపకరణమవుతుంది.

## కళ్ళలోకి చూస్తూ కూడా అబద్ధాలే!

మనం ఇంతకు మునుపే చెప్పుకున్నట్టు అబద్ధం చెప్పే వ్యక్తులు సూటిగా కళ్లలోకి చూడకుండా చూపుల్ని మరల్చుకుంటారు. ఈ దిశగా మేము చాలా పరిశీలనలు జరిపాం. కొంతమంది వ్యక్తులచేత నిర్ణీతసమయంలో నిరాటంకంగా అబద్ధా లాడించి, వాటిని వీడియోలో చిత్రీకరించాం. ఈ వీడియోని కొన్ని సెమినార్లలో ప్రతినిధులకు చూపించాం. వీడియోలో ఎంత మంది అబద్ధాలాడారు, ఎంత మంది నిజం చెప్పారు అని మేము ఆ ప్రతినిధుల్ని ప్రశ్నించాం. అబద్ధాలు చెప్పిన వాళ్ళలో రమారమి ముప్ఫై శాతం మంది తమ చూపుల్ని మరోదిశకు మరల్చారు. దీని ఆధారంగా నిర్ణీత కాలంలో 80 శాతం ప్రేక్షకులు వాళ్ళని గుర్తించారు. ఇలా వీళ్లని గుర్తించిన వాళ్ళలో మహిళలే ఎక్కువగా ఉన్నారు. వీడియోలో రికార్డయిన మిగిలిన డెబ్భై శాతం మంది ఎదుటి వ్యక్తి కళ్ళలోకి సూటిగా చూస్తూ మాట్లాడారు. అలా మాట్లాడడం వల్ల తాము అసత్యం చెబుతున్న విషయాన్ని ఇతరులు గ్రహించలేరన్నది వీరి ధీమా. వారి పథకం సరిగ్గానే ఫలించింది. వీరిలో అబద్ధాలాడిన వ్యక్తుల్ని గుర్తించడంలో ప్రతినిధులు పూర్తిగా వెనుకబడ్డారు. పాతిక శాతం మందిని మాత్రమే వీరు గుర్తించగలిగారు. ఇలా గుర్తించిన ప్రతినిధుల్లో పురుషులు 15 శాతంగాను, మహిళలు 35 శాతంగాను ఉన్నారు. అబద్ధాలు చెప్పేటప్పుడు కంఠస్వరంలో, కనుపాపల్లో వచ్చే మార్పుల్ని పోల్చుకునే శక్తి మహిళల మెదడుకు ఎక్కువగా ఉండడమే ఈ అంతరానికి కారణం. కాబట్టి ఎవరైనా అబద్ధాలు చెబుతున్నారో, లేదో తేల్చుకోవడానికి కేవలం కనుపాపల కదలికల మీదే ఆధారపడకూడదని దీనివల్ల స్పష్టమవుతోంది కదా!

## దాడిని నివారించడం

లొంగిపోవడం, సమర్పించుకోవడం వంటి ప్రతిస్పందనల్ని తెలియజేయడానికి వానరాలు తమ చూపుల్ని మరలుస్తాయి. ఒక చింపాంజీ మరోదానిపై దాడికి తెగబడినప్పుడు అది ఎదురుగా ఉన్న ప్రత్యర్థి కళ్ళలోకి సూటిగా చూస్తుంది. ఈ దాడి నుంచి తప్పించుకోవాలనుకున్న జంతువు చింపాంజీతో కళ్ళు కలపకుండా, చూపును మరల్చుకోవడం ద్వారా తన లొంగుబాటును సూచిస్తుంది. జీవన మెళుకువల్లో భాగంగా వానరాల మెదడులో ఇలాంటి లొంగుబాటుతనం సహజంగా ఉంటుందని శాస్త్రీయ అధ్యయనాలు రుజువు చేశాయి. ఎవరైనా మన మీద దాడికి దిగుతున్నారని మనకు అనిపించిన తరువాత మనం భుజాల్ని కుంచింపజేస్తాం. చేతుల్ని శరీరానికి దగ్గరగా మడుచుకుంటాం. మోకాళ్లని దగ్గరగా ఉంచుతూ, పాదాల్ని కుర్చీల కింద దాచుకుంటాం. మెడను కాపాడు కునేందుకు చుబుకాన్ని కిందికి దించుతూ, ఎదుటివారి చూపునుంచి మన చూపును మరల్చుకుంటాం. ఈ హావభావాల వల్ల ఎదుటి వ్యక్తి మెదడులో దాడికి సంబంధించిన ప్రతిస్పందనలు ఆగిపోతాయి. కాబట్టి దాడికి జరగదు.

*మిమ్మల్ని మీరు కుదించుకుంటే దాడికి పాల్పడాలనుకున్న వ్యక్తి మెదడులో దాడికి సంబంధించిన ఆలోచనలు ఆగిపోతాయి.*

మీ పై అధికారి మీమీద ఆగ్రహించినపుడు ఇలా మిమ్మల్ని మీరు కుదించుకోవడ మన్నది మంచి పని. అది కూడా ఆ ఆగ్రహానికి మీరు పాత్రులేనని నమ్మినపుడు మాత్రమే. కానీ వీధిలో ఎవరైనా మీమీద దాడి చేసే ఉద్దేశంతో గుంపులో చొరబడి సమయం కోసం వేచి చూస్తున్నట్టు మీకు అనుమానం కలిగితే మాత్రం ఇలాంటి హావభావ సముచ్చయం ఎలాంటి సహాయమూ చేయదు. అలాంటపుడు మీరు గుండెని పొంగించి, చేతులు, కాళ్లని బాహాటంగా ఊపుతూ పెద్ద పెద్ద అంగలు వేయండి. దీని వల్ల మీరు ఎలాంటి దాడినైనా ఎదుర్కోవడానికి సిద్ధంగా ఉన్నారని ప్రత్యర్థులను హెచ్చరించినట్టవుతుంది. దీని వల్ల కూడా దాడి చేయాలనుకున్న వ్యక్తులు వెనక్కి తగ్గే అవకాశముంది. దాంతో దాడి నుంచి తప్పించుకున్నట్టవుతుంది.

## క్రీగంటి చూపులు

క్రీగంటి చూపులు చూడడమన్నది ఆసక్తిని, సందిగ్ధాన్ని, ద్వేషాన్ని తెలియజేస్తుంది. కనుబొమల్ని కొద్దిగా పైకి లేపి, చిరునవ్వుతో క్రీగంట చూస్తే అది ఆసక్తికి చిహ్నం. ఇది సాధారణంగా స్త్రీ, పురుషుల మధ్య చోటుచేసుకునే సంకేతం. క్రీగంటి చూపులకు మహిళలే ఆలవాలం. అదే క్రీగంటి చూపుతో పాటు భృకుటిని ముడిచి, పెదవుల చివర్లని కిందికి వంచడం చేస్తే అది అనుమానానికి, ద్వేషానికి సంకేతం.

## రెప్పపాటులో వేగం

సహజమైన రెప్పపాటులో కనురెప్పలు నిమిషానికి ఆరు నుంచి ఎనిమిది సార్లు మూయడం, తెరవడం చేస్తాయి. ఈ రెప్పపాటు క్షణంలో పదోవంతు సమయాన్ని తీసుకుంటుంది. ఒత్తిడికి గురైన వ్యక్తులు, ఉదాహరణకు అబద్ధం చెబుతున్న వ్యక్తులు నాటకీయంగా తమ రెప్పపాటును సహజస్థాయి కన్నా ఎక్కువ వ్యవధి తీసుకుంటూ కొనసాగిస్తారు. అంటే రెప్పపాటు నెపంతో క్షణంలో పదోవంతు కన్నా ఎక్కువసేపు కళ్లని మూసుకుని ఉండడం. మిమ్మల్ని చూడడం ఇష్టం లేనపుడు అవతలి వ్యక్తి మెదడు అప్రయత్నంగానే ఇలాంటి వంచనకు పాల్పడుతుంది. మీరు విసిగిస్తున్నారని, లేదా తన కంటే మీరే అధికులుగా కనిపిస్తున్నారని భావించినప్పుడు మీకు ఇలాంటి ప్రతిస్పందన ఎదురవుతుంది. మీ ఉనికిని ఎక్కువ సేపు భరించే శక్తి లేక ఆ వ్యక్తి కళ్ళని రెండు, మూడు సెకన్ల పాటు మూసుకుంటాడు. అసలు మీరు ఎదురుగా ఉన్నారనే విషయాన్ని మరచిపోవడానికన్నట్టు ఇంకా ఎక్కువ సేపు కూడా మూసుకునే ఉండవచ్చు.

మీ ఉనికిని మరచిపోవడం

మీకన్నా ఉన్నతస్థాయి అధికారులు తలను వెనక్కి వాల్చి, రెప్పల కింది నుంచి మిమ్మల్ని తదేకంగా చూస్తారు. అంటే మీరు అంత ప్రాధాన్యం కలిగిన వ్యక్తి కాదు అని చెప్పడమే వారి ఉద్దేశం. ఇది సాధారణంగా పాశ్చాత్య సాంస్కృతిక శైలి.

ఆంగ్లేయులు ఎల్లప్పుడూ ఇతరుల కన్నా తామే అధికులమనే భావనను కలిగి ఉంటారు. ఏదైనా సంభాషణలో మీకు ఇలాంటి అనుభవం ఎదురైతే, మీ పట్ల అవతలి వ్యక్తి సంతృప్తిగా లేడని అర్థం. ఆ వ్యక్తి అహంభావంతో అలా ప్రవర్తిస్తున్నాడని మీరు అనుమానిస్తే దానిని ఎదుర్కోవడానికి ఒక ఉపాయం ఉంది. అతను రెప్పలు మూయగానే, మీరు ఇదివరకు నిలుచున్న ప్రదేశం నుంచి కాస్త కుడివైపుకు కానీ, ఎడమ వైపుకు కానీ జరగండి. అతను కళ్ళు తెరవగానే మీరు అక్కడ కనిపించరు. దాంతో మీ ఉనికి నుంచి విముక్తుడైనట్టు ఆ వ్యక్తి తాత్కాలికంగా భావిస్తాడు. తాను ఊహించని చోట మీరు దర్శనమివ్వగానే సర్దుకుని సవ్యంగా ప్రవర్తిస్తాడు.

## దారులు వెదికే కళ్ళు

కళ్ళు ఒక వైపు నుంచి మరోవైపుకు చలిస్తూంటే ఆ వ్యక్తి గదిలో మరేదో పనికోసం వెదుకుతున్నట్టు కనబడుతుంది. కానీ అతని మెదడు అక్కడి నుంచి తప్పించుకునే దారులు వెదుకుతోందన్నది అసలు నిజం (కోతులు, చింపాంజీలు కూడా ఇలాగే వ్యవహరిస్తాయి). ఇది వ్యక్తి అభద్రతకు లోనైనట్టు తెలిపే సంకేతం.

బాగా విసిగించే వ్యక్తి సమక్షంలో మీరున్నప్పుడు సహజంగానే అతని బారి నుంచి తప్పించుకోవడానికి మీరు దారులు వెదుకుతుంటారు. కానీ ఇలా పక్క చూపులు చూడడం ఎదుటి వ్యక్తికి మన అనాసక్తతని తెలియజేస్తుందని మనలో చాలా మందికి తెలుసు. తప్పించుకుని పారిపోవాలన్న మన ఆత్రుతని ఎదుటి వ్యక్తి పసిగట్టకుండా ఉండేందుకు మనం వారి కళ్ళలోకి మరింత తదేకంగా చూస్తూ, పెదవులు బిగించి, ఇంచుమించు బిగుసుకుపోయి లేనిపోని ఆసక్తిని నటిస్తాం. ఇదెలా ఉంటుందంటే అబద్ధం చెప్పే వ్యక్తి తన అబద్ధం పట్టుబడకుండా ఉండేందుకు ఎదుటి వ్యక్తి కళ్ళలోకి మరింత తదేకంగా చూసినట్టుగానే ఉంటుంది.

## ముఖం తాలూకు నైసర్గిక స్వరూపం

మీరు ఎవరినైతే చూస్తున్నారో ఆ వ్యక్తి ముఖం, శరీరం తాలూకు నైసర్గిక స్వరూపం కూడా మీ ఇద్దరి మధ్య ముఖాముఖి సంబంధంపై నాటకీయమైన ప్రభావాన్ని కలిగి ఉంటుంది.

ఈ కింద చెప్పబోయే విషయాలన్నీ చదివిన వెంటనే మేము చెప్పిన కొన్ని కిటుకుల్ని (ఎవరినీ ముందస్తుగా హెచ్చరించకుండా) ప్రయోగించి చూడండి. అద్భుతమైన ఫలితాల్ని మీరు చూస్తారు. కంటిచూపుకు సంబంధించిన ఈ

కిటుకుల్ని అభ్యాసం చేయడానికి మీకు వారం రోజులు పట్టవచ్చు. తరువాత అవి మీ దైనందిన ప్రవర్తనలో భాగమైపోతాయి.

చూపుల శైలిని బట్టి అవి మూడు రకాలు : సామాజికం, ఆంతరంగికం, త్రినేత్రం.

## 1. సామాజిక దృష్టి కేంద్రం

సామాజికపరమైన కలయికల్లో వ్యక్తులు ఎదుటి వ్యక్తి ముఖం కేసి త్రిభుజాకార ప్రాంతంపై చూపు నిలుపుతారు. అంటే కళ్ళు, నోరు మధ్య ప్రాంతమన్నమాట. మాట్లాడిన సమయంలో తొంభై శాతం ఈ ప్రాంతంపైనే వ్యక్తులు దృష్టిని కేంద్రీకరిస్తారు. ఎలాంటి భయసందేహాలకు తావులేని పరిస్థితుల్లో వ్యక్తులు సాధారణంగా చూపు నిలిపే ప్రాంతమే ఇది. ఇలా ఎదుటి వ్యక్తి ముఖంలోని ఈ త్రిభుజాకార ప్రదేశాన్ని చూస్తూ మాట్లాడడం వల్ల ఆ వ్యక్తి కూడా మిమ్మల్ని నిరపాయకారిగా భావిస్తాడు.

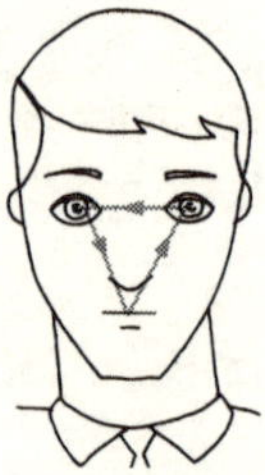
సామాజిక దృష్టికేంద్రం

## 2. ఆంతరంగిక దృష్టికేంద్రం

కొద్దిదూరంనుంచి వ్యక్తులు పరస్పరం చూసుకునే సందర్భంలో వారిద్దరూ ఎదుటి వ్యక్తి ముఖాన్ని, శరీరం దిగువ భాగాల్ని చూస్తారు. ఎందుకంటే ఎదుటి వ్యక్తి స్త్రీయా, పురుషుడా అని తేల్చుకోవడం కోసమన్నమాట. ఆ తరువాతే వారి పట్ల ఆసక్తి రేకెత్తుతుంది. ఇలా చూసినపుడు ఆ చూపు కళ్ళు, చుబుకం నుంచి కిందికి దిగి వ్యక్తి శరీరంలోని కింది భాగాల్ని పరిశీలిస్తుంది. బాగా దగ్గరగా వచ్చినపుడు ఆ చూపు కళ్ళు, ఛాతీ దగ్గర కేంద్రీకృతమవుతుంది. దూరంగా ఉన్నపుడు కళ్ళ నుంచి మొదలు పెట్టి కటిప్రదేశం వద్ద కేంద్రీకృతమవుతుంది.

స్త్రీ, పురుషులు ఒకరి పట్ల మరొకరు ఆకర్షితులవడానికి ఈ చూపు తోడ్పడు తుంది. ఆసక్తి కలిగితే ఎదుటి వ్యక్తి కూడా ఇలాంటి చూపుతోనే ప్రతిస్పందిస్తాడు. కానీ ఈ విషయాన్ని అంగీకరించడానికి ఎవ్వరూ ఇష్టపడరు. రహస్యంగా తీసిన వీడియోలు మాత్రం దీనిని నిరూపిస్తున్నాయి.

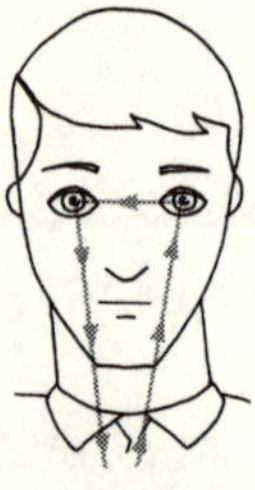
ఆంతరంగిక దృష్టికేంద్రం

మహిళల చూపు ప్రసరించే విస్తీర్ణం ఎక్కువగా ఉంటుందని ఇంతకు మునుపే చెప్పుకున్నాం కదా. అందువల్ల ఆమె పురుషుణ్ణి ఆపాదమస్తకం ఒక్కచూపుతో చదివేస్తుంది. కానీ పురుషుని చూపు ముందున్న విషయంపైనే కేంద్రీకరించే లక్షణాన్ని కలిగి

ఉన్నందున మహిళ శరీరంలోని కింది భాగాల వద్ద అది కేంద్రీకృతమవుతుంది. అలా చూస్తున్న విషయాన్ని దాచిపెట్టే ప్రయత్నం కూడా జరగదు కాబట్టి పురుషుడు మహిళ శరీరంలో ఏ భాగాన్ని చూస్తూన్నాడో ఇట్టే తెలిసిపోతుంది. ఇందువల్లనే మహిళలు తరచూ పురుషులు వెకిలి చూపులకు పాల్పడుతున్నారని ఫిర్యాదు చేస్తుంటారు. కానీ ఎదుటి వ్యక్తి శరీరంలోని అణువణువునూ తడిమేసే శక్తి మహిళలకే ఎక్కువగా ఉంటుందని పరిశోధనలు చెబుతున్నాయి.

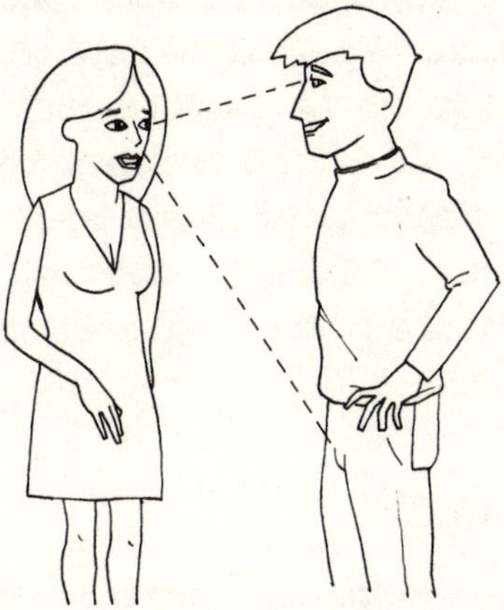

మహిళల చూపు ప్రసరించే విస్తీర్ణం ఎక్కువగా ఉండడం వల్ల వారు పురుషుని శరీరాన్ని అభ్యంతరకర దృష్టితో చూసినా పట్టుబడరు. కానీ పురుషుని చూపు ప్రసరించే విస్తీర్ణం తక్కువగా ఉండడం వల్ల వారు మహిళ శరీరాన్ని ఎక్కడ చూస్తున్నారో స్పష్టంగా తెలిసిపోతూ దొరికిపోతారు.

సంభాషణ జరిపేటపుడు నేల చూపులు చూడడమన్నది స్త్రీ, పురుషుల లైంగిక పరిభాషలో ప్రత్యేకమైన అర్థాల్ని సంతరించుకుంటుంది. పురుషునికి సంబంధించి నంత వరకు స్త్రీ తనను పరిశీలించడానికి పూర్తిగా వీలు కల్పించేందుకే అతను మాట్లాడుతున్నపుడు చూపుల్ని కిందికి దించుకుంటాడు. మహిళకు సంబంధించి కిందికి చూడడమంటే పురుషుడు తనను ఆపాదమస్తకం చూసే వీలును కల్పిస్తూ, చూపుల్ని పక్కకు మరల్చడం ద్వారా తనను తాను సమర్పించుకోవడానికి సంసిద్ధంగా ఉన్నట్టు అతనికి సంకేతమిస్తుంది.

కళ్లతో కళ్లు కలపడానికి పురుషులెందుకు
ఇబ్బంది పడతారు? రొమ్ములకి కళ్లుండవు

### 3. త్రినేత్ర దృష్టికేంద్రం

త్రినేత్ర దృష్టికేంద్రం

నుదుటి మీద మూడో కన్ను ఊహించుకోండి. ఎదుటి వ్యక్తి రెండు కళ్ళతోపాటు నుదుటి మీదున్న మూడో కన్నును కూడా కలుపుతూ త్రిభుజాకార ప్రదేశంలో మీ దృష్టిని నిలపండి. దాంతో అవతలి వ్యక్తి మీద నియంత్రణను సాధించడం సులభమవుతుంది.

ఇలా చూడడం వల్ల ఇద్దరు వ్యక్తుల మధ్య వాతావరణం విషయ తీవ్రతకే పరిమితమవుతుంది. అంతేగాక ఎదుటి వ్యక్తిని గిరి గీసి అతనిని అందులో నిలబెట్టినట్టవుతుంది కూడా. ఈ 'మూడు కళ్ళ' ప్రదేశం నుంచి మీరు చూపు మరల్చుకోకపోతే ఆ వ్యక్తి తన హద్దుల్ని గుర్తెరిగి, సవ్యంగా ప్రవర్తిస్తాడు. కానీ ఇలాంటి చూపు స్నేహపూర్వక వాతావరణంలోనూ, వలపు విషయాల్లోనూ పనికి రాదు. ఎవరైనా మిమ్మల్ని తక్కువ చేసి చూడ్డానికి ప్రయత్నిస్తే, లేదా అడ్డూ ఆపూ లేకుండా మాటలతో విసిగిస్తే ఈ చూపు ఠక్కున పనిచేస్తుంది.

## చూపులతో శాసించండి

మీ చూపు మృదువైనదో, బలహీనమైనదో, చాపల్యంతో కూడుకున్నదో అయితే మీరు 'తీక్ష్ణ వీక్షణాల్ని' అలవరచుకోవడం ద్వారా ఎదుటి వ్యక్తిపై పట్టును సాధించ వచ్చు. ఎవరైనా మీమీద దాడికి తెగబడితే, వారి వంక వాడిగా చూడండి. అంటే రెప్ప వాల్చకుండా కనుబొమల్ని దగ్గరగా చేర్చి, ఆ వ్యక్తి మీదే దృష్టిని కేంద్రీకరించండి. జంతువులు కూడా తమ శత్రువులపై దాడికి ముందు ఇలాగే చూస్తాయి. ఒక వ్యక్తి మీద నుంచి మరో వ్యక్తి మీదికి దృష్టిని మరల్చాల్సి వస్తే, రెప్పవాల్చకుండానే చూపును తిప్పండి. ఇలా చేస్తే అది ఆ వ్యక్తుల మీద తప్పక ప్రభావం చూపుతుంది. తలను తిప్పాల్సి వచ్చినప్పటికీ ముందుగా కనుపాపల్ని కదలించిన తరువాతే తలను తిప్పండి, మీ భుజాలు ఏమాత్రం కుంచించుకోకుండా జాగ్రత్త వహించండి. ఇలాంటి 'వాడి చూపుల్ని' హాలీవుడ్ నటుడు ఆర్నాల్డ్ ష్వాజ్‌నెగ్గర్ సులభంగా పలికించగలడు. టర్మినేటర్ చిత్రంలో ఆయన శత్రువుల్ని నిలువరించడానికి అనుసరించిన పద్ధతి ఇదే.

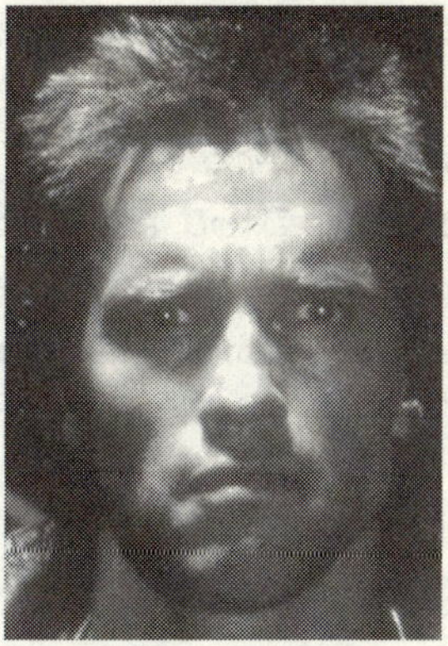

'టర్మినేటర్' వాడి చూపులు

## రాజకీయ నాయకుని గాథ

పదే పదే చూపుల్ని మరల్చుతూ మాట్లాడే వారి పట్ల మనకు నమ్మకం సన్నగిల్లిపోవడం సహజం. సిగ్గు వల్ల వాళ్ళు అలా ప్రవర్తించినప్పటికీ ఫలితం మాత్రం ప్రతికూలంగానే ఉంటుంది. మా దగ్గరికి ఒక రాజకీయ నాయకుడు వచ్చాడు. ఆయనకు ఇంటర్వ్యూల్లో టీవీ ప్రతినిధులతో మాట్లాడాలంటే తగని సిగ్గు. దాంతో ఆయన టీవీ ఇంటర్వ్యూల్లో కనిపించినపుడల్లా అటూ ఇటూ చూస్తూ, తత్తరపాటుతో కనిపించేవాడు. టీవీలో కనిపించిన ప్రతిసారీ పాపం మన సిగ్గరికి ప్రజాదరణ పాతాళంలోకి పడిపోయేది. ఈ ఉపద్రవం నుంచి తప్పించమని ఆయన మమ్మల్ని కోరాడు. 'మాట్లాడేటపుడు కెమెరాల వంక కాకుండా విలేకరి మీదే దృష్టి నిలిపి మాట్లాడండి' అని మేము ఆయనకు సలహానిచ్చాం. ఈ దిశగా ఆయనకు మేము శిక్షణనిచ్చాం. దాంతో ఆయన పట్ల ప్రజాదరణ కూడా బాగా పెరిగింది. మరో రాజకీయ నాయకునికి శిక్షణనిస్తూ, 'ప్రశ్నలకు జవాబిచ్చేటపుడు కేవలం కెమెరా కన్నుపైనే దృష్టి నిలపండి' అని సలహానిచ్చాం. స్టూడియోలోని 150 మంది ప్రేక్షకుల్ని చూడకుండా కేవలం కెమెరా కన్ను మీదనే ఆయన దృష్టి నిలిపి ప్రసంగించాడు. దాంతో టీవీలో ఆయన ప్రసంగం ప్రసారమవుతుంటే కోట్లాది మంది ప్రేక్షకులు ఆయన తమతోనే ప్రత్యక్షంగా మాట్లాడుతున్నట్టు భావించి టీవీ తెరలకే అతుక్కుపోయారు.

## కనులు కనులతో కలబడితే...

ఒకానొక టెలివిజన్ షో కోసం మేము ఒక ప్రయోగం చేశాం. ఇందుకోసం ఒక 'డేటింగ్' ఏజెన్సీని సంప్రదించాం. వాళ్ళు తమ వద్దకు వచ్చిన యువతీ

యువకులతో తదుపరి డేటింగ్ కోసం ఏర్పాట్లు చేస్తున్నారు. అలాంటి సందర్భంలో మేము వారికి ఒక ప్రతిపాదన చేశాం. యువకులు తాము డేటింగ్‌లో పాల్గొనబోయే యువతులతో, తమకు చిన్నతనంలో కంటికి ప్రమాదం జరిగిందని, దాంతో ఒక కన్ను పూర్తిగా పనికి రాకుండా పోయిందని, కానీ అతి సమీపం నుంచి తరచి చూస్తే తప్ప ఇతరులకు ఆ విషయం తెలియదని చెప్పవలసిందిగా పురమాయించాం. అటు అమ్మాయిల్ని కూడా ఇలాంటి కథనే తమ ప్రియులకి వినిపించాలని చెప్పాం. డేటింగ్ రోజు సాయంత్రాన్ని జంటలన్నీ ఒకరి కళ్ళలోకి ఒకరు చూసుకుంటూ గడిపేశాయి. ఎంత వెదికినా ఎదుటి వాళ్ళలో పనికి రాని కన్నేదో రెండో వ్యక్తి కనిపెట్టలేకపోయారు. కానీ చివరికి తేలిందేమిటంటే ఇలా కళ్లలో కళ్ళు పెట్టి చూస్తూ ఎక్కువ కాలం గడపడం వల్ల ఆ జంటల్లో ఒకరి పట్ల మరొకరికి గాఢాను రాగం కలిగి, రెండోసారి డేటింగ్‌లో పాల్గొనేందుకు 200 శాతం అంగీకారాన్ని ప్రోది చేసింది. ఆ ఏజెన్సీ చరిత్రలో ఇలా జరగడం ఇదే ప్రథమమట.

*దీర్ఘకాలం ఒకరి కళ్లలోకి చూడగలిగితే ఆ వ్యక్తిలో మన పట్ల ఆత్మీయ భావనల్ని రేకెత్తించవచ్చు.*

ఈ ప్రయోగాన్నే మరో విధంగా అంటే యువతీయువకులు తమకు చెవులు సరిగా పనిచేయడంలేదంటూ ఎదుటి వ్యక్తితో అబద్ధాలు చెప్పించాం. కానీ ఇలా కలుసు కున్న జంటలు తమ మాటలు ఎదుటి వారికి వినబడవేమో అనే సంశయంతో గొంతు పెంచి మాట్లాడడం మొదలుపెట్టాయి. ఇది ఎంత వరకు వెళ్ళిందంటే, వాళ్ళు చెవులు చిల్లులు పడేలా అరచుకోవడం వరకు. దీంతో డేటింగ్‌లో పాల్గొన్న యువతీ యువకులు ఒకరి మీద ఒకరు అరచుకుని, తిట్టుకుని విడిపోయారు.

## ఇంటర్వ్యూలో మొదటి ఇరవై సెకన్లు

ఏదైనా ఇంటర్వ్యూలో ఎదుటి వ్యక్తి కళ్ళలోకి సూటిగా చూడాలని, మీరు సీట్లో కూర్చునేంత వరకు ఆ చూపును మరల్చకూడదని చాలా మంది చెబుతుంటారు. కానీ దీని వల్ల ఇంటర్వ్యూ చేసే వ్యక్తికీ, ఇంటర్వ్యూకి హాజరయ్యే అభ్యర్థికీ కూడా ఇబ్బందే. అపరిచిత వ్యక్తిని కలుసుకున్నపుడు ఈ పద్ధతి పరిస్థితిని మరింత జటిలంగా మార్చేస్తుంది. ఇంటర్వ్యూకి హాజరైన మహిళ జుట్టు, కాళ్ళు, శరీరాకృతి, ఏకమొత్తంగా ఆమె తీరుతెన్నుల్ని అవగాహన చేసుకునే ఉద్దేశంతో ఇంటర్వ్యూ చేసే వ్యక్తి ఆ మహిళను తేరిపార చూడాల్సి ఉంటుంది. కానీ ఆ మహిళ తన

చూపుల్ని పక్కకి తిప్పుకోకుండా కళ్ళల్లోకి సూటిగా చూస్తూ ఉంటే, అతను ఆమెను ఆపాదమస్తకం పరిశీలించడానికి మొహమాటపడతాడు. ఆమె కంటి చూపు అతనిని నిరోధిస్తుంది. అందువల్ల ఇంటర్వ్యూ జరుగుతున్నంత సేపు ఆమె బాహ్యరూపానికి సంబంధించి ఒక అవగాహనకు వచ్చేందుకు ఈ వ్యక్తి దొంగ చూపులు చూస్తూ దొరికిపోతాడు. అంతేగాక అతని దృష్టంతా దొంగచూపులు చూడడం మీదే కేంద్రీకృతం కావడంతో అతను తాను అడగదలచుకున్న ప్రశ్నల్ని సరిగా అడగలేడు, కోరిన జవాబుల్ని రాబట్టలేడు. నిజానికి ఇలాంటి ప్రవర్తనపై మహిళలు ఫిర్యాదు కూడా చేస్తుంటారు. ఇంటర్వ్యూ చేసే వ్యక్తి పోకడ సరిగా లేదని భావిస్తారు. కానీ వాణిజ్య ప్రపంచంలో ఇది తప్పించుకులేని పరిస్థితి. రహస్య కెమెరాలు కూడా ఈ విషయాన్నే బట్టబయలు చేస్తున్నాయి.

ఇష్టమున్నా లేకున్నా ప్రతిఒక్కరూ ఒక మహిళను ముందు నుంచి చూడ్డానికి ఇష్టపడనప్పటికీ, ఆమె నిష్క్రమిస్తున్నపుడు ఆమెను వెనుక నుంచి దొంగచూపులు చూడడానికే ఇష్టపడతారు.

ఇంటర్వ్యూ చేసే స్థానంలో మహిళలు ఉన్నప్పటికీ పరిస్థితి ఇలాగే ఉంటుంది. వాళ్ళు స్త్రీ, పురుషులిద్దరి విషయంలోనూ ఇబ్బందుల్ని ఎదుర్కొంటారు. మహిళలు ఇంటర్వ్యూ చేస్తున్నపుడు పురుషుడి తలకట్టు, బట్టలు, అతని సమగ్రత, ప్యాంటు, షూల వరకు ఆపాదమస్తకం చదివేస్తారు. కానీ మహిళల దృష్టి వైశాల్యం మరింత ఎక్కువగా ఉన్నందున వాళ్ళు పట్టుబడరు. నిజానికి పురుషుడు ఇంటర్వ్యూ పూర్తి చేసుకుని వెళ్ళిపోయేటపుడు మహిళలు అతని బూట్లు వెనుకనుంచి ఎలా కనిపిస్తున్నాయో గమనిస్తారు. ఈ విషయం చాలా మంది మగవాళ్లకు తెలియదు.

## పరిష్కారం

మీరెప్పుడైనా ఇంటర్వ్యూకి వెళ్ళినపుడు కరచాలనం చేసి, ఇంటర్వ్యూ చేసే వ్యక్తి మీ తీరుతెన్నుల్ని గమనించేలా రెండు, మూడు సెకన్ల వ్యవధినివ్వండి. ఫైళ్ళని సరి చూసుకుంటూనో, బట్టల్ని సరిచేసుకుంటూనో, కుర్చీని మరింత దగ్గరకు లాక్కునేందుకు ప్రయత్నిస్తూనో మీ చూపును కిందికి దించండి. ఈ పద్ధతిని పాటిస్తూ జరిగిన ఇంటర్వ్యూల్ని వీడియో తీసినప్పుడు అటు ఇంటర్వ్యూ చేస్తున్న వ్యక్తికి, అభ్యర్థికి కూడా ఇది అనుకూలంగా కనిపించింది. ఇలాంటి ఇంటర్వ్యూలు ఆశించిన ఫలితాల్ని ఇచ్చాయి కూడా.

## మీ కళ్ళేం చెబుతున్నాయి?

ఒక వ్యక్తి కంటి కదలికల్ని బట్టి ఆ వ్యక్తి తాను చూసిన, విన్న, ఆఘ్రాణించిన, స్పృశించిన వస్తువులు, విషయాల తాలూకు జ్ఞాపకాల్లో వేటి మీద తన మనసును లగ్నం చేశాడో చెప్పవచ్చు. ఈ విద్యనే 'న్యూరోలింగ్విస్టిక్ ప్రోగ్రామింగ్' (ఎన్ఎల్పి) అంటారు. అమెరికన్ మనస్తత్వ శాస్త్రవేత్తలు గ్రిండర్, బాండ్లర్‌లు దీని ఆవిష్కర్తలు.

కాస్త సరళంగా చెప్పుకోవాలంటే, ఒక వ్యక్తి కళ్ళు పైవైపునకు కదిలితే అతను తాను ఇదివరలో చూసిన విషయాన్ని మననం చేసుకుంటున్నాడని అర్థం. తాను విన్నదాన్ని జ్ఞాపకం చేసుకునే వ్యక్తి తలను కొద్దిగా వంచి (ఏదో వింటున్నట్టుగా) కళ్లని పక్కకి కదిలిస్తాడు. ఏదైనా అనుభూతిని గుర్తుకు తెచ్చుకునే వ్యక్తి కుడివైపుగా కిందికి చూస్తాడు. ఎవరైనా స్వగతంలో మాట్లాడుకుంటున్నట్టయితే వాళ్ళు తమ ఎడమవైపుగా కిందికి చూస్తారు.

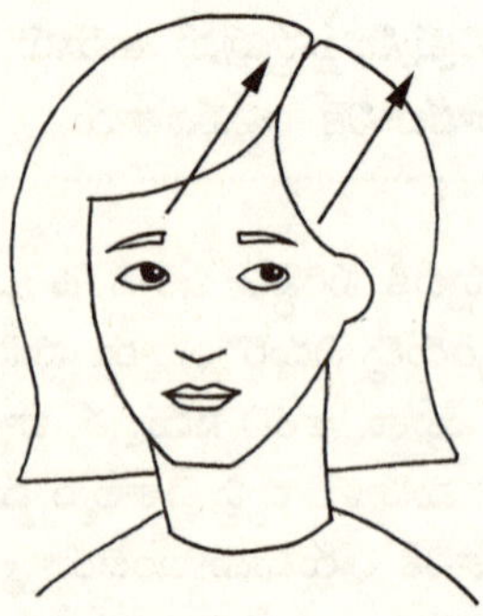

ఎ. ఒక చిత్రాన్ని గుర్తుకు తెచ్చుకోవడం

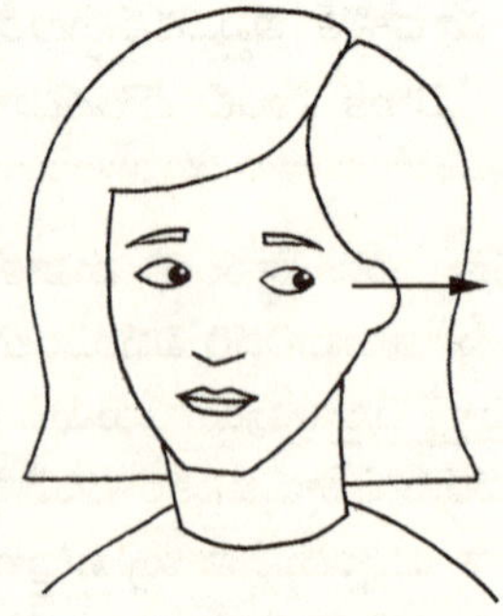

బి. ఒక శబ్దాన్ని జ్ఞప్తికి తెచ్చుకోవడం

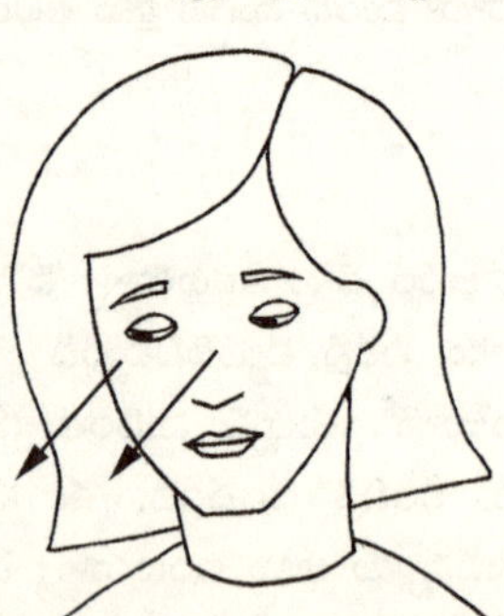

సి. ఒక అనుభూతిని మననం చేసుకోవడం

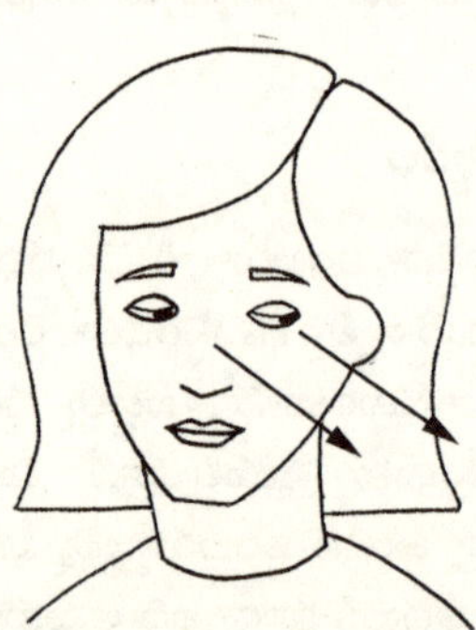

డి. స్వగతం

కానీ చిక్కంతా ఏమిటంటే ఈ కంటి కదలికలు లిప్తపాటులో చోటు చేసుకుంటాయి. అంతేగాక అవి హావభావసముచ్చయంలో భాగమై ఉంటాయి. ఉన్నదున్నట్టుగా వీటిని నిర్వచించడం కష్టం. వీడియో ద్వారా వీటిని చిత్రీకరించి, తద్వారా ఒక వ్యక్తి మాట్లాడుతున్న విషయానికి, అతను నిజంగా ఆలోచిస్తున్న విషయానికి పొంతన ఉందో లేదో తెల్చుకోవచ్చు.

ముప్పైఐదు శాతం మంది మాటలు దృశ్యపరమైన శబ్దాలతో కూడుకుని ఉంటాయి. ఉదాహరణకు 'నాకు స్పష్టంగా కనిపిస్తోంది...', 'మీరు దాన్ని ఆసాంతం చూశారా?', 'అద్దంలా కనబడుతోంది కదా', 'కాస్త దాన్ని నాకు చూపుతారా?' ఇలాంటి వ్యక్తులకు మీరు ఫోటోలు, చార్టులు, గ్రాఫుల ద్వారా విషయాన్ని వివరిస్తే చాలు.

ఇరవై ఐదు శాతం మందికి శ్రవ్యపరమైన ఉపమానాలు కావాలి. 'ఎక్కడో గంట కొడుతున్నట్టే ఉంది కదూ (ఆధారం దొరికినట్టే ఉంది కదూ), 'ఘంటాపథంగా చెబుతున్నా అర్థం కావట్లేదా?', 'ఎక్కడో శృతి తప్పినట్టుంది కదూ' ఇలాంటి వారికి మాటలతో చెబితే చాలు. మరో నలభైశాతం మంది అనుభూతి ఆధారంగా ఆలోచిస్తుంటారు. 'ఈ ఉపాయమేదో గురిచూసి కొట్టినట్టుందిరా', 'మా వాళ్లకి ముల్లుగ్రతో పొడిచి చెబితే కానీ అర్థం కాదు', 'మీరు చెబుతున్నదేమిటో నాకు అర్థం కావడం లేదు'. ఇలాంటి వాళ్ళకి అనుభవంతో కూడుకున్న ఆధారాలు కావాలి. డెమోల ద్వారా మీరు చెప్పాలనుకున్న దాన్ని వీళ్ళకి సులభంగా చెప్పవచ్చు.

ఎన్ఎల్పి అన్నది అద్భుతమైన ఆవిష్కరణ. సంబంధాల్ని బలోపేతం చేసే సాధనం. దీని గురించి విడిగా మాట్లాడుకుందాం. ఈ పుస్తకం చివరిలో మేము పేర్కొన్న గ్రిండర్, బాండ్లర్ల రచనల్ని చదవడం ద్వారా మీకు దీనిపై మరింత అవగాహన లభిస్తుంది.

## జనబాహుళ్యంతో చూపు కలపడమెలా?

వృత్తిపరమైన సమావేశాల్లో రమారమి యాభైమంది వ్యక్తులు పాల్గొంటారు. వారిలో ప్రతి ఒక్కరితోనూ అడపాదడపా అయినా చూపు కలపడం సాధ్యమే. అలా చూపు కలుపుతూ మాట్లాడడం వల్ల వక్త తమతో వ్యక్తిగతంగా మాట్లాడుతున్నాడని, తమకు అక్కడ ప్రాధాన్యం ఉందన్న భావన శ్రోతల్లో కలుగుతుంది. కానీ బహిరంగ సభల్లోనూ, ఎక్కువ మంది ప్రజల్ని ఉద్దేశించి మాట్లాడుతున్నప్పుడూ ప్రతి ఒక్కరితో చూపు కలపడం సాధ్యం కాదు. అలాంటి సందర్భాల్లో గుంపులో అన్నివైపులా

ప్రతి మూల ఎవరినో ఒక వ్యక్తిని లేదా ఒక ప్రదేశాన్ని ఎంచుకోండి. మధ్యలో కూడా ఇలాగే ఎంచుకోండి. మీరు జనబాహుళ్యానికి పది మీటర్ల దూరంలో నిలబడి మాట్లాడినప్పటికీ ఇలా చేయడం వల్ల జనంలోని ప్రతి యాభై మందిలో ఇరవై మందికి మీరు తమను ఉద్దేశించే మాట్లాడుతున్నారన్న భావన కలుగుతుంది. తద్వారా శ్రోతల్లో ఎక్కువ మందితో మీరు సన్నిహిత బంధాన్ని ఏర్పరచు కున్నట్టవుతుంది.

## దృశ్యమాన సమాచారాన్ని వివరించడం

పుస్తకాలు, చార్టులు, గ్రాఫులు ఉపయోగిస్తూ మీరు ఏ విషయాన్నయినా వివరించే టపుడు ఒక ముఖ్యమైన సంగతిని గుర్తుంచుకోవాలి. ఎదుటి వారు మీరు చెప్పే విషయంపై దృష్టిని కేంద్రీకరిస్తున్నారా, లేదా అన్నది గమనించి తీరాలి. ఇలా దృశ్యమాన వివరణలో కళ్ల ద్వారా 83 శాతం, చెవుల ద్వారా 11 శాతం, మిగిలిన జ్ఞానేంద్రియాల ద్వారా ఆరు శాతం సమాచారాన్ని మెదడు స్వీకరిస్తుందని శాస్త్రీయంగా రుజువైంది.

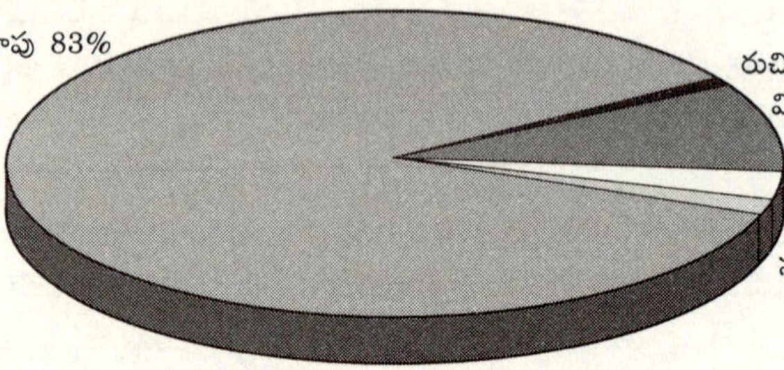


దృశ్యమాన వివరణలో జ్ఞానేంద్రియాల ద్వారా
మెదడు సమాచారాన్ని గ్రహించే పద్ధతి ఇలా ఉంటుంది.

అమెరికాలో నిర్వహించిన వార్టన్ అధ్యయనం ప్రకారం మౌఖిక వివరణ ద్వారా గ్రహించిన సమాచారంలో గుర్తుంచుకునే విషయం కేవలం పదిశాతం మాత్రమే. చెప్పిన విషయం మనసులో పాదుకోవాలంటే చెప్పిన దాన్నే పదే పదే ఉటంకిస్తుండాలి. దీనితో పోలిస్తే దృశ్యమాన వివరణలో విన్న విషయాన్ని మెదడు యాభై శాతం వరకు జ్ఞాపకం పెట్టుకుంటుంది. దృశ్యమాన ఉపకరణాల్ని ఉపయోగిస్తూ, మౌఖిక వివరణకు పూనుకుంటే మీరు ఆశించిన ఫలితం 400 శాతం మెరుగ్గా ఉంటుంది. అధ్యయనాల్లో తేలిన విషయం ఏమిటంటే, దృశ్యమాన ఉపకరణాలను

వాడుతూ వాణిజ్య సమావేశాల్లో ప్రతిపాదనల్ని వివరిస్తే సమావేశ కాలం 25.7 నిమిషాల నుంచి 18.6 నిమిషాలకు తగ్గిపోతుంది. అంటే మీరు దీని వల్ల 28 శాతం కాలాన్ని ఆదా చేయవచ్చునన్న మాట.

## దృష్టి కేంద్రీకరణను నియంత్రించడం

మీరు ఏదైనా విషయాన్ని దృశ్యమాన ఉపకరణాల ద్వారా వివరిస్తున్నపుడు ఎదుటి వ్యక్తుల దృష్టి ఎక్కడ కేంద్రీకృతమైందన్న విషయాన్ని గమనించాలి. వారి దృష్టిని మీమీద, మీరు చెబుతున్న విషయంపైనే కేంద్రీకృతమయ్యేలా నియంత్రించాలి. అందుకోసం మీరు ఒక పెన్నును ఉపయోగిస్తే చాలు. పెన్నుతో ఒక గ్రాఫు లేదా కంప్యూటర్ తెర మీద మీరు చెప్పదలచుకున్న విషయం తాలూకు వివరాల్ని చూపు తున్నపుడు ప్రతినిధుల కళ్ళు ఆ గ్రాఫు లేదా కంప్యూటర్ తెర మీద కేంద్రీకృతమై ఉంటాయి. అలా చెబుతున్నపుడు ఆ దృశ్యమాన ఉపకరణాల మీద పెన్నుతో సూచిస్తూ వివరించండి. కానీ ఆ దృశ్యమాన ఉపకరణాల అవసరం తీరాక, మీరు మౌఖికంగా విషయ వివరణకు పూనుకున్నపుడు వ్యక్తుల దృష్టిని ఆ ఉపకరణాల మీది నుంచి మీమీదికి మళ్ళించాలంటే, ఉత్తర క్షణంలో వాటి మీది నుంచి పెన్నును తీసివేసి, దాన్ని మీ కళ్ళకూ, ప్రతినిధి కళ్లకూ మధ్య ఉంచుతూ ప్రసంగాన్ని కొనసాగించండి. ఇలా చేయడం ద్వారా ప్రతినిధి దృష్టి కంప్యూటర్ తెర మీది నుంచి అప్రయత్నంగానే మీమీద కేంద్రీకృతమవుతుంది. అప్పుడు అతను మీరు చెబుతున్న దాన్ని శ్రద్ధగా ఆలకిస్తాడు. అంతేకాదు మీరు చెప్పిన విషయం కూడా అధికశాతం అతని మనసులో గుర్తుండిపోతుంది. ఇలా చేస్తున్నప్పుడు మీ అరచేతిని తెరచి ఉంచుకోవడాన్ని మరచిపోవద్దు

ఒక సమావేశంలో వ్యక్తి దృష్టికేంద్రాన్ని పెన్ను సాయంతో నియంత్రించడం

ఇలాంటి సమావేశాల్లో పురుషుల కన్నా మహిళలు ఎక్కువగా వక్త కళ్ళలోకి చూస్తారని మేము కనిపెట్టాం. ముఖ్యంగా శ్రోతలుగా ఉన్నప్పుడు చూపు మరల్చకుండా వక్త కళ్ళలోకి సూటిగా చూస్తారు మహిళలు.

అలాగే పురుషులు కూడా మహిళలు వక్తలుగా ఉన్నప్పుడు వక్త కళ్ళలోకి చూస్తూ ఆ కళ్లమీదే తమ దృష్టిని కేంద్రీకరిస్తారు. కానీ పురుషులు శ్రోతలుగా, పురుషులే వక్తలుగా ఉన్నపుడు మాత్రం పరిస్థితి భిన్నంగా ఉంటుంది.

## క్లుప్తంగా....

మన చూపు ఎక్కడ కేంద్రీకృతమై ఉందన్న దాన్నిబట్టి మరొకరితో మన ముఖాముఖి సంబంధాలు ఆధారపడి ఉంటాయి. మీరు మీ కింది స్థాయి ఉద్యోగిపై ఆగ్రహించే మేనేజర్ అయితే లేదా పిల్లవాణ్ణి మందలించే తండ్రి అయితే మీ చూపులు ఎలా ఉంటాయి? ఈ సందర్భాల్లో మీ ఎదుట ఉన్న వ్యక్తిని మీరు సామాజిక దృష్టి కేంద్రం లోంచి చూస్తే మీరెన్ని చెప్పినా, ఎంత అరచి మొత్తుకున్నా అవతలి వ్యక్తి లక్ష్యపెట్టే అవకాశమే ఉండదు. ఈ దృష్టి కేంద్రం మీ మాటల్ని బలహీనపరుస్తుంది. అదే సందర్భంలో ఆంతరంగిక దృష్టికోణంలోంచి చూసినప్పటికీ అది వారిని భయ పెట్టవచ్చు లేదా ఇబ్బంది పెట్టవచ్చు. త్రినేత్ర దృష్టికేంద్రంలోంచి చూస్తే అది స్వీకర్త మీద కొద్దోగొప్పో ప్రభావాన్ని చూపుతుంది. వాళ్ళు ఏం చేయాలన్న దాని మీద తమ దృష్టిని కేంద్రీకరించేలా చేస్తుంది.

*చూపు సవ్యంగా ఉంటే అది నమ్మకాన్ని పెంచుతుంది.*

కడగంటి చూపులతో, కనుపాపల్ని పెంచి, ఆంతరంగిక దృష్టి కేంద్రం నుంచి మహిళలు చూసే చూపును పురుషులు 'ఆహ్వానం'గా అభివర్ణిస్తుంటారు. కానీ ఒక మహిళ కాస్త నిబ్బరంగా వ్యవహరించదలిస్తే, ఆమె ఆంతరంగిక దృష్టికేంద్రం నుంచి చూడడాన్ని మానుకుని, సామాజిక దృష్టికేంద్రం నుంచి చూడడాన్ని అలవరచుకోవాలి. అయినప్పటికీ చాలామంది పురుషులు స్త్రీని ఇలా చూడడానికి ఇష్టపడరు. వలపు సమాగమంలో స్త్రీ, పురుషులెవరైనా త్రినేత్ర దృష్టికేంద్రంతో చూస్తే అవతలి వ్యక్తి వీళ్ళని మొరటు మనుషులుగా ఈసడించుకునే ప్రమాదం ఉంది. మీ భాగస్వామిని మీరు ఆంతరంగిక దృష్టికేంద్రం నుంచి చూస్తే అది అద్భుతమైన ఫలితాన్ని ఇస్తుంది. ఇలా చూడడంలో మహిళలదే పైచేయి. దురదృష్టం ఏమిటంటే చాలామంది పురుషులు ఈ చూపును అర్థం చేసుకోలేరు, అలా చూడలేరు. పురుషుడు కనుక ఆంతరంగిక దృష్టి కేంద్రం నుంచి చూసినట్టయితే అది మహిళకు ఇట్టే తెలిసిపోతుంది. కానీ మహిళ ఇలా చూసినపుడు చాలా మంది పురుషులు ఆ చూపుకు అర్థాన్ని పోల్చుకోలేరు. దాంతో ఆ మహిళ మనోవ్యథలో కూరుకుపోవలసివస్తుంది.

# అధ్యాయం 9

# సరిహద్దులు - చొరబాటుదారులు

'అయ్యా ఇది నా సీటు, తమరు కాస్త లేస్తారా...'

జంతువులు, పక్షులు, చేపలు, వానరాలు తదితర జీవజాతులకు ఈ భూమ్మీద తమవైన ఆవాస స్థలాలుంటాయని పర్యావరణ ఉద్యమకారులు అంటుంటారు. మనుషులు అడవుల్ని నరకడం, సముద్రాల మీద అక్రమ వేటకి పాల్పడడం వంటి చర్యల ద్వారా ఆయా ప్రదేశాల్లోకి చొచ్చుకువెళ్ళడంవల్ల వాటి మనుగడకు ముప్పు ఏర్పడుతోందని వారు నిత్యం చెవినిల్లు కట్టుకుని పోరుతుంటారు. జీవజాతులు అంతరించి పోకుండా చూడాలని, వాటి సహజ ఆవాస ప్రాంతాల్ని వన్యప్రదేశాల్ని పరిరక్షించాలని చెబుతూ పుంఖానుపుంఖాలుగా పుస్తకాలు కూడా ప్రచురితమవు తుంటాయి. కానీ మనిషికి కూడా అలాంటి తనదైన 'ప్రదేశం' ఒకటి ఉంటుందని ఇటీవలి అధ్యయనాల్లో వెల్లడైంది. అమెరికాకు చెందిన ప్రముఖ మానవ విజ్ఞాన శాస్త్రవేత్త ఎడ్వర్డ్ హాల్ ఈ దిశగా విశిష్టమైన పరిశోధనలు జరిపారు. ఆయన 1960ల్లో జరిపిన పరిశోధనల ఫలితంగా శాస్త్రీయ పరమైన ఒక కొత్తపదం ఆవిష్కృతమైంది. అదే 'ప్రాక్సెమిక్స్', ఆంగ్లభాషలోని 'ప్రాక్సిమిటీ' (సామీప్యం) అనే పదం ఆధారంగా దీనిని స్థిరీకరించారు. ఆయన పరిశోధనలు మానవ సంబంధాల అధ్యయనంపై ఒక కొత్త వెలుగును ప్రసరించాయి.

ప్రతిదేశానికి సరిహద్దులుంటాయి. వీటిని అంతర్జాతీయ ఒడంబడికలు స్పష్టంగా నిర్వచించాయి. ఈ సరిహద్దుల్లోకి ఇతరులు చొరబడకుండా కాపాడడం

కోసం సైన్యం అహరహం పహారా కాస్తుంటుంది. అలాగే ప్రతిదేశంలోనూ కొన్ని నిర్దేశిత ప్రాంతాలు, రాష్ట్రాల పేరిట కచ్చితమైన ఎల్లలతో కూడిన విభజన రేఖలుంటాయి. ఈ రాష్ట్రాల్లో జిల్లాలు, తాలూకాలు, మండలాలు, నగరాలు, పట్టణాలు, గ్రామాలు ఉంటాయి. ప్రతిచోటా పెద్ద సంఖ్యలో రహదారులు ఉంటాయి. ఆయా ప్రాంతాల్లో నివసించే వ్యక్తుల భద్రత నిమిత్తం ప్రతి ప్రాంతానికి స్పష్టమైన చట్టం, రక్షణ వ్యవస్థలు ఉంటాయి. పుట్టిన ఊరిని కాపాడే నిమిత్తం హీరోలు, ప్రజలు విలన్లతో పెద్దయెత్తున తలపడడాన్ని మనం సినిమాల్లో తరచూ చూస్తుంటాం.

నిజానికి ప్రతి వ్యక్తికీ తాత్కాలికంగానో, శాశ్వతంగానో తనదైన నిర్దిష్ట ప్రదేశం ఒకటి ఉంటుంది. దానికి సరిహద్దులుంటాయి. అతను దాన్ని తన శరీరంలో భాగంలాగా భావిస్తాడు. ఇతరుల ఆక్రమణ నుంచి దాన్ని నిత్యం పరిరక్షించుకుంటాడు. కానీ ఆ సరిహద్దులు భౌతికమైనవి. తనదైన ఈ ప్రదేశంలో వ్యక్తి తన వ్యక్తిగత ఆస్తి అయిన ఇంటిని కలిగి ఉంటాడు. ఆ ఇంటికి కంచె ఉంటుంది. ఆ ఇంట్లో ఆ వ్యక్తికే సొంతమైన మోటారు వాహనం కూడా ఉంటుంది. ఇంట్లో తనదైన పడకగది ఉంటుంది. కుర్చీలు, టీవీలు తదితర వస్తుసామగ్రి ఉంటుంది. కానీ ఇదంతా భౌతిక వ్యవహారం. డాక్టర్ హాల్ తన పరిశోధనలో వ్యక్తికి సంబంధించిన మరో వ్యక్తిగత ప్రదేశాన్ని కనుగొన్నాడు. అది అతని ఇల్లులా పెద్ద వైశాల్యంతో విస్తరించి ఉండదు, కానీ అది అతని శరీరాన్ని అంటిపెట్టుకుని ఉంటుంది.

ఈ వాయు సదృశ ప్రదేశాన్ని గురించి ఈ అధ్యాయం మీకు వివరించబోతోంది. ఆ ప్రదేశంలోకి ఎవరైనా చొరబడితే వ్యక్తుల ప్రతిస్పందన ఎలా ఉంటుందో, సన్నిహిత సంబంధాల్లో ఈ ప్రదేశం ఎలాంటి పాత్ర పోషిస్తుందో ఇత్యాది వివరాల్ని మనమిప్పుడు తెలుసుకుందాం.

## వ్యక్తిగత ప్రదేశం

జంతుజాలంలో చాలా ప్రాణులకు తమదైన వ్యక్తిగత ప్రదేశం ఉంటుంది. అవి నివసించే ప్రాంతం, పుట్టిపెరిగిన కూటమి, తదితర విషయాలపై ఆధారపడి ఈ ప్రదేశపు విస్తీర్ణం నిర్ణయమవుతుంది. కాబట్టి స్థానిక పరిస్థితుల్ని బట్టి వ్యక్తిగత ప్రదేశం అన్నది విశాలమైనదీ కావచ్చు, లేదా సంకుచితమైనదీ కావచ్చు. ఆఫ్రికాలోని మారుమూల అటవీ ప్రాంతంలో నివసించే ఒక సింహానికి దాదాపు ముప్ఫై మైళ్ళ వ్యక్తిగత ప్రదేశం ఉంటుంది. అది మల, మూత్ర విసర్జన ద్వారా తన వ్యక్తిగత ప్రదేశానికి ఎల్లల్ని నిర్దేశిస్తుంది. కానీ జూలాంటి ప్రదేశాల్లో లేదా సింహాలు ఎక్కువగా ఉన్న ప్రదేశాల్లో ఒక సింహానికి కేవలం కొన్ని అడుగుల

వ్యక్తిగత ప్రదేశం మాత్రమే ఉంటుంది. ఎందుకంటే అది నివసించే ప్రాంతంలో సమూహ పరిమాణాన్ని బట్టి దాని వ్యక్తిగత ప్రదేశం కుంచించుకుపోతుందన్నమాట.

ఇలాంటి అనేకానేక జంతువుల్లాగే మనిషికి కూడా వ్యక్తిగత ప్రదేశం ఉంది. అది ఒక గాలి బుడగలాగా అతనిని ఆవరించుకుని ఉంటుంది. అతను పెరిగిన వాతావరణం, జనసాంద్రతలకు అనుగుణంగా దాని పరిమాణం పెద్దదిగానో, చిన్నదిగానో ఉండవచ్చు. వ్యక్తిగత ప్రదేశం అన్నది సాంస్కృతిక మూలాలపై ఆధారపడి ఉంటుంది. జపాన్ వంటి సంస్కృతులున్న ప్రాంతాల్లో అది అధిక జనాభాకు ఆలవాలమై ఉంటుంది. మిగతాచోట్ల అది కాస్త విశాలంగా ఉంటుంది.

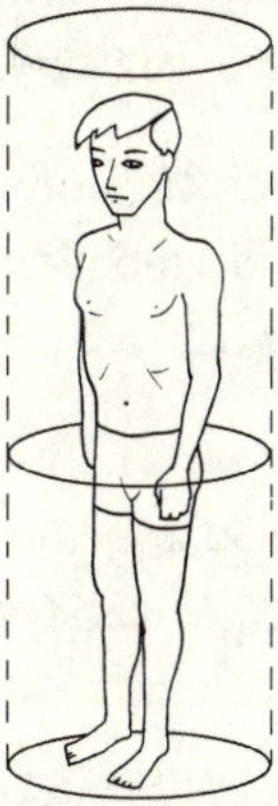

వ్యక్తిగత ప్రదేశం - దీనిని ఎక్కడికైనా తరలించుకుని వెళ్ళవచ్చు.

మిగతా సమాజంతో పోలిస్తే జైళ్ళలో ఖైదీలకు ఎక్కువ విస్తీర్ణం కలిగిన వ్యక్తిగత ప్రదేశం అవసరమవుతుంది. ఇతరులపట్ల వీరు దుందుడుకుగా వ్యవహరించే అవకాశాలున్నాయి కాబట్టి వీరి వ్యక్తిగత ప్రదేశం విశాలంగా ఉండాలి. అందుకే జైళ్ళలో కరుడుకట్టిన నేరస్తుల్ని 'సాలిటరీ కన్‌ఫైన్‌మెంట్' (ఏకాంత కారాగారవాసం) లో ఉంచుతారు. టిక్కెట్టు ధరలో డిస్కౌంట్ల మూలాన వాటిల్లిన నష్టాల్ని పూరించుకునేందుకు 1990ల్లో విమానాల్లో సీట్ల సంఖ్యని పెంచి, వాటిని ఇరుగ్గా అమర్చడంవల్ల విమాన ప్రయాణీకులు తరచూ గొడవలకు దిగేవారు.

## మండల విభాగాలు

మనమిప్పుడు మన 'గాలిబుడగ' వ్యాసార్థం గురించి మాట్లాడుకుందాం. ఆస్ట్రేలియా, న్యూజిలాండ్, బ్రిటన్, ఉత్తర అమెరికా, ఉత్తర యూరప్, స్కాండినేవియా, కెనడా, లేదా పాశ్చాత్య సంస్కృతి కలిగిన సింగపూర్, ఐస్‌లాండ్ వంటి ఇతర ప్రాంతాల్లో నివసించే మధ్యతరగతి ప్రజల వ్యక్తిగత ప్రదేశ వ్యాసార్థం గురించి తెలుసుకుందాం. ఇక్కడ ప్రస్తావించిన దేశాలతో పోలిస్తే మనదేశపు సరిహద్దుల విస్తీర్ణం పెద్దదీ కావచ్చు, లేదా చిన్నదీ కావచ్చు. కానీ మనదేశం కూడా వీటిలో ఏదో ఒక దేశాన్ని తప్పక పోలి ఉంటుంది. వ్యక్తిగత ప్రదేశానికి సంబంధించిన స్పృహ పన్నెండేళ్ళ వయసునుంచే మొదలవుతుంది. ఈ వ్యక్తిగత ప్రదేశం మండలాలవారీగా నాలుగు రకాలైన విస్తీర్ణాల్ని కలిగిఉంటుంది.

**1. ఆంతరంగిక మండలం :** ఇది ఆరునుంచి 18 అంగుళాలు (15-45 సెంటీమీటర్లు) విస్తరించి ఉంటుంది. మిగతావాటితో పోలిస్తే దీని ప్రాధాన్యం చాలా ఎక్కువగా ఉంటుంది. దీనిని వ్యక్తి తన సొంత ఆస్తిలాగా భావిస్తాడు. పరిరక్షించుకుంటాడు. మనకు అత్యంత ఆత్మీయులైన వ్యక్తులకే ఈ మండలంలో ప్రవేశం ఉంటుంది. ప్రేమికులు, తల్లిదండ్రులు, జీవిత భాగస్వామి, పిల్లలు, ప్రాణస్నేహితులు, బంధువులు, పెంపుడు జంతువులకు ఈ మండలంలో ప్రవేశించే అధికారం ఉంటుంది. దీనికి ఒక ఉపమండలం కూడా ఉంది. అది ఆరు అంగుళాల విస్తీర్ణాన్ని కలిగి ఉంటుంది. అది శరీరానికి ఇంచుమించు అంటి పెట్టుకుని ఉంటుంది. భౌతిక సంబంధంలోనే ఈ ఉపమండలంలోకి అడుగుపెట్టే అవకాశం దొరుకుతుంది. ఇది అత్యంత అంతరంగిక మండల మన్నమాట.

**2. వ్యక్తిగత మండలం :** దీని విస్తీర్ణం 18 అంగుళాల నుంచి 48 అంగుళాల వరకు (46 సెం. మీ.-1.22 మీటర్లు) ఉంటుంది. సామాజిక, బృంద కార్యక్రమాల్లో, స్నేహితుల కూటమిలో ఇతరుల నుంచి మనం నిలబడే దూరమే ఇది.

**3. సామాజిక మండలం :** ఇది నాలుగు నుంచి 12 అడుగులు (1.22-3.6 మీటర్లు) విస్తరించి ఉంటుంది. అపరిచితులు, వడ్రంగులు, తదితర వృత్తిపనివారు, పోస్ట్‌మ్యాన్, స్థానిక దుకాణదారు, కార్యాలయంలో కొత్త ఉద్యోగి, మనకంతగా పరిచయంలేని ఇతర వ్యక్తుల నుంచి మనం పాటించే దూరమే ఇది.

**4. ప్రజా మండలం :** దీని విస్తీర్ణం 12 అడుగులకు మించి ఉంటుంది. ఎప్పుడైనా మనం జనబాహుళ్యాన్ని ఉద్దేశించి ప్రసంగించినపుడు, ఆ ప్రజల నుంచి సౌకర్యంగా నిలబడడానికి మనం ఎంచుకునే దూరమిది.

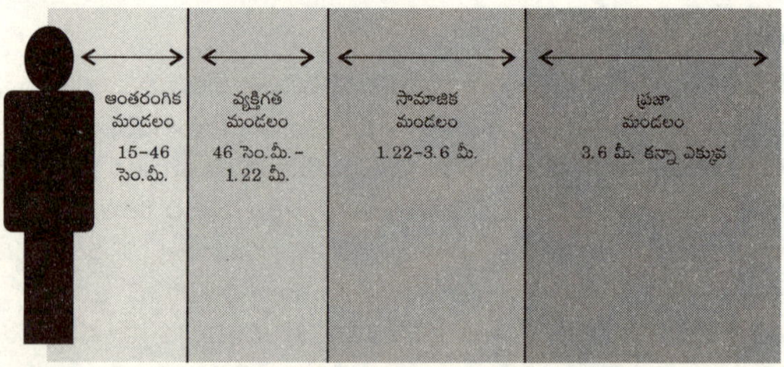


వ్యక్తిగత ప్రదేశానికి సంబంధించిన మండలాల విస్తీర్ణాలు

ఈ దూరాలన్నీ ఇద్దరు మహిళల మధ్య తగ్గిపోతూ ఉంటాయి. అదే ఇద్దరు పురుషుల మధ్య పెరిగిపోతుంటాయి.

## మండలాల వారీ దూరాల్ని పాటించడం

మన ఆంతరంగిక మండలంలోకి వ్యక్తులు ప్రవేశించడమన్నది రెండు రకాలుగా ఉంటుంది. మొదటిది, అలా ప్రవేశించే వ్యక్తి మనకు అత్యంత సన్నిహితుడైన బంధువు లేదా స్నేహితుడు అయి ఉంటాడు. కాగా అతడు లేదా ఆమె లైంగిక అవకాశాల కోసం మన ఆంతరంగిక మండలంలోకి ప్రవేశిస్తారు. ఇక రెండోది, మన ఆంతరంగిక మండలంలోకి ప్రవేశించే వ్యక్తి మన పట్ల విపరీతమైన ద్వేషాన్ని కలిగి, మన మీద దాడి చేసే ఉద్దేశంతో ప్రవేశిస్తాడు. వ్యక్తిగత, సామాజిక మండలాల్లో ఇతరులు సంచరించడాన్ని మనం సహిస్తాం. కానీ ఎవరైనా మన ఆంతరంగిక మండలంలోకి ప్రవేశించిన వెంటనే మన శరీరంలో భౌతిక మార్పులు చోటు చేసుకుంటాయి. గుండె కొట్టుకునే వేగం పెరుగుతుంది, వినాళ గ్రంథుల నుంచి స్రవించే ద్రవాల ఉత్పత్తి (adrenalin) రక్తంలోకి అధికంగా వచ్చి చేరుతుంది, మెదడులోకి, కండరాల్లోకి రక్తప్రసరణ వేగం పుంజుకుంటుంది. దాంతో మనం ప్రతిదాడికి కానీ, ప్రణయానికి కానీ సిద్ధమైపోతాం.

అంటే స్నేహపూర్వకంగా భుజాల మీద చేతులు వేసి ఇతరుల్ని దగ్గరకు తీసుకుంటాం. అప్పుడే కలిసిన వ్యక్తితో మీరిలా ప్రవర్తించినపుడు ఆ వ్యక్తిలో మీ పట్ల ప్రతికూల భావాలు పొటమరించే అవకాశం ఉంది. అయినప్పటికీ అతను నవ్వుతూ, మన మీద ఎలాంటి కోపం లేనట్టు ప్రవర్తిస్తుంటాడు.

---

*మహిళలు దగ్గర దగ్గరగా నిలబడినప్పుడు లేదా ఒకరికొకరు ఎదురైనప్పుడు పరస్పరం స్పృశించకోవడానికి బాగా ఇష్టపడతారు. పురుషులు పురుషుల పట్ల ఇలాంటి ఇష్టాన్ని కనబరచరు.*

---

మీ చుట్టూ ఉన్న వ్యక్తులు మీతో ఎలాంటి ఇబ్బంది లేకుండా మసలుకోవాలంటే, మీరు 'హద్దులో ఉండడం' అవసరం. ఇతరులతో మన సంబంధం ఎంత గాఢ తరమైతే వారు మనల్ని తమ ఆంతరంగిక మండలాల్లోకి అంతగా అనుమతిస్తారు. ఉదాహరణకు కొత్తగా ఉద్యోగంలో చేరిన వ్యక్తి పట్ల ఆదిలో మిగతా వారు ముభావంగా ఉంటారు. అలా ఉండడాన్ని ఆ కొత్త ఉద్యోగి 'అయిష్టత'గా పొరబడతాడు. కానీ రోజులు గడిచేకొద్దీ అతనితో వారి పరిచయం పెరిగిన

తరువాత వారు ఆ కొత్త ఉద్యోగిని తమ వ్యక్తిగత, సామాజిక మండలాల్లోకి అనుమతిస్తారు. మరికొందరు ఆంతరంగిక మండలంలోకి కూడా అనుమతించే అవకాశం ఉంది.

## ఎవరిని ఎవరు ఎంతవరకు అనుమతిస్తారు...

ఇద్దరు వ్యక్తుల మధ్య సంబంధం ఎంత గాఢమైందో ఒక్క విషయాన్ని బట్టి కచ్చితంగా చెప్పవచ్చు. వారిద్దరూ కౌగిలించుకున్నపుడు వారి కటిప్రదేశాలు పరస్పరం ఎంత దూరంలో ఉన్నాయన్న దాన్ని బట్టి ఆ సంబంధంలోని గాఢతను అంచనా వేయవచ్చు. ప్రేమికులు ఒకరినొకరు కౌగిలించుకున్నపుడు వారు తమ దేహాల్ని బాగా దగ్గరికి చేర్చి అంటే ఆంతరంగిక మండలంలోకి చొచ్చుకువెళుతూ పరస్పరం అతుక్కుపోతారు. కానీ అదే నూతన సంవత్సరాది సందర్భంలో మీ దూరపు బంధువును, మీ పరిచయస్తుల్ని కౌగిలించుకోవాల్సి వస్తే మీ ఇద్దరి కటిప్రదేశాలు పరస్పరం ఆరు అంగుళాల దూరంలో ఉంటాయి.

ఒక్కోసారి భౌతిక పరిస్థితులు కూడా ఇద్దరి మధ్య దూరాల్ని నిర్వచిస్తాయి. సామాజిక హోదాను బట్టి ఈ దూరాలు మారుతుంటాయి. ఒక బాస్ తన కింది ఉద్యోగినితో ప్రణయ కలాపాన్ని నెరపుతూ, వారాంతపు సెలవుల్లో ఆమెను తీసుకుని విహారయాత్రకు వెళ్ళాడనుకుందాం. అక్కడ అతను, ఆమె పరస్పరం ఆంతరంగిక మండలాల్లో సంచరిస్తూ, ఆనందాన్ని ఆస్వాదిస్తారు. కానీ తిరిగి కార్యాలయానికి వచ్చి రోజువారీ ఉద్యోగాల్లో నిమగ్నమైనపుడు అతను ఆమెను సామాజిక కట్టుబాట్ల రీత్యా దూరంగానే ఉంచుతాడు.

## జనం మధ్య శాండ్‌విచ్

సినిమాహాళ్ళు, రైళ్ళు, బస్సులు ఎక్కడ చూసినా జనసందోహం. ఇతరుల ఆంతరంగిక మండలంలోకి అనివార్యమైన చొరబాట్లు. ఇలాంటి సందర్భాల్లో వ్యక్తుల ప్రతిస్పందనల్ని గమనిస్తే చాలా ఆసక్తికరంగా ఉంటాయి. సాంస్కృతికంగా అలిఖిత నియమాలెన్నో మనకు ఇలాంటి రద్దీ ప్రదేశాల్లో అమల్లో ఉన్నట్టు కనిపిస్తుంది. క్రిక్కిరిసిన లిఫ్టుల్లో, రేషన్ దుకాణాల ముందు, పాలబూతుల ముందు క్యూల్లో మనకు ఈ అలిఖిత నియమావళి గోచరిస్తుంది.

అలాంటి నియమాల్లో కొన్ని :

1. ఎవరితోనూ, చివరికి పరిచయస్తులు కనిపించినా సరే మాట్లాడకూడదు.
2. ఎవరితోనూ, ఎట్టి పరిస్థితుల్లోనూ కళ్ళు కలపకూడదు.
3. ముఖాన్ని భావరహితంగా ఉంచాలి.
4. చేతిలో వార్తాపత్రిక లేదా ఏదైనా పుస్తకం ఉన్నట్టయితే, దాన్ని చదవడంలో మునిగిపోవాలి.
5. జనసందోహం ఎక్కువగా ఉన్నప్పుడు శరీరంలో ఎలాంటి కదలికలు లేకుండా స్థాణువులా నిలబడిపోవాలి.
6. లిఫ్టుల్లో అయితే ప్రతిక్షణం ఫ్లోర్ నెంబర్లని గమనిస్తుండాలి.

ఇలాంటి నియమాలతో కూడిన ప్రవర్తనని 'మాస్కింగ్' (ముసుగు తొడుక్కోవడం) అంటారు. ఇది ప్రతిచోటా సాధారణంగా మనకు కనిపించేదే! ప్రతివ్యక్తీ తన ముఖకవళికల్ని ఇతరులకు కనిపించకుండా ఒక తటస్థ తొడుగును (భావరహితం) ధరించడానికి ప్రయత్నించే సామాన్య కళే ఇది.

'దుఃఖం', 'విచారం', 'నిరాశాపూరితం' వంటి పదాల్ని మనం వాడుతుంటాం. పనిగంటల్లో సకాలంలో కార్యాలయాలకు చేరుకునేందుకు బస్సులు, రైళ్ళు తదితర ప్రజా రవాణా వ్యవస్థల్ని ఉపయోగించుకునే మనుషులందరి ముఖాల్లో మనకు ఈ భావాలు కనిపిస్తాయి. కానీ ఇవన్నీ భావరహిత స్థితిలాగానే గోచరిస్తాయి. భావరహితమైన ముఖాలతో రద్దీ ప్రదేశాల్లో మనకు కనిపించే వారంతా విచారగ్రస్తులని మనకు అనిపిస్తుంది. కానీ నిజానికి వీళ్ళు విచారగ్రస్తులు కారు. వీరంతా తమ ముఖకవళికల్ని భావరహితమైన తొడుగు కింద దాచుకోవడానికి తంటాలు పడుతున్నవాళ్ళే. ఎందుకంటే తమ ఆంతరంగిక మండలంలోకి ఇతరుల చొరబాటును నిరోధించలేని నిస్సహాయత వల్లే వీళ్ల ముఖాలు అలా కనిపిస్తాయి.

*రద్దీ ప్రదేశాల్లో మనుషుల ముఖాల్లో కనిపించే విచారం నిజం కాదు : వాళ్ళు తమ ముఖకవళికల్ని ఇతరులకు కనిపించకుండా దాచే ప్రయత్నం మాత్రమే అది.*

మీరు ఈసారి సినిమా హాలుకు వెళ్ళినపుడు మీ ప్రవర్తన ఎలా ఉంటుందో గమనించండి. ఒక సీటును వెదుక్కుని కూర్చున్న తరువాత మీ చుట్టూ వందలాది అపరిచిత ముఖాలు కనిపిస్తాయి. వీటిని ఒక రోబోలాగా గమనించండి. మీరు

కూడా అక్కడ ఆ క్షణం అమల్లో ఉన్న అలిఖిత నియమావళికి తలవంచి తీరాల్సి వస్తుంది. మీ పక్కనున్న వ్యక్తి మీ కుర్చీచేతుల్ని ఆక్రమించుకోవడానికి యత్నిస్తాడేమో నన్న సందేహంతో, దానిపై 'చేతిని ఉంచుకునే సరిహద్దు హక్కులు' మీకే ఉన్నాయని చెప్పడానికి మీరు తంటాలు పడతారు. ఒంటరిగా సినిమాకి వచ్చిన వ్యక్తి సినిమా ప్రదర్శన మొదలై, లైట్లు తీసివేసిన తరువాతే తన సీట్లో కూర్చోవడానికి ఎందుకు ఇష్టపడతాడో అప్పుడు మీకు అర్థమవుతుంది. సినిమాహాళ్ళు, బస్సులు, తదితర రద్దీ ప్రదేశాల్లో మనకు సంబంధించినంత వరకు మన చుట్టూ ఎంత మంది జనం ఉన్నా ఎవరూ లేనట్టే ప్రవర్తిస్తాం. వాళ్ల ఉనికిని మరచిపోవడానికే యత్నిస్తాం. అలా భావించినపుడే మన ఆంతరంగిక మండలంలోకి ఎవరూ చొరబడలేదన్న భరోసాతో మనం ప్రశాంతంగా ఉండగలం.

## మూక మనస్తత్వం

ఒక వ్యక్తి తన ఆంతరంగిక మండలం ఆక్రమణకు గురైనప్పుడు ప్రవర్తించినంత సంయమనంతో ఒక ఉమ్మడి ప్రయోజనం కోసం ఆందోళన చేస్తున్న జనబాహుళ్యం ప్రవర్తించలేదు. ముఖ్యంగా ఆ జనసందోహం ఆగ్రహానికి గురైనప్పుడు పరిస్థితి చాలా ఆందోళనకరంగా మారుతుంది. గుంపులో ప్రజల సంఖ్య పెరిగేకొద్దీ ప్రతివ్యక్తికి లభించే ఆంతరంగిక ప్రదేశం మరింతగా కుంచించుకుపోతుంది. దాంతో ఆ గుంపులో అసహనం పెరిగిపోతుంది. అల్లర్లు పేట్రేగి శాంతిభద్రతలకు విఘాతం తలెత్తితే పోలీసుల జోక్యం అనివార్యమవుతుంది. పోలీసులు లాఠీఛార్జితో మూకను చెల్లాచెదరుచేసి, వ్యక్తుల్ని దూరంగా తరిమేస్తారు. అలా చెల్లాచెదరైనప్పుడు ఆ వ్యక్తులకు ఆంతరంగిక ప్రదేశం చాలినంతగా దొరుకుతుంది. తత్ఫలితంగా కోపాలు చల్లారి, శాంతి నెలకొంటుంది.

ఎక్కువ సంఖ్యలో గృహసముదాయాల్ని నిర్మించడం వల్ల తలెత్తే అనర్థాల్ని ప్రభుత్వాలు, నగరీకరణ నిపుణులు ఇప్పుడిప్పుడే అర్థం చేసుకుంటున్నారు. ఇలా పక్కపక్కనే, ఇరుకుగా ఇళ్ళని నిర్మించడం వల్ల వ్యక్తులు తమ ఆంతరంగిక మండలాన్ని కోల్పోయే దుస్థితి ఎంత తీవ్రమైందో వారికి తెలిసింది. అమెరికాలోని మేరీల్యాండ్ తీరప్రాంతానికి రెండు కిలోమీటర్ల దూరంలోని జేమ్స్ ద్వీపంలో జింకలు హఠాత్తుగా చనిపోవడం మొదలైంది. వాటికి ఆహార కొరత లేదు, ఎలాంటి క్రూరమృగాల బెడద లేదు. అంటురోగాలు కూడా ప్రబలలేదు. అయినా అవి పెద్ద సంఖ్యలో చనిపోయాయి. ఎందుకంటే కేవలం జింకల సంఖ్య ఇబ్బడిముబ్బడిగా పెరగడంతో వాటి వ్యక్తిగత ప్రదేశానికి కొరత ఏర్పడింది. ఇంతకు మునుపు కుందేళ్ళు, ఎలుకల విషయంలో కూడా ఇదే జరిగింది. జింకల

మరణానికి కారణాన్ని శాస్త్రీయంగా వెలికితీస్తే తేలిన విషయం ఏమిటంటే, జింకల సంఖ్య అనూహ్యంగా పెరిగిపోవడంతో ఒక్కో జింకకు లభించాల్సిన వ్యక్తిగత ప్రదేశం లభించలేదు. దాంతో వినాళగ్రంథుల్లో అధికస్రావం జరిగి, అవి ఒత్తిడికి గురై మరణించాయి. శరీరంలో ఈ గ్రంథులు జీవి పెరుగుదలను, పునరుత్పత్తిని, రోగనిరోధకశక్తినీ ప్రభావితం చేస్తాయి. కరవు, అంటురోగాలు, దాడుల కంటే కూడా అధిక జనాభా వల్ల సంభవించే మరణాలు ఎక్కువగా ఉంటాయి. అందుకే అధిక జనాభా కలిగిన మానవ ఆవాస ప్రాంతాల్లో నేరాల సంఖ్య, హింస ఎక్కువగా ఉంటుంది.

*సొంత చోటు అన్నది ప్రగాఢమైన కోరికల్లో ఒకటి, ఎందుకంటే మన జీవన వ్యాపారానికి అవసరమైన చోటును అది మాత్రమే ఇవ్వగలదు. అందుకే సొంత చోటు కోసం మనుషులు ఆత్రుత పడుతుంటారు.*

నేరస్తుణ్ణి విచారించేటపుడు విచారణ అధికారులు వారిని విశాలమైన గదిలో, అటూ ఇటూ కదలడానికి వీల్లేని, చేతుల్లేని కుర్చీలో కూర్చోబెడతారు. దానివల్ల అతని ఆంతరంగిక మండలంలోకి ప్రశ్నల ద్వారా వాళ్ళు సులభంగా ప్రవేశిస్తారు. సరైన జవాబులు లభించే వరకు వాళ్ళు అతని ఆంతరంగిక మండలాన్ని విడిచి పెట్టరు. ఇదంతా కొద్దిపాటి వ్యవధిలోనే జరిగినప్పటికీ అది నేరస్తుని ప్రతిఘటనా శక్తిని నిర్వీర్యం చేస్తుంది.

## 'మధ్యే' మార్గం...

సినిమాహాళ్లలోనూ, సమావేశాల్లోనూ, ఏదైనా హెల్త్‌క్లబ్‌లోనూ వ్యక్తులు తమ సీటును ఎంచుకునే విధానం కొంత ఆసక్తికరంగా ఉంటుంది. ఉదాహరణకి సినిమాహాల్‌ని తీసుకుందాం. సినిమా హాలులోకి ప్రవేశించిన వ్యక్తి సీటును ఎంచుకునే ముందు అది వరుసకు చివరగానైనా ఉండాలి. లేదా రెండు సీట్ల మధ్య సీటును ఎంచుకోవాల్సివస్తే అది పక్కవ్యక్తికి సరిపడా దూరంలో ఉండాలి. అంటే మరీ దూరంగా ఉండకూడదు. మరీ దగ్గరగా ఉండకూడదు. హెల్త్‌క్లబ్‌లో టవల్‌ను టవల్ హుక్‌కు తగిలించేందుకు కూడా వ్యక్తి అనువైన చోటుకోసం వెదుకుతాడు. ఆ చోటు కొంత విశాలంగా ఉండాలి. రెండు టవళ్ళ మధ్య చోటును ఎంచుకోవాల్సి వస్తే, అది ఒక వైపుఉన్న టవల్‌కు, టవల్ ర్యాక్ చివరికి మధ్య అనువైనచోటుగా ఉండాలి. ఇలాంటి నియమాన్ని ఎందుకు పాటిస్తారంటే అవతలి వ్యక్తికి దూరంగా

జరగడంవల్ల అతను చిన్నబుచ్చుకునే అవకాశం ఉంది. అలాగని మరీ దగ్గరగా వెళితే అతని అంతరంగిక మండలంలోకి అనుమతి లేకుండా ప్రవేశించి నట్టవుతుంది. కాబట్టి అలాంటి ప్రతికూల భావనలకు చోటివ్వకుండా సమతులంగా వ్యవహరించడమే ఇందులోని మర్మం. ఇలాంటి ప్రవర్తనే మర్యాదస్తుల ప్రవర్తనగా మన్ననలు పొందుతుంది.

కానీ ఈ సూత్రానికి ఒకచోట మినహాయింపు ఉంది. పబ్లిక్ టాయ్‌లెట్‌లను ఉపయోగించేటపుడు చాలామంది చివరగా ఉన్న టాయ్‌లెట్‌నే ఎంచుకుంటారు. ఒకవేళ అవి ఖాళీగా లేకపోతే అప్పుడు 'మధ్యే' మార్గాన్ని అనుసరించక తప్పదు. పబ్లిక్ యూరినల్స్‌లో వ్యక్తులు దగ్గర, దగ్గరగా నిలబడరు. అంతేగాక పక్కవారి వంక చూసి ఇబ్బందిపెట్టకూడదన్న అలిఖిత నియమాన్ని కూడా పాటిస్తారు.

## భోజనవేళ చిన్న పరీక్ష

ఎవరితోనైనా మీరు లంచ్ కోసం ఈసారి హోటల్‌కు వెళితే అక్కడ ప్రాదేశిక నియమాలు మౌనంగా వ్యక్తమవుతుంటాయి. హోటల్ సిబ్బంది టేబుల్‌కు మధ్యలో ఉప్పు, మిరియాలపొడి, పచ్చళ్ళు, పువ్వులు, తదితర సామగ్రిని ఉంచుతారు. భోజనాలు మొదలైన తరువాత ఉప్పు పక్కకి కదులుతుంది. తరువాత మిరియాలపొడి, పచ్చళ్ళు ఒకదానివెంట ఒకటి కదులుతాయి. ఇవి ఎదుటి వ్యక్తి కూర్చున్నవైపుకే కదులుతాయి. దాంతో ఆ వ్యక్తి తన సరిహద్దుల్ని పరిరక్షించుకోవాడానికన్నట్టు కుర్చీలో కాస్త వెనక్కి జరిగి కూర్చుంటాడు. లేకపోతే తిరిగి ఆ వస్తువుల్ని టేబుల్ మధ్యలోకే జరిపేస్తాడు.

## మాండలిక దూరాలపై సాంస్కృతిక ప్రభావం

ఇటలీకి చెందిన దంపతులు ఆస్ట్రేలియాలోని సిడ్నీ నగరానికి మకాం మార్చారు. నగరంలోని ఒకానొక స్థానిక సామాజిక సంస్థలో సభ్యులుగా చేరారు. వారు అందులో చేరిన కొన్ని వారాల తరువాత సంస్థకు చెందిన ముగ్గురు మహిళాసభ్యులు ఆ ఇటాలియన్ పురుషుని ప్రవర్తన సవ్యంగా లేదంటూ ఫిర్యాదు చేశారు. అతను లైంగిక చొరవను తీసుకునేందుకు యత్నిస్తూ తమను ఇబ్బంది పెడుతున్నాడని వారు అన్నారు. అలాగే సంస్థలోని ఇతర పురుష సభ్యులనుంచి కూడా ఒక ఫిర్యాదు వచ్చింది. ఇటాలియన్ మహిళ తమతో అసభ్యంగా ప్రవర్తిస్తోందని, లైంగిక ప్రేరేపణలకు పాల్పడుతోందని వారు ఆరోపించారు. ఈ ఆరోపణల గురించి తెలుసుకున్న ఆ దంపతులు అవాక్కయ్యారు. దీనంతటికీ మూలకారణం సాంస్కృతిక పరమైన వ్యత్యాసాలే.

వ్యక్తులమధ్య వ్యక్తిగత ప్రదేశానికి సంబంధించి పలుసంస్కృతులమధ్య చాలా తేడాలుంటాయి. దక్షిణ యూరప్‌కు చెందినవారి అంతరంగిక మండలం కేవలం ఎనిమిదినుంచి 11 అంగుళాలు (20-30 సెంటీమీటర్లు) మాత్రమే ఉంటుంది. మరికొన్ని ప్రాంతాల్లో ఇది మరీ తక్కువగా కూడా ఉండవచ్చు. ఆస్ట్రేలియన్లకు రమారమి పది అంగుళాల దూరంలో ఉంటే ఇటాలియన్ దంపతులకు సౌకర్యంగా ఉంటుంది. కానీ ఆస్ట్రేలియన్లకు ఇటాలియన్‌ల ఆంతరంగిక మండలం మరీ అంత తక్కువగా ఉంటుందని తెలియదు. వారి ఆంతరంగిక మండల విస్తీర్ణం 46 సెంటీమీటర్లు. అంతేగాక ఇటలీ పౌరులకు ఇతరుల కళ్లలోకి చూడడం బాగా అలవాటు, ఎదుటి వ్యక్తుల్ని స్పృశిస్తూ మాట్లాడే అలవాటుకూడా వారికి ఎక్కువే. దాంతో ఈ ఇటాలియన్ దంపతుల వ్యవహారశైలిని ఆస్ట్రేలియన్ పౌరులు అపార్థం చేసుకున్నారు. ఆరోపణల గురించి తెలుసుకున్న తరువాత ఆ దంపతులు ఆస్ట్రేలియన్ సాంస్కృతిక శైలికి అనుగుణంగా నడుచుకోవడం మొదలుపెట్టారు.

స్త్రీ, పురుషులు ఒకరి ఆంతరంగిక మండలంలోకి మరొకరు ప్రవేశించడమంటే ఎదుటివారిపై తమ లైంగిక ఆసక్తిని ప్రదర్శించడమే. ఇదే ఇతరుల దృష్టిలో లైంగిక దుష్ప్రవర్తనగా ముద్ర పడుతుంది. లైంగికపరమైన అతిచొరవ తిరస్కారానికి గురైతే, అవతలి వ్యక్తి తన ఆంతరంగిక మండలాన్ని కాపాడుకునే ఉద్దేశంతో వెనక్కి జరుగుతాడు. ఒకవేళ లైంగిక చొరవ ఆమోదయోగ్యమైనదైతే ఆ వ్యక్తి చొరబాటుకు పాల్పడిన వ్యక్తిని స్వీకరిస్తూ, అతనిని/ఆమెను తన ఆంతరంగిక మండలంలోనే ఉంచుతారు. పురుషుడు తనపట్ల ఏమాత్రం ఆసక్తిని కలిగి ఉన్నాడో తెలుసుకోవాలంటే మహిళ అతని ఆంతరంగిక మండలంలోకి అడుగుపెట్టి, వెంటనే ఆ అడుగును వెనక్కి తీసుకోవాలి. ఒకవేళ ఆమె మీద ఆసక్తి ఉన్న పురుషుడైతే సంకేతాన్ని అర్థం చేసుకుని ఆమె అంతరంగిక మండలంలోకి ప్రవేశిస్తాడు.

*ఎంత దగ్గరగా నిలబడితే అంత గాఢానురక్తిని కలిగి ఉన్నట్టే!*

ఇటాలియన్ దంపతుల దృష్టిలో సామాజికపరమైన సంబంధంగా కనిపించిన విషయం ఆస్ట్రేలియన్ల దృష్టిలో లైంగిక చొరవగా ముద్రపడింది. సభ్యతా ప్రమాణాల దృష్ట్యా ఆస్ట్రేలియన్లు పాటించిన దూరాన్ని ఇటాలియన్ దంపతులు మరోవిధంగా అర్థం చేసుకున్నారు. ఆస్ట్రేలియన్లకు స్నేహం చేయడం తెలియదని, వాళ్ళు మొరటు వాళ్లని వీళ్ళు అపోహపడ్డారు.

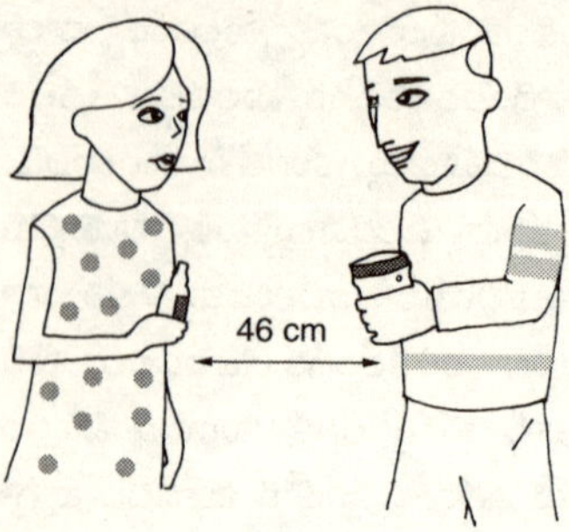


పాశ్చాత్య, ఉత్తర యూరప్, స్కాండినేవియన్ నగర పౌరులకు ఇదే ఆమోదయోగ్యమైన దూరం.

తక్కువ విస్తీర్ణంతో కూడిన అంతరంగిక మండలం కలిగిన పురుషుని నుంచి మహిళ దూరంగా జరగడం ద్వారా తన అంతరంగిక మండలాన్ని కాపాడుకుంటుంది.

పై బొమ్మలో తన అంతరంగిక మండలంలోకి చొరబడిన పురుషుని ప్రవర్తనను తిరస్కరిస్తూ మహిళ వెనక్కి జరిగింది. తనకు అనుకూలమైన దూరంలో అతనిని ఉంచేలా ఆమె ఇలా ప్రవర్తించింది. కానీ పురుషుడు ఎదుటి మహిళకు తాను సౌకర్యవంతమైన దూరంలోనే ఉన్నానని భావిస్తున్నాడు. అతను తక్కువ అంతరంగిక మండలం కలిగిన సంస్కృతికి చెందిన వ్యక్తి అయి ఉండడమే ఇందుకు కారణం. కానీ దీనివల్ల అతని ప్రవర్తనని ఆ మహిళ లైంగిక చొరవగా పొరబడే అవకాశం తలెత్తింది.

## జపనీయుల 'ముందడుగు'

అంతర్జాతీయ సమావేశాల్లో అమెరికన్ నగరపౌరులు సాధారణంగా ఎదుటివ్యక్తికి 18 నుంచి 48 అంగుళాల (46-122 సెంటీమీటర్లు) దూరంలో నిలుచుని మాట్లాడుతారు. ఇలా మాట్లాడినంతసేపూ వాళ్ళు ఉన్న చోటు నుంచి అంగుళం కూడా అటూఇటూ కదలకుండా సంభాషిస్తారు. కానీ ఒక జపాన్ పౌరుడు, అమెరికన్ పౌరునితో మాట్లాడుతున్నపుడు మీరు గమనిస్తే, అమెరికన్ పౌరుడు వెనక్కి జరుగుతుండగా, జపాన్ పౌరుడు అతనికి దగ్గరగా ముందుకు కదులుతుంటాడు. ఈ విధంగా వీరిద్దరూ సభాస్థలి అంతా చుట్టబెట్టేస్తారంటే అతిశయోక్తి కాదు. ఎవరి సాంస్కృతిక మూలాల్లోంచి వారు తమకు అనువైన ఆంతరంగిక మండలాన్ని కాపాడుకునేందుకే వీరిద్దరూ ఇలా ప్రవర్తిస్తారు. జపాన్ పౌరునికి పది అంగుళాల ఆంతరంగిక మండలం చాలు. అదే సమయంలో ఈ ఆంతరంగిక మండలం అమెరికన్ పౌరుని ఆంతరంగిక మండలంలోకి చొరబాటు అవుతుంది. వీరిద్దరి కదలికల్నీ వీడియో తీసి, దానిని అత్యంతవేగంగా రీప్లే చేస్తే, అదెలా కనబడుతుందంటే జర్మన్ జంటలు చేసే మండల నృత్యం 'వాల్ట్స్'లా ఉంటుంది. ఆసియా పౌరులు, యూరోపియన్లు లేదా అమెరికన్లతో వాణిజ్య సమావేశాల్ని నెరపినప్పుడు వారు పరస్పరం ఎదుటి వ్యక్తుల ఉద్దేశాల్ని అనుమానిస్తారు. అమెరికన్‌లు, యూరోపియన్లు ఆసియా వాసుల్ని 'అతిచొరవ' ప్రదర్శించే వారని నిందిస్తారు. అలాగే ఆసియావాసులు కూడా వీళ్లని 'మొద్దులని', 'మొరటువాళ్ళని' భావిస్తారు. సాంస్కృతికపరంగా ఆంతరంగిక మండలాలకు సంబంధించిన అవగాహనాలోపంవల్ల ఇలాంటి అపోహలు తలెత్తుతాయి.

## పల్లెకూ, పట్టణానికీ వ్యత్యాసం

ఎవరి వ్యక్తిగత ప్రదేశమైనా వారు నివసిస్తున్న ప్రాంతంలో జనసాంద్రత మీద ఆధారపడి ఉంటుంది. గ్రామీణ ప్రాంతంలో పుట్టిపెరిగిన వారికి పట్టణాల్లో పుట్టి పెరిగిన వారితో పోలిస్తే ఎక్కువ విస్తీర్ణం కలిగిన వ్యక్తిగత ప్రదేశం అవసరమవుతుంది. పట్టణాల్లో జనాభా ఎక్కువగా ఉంటుంది కాబట్టి, ఇక్కడి వారి వ్యక్తిగత ప్రదేశం తక్కువ విస్తీర్ణం కలిగి ఉంటుంది. ఒక వ్యక్తి మరో వ్యక్తికి కరచాలనమిస్తూ ఎంతదూరంలో నిలబడ్డాడన్న విషయాన్ని బట్టి అతను ఎలాంటి ప్రాంతం నుంచి వచ్చాడో చెప్పవచ్చు. నగరవాసులు సాధారణంగా 18 అంగుళాల వ్యక్తిగత ప్రదేశాన్ని కలిగి ఉంటారు, కరచాలనమిచ్చేటపుడు వ్యక్తి శరీరం నుంచి మణికట్టు ఎంతదూరంలో ఉన్నదన్న విషయాన్ని పరిగణనలోకి తీసుకోవాలి.

నగరానికి చెందిన ఇద్దరు వ్యక్తులు పరస్పరం కరచాలనం ఇచ్చుకున్నపుడు వారి చేతులు శరీరం నుంచి 18 అంగుళాలు (46 సెంటీమీటర్లు) ముందుకు వచ్చి కలుస్తాయి.

ఇద్దరు వ్యక్తుల చేతులు ఇద్దరికీ అనువైన ఒక తటస్థ సరిహద్దు దగ్గర కలుస్తాయి. జనసాంద్రత తక్కువగా ఉన్న చిన్న చిన్న పట్టణాలు, గ్రామాలకు చెందిన వ్యక్తుల వ్యక్తిగత ప్రదేశం రమారమి 36 అంగుళాలు ఉంటుంది. ఇంతకంటే ఎక్కువగా కూడా ఉండవచ్చు

చిన్నపట్టణం లేదా గ్రామానికి చెందిన వ్యక్తులు కరచాలనిమిచ్చినపుడు వారి చేతులు శరీరం నుంచి 36 అంగుళాల దూరంలో కలుసుకుంటాయి.

గ్రామీణులు కరచాలనమివ్వాల్సి వచ్చినపుడు తమ పాదాల్ని నేలకు గట్టిగా ఆన్చి, ముందుకు వంగి చేతిని అందిస్తారు. అదే నగరానికి చెందిన వ్యక్తులైతే కరచాలనమివ్వడానికి ఒక అడుగు ముందుకు వేస్తారు. ఇంకా మారు మూల ప్రాంతాలకు చెందిన వ్యక్తులైతే వారి వ్యక్తిగత ప్రదేశం 18 అడుగులు (ఆరు మీటర్లు)గా ఉంటుంది. వారు కరచాలనమివ్వడానికి ఇష్టపడరు. కానీ నిర్ణీత దూరం నుంచి చేతుల్ని ఊపడం ద్వారా అభినందనలు తెలుపుకుంటారు.

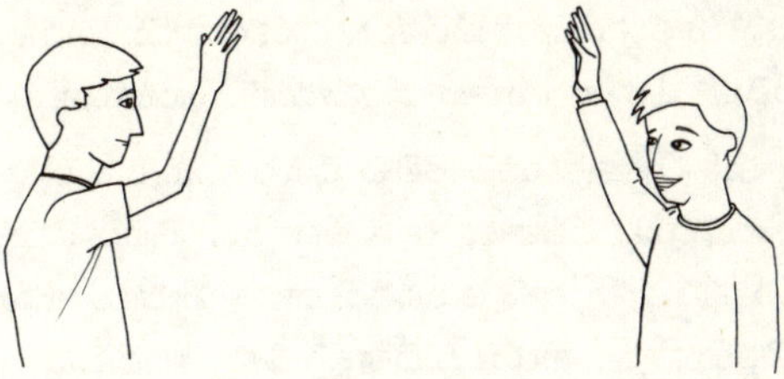

జనసాంద్రత మరీ తక్కువగా ఉన్న ప్రాంతాలకు చెందిన వ్యక్తులు ఇలా దూరం నుంచి అభివాదాలు తెలుపుకుంటారు.

గ్రామీణ ప్రాంతాల్లోని రైతులకు వ్యావసాయిక ఉపకరణాల్ని అమ్మే సేల్స్‌పర్సన్స్ 'హద్దులు' పాటించడం వల్ల తమ అమ్మకాల్లో విజయం సాధించవచ్చు. గ్రామీణ ప్రాంతానికి చెందిన రైతు వ్యక్తిగత ప్రదేశం మూడు నుంచి ఆరు అడుగుల వరకు ఉంటుంది. సేల్స్ పర్సన్ నేరుగా వెళ్ళి ఆ రైతుకు కరచాలనమిస్తే, అది ఆ వ్యక్తి వ్యక్తిగత ప్రదేశంలోకి చొరబాటుగా మారుతుంది. తత్ఫలితంగా అతనిలో సేల్స్‌పర్సన్ పట్ల ప్రతికూల భావాలు తలెత్తే ప్రమాదం ఉంది. కాబట్టి రైతులు సాధారణ గ్రామీణులైతే సేల్స్ పర్సన్స్ వారికి తగుమాత్రం దూరంలో నిలబడి కరచాలనమివ్వవచ్చు. మరీ మారుమూల ప్రాంతానికి చెందిన రైతులకు దూరం నుంచే అభివాదాలు తెలిపితే మంచిది.

## సరిహద్దు, యాజమాన్యపు హక్కు

ఒక వ్యక్తి తాను తరచూ ఉపయోగించే ఒక ప్రదేశం లేదా తనకు సొంతమైన ఒక చోటు మీద యాజమాన్యపు హక్కును కలిగి ఉంటాడు. దాన్ని పరిరక్షించుకోవడానికి అతను ఎంతటి సాహసానికైనా ఒడిగడతాడు. వ్యక్తికి సంబంధించిన ఇల్లు, ఆఫీసు, కారు వంటి విషయాలకు సరిహద్దులుంటాయి. గోడలు, కంచెలు, తలుపులు, తదితర అంశాలు ఆ సరిహద్దుల్ని నిర్వచిస్తాయి. ప్రతి సరిహద్దు కొన్ని ఉప సరిహద్దుల్ని కలిగి ఉంటుంది. ఉదాహరణకు ఇంట్లో వంటగది ఆ కుటుంబ సభ్యులు మాత్రమే ఉపయోగించే ఉప మండలం. ఇందులోకి అనుమతి లేకుండా ఇతరులు ప్రవేశించడం కుదరదు. ఒకవేళ ఎవరైనా చెప్పాపెట్టకుండా వంటగదిలోకి వచ్చేస్తే, తన వ్యక్తిగత ప్రదేశం ఆక్రమణకు గురైనట్టు వ్యక్తి బాధపడతాడు. వ్యాపారి తన టేబుల్‌ని వ్యక్తిగత ప్రదేశంగా భావిస్తాడు. అలాగే హోటళ్లకి వచ్చిన వ్యక్తులు తమ సీట్లని వ్యక్తిగత ప్రదేశాలుగా భావిస్తారు. ఇలాంటి ప్రదేశాల్లో తమ సొంత వస్తువుల్ని విడిచిపెట్టడం ద్వారా వ్యక్తులు ఆయా ప్రదేశాలపై యాజమాన్యపు హక్కుల్ని ప్రకటించుకుంటారు. వాణిజ్యవేత్త తన టేబుల్ మీద తాను వ్యక్తిగతంగా ఉపయోగించే పెన్నులు, పుస్తకాలు, తదితర సామగ్రిని ఉంచడం ద్వారా దాని

మీద తనకున్న యాజమాన్యపు హక్కును అన్యాపదేశంగా ప్రకటిస్తాడు. ఇవన్నీ అతని ఆంతరంగిక మండలమైన 18 అంగుళాల సరిహద్దులో ఉంటాయి.

గ్రంథాలయాల్లో వ్యక్తులు కుర్చీల్ని ఆక్రమించే శైలిపై డెస్మండ్ మోరిస్ కొన్ని అధ్యయనాలు జరిపారు. ఈ అధ్యయన ఫలితాలు ఇలా ఉన్నాయి. లైబ్రరీ డెస్కు మీద పుస్తకాన్ని కానీ, వ్యక్తిగత వస్తువుల్ని గాని ఉంచడం ద్వారా వ్యక్తులు తమ వ్యక్తిగత ప్రదేశాలకి ఎల్లల్ని నిర్ణయిస్తారు. ఆయా ప్రదేశాల్లో వీళ్ళు ఆ వస్తువుల్ని సగటున 77 నిమిషాల పాటు ఉంచుతారు. లేదా ఒక కుర్చీకి రెండు గంటల పాటు తమ జాకెట్‌ని తగిలించి ఉంచడం ద్వారా ఆ ప్రదేశాన్ని సొంతం చేసుకుంటారు. ఇంట్లో ఒక కుటుంబ సభ్యుడు తనకిష్టమైన ప్రదేశం మీద యాజమాన్యపు హక్కుల్ని ప్రకటించే విధానం కూడా ఇలాగే ఉంటుంది. ఆ ప్రదేశంలో తనకు సంబంధించిన పత్రికలు, హ్యాండ్‌బ్యాగ్ వంటి వస్తువుల్ని ఉంచడం ద్వారా ఆ స్థలాన్ని అతను సొంతం చేసుకుంటాడు.

ఒక ఇంటి యజమాని మిమ్మల్ని ఇంట్లోకి ఆహ్వానించి 'కూర్చోండి' అన్న వెంటనే మీరు కనిపించిన కుర్చీ మీద కూర్చుంటే ఆ యజమాని చిన్నబుచ్చుకునే ప్రమాదం ఉంది. ఎందుకంటే బహుశా అది అతని వ్యక్తిగతమైన వస్తువు అయి ఉండవచ్చు. కాబట్టి ఇంటి యజమాని మీకు సముచిత ఆసనం చూపే వరకు వేచి ఉండి, తరువాత కూర్చోవడం మంచిది.

## కారు 'హద్దులు'

మోటారు వాహనాల్ని నడిపే వ్యక్తులకు సంబంధించినంతవరకు సాధారణ ప్రజానీకం పాటించే సామాజిక, వ్యక్తిగత ప్రాదేశిక నియమాలు ఇంకా జటిలంగా మారుతాయి.

ఒక వ్యక్తికి సాధారణంగా అవసరమైన ప్రదేశానికంటే మోటారు వాహనాన్ని నడిపే వ్యక్తికి మరింత ఎక్కువ విస్తీర్ణం కలిగిన ఆంతరంగిక ప్రదేశం అవసరమవుతుంది. ఇది నిజానికి ఆ వ్యక్తికి సహజంగా అవసరమయ్యేచోటుకు పదింతలుగా ఉంటుంది. డ్రైవర్ తన కారుకు ముందూ, వెనుక రమారమి 25 నుంచి 30 అడుగుల (8-10 మీటర్లు) దూరాన్ని తన వ్యక్తిగత ప్రదేశంగా భావిస్తాడు. కానీ తన కారు ముందు నుంచి ఇతర డ్రైవర్లు ఎవరైనా తమ వాహనాన్ని మరింత ముందుకు తీసుకువెళ్ళే ప్రయత్నం చేస్తే, కారు డ్రైవర్ తన వ్యక్తిగత ప్రదేశం ఆక్రమణకు గురైనట్టు భావించి, ఆగ్రహానికి లోనవుతాడు. ఇతర డ్రైవర్ ప్రవర్తన ఈ కారు డ్రైవర్‌లో శారీరక మార్పుల్ని ప్రేరేపించి గొడవలకు దిగేలా చేస్తుంది. రోడ్ల మీద మోటారు వాహనదారుల మధ్య ఇలాంటి కలహాల్ని మనం తరచూ

చూస్తూనే ఉంటాం కదా. ఈ ఇద్దరు వ్యక్తులే ఒక లిఫ్టులో తారసిల్లితే ఇందాకటి డ్రైవర్‌కు ముందు భాగంలోకి వచ్చి మరో డ్రైవర్ నిలుచున్నప్పటికీ అతని ప్రవర్తన భిన్నంగా ఉంటుంది. ఇక్కడ మన డ్రైవరే ముందుగా ఎదుటి వ్యక్తికి క్షమాపణలు చెబుతూ, అతనిని దాటుకుని లిఫ్టు నుంచి బయటికి వస్తాడు. కానీ ఈ సంయమనం మనకు కారు ఉదంతంలో కనిపించదు.

కారులో ఉండగా తాము ఎవరికీ కనిపించడం లేదని చాలామంది భావిస్తారు. అందుకే ఇతరుల సమక్షంలో వాళ్ళు వ్యక్తిగతమైన సర్దుబాట్లు చేసుకుంటూ కనిపిస్తారు.

తాబేలు తన డొప్పని రక్షణ కవచంగా భావించినట్టు కొంతమంది కారును మిగతా ప్రపంచం నుంచి రక్షణ కవచంగా భావిస్తారు. వాళ్ళు రోడ్డు పక్కన పేవ్‌మెంట్ అంచుల వెంట కారును నెమ్మదిగా నడిపిస్తూ, ఇతరులకు లేనిపోని ఇబ్బందుల్ని కల్పిస్తారు. ఇటాలియన్లు కారును నడిపేటపుడు రోడ్డు మీద ఇతర వాహనాల నుంచి అతితక్కువ దూరంలో నడుపుతుంటారు. ఎందుకంటే తక్కువ విస్తీర్ణం కలిగిన వ్యక్తిగత ప్రదేశం వారికి అలవాటుగా ఉంటుంది. దీనివల్ల వాళ్ళు రోడ్డు మీద ఇతరుల వాహనాల్ని 'ముద్దాడే' ప్రమాదం తలెత్తుతుంది. ప్రపంచంలోని ఏ ఇతర సంస్కృతిలోనూ లేనంతగా వీరి వ్యక్తిగత ప్రదేశం చాలా తక్కువగా ఉంటుంది.

## ఒక చిన్న పరీక్ష

కింది బొమ్మని గమనించండి. ఈ ఇద్దరి మధ్య దూరాన్ని బట్టి మీరు కొన్ని విషయాల్ని అర్థం చేసుకోవడానికి యత్నించండి. కొన్ని సరళమైన ప్రశ్నల ద్వారా వీరిని గమనిస్తూ, ఆ ప్రశ్నలకు జవాబులు చెప్పండి.

ఈ దూరాల ఆధారంగా వారు ఎవరో, ఎక్కడివారో పోల్చుకున్నారా?

ఈ ఇద్దరి గురించి మనం కింది అభిప్రాయాల్లో కొన్నింటినైనా సరిగ్గా ఊహించి ఉంటాం.

1. వీరిద్దరూ నగరవాసులు, ఆ పురుషుడు మహిళతో సన్నిహితంగా మెలగాలని ప్రయత్నిస్తున్నాడు.
2. పురుషుడు అతి తక్కువ విస్తీర్ణంతో కూడిన వ్యక్తిగత ప్రదేశాన్ని కలిగిన వాడు. అతను అమాయకంగానే ఆమె వ్యక్తిగత ప్రదేశంలోకి చొరబడు తున్నాడు.
3. ఆ మహిళ అతి తక్కువ విస్తీర్ణంతో కూడిన వ్యక్తిగత ప్రదేశానికి చెందిన సంస్కృతి నుంచి వచ్చింది.
4. వారిద్దరూ మానసికంగా సాన్నిహిత్యాన్ని అనుభూతి చెందుతున్నారు.

## క్లుప్తంగా...

ఇతరుల వ్యక్తిగత ప్రదేశానికి మనమిచ్చే విలువను బట్టే వాళ్ళు మనల్ని స్వీకరిస్తారా లేక తిరస్కరిస్తారా అన్న విషయం ఆధారపడి ఉంటుంది. అందువల్లే అత్యుత్సాహం ప్రదర్శిస్తూ, ప్రతి ఒక్కరినీ వీపు మీద చరుస్తూ, నవ్వుతూ, తుళ్ళుతూ ప్రవర్తించే వ్యక్తి పట్ల ఇతరుల్లో రహస్యంగా ఒక ఏహ్యభావం చోటుచేసుకుంటుంది. ఒక వ్యక్తి ఇతరులతో సంబంధాన్ని నెరిపే క్రమంలో అతని వ్యక్తిగత ప్రదేశానికి సంబంధించిన 'హద్దుల్ని' చాలా విషయాలు ప్రభావితం చేస్తాయి, అందుకే ఎవరైనా మనతో ఎంత దూరాన్ని పాటిస్తున్నారన్న విషయాన్ని తెలుసుకునే ముందు ప్రతి అంశాన్నీ తప్పక పరిగణనలోకి తీసుకుని ఆ తరువాతే తుదినిర్ణయానికి రావాలి.

# అధ్యాయం 10

# 'మనసెరిగిన' కాళ్ళు

ఇక్కడ మార్క్ అనే వ్యక్తి కాళ్లను ఎడంగా ఉంచి, టైని లాక్కుంటూ, ఉప్పు సీసా మీద నెమ్మదిగా రాస్తూ తన ఎదురుగా ఉన్న మహిళతో సంభాషిస్తున్నాడు. కానీ ఆమె తన కాళ్లని మడతపెట్టుకుని, మార్క్ నుంచి ఎడంగా జరిగి, చేతిని తలుపువైపు ఉంచడం ద్వారా అతని నిష్క్రమణని ఆశిస్తున్నదన్న విషయాన్ని మార్క్ గత ఇరవై నిమిషాలుగా గమనించడం లేదు మరి!

శరీరంలో మెదడు నుంచి ఒక భాగం బాగా దూరంగా ఉంది. అది ఏ పరిస్థితిలో ఉందో, ఏం సూచిస్తోందో మనకు తెలియదు. మన శరీరంలో మెదడుకు దగ్గరగా ఉన్న భాగం ముఖం. అది మన అనుభూతులకు ఎలా అద్దం పడుతోందో మనకు తెలుసు. కొన్ని హావభావాల్ని అభ్యాసం చేయడం ద్వారా వాటిని మన ముఖ కవళికల్లో ప్రతిబింబించే నైపుణ్యం కూడా మనకు ఉంది. మన ముఖం 'గంభీరంగా' లేదా 'అయిష్టంగా' లేదా 'పళ్ళ బిగువున భరిస్తూ' లేదా 'సంతోషాన్ని చిందిస్తూ' కనిపిస్తుంది. జలుబు చేసినప్పుడు మనకు నచ్చని కషాయాన్ని బామ్మ తాగమంటూ బలవంతం చేసినపుడు ఏడవలేక నవ్వుమొహంతో మనం దాన్ని గటాగటా తాగేస్తుంటాం. ముఖం మీద ఉన్నంత శ్రద్ధ మనకు మిగతా శరీర భాగాల మీద ఉండదు. ముఖంలో వ్యక్తమయ్యే భావనల్ని నియంత్రించినట్టు మనం మిగతా శరీర భాగాల ప్రతిస్పందనను నియంత్రించలేం. ముఖం తరువాత భుజాలు, చేతులు, వీటి తరువాత ఛాతీ, ఆ తరువాత కడుపు, అటు తరువాత కాళ్ళు, చిట్టచివరికి పాదాలు... ఇలా శరీరం కిందికి వచ్చే కొద్దీ ఆయా భాగాల ప్రతి స్పందనల్ని తెలుసుకోవడంలో మన తెలివితేటలు క్రమంగా నీరుగారిపోతుంటాయి.

దీన్ని బట్టి మన కాళ్ళు, పాదాలు మన గురించిన సమాచారాన్ని ఇవ్వడంలో ఎదుటివ్యక్తికి బాగా సహాయపడతాయన్నమాట. కానీ చాలామందికి ఈ విషయం తెలియదు. కూర్చున్నపుడు, నిలుచున్నపుడు, నడుస్తున్నపుడు, మాట్లాడుతున్నపుడు మన కాళ్ళు, పాదాలు ఎలా ప్రవర్తిస్తున్నాయన్న స్పృహే చాలామందికి ఉండదు. నకిలీ హావభావాల్ని పలికించడంలో మనం ముఖానికి ఇచ్చిన ప్రాధాన్యం కాళ్ళు, పాదాలకు ఇవ్వం. కానీ ఇవి మనల్ని, మన ఇబ్బందినీ పట్టిస్తాయి. ఒక వ్యక్తి తన కాళ్ళని పదేపదే నేలకి తాటిస్తూ, లేదా గాల్లో ఊరికే అలా తిప్పుతూ ఉన్నాడనుకోండి. అతను ఆ ప్రాంతం నుంచి లేదా ఎదుటి వ్యక్తి నుంచి పారిపోవడానికి వీల్లేని పరిస్థితిలో తప్పించుకోలేక తల్లడిల్లిపోతున్నాడని అర్థం.

*పాదాల్ని నెమ్మదిగా కదిలించడం ద్వారా, ఇష్టం లేని అనుభవం నుంచి పారిపోవాలన్న కాంక్షని మెదడు వ్యక్తీకరిస్తుంది.*

## సైనిక కవాతు

నడిచేటపుడు వ్యక్తులు తమ చేతుల్ని ఎలా ఊపారన్నదాన్ని బట్టి వారి వ్యక్తిత్వాన్ని అంచనా వేయవచ్చు. లేదా వారు మీకు ఎలా కనిపించాలని ఆశిస్తున్నారో మనం అర్థం చేసుకోవచ్చు. యువకులు, ఆరోగ్యవంతులు, ఉత్సాహవంతులు అయిన వ్యక్తులు ఇతరుల కన్నా వేగంగా నడుస్తారు. దానివల్ల వాళ్ళ చేతులు బాగా ముందుకు, వెనక్కి, మరింత ఎత్తులో ఊగుతూ ఇంచుమించు సైనిక కవాతులా కనిపిస్తుంది. వారి కండరాలు ఆరోగ్యంగా ఉండడం మూలాన అవి సులభంగా కదులుతాయి. దాంతో వారి నడకలో వేగం హెచ్చి, ఈ సైనిక కవాతులాంటి నడకకు ఆస్కారమిస్తుంది. ఇలా నడవడం వల్ల వ్యక్తులు చాలా ఆరోగ్యంగా ఉన్నట్టు, కార్యదక్షత కలిగి ఉన్నట్టు కనిపిస్తారు. అందుకే రాజకీయ నాయకులు కూడా ఇలా నడవడాన్ని అభ్యాసం చేస్తారు. దీని వల్ల వారు ప్రజల దృష్టిలో మరింత యవ్వనులుగా, ధైర్యవంతులుగా కనిపిస్తారు. మహిళలు చేతులు ఊపేటపుడు వెనుకవైపుకు ఎక్కువగా కదిలించగలరు. ఎందుకంటే మోచేతి నుంచి వారి చేతులకు వెనుకవైపుకు కదిలే సౌలభ్యం మెండుగా ఉంటుంది. దీని వల్ల గర్భిణులుగా ఉన్నపుడు పిల్లల్ని మోయడం వారికి సులభమవుతుంది.

## నిజం చెప్పే పాదాలు

అబద్ధం చెప్పేటపుడు వ్యక్తులు ఎలా ప్రవర్తిస్తారన్న విషయానికి సంబంధించి మేము మేనేజర్లని ఉపయోగిస్తూ కొన్ని పరిశోధనలు నిర్వహించాం. ఇంటర్వ్యూలు నిర్వహించేటపుడు అభ్యర్థులతో అబద్ధాలు చెప్పాలని మేము ఆ మేనేజర్లకి సూచించాం. స్త్రీ, పురుష భేదం లేకుండా వారందరూ అబద్ధం చెప్పేటపుడు పాదాలకు సంబంధించి ఒకే రకమైన హావభావాల్ని ప్రదర్శించారు. వీరిలో చాలామంది ముఖంలో నకిలీ హావభావాల్ని ప్రదర్శిస్తూ వారి చేతుల కదలికల్ని కూడా తదనుగుణంగా నియంత్రించుకోగలిగారు. కానీ కాళ్ళు, పాదాలు ఎలాంటి భావాల్ని వ్యక్తం చేస్తున్నాయో వారు పట్టించుకోలేదు. ఈ ఫలితాల్ని మానసిక శాస్త్రవేత్త పాల్ ఎక్మాన్ పరిశీలించారు. వ్యక్తులు అబద్ధాలు చెప్పేటపుడు వారి శరీరం కింది భాగాల్లో ఎక్కువగా కదలికలు ఏర్పడతాయని ఈయన కనుగొన్నారు. అబద్ధాలాడే వ్యక్తి శరీరపు కింది భాగాల్ని గమనిస్తే అబద్ధాన్ని బట్టబయలు చేసే అవకాశాలు ఇబ్బడిముబ్బడిగా పెరుగుతాయని కూడా ఈయన తెలిపారు. అందుకేనేమో చాలామంది బిజినెస్ ఎగ్జిక్యూటివ్‌లు దళసరి బల్లకి ఆవలివైపున కూర్చుని సంభాషించడానికే ఎక్కువ ఇష్టపడుతుంటారు. దీని వల్ల వారి శరీరపు కింది భాగం ఎదుటి వ్యక్తికి కనిపించే వీలుండదు.

*మీతో ఎవరైనా అబద్ధం చెబుతున్నారో, లేదో మీరు తేల్చుకోలేనపుడు, టేబుల్ కిందికి దృష్టి సారించండి.*

ఈ సౌలభ్యం గాజును ఉపయోగించి చేసిన 'గ్లాస్ టాప్' టేబుళ్ల విషయంలో పనిచేయదు. గాజు పలక కింది నుంచి కాళ్ళు, పాదాలు కనిపిస్తాయి కాబట్టి యథేచ్ఛగా అబద్ధాలాడేందుకు అవకాశం ఉండదు.

## ఇష్టాయిష్టాలకి అద్దం పట్టే కాళ్ళు

మానవ శరీరంలో కాళ్ళు ప్రధానంగా రెండు పనులు చేస్తాయి. ఆహారాన్వేషణలో ముందుకు వెళ్ళడం, ప్రమాదం నుంచి వెనక్కి పారిపోవడం. ఈ రెండు పనులకు అనుకూలంగానే మెదడు, కాళ్ళతో అనుసంధానమై ఉంటుంది. మనకు కావలసిన దానికోసం ముందుకు కదలడం, వద్దనుకున్న దానినుంచి వెనక్కి మళ్ళడం - ఒక వ్యక్తి తన కాళ్ళని ఏ ప్రయోజనం కోసం వినియోగిస్తున్నాడో అతని కాళ్ళే చెబుతాయి. మరో విధంగా చెప్పాలంటే, సంభాషణ జరిపేటపుడు ఒక వ్యక్తి దాన్ని

కొనసాగించాలని ఆశిస్తున్నాడా, లేక అక్కణ్ణుంచి పారిపోవాలని ఆత్రుత పడుతున్నాడా అనేది అతని కాళ్లని చూసి తెలుసుకోవచ్చు. కాళ్ళని దూరంగా ఉంచి సావకాశంగా కూర్చోవడమన్నది ఆధిక్యతా భావాన్ని లేదా సానుకూల భావాన్ని తెలియజేస్తుంది. అదే కాళ్ళని మడుచుకోవడం ప్రతికూల భావాలకు, అస్థిరతకు నిదర్శనం.

ఒక మహిళ ఎదుట ఉన్న పురుషుని పట్ల అనాసక్తురాలైతే ఆమె తన ఛాతీ మీదుగా చేతుల్ని మడుచుకుని, అతనికి దూరంగా కాళ్లని ఉంచుతూ, వాటిని కూడా మడుచుకుంటుంది. దీని ద్వారా ఆమె అతని ప్రతిపాదనను తిరస్కరిస్తోందని అర్థం. అదే మహిళ, పురుషుని పట్ల ఆసక్తిని కనబరిస్తే ఆమె శరీరం సానుకూల ప్రతిస్పందనల్ని ప్రదర్శిస్తుంది.

## నిలబడడం నాలుగు రకాలు

### 1. అటెన్షన్

రెండు కాళ్ళని దగ్గరగా చేర్చి నిటారుగా నిలబడడమన్నది సంప్రదాయకమైన ముద్ర. ఇది తటస్థ సంకేతం. 'ఉండాలో', 'వెళ్ళాలో' స్పష్టంగా తెలియని స్థితి. స్త్రీ, పురుష కలయికల్లో మహిళలు ఎక్కువగా ఇలాగే నిలబడతారు. ఇది 'నో కామెంట్' అన్న సంకేతాన్నిస్తున్నట్టు ఉంటుంది. పాఠశాలల్లో టీచర్ల ఎదురుగా పిల్లలు ఇలాగే నిలబడతారు. సీనియర్ అధికారుల ముందు జూనియర్ ఉద్యోగులు, బాస్‌ల ముందు ఉద్యోగులు ఇలాగే 'బుద్ధి'గా నిలబడతారు.

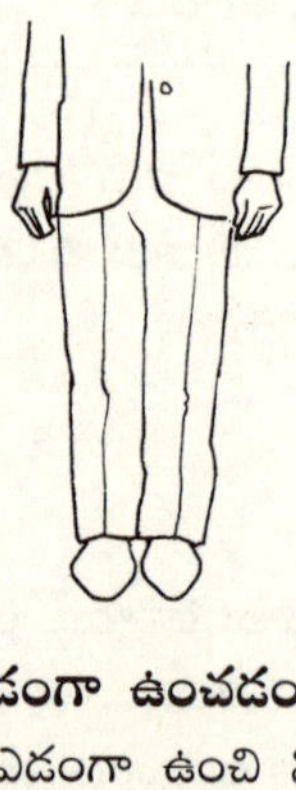

అటెన్షన్ శ్రద్ధతో నిటారుగా నిలబడడం

### 2. కాళ్ళని ఎడంగా ఉంచడం

రెండు కాళ్లని ఎడంగా ఉంచి నిలబడడమన్నది పూర్తిగా పుంభావనతో కూడిన సంకేతం. మగవాళ్ళు తమ రెండు కాళ్లని ఎడంగా ఉంచుతూ, కటిప్రదేశాన్ని ప్రదర్శించడం దీనిలో ప్రధానంగా కనిపిస్తుంది. పాదాల్ని నేలకి బలంగా ఆన్చి నిలబడడం ద్వారా అక్కణ్ణుంచి కదిలే ఉద్దేశం లేనట్టు స్పష్టం చేస్తారన్న మాట.

కటిభాగాన్ని ప్రదర్శించే ఈ భంగిమ ప్రధానంగా మనకు దూకుడు స్వభావం కలిగిన పురుషుల్లో కనిపిస్తుంది.

పుంభావనని ప్రదర్శించే ఈ సంకేతంలో పురుషుని మర్మావయాలు దాపరికం లేకుండా ఉండడం వల్ల వారిలో పురుషులమన్న అహంభావం తొణికిసలాడుతుంది. క్రీడా ప్రాంగణాల్లో క్రీడాకారులు సగానికి సగం సమయం ఇలా నిలబడి, పదేపదే తమ కటిప్రదేశాన్ని సవరించుకుంటూ ఉంటారు. దురద పెట్టడంవల్ల వారు అలా ప్రవర్తించరు. తమ కటిప్రదేశాన్ని తోటిపురుషులకు చూపడం ద్వారా సాటి క్రీడాకారుల్లో ఆత్మస్థయిర్యాన్ని పెంచుతారు.

కటిభాగాన్ని మగధీరులు ప్రదర్శిస్తుంటారు, అలాగే రాటుదేలిన వ్యక్తులు కూడా.

### 3. పాదాన్ని ముందుకు కదిలించడం

శరీరపు బరువును ఒక కాలి మీద నుంచి మరో కాలికి మార్చుకున్నపుడు ఒక పాదాన్ని ముందుకు కదుపుతాం. మధ్యయుగాలకు చెందిన పెయింటింగ్స్‌లో కూలీన వర్గానికి చెందిన పురుషులు ఇలా ఒక పాదాన్ని ఒక వైపు ముందుకు పెట్టి ఉంచడాన్ని మనం గమనించవచ్చు. దీనివల్ల వారు ధరించిన దుస్తులు, వారి పాదరక్షలు, తదితర అలంకరణలన్నీ స్పష్టంగా కనిపిస్తాయి.

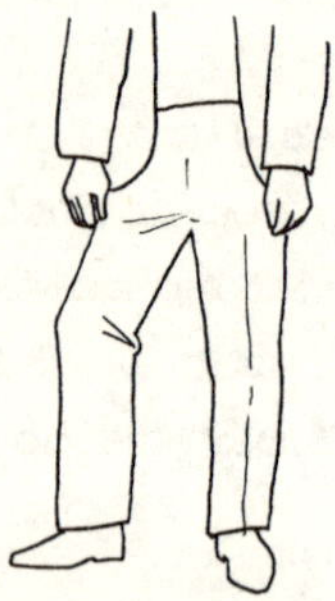

పాదాన్ని ముందుకు కదిలించడం - అతని మనసు ఎటువైపు మొగ్గుతోందో తెలిసిపోతోంది.

ఒక వ్యక్తి నిర్దిష్ట క్షణంలో ఏం ఆలోచిస్తున్నాడో పసిగట్టడానికి ఉపకరించే సంకేతమిది. మనం ఎటువైపు కదలాలని ఆశిస్తే అటువైపుకే ముందుకు అడుగేస్తాం. ఇలా నిలబడడమంటే ఒక వ్యక్తి నడవడానికి ఉద్యుక్తుడయ్యాడని అర్థం. ఏదైనా ప్రజాబాహుళ్యం మధ్య మనం ఉంటే, మనకు ఆసక్తి కలిగించిన వ్యక్తి వైపు, లేదా మనల్ని ఆకర్షించిన వ్యక్తి వైపు అడుగేస్తాం. అలా కాకుండా అక్కడి నుంచి నిష్క్రమించాలని ఆశిస్తే మాత్రం కనిపించిన 'దగ్గరి' దారి వైపు అడుగును కదుపుతాం.

కాళ్ళని పెనవేసి ఉంచడం

### 4. కాళ్ళని పెనవేసి ఉంచడం

ఈసారి మీరు ఏదైనా సమావేశానికి వెళ్ళినపుడు అక్కడ కొంతమంది తమ కాళ్ళని, చేతుల్ని మడుచుకుని, ఒకరి నుంచి మరొకరు సాధారణంగా ఉండాల్సిన దూరంలో కన్నా ఎక్కువ దూరంలో నిలబడికనిపిస్తారు. వీళ్ళని చూస్తే గుంభనంగా కనిపిస్తారు.

ఇలాంటి వ్యక్తులు వారి చొక్కాబొత్తాముల్ని కాస్త కూడా తెరిచి ఉంచరు. అపరిచితుల మధ్య నిలబడిన అపరిచితుల్లో మనకు ఇలాంటి ప్రవర్తన కనిపిస్తుంది.

ఇలా కాకుండా కాళ్లని కాస్త ఎడంగా ఉంచి నిలబడడమన్నది ఆధిక్యతకి లేదా సానుకూల ప్రతిస్పందనకి సంకేతం. అదే సమయంలో కాళ్ళని పెనవేసి నిలబడడమన్నది గుంభనం లేదా లొంగుబాటు, లేదా ఆత్మరక్షణ భావాలకు అద్దం పడుతుంది. అలా చేయడంవల్ల వ్యక్తులు తమ మర్మావయాల్ని దాడి నుంచి కాపాడుకుంటున్నట్టు భావిస్తారు.

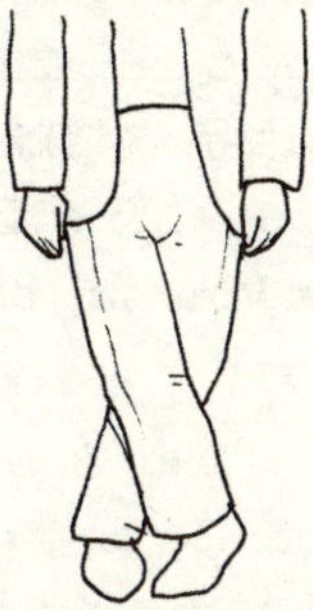

కత్తెర ఆకారంలో కాళ్లని పెనవేయడం – ఇది 'నో కామెంట్' సంకేతమే అయినప్పటికీ, అతను ఆ ప్రదేశాన్ని వదిలి వెళ్ళాలని అనుకోవడం లేదు.

మహిళలు కనుక ఇలా 'కత్తెర' భంగిమలోనో, లేదా ఒక కాలిని మరో కాలి మీదుగా పాక్షికంగా పెనవేసిన భంగిమలోనో కనిపిస్తే దానికి రెండు రకాల అర్థాలుంటాయి. మొదటిది ఆమె ఆ చోటును వదిలివెళ్ళాలని భావించడంలేదు. రెండోది ఆమె అలా భావించనప్పటికీ ఆత్మరక్షణ సంకేతాలను ప్రదర్శిస్తోంది. ఇవే సంకేతాల్ని ఒక పురుషుడు ప్రదర్శించినపుడు అతను ఆ ప్రదేశాన్ని వదిలి వెళ్ళాలని అనుకోవడం లేదని అర్థం. అయినప్పటికీ తన మర్మాంగాల్ని కాపాడుకోవలసిన అవసరాన్ని అనుభూతి చెందుతున్నట్టు కూడా దీనికి భాష్యం చెప్పుకోవచ్చు. కాళ్ళని ఎడంగా సావకాశంగా ఉంచడమన్నది పుంభావనకు సంకేతం. కాళ్ళని పెనవేస్తూ మర్మాంగాల్ని దాచుకోవడమన్నది తన పురుషత్వాన్ని దాడి నుంచి కాపాడుకోవడమన్నమాట. పురుషుడు తన కన్నా సామాజికంగా, ఆర్థికంగా లేదా మరే విధంగానైనా తక్కువ స్థాయి పురుషుల ముందు కాళ్ళని ఎడంగా ఉంచి నిలబడడం ద్వారా తన పుంభావనని చాటుకుంటాడు. అదే సమయంలో తన కన్నా అధికులైన వారి ముందు కాళ్లని పెనవేసి ఉంచడం ద్వారా తన లొంగుబాటును చాటుతాడు. అధికుల ముందు కాళ్ళని ఎడంగా ఉంచి నిలబడడమన్నది అతనిని ఇబ్బందికరమైన పరిస్థితుల్లోకి నెడుతుంది.

...........................................................................................

కాళ్ళని ఎడంగా ఉంచడం పురుషునిలోని ఆత్మవిశ్వాసాన్ని ప్రతిబింబిస్తుంది. కాళ్ళని పెనవేయడమన్నది అతనిలోని ఆత్మన్యూనతకి అద్దం పడుతుంది.

...........................................................................................

మీరు హాజరైన సమావేశంలోనే మరొక బృందం భిన్నంగా కనిపిస్తుంది. వీరంతా తమ చేతుల్ని తెరచి ఉంచి, ఒంటి కాలి మీద నిలబడి కనిపిస్తారు. వీరి చొక్కా బొత్తాములు కొంత వదులుగా ఉంటాయి. పైగా వీరి పాదాలు బృందంలోని ఇతరుల వైపుకు తిరిగి ఉంటాయి. పరస్పరం ఒకరి ఆంతరంగిక మండలంలోకి మరొకరు చేతులు ఊపుతూ, సైగలు చేస్తూ మాట్లాడుకుంటూ ఉంటారు. వీరిని దగ్గరగా పరిశీలిస్తే వీరంతా ఒక స్నేహబృందానికి చెందిన వ్యక్తులని మనకు తెలుస్తుంది. ఇంతకు మునుపు మనం కలుసుకున్న వ్యక్తులు చేతులు, కాళ్ళు మడుచుకుని కనిపించినప్పటికీ వారి ముఖాల్లో మాత్రం ప్రశాంతత కనిపిస్తుంటుంది. సంభాషణని కొనసాగించడానికి ఇష్టపడుతున్న వ్యక్తుల్లాగే వీరు కనిపిస్తారు. కానీ చేతులు, కాళ్ళు మడుచుకోవడం ద్వారా వారు ఇతరుల పట్ల కనిపిస్తున్నంత స్నేహభావంతో లేరని అర్థమవుతుంది.

మీరు ఒకసారి ఇలా ప్రయత్నించి చూడండి : మీకు ఎంత మాత్రమూ పరిచయం లేని వ్యక్తుల బృందంలోకి వెళ్ళి నిలబడండి. చేతులు, కాళ్ళని దగ్గరగా మడుచుకుని, ముఖాన్ని భావరహితంగా ఉంచుకుని వారి మధ్యకు వెళ్లండి. మిమ్మల్ని అలా చూశాక ఆ బృందంలోని ఇతరులు కూడా క్రమేణా ఒకరి తరువాత ఒకరుగా తమ చేతుల్ని, కాళ్ళని మడుచుకుంటారు. ముఖాలన్నీ భావరహితంగా మారిపోతాయి. మీరు ఇక అక్కణ్ణుంచి వెళ్ళి, చాటుగా నిలబడి గమనించండి. మీరు ఆ ప్రదేశాన్ని వీడిన వెంటనే ఆ బృందం వైఖరి మళ్ళీ పూర్వస్థితికి చేరుకుంటుంది.

కాళ్ళని పెనవేసుకోవడమన్నది కేవలం ప్రతికూల, ఆత్మరక్షణ భావాలకే కాదు, అది ఆ వ్యక్తిలోని అభద్రతకు కూడా అద్దంపడుతుంది. తత్ఫలితంగా ఇతరులు కూడా తదనుగుణంగా ప్రవర్తించేలా ప్రేరేపిస్తుంది.

## ఆత్మరక్షణా, చలా, లేక 'సౌకర్యమా'?

కాళ్ళని, చేతుల్ని పెనవేసుకున్నంత మాత్రాన తాము ఆత్మరక్షణ భావనలో పడినట్టు లేదా అభద్రతకు లోనైనట్టు అర్థం కాదని, కేవలం చలివల్ల తాము అలా ప్రవర్తించామని కొందరు చెబుతుంటారు. వణికించే చలిలో తమ చేతుల్ని వెచ్చబరచుకోవాలని అనుకున్న వ్యక్తులు చేతుల్ని చంకల కింద ఉంచుకుంటారు. ఆత్మరక్షణ సంకేతంలో అయితే వ్యక్తులు చేతుల్ని మోచేతుల కింద ఉంచుకుంటారు. రెండో విషయం ఏమిటంటే, బాగా చలిపెడుతున్న వాతావరణంలో ఎవరైనా తమ శరీరాన్ని తామే

గట్టిగా హత్తుకుంటారు. ఇలా హత్తుకుని నిలబడడంలో వాళ్ళు తమ కాళ్ళని నిటారుగా ఉంచుతూనే ఒకదాని మీద మరొకదాన్ని గట్టిగా అదిమిపెడతారు. ఆత్మరక్షణ భంగిమకూ, దీనికీ తేడా ఉంది.

ఆమెకి చలిపెడుతోందా, లేక బాత్‌రూమ్‌కి వెళ్ళాల్సిన అవసరం వచ్చిందా?

కాళ్ళని, చేతుల్ని పెనవేసుకునే అలవాటు ఉన్న వ్యక్తులు విపరీతమైన చలి వల్లనే తాము అలా ప్రవర్తించామని, తమకు ఎలాంటి అభద్రత, ఇబ్బంది, ఆందోళన లేవని అంటూ ఉంటారు. ఇలాంటి వారిని చూసి ఇతరులు కూడా 'అలా ఉండడం వారికి సౌకర్యంగా ఉంటుంది' అని సరిపెట్టుకుంటారు. నిజానికి ఆత్మరక్షణ, అభద్రత వంటి ప్రతికూల భావాలకు లోనైన వ్యక్తులకు ఇలా చేయడం చాలా సౌకర్యంగా ఉంటుంది. అది వారి మానసిక స్థితికి అనుగుణమైన చర్యే!

## 'దూరాలు' 'దగ్గరయ్యే' క్రమం

ఇద్దరు అపరిచిత వ్యక్తుల మధ్య పరిచయం పెరిగి, పరస్పర విశ్వాసం చోటుచేసుకునే క్రమంలో వారిద్దరి హావభావాలు ఒక క్రమపద్ధతిలో మార్పుకు లోనవుతాయి. తొలుత ఆత్మరక్షణను ఉద్దేశించే విధంగా కాళ్ళు, చేతులు మడుచుకుని నిలబడిన వాళ్ళు, క్రమేణా కాళ్ళని, చేతుల్ని పట్టు నుంచి సడలించి, ఏ ఇబ్బందీ లేని విధంగా ప్రశాంతంగా ప్రవర్తిస్తారు.

పరస్పరం సందేహించుకుంటున్నారు

పరస్పరం ఆమోదించడం

వ్యక్తులు తమ ఆత్మరక్షణ భావనకు సంబంధించిన హావభావ సముచ్చయం నుంచి బయటపడి, స్నేహపూర్వక హావభావాల్లోకి ఒక క్రమపద్ధతిలో మారుతారు. మొదటి బొమ్మలో చూపిన విధంగా వారి సంభాషణ కాళ్ళని, చేతుల్ని మడుచుకోవడంతో మొదలవుతుంది. క్రమేపీ వారి మధ్య పరిచయం బలపడి, పరస్పర విశ్వాసం నెలకొన్న తరువాత మొదటగా వారి కాళ్ళు విడివడిపోతాయి, పాదాలు 'అటెన్షన్' స్థితిలో ఉన్నట్టు పక్కపక్కన చేరుతాయి. తరువాత వారి చేతులు నెమ్మదిగా విడివడి, సంభాషణలో భాగంగా అప్పుడప్పుడూ అరచేతులు తెరవడం కూడా జరుగుతుంది. అటు తరువాత ఒక చేతితో మరో చేతిని పట్టుకోవడం ద్వారా ఆత్మరక్షణ భావాన్ని కొనసాగిస్తారు. తదుపరి రెండు చేతులూ పూర్తిగా విడిపోయి, ఒక చేయి జేబులో చేరుతుంది. చివరిగా ఇద్దరిలో ఒక వ్యక్తి ఆమోదసూచకంగా ఎదుటి వ్యక్తి వైపుగా తన పాదాన్ని ముందుకు కదుల్చుతాడు (రెండో బొమ్మలో మాదిరిగా).

## యూరోపియన్ల 'ధీమా'

ఒక కాలి మీద ధీమాగా మరో కాలిని వేసి కూర్చోవడమన్నమాట. ఇలా కూర్చున్నపుడు డెబ్భై శాతం మంది తమ కుడికాలి మీద ఎడమ కాలిని వేసుకుంటారు. ఇది యూరప్, ఆసియా, బ్రిటిష్ సంస్కృతుల్లో మనకు సాధారణంగా కనిపించే దృశ్యం.

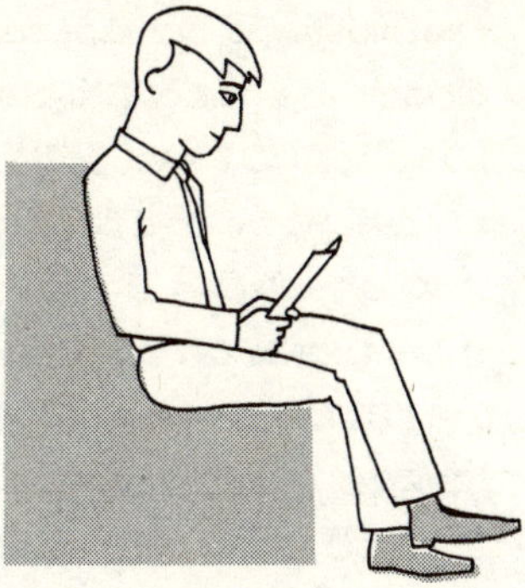

యురోపియన్లు / బ్రిటిషర్లు కాలు మీద కాలు వేసుకునే తీరిది.

ఒక వ్యక్తి తన రెండు కాళ్ళని, రెండు చేతుల్ని పెనవేసుకుంటే ఇక అతను / ఆమె సంభాషణను కొనసాగించడానికి ఎంత మాత్రమూ సుముఖంగా లేరని అర్థం. వ్యక్తులు ఇలాంటి స్థితికి చేరుకున్నప్పుడు వారిని మెప్పించే ప్రయత్నం చేయడం వృథాప్రయాసే.

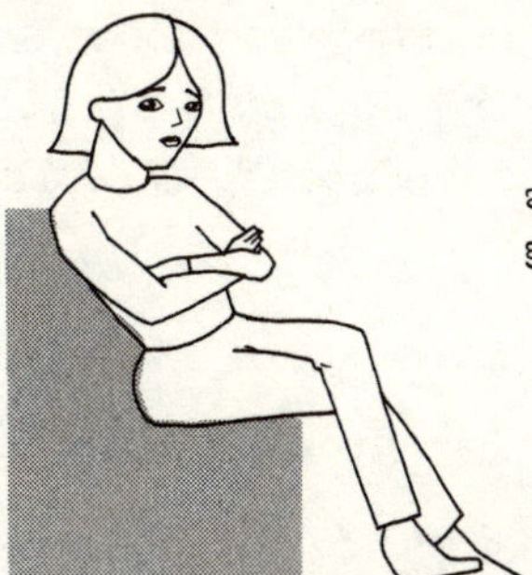

ఇక సంభాషణను కొనసాగించడం దుర్లభం.

వాణిజ్యపరమైన సమావేశాల్లో, చర్చల్లో మనకు ఇలా కూర్చున్న వ్యక్తులు కనిపిస్తుంటారు. వీరు క్లుప్తంగా పొడిపొడి మాటలతోనే ప్రతిస్పందిస్తారు. చర్చకు వచ్చిన ప్రతిపాదనల్ని నిర్ద్వంద్వంగా తిరస్కరిస్తారు. సమావేశంలో చర్చించిన విషయాన్ని కూడా మిగతా వారితో పోలిస్తే అంతంత మాత్రంగానే గుర్తుంచు కుంటారు.

## అమెరికన్ల 'ధీమా'

ఇది కూడా కాలు మీద కాలు వేసుకుని ధీమాగా కూర్చునే భంగిమకు సంబంధించినదే. ఇలా కూర్చున్న వ్యక్తి '4' అంకెలా కనిపిస్తాడన్న మాట. నాలుగు అంకె ఆకారంలో

కూర్చోవడంలో వ్యక్తి మర్మావయాలు ఎలాంటి రక్షణ లేకుండా ఉంటాయి. అంటే ధీమాని కనబరచడమన్న మాట. ఈ విధంగా కూర్చోవడం ఎక్కువగా మనకు అమెరికన్లలో కనిపిస్తుంది. అంతేగాక అమెరికన్ సంస్కృతిని అనుకరించే సింగపూర్, జపాన్, ఫిలిప్పీన్స్‌కు చెందిన యువతలో మనం దీన్ని చూడవచ్చు. అమెరికన్ సంస్కృతి ఆధారంగా రూపుదిద్దుకున్నందున ఇలా కూర్చునే పద్ధతిని 'అమెరికన్ ఫిగర్ ఫోర్' అంటారు. ఇలా కూర్చున్న వ్యక్తి వాగ్వివాదానికి దిగే అవకాశాలుంటాయి. పోటీ మనస్తత్వం కూడా వీరిలో ఎక్కువగా కనిపిస్తుంది. ఆగ్రహంతో ఉన్నప్పుడు నరవానరాలు, కోతులు కూడా తమ మర్మావయాల్ని బాహాటంగా ప్రదర్శిస్తాయి. అమెరికన్ ఫిగర్ ఫోర్‌కు అది మాతృక. ఎదుటి నుంచి వచ్చే భౌతిక దాడిని నివారించాలంటే మర్మావయాల్ని ఎంతగా ప్రదర్శిస్తే అంతగా ఆ దాడి ఆగిపోయే అవకాశాలు పెరుగుతాయి. నరవానరాల్లో ఇలా మర్మాంగాల్ని గొప్పగా ప్రదర్శించిన జంతువు విజేతగా నిలుస్తుంది. న్యూజిలాండ్, ఆస్ట్రేలియా వంటి ప్రాంతాల్లో ప్రజలు కాలు మీద కాలు వేసుకుని కూర్చోవడంలో యురోపియన్ శైలితో బాటు, అమెరికన్ ఫిగర్ ఫోర్‌ని కూడా అనుసరిస్తారు. రెండో ప్రపంచయుద్ధంలో 'ఫిగర్ ఫోర్' వ్యక్తుల కోసం నాజీలు గాలించేవాళ్ళు. అలా ఎవరైనా అమెరికన్ ఫిగర్ ఫోర్ శైలిలో కూర్చుని కనిపిస్తే, ఆ వ్యక్తి జర్మన్ కాదని ఇట్టే కనిపెట్టేసే వాళ్ళు. లేదా అలాంటి వ్యక్తులు ఎక్కువ కాలంలో అమెరికాలో నివసించిన వారై ఉంటారని వాళ్ళు భావించేవారు.

వాదనకు సిద్ధమే -
అమెరికన్ ఫిగర్ ఫోర్ శైలి

బ్రిటన్, యూరప్‌లోని పాతతరం మనుషుల్లో మనకు 'ఫిగర్ ఫోర్' అరుదుగా తప్ప కనిపించదు. కానీ రష్యా, జపాన్, మాల్టా వంటి ప్రాంతాల్లో అమెరికన్ సినిమాలకు, టీవీ చానెళ్ళకు అలవాటుపడిన యువతలో మనకు ఇది తరచూ కనిపిస్తుంది. ఫిగర్ ఫోర్ శైలిలో కూర్చున్న వ్యక్తి ధీమంతునిగా కనిపించడంతో

పాటు మరింత యవ్వనశోభతో కనిపిస్తాడు. సేదతీరిన అనుభూతి కూడా వీరి ముఖాల్లో ప్రస్ఫుటంగా కనిపిస్తుంది. మధ్యప్రాచ్యం, ఆసియా ప్రాంతాల్లో ఇలా కూర్చోవడమంటే ఇతరుల్ని అవమానించడమే. ఎందుకంటే ఫిగర్ ఫోర్ శైలిలో కూర్చున్నపుడు చెప్పు కిందిభాగం మురికితో అసహ్యంగా కనిపిస్తూ ఉంటుంది.

జీన్స్ ధరించే మహిళలు కూడా కొన్ని సందర్భాల్లో అమెరికన్ ఫిగర్ ఫోర్ శైలిలో కూర్చుంటారు. కానీ సాటి మహిళల ముందే వాళ్ళు ఇలా ప్రవర్తిస్తారు. పురుషుల ముందు ఇలా కూర్చోవడానికి ఇష్టపడరు. అలా కూర్చుంటే అందరూ తమను అహంభావులుగా భావిస్తారని, లేదా తాము ఎదుటి వ్యక్తులకు లైంగిక ఆహ్వాన సంకేతాల్ని పంపినట్టు అపార్థం చేసుకునే అవకాశం ఉందని మహిళలు జంకుతారు.

పాదాలు నేలమీద బలంగా ఆన్చి ఉన్నప్పుడే చాలామంది 'తుది నిర్ణయాల్ని' తీసుకుంటారని పలు అధ్యయనాల్లో వెల్లడైంది. కాబట్టి ఎవరైనా ఫిగర్ ఫోర్ శైలిలో కూర్చుని ఉన్నప్పుడు 'తుది నిర్ణయాన్ని' కోరడానికి అది అనువైన సమయం కాదని అర్థం చేసుకోవాలి.

## మనసు లేనిదే మార్గం లేదు

మేము వాణిజ్యపరమైన ఒక సమావేశానికి హాజరయ్యాం. ఒక కంపెనీకి చెందిన సేల్స్ పర్సన్‌కి, మేనేజర్లకి మధ్య జరిగిన సమావేశమది. అందులో యాభై శాతం మంది పురుషులు, యాభైశాతం మంది మహిళలు ఉన్నారు. వందమంది మేనేజర్లు, 500 మంది సేల్స్ పర్సన్స్ సమావేశానికి హాజరయ్యారు. కార్పొరేట్ వ్యవస్థలో సేల్స్ పర్సన్స్ స్థితిగతులకు సంబంధించిన ఒక వివాదాస్పద విషయం అక్కడ చర్చకు వచ్చింది. సేల్స్ పర్సన్స్ అసోసియేషన్‌కు చెందిన ఒక వక్త సమావేశాన్ని ఉద్దేశించి ప్రసంగించడానికి ఉపక్రమించాడు. అతను వేదిక మీదికి రాగానే పురుష మేనేజర్లందరూ, మహిళా మేనేజర్లలో పాతిక శాతం మంది ఆత్మరక్షణ సంకేతంగా తమ తమ కుర్చీల్లో కాళ్ళు, చేతుల్ని మడుచుకుని కూర్చున్నారు. ఆ వక్త మేనేజర్ల పనితీరుపై ఎటువంటి విమర్శల్ని గుప్పిస్తాడోనన్న భయం వారిలో కనిపించింది. వారు భయపడినట్టే జరిగింది. ఆ వక్త సంస్థాగత నిర్వహణా లోపాల్ని ఏకరువు పెట్టాడు, ఆ లోపాలవల్ల ఉద్యోగులు ఎలాంటి సమస్యల్ని ఎదుర్కోవలసి వస్తుందో వివరించాడు. అతను మాట్లాడుతున్నంతసేపూ సేల్స్‌పర్సన్స్‌లో చాలామంది ముందుకు వంగి శ్రద్ధగా ప్రసంగాన్ని వినడమో, లేదా అతని ప్రసంగ సారాంశాన్ని నిశిత దృష్టితో పరిశీలించడమో చేశారు. ఇవన్నీ

వారి బాడీ లాంగ్వేజ్ సంకేతాల ద్వారా ద్యోతకమయ్యాయి. అదే సమయంలో మేనేజర్లు మాత్రం తమ ఆత్మరక్షణ ధోరణిలోంచి కించిత్తు కూడా బయటకు రాలేదు.

మనసు ద్వారాల్ని మూసేస్తే, శరీరం కూడా అదే దారి పడుతుంది.

మేనేజర్లు, సేల్స్‌పర్సన్స్ పట్ల వ్యవహరించాల్సిన తీరును ఆ వక్త వివరించాడు. హఠాత్తుగా మేనేజర్లందరూ కూడబలుక్కున్నట్టు ఒకేసారి తమ హావభావాల్ని మార్చేశారు. అందరూ అమెరికన్ ఫిగర్ ఫోర్ శైలిలో కాలి మీద కాలు వేసుకుని కూర్చున్నారు. అంటే ఆ వక్త అభిప్రాయాలపై వాళ్ళు తీవ్రస్థాయిలో విరుచుకుపడడానికి ఉద్యుక్తులయ్యారన్నమాట. కొంతమంది మేనేజర్లు మాత్రం వక్త అభిప్రాయాలతో ఏకీభవించకపోయినప్పటికీ శారీరక సమస్యలవల్ల ఫిగర్ ఫోర్ భంగిమని ప్రదర్శించలేకపోయారు. లావుగా ఉండడం, ఆర్థరైటిస్ వంటి సమస్యల వల్లే వాళ్ళు ఫిగర్ ఫోర్‌కు దూరంగా ఉండాల్సివచ్చింది.

ఫిగర్ ఫోర్ శైలిలో కూర్చున్న వ్యక్తులకు మీరేదైనా చెప్పి, ఒప్పించదలిస్తే, వాళ్ళు కాలు మీద కాలు వేసుకోవడాన్ని నిరోధించాలి. మీరు ఏదైనా వస్తువును చూపిస్తూ, వారిని మీ పక్కన వచ్చి కూర్చోవలసిందిగా కోరవచ్చు. ఆ వస్తువును మరింత దగ్గరగా పరిశీలించే అవకాశాన్ని కల్పించవచ్చు. లేదా ఏదైనా వస్తువును ఇచ్చి, దాన్ని పట్టుకోవాల్సిందిగా పురమాయించవచ్చు. ఇలా చేయడం వల్ల వాళ్ళు తమ ఫిగర్ ఫోర్ భంగిమ నుంచి బయటపడి, కాళ్ళను సవ్యంగా ఉంచుకోవడం, ముందుకు వంగి వస్తువును పట్టుకోవడం వంటివి చేస్తారు. ఎప్పుడైతే భంగిమలో మార్పు వస్తుందో అప్పుడు దృక్పథంలో కూడా మార్పు వస్తుంది. మీరు కాఫీ, టీలను వారికి అందివ్వడం వల్ల కూడా ఫిగర్ ఫోర్ ముప్పు నుంచి తప్పించుకోవచ్చు.

## ఫిగర్ ఫోర్ ముదిరి....

ఈ బొమ్మలో కనిపిస్తున్న వ్యక్తి జగడగొండి మాత్రమే కాదు, చాలా మొండివాడు కూడా. కాలు మీద కాలు వేసుకోవడమే కాకుండా పైనున్న కాలిని రెండు చేతులతో గట్టిగా పట్టుకున్నాడు. మొండితనానికి, మూర్ఖత్వానికి ఇది చిహ్నం. అంటే ఎదుటివారి మాటలకు వీసమెత్తుకూడా విలువనివ్వకుండా, 'కుందేటి కొమ్ము' కోసం వెదికే శతమొండి అని చెప్పుకోవాలి. 'తివిరి ఇసుకన తైలంబు తీయగా వచ్చు...', అంతే కానీ ఇలాంటి మూర్ఖుల మనసుల్ని మాత్రం రంజింపచేయలేం.

ఫిగర్‌ఫోర్‌లో 'కొక్కెం'

## మడమల్ని పెనవేయడం

పాదాల్ని మడమల దగ్గర కొక్కెంలా బిగించి కూర్చునే ఈ శైలిలో పురుషులకు, మహిళలకు మధ్య స్వల్ప తేడాలు కనిపిస్తాయి. పురుషులు సాధారణంగా పిడికిళ్ళని మోకాళ్ళ మీద బిగించి, లేదా కుర్చీ చేతుల్ని గట్టిగా పట్టుకుని, రెండు కాళ్ళని బాగా ఎడం చేసి, (కింది బొమ్మలో మాదిరిగా) పాదాల్ని మడమల దగ్గర కొక్కెంలా బిగిస్తారు. మహిళలు మోకాళ్లను కలిపి, రెండు పాదాలని ఒకే వైపున పెట్టి, చేతుల్ని ఒకదాని పక్కన ఒకటి ఉంచుతారు లేదా ఒడిలో ఒకదాని మీద ఒకటి ఉంచుతారు.

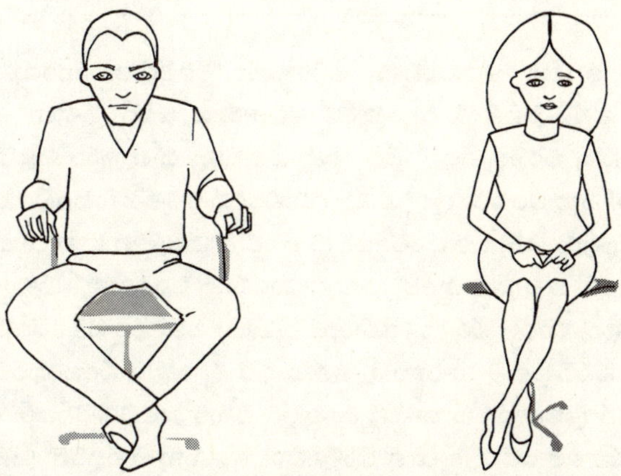

మడమల్ని పెనవేయడం: ఇలా కూర్చున్నపుడు మహిళ కాళ్ల మధ్యదూరాన్ని తగ్గించుకుంటుంది. పురుషుడు అవసరమైన దానికంటే మరింత వెడల్పుగా కాళ్లని ఎడం చేస్తాడు.

ముప్ఫై ఏళ్ల పాటు మేము పలు ఇంటర్వ్యూల శైలిని గమనించాం. ఇంటర్వ్యూకి హాజరైన అభ్యర్థి తనలో ప్రతికూల భావాలు, లేదా భయం, అస్థిరతల వంటివి చోటుచేసుకున్న వెంటనే మడమల్ని పెనవేయడాన్ని మేము ఈ ఇంటర్వ్యూల్లో గమనించాం. అలా పెనవేసినప్పుడు అతని పాదాలు కుర్చీ కిందికి చేరుకుంటాయి. అంటే ఆ వ్యక్తి అక్కడి నుంచి వెళ్ళిపోవాలని కోరుకుంటున్నట్టు అర్థం. కానీ ఏదైనా సంభాషణలో పూర్తిగా మునిగిపోయిన వ్యక్తులు కూడా తమ పాదాల్ని కుర్చీల కింద ఉంచుకుంటారు.

కోర్టు ప్రాంగణంలో ప్రతివాదులు సాధారణ ప్రజానీకం కంటే మూడింతలు ఎక్కువగా ఇలా మడమల్ని పెనవేసుకుని కూర్చోవడాన్ని మేము గమనించాం. తమ ఉద్వేగాల్ని నియంత్రించుకునే క్రమంలో వారు ఇలా ప్రవర్తిస్తారన్నమాట. దంత సంబంధిత వ్యాధులతో బాధపడుతున్న 319 మంది రోగుల్ని మేము గమనించాం. వారిలో 88 శాతం మంది డాక్టర్ దగ్గరికి వచ్చి, కుర్చీలో కూర్చున్న వెంటనే తమ మడమల్ని పెనవేయడం మా దృష్టిని దాటిపోలేదు. సాధారణ వైద్య పరీక్షల నిమిత్తం వచ్చిన రోగుల్లో 68 శాతం మంది మడమల్ని పెనవేసుకుని కూర్చోగా, సర్జరీ అవసరమైన రోగులు 98 శాతం మంది తమ మడమల్ని పెనవేసుకుని కూర్చున్నారు.

*చాలామంది దంతవైద్యుల దగ్గరికంటే ఆదాయపన్ను అధికారుల సమక్షంలోనే ఎక్కువగా మడమల్ని పెనవేసుకుని కూర్చుంటారు.*

పోలీసులు, కస్టమ్స్, ఆదాయపన్ను అధికారులు తదితరుల ముందు వ్యక్తులు మడమల్ని పెనవేసుకుని కూర్చుంటారు. అధికారులు అడిగే ప్రశ్నలు ఏవిధంగా ఉంటాయోనన్న భయం వల్లనో లేదా తప్పుచేశామన్న దోషభావం వల్లనో వీరిలా ప్రవర్తిస్తారు. పలు ఇంటర్వ్యూల్లో మేము గమనించిన అంశమేమిటంటే ఇంటర్వ్యూ జరుగుతున్నపుడు ఏదో ఒక దశలో అభ్యర్థి తనలోని ప్రతికూల భావాలు బయటకు వ్యక్తం కాకుండా ఆపే ప్రయత్నంలో భాగంగా మడమల్ని పెనవేసుకుని కూర్చుంటాడు. రెండు పక్షాల మధ్య చర్చలు జరుగుతున్నపుడు ఒక పక్షానికి చెందిన వ్యక్తి మడమల్ని పెనవేసుకుని కూర్చుంటే, అతను ధర తగ్గింపుకు సంబంధించిన ఏదో ఒక విలువైన ప్రతిపాదనను దాస్తున్నట్టు అర్థం చేసుకోవాలని నీరెన్‌బర్గ్, కలెరోలు కనుగొన్నారు. ఇలాంటి వ్యక్తులు తారసిల్లినప్పుడు సానుకూల వైఖరితో ప్రశ్నించడం ద్వారా వారు తమ మడమల్ని యథాస్థితికి తెచ్చేలా చేసి, అటు తరువాత వారు దాచిన విషయాన్ని రాబట్టారు ఈ ఇద్దరు పరిశోధకులు.

వ్యక్తుల ఉద్వేగాలకు సంబంధించి సానుకూలంగా ప్రశ్నించడం ద్వారా వారిలోని ప్రతికూలతను పోగొట్టవచ్చు. తద్వారా మడమల్ని పెనవేసిన స్థితి నుంచి వారిని మామూలు స్థితికి తీసుకురావచ్చు.

మడమల్ని పెనవేసే అలవాటుకు సంబంధించి మేము చేసిన పరిశోధనలో భాగంగా ఇంటర్వ్యూలకి హాజరైన అభ్యర్థుల్ని ప్రాథమికంగా సానుకూలమైన ప్రశ్నల్ని అడిగాం. తద్వారా వారు తమ మడమల్ని పెనవేసిన స్థితి నుంచి బయటపడి సాధారణ స్థితికి చేరుకున్నారు. ఇంటర్వ్యూ చేస్తున్న వ్యక్తి తన టేబుల్‌ని వదిలి, అభ్యర్థి పరిసరాల్లోకి నడవడం ద్వారా తామిద్దరి మధ్య ఉన్న అడ్డంకిని తొలగించడం, దాంతో అభ్యర్థిని మానసిక ఒత్తిడి నుంచి బయటపడి, స్నేహపూర్వక వాతావరణంలో ప్రశ్నలకు సానుకూలంగా ప్రతిస్పందించడాన్ని కూడా మేము గమనించాం.

వినియోగదారుల బకాయిల్ని వసూలు చేయడానికి ఫోన్‌కాల్స్‌ని వాడు కోవలసిందిగా మేము ఒక కంపెనీకి సలహా ఇచ్చాం. చెల్లించాల్సిన బకాయిల గురించి ఫోన్ ద్వారా వినియోగదారుల్ని వాకబు చేసేందుకు ఒక వ్యక్తి నియుక్తుడయ్యాడు. అతను ప్రతిరోజూ వందలాది ఫోన్‌కాల్స్ చేసి వినియోగదారులు చెల్లించాల్సిన బకాయిల గురించి వాకబు చేసేవాడు. మేము ఆ వ్యక్తిని కలిశాం. రోజూ వందలాది ఫోన్‌కాల్స్ చేసి మాట్లాడుతూ ఉన్నప్పటికీ ఆ వ్యక్తి ఎలాంటి ఒత్తిడికీ లోనవకుండా ప్రశాంతంగా కనిపించాడు. కానీ వినియోగదారులతో ఫోన్‌లో మాట్లాడుతున్నపుడు ఆ వ్యక్తి తన మడమల్ని కుర్చీ కింద పెనవేయడాన్ని మేము గమనించాం. 'ఈ ఉద్యోగం మీకు బావుందా?' అని మేము ప్రశ్నించగా, 'చాలా బావుంది, నేను నిజంగా ఈ ఉద్యోగంలో చాలా ఆనందంగా ఉన్నాను' అని అతను జవాబిచ్చాడు. కానీ ఆ వ్యక్తి మాతో చెప్పింది నిజం కాదు. ఫోన్‌కాల్స్‌కి ప్రతిస్పందించే పలువురు వినియోగదారులు అతనితో చాలా కటువుగా, చిరాకుగా మాట్లాడే సందర్భాలుంటాయి. అలాంటి సందర్భాల్లో అతను తన ఉద్వేగాల్ని దాచుకుని, వారితో మర్యాదపూర్వకంగా ప్రవర్తించాలి. ఇలా మానసిక ఉద్వేగాల్ని అణచుకుంటూ, ఫోన్‌ని వాడడం మీద విముఖత కలిగిన సేల్స్‌పర్సన్స్ చాలామంది తమ మడమల్ని పెనవేసుకుని కూర్చోవడం సర్వసాధారణం.

## కురచ దుస్తుల పేచీ

కురచ దుస్తుల్ని ధరించే మహిళలు మడమల్ని పెనవేసుకుని కూర్చోవడం పరిపాటి. పాశ్చాత్య నాగరికతలో పురుషుల నుంచి దూరాన్ని పాటించడంలో భాగంగా చాలామంది వృద్ధ మహిళలకు ఇలా కూర్చోవడం కూడా ఒక అలవాటుగా ఉంటుంది. మడమల్ని పెనవేసుకుని కూర్చోవడం ద్వారా ఇతరులకు వారు ముభావంగానూ, గంభీరంగానూ కనిపిస్తారు. దాంతో అలాంటి మహిళలతో వ్యవహరించేటపుడు చాలా జాగ్రత్తలు పాటించాలని ఇతరులు తెలుసుకుంటారు.

*పాశ్చాత్య నాగరికతలో కురచ దుస్తులు ధరించే మహిళ దగ్గర ఎవరూ అజాగ్రత్తగా ప్రవర్తించరు.*

పాశ్చాత్య నాగరికతలో మహిళలు ఇలా కూర్చోవడం పరిపాటి. మడమల్ని పెనవేయడమన్నది ప్రతికూలతకు ఆలవాలం. కానీ కొందరు మాత్రం తమలో ఏ ప్రతికూల భావాలు లేనప్పటికీ, ఇలా కూర్చోవడం సౌకర్యవంతంగా ఉండడం వల్లే ఈ అలవాటును కొనసాగిస్తున్నామని చెబుతారు. ప్రతికూల భావాన్ని కలిగిఉండడం, దాన్ని కొనసాగించడం వల్ల బాడీలాంగ్వేజ్ సంకేతాల ద్వారా అది బహిర్గతమవుతుంది. దాంతో ఇతరులు మిమ్మల్ని ఏకాకి అంటూ, లేదా అహంభావి అంటూ లేదా ఆత్మరక్షణలో పడిన వ్యక్తి అంటూ దూరం చేసే ప్రమాదముంది. సానుకూల సంకేతాల్ని అలవాటు చేసుకుంటే మీలో ఆత్మవిశ్వాసం పెరుగుతుంది. ఇతరులు కూడా మీ పట్ల సానుకూలంగానే ప్రతిస్పందిస్తారు.

## 'ఒంటికాలి' మీద నిలబడడం

పాశ్చాత్య సంస్కృతిలో ఒక కాలి పైభాగం చుట్టూ మరో కాలిని బంధించి నిలబడడం సిగ్గుకు, అభద్రతకు చిహ్నం. ఇలా నిలబడడం పాశ్చాత్య మహిళలకు పరిపాటి. సిగ్గరులు, పిరికి వాళ్లయిన మహిళలు ఇలా నిలబడతారు. దీనివల్ల తమలోని అభద్రతా భావం నుంచి వారు రక్షణ పొందుతారు. ఇలాంటి వ్యక్తులతో స్నేహపూర్వకంగా, సన్నిహితంగా ప్రవర్తిస్తే చాలు, వారిలోని బెరుకు మాయమై రెండు కాళ్ళ మీద సవ్యంగా నిలబడతారు.

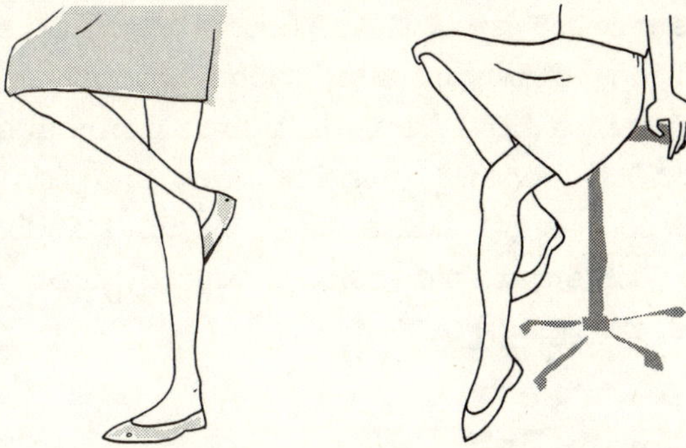

సిగ్గరులు, పిరికివాళ్ళు ఇలా కాళ్లని పెనవేసి నిలబడతారు.

## అందమైన కాళ్ళు

మహిళల శరీరంలో ఎముకల నిర్మాణం, సాంద్రతలకు అనుగుణంగా వాళ్ళు కాలి మీద కాలిని వేసుకుని, వాటిని కొంచెం కూడా వంచకుండా సమాంతరంగా నిలపగలరు. పురుషులకు ఇది సాధ్యం కాదు. మహిళలు కూర్చునే తీరుకు సంబంధించి ఒక సర్వే నిర్వహించినపుడు 86 శాతం మంది పురుషులు, స్త్రీలు ఇలా కూర్చోవడాన్ని తామెంతో ఇష్టపడతామని చెప్పారు.

మహిళలు ఇలా కూర్చుంటే పురుషులు మనసు పారేసుకుంటారు.

ఈ శైలిలో ఒక కాలు మరో కాలి మీద ఉంచి, బలంగా నొక్కడం వల్ల కండరాలు మరింత పటిష్టంగా కనిపిస్తాయి. కాళ్ళు మరింత అందంగా, ఆరోగ్యంగా కనిపించడంతో పాటు ఆ స్త్రీలోని స్త్రీత్వపు పటిమ కూడా పురుషులకు కనువిందు చేస్తుంది. మోడలింగ్ తరగతుల్లో యువతులకు ఇలా కూర్చోవడం శిక్షణలో భాగంగా ఉంటుంది. కాళ్ళని పదేపదే మడత పెట్టడం, విడదీయడం చేసే మహిళలు ఈ కోవలోకి రారు. వాళ్ళు కేవలం పురుషుల దృష్టిని తమ కాళ్ల వైపు మళ్ళించడానికే అలా ప్రవర్తిస్తారు.

## 'కుడికాలు ముందు మోపి...'

బాడీ లాంగ్వేజ్ పరిభాషలో దీనికి వేరే అర్థాలున్నాయి. ఒక సంభాషణ లేదా వ్యక్తి పట్ల మనకు ఆసక్తి కలిగితే, ఆ వ్యక్తికీ, మనకూ మధ్య దూరాన్ని తగ్గిస్తూ మనం ఒకడుగు ఆ వ్యక్తి వైపుగా వేస్తాం. ఒకవేళ ఇష్టం లేదనుకోండి, మన పాదాన్ని కుర్చీ కింద పెడతాం, అంటే పాదాన్ని అతనికి దూరంగా వెనక్కి తీసుకుంటామన్న మాట.

ఒక పాదాన్ని ఆమెవైపుగా ముందుకు కదిల్చి, కటిప్రదేశాన్ని ప్రదర్శించడం ద్వారా అతను ఆమెతో చొరవను సాధించాలనుకుంటున్నాడు : ఆమె ఎంత మాత్రం ఆసక్తిని కనబరచడం లేదు.

ఒక మహిళ పట్ల ఆసక్తిని ప్రదర్శించేందుకు పురుషులు వాడే సంకేతాన్నే పై బొమ్మలోని పురుషుడు కూడా ఉపయోగిస్తున్నాడు. ఒక పాదాన్ని ఆమె వైపుగా ముందుకు కదిల్చాడు, కాళ్ళని ఎడంగా ఉంచి కటిప్రదేశాన్ని బాహాటంగా ప్రదర్శిస్తున్నాడు, చేతుల్ని శరీరానికి దూరంగా ఉంచుతూ, గుండెల్ని పొంగించి నిలబడడం ద్వారా ఎక్కువ ప్రదేశాన్ని ఆక్రమిస్తున్నాడు. పుంభావనని ఇలా

ప్రదర్శిస్తున్నాడన్నమాట. కానీ మహిళ మాత్రం కాళ్ళని దగ్గరగా చేర్చి నిలబడి, శరీరాన్ని అతని వైపుగా కాకుండా మరో దిశలో ఉంచుతూ, చేతుల్ని కట్టుకుని, సాధ్యమైనంత తక్కువ ప్రదేశాన్ని ఆక్రమిస్తూ నిలబడింది. తద్వారా తాను అతని పట్ల ఎంత మాత్రమూ ఆసక్తిని కలిగి లేనని ఆమె చెబుతోంది. పురుషుడు వృథాప్రయాసలో పడ్డాడు.

## క్లుప్తంగా...

మనం ఎటువైపుగా వెళ్ళాలనుకుంటున్నామో, మన ఇష్టాయిష్టాలేమిటో ఇతరులకు మన పాదాలే చెప్పేస్తాయి. మీరు మహిళ అయితే కాళ్ళని పెనవేసుకుని కూర్చోవద్దు, అలాంటి అలవాటు ఉంటే మానుకోండి. కానీ ఒక వేళ మీకు కురచ దుస్తులు ధరించే అలవాటు ఉంటే మాత్రం కాలు మీద కాలు వేసుకుని కూర్చోక తప్పదు. వాణిజ్యపరమైన సమావేశాల్లో ఇది తప్పక పాటించాల్సిన సూత్రం. మహిళల తొడలు అనాచ్ఛాదితంగా కనిపిస్తే పురుషులందరి దృష్టి ఆ మహిళ మీదే కేంద్రీకృతమవుతుంది. కానీ ఆమె శరీరం మీద చూపిన శ్రద్ధ, ఆమె చెప్పే మాటల్ని వినడం మీద చూపించరు. అలాంటి దుస్తులు ధరించిన మహిళ ఏం చెప్పిందో కూడా పురుషులకు గుర్తుండదు. కానీ పాశ్చాత్య దేశాల్లో వాణిజ్య సమావేశాల్లో పాల్గొనే మహిళలు, టీవీ తారలు కురచ దుస్తుల్నే వాడుతుంటారు. ఎందుకంటే పురుష ప్రేక్షకులు వీరి అనాచ్ఛాదిత తొడల్ని చూస్తూ ఎక్కువ సేపు టీవీలకు అతుక్కుపోతారు. అదే వాణిజ్య సమావేశంలో అయితే మీడియా దృష్టి కూడా కురచ దుస్తులు తొడుక్కున్న మహిళల మీదే కేంద్రీకృతమవుతుంది. వాణిజ్య సమావేశాల్లో పాల్గొనే పురుషులు కటిప్రదేశాన్ని ప్రదర్శిస్తూ కూర్చోకూడదు. మోకాళ్లని దగ్గరగా చేర్చి కూర్చోవడాన్ని అలవాటు చేసుకుంటే మంచిది.

## అధ్యాయం 11

# నిత్యం కనిపించే 13 హావభావాలు

పనిచేసేచోట పురుషులు ఈ హావభావ సముచ్చయాన్ని
ప్రదర్శిస్తే మహిళలు గుర్తిస్తారు.

మౌఖికేతర వ్యక్తీకరణలపట్ల మనకున్న అవగాహన చాలా తక్కువేనని చెప్పుకోవాలి. మన శరీరం వ్యక్తీకరించే పలుసంకేతాల గురించిన స్పృహే మనకు ఉండదంటే అతిశయోక్తికాదు. ఉదాహరణకు ఇద్దరు కౌగిలించుకున్నపుడు ఆ కౌగిలింత పూర్తికాగానే ఒక వ్యక్తి మరో వ్యక్తి వీపు మీద తట్టడాన్ని చాలామంది ఆప్యాయతకు చిహ్నమని భావిస్తారు. అలాగే గాల్లోకి ముద్దులు విసిరే పాశ్చాత్య సంస్కృతి, లేదా చెక్కిట ముద్దాడినపుడు వచ్చే శబ్దం ఇవన్నీ అనురక్తిని తెలియజేస్తాయని భావిస్తారు. కానీ వాస్తవాలు కాస్త విరుద్ధంగా ఉంటాయి. వీపుమీద తట్టడం అన్నది మల్లయోధుల పరిభాషకు సంబంధించినదై ఉండవచ్చు. కాస్త సరళంగా చెప్పాలంటే కౌగిలి వ్యవధి ముగిసిపోయిందని హెచ్చరించడానికి ఇలా వీపుమీద తట్టవచ్చు. అసలు మీకు కౌగిలింత అనుభవమే కొత్తనుకుందాం, లేదా ఊహించని విధంగా ఇతరుల కౌగిట్లో చిక్కాల్సి వచ్చిందనుకుందాం. మన చుట్టూ ఉన్న అనేకానేక మందిలాగే మన ఎదుటనున్న వ్యక్తి మనల్ని కౌగిలిలోకి తీసుకున్నాడనుకుందాం. అతను మనల్ని కౌగిలించుకోకముందే అతని వీపుమీద మన చేతులు గాలిని 'తడుతుంటాయి'. అంటే ఎంత తొందరగా వీలైతే అంత తొందరగా కౌగిలినుంచి బయటపడేందుకు తాపత్రయపడుతున్నామన్నమాట. అలాగే గాల్లోకి ముద్దుల్ని విసరడం - ఇది కూడా ఇంతే. నిజంగా ముద్దుపెట్టాల్సిన అగత్యంనుంచి తప్పించుకునే దగ్గరిదారి ఇది.

భుజమ్మీద తట్టడం ద్వారా కౌగిలింతలింక చాలని చెప్పడం. నిజంగా ప్రేమతో కౌగిలించుకునే వాళ్ళు గట్టిగా హత్తుకుంటారు. ఆమె అతణ్ణి గట్టిగా కౌగిలించుకుంది. కానీ అతను ఆమె వీపుమీద నిర్విరామంగా తడుతూనే ఉన్నాడు.

మీరు ఇతరులతో వ్యవహరించేటపుడు నిత్యం ఎదురయ్యే కొన్ని హావభావ సముచ్చయాలు, శిరస్సు కదలికలు సంబంధించిన సంకేతాలను ఈ అధ్యాయం మీకు వివరిస్తుంది.

## తలూపడం

తలూపడమనేది చాలా సంస్కృతుల్లో 'అవును'కు పర్యాయంగానే వాడుతారు. ఎవరి ముందైనా తలవంచడమంటే వారికి లొంగిపోవడమేనని మనకు తెలుసు. కానీ తలూపడానికి మాతృక 'తలవంచడమే'. శరీరాన్ని పూర్తిగా వంచి లొంగి పోతున్నామని చెప్పడానికి హ్రస్వరూపమే 'తలాడించడం', బధిరులు, అంధులు, మూగవారిని పరిశీలించి జరిపిన అధ్యయనాల్లో వాళ్ళు కూడా 'అవుననడానికి' తలాడిస్తారని తేలింది. అంటే 'అవును'కు బదులుగా తలాడించే సంకేతం జన్మతః వచ్చిన లక్షణంగా భావించవచ్చు.

మనదేశంలో తలను అటు ఇటూ ఊపుతారు. దీనికి 'అవును' అని అర్థం. కానీ పాశ్చాత్యులు, యురోపియన్లు 'అయితే కావచ్చు' లేదా 'కాకపోతే కాకపోవచ్చు' అనే అర్థంలో తలను అటూ ఇటూ ఊపుతారు. వాళ్ళకి మన సంకేతం సులభంగా అర్థమవదు. జపాన్‌లో కూడా తలాడించడం అంటే అది పూర్తిగా 'అవును'కు సంకేతం కాదని, 'మీరు చెప్పింది నేను వింటున్నాను' అని చెప్పడానికి మాత్రమే అది సంకేతమని మనం ఇంతకుమునుపే చెప్పుకున్నాం కదూ!

*లొంగుబాటుకు సంకేతంగా శరీరాన్ని వంచడమే 'తలూపడానికి' మాతృక.*

అరబ్బు దేశాల్లో 'కాదు' అని చెప్పాలంటే, తలని ఒకసారి పైకెత్తితే చాలు. బల్గేరియన్లు మరీ విచిత్రంగా ప్రవర్తిస్తారు. అందరూ అవుననడానికి వాడే సంకేతాన్ని వాళ్ళు 'కాదు' అని చెప్పడానికి వాడుతారు.

## తలను చూసే 'తలపులు' తెలుసుకోవాలి

తలాడించమన్నది ఇద్దరు వ్యక్తుల మధ్య అవగాహనను పెంచే శక్తివంతమైన ఆయుధమంటే చాలామంది అంగీకరించకపోవచ్చు. కానీ పరిశోధనలు చెప్పే సంగతులు భిన్నంగా ఉన్నాయి మరి. ఒక శ్రోత నిర్దిష్టంగా దఫాకి మూడుసార్లు చొప్పున మూడు దఫాలుగా తలాడిస్తే, వక్త తాను మామూలుగా మాట్లాడే విషయాని కన్నా మూడునుంచి నాలుగురెట్లు ఎక్కువగా మాట్లాడతాడని పరిశోధనలు వెల్లడి చేస్తున్నాయి. తల ఆడించడంలో వేగాన్నిబట్టి ఆ వ్యక్తి సహనాన్ని అంచనా వేయవచ్చు. వేగంగా తలూపితే వ్యక్తి అసహనంతో ఉన్నాడని అర్థం. వక్త ఆసక్తికరంగా మాట్లాడుతున్నపుడు శ్రోత తలను మూడుసార్లు ఊపుతాడు. నెమ్మదిగా ఊపితే అది ఆ వ్యక్తి ఎదుటివారి మాటల్ని ఆసక్తిగా వింటున్నాడని అర్థం. వేగంగా ఊపితే విన్నది చాలునని, తనకు మాట్లాడే అవకాశమివ్వాలని శ్రోత స్పష్టపరుస్తున్నట్టు అర్థం చేసుకోవాలి.

## ఇలా 'అవుననిపించండి'

తలూపడం ద్వారా రెండు బలమైన ప్రయోజనాల్ని సాధించవచ్చు. మనలోపలి భావనలకు మన శరీరమే బాడీలాంగ్వేజ్ రూపంలో అద్దం పడుతుంది. కాబట్టి మీరు లోపల సానుకూలతను అనుభూతి చెందితే మీ తల అప్రయత్నంగానే ఊగుతుంది. కానీ మీకు ఇష్టం లేనప్పటికీ 'అవునంటూ' తల ఊపితే, అది కూడా మీలో సానుకూలభావాల్ని ప్రేరేపిస్తుంది. సానుకూల భావనలు తలాడించడానికి మాతృకలవుతాయి. అదే విధంగా తలాడించమన్నది సానుకూల భావనలకు ప్రేరణనిస్తుంది. ఇదంతా కార్యకారణ సంబంధమే.

తలూపడమన్నది ఒక అంటురోగం వంటిది. ఇలా చెబితే ఏదో ప్రతికూలంగా వినిపిస్తుంది కానీ, దీని సారాంశం మాత్రం సానుకూలమే. మిమ్మల్ని చూస్తూ ఎవరైనా తలూపితే, అప్రయత్నంగా మీరు కూడా తలూపుతారు. నిజానికి వారితో మీరు ఏకీభవించాల్సిన అవసరం లేనప్పటికీ ఇలాగే ప్రవర్తిస్తారు. దీని వల్ల వ్యక్తుల మధ్య సంబంధం బలపడి, పరస్పర అంగీకారం, సహకారం వృద్ధి చెందుతాయి. ప్రతి వాక్యానికి చివర 'అంతే కదూ?!', 'మీరూ ఒప్పుకుంటారు కదూ?!', 'అది నిజం కదూ?!', 'ఇంతకన్నా ఇంకేం కావాలి?!' అంటూ మాటలు కొనసాగే వాతావరణంలో వక్త, శ్రోత ఇద్దరూ కూడా తలాడించడాన్ని మనం గమనించవచ్చు. ఇక్కడ శ్రోతలో సానుకూల భావాలు ఉత్తేజితమై, మీరు చెప్పిన విషయం పట్ల అతనిలో ఇష్టాన్ని పెంచుతుంది.

*తలూపడం వల్ల సహకారం, అంగీకారం వృద్ధి చెందుతాయి.*

మీరు ఒక ప్రశ్న అడిగిన తరువాత, శ్రోత తన జవాబు చెబుతాడు. అతను జవాబు చెబుతున్నపుడు మీరు తలూపండి. అతను మాట్లాడడం ముగిసిన తరువాత కూడా సెకనుకు ఒకసారి చొప్పున ఐదుసార్లు తలూపండి. మీరు నాలుగోసారి తలూపేసరికి అతను తన మాటల్ని మళ్ళీ కొనసాగిస్తాడు. ఇంకా ఎక్కువ సమాచారాన్ని మీకు అందిస్తాడు. తలూపుతున్నంతసేపూ మీరు చుబుకం మీద చేతితో నెమ్మదిగా రుద్దుకుంటూ అతని మాటల్ని వినండి. అప్పుడు తిరిగి మాట్లాడాలన్న ఒత్తిడి మీలో తలెత్తదు. ఇలా చుబుకం మీద చేతితో రుద్దే సంకేతం వల్ల ఎదుటి వ్యక్తి తన ప్రసంగాన్ని కొనసాగించే అవకాశాలు మెరుగుపడతాయని మనం ఇదివరకే తెలుసుకున్నాం కదా.

## తలను విదిలించడం

తలను విదుల్చుకోవడమంటే 'కాదు' అని చెప్పడమే. ఇది కూడా మనిషికి సహజంగా వచ్చిన లక్షణమని శాస్త్రవేత్తలు చెబుతారు. పరిణామవాదానికి సంబంధించిన పరిశోధకుల వాదన ప్రకారం మనిషి నేర్చుకున్న మొట్టమొదటి హావభావమిది. శిశువు చాలినంత పాలు తాగిన తరువాత తల్లి వక్షోజాన్ని తోసివేస్తూ, తనకు ఇక వద్దని చెప్పడానికి సూచనగా తలను అటూ ఇటూ వేగంగా కదిలిస్తుంది. అదే విధంగా చాలినంత బువ్వ తిన్న తరువాత బుడతడు కూడా తలను విదిలిస్తూ వద్దంటాడు.

*తలను విదిలించడానికి మాతృక తల్లిపాలివ్వడంలోనే ఉంది.*

మీరు చెప్పిన దాంతో ఏకీభవించకపోయినా మొహమాటం కొద్దీ ఎవరైనా సానుకూలతను ప్రదర్శిస్తే వాళ్ళు తలను విదిలించుకుంటూ 'అవునంటారు'. 'నేను మిమ్మల్ని అర్థం చేసుకున్నాను', 'చాలా బావుంది', 'మనం తప్పకుండా దీని గురించి ఆలోచిద్దాం' అంటూ తలను అటూ ఇటూ విదుల్చుకున్న వ్యక్తి మాటల్ని నమ్మవలసిన అవసరంలేదు. వినడానికి ఆ మాటలు 'అంగీకారం'లాగా వినిపించినా గూఢార్థం మాత్రం 'అనంగీకారమే'. తలను విదిలించుకోవడం ప్రతికూలతకు చిహ్నం. ఇలాంటి సందర్భాల్లో మీరు ఎదుటి వ్యక్తిని పూర్తిగా విశ్వసించనక్కర్లేదు.

తలను అడ్డంగా విదిలిస్తూ 'ఐ లవ్ యూ' అని ఎవరైనా చెబితే, ఆ వ్యక్తిని మహిళలు విశ్వసించరు. మోనికా లెవిన్స్కీతో ప్రేమాయణానికి సంబంధించిన విచారణలో బిల్‌క్లింటన్ తలను విదిలించకుండానే 'ఆ మహిళతో నాకు లైంగిక సంబంధాలు లేవు' అని చెప్పారు మరి.

## తలకు సంబంధించిన మూడు ప్రధాన భంగిమలు

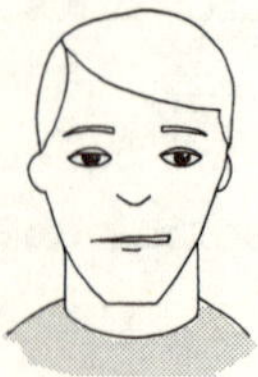

తటస్థమైన భంగిమ

### 1. తలను కాస్త పైకెత్తడం

తలకు సంబంధించిన మూడు ప్రధాన భంగిమల్లో తలను కాస్త పైకెత్తడమన్నది మొదటిది. వింటున్న విషయం పట్ల తటస్థ వైఖరిని అవలంబించే వ్యక్తి మనకు ఇలా కనిపిస్తాడు. తల నిశ్చలంగా ఉంటుంది. సంభాషణ కొనసాగే తీరును అనుసరించి అడపాదడపా తలను నెమ్మదిగా, స్వల్పంగా ఊపడం కూడా కనిపిస్తుంది. చెక్కిలికి, చేతికి సంబంధించి సాలోచనలతో కూడుకున్న సంకేతాలు కూడా వ్యక్తమవుతుంటాయి.

చుబుకాన్ని ప్రస్ఫుటం చేస్తూ బ్రిటన్ మాజీ ప్రధాని ప్రదర్శించే ఆధిక్యతా సంకేతం.

ఎప్పుడైతే తలను పైకెత్తడం జరుగుతుందో, ముఖంలో చుబుకం స్ఫుటమై అప్పుడది ఆధిక్యతా భావనకు, నిర్భయానికి, అహంకారానికి అద్దం పడుతుంది. వ్యక్తి ఉద్దేశ పూర్వకంగా తన కంఠాన్ని మరింత ప్రస్ఫుటంగా కనిపించేలా ఉంచుతాడు. అప్పుడు అతను మరింత ఎత్తుగా కనిపిస్తాడు. దాంతో ఇలా తలను కాస్త పైకెత్తిన వ్యక్తులు ఇతరుల్ని ఎద్దేవా చేస్తూ చూస్తారు. శరీరంలో టెస్టోస్టిరాన్ స్రావాలు అధికమై విశాలమైన చుబుకాలు దర్శనమిస్తాయి. అందుకే చుబుకాన్ని ముందుకు కనిపించేలా చేయడమన్నది అధికారానికి, దుందుడుకుతనానికి ప్రతీక.

### 2. తలను ఒకవైపుకు వాల్చడం

తలను ఒకవైపుకు వాల్చడమన్నది లొంగుబాటుకు చిహ్నం. ఈ సంకేతంలో మెడ, గొంతు ఎలాంటి రక్షణ లేకుండా కనిపిస్తాయి. దీనివల్ల వ్యక్తి మరింత

కుంచించుకుపోయి, ప్రమాదరహితునిగా కనిపిస్తాడు. తల్లి లేదా తండ్రి భుజాలపై తలవాల్చే పసికందుల్ని మనం చూస్తూంటాం కదా, ఈ సంకేతానికి అదే మూలం. తలిదండ్రుల భుజంమీద, గుండెలమీద ప్రశాంతంగా తలవాల్చే చిన్నారి ఎవరినీ భయపెట్టదు కదా. అందుకే ఇది ప్రమాదరహితంగానూ, లొంగుబాటుగానూ కనిపిస్తుంది. ఈ సంకేతాన్ని అందరూ ముఖ్యంగా మహిళలు చక్కగా అర్థం చేసుకుంటారు.

తలనిలా వాల్చడం వల్ల గొంతు, మెడ రక్షణ లేకుండా ఉంటాయి. అందువల్ల వ్యక్తి మరింత చిన్నబోయి, లొంగుబాటుకు సిద్ధంగా కనిపిస్తాడు.

ఏదైనా విషయం పట్ల ఆసక్తి కలిగితే తలను ఒక పక్కకు వాల్చేసే గుణం జంతువుల్లోనూ, మనుషుల్లోనూ ఒకే విధంగా ఉంటుందని చార్లెస్ డార్విన్ తొలిసారిగా కనుగొన్నారు. పురుషుల్ని ఆకర్షించడానికి మహిళలు ఉపయోగించే కిటుకుల్లో ఇది ప్రశస్తమైంది. ఎందుకంటే మెడ భాగం రక్షణ రహితంగా కనిపించనపుడు వ్యక్తిలో లొంగుబాటు ధోరణి ద్యోతకమవుతుంది. అందువల్ల తలను ఒక పక్కకి వాల్చేసిన మహిళల్లో పురుషులు 'లైంగిక లొంగుబాటు'ను చూస్తారు. దాంతో ఈ భంగిమలో మహిళలు వారికి ఆకర్షణీయంగా కనిపిస్తారు.

తలను ఇలా పక్కకు వాల్చి, మెడ కనిపించేలా ఉంచడం లోని మర్మమేమిటో అందరికీ ఇట్టే తెలిసిపోతుంది.

రెండువేల ఏళ్ళకు సంబంధించిన పెయింటింగ్స్‌ని గమనిస్తే పురుషులకన్నా మహిళలు మూడు రెట్లు అధికంగా ఇలా తలను వాల్చిన భంగిమలో కనిపిస్తారు. వాణిజ్య ప్రకటనల్లో కూడా పురుషులతో పోలిస్తే

మహిళలే మూడు రెట్లు అధికంగా తలను ఒక పక్కకి వాల్చి దర్శనమిస్తారు. దీన్నిబట్టి మెడను రక్షణరహితంగా చూపడంలో కనిపించే లొంగుబాటు పట్ల వ్యక్తుల్లో ఎంత సహజమైన అవగాహన ఉందో తెలుస్తోంది. వాణిజ్యపరమైన సమావేశాల్లో పురుషులతో చర్చించేటపుడు మహిళలు తలను కాస్త పైకెత్తిని భంగిమలో కనిపించడమే ఉత్తమం.

మీరు ఏదైనా విషయాన్ని గురించి వివరించాలని ప్రయత్నించినా, లేదా ఏదైనా ప్రసంగానికి పూనుకున్నా తలను ఒక వైపుకు వాల్చేసిన భంగిమలో శ్రోతలు కనిపించినపుడు మీకు పచ్చజెండా గుర్తుకు రావలసిందే. ఎందుకంటే వాళ్ళు తలను ఒకవైపుకు వాల్చి, ముందుకు వంగి, చుబుకం మీద చేతితో రుద్దుకుంటూ కనిపిస్తే మీతో ఏకీభవించడానికి సిద్ధపడుతున్నారని అర్థం చేసుకోవాలి. ఇతరులు మాట్లాడుతున్నపుడు మీరు తలను ఒక వైపుకు వాల్చి, అప్పుడప్పుడూ తలాడించండి. మీతో మాట్లాడుతున్న వ్యక్తికి మీరు ప్రమాద రహితంగా కనిపిస్తారు. దాంతో ఇద్దరి మధ్య సదవగాహనకు తలుపులు తెరచు కుంటాయి.

### 3. తలను కిందికి దించడం

తలని కిందికి దించడమంటే అనంగీకారాన్ని, అసంతృప్తిని వ్యక్తం చేయడమే.

చుబుకాన్ని కిందికి దించడం ప్రతికూలతకు చిహ్నం. తప్పులు వెదికే గుణానికి, తెగింపుకీ ఇది అద్దం పడుతుంది. ఏదైనా విషయానికి సంబంధించి తర్కానికి పాల్పడినప్పుడు వ్యక్తమయ్యే సంకేతాలన్నీ తలను కిందికి దించడంతో ముడిపడి ఉంటాయి. వ్యక్తి తలను కిందికి దించిన తరువాత మళ్ళీ పైకెత్తడం, లేదా ఒక పక్కకి తలని వాల్చడం వంటివి చేసే వరకు అతని అంగీకారాన్ని పొందడం సాధ్యం కాదు. తలను ఇలా కిందికి దించి, ఒళ్ళో చేతులు పెట్టుకున్న వ్యక్తులతో శిక్షణా నిపుణులు తరచూ సమస్యలను ఎదుర్కొంటుంటారు.

అనుభవజ్ఞులైన వక్తలు, శిక్షణా నిపుణులు తమ ప్రసంగంలో శ్రోతలు నిమగ్నమయ్యేలా చేయడానికి ప్రయత్నిస్తారు. ప్రసంగం మొదలుపెట్టే ముందే వాళ్ళు శ్రోతలకు ఏదో ఒక పని చెబుతారు. దాంతో శ్రోతలు తలను కిందికి వాల్చడం నుంచి బయటపడి ప్రసంగంలో లీనమవుతారు. వక్త ప్రదర్శించిన ఈ కిటుకు కనుక సక్రమంగా పనిచేస్తే, శ్రోతలు తలను పక్కకి వాల్చి ప్రసంగాన్ని వింటూ కనిపిస్తారు.

ఆంగ్లేయులకు ఒక అలవాటు ఉంది. వాళ్ళు ఎవరికైనా అభివాదాలు చెప్పాల్సి వస్తే, తలను కిందికి దించుతూ, అదే సమయంలో దాన్ని ఒక పక్కకి మెలి పెట్టినట్టుగా తిప్పుతారు. మధ్యయుగాల పాశ్చాత్య సంప్రదాయమే ఈ 'మెలిక'కు కారణం. ఆకాలంలో వ్యక్తులు ఎవరికైనా అభివాదం చెప్పడానికి తమ టోపీని కిందికి దించి, తలకు తాకిస్తారు. ఇది కాస్త ఆధునిక కాలంలో తలను కిందికి దించి, మెలితిప్పి, నుదుటి మీద తాకుతూ అభివాదం చెప్పడంగా రూపాంతరం చెందింది.

## 'క్షమించండి'

భుజాల్ని పైకెత్తి, వాటి మధ్యగా తలను కిందికి లాగడం వల్ల వ్యక్తి మెడను గాయపడకుండా కాపాడుకోవచ్చు. వెనుక నుంచి ఏదైనా పెద్ద శబ్దం వినిపించి నపుడు, లేదా ఏదైనా తమ మీద విరుచుకు పడుతుందనుకున్నపుడు వ్యక్తి ఇలాంటి హావభావ సముచ్చయాన్ని ప్రదర్శిస్తాడు. కానీ దీన్ని వ్యక్తిగత, వాణిజ్యపరమైన సందర్భాల్లో ఉపయోగిస్తే అది లొంగుబాటుతో కూడుకున్న క్షమాపణకు పర్యాయంగా కనిపిస్తుంది.

ఎవరైనా వెళుతున్నపుడు, దాపునే మరో వ్యక్తి ప్రసంగాన్ని వింటూ, దాన్ని అభినందిస్తూ వెళ్ళే వ్యక్తులు కూడా ఇలాగే భుజాల్ని పైకి లేపి, తలను కిందికి లాక్కుంటారు. దీనివల్ల ఆ వ్యక్తులు కుంచించుకుపోయి కనిపిస్తారు. తమ ప్రాధాన్యం ఏమీ లేదన్నట్టు చెబుతుంది ఈ సంకేతం. దీనినే 'హెడ్ డక్' అని కూడా పిలుస్తారు. అధికారుల వద్దకు వెళ్ళే కింది స్థాయి ఉద్యోగులు కూడా ఇలాగే ప్రవర్తిస్తారు. తద్వారా వారిద్దరి మధ్య ఉన్న అధికారిక హోదాలోని అంతరం వ్యక్తమవుతుంది.

హెడ్ డక్ – తనవల్ల ఎలాంటి ప్రమాదం లేదని, తాను చాలా అల్పమైన వ్యక్తినని చెప్పడం

## 'పోగుల్ని' లాగడం

ఇతరుల అభిప్రాయాలతో ఏకీభవించని వ్యక్తి, తన అనంగీకారాన్ని వ్యక్తం చేయలేని పరిస్థితిని ఎదుర్కొనపుడు అతనిలో నిర్వాసిత హావభావాలు ప్రదర్శితమవుతాయి. ఇవి శరీరం అమాయకంగా వ్యక్తం చేసే సంకేతాలై ఉంటాయి. తన బట్టల్లోంచి పోగుల్ని లాగడం కూడా అలాంటి సంకేతాల్లో ఒకటి. ఇలా పోగుల్ని లాగే వ్యక్తి చూపుల్ని ఇతరుల నుంచి మళ్ళించి కిందికి చూస్తుంటాడు. ఆ పోగుల్ని లాగే పద్ధతి కూడా అసంబద్ధంగా ఉంటుంది. ఇది అనంగీకారాన్ని వ్యక్తం చేసే సాధారణ సంకేతం. ఒక వ్యక్తి తాను వింటున్న దానిని పూర్తిగా ఇష్టపడడం లేదని, ఇష్టపడుతున్నట్టు కనిపించేందుకు తంటాలు పడుతున్నాడని ఈ సంకేతాన్ని బట్టి అర్థం చేసుకోవాలి.

పోగులు లాగుతున్న ఇతను తనలో ఏదో రహస్యాన్ని దాచుకున్నాడు. కానీ దాన్ని వ్యక్తం చేయడానికి ఇష్టపడడం లేదు.

ఇలాంటి వ్యక్తులు తారసిల్లినపుడు మీరు మీ అరచేతుల్ని పూర్తిగా తెరచి, 'మీ అభిప్రాయం ఏమిటి?' అని వారిని ప్రశ్నించండి. 'మీరేదో ఆలోచిస్తున్నట్టున్నారు, అదేమిటో నాక్కూడా చెబుతారా?' అంటూ చేతుల్ని విడివిడిగాను, అరచేతుల్ని కనబడేలాగాను ఉంచుతూ, అతని సమాధానం కోసం ఎదురుచూడండి. ఆ వ్యక్తి తాను మీతో ఏకీభవిస్తున్నానని చెబుతూ, ఇంకా పోగుల్ని లాగుతూ ఉంటే మాత్రం అతనిలోని నిజాన్ని రాబట్టడానికి మీరు ఇంతకంటే సమర్థవంతమైన మరోదారిని వెతుక్కోకతప్పదు.

## సవాలుకు సిద్ధమేనా?!

శత్రువుతో తలపడాలన్నా, పెంటితోనో, పోతుతోనో జతకట్టాలన్నా పక్షులు తమ రెక్కల్ని విప్పార్చి ఎగురుతాయి. చేపలు మరింత నీటిని తాగి శరీరాన్ని పెంచి చూపుతాయి, పిల్లులు, కుక్కలు కూడా రోమాల్ని నిక్కబొడుచుకునేలా చేసి వాటి

ఉద్వేగాల్ని ప్రకటిస్తాయి. కానీ మనిషి శరీరం మీద జంతువుల్లా నిలువెల్లా రోమాలు ఉండవు కదా, మరి ఇతను తన భయాన్నో, కోపాన్నో ఎలా ప్రదర్శిస్తాడు? మనం ఏదైనా హారర్ సినిమా గురించి మాట్లాడినపుడు, 'భయంతో నా ఒళ్లంతా రోమాలు నిక్కబొడుచుకున్నాయి' అంటాం, ఎవరి మీదైనా మనకు ఆగ్రహం కలిగినపుడు లేదా ఎవరి మీదైనా అనురాగం పొంగినపుడు కూడా మన శరీరం మీద రోమాలు నిక్కబొడుచుకుంటాయి. సందర్భాన్ని బట్టి దీన్నే 'గగుర్పాటు' అంటాం. ఈ ఉద్వేగాలన్నీ శరీరంలోని కండరాల్ని పొంగించి మన శరీర ప్రమాణాన్ని పెంచి చూపుతాయి. ఆధునిక మానవులు ఇలాంటి రోమాంచిత అనుభవాన్ని బాడీలాంగ్వేజ్ సంకేతాల ద్వారా ప్రదర్శించడాన్ని అలవాటు చేసుకున్నారు. నడుము మీద చేతులు పెట్టకుని నిలబడే హావభావ సముచ్చయం ఈ రోమాంచిత వ్యక్తీకరణలో భాగమే.

మోచేతులు పైకి ఉంచి, ఇలా నిలబడడం అంటే దేనినైనా ఎదుర్కోవడానికి సంసిద్ధతని ప్రకటించడమన్నమాట : మోచేతుల్ని లోపలికి ముడిచి, తలను ఒకవైపుకు వాల్చేస్తే అది లొంగుబాటుకు చిహ్నం.

పిల్లవాడు తండ్రితో వాదనకు దిగినపుడు నడుం మీద చేతులు పెట్టుకుని మరీ వాదిస్తాడు. ఆట మొదలవడానికి ముందు క్రీడాకారుడు, ముష్టియుద్ధానికి ముందు యోధుడు ఇలాగే నిలబడతారు. తమ ఆంతరంగిక ప్రదేశంలోకి చొరబడిన ఇతర మగ జంతువులను హెచ్చరించడానికి అన్ని మగ జంతువులు ఇలాగే ప్రవర్తిస్తాయి. వెనకడుగు వేసేది లేదని తేల్చి చెప్పడానికి 'నడుము మీద చేతులు పెట్టుకోవడం' అన్నది విశ్వవ్యాప్తంగా మనకు కనిపించే సంకేతం. ఈ హావభావ సముచ్చయం ద్వారా వ్యక్తి ఎక్కువ చోటును ఆక్రమిస్తాడు. ఎదురు దాడికి అవసరమైన ఆయుధాల్లా పైకి ఉంచిన మోచేతులు చొరబాటుకు పాల్పడే శక్తుల్ని

నియంత్రించడానికి తోడ్పడతాయి. భుజాల్ని సగం వరకు పైకి లేపి ఉంచడం వల్ల దాడికి సిద్ధపడినట్టు స్పష్టం చేస్తారన్నమాట. ఎదురుకాల్పుల సన్నివేశాల్లో కౌబాయ్‌లు ఇలాంటి భంగిమలోనే నిలబడతారు. నడుమ్మీద ఒక్క చేతిని ఉంచుకున్నా అర్థంలో ఎలాంటి మార్పు ఉండదు. విశ్వమంతటా ఈ సంకేతం ఒక హెచ్చరికకు చిహ్నమైనప్పటికీ, ఫిలిప్పీన్స్, మలేషియాలో మాత్రం కాస్త తీవ్రమైన కోపానికి, ఆవేశానికి ఇది మౌఖికేతర సంకేతంగా చెలామణిలో ఉంది.

'సంసిద్ధత'కు సంబంధించిన ఈ సంకేతం ఒకానొక నిర్దిష్టచర్యకు వ్యక్తి సిద్ధపడినప్పుడు, కోపాన్ని నియంత్రించుకుంటూనే హెచ్చరికల్ని జారీ చేయవలసిన పరిస్థితిలో ప్రధానంగా ఉపయోగపడుతుంది. ఏదైనా లక్ష్యాన్ని సాధించిన వ్యక్తి, లేదా దిశానిర్దేశం చేయగలిగిన వ్యక్తి తాలూకు ఆత్మవిశ్వాస ప్రకటనకు కూడా ఇది అద్దం పడుతుంది. పుంభావనను ప్రదర్శించే ఉద్దేశంతో పురుషులు మహిళల సమక్షంలో ఇలా నడుమ్మీద చేతులు ఉంచుకుని కనిపిస్తారు.

*నడుమ్మీద చేతులు ఉంచుకోవడం వల్ల మీ శరీర ప్రమాణం మరింత ఎక్కువగా కనిపిస్తుంది. మీరు మరింత స్థలాన్ని ఆక్రమించడం వల్ల ప్రముఖంగా కనిపిస్తారు.*

నడుమ్మీద చేతులు ఉంచుకున్నపుడు ఆ పరిసర భౌతిక పరిస్థితుల్ని, బాడీలాంగ్వేజ్‌కి సంబంధించిన ఇతర హావభావ సముచ్చయాల్ని పరిగణనలోకి తీసుకున్న తరువాతే ఆ వ్యక్తి దృక్పథాన్ని బేరీజు వేయాలి. ఉదాహరణకు బటన్లని విప్పి కోటును వెనక్కి తోసి, నడుమ్మీద చేతులు పెట్టుకుని నిలబడడం, లేదా చేతుల్ని నడుమ్మీద పెట్టుకున్నప్పటికీ కోటు బటన్లని విప్పకపోవడం, ఈ రెండింటిలో కోటు బటన్లని విప్పకుండానే నడుమ్మీద చేతుల్ని ఉంచుకోవడమన్నది వ్యక్తిలోని ఆందోళనకి అద్దం పడుతుంది. కోటు బటన్లని విప్పి, నడుమ్మీద చేతుల్ని ఉంచుకోవడం వ్యక్తిలోని ధైర్యాన్ని తెలియజేస్తుంది. ఈ హావభావ సముచ్చయంలో వ్యక్తి తన కాళ్ళని ఎడం చేసి, పాదాల్ని బలంగా నేల మీద ఆన్చడం, పిడికిళ్ళు బిగించుకోవడం వంటివి కూడా అంతర్భాగాలుగా ఉంటాయి.

నడుమ్మీద చేతులుంచుకునే ఈ హావభావ సముచ్చయం ద్వారా మోడల్స్ తాము ధరించిన దుస్తుల్ని మరింత ఆకర్షణీయంగా ప్రదర్శిస్తారు.

'సంసిద్ధత'కు సంబంధించిన ఈ హావభావ సముచ్చయాలు మోడలింగ్ వృత్తిలోని వ్యక్తులకు బాగా ఉపకరిస్తాయి. మోడలింగ్ చేసే మహిళలు తాము ధరించిన దుస్తులు మరింత ఆధునికంగా, కచ్చితంగా కనిపించేలా ఉండేందుకు, తమను తాము మరింత అభ్యుదయ దృక్పథాన్ని కలిగిన వ్యక్తులుగా అభివ్యక్తీకరించు కునేందుకు ఈ హావభావ సముచ్చయాలు తోడ్పడతాయి. సందర్భాన్ని బట్టి ఈ సంకేతంలో రెండు చేతుల్ని నడుమ్మీద ఉంచుకోవడం కాకుండా, ఒక చేతిని మాత్రమే నడుమ్మీద ఉంచుకోవడం కూడా చోటు చేసుకుంటుంది. అంతేగాక నడుమ్మీద చేతుల్ని ఉంచుకోవడంతోబాటు నడకలో కటిప్రదేశాన్ని కాస్త వయ్యారంగా కదిలించడం ద్వారా శరీరపు వొంపుల్ని ప్రదర్శించడం కూడా కద్దు. ఇలాంటి ప్రదర్శన వ్యక్తుల సంతానోత్పత్తి సామర్థ్యానికి కొలమానంగా ఉంటుంది. స్త్రీ, పురుషుల కలయికలో నడుమ్మీద చేతులు ఉంచుకునే హావభావ సముచ్చయానికి ప్రాధాన్యం ఉంది. ఇది వ్యక్తుల్ని పరస్పరం బలంగా ఆకర్షించడానికి ఉపకరిస్తుంది.

## పౌరుషేయ చిహ్నం

బొటన వేళ్ళని బెల్ట్‌లోకి, లేదా జేబులోకి గుచ్చి, మర్మాంగాల్ని ప్రదర్శిస్తూ నిలబడే ఈ చిహ్నం పురుషుల లైంగిక సామర్థ్య ప్రదర్శనకు ఉపకరిస్తుంది. టెలివిజన్ కార్యక్రమాల్లో పాశ్చాత్యులు ఈ హావభావ సముచ్చయాన్ని తరచూ ప్రదర్శించడాన్ని మనం గమనించవచ్చు.

ఈ సంకేతంలో చేతులు 'సంసిద్ధత'ను ప్రదర్శిస్తుంటే, చేతి

పౌరుషేయ చిహ్నం – అతని వేళ్ళు దేన్ని చూడమంటున్నాయో గమనించండి

వేళ్ళు కటిభాగాన్ని సూచిస్తుంటాయి. తమ ఆంతరంగిక ప్రదేశాన్ని కాపాడుకోవడానికి లేదా ఇతర పురుషులకు తాము నిర్భయంగా ఉన్నామని చెప్పడానికి పురుషులు ఈ సంకేతాన్ని వాడుతుంటారు. నరవానరాలు కూడా బెల్ట్ కానీ, ప్యాంటు కానీ లేకపోయినప్పటికీ అవసరమైన సందర్భాల్లో ఇదే విధంగా ప్రవర్తిస్తుంటాయి.

'నేను అధికుడిని' అనే భావానికి పర్యాయమైన ఈ సంకేతాన్ని పురుషులు సాధారణంగా మహిళల ముందు ప్రదర్శిస్తుంటారు. ఒక మహిళతో మాట్లాడేటప్పుడు పురుషుడు కనుపాపల్ని వెడల్పు చేసి, ఒక పాదాన్ని ఆమె వైపుగా తిప్పి ఈ భంగిమలో నిలబడతాడు. దీని అంతరార్థాన్ని మహిళలు సులభంగానే పోల్చుకోగలరు. చాలా మంది పురుషులు మహిళలకు తమ మనసులోని మాటను చెప్పడానికి ఈ హావభావ సముచ్చయాన్నే ఆశ్రయిస్తారు.

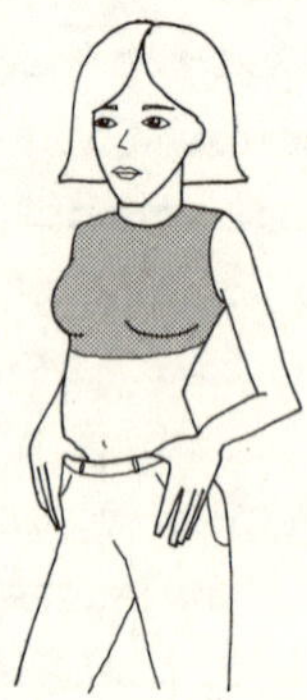

లైంగిక ఆత్మవిశ్వాసాన్ని ప్రకటిస్తున్న మహిళ

ఈ హావభావ సముచ్చయాన్ని ప్రధానంగా పురుషులే ప్రదర్శిస్తారు. కానీ జీన్స్, ప్యాంట్లు ధరించే మహిళలు కూడా అడపాదడపా ఈ భంగిమలో కనిపిస్తుంటారు. కురచ లంగాలు, ఇతర పాశ్చాత్య శైలికి చెందిన దుస్తుల్ని ధరించే స్త్రీలు కూడా బెల్ట్‌లో బొటనవేళ్ళని గుచ్చి ఇలా కనిపించడం పరిపాటి.

## 'నువ్వా - నేనా?!'

కింది బొమ్మలో ఇద్దరు వ్యక్తులు ఎదురెదురుగా నడుమ్మీద చేతులు పెట్టుకుని, బెల్ట్‌లోకి బొటనవేళ్లని గుచ్చిన హావభావ సముచ్చయాన్ని ప్రదర్శిస్తూ నిలబడడాన్ని గమనించండి. దీని ద్వారా వారిద్దరూ ఒకరి కంటే మరొకరు పొడగరిగా, అధికునిగా కనిపించడానికి ప్రయత్నిస్తున్నారు. వారి శరీరాల కింది భాగాలు కాస్త

నింపాదిగా కనిపించినప్పటికీ, వారిద్దరూ అప్రయత్నంగానే పరస్పరం తర్క వితర్కాలతో కూడిన దృక్పథాల్ని కలిగి ఉన్నారు.

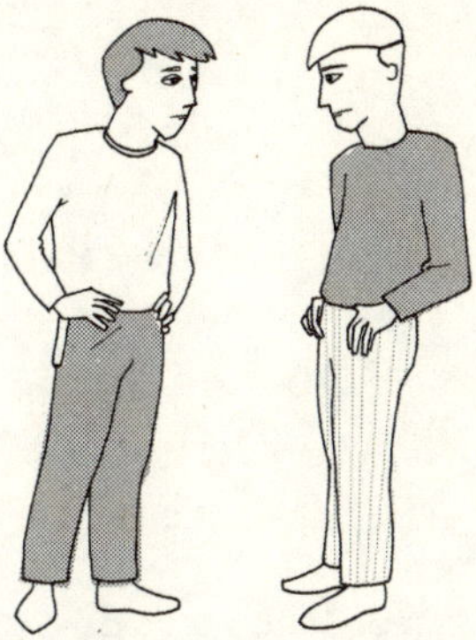

నువ్వా – నేనా?!

వాళ్ళ మధ్య నడుస్తున్న సంభాషణ స్నేహపూర్వకంగానే వినిపిస్తున్నప్పటికీ, వాళ్ళు నడుమ్మీది నుంచి చేతుల్ని కిందికి దించి, తలను ఒకవైపుకు వాల్చి, అరచేతుల్ని తెరిచిఉంచడం వంటి సానుకూల హావభావ సముచ్ఛయాల్ని ప్రదర్శించేంత వరకు కూడా అక్కడి వాతావరణం ప్రశాంతంగా ఉందని నమ్మడానికి వీల్లేదు.

వీళ్ళిద్దరే కనుక పరస్పరం ఎదురుపడి, కాళ్ళని ఎడం చేసి, పాదాల్ని నేల మీద బలంగా ఆన్చి నిలబడితే ఇక వాళ్ళ మధ్య బాహాబాహీకి ఎంతో సమయం పట్టదని అర్థం చేసుకోవచ్చు.

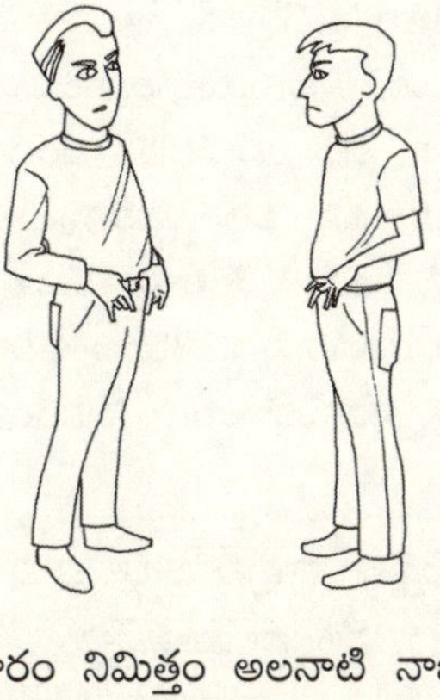

హావభావ సముచ్ఛయాన్ని బట్టి ఇద్దరిలోనూ దాడికి తెగబడే లక్షణం కనిపిస్తోంది.

ప్రచారం నిమిత్తం అలనాటి నాజీ నియంత అడాల్ఫ్ హిట్లర్ నడుమ్మీద చేతు లుంచుకుని 'పరాక్రమవంతుని'గా కనిపించేలా ఫోటోలు దిగినప్పటికీ, ఆయన

ఎడమ చేయి కాస్త కిందికి అంటే కటిప్రదేశమ్మీద కేంద్రీకృతమై ఉండేది. ఆయన తన వృషణాల్ని కాపాడుకోవాలన్న ఆతృతని అధిగమించలేకపోయాడన్నది దీని అర్థం.

ఏకకాలంలో పరస్పర విరుద్ధభావ ప్రకటన : హిట్లర్ కుడిచేయి పరాక్రమాన్ని సూచిస్తూ ఉండగానే, ఆయన ఎడమ చేయి శరీరపు ముందు భాగాన్ని రక్షించుకునే ఆత్మరక్షణ సంకేతాన్ని ప్రదర్శిస్తోంది.

## కాళ్ళని బార్లా చాపడం

ఇది పూర్తిగా పురుషులకే సొంతమైన సంకేతం. నరవానరాలు కూడా ఇతర జంతువుల మీద తమ ఆధిక్యతను ప్రకటించడానికి దీన్ని వాడుతాయి. పరస్పరం తలపడి ప్రమాదాల్ని కొనితెచ్చుకోవడం కంటే, తిరుగులేని ఆధిక్యతా చిహ్నమైన ఈ సంకేతాన్ని ప్రదర్శిస్తే సరిపోతుంది. ఆధిక్యతా ప్రదర్శనకు ఆలవాలమైంది కాబట్టే ఈ సంకేతం పురుషుల్లోనే కనిపిస్తుంది. ఒకవేళ అప్రయత్నంగానే వ్యక్తులు కాళ్ళని బార్లా చాపి కూర్చోవడం వంటివి చేసినా, అది ఇవ్వవలసిన సందేశాన్నే ఇస్తుంది. ఒక పురుషుడు ఇలా ప్రవర్తిస్తే, చుట్టూ ఉన్న ఇతర పురుషులు కాస్త 'బుద్ధి'గా ప్రవర్తించే అవకాశాలున్నాయి. కానీ ఇదే సంకేతాన్ని ముఖ్యంగా వాణిజ్యపరమైన సందర్భాల్లో మహిళల ముందు ప్రదర్శిస్తే ప్రతికూల ఫలితాల్ని చవిచూడాల్సివస్తుంది. మహిళలు ఈ సంకేతాన్ని సానుకూలంగా స్వీకరించరు.

వాణిజ్యపరమైన సందర్భాల్లో ఏ పురుషుడైనా కాళ్ళని బార్లా చాపి కూర్చుంటే మహిళలు దాన్ని అవమానచిహ్నంగా భావిస్తారు.

పలు సమావేశాలకు సంబంధించిన వీడియో టేపుల్లో ఈ సంకేతాన్ని చూసిన వెంటనే మహిళలు తమ కాళ్ళని, చేతుల్ని మడుచుకోవడం ద్వారా ఆత్మరక్షణ సంకేతాల్ని ప్రదర్శించడాన్ని గమనించాం. ఇక్కడ పురుషులకు ఒక సలహా - వాణిజ్యపరమైన సమావేశాల్లో కాళ్ళని దగ్గరగా ఉంచుకోండి. మీరు కనుక మహిళ అయితే ఎవరైనా ఇలా మీముందు కటిప్రదేశాన్ని ప్రదర్శించడానికి తెగబడితే, మీరు వెంటనే ఆత్మరక్షణ సంకేతాల్లోకి జారిపోవద్దు. దానికి అస్సలు ప్రతిస్పందించ వద్దు. లేదా ఆ వ్యక్తి సిగ్గుపడేలా నలుగురిలో అతనిని ఉద్దేశించి 'ఎక్కణ్ణుంచి వచ్చావు?!' వంటి వ్యాఖ్యలు చేయండి. దీంతో అతను బుద్ధి తెచ్చుకుంటాడు.

## కుర్చీ చేతి మీద కాలు వేసి కూర్చోవడం

కాళ్ళని బార్లా చాపడం వంటి సంకేతాలతో కూడుకున్న ఈ హావభావ సముచ్చయం కూడా ప్రధానంగా పురుషులకు సంబంధించినదే. కుర్చీ మీద యాజమాన్యపు హక్కును ప్రకటించుకోవడమే గాక, వ్యక్తిలోని నిర్లక్ష్య ధోరణిని, దుందుడుకు తనాన్ని ఇది వ్యక్తీకరిస్తుంది.

నిర్లక్ష్యం, వ్యతిరేకత, బాధ్యతారాహిత్యం

ఇలాంటి భంగిమలో కూర్చుని ఇద్దరు స్నేహితులు బాతాఖానీ కొట్టడం మనకు తెలిసిందే. కానీ ఇతర సందర్భాల్లో ఇలాంటి ప్రవర్తన ఎలాంటి ప్రభావాన్ని కలిగి ఉంటుందో తెలుసుకుందాం. ఉదాహరణకు ఒక ఉద్యోగి తన వ్యక్తిగత సమస్యకు సంబంధించి పై అధికారిని సలహా కోరాడనుకుందాం. ఉద్యోగి తన సమస్యను వివరించేటపుడు చేతుల్ని మోకాళ్లపై ఉంచుకుని, తలను కిందికి దించి, ముఖం మీద న్యూనతా భావం గోచరిస్తుండగా కుర్చీలో ముందుకు వంగి కూర్చుని ఉంటాడు. అధికారి ఇతని సమస్యను వింటూ, తొలుత ఎలాంటి కదలికలూ లేకుండా ఉంటాడు. తరువాత కుర్చీలో వెనక్కి వాలి, కుర్చీ చేతి మీద కాలు వేసుకుంటాడు. దీని వల్ల ఆ అధికారి తన ఉద్యోగి సమస్య గురించి ఆలోచించకుండా

నిర్లక్ష్యంగా ప్రవర్తిస్తున్నట్టు అర్థం చేసుకోవచ్చు. లేదా 'పాతకథ'నే వినిపిస్తూ ఉద్యోగి తన కాలాన్ని వృథా చేస్తున్నాడని విసుక్కుంటున్నట్టు కూడా దీనికి భాష్యం చెప్పుకోవచ్చు.

ఆ అధికారి వ్యతిరేకతకు కారణమేమిటి? అతను ఉద్యోగి సమస్యను విని, అదొక సమస్యే కాదన్న నిర్ణయానికి వచ్చి, క్రమంగా దానిపై ఆసక్తిని కోల్పోయి ఉండవచ్చు. అతను తన ఉద్యోగికి 'ఆందోళన చెందనక్కర్లేదని' సలహా ఇచ్చి ధైర్యం చెప్పవచ్చు. ఏది ఏమైనప్పటికీ, కుర్చీ చేతి మీద అతని కాలు ఉన్నంత వరకు అధికారిలోని ప్రతికూల ధోరణిలో ఎలాంటి మార్పు ఉండదు. ఉద్యోగి ఆ గది నుంచి బయటకు వెళ్ళిపోగానే, అధికారి 'హమ్మయ్య, వెళ్ళిపోయాడు!' అనుకుంటూ ఊపిరి తీసుకుని, కాలును కుర్చీ చేతి మీది నుంచి తీసివేసి యథాస్థానంలో ఉంచుకోవచ్చు.

ఏదైనా చర్చ జరుగుతున్న సందర్భంలో కుర్చీ చేతి మీద కాలువేసుకుని కూర్చోవడమన్నది తోటివారిని అవమానించడమవుతుంది. ఆ వ్యక్తి అలా కూర్చున్నంతసేపూ అతని ప్రతికూల దృక్పథంలో ఎలాంటి మార్పు చోటు చేసుకోదు. అందుకే ఏదైనా వస్తువును చూపుతూ అతణ్ణి ముందుకు వంగేలా చేయాలి. అప్పుడు భంగిమలో మార్పు వచ్చి, ధోరణి కూడా మారుతుంది.

## కుర్చీని అడ్డంగా కౌగిలించుకుని కూర్చోవడం

శతాబ్దాల క్రితం మనిషి శత్రువులు విసిరే బాణాలు, ఈటెల నుంచి తనను తాను రక్షించుకోవడానికి ఏదైనా ఉపకరణాన్ని (డాలు వంటిది) వాడడం మనకు తెలిసిందే. ఆధునిక మానవునిలో కూడా ఏదైనా వాగ్బాణాల్ని, దాడుల్ని ఎదుర్కోవలసి వచ్చినపుడు ఈ ఆత్మరక్షణ ప్రవృత్తి నిద్రలేస్తుంది. గేటు లేదా తలుపు, కంచె, బల్ల, కారు తలుపు, కుర్చీ వంటి వాటి వెనుక నిలుచుని మాట్లాడడం ఇలాంటిదే.

కుర్చీని కౌగించుకుని కూర్చోవడం : ఆధిక్యతను, నియంత్రణను ఏకకాలంలో ప్రదర్శిస్తూ, శరీరపు ముందు భాగాన్ని కాపాడుకోవడం

ఈ భంగిమలో కుర్చీవీపు ఒక రక్షణకవచంలా ఉపయోగపడుతుంది. అదే సమయంలో అది వ్యక్తిలోని దుందుడుకు స్వభావాన్ని ప్రేరేపించి అతనిని ఆధిక్యతా భావనలోకి నెడుతుంది. ఈ భంగిమలో పురుషుడు కాళ్ళని పూర్తిగా చాపడం వల్ల కటిప్రదేశాన్ని బాహాటంగా ప్రదర్శిస్తూ, పుంభావనను ధీమాగా వ్యక్తీకరించవచ్చు. కుర్చీని ఇలా వెనుకవైపు నుంచి కౌగిలించుకుని కూర్చునే వ్యక్తుల్లో ఆధిక్యతా భావన పుష్కలంగా ఉంటుంది. ఇతరుల సంభాషణలో ఆసక్తిని కోల్పోయినపుడు ఈ వ్యక్తులు చుట్టూ ఉన్నవారిని నియంత్రించేందుకు ప్రయత్నిస్తారు. బృందంలోని ఇతరులవల్ల ఎదురయ్యే దాడి నుంచి తమను తాము కాపాడుకోవడానికి కుర్చీ వీపు రక్షణకవచంగా ఉపయోగపడుతుంది. ఇలా కూర్చునే వ్యక్తి వివేకవంతు డైనప్పటికీ, కుర్చీలో అప్రయత్నంగానే ఈ భంగిమలోకి మారిపోయే అవకాశాలు ఎక్కువగా ఉంటాయి.

ఇలా కుర్చీని కౌగిలించుకుని కూర్చునే వ్యక్తిని ఆ భంగిమ నుంచి తప్పించాలంటే అతని పక్కన నిలబడడం, లేదా కూర్చోవడం చేయాలి. ఇలా చేసినందువల్ల అతనిలో కంగారు పెరుగుతుంది. అవతలి వ్యక్తి నుంచి జరగబోయే దాడికి తాను బాగా అందుబాటులో ఉన్నానన్న కంగారుతో అతను భంగిమను మార్చుకుంటాడు. సమూహంలో ఉన్నప్పుడు ఆ వ్యక్తి తన వీపును బాహాటంగా ప్రదర్శిస్తూ ఉండడంవల్ల మీరు తన పక్కన కూర్చోవడంతో అతనికి భంగిమను మార్చుకోక తప్పని పరిస్థితి ఏర్పడుతుంది.

ఒక వేళ అతను కూర్చున్న కుర్చీ 'స్వివెల్ చైర్' అయితే, అప్పుడేం చేయాలి? ఇలాంటి సందర్భంలో అతని చుట్టూ తిరగడంవల్ల ఎలాంటి ప్రయోజనమూ ఒరగదు. కాబట్టి అతనితో మౌఖికేతర సంకేతాల ద్వారానే వ్యవహరించాలి. కటిప్రదేశాన్ని ప్రదర్శిస్తూ, కుర్చీని కౌగిలించుకుని కూర్చున్న వ్యక్తి పక్కన నిలబడి ప్రసంగాన్ని కొనసాగించండి. పక్కన అంటే అతని ఆంతరంగిక ప్రదేశాన్ని ఆక్రమిస్తూ నిలబడాలన్నమాట. దాంతో అతను ఇబ్బంది పడతాడు. మీ నుంచి దూరంగా జరగడానికి ప్రయత్నిస్తాడు. ఆ ప్రయత్నంలో అతను కుర్చీ నుంచి వెనక్కి పడిపోయినా ఆశ్చర్యపడనక్కర్లేదు. తన భంగిమను మార్చుకోవలసిన అవసరాన్ని అతను గుర్తిస్తాడు.

ఇలాంటి వ్యక్తిని కలుసుకోవలసిన అగత్యం ఏర్పడితే, వెనుక వైపునుంచి కౌగిలించుకునేందుకు వీలు లేని కుర్చీని అతని కోసం ఏర్పాటు చేయండి. అప్పుడతను మరో భంగిమలోకి మారతాడు. అదే 'వడిసెల' భంగిమ.

## వడిసెల

నడుమ్మీద చేతులు ఉంచుకునే భంగిమకు రూపాంతరమే ఇది. నడుమ్మీద చేతులు ఉంచుకునే భంగిమలో మనిషి నిలబడి ఉంటాడు. 'వడిసెల' భంగిమలో వ్యక్తి కూర్చుని ఉంటాడు. కుర్చీలో కూర్చున్న వ్యక్తి తన చేతుల్ని తల వెనుక ఉంచుకోవడం ఈ సంకేతంలో ప్రధానంగా కనిపిస్తుంది. ఈ భంగిమలో అతని మోచేతులు ప్రస్ఫుటంగా కనిపిస్తూ, ఎదుటి వ్యక్తిపై దాడికి సిద్ధమేనంటూ సవాలు విసురుతుంటాయి. ఇది కూడా పూర్తిగా పురుషులకే పరిమితమైన సంకేతం. ఈ భంగిమలోని వ్యక్తి తొలుత చూడ్డానికి చాలా నింపాదిగా కనిపించినప్పటికీ, అతనిలో దుందుడుకు స్వభావం, దాడికి పాల్పడే తెంపరితనం మలిదశలో బహిర్గతమవుతాయి.

'వడిసెల' భంగిమ : నిమ్మళంగా కనిపించడం, ఆత్మవిశ్వాసాన్ని ప్రకటించడం, అందరికంటే తానే అధికుడినన్న తెలివిడిని ప్రదర్శించడం దీని అంతరార్థం.

అక్కౌంటెంట్స్, లాయర్లు, సేల్స్ మేనేజర్లు, తాము అధికులమని నమ్మే వ్యక్తులందరికీ ఈ సంకేతం చిరునామాగా ఉంటుంది. వీళ్ళు ఎలా మాట్లాడతారంటే, 'నా దగ్గర ప్రతి ప్రశ్నకు జవాబు ఉంది,' 'అంతా నా అధీనంలోనే ఉంది' వగైరా, వగైరా వాక్యాలు వీరికి నాలుక చివరే ఉంటాయి. మేనేజ్‌మెంట్‌కు సంబంధించిన ఉద్యోగులందరిలోనూ మీకిది కనిపిస్తుంది. కొత్తగా ఉద్యోగంలో చేరిన మేనేజర్లు కూడా ప్రమోషన్ అందుకోక ముందే 'వడిసెల'ని అందుకోవడం మనం ఒప్పుకోక తప్పని విషయం. 'నాకంతా తెలుసు' అనే ధోరణిలో ఉన్న వ్యక్తులందరిలోనూ మనకు 'వడిసెల' కనిపిస్తుంది. ఈ భంగిమలో కూర్చోవడం వల్ల వ్యక్తి ఆ నిర్దిష్టమైన ప్రదేశం మీద యాజమాన్య హక్కుల్ని ప్రదర్శించడం కూడా ఇందులో భాగమే.

ఈ భంగిమలో 'ఫిగర్ ఫోర్', 'కటిప్రదేశాన్ని ప్రదర్శించడం' వంటి హావభావ సముచ్చయాలు కూడా అంతర్భాగంగా ఉంటాయి. దీనివల్ల ఆ వ్యక్తి కేవలం

ఆధిక్యతా భావనను ప్రకటించడమే కాకుండా, ఇతరుల్ని నియంత్రించడానికి, వాదోపవాదాలకు కూడా తెగబడే అవకాశాలున్నాయని అర్థం చేసుకోవాలి. ఇలాంటి వ్యక్తుల్ని సవ్యమైన మార్గంలో పెట్టడానికి ఆయా పరిస్థితుల్ని బట్టి అనేకానేక మార్గాలున్నాయి. అరచేతుల్ని తెరచి ఉంచి, 'ఈ విషయం గురించి మీకు బాగా తెలిసినట్టుంది, మీ అభిప్రాయమేమిటో వివరిస్తారా?' అని ప్రశ్నించి మీరు అతని సమాధానం కోసం ఎదురుచూడండి.

*వాణిజ్యపరమైన సందర్భాల్లో 'వడిసెల' భంగిమలో కూర్చున్న పురుషుల పట్ల మహిళలు అయిష్టాన్ని కలిగి ఉంటారు.*

అతనికి అందుబాటులో ఉండే విధంగా ఏదైనా వస్తువును ఉంచి, 'మీరు దీన్ని చూశారా?' అని అడగడం ద్వారా ఆ వ్యక్తి తన భంగిమను మార్చి ముందుకు వంగాల్సిన అవసరాన్ని కల్పించవచ్చు. మీరు పురుషుడైతే, 'వడిసెల' భంగిమలోని పురుషుని ఎదురుగా మీరు కూడా వడిసెల భంగిమలో కూర్చోండి. దాంతో అతనితో మీరు సమానులేనన్న సందేశం అన్యాపదేశంగానే అతనికి అందుతుంది. వడిసెల భంగిమ మహిళలకు అనువైనది కాదు. ఇలా కూర్చోవడం వల్ల వక్షోజాలు మరింత ప్రస్ఫుటంగా, బాహాటంగా కనిపించడం వల్ల వాళ్ళకు ఇబ్బందికరంగా ఉంటుంది. ఒక వేళ చిన్న వక్షోజాలు కలిగిన మహిళ ఎలాంటి బెరుకు లేకుండా వడిసెల భంగిమలో కూర్చున్నపటికీ, ఇతర మహిళలు, పురుషులు కూడా ఆమెను అహంకారిగా పరిగణించే అవకాశం ఉంది.

*'వడిసెల' మహిళలకు అనువైన భంగిమ కాదు, వక్షోజాలు చిన్నవైనప్పటికీ అది మహిళకు అనువైన భంగిమ కాదు.*

మీరు మహిళ అయితే, వడిసెల భంగిమలో కూర్చున్న వ్యక్తి ఎదుట నిలబడి సంభాషణను కొనసాగించండి. అప్పుడు భంగిమ మార్చుకుంటేనే అతను కూడా సంభాషణను కొనసాగించగలడు. అతను ఎప్పుడైతే భంగిమను మార్చాడో, అప్పుడు మీరు కూర్చోండి. అతను కనుక మళ్ళీ 'వడిసెల' భంగిమలోకి మారితే, మీరు మళ్ళీ నిలబడి మాట్లాడండి. ఇలా చేయడంవల్ల మిమ్మల్ని అవమానించే హక్కు లేదని ఎదుటి వ్యక్తికి సున్నితంగా చెప్పినట్టవుతుంది. ఒకవేళ వడిసెల భంగిమలో కూర్చుని, మిమ్మల్ని కించపరుస్తూ మాట్లాడే వ్యక్తి మీ పైఅధికారి అయితే, మీరు

కూడా అతని ఎదుట వడిసెల భంగిమలోనే కూర్చోవడం ద్వారా అతనిని కించపరచవచ్చు. సరిసమానుల మధ్య వడిసెల భంగిమ ఉంటుంది. కానీ ఒక స్కూలు పిల్లవాడు తన ఎదుట వడిసెల భంగిమలో కూర్చుంటే ప్రిన్సిపాల్‌కి ఆగ్రహం కలుగుతుంది.

ఒక బీమా కంపెనీలో మేము నిర్వహించిన సర్వే ప్రకారం 30 మంది పురుష మేనేజర్లు తమ కిందిస్థాయి ఉద్యోగుల ముందు వడిసెల భంగిమలోనే కూర్చుంటారు. కానీ తమ పైఅధికారుల ముందు మాత్రం వీరు వడిసెల భంగిమలో కూర్చోరు.

## 'సంసిద్ధత'ను తెలిపే హావభావాలు

కూర్చున్న భంగిమలో సంసిద్ధతను వ్యక్తం చేసే హావభావాల గురించి తెలుసుకుంటే ఒక ప్రతిపాదనకు అంగీకారాన్ని పొందడం సులభవుతుంది. ఉదాహరణకు, మీరు ఏదైనా ప్రతిపాదన గురించి చర్చిస్తున్నపుడు అవతలి వ్యక్తి కూర్చున్న భంగిమలో 'సంసిద్ధత'కు సంబంధించిన సానుకూల సంకేతాల్ని ప్రదర్శిస్తే, మీరు నిశ్చింతగా అతని అంగీకారాన్ని కోరవచ్చు. సానుకూల ప్రతిఫలాన్ని కూడా పొందవచ్చు.

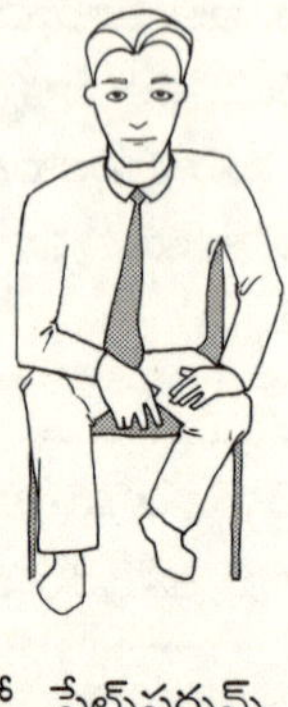

సంసిద్ధతను వ్యక్తం చేసే
సిసలైన భంగిమ

కొనుగోలుదారులతో సేల్స్‌పర్సన్స్ మాట్లాడుతున్నపుడు చిత్రీకరించిన వీడియో టేపుల్ని మేము పరిశీలించాం. కొనుగోలుదారుడు సంసిద్ధతను వ్యక్తం చేసే సానుకూల భంగిమలో కూర్చుని, చుబుకాన్ని నిమురుకుంటూ (తుదినిర్ణయానికి రావడం) కనిపించిన సందర్భాల్లో సగానికి సగం 'అంగీకారం'తోనే ముగిశాయి. అదే సమయంలో అమ్మకానికి సంబంధించిన చర్చ ముగిసిన తరువాత కొనుగోలు దారుడు చేతులు కట్టుకుని, చుబుకాన్ని నిమురుకున్న సందర్భాల్లో ఫలితాలు ప్రతికూలంగా ఉన్నాయి. కొన్ని సందర్భాల్లో 'కూర్చున్న భంగిమ'లో సంసిద్ధత వ్యక్తమవుతున్నప్పటికీ అది ఆగ్రహంతో ఉన్న వ్యక్తి తన వ్యతిరేకతను చెప్పడానికి

సంబంధించిన సంసిద్ధతే అయి ఉంటుంది. సంసిద్ధతకు సంబంధించిన ఈ భంగిమతో పాటు వ్యక్తమయ్యే ఇతర హావభావ సముచ్చయాన్ని కూడా దృష్టిలోకి తీసుకోవాలి.

## 'ఇక చాలు'

'సంసిద్ధత'కు సంబంధించిన హావభావాలు ఒక సమావేశాన్ని, సంభాషణను ముగించడానికి ఉద్దేశించినవై కూడా ఉంటాయి. ముందుకు వంగడం, చేతుల్ని మోకాళ్ళ మీద ఉంచుకోవడం, లేదా రెండు చేతులతో కుర్చీని పట్టుకుని, ముందుకు వంగడం ఈ భంగిమకు సంబంధించిన రెండు రూపాలు. ఇది ఎలా ఉంటుందంటే వ్యక్తి ఏదో పరుగుపందెంలో పాల్గొనడానికి ఉద్యుక్తుడైనట్టే ఉంటుంది. ఈ రెండు భంగిమల్లో ఏ ఒక్కటి కనిపించినా సంభాషణను మరో అంశం మీదికి మళ్ళించాలి లేదా దాన్ని ముగించాలి. అదే ఉత్తమం.

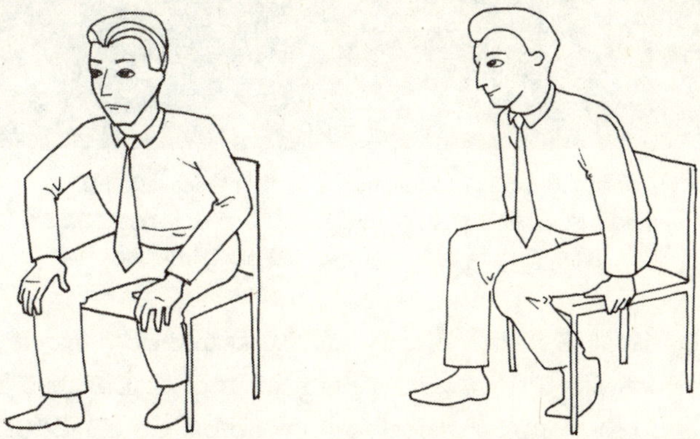

'ఇక చాలు' : సమావేశం లేదా సంభాషణను ఇక ముగించాలి.

## క్లుప్తంగా...

ఈ అధ్యాయంలో పేర్కొన్న బాడీలాంగ్వేజ్ సంకేతాలు చాలా సులభంగానే మనకు అర్థమవుతాయి. ఎందుకంటే అవి రూపంలో విస్తృతమైన, స్పష్టమైన హావభావాల్ని కలిగి ఉంటాయి. వీటిని అర్థం చేసుకోవడం ఎంత ముఖ్యమో, సమాజంతో, మీ పరిసరాలతో సవ్యమైన సంబంధాల్ని కొనసాగించేందుకు వీటిని మీ దైనందిన ప్రవర్తనలో భాగంగా మలచుకోవడం కూడా అంతే ముఖ్యం. ప్రతికూల హావభావాల్ని నిరోధించడానికి ఇవి మీకు ఉపకరిస్తాయి. సానుకూల ఫలితాల్ని అందిస్తాయి.

# అధ్యాయం 12

# 'ప్రతిఫలనం' ద్వారా సత్సంబంధాల్ని పెంచుకోవడమెలా?

వీరంతా ఒకే విధమైన హావభావాలు, భావ వ్యక్తీకరణలు, ఒకే విధమైన ఆహార్యంతో ఒక్కలాగే కనిపిస్తున్నప్పటికీ, ఎవరికి వారు 'తమదైన పని'లో నిమగ్నమై ఉన్నామన్న విషయాన్ని చెప్పకనే చెబుతున్నారు.

ఇతరుల్ని కలిసిన తొలిక్షణాల్లోనే వాళ్ళు మనపట్ల సానుకూలంగా ఉన్నారో, లేదా ప్రతికూలంగా ఉన్నారో తెలుసుకోవాలని ఆతృతపడతాం. మనిషితోపాటు మిగతా జంతుజాలం కూడా జీవనపోరాటంలో భాగంగా ఇలాంటి ఆతృతనే ప్రదర్శిస్తుంది. మనలాగే ఇతరులు ప్రవర్తిస్తున్నారా, వారి హావభావాలు మన హావభావాలతో సరిపోలుతున్నాయా అన్న మీమాంస మనలో తలెత్తుతుంది. మనకు తెలియకుండానే మన ప్రతిబింబాన్ని వారిలో వెదుక్కుంటాం. దీనినే 'మిర్రరింగ్' (ప్రతిఫలనం) అంటారు. పరస్పర ఏకీభావన, సౌహార్ద్ర భావాన్ని పెంపొందించుకునే క్రమంలో ఇతరుల బాడీలాంగ్వేజ్ సంకేతాల్ని మనం అధ్యయనం చేస్తాం. కానీ ఇలా అధ్యయనం చేయడమన్నది మనకు తెలియకుండానే జరిగే ప్రక్రియ. ప్రాచీన కాలంలో మన పూర్వీకులకు కూడా పెద్ద పెద్ద సమూహాలుగా కలిసి జీవించడానికి ఇదొక సామాజిక ఉపకరణంగా సహాయపడేది. జీవజాతి 'నేర్చుకునే' క్రమానికి మూలధాతువైన 'అనుకరణ' తాలూకు అవశేషమే ఈ అధ్యయనం.

ప్రతిఫలన చర్యకు సంబంధించిన ప్రధాన ప్రక్రియల్లో 'ఆవలింత' కూడా ఒకటి. ఒక వ్యక్తి ఆవలిస్తే చాలు, చుట్టూ ఉన్న వారు కూడా వెంటనే దానిని అనుకరించక తప్పదు. ఆవలింతను పూర్తిగా చూడనక్కర్లేదని, ఎవరైనా నోరు బాగా గుండ్రంగా తెరుచుకుని కనిపిస్తే చాలు, ఆవలింత ఒక అంటు వ్యాధిలాగా అందరినీ ఆవహిస్తుందని రాబర్ట్ ప్రావిన్స్ కనుగొన్నారు. శరీరానికి తగినంత ఆమ్లజనిని సరఫరా చేయడమే ఆవలింత ఉద్దేశమని ఇదివరకు భావించేవారు. కానీ అది ప్రతిఫలనానికి సంబంధించిన ప్రక్రియ అని, ఇతరులతో సౌహార్ద్ర సంబంధాలకు వారధిగా అది పనిచేస్తుందని, ఇతరుల నుంచి దాడిని నిరోధించడానికి ఉపకరిస్తుందని మనం ఈనాడు తెలుసుకున్నాం. కోతులు, చింపాంజీల్లో కూడా ఆవలింత ఇలాంటి పాత్రనే పోషిస్తుంది.

*ఒకే విధమైన దుస్తుల్ని ధరించిన ఇద్దరు మహిళల మధ్య ప్రతిఫలనం 'ప్రతికూలం'గా ఉంటుంది. కానీ ఒకే విధమైన దుస్తుల్ని ధరించిన ఇద్దరు పురుషులు కలుసుకుంటే వారు జీవితకాలం స్నేహితులుగా కలిసిపోతారు.*

ప్రతిఫలనానికి ఒక మౌఖికేతర భాష ఉంది. అది 'నన్ను చూడు, నేను కూడా అచ్చం నీలాగే ఉన్నాను, నీలాంటి దృక్పథాన్నే కలిగి ఉన్నాను, మన అనుభూతుల్ని పరస్పరం పంచుకుందాం' అన్న భావనని వ్యక్తం చేస్తుంది. అందుకే మీరు పాశ్చాత్య సంగీత ప్రియులైతే, ఆ సంగీత కచేరీల్లో మీకొక దృశ్యం కనిపిస్తుంది. సంగీతాన్ని ఆస్వాదించిన వారంతా ఒక్కసారిగా లేచి, కేరింతలు కొడుతూ, కరతాళధ్వనులు చేస్తూ, పాటకి సామూహిక అభినందను తెలియజేస్తుంటారు. దీన్నే 'మెక్సికన్ వేవ్' అంటారు. జనమంతా ఒక్కసారిగా లేచి, ఒక్కసారిగానే కూర్చోవడం వల్ల అది చూపరులకు ఒక పెద్ద తరంగం కదిలినట్టుగా ఉంటుంది. సమూహమంతా ఒకే విధంగా ప్రవర్తించడం వల్ల సంగీత విభావరిలో పాల్గొన్న కళాకారులు భద్రతను అనుభూతిస్తారు. అలాగే ఆగ్రహావేశాలతో ఊగిపోయే జన సందోహంలో కూడా ఒకే విధమైన దూకుడుతనం ప్రతిఫలిస్తుంది. అందుకే ఇలాంటి సందర్భాల్లో స్వభావరీత్యా శాంతమూర్తులైన వ్యక్తుల్లో కూడా అసహనం చోటు చేసుకుంటుంది.

బ్యాంకుల్లో, బస్‌స్టాపుల్లో, దుకాణాల్లో ఎక్కడైనా సరే ఒక క్యూలో నిలబడిన వ్యక్తులు కూడా ఇలాంటి ప్రతిఫలనాసక్తి చేత ఒకరికొకరు సహకరించుకుంటారు.

అపరిచితులు, మళ్ళీ జీవితంలో ఇక కలవబోని వ్యక్తుల మధ్య కూడా ఇలాంటి సహకారం నెలకొంటుంది. ప్రవర్తనా సరళికి సంబంధించిన అలిఖిత నియమావళిని వీరంతా శ్రద్ధాసక్తులతో పాటిస్తారు. మెదడు గట్టిగా పాటించే సూత్రాల్లో ఇతరుల్ని అనుకరించడమనే ప్రతిఫలనా క్రియ కూడా ఒకటి. దీనిని పాటించడం వల్ల సమూహానికి మరింత ఆహారం, ఆరోగ్యం, మరిన్ని ఆర్థిక ప్రయోజనాలు సమకూరుతాయి కాబట్టి ఈ లక్షణం మెదడులో పాదుకుని ఉంటుంది.

తల్లిదండ్రుల్ని అనుకరించే లక్షణం పిన్నవయసు నుంచే అలవడుతుంది : రాకుమారుడు ఫిలిప్, ప్రిన్స్ చార్లెస్ అడుగుజాడల్ని ఎంత చక్కగా అనుకరిస్తున్నాడో చూడండి.

ప్రపంచ చరిత్రలో సుదీర్ఘకాలం అప్రతిహతంగా అభివృద్ధి పథంలో పయనించిన బ్రిటన్, జర్మన్, ప్రాచీన రోమన్ సమాజాల్లో క్రమశిక్షణ పేరిట ఈ ప్రతిఫలన ప్రక్రియ పటిష్టంగా అమలవడమే దీని ఆవశ్యకతకు కొలమానం.

ఇతరుల్ని ఇబ్బంది పెట్టని విధంగా ప్రతిఫలనా ప్రక్రియ వ్యక్తులకు శిక్షణనిస్తుంది. ఇది మానవుల్లో పరస్పర సౌహార్ద్ర భావాన్ని పెంపొందించే సాధనంగా వారి జీవితాల్లో, ప్రవర్తనా సరళిలో ఎంతగా మమేకమైందో 'స్లోమోషన్' వీడియోలను చూస్తే అర్థమవుతుంది. ఇతరులను అనుకరించడానికి వీల్లేని కొన్ని కదలికలు, ఉదాహరణకు రెప్పపాటులోనూ, నాసికాపుటాల కదలికల్లోనూ, కనుబొమలు పైకెత్తడంలోనూ, కనుపాపల్ని వ్యాకోచింపజేయడంలోనూ మనుషుల్లో ప్రతిఫలనం స్పష్టంగా కనిపిస్తుంది. ఈ కదలికలేవీ ప్రయత్నపూర్వకంగా చోటు చేసుకునేవి కావు.

## శ్రుతి చేయడమెలా?

ఇద్దరు వ్యక్తుల్లో ఒకే రకమైన బాడీలాంగ్వేజ్ సంకేతాలకు, హావభావాలకు సంబంధించిన ప్రవర్తనపై కొన్ని పరిశోధనలు జరిగాయి. ఒకే విధమైన అనుభూతులకు లోనైన, లేదా ఆలోచనల్లో పరస్పరం ఒకే విధమైన తరంగ ధైర్యం

కలిగిన వ్యక్తుల మధ్య సుహృద్భావం పెరగడానికి, పరస్పరం బాడీలాంగ్వేజ్ సంకేతాల్ని, వ్యక్తీకరణల్ని సానుకూలంగా స్వీకరించడానికి అనుకూలత ఎక్కువగా ఉంటుందని ఈ పరిశోధనల్లో వెల్లడైంది. ఒక వ్యక్తితో సుహృద్భావాన్ని ఏర్పరచుకోవడమన్నది మనకు గర్భస్థ దశ నుంచే అలవడుతుంది. తల్లి కడుపులో ఉన్నప్పుడే ఆమె శరీర ధర్మాలకు, హృదయ స్పందనలకు మనం అనుకూలంగా ప్రతిస్పందిస్తాం. ఆ లక్షణం తదనంతరం ఇతరుల భావోద్వేగాలతో సంలీనమయ్యే లక్షణంగా వృద్ధి చెందుతుంది. కాబట్టి ప్రతిఫలనం అన్నది మనకు జన్మతః అబ్బిన సహజ లక్షణంగా భావించవచ్చు.

స్త్రీ, పురుషులు ప్రేమలో పడిన తొలినాళ్లలో వారి దేహాల కదలిక పరస్పరం లయబద్ధంగా, ఒక నృత్యంలా ఉంటుంది. ఉదాహరణకు మహిళ ఏదైనా తినగానే, పురుషుడు తన పెదవుల చివర్లని తుడుచుకుంటాడు. అతనొక వాక్యాన్ని మొదలుపెడితే ఆమె దాన్ని ముగిస్తుంది. ఇలాగే ప్రతిచర్యలోనూ లయబద్ధమైన స్పందనలు, వ్యక్తీకరణలు వారిద్దరి మధ్యా చోటు చేసుకుంటాయి.

ఒక వ్యక్తి మరో వ్యక్తితో 'అంతా లయబద్ధంగానే ఉంది' అని, లేదా 'నాకే అనుకుంటే...., అది నీకూ జరిగిందే....,' అని అన్నాడంటే వారిద్దరూ తమకు తెలియకుండానే ప్రతిఫలన చర్య గురించి మాట్లాడుతున్నారని అర్థం. హోటల్‌కు వెళ్ళి ఒంటరిగా భోజనం చేయాలంటే ఎవరూ ఇష్టపడరు. అందుకు కారణం ప్రతిఫలనమే. మరోవ్యక్తితో కలిసి భోజనం చేయడంలోని అనుభూతిని కోల్పోతామన్న భయమే దీనికి కారణం. హోటల్‌లో భోజనానికి ఆర్డర్ ఇచ్చే ముందు తోటివ్యక్తిని 'నీకేం కావాలి, నీకు ఏదంటే ఇష్టం?' అని అడుగుతాం. అవతలి వ్యక్తితో భోజనానికి సంబంధించిన ప్రతిఫలన సౌలభ్యాన్ని కాపాడుకోవడమే ఇందులోని ప్రధాన ఉద్దేశం. ఇద్దరు ప్రేమికులు ఏకాంతంగా ఉన్నపుడు నేపథ్యంలో వినిపించే సంగీతం ఇలాంటి ప్రతిఫలన ప్రభావాన్నే కలిగి ఉంటుంది.

ప్రతిఫలన ప్రభావం వల్ల అవతలి వ్యక్తి బాడీలాంగ్వేజ్‌ని, ఆహార్యాన్ని అనుకరించడం జరుగుతుంది. దాంతో ఇద్దరి మధ్య ఒక సమైక్య భావన పరిఢవిల్లుతుంది. ఆ ఇద్దరిలో ఏ ఒక్కరూ మరొకర్ని అధిగమించాలనుకోరు.

## కణజాలంలో ప్రతిఫలన స్వభావం

గుండె మార్పిడి చేయించుకున్న రోగులకు సంబంధించిన కొన్ని ఆసక్తికరమైన విషయాల్ని ప్రముఖ అమెరికన్ హృద్రోగ నిపుణుడు డాక్టర్ మెహ్మెత్ ఒజ్ ఇలా చెబుతున్నారు. హృద్రోగాలకు గురైన రోగులకు శస్త్రచికిత్స ద్వారా గుండె మార్పిడి చేసిన తరువాత ఆ వ్యక్తుల ప్రవర్తనలో, హావభావాల్లో కొన్ని మార్పులు చోటు చేసుకున్న విషయాన్ని ఆయన కనిపెట్టారు. దీనికి ఆయన చెప్పిన కారణాలిలా ఉన్నాయి. గుండె, తదితర శరీరాంగాలు కణజాలానికి సంబంధించిన జ్ఞాపకాల్ని నిక్షిప్తం చేసుకుంటాయి. వ్యక్తి నుంచి వ్యక్తికి గుండెని మార్చినపుడు, దాత తాలూకు ప్రవర్తన, హావభావ వ్యక్తీకరణకు సంబంధించిన శైలి స్వీకర్తలోనూ కనిపిస్తాయి. గుండెకు సంబంధించిన కణజాలం తాను నిక్షిప్తం చేసుకున్న జ్ఞాపకాలను స్వీకర్త మెదడుకు అందివ్వడంతో, మెదడు బాడీలాంగ్వేజ్ తాలూకు ఆదేశాల్ని జారీ చేసే క్రమంపై దీని ప్రభావం పడుతుంది. నిజానికి తమకు గుండెను దానం చేసిన వ్యక్తుల్ని స్వీకర్తలెన్నడూ చూసి ఉండరు. ఇరుపక్షాల మధ్య ఎలాంటి పరిచయమూ ఉండదు. అయినప్పటికీ కణజాలం ప్రదర్శించే ప్రతిఫలన చర్య వల్ల స్వీకర్తలో మార్పులు చోటు చేసుకుంటాయి. 'ఆటిజం' వంటి రుగ్మతలతో బాధపడే వ్యక్తుల్లో ఇతరుల ప్రవర్తనని ఆకళింపు చేసుకుని ప్రతిఫలనాన్ని ప్రదర్శించే సమన్వయం లోపించడం వల్ల వారికి ఇతరుల పట్ల సానుకూలంగా ప్రవర్తించడం కష్టమవుతుంది. అలాగే మద్యం సేవించిన వ్యక్తిలో కూడా అతని మాటకు, ప్రవర్తనకు మధ్య సమన్వయం లోపించి, ప్రతిఫలనకు ఆస్కారమే ఉండదు.

కార్యకారణ సంబంధం తాలూకు ప్రభావం వల్ల మీరు కొన్ని హావభావాల్ని ఉద్దేశపూర్వకంగా ప్రదర్శించినప్పటికీ, ఆ హావభావాల తాలూకు అనుభూతులు మీలో చోటు చేసుకుంటాయి. ఆత్మవిశ్వాసాన్ని అనుభూతి చెందితే అప్రయత్నంగానే మీ హావభావాల్లో 'గోపురం' చోటు చేసుకుంటుంది. అదే సమయంలో మీరు ఉద్దేశపూర్వకంగా 'గోపురాన్ని' (అరచేతుల్ని గోపురంలా కలిపి ఉంచడం) ప్రదర్శిస్తే, మీలో అదివరకు లేని ఆత్మవిశ్వాసం తలెత్తి, ఇతరులు కూడా మీ ఆత్మవిశ్వాసాన్ని గుర్తించి, తదనుగుణంగా ప్రతిస్పందించే వీలు కలుగుతుంది. కాబట్టి ఇతరుల బాడీలాంగ్వేజ్ సంకేతాలతో, హావభావాలతో సారూప్యం కలిగిన హావభావాల్నే మీరు కూడా ఉద్దేశపూర్వకంగా అలవరచుకోవడం ద్వారా వారితో సమన్వయం సాధించడం సులభమవుతుంది. సమన్వయ సాధనకు 'ప్రతిఫలనం' ఒక దివ్యమైన ఉపకరణం.

## స్త్రీ, పురుషుల మధ్య తేడాల ప్రతిఫలన

ఒక మహిళ సాటి మహిళను 'చదవడం'లో పురుషుని కంటే నాలుగు రెట్లు చురుగ్గా ఉంటుందని మాంఛెస్టర్ విశ్వవిద్యాలయానికి చెందిన జెఫ్రీ బీటీ కనుగొన్నారు. ఒక పురుషుడు సాటి పురుషుణ్ణి చదవడంలో ఇంత చురుగ్గా వ్యవహరించలేడని కూడా ఆయన చెబుతున్నారు. పురుషుణ్ణి 'చదవడం'లో కూడా పురుషుడి కన్నా మహిళే మెరుగని ఆయన అభిప్రాయం. అదే సమయంలో పురుషుడు మహిళ బాడీలాంగ్వేజ్ సంకేతాల్ని, భంగిమల్ని చదవడంలో నిరక్షర కుక్షిలా వ్యవహరిస్తాడని బీటీ అంటున్నారు. ప్రేమ వ్యవహారంలో మాత్రమే పురుషుడు, మహిళ బాడీలాంగ్వేజ్ సంకేతాల్ని చదవగలడు.

ఏదైనా ఒక విషయానికి సంబంధించి తాను తన బృందంలో ఎవరిలోనైనా 'అనంగీకారాన్ని' పసిగట్టానని ఒక మహిళ చెప్పిందంటే, ఆమె ఆ 'అనంగీకారాన్ని' స్పష్టంగా చూసే ఆ మాట చెబుతోందని అర్థం చేసుకోవాలి. ఆ నిర్దిష్టవ్యక్తి హావభావాలకు, బృందంలోని ఇతరుల హావభావాలకు మధ్య సమన్వయం కుదరని విషయాన్ని ఆమె ఇట్టే కనిపెట్టేసిందన్న మాట. అనంగీకారం, కోపం, అసత్యం, బాధలను మహిళలు అంత కచ్చితంగా ఎలా కనిపెట్టేస్తారో అర్థంకాక పురుషులు తలపట్టుకుంటుంటారు. ఇతరుల బాడీలాంగ్వేజ్ సంకేతాల్ని సత్వరం అనువదించేంతగా పురుషుల మెదళ్ళు సాంకేతికంగా అభివృద్ధి చెంది ఉండవు. దానివల్ల వాళ్ళు ఇతరుల హావభావాల్లో ప్రతిఫలనానికి సంబంధించిన హెచ్చు తగ్గుల్ని పసిగట్టలేరు.

'వై మెన్ డోన్ట్ లిజన్ అండ్ విమెన్ కాన్ట్ రీడ్ మాప్స్' అనే మా పుస్తకంలో ముఖ కవళికలు, హావభావాల ద్వారా అనుభూతి వ్యక్తీకరణలో స్త్రీ, పురుషుల శైలి పరస్పరం భిన్నంగా ఉంటుందని, అందుకు అనుగుణంగానే వారి మెదడు నిర్మితమై ఉంటుందని పేర్కొన్నాం. దేనినైనా పదినిమిషాల పాటు వింటే, దానికి సంబంధించిన ప్రధానమైన ఆరు ముఖకవళికల్ని ప్రదర్శిస్తూ, వక్త అనుభూతులకు ప్రతిస్పందించే సామర్థ్యం మహిళలకు ఉంటుంది. వక్త ఎలాంటి ముఖ కవళికల్ని ప్రదర్శిస్తాడో అలాంటి ముఖ కవళికలనే మహిళ కూడా ప్రదర్శిస్తుంది. ఇద్దరు మహిళలు మాట్లాడుకుంటున్నపుడు పరిశీలిస్తే ఇద్దరికీ ఒకే రకమైన అనుభవం ఎదురైందేమో అనిపించేలా ఉంటుంది వారి ప్రవర్తన.

వక్త కంఠస్వరం ద్వారా, బాడీలాంగ్వేజ్ సంకేతాల ద్వారా అతని అనుభూతుల్ని, వాటి అర్థాన్ని మహిళ సులభంగా అనువదించు కోగలదు. ఒక మహిళ దృష్టిని ఆకర్షించాలంటే పురుషుడు చేయాల్సిన పని కూడా ఇదే. ఇలా చేసినప్పుడే ఆమె అతని మాటల్ని శ్రద్ధగా ఆలకిస్తుంది. దేనినైనా వింటూ ముఖకవళికల ద్వారా

ప్రతిస్పందించడం పురుషులకు పెద్దగా ఇష్టం ఉండదు. దాని ఫలితంపై వారికి నమ్మకం కూడా ఉండదు. కానీ సమర్థవంతంగా ముఖ కవళికల్ని ప్రదర్శించగల పురుషుల చేతిలో అది పెద్ద ఆయుధమవుతుంది.

మహిళ మాట్లాడుతున్నపుడు ఆమె ఎలాంటి ముఖకవళికల్ని వ్యక్తం చేసిందో, సరిగ్గా అలాంటి ముఖ కవళికల్నే ప్రదర్శించడానికి పురుషులు ఇష్టపడరు. అలా చేస్తే ఆమె తన చేష్టలను 'ఆడారి వేషాల' కింద జమకట్టేస్తుందేమోనని వీరు భయపడతారు. కానీ నిజానికి తన ముఖకవళికలతో సమన్వయం కుదిరే ముఖకవళికల్ని ప్రదర్శించే పురుషుల్ని, మహిళలు చాలా ప్రేమాస్పదులుగాను, తెలివైన, ఆకర్షణీయమైన వ్యక్తులుగాను భావిస్తారు.

మహిళ వ్యక్తం చేసే ముఖకవళికల్లో కేవలం మూడో వంతు కవళికల్ని మాత్రమే పురుషుడు వ్యక్తం చేయగలడు. సాధారణంగా పురుషుల ముఖాలు భావరహితంగా ఉంటాయి. పరిణామక్రమంలో చోటు చేసుకున్న మార్పే ఇది. సమూహంలో ఉన్నపుడు పురుషుడు తన భావోద్వేగాలు ముఖంలో వ్యక్తం కాకుండా నియంత్రించుకోవలసిన అగత్యంలో పడ్డాడు. దాడులు ఎదురయ్యే ప్రమాదం కూడా ఉండడంతో అతను తప్పనిసరి పరిస్థితుల్లో తన భావోద్వేగాల్ని ఇతరులకు తెలియన్వికుండా దాచుకునే వాడు. ఆ ప్రయత్నంలో భాగంగా వాటిని నియంత్రించుకునేవాడు. దాని ఫలితంగానే చాలామంది పురుషులె వరి మాటలనైనా స్థాణువులా బిగుసుకుపోయి వింటూంటారు.

భావరహితమైన ముఖాలు పురుషులకు పరిస్థితి మీద అదుపును తెచ్చిపెడతాయి. అంత మాత్రం చేత వారిలో ఎలాంటి ఉద్వేగాలు తలెత్తవనుకుంటే పొరబాటే. మెదడుకు సంబంధించిన స్కాన్స్‌ని బట్టి పురుషులు మహిళల్లాగే పలు బలమైన ఉద్వేగాలకు లోనవుతారని తెలుస్తోంది. కానీ వాటిని బహిర్గతం కానివ్వకుండా వాళ్ళు నియంత్రించుకుంటారు.

## మరి ఈ బెల్లంకొట్టిన రాళ్లతో మహిళలు వేగేదెలా?

పురుషుని ప్రవర్తనని అర్థం చేసుకునే ముందు ఒక విషయాన్ని స్పష్టంగా అర్థం చేసుకోవాలి. పురుషుడు తన ఉద్వేగాల అభివ్యక్తీకరణకు ముఖాన్ని వాడడు. అతను అందుకోసం శరీరాన్ని ఉపయోగిస్తాడు. ముఖాల్ని భావరహితంగా ఉంచుకునే పురుషుల్ని అర్థం చేసుకోవడంలో మహిళలు ఇబ్బంది పడతారు. కానీ సాటి పురుషులకు ఈ ఇబ్బంది ఉండదు. మీరు మహిళ అయితే, పురుషుల సమక్షంలో మీ ముఖాన్ని సాధ్యమైనంత భావరహితంగా ఉంచుకోండి. దీని వల్ల మీరు తన పట్ల అత్యుత్సాహాన్ని లేదా అసహనాన్ని ప్రదర్శిస్తున్నారని పురుషుడు భావించే

ప్రమాదం తప్పుతుంది. అతను ఏమి ఆలోచిస్తున్నాడో ముందుగానే ఊహించి, తదనుగుణమైన ముఖ కవళికల్ని మీరు ప్రదర్శించారంటే, చాలా ఘోరం జరిగిపోతుంది. మీ అంచనాలు తల్లకిందులైతే అతని దృష్టిలో మీరు 'పిచ్చివాళ్ళ' కింద ముద్రపడిపోతారు. వాణిజ్యపరమైన సమావేశాల్లో ముభావంగా ప్రసంగాల్ని వినే మహిళలను పురుషులు చాలా తెలివైన వాళ్ళుగా పరిగణిస్తారు.

## '... వారు వీరవుతారు'

ఇద్దరు వ్యక్తులు దీర్ఘకాలం ఒకే చోట నివసిస్తూ, మంచి సంబంధాల్ని కొనసాగిస్తున్న పక్షంలో వారిరువురి మధ్య 'పోలికలు' ఏర్పడతాయి. ఏదో ఒక కోణంలో వారిద్దరి ముఖాల్లో పరస్పరం ఒకే మూస నుంచి తీసినట్టు ఏదో దగ్గరి పోలిక కనిపిస్తుంది. వారిద్దరూ సహజీవనంలో ఎడతెరపి లేకుండా ఒకరి పట్ల మరొకరు ప్రతిఫలన ప్రక్రియలో నిమగ్నమవడం వల్ల ముఖంలోని కొన్ని ప్రాంతాల్లో కండరాలు ప్రతిఫలన పరిభాష ప్రకారం నిర్వచనాలను పరస్పరం మార్చుకుంటాయి. కాస్త సరళంగా చెప్పాలంటే ఒకరి హావభావాలు మరొకరి ముఖంలో ప్రతిఫలిస్తాయన్న మాట. ముఖాకృతుల్లో ఎలాంటి పోలికలు లేని దంపతులు కూడా ఒకే రకమైన నవ్వును ప్రదర్శిస్తూ ఫోటోగ్రాఫుల్లో పట్టుబడిపోతుంటారు.

బెకహామ్ దంపతులు ఇలా నవ్వేంత వరకు వారిద్దరి మధ్య ఎలాంటి పోలికలు ఉండవు. నవ్వే వారి మధ్య సిసలైన పోలిక

నలభైఏళ్ళ సహజీవనంలో పదవీవిరమణ కాలానికి బెక్‌హామ్ దంపతులు (వారి కుక్కపిల్ల 'స్పాట్'తో సహా) ఎంతగా ఒకరినొకరు 'ప్రతిబింబిస్తున్నారో చూడండి.

సీటెల్‌లోని వాషింగ్టన్ విశ్వవిద్యాలయానికి చెందిన మానసికవేత్త డాక్టర్ జాన్ గాట్మన్, ఆయన సహచరులు 2000 సంవత్సరంలో ఒక విషయాన్ని కనిపెట్టారు. ఒకరు సంతోషంగా ఉన్నపుడు, మరొకరు ఆ హావభావాన్ని అందిపుచ్చుకోవడంలో

విఫలమై, తద్విరుద్ధమైన హావభావాన్ని అంటే ముఖంలో విచారాన్ని ప్రదర్శించిన దంపతుల వివాహబంధం వెంటనే విఫలమైపోతుందని వాళ్ళు తేల్చారు. ఇలా చేయడం వల్ల నవ్వుతూ సంతోషంగా ఉన్న భాగస్వామి మనోభావాలు గాయపడి ఈ వైపరీత్యం చోటు చేసుకుంటుంది. నిజానికి తమ ప్రవర్తన వల్ల అవతలి వ్యక్తి నొచ్చుకుంటున్నారన్న విషయమే మరో భాగస్వామికి తెలీదు.

## మనలో పెంపుడు జంతువుల పోలికలు

మన పెంపుడు జంతువులకు, మనకు ముఖాల్లో పోలికలుంటాయా? అవును. మనకు, వాటికి మధ్య ప్రతిఫలన చర్య జరుగుతుంది. అందుకే ఏదైనా జంతువును ఇంటికి తెచ్చి పెంచుకునే ముందు మనకు తెలియకుండానే మనల్ని పోలి ఉండే జంతువుల కోసం మన కళ్ళు వెదుకుతాయి. మన పోలికలు కనిపించిన వెంటనే అది మన ముద్దుల 'పెట్' అయిపోతుంది. నమ్మశక్యం కావడం లేదా, అయితే ఈ ఫోటోల్ని చూడండి, నమ్మక తప్పని నిజమైనా...!

మనల్ని పోలిన జంతువుల్నే మనం ప్రేమిస్తామా?

## 'ప్రతిబింబాలు'

ఈసారి మీరు ఏదైనా పార్టీకి గానీ, సమావేశానికి గానీ హాజరైనప్పుడు అక్కడ ఒక విషయాన్ని గమనించండి. సమూహంలో ఎవరైతే మాట్లాడుతుంటారో, ఆ వ్యక్తి తాలూకు ముఖ కవళికలు, హావభావాల్నే మిగతా అందరూ మూకుమ్మడిగా అనుకరిస్తుంటారు. ఇది ప్రతిఫలనం ఫలితమే. ప్రతిఫలనమంటే ఇతరులతో సంఘీభావాన్ని వ్యక్తం చేసే మౌఖికేతర సాధనం, ఎదుటి వ్యక్తి దృక్పథంతోనూ, భావాలతోనూ ఏకీభవిస్తున్నామని చెప్పడమే ఇది. 'మీరు గమనించారా, నేను కూడా మీలాగే ఆలోచిస్తున్నాను...' అని చెప్పడమన్నమాట. బృందంలో ఉన్నత స్థాయికి చెందిన వ్యక్తి ముందుగా తన హావభావాల్ని వ్యక్తం చేయడం ద్వారా ఈ ప్రక్రియకి తెరతీస్తాడు. మిగతా వారంతా అతనిని అనుసరిస్తారు, లేదా అనుకరిస్తారు.

భావసారూప్యత!

పై బొమ్మని పరిశీలించండి. వీరిద్దరూ బార్‌లో నిలబడి ఉన్నారు. వీరి మధ్య ప్రతిఫలన ప్రక్రియని గమనిస్తే, వీరిద్దరూ ఒకే విషయం గురించి మాట్లాడుతున్నారని, ఆ విషయానికి సంబంధించి ఇద్దరి మధ్యా భావసారూప్యత ఉందని అర్థమవుతుంది. ఒకవేళ వీరిద్దరిలో ఎవరైనా శరీరపు బరువును ఒక పాదం నుంచి మరొక పాదానికి మార్చుకున్నా, తర్క సంబంధమైన ఆలోచనలో పడ్డా వెంటనే మరో వ్యక్తి కూడా తన బరువును ఒక పాదం నుంచి మరొక పాదానికి మార్చుకుంటాడు. ఒక వ్యక్తి తన జేబులో చేయి పెట్టుకుంటే మరో వ్యక్తి వెంటనే అతనిని అనుకరిస్తాడు. వారిద్దరి మధ్య స్థూలమైన అంగీకారం కుదిరే వరకు ఈ ప్రతిఫలన చర్య కొనసాగుతూనే ఉంటుంది.

అలనాటి అధ్యక్షులు బుష్, చిరాక్‌లు మాటల్లో పరస్పరం వ్యతిరేకంగా ధ్వనించినప్పటికీ, వారిద్దరి మధ్య ప్రతిఫలన చర్య జరుగుతూనే ఉంది. ఇది వారిరువురికీ ఒకరిపై మరొకరికి ఉన్న గౌరవాభిమానాలకు చిహ్నం.

ప్రతిఫలన ప్రక్రియ ఇద్దరు స్నేహితులు, లేదా ఒకే హోదాలోని ఇద్దరు వ్యక్తుల మధ్య చోటు చేసుకుంటుంది. దంపతులిద్దరి కదలికల్లో, కూర్చునే పద్ధతిలో, నిలబడే శైలిలో ఒకే రకమైన పోలికలు కనిపిస్తాయి. అపరిచితులు ఉద్దేశపూర్వకంగానే ప్రతిఫలనకు సంబంధించిన భంగిమల్ని నిరోధిస్తారని ఆల్బర్ట్ షెఫ్లెన్ కనుగొన్నారు.

## గొంతు కలపడం

యాస, స్వరవైవిధ్యం, మాట్లాడడంలో వేగం, ఉచ్చారణ ఇవన్నీ కూడా ప్రతిఫలన చర్యలో భాగాలుగా ఉంటాయి. పరస్పర సంభాషణలో వీటికి సంబంధించిన సమన్వయం ఇద్దరి దృక్పథాలు, ఆలోచనలమధ్య సంఘీభావాన్ని పెంపొందించడంలో తోడ్పడుతుంది. లయబద్ధమైన నడక ఎలా ఉంటుందో, లయబద్ధమైన మాట కూడా అలాగే ఉంటుంది. ఈ సమన్వయం ఎలా ఉంటుందంటే ఇద్దరూ కలిసి ఒకే రాగంలో యుగళగీతాన్ని ఆలపిస్తున్నట్టే ఉంటుంది. ఇలాంటి సమన్వయం కుదిరినప్పుడు వక్త మాట్లాడుతూ చేతులు ఊపుతుంటాడు. అదే సమయంలో వక్త చేతి కదలికలతో మమేకమవుతూ శ్రోత లయబద్ధంగా తలాడిస్తుంటాడు. ఆ ఇద్దరి మధ్య సంబంధం బలపడేకొద్దీ బాడీలాంగ్వేజ్ సంకేతాలు క్రమంగా కనుమరుగై, వాటిస్థానే ఇద్దరి దృక్పథాల సంఘీభావాన్ని ప్రతిబింబిస్తూ స్వర సమన్వయం దర్శనమిస్తుంది. అప్పుడు వారిద్దరిమధ్య సత్సంబంధానికి మాటే వారధి అవుతుంది.

ఎవరితోనైనా మాట్లాడేటపుడు అవతలి వ్యక్తికన్నా వేగంగా మాట్లాడకండి. తమకన్నా ఇతరులు వేగంగా మాట్లాడితే వ్యక్తులు మానసిక ఒత్తిడికి గురవుతారని ఈదిశగా జరిపిన అధ్యయనాలు వెల్లడిచేస్తున్నాయి. మాటల్లో వేగాన్నిబట్టి విషయవిశ్లేషణలో ఆ వ్యక్తి మెదడు ఎంత వేగంగా ప్రతిస్పందిస్తుందో తెలుసుకోవచ్చు. అవతలి వ్యక్తి ఎంత వేగంగా మాట్లాడుతున్నాడో మీరు కూడా అంతే వేగాన్ని పాటించండి. మాటల వేగాన్ని తగ్గించినా మంచి ఫలితమే ఉంటుంది. అవతలి వ్యక్తి యాస, స్వరవైవిధ్యాన్ని గమనిస్తూ ప్రతిఫలాన్ని సాధించండి. కానీ ఫోన్‌లో మాట్లాడేటపుడు లయబద్ధంగా ప్రతిస్పందించడం ఒకింత కష్టమే అవుతుంది. ఎందుకంటే అక్కడ మాట మాత్రమే ఇద్దరి మధ్య అనుసంధానకర్తగా ఉంటుంది. ఎదుటివ్యక్తిని గురించిన మరే ఇతర సమాచారమూ కంటిముందు ఉండదు. కాబట్టి, మాటతో సమన్వయాన్ని సాధించడం ఈ సందర్భంలో కష్టమే.

## సత్సంబంధానికి ఉద్దేశపూర్వకమైన బాటలు

బాడీలాంగ్వేజ్‌కి సంబంధించిన పాఠాల్లో ప్రతిఫలనానికి సంబంధించిన ప్రాధాన్యాన్ని గుర్తించడం కూడా ముఖ్యమైందే. ఇతరులు మీ పట్ల తమ సంఘీభావాన్ని, ఆమోదాన్ని తెలిపే ప్రక్రియ ప్రతిఫలనం. అలాగే ఇతరుల్ని మనం ఇష్టపడుతున్నామని చెప్పడానికి అద్భుతమైన సాధనం కూడా అదే. ఇతరుల బాడీలాంగ్వేజ్ సంకేతాలతో ప్రతిఫలనాన్ని సాధిస్తే వారి అంగీకారాన్ని పొందడం ఎంత సులభమో, మీ అంగీకారాన్ని వారికి తెలియజెప్పడమూ అంతే సులభం.

తన దగ్గర బెరుకుగా ప్రవర్తించే ఉద్యోగితో సమన్వయాన్ని సాధించాలన్నా, తద్వారా తామిద్దరి మధ్య ప్రశాంతమైన వాతావరణాన్ని సృష్టించాలన్నా పై అధికారి, ఉద్యోగి శారీరక భంగిమని అనుకరించాల్సి ఉంటుంది. అలాగే పైఅధికారి హావభావాల్ని అనుకరించడం ద్వారా ఉద్యోగి, అధికారి ప్రతిపాదనల్ని తాను అంగీకరిస్తున్నానని చెప్పవచ్చు. ఇతరుల సానుకూల హావభావాల్ని అనుకరించడం ద్వారా సత్సంబంధాల్ని సాధించడం చాలా సులభం. దీనివల్ల అవతలి వ్యక్తి మన అభిప్రాయాల్ని స్వీకరించడానికి, ప్రశాంత చిత్తంతో ఆలోచించ డానికి మార్గం సుగమమవుతుంది. మీరు తన మాటల్ని అర్థం చేసుకుంటున్నారన్న అభిప్రాయం వారిలో కలుగుతుంది.

ఇతరుల బాడీలాంగ్వేజ్ సంకేతాల్ని అనుకరించడం ద్వారా సత్సంబంధాన్ని సాధించడం

ఇతరుల బాడీలాంగ్వేజ్ సంకేతాల్ని అనుకరించేముందు వారితో మీ సంబంధం ఎలాంటిదో ఒకసారి ఆలోచించుకోవడం ముఖ్యం. ఉదాహరణకు జూనియర్ స్థాయి ఉద్యోగి ఒకరు తనకు వేతనాన్ని పెంచాలంటూ మేనేజర్‌కి దరఖాస్తు పెట్టుకున్నాడనుకుందాం. ఆ విషయంపై మాట్లాడడానికి ఆ అధికారి అతనిని తన గదికి పిలిచాడు. గదిలోకి వచ్చిన ఉద్యోగిని అధికారి కూర్చోమన్నాడు. అప్పుడు ఆ అధికారి కాలుమీద కాలువేసుకుని (ఫిగర్‌ఫోర్), చేతుల్ని తల వెనుక ఉంచుకుని (వడిసెల) కూర్చుని ఉన్నాడు. అది అతని ఉన్నతమైన హోదాకు చిహ్నం. కానీ ఉద్యోగి కూడా అధికారి హావభావాల్ని, బాడీలాంగ్వేజ్ సంకేతాల్ని అనుకరిస్తూ, అతని ఎదురుగా కాలుమీద కాలువేసుకుని, తల వెనక చేతుల్ని కట్టుకుని కూర్చుంటే, పై అధికారికి ఆగ్రహం కలుగుతుంది. ఉద్యోగి ఎంత వినమ్రంగా మాట్లాడినా అతను తనను అవమానిస్తున్నాడనే అధికారి భావిస్తాడు. దాంతో ఆ ఉద్యోగికి జీతం పెరగడం విషయం అటుంచి, అసలు ఉద్యోగానికే ముప్పురావచ్చు.

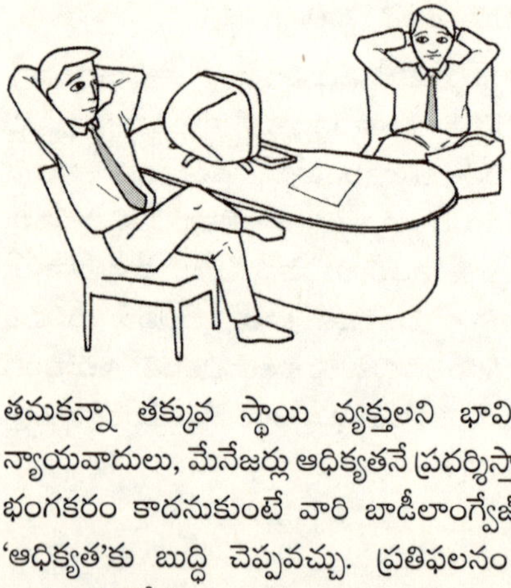

ఒక బాస్ తన కింది ఉద్యోగి తాలూకు ప్రవర్తనలోని ప్రతిఫలనని అహంకారంగా గుర్తిస్తాడు.

తమకన్నా తక్కువ స్థాయి వ్యక్తులని భావించిన వారిముందు అక్కౌంటెంట్లు, న్యాయవాదులు, మేనేజర్లు ఆధిక్యతనే ప్రదర్శిస్తారు. అలాంటపుడు మీ ప్రయోజనానికి భంగకరం కాదనుకుంటే వారి బాడీలాంగ్వేజ్ సంకేతాల్ని అనుకరించడం ద్వారా 'ఆధిక్యత'కు బుద్ధి చెప్పవచ్చు. ప్రతిఫలనం అన్నది అంగీకారాన్ని తెలపడానికే కాక, వ్యతిరేకతను తెలపడానికి కూడా ఉపయోగపడుతుంది. కానీ దాన్ని ఉపయోగించే టపుడు స్థల, కాల, హోదా తదితర విషయాల్ని గుర్తుంచుకోవాలి.

ఇక్కడ కనిపిస్తున్న ముగ్గురూ ఒకే విధమైన భంగిమలోనూ, ఒకేవిధమైన ఆహార్యంతోనూ, ఒకే విధమైన బాడీలాంగ్వేజ్ సంకేతాలతోనూ ఒకరికొకరు సన్నిహితంగా నిలబడి ఉన్నారు. దీన్నిబట్టి వారు స్నేహితులని, ఒకేవిధమైన వాణిజ్య లక్ష్యాలతో, ఒకే మార్గాన్ని అనుసరిస్తున్నవారని అర్థమవుతోంది.

## ఎవరు ఎవర్ని అనుకరిస్తారు?

ఒక బృందంలో నాయకుడు కొన్ని నిర్దిష్టమైన హావభావాలను, భంగిమలను ప్రదర్శించడం మొదలు పెడితే, బృందంలోని ఇతరులు కూడా నెమ్మది నెమ్మదిగా అతనినే అనుకరిస్తారని పరిశోధనల్లో రుజువైంది. ఒక ద్వారంగుండా ప్రవేశించాల్సి వస్తే బృందనాయకుడే ముందంజ వేస్తాడు. సోఫా, టేబుల్, తదితర వెడల్పైన ఫర్నీచర్‌లో నాయకుడు ఒక చివరగా కూర్చోవడానికి ఇష్టపడతాడు. మధ్యలో అందరితో సమానంగా కూర్చోడన్నమాట. ఉన్నతాధికారుల బృందం ఒక గదిలోకి ప్రవేశించేటపుడు వారిలో అత్యున్నత హోదా కలిగిన వ్యక్తి ముందుగా ప్రవేశిస్తాడు. బోర్డురూమ్‌లో ఎగ్జిక్యూటివ్‌లు సమావేశమైనపుడు అత్యున్నత అధికారి ద్వారానికి దూరంగా, టేబుల్‌కి శీర్షస్థానంలో ఉన్న కుర్చీలోనే కూర్చుంటాడు. ఒకవేళ పై అధికారి 'వడిసెల' భంగిమలో కూర్చుంటే, కింది స్థాయి ఉద్యోగులు వారి వారి హోదానుబట్టి ఆ అధికారిని అనుకరిస్తారు. ఒక సమావేశంలో రెండు పక్షాలుంటే, బాడీలాంగ్వేజ్ సంకేతాలు, ప్రతిఫలన చర్యల్నిబట్టి ఎవరు ఏ పక్షాన్ని వహించారో స్పష్టంగా చెప్పవచ్చు. ఎవరు మీకు అనుకూలంగా ఓటు వేస్తారో, ఎవరు వ్యతిరేకంగా ఓటు వేస్తారో చెప్పవచ్చునన్నమాట.

ఏదైనా ప్రతిపాదనకు అనుకూలంగా ఒక బృందం స్పందించాల్సిన సందర్భంలో కూడా ప్రతిఫలనం ద్వారా అద్భుత ప్రయోజనాల్ని పొందవచ్చు. ఇందుకోసం మీరు ముందుగా మానసికంగా సిద్ధమైతే చాలు. బృంద ప్రతినిధి తన ప్రసంగాన్ని కొనసాగిస్తూ ఏదైనా నిర్దిష్ట భంగిమను, లేదా హావభావాన్ని ప్రదర్శించినట్టయితే, ఇక మెల్లమెల్లగా బృంద సభ్యులందరూ అదే భంగిమను, హావభావాన్ని అనుకరిస్తారు. దీనివల్ల బయటి వ్యక్తులకు మీ బృందంలో బలమైన ఐక్యత ఉన్నట్టుగా కనిపిస్తుంది. ఒకవేళ ఆ బృందంపై లేనిపోని అనుమానాలున్న వ్యక్తులు కూడా దీన్ని చూసి, తమ అనుమానాలు అర్థరహితమనుకుని, బృందాన్ని బలహీన పరిచే ప్రయత్నాలకు స్వస్తి చెప్పవచ్చు.

బిల్‌క్లింటన్ ప్రపంచంలోనే అత్యంత శక్తివంతుడైన నేత అయితే కావచ్చుగాక, కానీ హిల్లరీ హావభావాలనే ఆయన అనుకరిస్తారు. ఆ ఇద్దరూ చేతిలో చేయివేసుకుని నడిచేటపుడు సాధారణంగా అతని చేయి, ఆమె చేతిలో ఉంటుంది.

ఏదైనా వస్తువును కానీ, ప్రతిపాదనను కానీ దంపతులకు అమ్మజూపేటపుడు వారిలో ఎవరు ఎవరిని అనుకరిస్తున్నారన్నది ముందుగా గమనించాలి. ఎందుకంటే తుదినిర్ణయం దీని మీదే ఆధారపడి ఉంటుంది. పాదాల్ని కదిలించడం, వేళ్లని మడవడం, లేదా తర్కవితర్కానికి సంబంధించిన హావభావాల్ని మహిళ ముందుగా ప్రదర్శిస్తే పురుషుడు ఆమెను అనుకరిస్తాడు. కాబట్టి తుది నిర్ణయంకోసం అతనిమీద ఆధారపడడం అవివేకం. తుదినిర్ణయంలో అతని పాత్ర లేశ మాత్రమే.

అడుగులో అడుగే అయినా ముందడుగు మాత్రం చార్లెస్‌దే, ఆ వెనుకే అతనిని కెమిల్లా అనుసరిస్తుంది.

ఇరాక్‌యుద్ధం మొదలైన తరువాత టోనీబ్లెయిర్, జార్జిబుష్‌ని అనుకరిస్తూ బెల్ట్‌లో బొటనవేళ్ళను గుచ్చడాన్ని అలవాటు చేసుకున్నారు.

## క్లుప్తంగా...

ఇతరుల హావభావాల్ని అనుకరించే ప్రతిఫలనం అన్నది వారిలో మనపట్ల అనుకూలతను పెంచడమేగాక, ఇద్దరిమధ్య అనుబంధం పటిష్టమవడానికి తోడ్పడుతుంది. సాధారణంగా ఇద్దరు సమాన హోదా కలిగిన వ్యక్తులమధ్యే ప్రతిఫలనం సాధ్యమవుతుంది. నచ్చనివారిని, పరిచయంలేని వారిని అనుకరించడానికి, వారితో ప్రతిఫలన క్రియ ద్వారా సమన్వయం సాధించడానికి మనం ప్రయత్నించం.

ఇతరుల బాడీలాంగ్వేజ్ సంకేతాల్ని మాటల్ని ప్రతిఫలంతో అనుకరించడం ద్వారా వారితో సత్సంబంధాల్ని ఏర్పరచుకోవడం చాలా సులభం. అదొక శక్తివంతమైన ఆయుధం కూడా. ఎవరినైనా తొలిసారి కలిసినపుడు వారి భంగిమల్ని, బాడీలాంగ్వేజ్ సంకేతాల్ని, హావభావాల్ని అనుకరించడం ద్వారా మనం వారిపట్ల ఆసక్తిని కలిగి ఉన్నామన్న భావనను వారికి కలిగించవచ్చు. మీపట్ల సదభిప్రాయాన్ని కూడా కలిగించవచ్చు. ప్రతిఫలనంవల్ల మీలో వాళ్ళు

తమను తాము చూసుకుంటారు. ఇక్కడొక చిన్న హెచ్చరిక ఏమిటంటే, కొత్త పరిచయంలో మీరు పరిస్థితి అనుకూలించేవరకు ప్రతిఫలనం జోలికి వెళ్లకండి. ఎందుకంటే మీరు ప్రతిఫలన వ్యూహాలకు పాల్పడ్డారన్న దురభిప్రాయం తలెత్తే ప్రమాదాన్ని కొనితెచ్చుకోకూడదు కదా! ఎవరైనా ఒక భంగిమను ప్రదర్శించినపుడు మీరు దాన్ని పట్టించుకోనట్టు ఉండిపోవచ్చు. లేదా వేరే ఏదైనా పనిలో నిమగ్నమైనట్టు కనిపించవచ్చు లేదా దాన్ని అనుకరించవచ్చు. ప్రతిఫలనంవల్ల మీరెన్నో అద్భుతాల్ని సాధించవచ్చు. కానీ ఒక వ్యక్తిలోని ప్రతికూల సంకేతాల్ని మాత్రం అనుకరించవద్దు.

## అధ్యాయం 13

# రహస్య సందేశాలు

## (సిగరెట్లు, కళ్ళజోళ్ళు, మేకప్ ఏం చెబుతున్నాయి?)

మనసు లోపల సుళ్ళు తిరిగే వేదనే పొగతాగడంగా పరిణమిస్తుంది. నిజానికి ధూమపాన ప్రియుల్లో చాలా మంది 'నికోటిన్' బానిసలు కారు. వాళ్ళకి ఏదో ఒక భరోసా కావాలంతే. ప్రస్తుతం 'స్పీడ్ యుగపు' సమాజంలోని ఒత్తిళ్లని అధిగమించడానికి వ్యక్తులు అనేకానేక మార్గాంతరాల్ని వెదుక్కుంటున్నారు. అలాంటి మార్గాల్లో ఒకటి ధూమపానం. ఉదాహరణకు దంతవైద్యుని వద్దకు చికిత్స నిమిత్తం వెళ్ళిన రోగులు కొంతసేపు బయటే వేచి ఉండాల్సి వస్తే, మానసిక ఒత్తిడికి లోనవుతారు. ఇలాంటి సందర్భాల్లో పొగతాగే అలవాటు ఉన్న వ్యక్తులు తమ ఒత్తిడిని బయటకు కనిపించనివ్వకుండా 'పొగ' రూపంలో బయటికి ఊదేస్తుంటారు. అదే సమయంలో పొగతాగే అలవాటు లేని వ్యక్తులు అలంకరణల్ని సరిచూసుకోవడం, చూయింగ్ గమ్‌ని నమలడం, గోళ్ళు కొరుక్కోవడం, కాళ్ళని, చేతుల్ని నెమ్మదిగా టేబుల్ మీద తాటించడం, బుర్రగోక్కోవడం, ఏదైనా వస్తువుతో ఆడుకోవడం, ఇంకా ఇతరమైన సవాలక్ష పనులు చేస్తుంటారు. ఇవన్నీ కూడా ఒత్తిడిని అధిగమించేవే. వీళ్లందరికీ ఆ సమయంలో ఏదో ఒక రూపంలో భరోసా కావాలి. బంగారం మీద వ్యామోహం కూడా ఇలాంటిదే. బంగారం చేతిలో ఉంటే

అది వ్యక్తిలోని అభద్రతని, భయాన్ని, ఆత్మన్యూనతని తొలగిస్తుంది. బంగారానికి ఉన్న ఆర్థిక విలువ వల్ల ఇవన్నీ జరుగుతాయన్న మాట.

ఎంతకాలం తల్లిపాలు తాగారన్న దాన్ని బట్టి వ్యక్తి ధూమపానం వైపు మొగ్గుచూపే అవకాశాలు ఆధారపడి ఉంటాయని ఇటీవలి పరిశోధనలు రుజువు చేస్తున్నాయి. సీసా పాలతో పెరిగిన పిల్లలు పెద్దయ్యాక ధూమపానం వైపు ఆకర్షితులయ్యే అవకాశాలు మెండుగా ఉంటాయి. అదే దీర్ఘకాలం తల్లిపాలతో పెరిగిన పిల్లలు పెద్దయ్యాక వాళ్ళని 'పొగ' అంతగా ఆకర్షించదు. తల్లి స్తన్యమిచ్చే ఆత్మస్థయిర్యాన్ని పాలబుడ్డీ ఇవ్వదు మరి! అందుకే తల్లిపాలకు దూరమైన వాళ్ళు పెద్దయ్యాక కూడా ఆ భరోసా కోసమే వెతుకుతుంటారు. అలాంటి సందర్భాల్లో వాళ్లకి ధూమపానం కావలసిన భరోసాని ఇస్తుంది. తల్లిపాలు సకాలంలో అందకపోతే దుప్పటి కొనల్ని, లేదా బొటనవేలిని నోట్లో పెట్టుకుంటారు పిల్లలు. ధూమపాన ప్రియులు సిగరెట్ బట్‌ని నోట్లో పెట్టుకోవడంలో కూడా ఉద్దేశం అదే.

*తల్లిపాలతో పెరిగిన పిల్లల కంటే సీసాపాలతో పెరిగిన పిల్లలు పెద్దయ్యాక ధూమపానం వైపు ఆకర్షితులయ్యే అవకాశాలు మూడింతలు అధికంగా ఉంటాయి.*

ధూమపాన ప్రియులు కేవలం పొగతాగడమే కాదు, మానసిక అలజడికి సులభంగానే గురవుతుంటారు. ఇతరులకన్నా వీరిలో దేన్నయినా నోటిలో పెట్టుకుని చీకడం అలవాటుగా ఉంటుంది. గ్లాసుల అంచులు, గోళ్ళు, పెన్నుల వంటి వాటిని నోట్లో పెట్టుకుని చీకడం, లేదా పెదవుల్ని కొరుక్కోవడం, పెన్సిళ్ళని నమలడం ఇంకా ఇలాంటి విచిత్రమైన అలవాట్లు చాలానే ఉంటాయి. ఇవన్నీ ఇతరులకు కొంత ఇబ్బందికరంగానే కనిపిస్తాయి. దేన్నయినా నోట్లో పెట్టుకుని, తద్వారా భద్రతను అనుభూతి చెందడం నుంచి చాలా కోరికలు తల్లిస్తన్యానికి నోచుకున్న పిల్లల్లో పసితనంలోనే తీరిపోతాయి. కానీ ఆ భాగ్యానికి దూరమైన వాళ్ళు మాత్రం నిరంతరం 'భరోసా'ని అన్వేషిస్తూ, అసహనంగానే కాలం గడపాల్సివస్తుంది.

## ధూమపాన ప్రియుల్లో రెండు రకాలు

పొగతాగే వాళ్ళలో రెండు రకాల వ్యక్తులు ఉంటారు: ధూమపానానికి బానిసైన వ్యసనపరులు, సామాజిక హోదాకోసం పొగతాగేవాళ్ళు.

స్వల్పప్రమాణంలో చిన్న చిన్న 'పఫ్'లు పీలుస్తూ సిగరెట్‌ని ఆస్వాదించే వాళ్లని మీరు చూసి ఉంటారు. ఇలా చేయడం వల్ల మెదడు పనితీరు ఉత్తేజితమవుతుంది. ఇలాంటి వాళ్ళు నలుగురిలో దర్పంగా పొగతాగుతూ కనిపిస్తారు. వీరిని సామాజిక హోదా కోసం ధూమపానాన్ని వాడుకునే వ్యక్తులుగా పరిగణించవచ్చు. కానీ మరికొందరు గుండెనిండా పొగని నింపుకొని, చాలాసేపటి తరువాత నెమ్మది నెమ్మదిగా పొగను బయటికి వదులుతుంటారు. ఇలాంటివాళ్ళు సిగరెట్‌లోని నికొటిన్‌కు బానిసలై ఉంటారు. మానసిక ఒత్తిడిని అధిగమించడానికి ఇది ఉపకరిస్తుంది కానీ, క్రమంగా ఇదొక వ్యసనంగా మారిపోతుంది. ఇలాంటి వ్యక్తులు సమూహంలో కన్నా ఒంటరిగా పొగతాగడానికే ఎక్కువగా ఇష్టపడతారు. సామాజిక హోదా కోసం పొగతాగే వాళ్ళు ఇతరుల దృష్టిలో ప్రత్యేక వ్యక్తులుగా గుర్తింపు పొందడానికే తాపత్రయపడతారు. వీళ్ళు కాల్చే సిగరెట్ నుంచి కేవలం ఇరవై శాతం పొగను మాత్రమే వీళ్ళు స్వీకరిస్తారు. మిగతా ఎనభై శాతం ఇతరుల దృష్టిని ఆకర్షించే భంగిమల్లో, బాడీలాంగ్వేజ్ హావభావాల్లో భాగంగా ఖర్చయి పోతుంటుంది.

సామాజిక హోదా కోసమే నలుగురిలో ధూమపానం.

ఈస్ట్ లండన్ విశ్వవిద్యాలయానికి చెందిన యాండీ పారట్ ఒక అధ్యయనాన్ని నిర్వహించారు. పొగతాగడం వల్ల తమలో మానసిక ఒత్తిడి తగ్గిపోతుందని ధూమపాన ప్రియుల్లో 80 శాతం మంది చెప్పినట్టు ఈ అధ్యయనంలో తేలింది. పొగతాగని వాళ్ళు ఎంతటి మానసిక ఒత్తిడికి గురవుతారో, పొగతాగే వాళ్ళు కూడా అంతే ఒత్తిడికి గురవుతారు. కొన్ని సందర్భాల్లో కాస్త స్వల్ప ప్రమాణంలో ఈ ఒత్తిడి పొగతాగే వాళ్లలో ఎక్కువగా ఉండవచ్చు. కానీ ఒత్తిడి స్థాయి పెరిగే కొద్దీ వీళ్లలో ధూమపానం ఒక బలమైన వ్యసనంగా మారుతుంది. నిజానికి పొగతాగడాన్ని మానేస్తే వీళ్లలో మానసిక ఒత్తిడి తగ్గుతుందని పారట్ కనుగొన్నారు. ఒత్తిడిని జయించడానికి ధూమపానం సాధనం కానేకాదని, నిజానికి 'నికొటిన్' వల్ల మానసిక ఒత్తిడి మరింత పెరుగుతుందని ఇటీవల జరిగిన శాస్త్రీయ పరిశోధనల్లో వెల్లడైంది. ధూమపానం చేసినపుడు కలిగే ప్రశాంతత ఒత్తిడి తిరగబెట్టడానికి ఒక ప్రతిఫలనమని, పొగతాగే వ్యక్తి పొగతాగేటపుడు ఒత్తిడిని జయించినా, పొగతాగడాన్ని ఆపగానే ఆ ఒత్తిడి మళ్ళీ తిరగబెడుతుందని తెలుస్తోంది. అంటే పొగతాగే వ్యక్తి ఒత్తిడిని పూర్తిగా దూరం చేసుకోవాలంటే, అతని నోట్లో ఎల్లప్పుడూ రావణకాష్టంలా సిగరెట్ రగులుతూ ఉండాల్సిందే! కాగా, పొగతాగే వ్యక్తి ధూమపానాన్ని మానివేస్తే,

కాలక్రమంలో అతను అతి తక్కువ స్థాయిలో ఒత్తిడికి గురయ్యేలా బలపడతాడు. రక్తంలో నికొటిన్ ప్రమాణం తగ్గగానే అది ఒత్తిడిని కలిగిస్తుంది. దాని వల్ల పొగతాగే వ్యక్తే ఎక్కువగా ఒత్తిడి బారిన పడే ప్రమాదం ఉంది.

పొగతాగడాన్ని మానివేసిన తొలివారాల్లో భావోద్వేగాల్లో కొంచెం ఒత్తిడి ఎదుర్కోవలసి వస్తుంది. కానీ కాలక్రమంలో శరీరం నుంచి నికొటిన్ పూర్తిగా తొలగిపోయిన తరువాత, నికొటిన్ కోసం శరీరం ఒత్తిడిని సృష్టించడాన్ని మానుకుంటుంది. దాంతో ఒత్తిడి నుంచి క్రమంగా వ్యక్తి బయటపడతాడు.

*ధూమపానం అంటే మిమ్మల్ని మీరు నెత్తిన సుత్తితో బాదుకోవడం లాంటిదే. దాన్ని ఎప్పుడు మానేస్తారో అప్పుడే మీకు ఉపశమనం కలుగుతుంది.*

బహిరంగప్రదేశాల్లో పొగ తాగరాదంటూ చాలాచోట్ల ధూమపానాన్ని నిషేధించి నప్పటికీ, వ్యక్తి పొగతాగడం తాలూకు బాడీలాంగ్వేజ్ సంకేతాలకు, అతని దృక్పథానికి అవినాభావ సంబంధం ఉంటుంది. పొగతాగుతూ మనిషి చేసే విన్యాసాల్ని సరిగ్గా పోల్చుకోగలిగితే చాలు, అతని మానసిక పరిస్థితి, లేదా అతని లక్ష్యాల గురించి విలువైన సమాచారం లభిస్తుంది. సిగరెట్ తాగుతూ తట్టడం, బూడిదని రాల్చడం, మెలిపెట్టడం వంటి చిన్న చిన్న హావభావాలు ఆ వ్యక్తి ఎదుర్కొంటున్న మానసిక ఆందోళనకు అద్దం పడతాయి.

## మహిళలు, పురుషులు, పొగ

మనదేశంలో ఉన్నతవర్గాల మహిళల్లో మనకు ధూమపాన ప్రియత్వం కనిపిస్తుంది. కానీ పాశ్చాత్య సంస్కృతిలో అదేమీ పెద్ద వైపరీత్యం కాదు. మహిళలు తమ చుట్టూ ఉన్న వారి కంటే విలక్షణంగా కనిపించడానికి పొగతాగుతారు. అలా పొగతాగేటపుడు వారి హావభావాల్లో ఒక రమ్యమైన అలసత్వం చోటు చేసుకుని వారిని మరింత ఆకర్షణీయంగా కనిపింపజేస్తుంది. పొగతాగే మహిళలు తమ ముంజేతిని అలవోకగా ప్రదర్శిస్తారు. వారి శరీరం కూడా లావణ్యంగా చూపరులను కట్టి పడేసే విధంగా ప్రదర్శితమవుతుంది. కానీ పురుషులు పొగతాగేటపుడు సిగరెట్‌ను పెద్దగా కనిపించనివ్వరు. పొగతాగేటపుడు వారి శరీరం కూడా ఆత్మరక్షణ సంకేతాలనిచ్చే హావభావాలనే ప్రదర్శిస్తుంది. ఒక పఫ్‌ని పీల్చిన వెంటనే మగవాడు తన చేతిని చుబుకానికి దగ్గరగా అంటే సిగరెట్‌ను పెద్దగా కనబడనివ్వకుండా ఉంచుకుంటాడు. ఒక సిగరెట్‌ను కాల్చేటపుడు స్త్రీ, పురుష లైంగిక భేదాలు

అడ్డురాకుండా ఇద్దరూ సగటున ఒకే సంఖ్యలో పఫ్‌ల్ని పీల్చుకుంటారు. కాకపోతే పురుషులు అలా పీల్చుకున్న పొగను ఎక్కువసేపు శ్వాసకోశాల్లో బంధిస్తారు. దానివల్ల వాళ్ళు శ్వాసకోశ కాన్సర్‌కు గురయ్యే అవకాశాలు ఎక్కువగా ఉంటాయి.

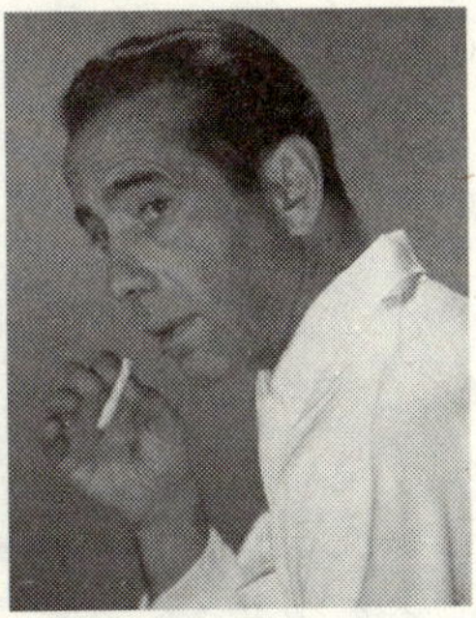

మహిళలు సిగరెట్‌ను ఇతరుల దృష్టిని ఆకర్షించడానికి వాడుతారు. పొగ తాగేటపుడు వారి శరీరం, మణికట్టు చాలా అందంగా ప్రదర్శితమవుతాయి. పురుషులు పొగ తాగేటపుడు వారి శరీరాల్ని దాచుకుంటారు. సిగరెట్‌ని రహస్యంగా ఉంచుకుంటారు.

అరచేతిలో సిగరెట్‌ని దాచడానికే పురుషులు చాలా ఇష్టపడతారు. సినిమాల్లో కూడా గంభీరంగా ఉండే పురుష పాత్రలు సిగరెట్‌ని ఈ విధంగానే పట్టుకోవడాన్ని మనం గమనించవచ్చు.

## 'సొగసు' పొగ

సినిమాలు, తదితర ప్రసార మాధ్యమాల్లో 'పొగతాగడాన్ని' లైంగికపరమైన ఆకర్షణగా చూపడం పరిపాటి. ఒక మహిళ పొగతాగేటపుడు ఆమె మణికట్టు అందంగా, శరీరం వయ్యారంగా కనిపిస్తుంది. నిజానికి ఈ హావభావంలో సిగరెట్‌ను పురుషుని శిశ్నంగా భావించడం కూడా కద్దు. అలాగే పురుషుడు సిగరెట్‌ని పట్టుకునే పద్ధతి ఎంత రహస్యంగా ఉంటుందంటే అది మహిళకు లైంగిక సందేశాలని అందిస్తుంది. పాతకాలంలో పాశ్చాత్య స్త్రీ, పురుషుల సమాగమంలో సిగరెట్‌ని ఒక అందమైన తురుపుముక్కగా వాడేవారు. మహిళ పెదవుల మధ్య ఉన్న సిగరెట్‌కి పురుషుడు 'నిప్పు'ను అందించేవాడు. అలా అందిస్తున్నపుడు ఆమె అతని చేతిని పట్టుకుని, అతని కళ్ళలోకి లోతుగా చూస్తుంది. ఇక మిగిలిన కథని ఊహించుకోవడం పెద్ద కష్టమేమీ కాదు. కానీ ఆధునిక కాలంలో సిగరెట్ 'ఇందుకలడందు లేడన్నట్టు' ఎల్లెడలా దర్శనమిస్తున్న నేపథ్యంలో

అది తన రసికతను కోల్పోయింది. మహిళలు సిగరెట్ తాగడం పురుషుల కళ్లకు 'నువ్వేం చెప్పినా చేస్తాను, అది నాకు సంబంధించని పనైనా సరే...' అనే లొంగుబాటు సందేశాన్ని అందిస్తుంది. ముఖం మీద పొగవదలడం అంటే అది అవతలి వ్యక్తిని అవమానించినట్టే. సిరియాలో ఒక పురుషుడు, మహిళ ముఖం మీద పొగవదిలితే, అది ఆమెకు ఒక లైంగిక ఆహ్వానంగా పరిగణిస్తారు.

## 'అవును', 'కాదు'లను అనువదించే పొగ

ఒక వ్యక్తి పొగను వదిలే దిశను బట్టి అతను ఆయా పరిస్థితులను, లేదా ప్రదేశాన్ని ఇష్టపడుతున్నదీ, లేనిదీ చెప్పవచ్చు. ఒక వ్యక్తి పొగను కింది దిశగా వదిలితే దాన్ని అతను అక్కడ వున్న వ్యక్తుల్ని, ఆ సందర్భాన్ని అవమానించడానికి ఉద్దేశించిన సంకేతంగా అర్థం చేసుకోవాలి. ఆత్మవిశ్వాసంతోను, ఆధిక్యతా భావనతోనూ, సానుకూల దృక్పథంతోనూ ఉన్న వ్యక్తి సాధ్యమైనంత వరకు పొగను పైకి వదులుతాడు. అలాగే ఆత్మన్యూనత, ప్రతికూల దృక్పథాన్ని కలిగిన వ్యక్తి పొగను కిందికి వదులుతాడు. నోటి చివర నుంచి పొగను కిందికి వదిలితే అతను మరింత ప్రతికూల దృక్పథాన్ని కలిగి ఉన్నట్టే!

పొగని పైకి వదలడం : ఆత్మవిశ్వాసం, ఆధిక్యతా భావన, సానుకూలత
పొగని కిందికి వదలడం : ప్రతికూలత, గుంభనం, అనుమానం

సినిమాల్లో విలన్ నిర్లక్ష్యంగా తలని వెనక్కి వాల్చి, గుప్పు గుప్పుమంటూ సీలింగ్‌లోకి పొగని వదలడం చూస్తూంటాం. తన అనుయాయుల కంటే తానే అధికుడినని చెప్పడానికి ఇలా ప్రవర్తిస్తాడన్న మాట. అదే విధంగా కొన్ని సినిమాల్లో విలన్ జైలు నుంచి తప్పించుకోవాలన్న ఆలోచనలో సిగరెట్‌ని తిరగదిప్పి పట్టుకుని, పొగని కిందికి వదలడాన్ని కూడా మనం చూసి ఉంటాం. ఇలాంటి సందర్భాలన్నింటిలోనూ విలన్ చాలా మొండివాడిగా కనిపిస్తాడు. ఆధిక్యతా

భావనతో పేట్రేగి పోయే మనస్తత్వం కలిగిన వ్యక్తిగానే అతని పాత్ర రూపొందుతుంది. పొగతాగడంలోని వేగం కూడా వ్యక్తి సానుకూలంగా ఆలోచిస్తున్నాడో, లేక ప్రతికూలంగా ఆలోచిస్తున్నాడో తేల్చి చెబుతుంది. పొగని వేగంగా పీల్చి, పై దిశగా వదులుతుంటే ఆ వ్యక్తిలో ఆధిక్యతా భావన, ఆత్మవిశ్వాసం మెండుగా ఉన్నాయని అర్థం చేసుకోవాలి. వేగంగా పొగని కిందికి వదులుతుంటే ఆ వ్యక్తి ప్రతికూల ఆలోచనలతో సతమతమవుతున్నాడని తెలుసుకోవచ్చు.

పొగతాగుతూ పేకాట ఆడే వ్యక్తి తనది పైచేయిగా ఉన్నపుడు పొగని పైకి వదులుతుంటాడు. అదే విధంగా తన ఆటలు సాగని క్లిష్ట పరిస్థితిలో పొగని కిందికి వదులుతుంటాడు. పేకాటరాయుళ్ళలో అతితెలివిని ప్రదర్శించేవాళ్ళు, ముఖంలో కించిత్తుక్లేశం కనిపిస్తుండగా, కాస్త కంగారు పడుతున్నట్టు నటిస్తుంటారు. దీంతో ఇతర ఆటగాళ్ళు ఇతని వల్ల హాని లేదని 'హమ్మయ్య' అనుకుంటారు. నటించే వాళ్లు ఒక దశలో పేక ముక్కల్ని విదిల్చి కొట్టి, ఓటమి తాలూకు అసహనాన్నంతా ప్రదర్శిస్తారు. కానీ సిగరెట్‌ని వెలిగించి, పొగని పైకి వదులుతుంటారు. దీన్ని బట్టి అలాంటి వాళ్ళు ఎలాంటి మోసానికి పాల్పడుతున్నారో కనిపెట్టవచ్చు. అమ్మకాలు, కొనుగోళ్ళలో కూడా ధూమపాన ప్రియుల పొగ విన్యాసాల్ని బట్టి వాళ్ళు వస్తువుని కొనడానికి మొగ్గు చూపుతున్నారో, లేదో తెలుసుకోవచ్చు. కొని తీరాలని కచ్చితమైన నిర్ణయం తీసుకున్న వ్యక్తి పొగని పైకి వదులుతుంటాడు. కొనాలో, వద్దో తేల్చుకోలేని వ్యక్తులు పొగని కిందికి వదులుతుంటారు.

మేము ఈ దిశగా 1978లో జరిపిన పరిశోధనల ప్రకారం పొగతాగే వ్యక్తులు ఒక నిర్ణయానికి రావడంలో చాలా వ్యవధి తీసుకుంటారు. తుది నిర్ణయాన్ని తీసుకునే ప్రక్రియని వీళ్ళు ఆలస్యం చేస్తారు. తమ దృష్టిని తీసుకోవాల్సిన నిర్ణయం మీద కాకుండా 'సిగరెట్' మీద కేంద్రీకరించడం వల్ల ఇలాంటి జాప్యం చోటు చేసుకుంటుది. ఒక వేళ మీరు పొగతాగే వ్యక్తి నుంచి ఏదైనా తుది నిర్ణయాన్ని ఆశిస్తే, అలాంటి సందర్భంలో అతనిని 'పొగతాగరాదు' అని బోర్డు ఉన్న చోటికి తీసుకువెళ్ళండి.

## సిగార్ ప్రియులు

'సిగార్'లు ఖరీదైనవి. వాటిని వాడడమంటే 'ఖరీదైన' వ్యక్తులకే సాధ్యం. వాటి పరిమాణం, ధర చాలా ఎక్కువ కాబట్టి సిగార్‌లు కాల్చడమంటే ఆధిక్యతని ప్రదర్శించడమే! వాణిజ్య ప్రపంచాన్ని శాసించగల వారు, గ్యాంగ్ లీడర్లు, ఇంకా ఆర్థికంగా, సామాజికంగా అత్యున్నత స్థాయిలోని వ్యక్తులకు సిగార్‌ను వాడే

అలవాటు ఉంటుంది. జన్మదిన వేడుకలు, లేదా వాణిజ్య పరమైన విజయోత్సవాలు, లేదా లాటరీని గెలవడం వంటి సంతోషకరమైన సందర్భాల్లో వ్యక్తులు సిగార్‌తో కనిపిస్తుంటారు. సిగార్‌ని కాల్చేవారు పొగని పైకి వదులుతుంటారని వేరుగా చెప్పనక్కర్లేదు. ఒక విందులో మేము సిగార్లని పంచి ఒక పరిశీలన జరిపాం. అక్కడ వ్యక్తులు 400 సిగార్ పఫ్‌లు వదిలితే, వాటిలో 320 పఫ్‌ల్ని పై దిశకే వదిలారు.

## 'ఇక చాలు' అని చెప్పే సిగరెట్

సిగరెట్ చివరి దశకి లేదా యాష్‌ట్రేలోకి చేరుకోబోయే ముందు ధూమపాన ప్రియులు కిందికి పొగని వదులుతుంటారు. మహిళలు సిగరెట్‌ని యాష్‌ట్రేలోకి నెమ్మదిగా విదిలిస్తూ జారవిడుస్తారు. పురుషులు మాత్రం తమ బొటనవేళ్లతో సిగరెట్ అవశేషాన్ని యాష్‌ట్రేలో బలంగా రుద్దేస్తారు. సాధారణంగా ఒక వ్యక్తికి ఒక సిగరెట్‌ని తాగే వ్యవధి కన్నా ముందుగానే దాన్ని యాష్‌ట్రేలో సమాధి చేశాడంటే, అతను అక్కడి సంభాషణను అంతటితో ముగించాలని గట్టిగా నిర్ణయించుకున్నాడని అర్థం. మీరు ఈ సంకేతాన్ని గమనించి నడుచుకుంటే చాలు.

## 'కళ్ళజోడు'ని చదవండిలా

ఒక వ్యక్తి ఆలోచనల్ని బహిర్గతంగా చేయడానికి బాడీలాంగ్వేజ్‌లో అనేక సంకేతాలు ఉండవచ్చు. కానీ ఆ సంకేతాల్లో చాలా వాటికి మనం వాడే కృత్రిమమైన వస్తువులు వాహకాలుగా ఉంటాయి. ఉదాహరణకు కళ్ళజోడును తీసుకుందాం. కళ్ళజోడు వాడే వాళ్ళని పరిశీలిస్తే, వాళ్ళు దాని ఫ్రేములో ఒక చివరని నోట్లో పెట్టుకోవడం మనకు సాధారణంగా కనిపించే దృశ్యమే!

కళ్ళజోడు ద్వారా జాప్యాన్ని కొనసాగించడం

ఒక వ్యక్తి వస్తువుల్ని పెదవుల మధ్య లేదా నోట్లో పెట్టుకోవడం అంటే ఒక ఆత్మరక్షణ భావనని అనుభూతి చెందడమే. ఈ రక్షణ ఎలాంటిదంటే పిల్లవాడికి తల్లి స్తన్యమిచ్చే భద్రతలాంటిదేనని డెస్మండ్ మోరిస్ పేర్కొంటారు. కళ్ళజోడు ఫ్రేము చివరని నోట్లో పెట్టుకోవడం అంటే దాన్ని భరోసాకి సంబంధించిన హావభావంగా పరిగణించాలి.

కళ్లజోడును ధరించినపుడు మనకు ఇబ్బందిగా ఉండవచ్చు, కానీ చూపరులకు మాత్రం మనం మేధావుల్లాగా కనిపిస్తామంటే అది అతిశయోక్తి కాదు. ఈ దిశగా జరిపిన ఒక అధ్యయనంలో కళ్లజోడు ధరించిన వ్యక్తుల్ని చూసి, వాళ్ళకు 14 పాయింట్ల ఐక్యూని ఆపాదిస్తూ, వారంతా చాలా తెలివైన వారని అధ్యయనంలో పాల్గొన్న ప్రతినిధులు అంగీకరించారు. కానీ అదే వ్యక్తుల తాలూకు ఫోటోల్ని కళ్లజోడు లేకుండా చూపితే, వారిని అంత తెలివైన వారిగా ప్రతినిధులు అంగీకరించలేదు. అయితే ప్రతినిధుల మీద ఈ కళ్లజోడు ప్రభావం కేవలం ఐదు నిమిషాల పాటే ఉంది. అటు తరువాత వాళ్ళు కళ్లజోడుతో నిమిత్తం లేకుండా వ్యక్తుల తెలివితేటల్ని బేరీజు వేశారు. కాబట్టి తక్కువ నిడివి ఇంటర్వ్యూలకు మీరు కళ్లజోడు వాడడం మంచిది.

కళ్ళజోడు ఫ్రేముల్ని బట్టి కూడా ఇతరులకు మీమీద అభిప్రాయం మారే అవకాశం ఉంది. రంగుల ఫ్రేములు, డిజైనర్ ఫ్రేములు వాడితే మిమ్మల్ని 'మేధావులు'గా పరిగణించే అవకాశాలు సన్నగిల్లుతాయి. వెడల్పాటి ఫ్రేములున్న కళ్ళజోళ్ళని పిన్నవయస్కులు వాడితే, వాళ్ళు చూపరులకు పెద్దవాళ్ళగానూ, తెలివైనవాళ్ళగానూ, బాధ్యతాయుతులుగానూ కనిపిస్తారు.

దళసరి ఫ్రేము కల కళ్లజోడుతో మీరు మరింత నిజాయితీపరులుగానూ, తెలివైనవారిగానూ కనిపిస్తారు. రంగులు, ఫ్రేములమీద డిజైన్లు ఉన్న కళ్ళజోడును వాడితే మీ పరపతి పడిపోవడం ఖాయం.

కొందరు వ్యక్తుల ఫోటోల్ని వాడుతూ మేమొక పరిశీలన జరిపాం. వాణిజ్య సమావేశాల్లో కళ్లజోడు ధరించిన వ్యక్తులు గంభీరమైన తెలివైన, సంప్రదాయబద్ధమైన, చదువుకున్న, నిజాయితీపరులైన వ్యక్తులుగా గుర్తింపు పొందారు. ఫ్రేం ఎంత దళసరిగా ఉంటే పైన చెప్పుకున్న విశేషణాలు అంతగా వ్యక్తులకు ఆపాదించడం జరిగింది. వాణిజ్య ప్రపంచంలో విజేతలందరూ దళసరి ఫ్రేములున్న కళ్ళజోళ్ళతోనే కనిపిస్తారు. కాబట్టి ఇలాంటి కళ్లజోళ్ళు విజయ చిహ్నాలన్నమాట. పలుచని, సన్నని లేదా అసలు ఫ్రేములే లేని కళ్ళజోళ్లతో కనిపిస్తే మీకు వాణిజ్యం కంటే ఫ్యాషన్ మీదే మోజెక్కువ అన్న దురభిప్రాయానికి చోటిచ్చినట్టవుతుంది. కానీ ఈ సూత్రం స్నేహసంబంధాల్లో విరుద్ధంగా పనిచేస్తుంది. అత్యున్నత హోదా కలిగిన వ్యక్తులు దళసరి ఫ్రేములున్న కళ్లజోడు వాడితే మంచిదని మా సలహా.

## జాప్యానికి ఎత్తుగడలు

ఒక నిర్ణయాన్ని తీసుకోవడంలో జాప్యం చేయడానికి పొగతాగే వ్యక్తి సిగరెట్‌ను వాడిన శైలిలోనే, కళ్ళజోడును కూడా 'జాప్యానికి' సాధనంగా వాడవచ్చు. ఏదైనా చర్చలో తుదినిర్ణయం తీసుకోవలసిన సమయం ఆసన్నమైనపుడు కళ్ళజోడు ఫ్రేము చివరని నోట్లో పెట్టుకున్న దృశ్యాలు మీకు పరిపాటిగా కనిపిస్తాయి. కళ్లజోడుని చీటికి మాటికి తీసి, అద్దాల్ని తుడవడం కూడా ఉద్దేశపూర్వక జాప్యానికి మరో పద్ధతి. తుది నిర్ణయం కోరగానే ఈ సంకేతం కనిపిస్తే ఇక మీరు మౌనాన్ని ఆశ్రయించడమే ఉత్తమం.

కళ్ళజోడు ఫ్రేము చివర్లని నోట్లో పెట్టుకున్న సంకేతం వ్యక్తి ఉద్దేశాన్ని తెలుపడమే కాక, పరిస్థితికి అనుగుణంగా మసలుకోవలసిన అవసరాన్ని ఎదుటి వ్యక్తికి కూడా నొక్కి చెబుతుంది. ఉదాహరణకు ఒక వ్యక్తి కళ్లజోడును తొలగించి, కొద్దిసేపటి తరువాత తిరిగి ధరించాడంటే, అతను విషయాన్ని యధాతథంగా చూడడానికి ఇష్టపడుతున్నాడని అర్థం. అలాకాక కళ్లజోడును మడిచి, జేబులో పెట్టుకుంటే ఇక ఆ సంభాషణను ముగించేందుకు అతను ఉద్యుక్తుడయ్యాడన్నది సుస్పష్టం. కళ్లజోడును బల్లమీద విసిరేశాడంటే అతను ఆ ప్రతిపాదనను నిర్ద్వంద్వంగా తిరస్కరిస్తున్నట్టే!

## కళ్ళజోడు ఫ్రేము మీది నుంచి చూడడం

పాత సినిమాల్లో అంటే 1920లు, 1930ల నాటి చలనచిత్రాల్లో క్లిష్టమైన, లేదా నిర్ణయాత్మకమైన సన్నివేశంలో పాత్రలు కళ్లజోడు ఫ్రేముల మీది నుంచి చూసేలా

చిత్రీకరించే వారు. ఇలాంటి అలవాటు ఉన్న వ్యక్తులు ఎక్కువగా రీడింగ్ గ్లాసులు వాడుతుంటారు. వాళ్లకి కళ్ళజోడు ఫ్రేము మీది నుంచి చూడడమన్నది ఒక సౌకర్యం మాత్రమే. కానీ ఆ చూపును స్వీకరించే వారికి మాత్రం అవతలి వ్యక్తి తమను నిశితంగా, ఆపాదమస్తకం అనుమానంగా చూస్తున్నాడని అనిపించి ఇబ్బందిపడతారు. ఈ అలవాటు అంత మంచి ఫలితాలనివ్వదు. కళ్లజోడు ఫ్రేము మీది నుంచి చూస్తే, మన మాటల్ని వినే వ్యక్తులు అప్రయత్నంగానే కాళ్ళు, చేతుల్ని మడుచుకుని ప్రతికూల సంకేతాల్లోకి వెళ్ళిపోయే ప్రమాదం ఉంది. మీకు కళ్లజోడు ధరించే అలవాటు ఉంటే మాట్లాడేటపుడు వాటిని తీసేయండి, వినేటపుడు వాటిని ధరించండి. దీనివల్ల అవతలి వ్యక్తికి ఎలాంటి ఇబ్బందికర పరిస్థితి ఎదురుకాదు, సంభాషణ మీద మీరు నియంత్రణను కొనసాగించవచ్చు. మీరు కళ్ళజోడు తీసివేయగానే శ్రోత ఇక తాను ప్రసంగం మీద దృష్టిని కేంద్రీకరించాలన్న విషయాన్ని గ్రహిస్తాడు. తిరిగి మీరు కళ్ళజోడును ధరించగానే తాను మాట్లాడాల్సిన సమయం వచ్చిందని అతను భావిస్తాడు.

కళ్ళజోడు ఫ్రేము మీది నుంచి చూస్తే ఎదుటి వ్యక్తి తనను కించపరిచినట్టుగానే అపార్థం చేసుకుంటారు.

కళ్ళజోడును కాకుండా కాంటాక్ట్ లెన్స్‌ని ఉపయోగిస్తే మీ కనుపాపలు వ్యాకోచించి, కళ్లలో తేమ కనిపిస్తుంది. ఇది సాధారణ సందర్భాల్లో ఎలాంటి ప్రతికూల ప్రభావాన్ని కలిగించకపోయినా, వాణిజ్య సమావేశాల్లో మాత్రం ప్రమాదకారిగానే పరిణమిస్తుంది. మహిళలు కాంటాక్ట్ లెన్స్‌ని ధరించి ఒక వస్తువును అమ్మజూపినపుడు కొనుగోలుదారుడు ఆమె కళ్లలోకి చూస్తూ, లైంగిక ఆసక్తిని పెంచుకుంటాడే తప్ప ఆమె చెప్పే మాటల్ని అసలు పట్టించుకోడు.

వాణిజ్య సమావేశాల్లో టింటెడ్ గ్లాసెస్, సన్ గ్లాసెస్ ఆమోద యోగ్యం కాదు.

సామాజిక సందర్భాల్లో కూడా ఇలాంటి వాటిని ధరించడం వల్ల ఇతరులకు మనపై లేనిపోని అనుమానాలు రేకెత్తుతాయి. ఇవి కేవలం విహారయాత్రల్లోనే సౌకర్యంగా ఉంటాయి. దేనినైనా స్పష్టంగా చూడగల దార్శనిక స్పష్టత మీకు బలంగా ఉన్నదన్న భావనను కలిగించాలంటే చక్కని ఫ్రేములున్న కళ్లజోడును వాడడం మంచిది.

## తలమీదికి కళ్లజోడును లాక్కోవడం

సమావేశాల్లో నల్లటి కళ్ళజోళ్లని వాడే వ్యక్తుల వంక అందరూ అనుమానంగా చూస్తారు. చూపరులకు వాళ్ళు గుంభనంగాను, అభద్రతతో బాధపడుతున్నట్టు కనిపిస్తుంది. కానీ అలాంటి కళ్ళజోడును తలమీదికి లాక్కుని ఎవరైనా కనిపిస్తే చూసే వాళ్ళకు ఆ వ్యక్తులు ప్రశాంతంగా సేదతీరుతున్నట్టుగాను, మరింత యవ్వన శోభతోను కనిపిస్తారు. పెద్ద పెద్ద కనుపాపలున్న మరో 'రెండు కళ్లు' అదనంగా వారి తలమీద కనిపిస్తుంటాయి. ఇవి పిల్లల కళ్ళలాగానూ, బొమ్మల కళ్ళలాగానూ నిరపాయకరంగా కనిపిస్తాయి. కాబట్టి నల్లటి కళ్ళజోళ్లని తల మీదికి లాక్కుంటే ఎదుటి వారి మీద అవి సానుకూల ప్రభావాన్నే కలిగిస్తాయి.

నాలుగు కళ్ళ ప్రభావం

## మేకప్, కళ్లజోడు కలిస్తే...

ముఖారవిందాన్ని మరింత ఆకర్షణీయంగా కనిపించేలా చేయడంలో మేకప్ పాత్ర అద్వితీయమన్నది అందరికీ తెలిసిందే. మహిళల విషయంలో ఇది తోసిపుచ్చలేని బలమైన నిజం. మేకప్ ప్రభావం ఎలా ఉంటుందో తెలుసుకోవడానికి మేము ఒక పరిశోధన జరిపాం. ఒకానొక వాణిజ్య శిక్షణకు సంబంధించిన పరికరాల్ని మేం అమ్మకానికి పెట్టాం. అందుకోసం నలుగురు అమ్మాయిల్ని నియమించాం. విడి విడి స్టాళ్లని ఏర్పాటు చేసి ఆయా స్టాళ్ళలో వాణిజ్య సంప్రదింపులు జరపాల్సిందిగా యువతుల్ని నిర్దేశించాం. కానీ ఈ నలుగురు యువతుల్లో ఒకరు మేకప్‌ను, కళ్ళజోడును ధరించారు, మరొకరు మేకప్‌ను మాత్రమే ధరించారు.

ఇంకొకరు కళ్లజోడును మాత్రమే ధరించారు. చివరి అమ్మాయి మేకప్‌ను కానీ, కళ్లజోడును కానీ ధరించలేదు. కాగా, శిక్షణ పరికరాల్ని కొనదలిచిన వ్యక్తులు ఆయా స్టాళ్ల దగ్గరకు వెళ్ళి అమ్మాయిలతో వాణిజ్య సంప్రదింపుల్ని జరిపారు. ఆయా వ్యక్తులకు, యువతులకు మధ్య రమారమి నాలుగు నుంచి ఆరు నిమిషాల పాటు మాటలు సాగాయి. వాణిజ్య సంప్రదింపుల్ని పూర్తి చేసుకుని వచ్చిన వ్యక్తుల్ని 'మీరు చూసిన యువతుల్ని విశేషణాలతో వర్ణించండి, వారి నుంచి పొందిన సమాచారాన్ని ఏ మేరకు గుర్తు పెట్టుకున్నారో తెలపండి' అని మేము ఆయా వ్యక్తుల్ని అడిగాం. ఫలితంగా మాకు లభించిన సమాధానాల సారాంశం మేరకు మేకప్‌ను, కళ్ళజోడును ధరించిన యువతిని ఆత్మవిశ్వాసం కల వ్యక్తి అని, తెలివైన వ్యక్తి అని, నాగరికురాలని అందరూ వర్ణించారు. కానీ ఆ యువతితో మాట్లాడిన కొందరు మహిళలు మాత్రం ఆమె అహంకారి అని, నిగూఢమైన వ్యక్తి అని అన్నారు. ఎందుకంటే ఆ యువతి వీరిలో అసూయకు కారణమైంది. పురుషులు మాత్రం ఆమె పట్ల ఎలాంటి ప్రతికూల వ్యాఖ్యలు చేయలేదు. మేకప్, కళ్ళజోడు ధరించిన యువతి తరువాతి స్థానాన్ని మేకప్ మాత్రమే ధరించిన అమ్మాయి ఆక్రమించింది. ఆ అమ్మాయి చూడచక్కగా ఉందని, విషయాన్ని చక్కగా వివరించిందని, కానీ ఆమెకు సత్సంబంధాల్ని నెరిపే చాకచక్యం లేదని ఆ వ్యక్తులు పేర్కొన్నారు.

*మేకప్ మహిళల్లో నిర్ద్వంద్వంగా ఆత్మవిశ్వాసాన్ని పెంచుతుంది.*

ఇక మేకప్ లేకుండా కేవలం కళ్ళజోడు ధరించిన యువతి, మేకప్‌ను, కళ్ళజోడును ధరించని యువతి గురించి కస్టమర్ల అభిప్రాయం నిరాశాజనకంగా ఉంది. వాళ్లకు ఎలాంటి నైపుణ్యం లేదని, సత్సంబంధాల్ని నెరపడంలో విఫలమయ్యారని వాళ్లు చెప్పారు. మేకప్ ధరించని యువతిని గురించి చెబుతూ కొందరు మహిళలు ఆమె మేకప్ లేకుండా కనిపించడాన్ని తాము గుర్తించినట్టు తెలిపారు. పురుషులు మాత్రం ఆ యువతి మేకప్‌ను ధరించిందో, లేదో కూడా తమకు గుర్తులేదన్నారు. దీన్నిబట్టి ఒక మహిళకు ఆత్మవిశ్వాసం కలిగిన వ్యక్తిగాను, తెలివైన వ్యక్తిగాను మేకప్ గుర్తింపును తెచ్చిపెడుతుందని స్పష్టమైంది కదా! అలాగే వాణిజ్య సందర్భాల్లో మేకప్‌కు కళ్ళజోడు కూడా తోడైతే ఆ మహిళ చూపరులపై మరింత ప్రతిభావంతమైన ప్రభావాన్ని చూపుతుందని అర్థమవుతోంది.

## లిప్‌స్టిక్‌తో పేచీ

తొమ్మిదిమంది మహిళలు దఫాలవారీగా కొన్ని ఇంటర్వ్యూలకు హాజరయ్యేలా మేము ఒక టీవీషోని నిర్వహించాం. ఈ ఇంటర్వ్యూల్లో పురుషులు, స్త్రీలు ఇంటర్వ్యూయర్లుగా వ్యవహరిస్తారు. కానీ సగం ఇంటర్వ్యూల్లో అభ్యర్థినులు లిప్‌స్టిక్ ధరించి ఇంటర్వ్యూకు హాజరు కాగా, మిగతా సగం ఇంటర్వ్యూల్లో వీళ్ళు లిప్‌స్టిక్ లేకుండా ఇంటర్వ్యూకి హాజరయ్యారు. ఇంటర్వ్యూలు పూర్తయిన తరువాత తాము ఇంటర్వ్యూ జరిపిన మహిళల గురించి చెప్పమంటూ ఇంటర్వ్యూయర్లుగా వ్యవహరించిన స్త్రీ, పురుషుల్ని మేము కోరాం. ఈ పరిశీలన ఫలితం ఇలా ఉంది. ముదురు ఎరుపు రంగు లిప్‌స్టిక్‌ను ధరించి, పెదవుల్ని అందంగా కదిలించిన మహిళలు అలంకరణ ప్రియులని, పురుషుల దృష్టిని ఆకర్షించడమే వారి ప్రధానోద్దేశమని ఇంటర్వ్యూయర్లు భావించారు. కాగా, లేత రంగు లిప్‌స్టిక్ ధరించి, అధరాల ప్రదర్శనకు ప్రాధాన్యమివ్వని మహిళలు తమ వృత్తి పట్ల, వాణిజ్యం పట్ల అత్యంత శ్రద్ధాసక్తులు కలవారిగా కనిపించారని వారు పేర్కొన్నారు. లిప్‌స్టిక్ ధరించని మహిళలు, పురుషుల కన్నా గంభీరంగాను, చేస్తున్న పని పట్ల శ్రద్ధ కలిగిన వ్యక్తులుగాను కనిపించినప్పటికీ, వారిలో సత్సంబంధాలను నెరిపే నేర్పు కరవైనట్టు ఇంటర్వ్యూయర్లు చెప్పారు. ఇంటర్వ్యూయర్లుగా వ్యవహరించిన మహిళలందరూ తాము మాట్లాడిన అభ్యర్థినుల్లో ఎవరు లిప్‌స్టిక్‌ను ధరించారో, ఎవరు ధరించలేదో కచ్చితంగా గుర్తుపెట్టుకున్నారు. పురుషులు మాత్రం ఈ విషయంలో వెనుకబడ్డారు. దీనివల్ల తేలిందేమిటంటే, విహార యాత్రలకు, ప్రణయ యాత్రలకు వెళ్ళే మహిళలు ముదురు రంగు లిప్‌స్టిక్‌ను వాడి, పెదవుల కదలికల మీద శ్రద్ధ చూపాలి. కానీ వాణిజ్య సమావేశాల్లో మహిళలు మాత్రం లేతరంగు లిప్‌స్టిక్‌లు వాడి, పెదవుల ప్రదర్శన మీద దృష్టిని తగ్గించాలి. అలాగే దుస్తులు, అలంకరణ సామగ్రి, సౌందర్య సాధనాలకు సంబంధించిన వ్యాపారాల్లో ఉన్న మహిళలు కూడా ముదురు రంగు లిప్‌స్టిక్‌ను వాడవచ్చు.

## బ్రీఫ్‌కేస్ బరువెక్కరాదు

చేతిలోని బ్రీఫ్‌కేసు బరువును బట్టి దాని యజమాని స్వభావాన్ని చెప్పవచ్చు. బ్రీఫ్‌కేసు పగిలిపోయేంతగా దాన్ని నింపేసి, మోయరాని బరువుతో ఈడ్చుకుంటూ వెళ్ళే వ్యక్తిని చూస్తే అతనికి సమయపాలన గురించిన పరిజ్ఞానమేలేదని, ఆఫీసు పనిని ఇంటికి కూడా మోసుకు వెళతాడని ఇట్టే తెలిసిపోతుంది. సన్నటి బ్రీఫ్‌కేసును

పట్టుకెళ్ళే వ్యక్తి సమయపాలన మీద మంచి అదుపు కలిగి ఉన్నాడని, అతనికి దేన్ని ఎక్కడ ముగించాలో బాగా తెలుసునన్నది సుస్పష్టం. సమయపాలన మీద అదుపు, పరిజ్ఞానం మనిషికి, వ్యక్తిత్వానికి వన్నె తేవడమే గాక, అతని హోదాను కూడా పెంచుతుంది. బ్రీఫ్‌కేసును ఎప్పుడూ ఎడమ చేతితో పట్టుకోండి, ఎందుకంటే ఎవరైనా ఎదురైనపుడు కరచాలనం చేయడానికి కుడి చేతిని ఖాళీగా ఉంచడం అవసరం. మీరు మహిళ అయితే, ఒకేసారి బ్రీఫ్‌కేసును, హ్యాండ్‌బ్యాగ్‌ను వెంట తీసుకు వెళ్లవద్దు. ఇలా చేయడం వల్ల మీలో సత్సంబంధాల్ని నెరిపే చాకచక్యం లోపించడంతో పాటు మీరు అవ్యవస్థీకృత జీవనశైలికి అలవాటు పడ్డారన్న దురభిప్రాయం కలుగుతుంది. ఎదుటి వ్యక్తికి, మీకు మధ్య బ్రీఫ్‌కేసును ఒక అడ్డంకిగా ఎన్నడూ ఉంచవద్దు.

## క్లుప్తంగా...

మనం వెంట తీసుకువెళ్ళే లేదా ధరించే లేదా పొగతాగడానికి ఉపయోగించే వస్తువేదైనా కానివ్వండి, ఆయా వస్తువును బట్టి ప్రత్యేకమైన సంకేతాలు, పద్ధతులు సుస్పష్టంగా ఉంటాయి. ఈ సంకేతాలు, పద్ధతులు మనతో నిమిత్తం లేకుండానే ఇతరులకు ప్రదర్శితమవుతుంటాయి. మనం ఎన్ని ఎక్కువ వస్తువుల్ని ఉపయోగిస్తే, అంత ఎక్కువగా మన స్వభావం గురించి, దృక్పథం గురించి, ఆలోచనల గురించి బయటి ప్రపంచానికి పూర్తి సమాచారమిస్తున్నామన్నమాట. ఆయా వస్తువులకు సంబంధించిన సంకేతాలను చదవడాన్ని నేర్చుకుంటే బాడీలాంగ్వేజ్‌కి సంబంధించి మనం మరో మెట్టును అధిరోహించినట్టే!

# అధ్యాయం 14

# బుద్ధి 'శరీరా'ను సారిణే...

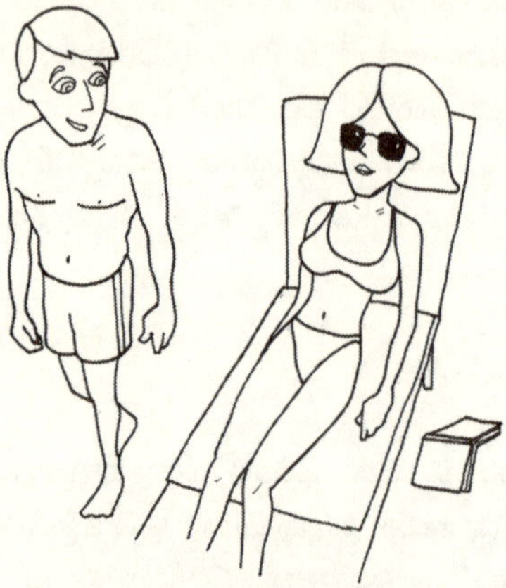

తనువు ఒకవైపు వెళుతుంటే,
మనసు మరో వైపు పరుగులు తీస్తుంది.

మీతో మాట్లాడుతూ, మీ సమక్షాన్ని సంతోషంగా స్వీకరిస్తున్నట్టు ప్రవర్తిస్తూనే ఒక వ్యక్తి 'మరోలోకంలో' ఉండడం మీకెన్నడైనా అనుభవంలోకి వచ్చిందా? ఈ సన్నివేశాన్ని చిత్రిక పడితే రెండు విషయాలు స్పష్టంగా కనిపిస్తాయి. మొదటి విషయం, మీతో మాట్లాడుతున్న వ్యక్తి తల మీవైపు తిరిగి ఉంటుంది. నవ్వడం, తలూపడం వంటి సంకేతాలన్నీ మిమ్మల్ని ఉద్దేశించే ఉంటాయి. ఇక రెండో విషయం, అలా అతను మీతోనే ఉన్నప్పటికీ, అతని శరీరం లేదా పాదాలు మరోవైపుకు తిరిగి ఉంటాయి. ఈ తిరిగి ఉండడం మరో వ్యక్తి వైపైనా కావచ్చు లేదా దగ్గర్లో ఉన్న ద్వారం వైపైనా కావచ్చు. అతని శరీరం, పాదాలు ఏ దిశకు తిరిగి ఉంటాయో, అదే ఆ క్షణంలో ఆ వ్యక్తి కోరుకునే సిసలైన గమ్యం.

కుడివైపున నిలబడిన వ్యక్తి తాను బయటికి వెళ్ళిపోవాలన్న ఆకాంక్షను వ్యక్తం చేస్తున్నాడు.

పై బొమ్మలో ఇద్దరు వ్యక్తులు ద్వారం దగ్గర నిలబడి మాట్లాడుకుంటున్నారు. ఎడమ వైపున ఉన్న వ్యక్తి, మరో వ్యక్తి దృష్టిని ఆకర్షించడానికి యత్నిస్తున్నాడు. కానీ ఆ శ్రోత తన శరీరాన్ని ద్వారం వైపుకు తిప్పి నిలుచున్నాడు. అతని తల మాత్రం వక్త వైపుకు తిప్పి, వక్త ఉనికిని గుర్తిస్తున్నట్టే ప్రవర్తిస్తున్నాడు. కుడివైపున ఉన్న వ్యక్తి తన శరీరాన్ని వక్త వైపుకు పూర్తిగా తిప్పితే తప్ప వారిద్దరి మధ్య ఆసక్తికరమైన సంభాషణ కొనసాగదు.

ముఖాముఖి సంభాషణల్లో ఎవరైనా ఒక వ్యక్తి సంభాషణను ముగించాలని నిర్ణయించుకుంటే, అతని శరీరం సమీపంలోని ద్వారం వైపుకు తిరుగుతుంది. ఒకవేళ మీరు ఎవరితోనైనా సంభాషించేటపుడు మీకు ఈ సంకేతం ఎదురైతే, మీరు వెంటనే సంభాషణ మరింత ఆసక్తికరంగా ఉండేలా జాగ్రత్త పడాలి. లేదా మీరే సంభాషణకు ముందుగా స్వస్తి చెప్పడం మంచిది.

## కోణాలు - సంకేతాలు

### 1. బాహాటమైన శరీరాలు

ఇద్దరు వ్యక్తుల మధ్య దూరం ఆయా వ్యక్తుల మధ్య సంబంధంలోని గాఢతను తెలుపుతుందని మనం ఇదివరకే తెలుసుకున్నాం. వ్యక్తి తన శరీరాన్ని ఏయే కోణాల్లో ఉంచుతున్నాడన్నది కూడా ఆ వ్యక్తికి ఇతరులతో కల సంబంధాల గాఢతని, అతని దృక్పథాన్ని తెలియజెప్పే మౌఖికేతర సంకేతమే.

ఒక జంతువు, మరో జంతువుతో తలపడాలనుకుంటే అది తన తలను ముందుకు పెట్టి దూసుకువస్తుంది. మరో జంతువు కూడా దాడికి సిద్ధంగా ఉంటే అదే విధంగా ప్రతిస్పందిస్తుంది. ఈ సూత్రం మనుషులకు కూడా వర్తిస్తుంది.

ఒక జంతువు దాడికి సిద్ధపడినప్పటికీ, మరో జంతువుకు ఆ ఉద్దేశం లేకపోతే, అది ఎలాంటి దుందుడుకుతనాన్ని ప్రదర్శించకుండా, స్నేహపూర్వకంగా పక్కకు తప్పుకుంటుంది. ఇది కూడా మనకు మనుషుల్లో కనిపించే ప్రవర్తనే. ఒక వక్త తన మాటల్ని శ్రోత బలవంతంగానైనా సరే వినితీరాలన్న పట్టుదలను ప్రదర్శిస్తే, అతను శ్రోతకు సమాంతరంగా తన శరీరాన్ని ఉంచి మాట్లాడతాడు. కానీ ఇలాంటి ప్రవర్తన అహంభావమనిపించుకుంటుంది. కానీ అదే సందేశాన్ని వక్త, శ్రోత శరీరానికి దూరంగా ఒక నిర్దిష్ట కోణంలో ఉంచి మాట్లాడితే, అతను శ్రోత కళ్ళకి దూకుడు మనిషిలా కాకుండా స్నేహపూర్వకంగా కనిపిస్తాడు. అదే సమయంలో వక్తని ఆత్మవిశ్వాసం కల వ్యక్తిగాను, లక్ష్యశుద్ధి కల వ్యక్తిగానూ కూడా శ్రోత భావించే అవకాశం ఉంది.

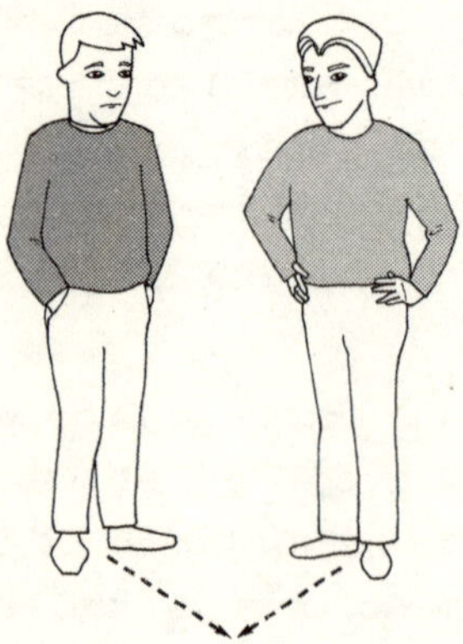

ఈ ఇద్దరు ఒకరికొకరు 45 డిగ్రీల కోణంలో నిలుచున్నారు. దాంతో వీరిద్దరికీ ఎదుటి నుంచి ఏదో దాడి జరుగుతుందన్న ఆందోళనకు తావు లేకుండాపోయింది.

పై బొమ్మలో ఇద్దరు వ్యక్తులు ఒకరికొకరు దూరంగా నిలుచున్నారు. వీరిద్దరి మధ్య ఊహాజనితమైన మూడోవ్యక్తికి కూడా స్థానం ఉంది. ఈ స్థానంతో కలిపి వారిద్దరూ త్రిభుజాకార ప్రదేశంలో నిలబడి ఉన్నట్టు అర్థమవుతోంది. ఇలా కోణీయమైన స్థానాల్ని ఆక్రమించడం వల్ల వారిద్దరి మధ్య ఎలాంటి అహంకారపూరిత ప్రసంగానికి తావు లేకుండాపోయింది. వారిద్దరి మధ్య ప్రతిఫలనం కూడా సవ్యంగా జరిగే వీలు కుదిరింది. త్రిభుజాకారాన్ని సృష్టించడం వల్ల మూడో వ్యక్తికి కూడా సంభాషణలో స్థానం కల్పించినట్టయింది. ఒకవేళ నాలుగో వ్యక్తి కనుక ఈ సంభాషణలో పాలుపంచుకోదలిస్తే, అప్పుడు వారి మధ్య చతురస్రాన్ని ఏర్పరచాల్సి ఉంటుంది. ఈ సంఖ్య పెరిగే కొద్దీ వ్యక్తుల మధ్య వృత్తాలు లేదా, మరో త్రిభుజాకారం ఏర్పడే అవకాశం ఉంటుంది.

బస్సులు, లిఫ్టులు వంటి ప్రదేశాల్లో జనబాహుళ్యం ఎక్కువగా ఉండడం వల్ల

వ్యక్తి తన శరీరాన్ని మరో వ్యక్తి శరీరానికి 45 డిగ్రీల కోణంలో ఉంచడం సాధ్యపడదు. అందుకోసం వ్యక్తులు తమ తలల్ని పరస్పరం 45 డిగ్రీల కోణంలో ఉండేలా చూసుకుంటారు.

## 2. శరీరాల్ని దాచుకోవడం

పరస్పర సాన్నిహిత్యాన్ని పెంచుకోవాలనుకున్న ఇద్దరు వ్యక్తుల మధ్య కోణం 45 డిగ్రీల నుంచి సున్న డిగ్రీలుగా మారిపోతుంది. వారిద్దరూ ఎదురెదురుగా సూటిగా నిలబడతారు. ఒక మహిళ లేదా పురుషుడు అవతలి వ్యక్తి దృష్టిని పూర్తిగా ఆకర్షించాలని కోరుకున్నపుడు ఇలాంటి భంగిమలో నిలబడతారు. నిజానికి ఇది స్త్రీ, పురుషుల ప్రణయ సమాగమానికి అనువైన దారి. స్త్రీ దృష్టిని ఆకర్షించాలని ప్రయత్నించే పురుషుడు కేవలం శరీరాన్ని ఆమె వైపుకు తిప్పడమే కాక, ఇద్దరి మధ్య దూరాన్ని తగ్గిస్తూ ఆమె ఆంతరంగిక ప్రదేశంలోకి చొరబడతాడు. అతని చొరబాటు అంగీకారయోగ్యమైతే ఆమె తన శరీరాన్ని 45 డిగ్రీల కోణం నుంచి సున్న డిగ్రీలకు తిప్పి నిలబడాల్సిందే. అతి సన్నిహితంగా నిలుచున్న ఇద్దరు వ్యక్తుల మధ్యదూరం శరీరాన్ని బాహాటంగా ఉంచే సందర్భాల్లో కంటే చాలా దగ్గరగా ఉంటుంది.

సన్నిహితంగా, శరీరాన్ని ఇలా ఎదురుగా నిలబెట్టడమంటే అవతలి వ్యక్తిని పూర్తిగా బంధించడమే.

ఇలా అతిసన్నిహితంగా నిలబడిన వ్యక్తుల మధ్య పరస్పరం ప్రతిఫలనం జరిగి, సానుకూల హావభావాలు చోటుచేసుకుంటాయి. వారిద్దరూ ఒకరిపట్ల ఒకరు మరింత ఆసక్తిని కనబరిచే వారయితే కళ్ళు కలుసుకోవడం కూడా అనివార్యంగా చోటు చేసుకునే పరిణామమే. ఇద్దరు ప్రేమికుల మధ్య మాత్రమే ఇలాంటి కలయిక ఉండాలన్న నియమమేదీ లేదు. ఎందుకంటే దాడికి తెగబడిన ఇద్దరు వ్యక్తులు కూడా పరస్పరం ఎదురెదురుగా నిలబడి సవాళ్లు విసురుకుంటారు.

శాస్త్రీయ పరిశోధనల్లో తేలిన విషయం ఏమిటంటే పురుషులు ఎదుటి నుంచి వచ్చే ప్రమాదానికి ఎక్కువగా భయపడతారు. మహిళలు వెనుక నుంచి ప్రమాదం తలెత్తుందేమోనని భయపడుతూ ఉంటారు. అందుకే పురుషులు సరాసరి ఎదురుగా

వచ్చే దేన్నయినా ఇష్టపడరు. అలాగే మహిళలు వెనుక నుంచి వచ్చి మీద పడే విషయాల్ని ఏవగించుకుంటారు. అందుకే మీరు తొలిసారిగా కలుసుకున్న వ్యక్తికి ఎన్నడూ సరాసరి ఎదురుగా నిలబడకండి. అలా చేస్తే అది తన మీద జరిగే దాడిగా అతను భావిస్తాడు. అదే పురుషుని ఎదురుగా మహిళ నిలబడితే అది అతను ఒక లైంగిక ఆసక్తిగా పొరబడే ప్రమాదం ఉంది. మీరు పురుషులైతే మహిళలకు ఎదురుగా అంటే, 45 డిగ్రీల కోణాన్ని పాటిస్తూ నిలబడండి.

## మీకు మీరే..., మాకు మేమే....,

మూడో వ్యక్తికి ఆహ్వానం పలికే త్రిభుజాకార సమాగమం

పై బొమ్మలో మొదటి ఇద్దరు 45 డిగ్రీల కోణంలో మూడో వ్యక్తిని స్వాగతించేలా నిలబడి ఉన్నారు. వారి సంభాషణలో పాలు పంచుకునేందుకు మూడో వ్యక్తికి అవకాశం ఉంది. ఇద్దరు వ్యక్తులు సన్నిహితంగా నిలబడి ఉండగా, వారి సంభాషణలో మూడో వ్యక్తి పాలు పంచుకోవాలనుకుంటే తొలుత వారిద్దరూ కాస్త దూరంగా నిలబడి త్రిభుజాకార సమాగమానికి చోటివ్వాలి. ఒక వేళ మూడో వ్యక్తికి స్థానమివ్వడం ఇష్టం లేనట్టయితే, ఆ వ్యక్తి ఉనికిని గుర్తిస్తున్నట్టుగా వారిద్దరు అతని వైపు తలలు తిప్పి పలకరిస్తారంతే, కాస్త దూరంగా జరిగి ఆ వ్యక్తికి చోటిచ్చే ప్రసక్తే ఉండదు. అదే సమయంలో వారు ఇతని వైపు విసిరే నవ్వు కూడా ఏమంత హృదయపూర్వకంగా ఉండదు. పెదవులు విడివడకుండా మొక్కుబడిగానే నవ్వుతారు.

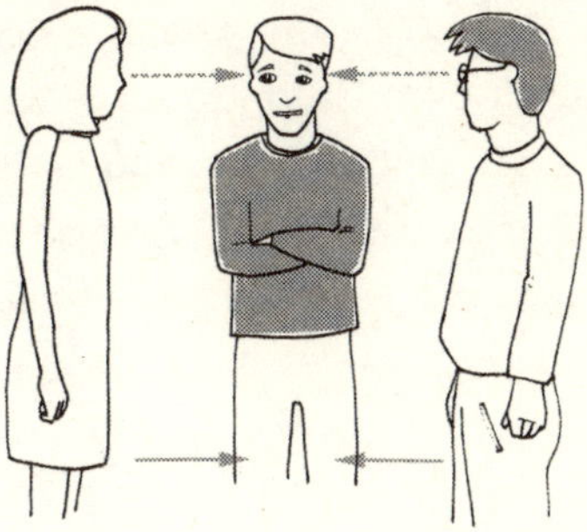

దయచేసి వెళ్ళిపోతారా... :
ఇక్కడ మూడోవ్యక్తికి స్థానం లేదు.

ముగ్గురి మధ్య సంభాషణ మొదలైతే, అది మొదట త్రిభుజాకార సమాగమంగా ఉంటుంది. కానీ వారిలో ఏ ఇద్దరి మధ్యనైనా సంబంధం బలపడి, వాళ్ళు మూడో వ్యక్తిని అక్కడి నుంచి తప్పించాలనుకుంటే మాత్రం వారిద్దరూ తమ శరీరాల్ని బాగా దగ్గరగా జరిపి నిలబడతారు. ఇబ్బందికరమైన పరిస్థితి ఎదురుకాక ముందే అక్కడి నుంచి వెళ్ళిపోవాల్సిందిగా మూడో వ్యక్తిని ఉద్దేశించిన సంకేతం ఇది.

## దగ్గర దగ్గరగా....

ఇద్దరు వ్యక్తుల మధ్య ఆసక్తి కలిగితే, వారు కూర్చున్న స్థితిలోంచి తమ మోకాళ్లని పరస్పరం మరో వ్యక్తికి ఎదురుగా ఉండేలా ఒక కాలు మీద ఒక కాలు వేసుకుని కూర్చుంటారు. తొలుత ఒక వ్యక్తి తన మోకాళ్ళని మరో వ్యక్తి వైపు తిప్పగానే అవతలి వ్యక్తి కూడా అదే విధంగా ప్రతిస్పందిస్తారు. వారిద్దరి మధ్య సాన్నిహిత్యం పెరిగే కొద్దీ ప్రతిఫలన చర్య జరిగి, ఇద్దరి హావభావాలు, కదలికలు పరస్పర అనుకరణగా మారతాయి.

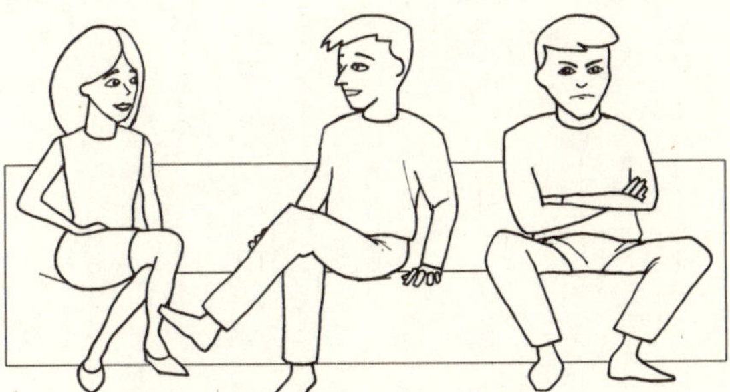

వీరిద్దరి శరీరాలు పరస్పరం ఎదురుగా తిరిగాయి.
అంటే మూడో వ్యక్తికి అక్కడ చోటు లేదని స్పష్టమైంది.

పైబొమ్మలో ఒక మహిళ, పురుషుడు పరస్పరం సన్నిహితంగా కూర్చుని వారిద్దరికే తప్ప మూడో వ్యక్తికి చోటు లేదన్న విషయాన్ని స్పష్టం చేస్తున్నారు. ఇక ఆ మూడో వ్యక్తి వారిద్దరి మధ్య చొరబడాలంటే ఒకటే మార్గం, ఏదైనా కుర్చీని తెచ్చి, వారిద్దరికీ ఎదురుగా వేసుకుని కూర్చోవాలి. లేదా మరో మార్గాంతరాన్ని వెదుక్కోవాలి. కానీ ఇక్కడ అలాంటి చొరబాటు భావ్యం కాదనిపిస్తోంది. పానకంలో పుడకలకిక చోటు లేదు.

## పాదాల గురి

మనిషి మనసు ఎటు వైపు వెళుతోందో చెప్పడమే కాదు, అతనికి ఇష్టమైన వ్యక్తులెవరో, ఎవరి పట్ల అతనికి ఆసక్తి ఉందో కూడా పాదాలు చెప్పేస్తాయి. ఏదో ఒక దిశ వైపుగా తిరిగిన పాదాలు కేవలం దిశను మాత్రమే సూచిస్తున్నాయనుకుంటే, మీరు పప్పులో కాలేసినట్టే. అవి మనల్ని ఆకర్షించిన వ్యక్తుల కేసి పరుగులు తీసే మనసుకు నడకని నేర్పుతాయి. ఉదాహరణకు మీరేదైనా విందుకు వెళ్ళారనుకోండి. అక్కడ నలుగురు పురుషులు, ఒక మహిళ బృందంగా ఒక చోట చేరి మాట్లాడుకుంటూ మీకు కనిపిస్తారు. ఆ బృందాన్ని ఆసక్తిగా గమనించండి. అక్కడ సంభాషణ అంతా పురుషులదే. మహిళ ప్రేక్షక పాత్ర వహిస్తుంటుంది. ఆ పురుషుల పాదాలన్నీ మహిళలవైపే తిరిగి ఉండడాన్ని మీరు గమనిస్తారు.

వ్యక్తుల మనసులోని రహస్య ఉద్దేశాన్ని బట్టబయలు చేస్తున్న పాదాలు.

ఇదొక మౌఖికేతర సంకేతం. ఆ మహిళపట్ల తామందరం ఆసక్తిని కలిగిఉన్నామని పురుషులు చెబుతున్నారన్నమాట. ఆమె కూడా అప్రయత్నంగానే పురుషుల పాదాల పోకడని గమనించింది. వారి దృష్టిని ఆకర్షించిన విజయ గర్వాన్ని ఆమె ఎంత సేపయినా ఆనందించగలదు. పురుషుల మాటలు కోటలు దాటినా ఆమె నవ్వుతూనే వాటిని స్వీకరించగలదు. కానీ రెండు పాదాల్నీ దగ్గరగా ఉంచుకుని ఆమె మాత్రం తన తటస్థ వైఖరిని కొనసాగిస్తోంది. వ్యవహారం ఇలాగే కొనసాగితే కొంతసేపటికి తన దృష్టిని ఆకర్షించిన పురుషుని వైపు ఆమె పాదాలు తిరిగినా ఆశ్చర్యపోనవసరం లేదు.

## క్లుప్తంగా...

ఇతరుల దృక్పథాన్ని, ప్రతిస్పందనల్ని శరీరం, పాదాలు ప్రభావితం చేస్తాయంటే అందరూ విశ్వసించకపోవచ్చు. కానీ అది నిజం. ఇతరులకు ఇబ్బంది కలిగించ కూడదని భావిస్తే, మీరు వారితో 45 డిగ్రీల కోణంలో నిలుచుని, శరీరాన్ని బాహాటంగా ఉంచండి. ఒకవేళ మీరు ఒత్తిడికి గురైతే మీ శరీరం చెప్పే మాటని వినండి. మీరు 45 డిగ్రీల కోణంలో నిలబడడం వల్ల అవతలి వ్యక్తి స్వతంత్రంగా ఆలోచించగలడు. అతను ఒత్తిడికి లోనవడు. పురుషుల్ని ఎన్నడూ ఎదుటి నుంచి సమీపించకండి, అలాగే మహిళల్ని వెనుకనుంచి సమీపించకండి.

శరీరం చెప్పే ఈ విషయాల్లో నేర్పు సంపాదించడం కొంత కష్టమే. వ్యవధి పెరిగే కొద్దీ ఈ సంకేతాలు తటస్థంగా కూడా మారిపోతుంటాయి. ఇతరులతో మీ రోజువారీ సంబంధాల్లో పాదాలు, శరీరం తాలూకు సంకేతాలతో పాటు, చేతుల్ని బాహాటంగా ప్రదర్శించడం, అరచేతుల్ని తెరచి ఉంచడం, ముందుకు వంగడం, తలను ఒక పక్కకి వాల్చడం, నవ్వడం వంటి సానుకూల సంకేతాల్ని కూడా ఒక భాగం చేయండి. తద్వారా మీతో వ్యవహరించడం ఇతరులకు ఆనందదాయకంగా మారడమే కాక, మీరు చెప్పే విషయం పట్ల కూడా వారిలో సానుభూతి నెలకొంటుంది.

# అధ్యాయం 15

# వశీకరణ మంత్రాలు ప్రణయ సందేశాలు

బీచ్‌లో స్త్రీ, పురుషులు పరస్పరం ఎదురుపడడం

ఒకరినొకరు చూడడం

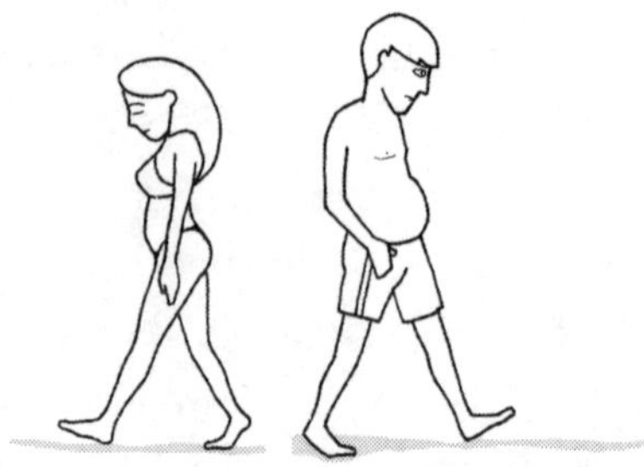

ఇద్దరూ పరస్పరం దాటిపోవడం

స్త్రీ, పురుషులు పరస్పరం ఎదురైతే ఏమవుతుంది? 'బాడీలాంగ్వేజ్ అండ్ ది సోషల్ ఆర్డర్' పుస్తక రచయిత డాక్టర్ ఆల్బర్ట్ షెఫ్లెన్‌కు ఈ సందేహమే వచ్చింది. సందేహం వచ్చిందే తడవు ఆయన ఈ విషయాన్ని పరిశీలించడం ప్రారంభించాడు. స్త్రీ, పురుషుడు పరస్పరం ఎదురవగానే వారి శరీరం మార్పులకు లోనవుతుందని ఆయన కనిపెట్టాడు. ఒక మహిళకు పురుషుడు ఎదురైనా, ఒక పురుషునికి స్త్రీ ఎదురైనా అంతవరకు తోటకూర కాడల్లా ఉన్న వ్యక్తులు కూడా 'విజాతి' ఆకర్షణకు గురైపోతారు. దాంతో అంతవరకు నిద్రలో జోగుతున్న కళ్ళలో కూడా మెరుపులు

మెరుస్తాయి. నడుము వంగి పొట్ట సంచీలా వేలాడుతూ ఉన్నప్పటికీ వెంటనే వెన్ను ఎక్కుపెట్టిన విల్లులా నిట్టనిలువుగా నిలుచుంటుంది. ఛాతీ ఉప్పొంగుతుంది. శరీరంలోని కండరాల్లోకి నూతనోత్తేజం ఉరకలు వేసి లేనిపోని యవ్వనాన్ని తెచ్చిపెడుతుంది. ఎదురుగా వస్తున్న శృంగార ప్రవాహాన్ని ఎదురీదేందుకు శరీరం యవ్వనోత్తేజంతో వెలిగిపోతుంది. అంతవరకు వేలాడుతూ, నీరసంగా నడిచి వచ్చే వ్యక్తులు ఎదురుగా వచ్చే స్త్రీ / పురుషుణ్ణి చూడగానే మరింత యవ్వనులుగాను, ఆరోగ్యంగాను కనబడడానికి యత్నిస్తారు. పురుషుడు మరింత పొడగరిగాను, బలమైన దవడలతో కనిపిస్తూ పుంభావనను ప్రదర్శిస్తాడు. పురుషుని పట్ల ఆకర్షితురాలైన మహిళ తన వక్షోజాల్ని మరింత స్పష్టంగా ప్రదర్శిస్తూ, తలను ఒకవైపుకు వాల్చి, జుట్టును సవరించుకుంటూ, మణికట్టును అందంగా చూపుతూ లైంగిక సమర్పణకు తాను సిద్ధమేనంటూ మౌఖికేతర ఆహ్వానం పలుకుతుంది.

వీరిద్దరిలో జరిగే ఈ మార్పుల్ని స్పష్టంగా చూడాలనుకుంటే అందుకు అనువైన ప్రదేశం సముద్రతీరం అంటే 'బీచ్'! దూరం నుంచి మహిళ, పురుషుడు ఒకరికొకరు ఎదురుగా వస్తుంటారు. ఇద్దరూ ఒకరికొకరు దగ్గరయ్యే కొద్దీ వాళ్ళ శరీరాల్లో మార్పులు మొదలవుతాయి. చూపులు కలిసేంత దూరానికి వచ్చేటప్పటికి ఈ మార్పులు మరింత ప్రస్ఫుటమవుతాయి. ఇద్దరూ ఒకరినొకరు దాటి వెళ్ళేంతవరకు ఈ మార్పులు శరీరంలో ప్రతిఫలిస్తూనే ఉంటాయి. ఒకరినొకరు దాటి వెళ్ళిపోగానే ఎప్పట్లాగే శరీరాలు వేలాడిపోతాయి.

ప్రణయ సన్నివేశాల్లో బాడీలాంగ్వేజ్ ప్రధానమైన పాత్రను పోషిస్తుంది. వ్యక్తులు ఎదుటి వారికి తామెంతగా అందుబాటులో ఉన్నామో, ఎంత ఆకర్షణీయంగా ఉన్నామో, సంసిద్ధతతో, లైంగికాసక్తితో ఉన్నామో చెప్పడానికి ఈ బాడీలాంగ్వేజ్ గొప్ప ఉపకరణం. ప్రేమకు సంబంధించిన కొన్ని సంకేతాలు ఉద్దేశపూర్వకమైనవే అయినప్పటికీ, పైన మనం చెప్పుకున్న శారీరక మార్పులు మాత్రం అప్రయత్నంగానే చోటు చేసుకుంటాయి. ఈ మార్పుల్ని మన శరీరాలు ఎప్పుడు ఎలా నేర్చుకున్నాయన్నది ఇంతవరకూ అంతుబట్టని విషయమే అయినా ఇటీవలి పరిశోధనలు మాత్రం వీటిలో చాలామటుకు సహజాతాలేనని తేల్చి చెబుతున్నాయి.

## మగ 'నెమళ్ళు'

క్షీరదాల్లో చాలా వరకు ఆడజీవుల్ని లైంగికంగా ఆకర్షించే నిమిత్తం మగజీవులు 'అందాల్ని' ప్రదర్శిస్తాయి. మనుషుల్లో మాత్రం ఇది విరుద్ధంగా మారింది. శతాబ్దాల తరబడి మహిళలు పురుషుల్ని ఆకర్షించేందుకు తమ తాము

రంగురంగుల దుస్తులతో, ఆభూషణాలతో, మేకప్‌తో అలంకరించుకుంటూ నానా తంటాలు పడుతూనే ఉన్నారు. కానీ యూరప్‌లో పదహారు, పదిహేడు శతాబ్దాల్లో మాత్రం ఇందుకు విరుద్ధంగా కథ నడిచింది. ఆ కాలంలో యురోపియన్ పురుషులు మహిళల్ని ఆకర్షించేందుకు వర్ణశోభితమైన దుస్తుల్ని, విగ్గుల్ని ధరించడం వంటి ప్రయాసలు పడేవాళ్ళు. ఆడవాళ్ళకంటే మగవాళ్ళలోనే అలంకరణ ప్రియత్వం అధికంగా ఉండేది. కానీ ఇక్కడ మనం గుర్తుంచుకోవలసిన మరో విషయం ఏమిటంటే చరిత్రలో మహిళలు పురుషుల దృష్టిని ఆకర్షించడానికే అలంకరించుకునే వాళ్ళు. పురుషులు మాత్రం తమ హోదాని ప్రదర్శించడానికి లేదా శత్రువుల్ని బెదరగొట్టడానికి అలంకరించుకునే వాళ్ళు. కానీ నేటి పురుషుడు తన సంపూర్ణ లైంగికతతో పునరుత్థానం చెందడానికి నడుం కట్టుకున్నాడు. ఇవాళ పురుషులు అలంకరణలో మగ నెమళ్ళను ఆదర్శంగా తీసుకుంటున్నారు. నేటి ఫుట్‌బాల్ క్రీడాకారులు ఫేషియల్స్, మెనిక్యూర్ చేయించుకోవడం, మల్లయుద్ధ యోధులు తమ జుట్టును ఆకర్షణీయంగా అలంకరించుకోవడాన్ని మనం గమనించవచ్చు. అమెరికాలో 'మెట్రో - సెక్సువల్' పురుషుల ఆవిర్భావాన్ని మనం చూస్తున్నాం. హెటెరో సెక్సువల్ పురుషులకు (స్త్రీల పట్ల లైంగికాసక్తి కల) భిన్నంగా వీరు తమలోని స్త్రీత్వానికి మెరుగులు దిద్దడం ద్వారా ఎదుటివారిని ఆకర్షించేందుకు ప్రయత్నిస్తారు. అందువల్ల మెనిక్యూర్ చేయించుకోవడం, జుట్టుకు రంగులద్దడం, ఫ్యాన్సీ దుస్తుల్ని ధరించడం, సేంద్రియ శాకాహారాన్ని భుజించడం వంటివి వీరిలో కనిపిస్తుంటాయి. వీరు మూడు రకాలుగా ఉంటారు. స్వలింగ సంపర్కులు, హిజ్రాలు, లేదా మహిళల్ని అనుకరించే వాళ్ళు.

## గ్రాహమ్ గాథ

గ్రాహమ్ తుమ్మెదలాంటివాడు. ఎలాంటి అమ్మాయినైనా ఇట్టే పడగొట్టేసే రకం. గ్రాహమ్ అంటే మగవాళ్ళకు అసూయ.

అతని కళాకౌశలం ఎలాంటిదంటే ఒకవేళ అతనొక విందుకు హాజరయ్యాడనుకుందాం. వెంటనే అతని కళ్ళు నదురైన అమ్మాయి కోసం గాలిస్తాయి. అలాంటి అమ్మాయి దొరికితే చాలు, ఆమెను మాటల్లో పెట్టి, కారు వరకు నడిపించుకుంటూ వెళ్ళి, ఆమెను అపార్టుమెంటుకు తీసుకువెళ్ళి దిగబెడతాడు. వెంటనే మళ్ళీ విందు జరుగుతున్న ప్రదేశానికి చేరుకుని మరో అమ్మాయి కోసం వెదుకుతాడు. ఇతని మాటల వలలో చిక్కుకున్న మరో అమ్మాయిని కూడా అపార్ట్‌మెంట్ వరకు కారులో తీసుకువెళ్లి దిగబెట్టి వస్తాడు. ఇక ఇలా ఆ సాయంత్రమంతా ఎంతమంది

అమ్మాయిలతో వీలైతే అంతమంది అమ్మాయిల్ని తన బుట్టలో పడేయడమే పనిగా పెట్టుకుంటాడు. అమ్మాయిలంతా ఇలా ఇతని వలలో ఎందుకు పడతారో ఎవరికీ అర్థం కాని రహస్యం!

జంతువులు జతకట్టేటప్పుడు వాటి ప్రవర్తనా సరళిని పరిశీలించిన శాస్త్రవేత్తల అభిప్రాయం ప్రకారం, అవి ఆ సమయంలో అతి సంక్లిష్టమైన ప్రణయ సంకేతాల్ని ప్రదర్శిస్తాయని, వాటిలో కొన్ని స్పష్టంగానూ, మరికొన్ని అస్పష్టంగానూ ఉంటాయని తెలుస్తోంది. ఈ సంకేతాలన్నీ కూడా ఉద్దేశపూర్వకంగా కాకుండా అప్రయత్నంగానే చోటు చేసుకుంటాయి. జంతు ప్రపంచంలో ఆయా జంతు జాతికి సంబంధించి ఈ సంకేతాలు చాలా విలక్షణంగానూ, విభిన్నంగానూ ఉంటాయి. ఉదాహరణకు కొన్ని పక్షిజాతుల్లో మగపక్షి, రెక్కల్ని టపటపలాడిస్తూ, వింత వింత శబ్దాలు చేస్తూ ఆడపక్షి చుట్టూ తిరుగుతుంటుంది. ఆ సమయంలో అది ఆడపక్షి దృష్టిని ఆకర్షించేందుకు తన ఈకల్ని విప్పార్చి, రకరకాల విన్యాసాలు చేస్తుంది. మగపక్షి ఇన్ని అవస్థలు పడుతున్నా ఆడపక్షి దాని వంక కన్నెత్తయినా చూడదు. మనుషుల్లో కూడా శృంగార సన్నివేశాల్లో ఈ విన్యాసాలన్నీ ప్రదర్శితమవుతూ ఉంటాయి.

కాకపోతే పక్షులు, జంతువుల్లా కాకుండా శృంగారపరమైన హావభావాలు, సంకేతాలు మనుషుల్లో కాసింత భిన్నంగా ఉంటాయి. తాను లైంగికంగా కోరుకున్న ఒక వ్యక్తి ముందు స్త్రీ అయినా, పురుషుడైనా తన లైంగిక వైవిధ్యాన్ని ప్రదర్శించడం ద్వారా అవతలి వ్యక్తి దృష్టిని ఆకర్షించాలని ప్రయత్నిస్తారు. లైంగిక ఆసక్తి కలిగించని వ్యక్తుల సమక్షంలో మనం మన లైంగికత్వాన్ని ప్రదర్శించడానికి ఇష్టపడం. ఇలాంటి సందర్భాల్లో వారికి, మనకి మధ్య ఉన్న లైంగిక తేడాల్ని ప్రస్ఫుటం కాకుండా జాగ్రత్తపడతాం.

*లైంగికపరమైన తేడాల్ని ఎంతగా ప్రదర్శిస్తే,*
*అంతగా ఆకర్షణీయమైన లైంగికతతో వ్యక్తులు భాసిల్లుతారు.*

గ్రాహమ్ విజయరహస్యం ఇదే. అతను ముందుగా తన ఎదుట ఉన్న మహిళల్లో లైంగికాసక్తిని ప్రేరేపించి, లొంగుబాటుకు సిద్ధమైన మహిళ విషయంలో తన పుంభావనను హావభావాల ద్వారా ప్రదర్శించి ఆమెను కట్టిపడేస్తాడు. అతని పట్ల లైంగిక ఆసక్తి కలిగిన మహిళ కూడా అందుకు అనువైన ప్రణయ సంకేతాలతో ప్రతిస్పందిస్తుంది. దాంతో తాను ఆశించిన మౌఖికేతర శృంగార సంకేతం అతనికి అందడంతో ఇక నిస్సందేహంగా ముందుకు దూసుకువెళ్ళేందుకు సాహసిస్తాడు.

అంతరంగిక సమావేశాల్లో పురుషునికి తాను ఎంత సమర్థవంతంగా శృంగార సంకేతాల్ని ఇవ్వగలదు, తిరిగి అతని నుంచి వచ్చే ప్రతిస్పందనల్ని ఎంత సమర్థవంతంగా అనువదించుకోగలదు అన్న అంశాల మీద మహిళ తాలూకు శృంగార జీవితపు విజయాలు ఆధారపడి ఉంటాయి. మగవాళ్ళ విషయంలో ఇది కొంచెం భిన్నంగా ఉంటుంది. జతకట్టడంలో మహిళ నుంచి వచ్చే శృంగార సంకేతాల్ని అర్థం చేసుకునే సామర్థ్యమే అతని విజయానికి కొలమానం. శృంగార హావభావాల్ని అర్థం చేసుకోవడంలో మహిళలు చాలా మెరుగ్గా ఉంటారు. పురుషులు వాటిని వెంటనే అర్థం చేసుకోలేరు. అందుకే వాళ్ళకి తగిన జోడీ దొరకడం కూడా కష్టమవుతుంది. శృంగార భాగస్వాముల్ని కనుగొనడంలో మహిళలకు వారి అంచనాలకు తగిన సరిజోడు దొరకడమే ఇబ్బంది అవుతుంది.

మహిళలకు కావల్సిందేమిటో గ్రాహమ్‌కు బాగా తెలుసు. అందుకే మహిళలు అతనిని సెక్సీ అని, దీటైన మగవాడు అని, హాస్యచతురుడు అని, 'నాలోని స్త్రీత్వాన్ని తట్టిలేపిన గ్రీకు వీరుడు' అని కితాబులిస్తుంటారు. మహిళల పట్ల నిరంతరం స్నేహం, శృంగార సంకేతాల్ని పంపడంలో సామర్థ్యం అతనికి ఈ కీర్తికిరీటాన్ని తెచ్చిపెట్టింది. అదే సమయంలో పురుషులు గ్రాహమ్‌ని 'దూకుడు మనిషి' అని, 'మోసగాడు' అని, 'అహంకారి' అని రకరకాలుగా ఈసడించుకుంటూ ఉంటారు. అందుకే గ్రాహమ్‌కి మగ స్నేహితులు తక్కువ. ఎందుకంటే తన ప్రియురాలిని గ్రాహమ్ ఎక్కడ దోచుకుపోతాడో అన్న భయం మగవారిని సదా పట్టిపీడిస్తుంటుంది. మహిళల్లో గ్రాహమ్ ఠక్కున గ్రహించే శృంగార హావభావాలు, వాటికి ప్రతిస్పందిస్తూ అతను ప్రదర్శించే బాడీలాంగ్వేజ్ సంకేతాల గురించి ఈ అధ్యాయం మీకు వివరిస్తుంది.

## శ్రీకారం చుట్టేది వాళ్ళే!

'ప్రణయ సన్నివేశంలో తొలి అడుగు ఎవరిది?' అని మీరు ఏ పురుషుడినైనా అడిగిచూడండి. పురుష పుంగవులందరూ ముక్తకంఠంతో 'ఇంకెవరిదీ..., నిస్సందేహంగా మగాళ్ళదే...' అంటారు. కానీ ఈ దిశగా జరిగిన శాస్త్రీయ అధ్యయనాల్లో తేలిన విషయం ఇందుకు భిన్నంగా ఉంది. ప్రణయ కలాపానికి శ్రీకారం చుట్టేది మహిళలేనని ఈ అధ్యయనాలు స్పష్టం చేస్తున్నాయి. స్పష్టాస్పష్టంగా మహిళలు కళ్ళ ద్వారా, శరీరం ద్వారా, ముఖకవళికల ద్వారా రకరకాల సంకేతాల్ని ప్రదర్శిస్తుంటారు. ఇవన్నీ తమ 'సందేశాన్ని' అచ్చంగా అనువదించుకోగలడు అనుకున్న పురుషుణ్ణే ఉద్దేశించి ఉంటాయి. ఏదైనా విందులోనో, క్లబ్‌లలోనో కొందరు పురుషులు, మహిళల నుంచి ఎలాంటి 'ఆహ్వానమూ' లేకుండానే వారి

చుట్టూ గింగిరాలు తిరుగుతుంటారు. ఇలాంటి వాళ్ళ ప్రయత్నాలు కొన్నిసార్లు సత్ఫలితాలనే ఇచ్చినప్పటికీ సగటున ఈ సత్ఫలితాల సంఖ్య బాగా తక్కువగానే ఉంటుంది. మహిళల నుంచి ఆహ్వానం లేకుండానే మీరు చొరవను ప్రదర్శిస్తారు కాబట్టే ఇలా జరుగుతుంది.

*శృంగారానికి శ్రుతి కూర్చేది మహిళలే! పురుషులు ఆ శ్రుతికి అనుగుణంగా నర్తించే నర్తకులు మాత్రమే.*

ఆహ్వానం లేకుండా మహిళలతో చొరవను ప్రదర్శించే పురుషులకు కాలం అన్నివేళలా కలిసిరాదు. ఒక్కో చోట వ్యవహారం బెడిసి కొట్టవచ్చు. అలాంటి సందర్భాల్లో తమ వైఫల్యాన్ని కప్పిపుచ్చుకుంటూ వీరు మహిళలతో సంభాషించే తీరు ఆసక్తికరంగా ఉంటుంది. 'మీరు ఫలానా బ్యాంకులో ఉద్యోగం చేస్తుంటారు కదూ?!', 'మీరు జాన్‌స్మిత్ చెల్లెలే కదూ…,' ఇలా అప్రస్తుత ప్రసంగిలా నోటికొచ్చింది మాట్లాడేస్తుంటారు. అపర మన్మథాకారుడైతే తప్ప ఇలా స్త్రీలతో అనవసర చొరవను ప్రదర్శిస్తూ, తద్వారా జోడీని ఎన్నుకోవడానికి యత్నించే పురుషులు చాలా మంది మహిళలతో మాట కలపాల్సి ఉంటుంది. కొండొకచో మాట పడాల్సికూడా రావచ్చు. మహిళ బాడీలాంగ్వేజ్ సంకేతాల్ని పోల్చుకున్న తరువాతే పురుషుడు ఆమెను సమీపిస్తుంటాడు. కానీ అది చూడ్డానికి ఎలా ఉంటుందంటే అతనే తొలుత చొరవ తీసుకున్నట్టుగా ఉంటుంది. ప్రణయ కలాపాల్లో 90 శాతానికి మహిళలే శ్రీకారం చుట్టినప్పటికీ, అది ఎంత గుంభనంగా ఉంటుందంటే పురుషులు తమదే మొదటి అడుగు అని భ్రమించేంతగానన్నమాట.

## స్త్రీ, పురుషుల మధ్య తారతమ్యాలు

మహిళల బాడీలాంగ్వేజ్ సంకేతాల్ని అర్థం చేసుకోవడంలో పురుషులు చాలా వెనుకబడి ఉంటారు. మహిళల స్నేహపూర్వక హావభావాల్ని, చిరునవ్వుల్ని లైంగిక ఆహ్వానాలుగా పొరబడడంలో పురుషులు ముందుంటారని కొన్ని పరిశోధనలు చెబుతున్నాయి. ప్రపంచాన్ని లైంగిక దృష్టితో చూడడమన్నది మహిళల్లో కంటే పురుషుల్లోనే ఎక్కువ. మహిళల కంటే పురుషుల్లో టెస్టొస్టిరాన్ ఉత్పత్తి పది నుంచి 20 రెట్లు ఎక్కువగా ఉండడమే దీనికి కారణం. అందుకే ప్రపంచం వారి కళ్ళకు లైంగిక నిఘంటువుగానే కనబడుతుంది.

> కొందరు పురుషుల అభిప్రాయం ప్రకారం, ఒక మహిళ 'ససేమిరా' అని అన్నదంటే, 'చూద్దాంలే' అని అర్థం. 'చూద్దాంలే' అని అన్నదంటే 'సరేలే' అని అర్థం. 'సరేలే' అని అన్నదంటే మాత్రం దానికి అర్థం నూటికి నూరుపాళ్లు 'ససేమిరా' అనే!

తమకు సరిజోడు అని భావించిన వ్యక్తిని కలుసుకున్నపుడు మహిళలు అస్పష్టంగా కనిపించే శృంగార సంకేతాల్ని అందిస్తారు. కానీ వాటిలో చాలామటుకు పొరబడే ఆస్కారమున్నవే అయి ఉంటాయి. తన బాడీలాంగ్వేజ్‌ని పురుషుడు ఏమేరకు అర్థం చేసుకుంటాడన్న ఉత్సుకత మహిళల్లో ఉంటుంది. స్త్రీ, పురుషులు కలిసిన తొలిక్షణాల్లో ఆమె శృంగార హావభావాల వెల్లువై ప్రవహిస్తుంది. కానీ ఈ హావభావాల్ని అర్థం చేసుకోవడం చేతకాక పురుషుడు పప్పులో కాలేసి, నాలిక్కరచుకునే దృష్టాంతాలే ఎక్కువగా ఉంటాయి. అస్పష్టమైన, పొరబడేందుకు ఆస్కారమున్న సంకేతాల్ని ప్రదర్శించడం ద్వారా మహిళలు పురుషుల్ని సందిగ్ధంలోకి నెట్టివేస్తారు. ఒకరకంగా పురుషుల్ని రెచ్చగొట్టి, వారి బలహీనలతో ఆడుకునే చతురతను కూడా వీళ్ళు ప్రదర్శిస్తుంటారు. అందుకే పురుషుల్ని ఆకర్షించడంలో మహిళలు చాలా ఇబ్బందుల్ని ఎదుర్కోవలసి వస్తుంది. మహిళల శృంగార హావభావాల్ని పోల్చుకోవడంలో తామెక్కడ విఫలమవుతామోనన్న భయంతో పురుషులు ముందడుగు వేయడానికి జంకుతారు.

## 'రారమ్మని...., రారా రమ్మని...'

మిగతా జంతుజాలం మాదిరిగానే మనుషుల శృంగారధామానికి కూడా అనువైన దారులు కొన్ని ఉన్నాయి. స్త్రీ పురుషులు తమ మానసచోరుల్ని సమీపించేందుకు అనుసరించే ఐదంచెల మార్గం ఇలా ఉంటుంది.

**1. కళ్ళు కలపడం :** ఒక మహిళ సమూహంలోకి ప్రవేశించి, అక్కడ తన మనసుకు నచ్చే మగవాడికోసం వెదుకుతుంది. అలాంటి పురుషుడు తారసిల్లగానే అతనివైపు తిరిగి ఐదు సెకన్లపాటు తన చూపును అతనిపై విసురుతుంది. తరువాత తల తిప్పేస్తుంది. అప్పుడు పురుషుడు ఆ చూపు కోసమే మళ్ళీ ఎదురు చూస్తాడు. ఆమె మళ్ళీ చూస్తుంది. ఏం జరుగుతోందో పురుషుడు తెలుసుకునే లోగా మహిళ రమారమి మూడుసార్లు అతనిమీద తన చూపులగాలం విసురుతుంది. ఇలా పరస్పరం కళ్ళు కళ్ళు కలుసుకోవడం చాలాసార్లు జరుగుతుంది. ప్రణయయాత్రకు ఇదే పచ్చజెండా అవుతుంది.

**2. 'చిరునవ్వుల వరమిస్తావా' :** ఆమె పదే పదే చిరునవ్వులు చిందిస్తుంది. తృటిలో మెరిసి మాయమయ్యే ఆ నవ్వు అతనిని ఉద్దేశించిందే. ఈ అరనవ్వులే అతనికిక పచ్చజెండా. దురదృష్టమేమిటంటే, చాలామంది పురుషులు ఈ నవ్వుకు ప్రతిస్పందించ లేరు. దాంతో తనపట్ల అతనికి ఆసక్తిలేదు అని నిర్ణయించుకుని, అన్ని ప్రయత్నాల్ని విరమించుకుంటుంది.

**3. సింగారాల హొయలు :** ఆమె తన వక్షోజాలు మరింత ప్రస్ఫుటంగా కనిపించేలా నిటారుగా కూర్చుంటుంది. ఒక కాలు మీద మరో కాలు వేసుకుని, మడమలు అందంగా కనిపించేలా జాగ్రత్త పడుతుంది. ఒకవేళ నిలబడి ఉంటే పిరుదుల్ని వయ్యారంగా ఊపుతుంది. తలని పక్కకి వాల్చుతుంది. భుజాలు, మెడ నగ్నంగా కనిపించేలా చేయడానికి అలా ప్రవర్తిస్తుంది. ఆరు సెకన్లపాటు ముంగురులతో ఆడుకుంటుంది. జుట్టును సవరించుకుంటుంది. అతని కోసమే తాను సిద్ధపడుతున్నట్టు తెలియజెప్పడమే ఈ హావభావాల అంతరార్థం. పెదవుల్ని నాలుకతో తడిచేసుకుంటుంది. దుస్తుల్ని, నగల్ని సవరించుకుంటుంది. వీటన్నింటి ఫలితంగా అతను నిటారుగా నిలబడి తన ప్రతిస్పందనను తెలియజేస్తాడు. పొట్టని వెనక్కి లాక్కుంటాడు. ఛాతీని పొంగిస్తాడు. దుస్తుల్ని సరిచేసుకుంటాడు. జుట్టును సవరించుకుంటాడు. బెల్ట్‌లో బొటనవేళ్ళని గుచ్చి నిలబడతాడు. వీరిద్దరూ తమ పాదాల్ని శరీరాల్ని తమ ప్రియతముల దిశగా ఉంచుతారు.

**4. మాట కలపడం :** అతను ఆమె దగ్గరికి వెళ్ళి మాట కలిపే ప్రయత్నం మొదలు పెడతాడు. 'మిమ్మల్ని ఎక్కడో చూసినట్టుంది...' అంటాడు. ఇద్దరిమధ్య తెరల్ని తొలగించడమే ఈ మాటలకు అర్థం.

**5. స్పర్శ :** అతని భుజం మీద మృదువుగా స్పర్శించే అవకాశం కోసం ఆమె ఎదురు చూస్తుంది. ఇది అలవోకగా జరిగిపోవచ్చు లేదా ఉద్దేశపూర్వకంగా కూడా జరగవచ్చు. భుజం మీద స్పర్శించడం కంటే చేతిమీద స్పర్శిస్తే మరింత మంచి ఫలితం ఉంటుంది. ఇలా స్పర్శించిన ప్రతిసారీ దగ్గరితనాన్ని అనువదిస్తూ, తన స్పర్శని అవతలి వ్యక్తి ఏమేరకు ఆనందిస్తాడో పరీక్షిస్తుంటారు. తద్వారా మొదటి స్పర్శ అనుకోకుండా జరిగింది కాదన్న సంకేతాన్ని ప్రియతములకు చేరవేస్తుంటారు. భుజంమీద సుతారంగా రాయడం, ముట్టుకోవడం వంటివి పురుషుని ఆరోగ్యం, అందచందాలపట్ల తాను ఎంతో శ్రద్ధని కలిగి ఉన్నానని చెప్పడానికి మహిళకు ఉపకరిస్తాయి. కరచాలనం కూడా స్పర్శకు సత్వర అవకాశాన్ని కలిగించే ఆయుధంగానే ఉపయోగిస్తారు.

శృంగారయాత్రలో ఈ ఐదంచెల ప్రక్రియ చూడ్డానికి చాలా అప్రధానమైందిగానే కనిపించవచ్చు, కానీ ఒక కొత్త సంబంధం మొదలయ్యేటప్పుడు ఇవే చాలా సంక్లిష్టమైన పాత్రని పోషిస్తాయి. ఈ ఐదు దశల్ని అర్థం చేసుకోవడంలోనే

పురుషులు ఇబ్బందులను ఎదర్కొంటుంటారు. ఈ ఐదంచెల ప్రక్రియలో మహిళలు, పురుషులు, మన గ్రాహమ్ వంటి గ్రంథసాంగులు ప్రదర్శించే సంకేతాల్ని ఈ అధ్యాయం మీకు వివరిస్తుంది.

## మహిళలు ప్రదర్శించే 13 లైంగిక హావభావాలు

పురుషుల్లాగే జుట్టు సవరించుకోవడం, దుస్తుల్ని సరిచేసుకోవడం, నడుమ్మీద చేతుల్ని ఉంచుకోవడం, పాదాల్ని శరీరాన్ని ఇష్టమైన వ్యక్తి దిశగా తిప్పి నిలబడడం, లోతుగా చూడడం, కళ్ళలోకి చూస్తూ మాట్లాడడం వంటి అనేకానేక శృంగార హావభావాల్ని మనం మహిళల్లో కూడా చూడవచ్చు. కొందరు మహిళలు నడుముకు ఉన్న బెల్ట్‌లోకి బొటనవేళ్ళని గుచ్చి నిలబడడం వంటి పురుష లైంగిక హావభావాల్ని అనుకరిస్తారు కూడా. కాకపోతే ఈ భంగిమలో పురుషుడు దాడికి సిద్ధపడినట్టు కనిపిస్తే, మహిళ కాస్త ఆకర్షణీయంగా కనిపిస్తుంది. కొందరు మహిళలు బెల్ట్‌లో ఒక్క బొటనవేలిని గుచ్చి నిలబడతారు. లేదా హ్యాండ్ బ్యాగ్‌లోనో, జేబులోనో బొటనవేళ్ళను ఉంచుకుంటారు.

మహిళలు తమ రుతుచక్రం మధ్యకాలంలో లైంగికంగా చురుకుగా కనిపిస్తారు. వాళ్ళు ఈ దశలో గర్భం ధరించడానికి సిద్ధంగా ఉంటారు. ఈ సమయంలోనే వాళ్ళు కురచ దుస్తుల్ని, ఎత్తు మడమల చెప్పుల్ని ధరించడం, వయ్యారంగా నడవడం, నర్తించడం, మరింత చురుగ్గా కనిపించడానికి ప్రయత్నించడం వంటివి చేస్తారు. వీటితోపాటు మనమిప్పుడు చర్చించబోయే శృంగార హావభావాల్ని కూడా రమ్యంగా పలికిస్తుంటారు. వీటికి తోడు ఎక్కడైనా సరే మహిళలు సాధారణంగా పురుషుల్ని ఆకర్షించడానికి 13 శృంగార హావభావాల్ని ఉపయోగిస్తుంటారు.

### 1. తలను వాల్చి, జుట్టును వెనక్కి నెట్టడం

తమ మనసు దోచిన మగవాడి దృష్టిని ఆకర్షించడానికి మహిళలు ఉపయోగించే మొదటి విన్యాసమిది. తలని నిర్లక్ష్యంగా వెనక్కి విసురుతూ, ఒకవైపుకు వాల్చుతూ జుట్టును భుజాల మీదినుంచి వెనక్కి తోసేస్తారు. దీనివల్ల ముఖం మీది నుంచి జుట్టు వెనక్కి వెళ్ళి, ముఖం ప్రస్ఫుటమవుతుంది. పొట్టి జుట్టు ఉన్న మహిళలు కూడా ఇదే హావభావాన్ని ప్రదర్శించడం విశేషం. ఇలా చేయడంవల్ల పురుషుని కంటికి అందంగా కనపడడానికి తానెంత ప్రాధాన్యమిస్తున్నదీ మహిళ చెప్పకనే చెబుతుందన్నమాట. జుట్టును వెనక్కి తోసే ప్రయత్నంలో ఆమె బాహుమూలాలు కూడా కనపడతాయి. ఆ బాహుమూలాల నుంచి లైంగిక వాంఛను ప్రేరేపించే 'ఫెరోమోన్' అనే సుగంధం పురుషుని నాసికా పుటాల్ని తాకుతుంది.

జుట్టుని వెనక్కి నెట్టడం: బాహుమూలాల్లోని 'ఫెరోమోన్'తో సమ్మోహితుల్ని చేయడం

## 2. 'అధర'హో!

బాలుడు యుక్తవయసుకు రాగానే టెస్టొస్టిరాన్ ప్రభావం కారణంగా అతనికి బలిష్టమైన దవడలు, ముక్కు, విశాలమైన నుదురు ఏర్పడతాయి. శత్రువుల నుంచి దాడులు ఎదురైనపుడు ముఖాన్ని కాపాడడానికి ఇవన్నీ అవసరం. యుక్తవయసుకు వచ్చినప్పటికీ అమ్మాయిల ముఖంలో పెద్దగా మార్పులు చోటు చేసుకోవు. వారి ముఖాలు చిన్నపిల్లల ముఖాల్లాగే అందంగా ఉంటాయి. కాకుంటే మరింత పుష్టిగా కనిపిస్తారు. యువతుల ముఖాలు మృదువుగానూ, ఆకర్షణీయమైన పెదాలతోనూ అందంగా కనిపిస్తాయి. పెద్దగా, పొంగినట్టు కనిపించే మహిళల పెదాలు, పురుషుల పెదవుల పరిమాణంతోనూ, ఆకృతితోనూ పోల్చినపుడు, సంపూర్ణ స్త్రీత్వపు చిహ్నాలుగా కనిపిస్తాయి. పెదవులు ఇలా పొంగినట్టు కనిపించడానికి కొందరు మహిళలు కొలాజెన్‌ను ఇంజెక్షన్ల రూపంలో స్వీకరిస్తారు. దీంతో వాళ్ళు పురుషుల కంటికి మరింత ఆకర్షణీయంగా కనిపిస్తారు. అందించినట్టు కనిపించే పెదవులు ఆకర్షణీయంగా ఉంటాయి.

ఇలా నోటిని, పెదవుల్ని శృంగార ఆహ్వానాలుగా ఉపయోగించడం సౌందర్యవంతులకు వెన్నతో పెట్టిన విద్య

మహిళల అధరాలు వారి యోని పెదవులతో సమానమైన సాంద్రతని కలిగి ఉంటాయి. దీన్నే డెస్మండ్ మోరిస్ 'సెల్ఫ్ మిమిక్రీ' (స్వీయ ధ్వన్యనుకరణ) అని అంటారు. పెదవులు మహిళల మర్మస్థానానికి ప్రతీకలుగా ప్రతిఫలిస్తాయి. పెదవుల్ని తడిచేసుకోవడం, సొంతంగా నాలుకతో తడిచేసుకోవడం లేదా కాస్మొటిక్స్ ద్వారా తడిచేసుకోవడంవల్ల అవి లైంగిక ఆహ్వానాలుగా కనిపిస్తాయి.

ఒక మహిళ లైంగికంగా ఉద్రేకానికి గురైనపుడు ఆమె పెదవులు, వక్షోజాలు, జననాంగాలు మరింత వ్యాకోచిస్తాయి, రక్తప్రసరణ ఎక్కువ కావడంవల్ల ఎర్రబడతాయి. లిప్‌స్టిక్‌ను వాడడాన్ని నాలుగువేల ఏళ్ళ క్రితం ఈజిప్టు ప్రపంచ మహిళలకు పరిచయం చేసింది. లైంగిక ఉద్రేకంలో ఎర్రబడే జననాంగాలకు పెదవుల్ని నకలుగా చూపడమే లిప్‌స్టిక్ వాడకంలోని రహస్యం. రంగురంగుల లిప్‌స్టిక్‌లను వాడిన మహిళల ఫోటోల్ని చూపినపుడు ఎర్రటి రంగును వాడిన మహిళల పెదాలే పురుషుల్ని ఆకర్షించడంలోని మర్మమిదే.

### 3. స్వీయ స్పర్శ

మనం ఇంతకు ముందే చెప్పుకున్నట్టు మనసు శరీరం ద్వారా మనలోని రహస్య వాంఛల్ని వ్యక్తం చేస్తుంది. ఇందుకు స్వీయ స్పర్శ కూడా మంచి సాధనం. స్పర్శకు తీవ్రంగా స్పందించే నాడీవ్యవస్థ మహిళలది. అందుకే వాళ్ళు మగవాళ్ళకన్నా ఎక్కువగా స్పర్శకు ప్రతిస్పందిస్తారు. ఒక మహిళ తన తొడల్ని, మెడను, గొంతును సుతారంగా స్పృశిస్తూ మగవాణ్ణి కవ్వించిందనుకుందాం. ఏ మగవాణ్ణి ఉద్దేశించి ఈ సంకేతాల్ని ఆమె పంపిందో ఆ పురుషుడు వాటిని సరిగా స్వీకరించినట్టయితే, తన శరీరంలోని ఆయా భాగాల్ని స్పృశించడానికి అతణ్ణి ఆమె అనుమతించిందని వేరుగా చెప్ప నక్కర్లేదు. అంతేగాక తన శరీరాన్ని ముట్టుకునేలా అతణ్ణి ఉద్యుక్తుణ్ణి చేసేందుకు కూడా ఆమె స్వీయస్పర్శని వాడుకోవచ్చు.

శృంగారభరిత చిత్రాల్లో మహిళలు చాలావరకు ఇలా స్వీయస్పర్శతో కనిపిస్తారు.

**4. ముంజేతి ఆహ్వానం**

కూర్చున్నపుడు కానీ, నడుస్తున్నపుడు కానీ ముంజేతిని వేలాడినట్టు ఉంచడం మహిళలు, స్వలింగ సంపర్కులు మాత్రమే ఉపయోగించే శృంగార సంకేతం. ఇతరుల దృష్టిని ఆకర్షించేందుకు ఇది బలమైన ఉపకరణం.

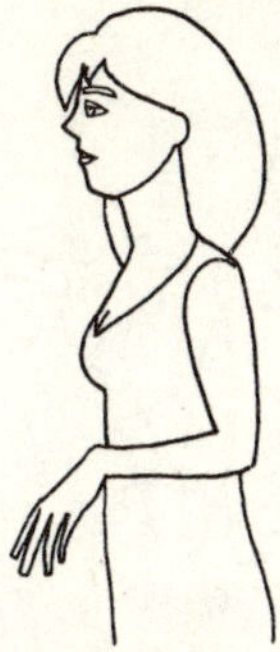

గాయపడిన పక్షి రెక్కలా మణికట్టును ఇలా ప్రదర్శించడం ద్వారా ఇతరుల దృష్టిని ఆకర్షించడం సులభం.

ఈ సంకేతం పురుషుల్ని ఎక్కువగా ఆకర్షిస్తుంది. మహిళ తన ముంజేతిని గాయపడిన పక్షిరెక్కలా ప్రదర్శించడంతో అతను ఆమెను రక్షించే బాధ్యతలోకి జారుకుని, తద్వారా ఆధిక్యతని అనుభూతి చెందుతాడు. వాణిజ్య సందర్భాల్లో మాత్రం మహిళలు ఈ సంకేతాన్ని ప్రదర్శిస్తే, ఇతరులు వాళ్ళని నిర్లక్ష్యం చేస్తారు, కొందరు పురుషులు అనవసర లైంగిక చొరవను ప్రదర్శించే ప్రమాదం కూడా ఉంది.

**5. గుండ్రటి వస్తువుల్ని సుతారంగా మీటడం**

సిగరెట్లు, చేతివేలు, వైన్‌గ్లాస్ కాడ, చెవిపోగులు, ఇంకా శిశ్నాన్ని పోలిన ఏదైనా వస్తువుల్ని సుతారంగా మీటడమన్నది మనసులో మాటను అప్రయత్నంగా వ్యక్తం చేసే ప్రక్రియే.

వైన్‌గ్లాస్ కాడని సుతారంగా స్పృశించడం ద్వారా మనసులో మాటను చెప్పడం

చేతికి ఉన్న ఉంగరాన్ని తీయడం, మళ్ళీ పెట్టుకోవడం కూడా రతికి తాను సిద్ధమేనని చెప్పడమవుతుంది. ఒక మహిళ ఇలాంటి హావభావాల్ని ప్రదర్శించినపుడు పురుషుడు సిగరెట్ లైటర్‌ని వెలిగించి ఆమెకు సహాయపడడం, లేదా కారు తాళాలు, లేదా మరేదైనా వస్తువును స్పృశించడం ద్వారా తన అంగీకారాన్ని తెలుపుతాడు.

**6. మణికట్టుతో కనికట్టు**

లైంగికపరమైన ఆసక్తిని ప్రదర్శించే మహిళ తాను మనసు పడిన వ్యక్తికి పదే పదే తన మణికట్టును చూపుతుంటుంది. ఇలా మణికట్టును ప్రదర్శించడమన్నది ఆమెలో ఆసక్తి ఎంతగా పెరిగితే ఈ ప్రదర్శన అంత వేగాన్ని పుంజుకుంటుంది. మణికట్టు ప్రాంతం మహిళ శరీరమంతటిలోకీ చాలా సున్నితమైంది. మెత్తటి

మణికట్టు దగ్గరి మెత్తని భాగాన్ని ప్రదర్శించడమన్నది బలమైన శృంగారేచ్ఛకి ప్రతీక

చర్మంతో అది లైంగిక చర్యలో స్పర్శకు తీవ్రంగా ప్రతిస్పందిస్తుంది. కానీ మహిళల మణికట్టు శృంగార రసాస్వాదనలో ప్రధాన భూమికను పోషించడమన్నది ఉద్దేశపూర్వకంగా అభ్యసించడంవల్ల పట్టుబడిందా, లేక అది వారి శరీరంలో సహజంగానే ఉన్న ప్రతిస్పందనా అన్నది కచ్చితంగా తేలలేదు.

లైంగికాసక్తి కలిగిన మహిళ మాట్లాడేటపుడు తన అరచేతుల్ని పదే పదే చూపుతుంది. పొగతాగే అలవాటు ఉన్న మహిళలు చేతిని పైకెత్తి మణికట్టును ప్రదర్శిస్తూ ఉంటారు. ఈ మణికట్టు కనికట్టును మహిళలే గాక, స్వలింగ సంపర్కులైన పురుషులు కూడా తరచూ ప్రదర్శిస్తుంటారు.

మణికట్టు లోపలి వైపున మహిళలు సుగంధ ద్రవ్యాల్ని రాసుకుంటారు. తన భాగస్వామికి మణికట్టును ప్రదర్శించినపుడు అతనిలో కామోద్దీపనం కలిగించడమే దీని ఉద్దేశం. ఈ సుగంధం పురుషుణ్ణి సులభంగా ఆకర్షించి, మహిళ మణికట్టును చూసేలా చేస్తుంది.

## 7. భుజం మీది నుంచి వాలు చూపులు విసరడం

గుండ్రటి భుజాల్ని పైకి లేపడం అంటే మహిళ తన వక్షోజాల్ని ప్రదర్శించే 'సెల్ఫ్ మిమిక్రీ' ప్రక్రియే. అరమోడ్చిన కనురెప్పలతో అతను తనను గమనించే వరకు ఆమె అతనికేసి చూపును సారిస్తుంది. అతనిచూపు తనమీదికి ప్రసరించగానే ఆమె తన చూపును మరల్చుకుంటుంది. ఇది వాళ్ళిద్దరూ ఒకరిలోకి మరొకరు తొంగి చూసుకోవడమన్నమాట.

భుజాన్నిలా పైకి లేపడం అంటే
మహిళ తన ఒంపుసొంపుల్ని వ్యక్తీకరించడమే

## 8. తూగాడే పిరుదులు

గర్భధారణకు అనువుగా మహిళల జఘనం, పిరుదులు విశాలంగా ఉంటాయి. అందుకే వారి నడకలో ఒక కులుకు ఉంటుంది. ఆ కులుకు వారి జఘన సీమను మరింత ప్రస్ఫుటంగా కనిపించేలా చేస్తుంది. ఇలాంటి నడక పురుషులకు సాధ్యం కాదు. అందుకే స్త్రీ, పురుషుల మధ్య ఇది స్పష్టమైన లైంగికభేదంగా కనబడుతుంది. కొందరు మహిళలు పరుగుపందెంలో మరింత చురుకుగా ఉండడానికి కారణం కూడా ఇదే. వాళ్లు పాదాల మధ్య ఎక్కువ ఎడం ఉండేలా అడుగులు వేస్తూ పరిగెత్తగలరు. వాణిజ్య ప్రకటనల్లో కూడా మహిళలు తమ జఘన సీమను ప్రస్ఫుటంగా ప్రదర్శించడాన్ని మనం గమనించవచ్చు.

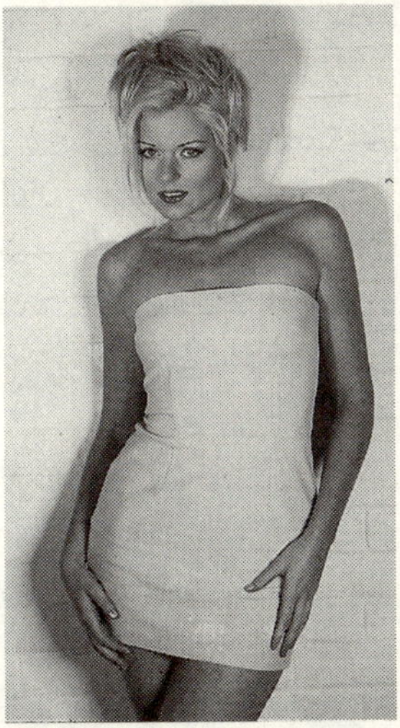

జఘన సీమను అటూ ఇటూ ఊపడమే
స్త్రీ పురుషుల మధ్య తేడాల్ని ప్రస్ఫుటం చేస్తుంది

## 9. జఘన సీమను ఒకవైపుకు వాల్చడం

ఆరోగ్యవతి అయిన, గర్భధారణ సామర్థ్యం కలిగిన మహిళలో నడుముకు, పిరుదులకు మధ్య 70 శాతం నిష్పత్తి ఉంటుందని వైద్యపరమైన ఆధారాల ద్వారా తెలుస్తోంది. దీనివల్ల ఆమె రూపం 'అవర్‌గ్లాస్' లాగా ఒంపుసొంపులతో అందంగా ఉంటుంది. మహిళ శరీరంలో నడుముకు, పిరుదులకు మధ్య మనం ఇందాక చెప్పుకున్న 70 శాతం నిష్పత్తి అన్నది పురుషుణ్ణి విపరీతంగా ఆకర్షించే అంశం. ఈ నిష్పత్తి పెరిగే కొద్దీ పురుషుడు మహిళలో ఆసక్తిని కోల్పోతాడు.

కొందరు పురుషులు నిష్పత్తితో నిమిత్తం లేకుండా మహిళలపట్ల ఆకర్షితులవుతారు. డెబ్భై శాతానికి కన్నా తగ్గినపుడు కూడా సగటు పురుషునికి ఆ మహిళ మీద లైంగికాసక్తి తగ్గుతుంది. ఆ నిష్పత్తి వంద శాతానికి చేరితే ఇక లైంగికాసక్తి పూర్తిగా అడుగంటిపోతుంది. ఏది ఏమైనా మహిళ శరీరంలోని ఒంపుసొంపులు డెబ్భై శాతం నిష్పత్తిని కొనసాగించడమే ఆమెలోని గర్భధారణ సామర్థ్యానికి చక్కని కొలమానం. శరీరంలోని ఈ ఒంపుసొంపుల్ని ప్రదర్శించేందుకు మహిళ తన జఘన సీమను కొద్దిగా వాల్చి నిలబడుతుంది.

*నిలబడినపుడు తన జఘనసీమను కొద్దిగా వాల్చడంవల్ల మహిళలోని సమర్థవంతమైన గర్భధారణశక్తి స్పష్టంగా వ్యక్తమవుతుంది.*

టెక్సస్ విశ్వవిద్యాలయానికి చెందిన ప్రముఖ మానసిక నిపుణుడు ప్రొఫెసర్ దేవేంద్రసింగ్ యాభై ఏళ్ళ పాటు మిస్ అమెరికా పోటీల్లో పాల్గొన్న, 'ప్లేబాయ్' పత్రికలో ప్రచురితమైన సౌందర్యవతుల ఫోటోల్ని అధ్యయనం చేశారు. ఈ అధ్యయనంలో తేలిందేమిటంటే, మహిళల నడుముకు, పిరుదులకు మధ్య నిష్పత్తి 67 శాతం నుంచి 80 శాతం వరకు ఉన్నప్పుడు పురుషులు వారిపట్ల విపరీతమైన లైంగికాసక్తిని ప్రదర్శిస్తారు.

దేవేంద్రసింగ్ మరో పరిశీలన జరిపారు. తక్కువ బరువు, సరాసరి బరువు, అధిక బరువు కలిగిన మహిళల ఫోటోల్ని పురుషులకు చూపి, ఆ మహిళల్లో ఎవరు ఆకర్షణీయంగా ఉన్నారో చెప్పమన్నారాయన. సరాసరి బరువుతో '70 శాతం' నిష్పత్తిని కలిగిన మహిళల్ని సౌందర్యవతులుగా పేర్కొంటూ పురుషులందరూ ఏకాభిప్రాయాన్ని వ్యక్తం చేశారు. తక్కువ బరువు, అధిక బరువు కలిగిన మహిళల్లో సన్నటి

ఈమె పేరు కైలీ మినోజ్. పురుషులు కోరుకునే పొడవైన జుట్టు, అందమైన మెడ, నడుము-పిరుదుల మధ్య 70 శాతం నిష్పత్తి కొద్దిగా తెరచుకున్న నోరు, తడియారని పెదవులు, వాలు చూపులు, బలమైన వక్షోజాలు, గుండ్రటి పిరుదులు, స్వీయ స్పర్శ, నడుమ్మీద చేతిని ఉంచుకోవడం వంటి సకల లక్షణాలు ఈమెలో కొలువుదీరాయి.

నడుము కలిగిన వారికి కూడా అందగత్తెలుగా గుర్తింపు లభించింది. ఈ పరిశీలనలో తేలిన అత్యంత ప్రధానాంశం ఏమిటంటే, బరువుతో నిమిత్తం లేకుండా నడుము-పిరుదుల మధ్య 70 శాతం నిష్పత్తిని కలిగిన వారందరినీ కూడా ఆకర్షణీయమైన మహిళలుగా  పురుషులు గుర్తించారు. కాబట్టి అధిక బరువు ఉన్నప్పటికీ మహిళలు ఈ ఆదర్శనీయమైన 70 శాతం నిష్పత్తిని కలిగి ఉంటే చాలు, వాళ్ళు మగవాళ్ల చూపుల్ని కట్టిపడేయగలరు.

## 10. హ్యాండ్‌బ్యాగ్‌ని అందుబాటులో ఉంచడం

హ్యాండ్‌బ్యాగ్ అన్నది మహిళకు సంబంధించిన ఆంతరంగిక విషయం. చాలామంది పురుషులు దాన్ని తాకడానికి కూడా భయపడతారు. ఆమె శరీరానికి ఒక కొనసాగింపుగా హ్యాండ్‌బ్యాగ్‌ని చూస్తారు. అందులో మహిళలకు సంబంధించిన అనేక ఆంతరంగిక వస్తువులు ఉంటాయి కాబట్టి దాన్ని తాకడం, తెరవడం వంటివి వారి అంతరంగిక ప్రదేశంలోకి చొరబాటు అవుతుంది. కానీ ఏ మహిళ అయినా మనసు దోచిన పురుషునికి అందుబాటులో తన హ్యాండ్‌బ్యాగ్‌ను ఉంచిందంటే అది అతనికి తిరుగులేని లైంగిక ఆహ్వానమే అవుతుంది. ఆమె పురుషునిపట్ల ఆకర్షితురాలైతే హ్యాండ్‌బ్యాగ్‌ని సుతారంగా మీటడం, ముట్టుకోవడం వంటివి చేస్తుంది. హ్యాండ్‌బ్యాగ్‌ని తనకు అందివ్వమంటూ, లేదా దాన్ని తెరచి ఏదైనా వస్తువును ఇవ్వమంటూ అతన్ని పురమాయించవచ్చు. హ్యాండ్‌బ్యాగ్‌ను పురుషునికి దగ్గరగా ఉంచడం, దాన్ని అందివ్వమని అడగడం, లేదా దాన్ని తెరచి ఏదైనా వస్తువును ఇవ్వమని చెప్పడం వంటివన్నీ శృంగారాసక్తిని ప్రకటించే సంకేతాలు. పురుషునికి దూరంగా హ్యాండ్‌బ్యాగ్‌ని ఉంచినట్టయితే మహిళ మానసికంగా అతనిని దూరంగా ఉంచడమనే దానర్థం.

తన హ్యాండ్‌బ్యాగ్‌ని అతనికి అందుబాటులో ఉంచడమంటే అది అంగీకార సూచన.

## 11. మోకాల్ని అతని వైపుకు ఉంచడం

ఒక కాలిని మడిచి, తద్వారా మోకాలిని తన మనసుకు నచ్చిన వ్యక్తి వైపుకు ఉంచుతూ, మరోకాలిని వేలాడేలా ఉంచే సంకేతమిది. ఈ సంకేతం మహిళ చాలా నిమ్మళంగా ఉండడాన్ని, ఒక సంభాషణలో మరింత ఆసక్తిని ప్రదర్శించడాన్ని, తెలియజెబుతుంది. అంతేగాక ఈ భంగిమలో ఆమె తొడలు కూడా స్పష్టంగా కనబడుతూ లైంగిక ప్రేరణకు ఆహ్వానం పలుకుతాయి.

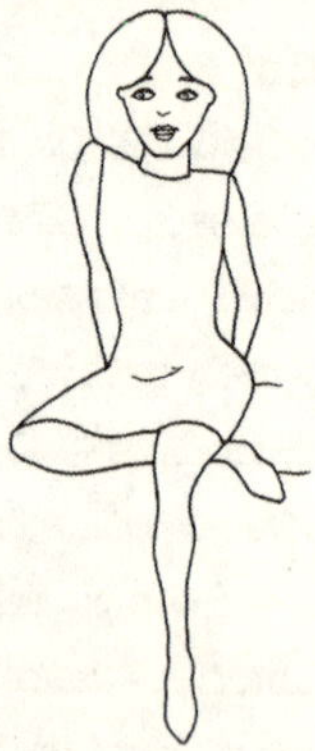

మనసుకు నచ్చిన వ్యక్తి వైపుకు
మోకాలిని ఉంచడం

## 12. కాలిజోడు కమామీషు

కాలిజోడు ఒక పాదపు మడమ చివర వేలాడినట్టు ఉంచి, కాలిజోడులో నుంచి పాదాన్ని ముందుకు వెనక్కి కదిలించడం మహిళ మానసికంగా ప్రశాంతంగా ఉండడాన్ని సూచిస్తుంది. కానీ కాలిజోడులోనుంచి పాదాన్ని ముందుకు, వెనక్కి కదిలించడమన్నది రతిక్రీడను సూచించడంవల్ల ఈ సంకేతం ఎదురు కాగానే చాలామంది పురుషుల్లో ఆందోళన మొదలవుతుంది. అవతలి వ్యక్తి మనోగతం అర్థమైనా, అర్థం కానట్టు ప్రవర్తించాల్సిన ఇబ్బందిని పురుషుడు ఎదుర్కొంటాడు.

కాలిజోడు చెప్పే కథ

## 13. మెలిక

మహిళ తన కాళ్ళని ఒకదానిమీద ఒకటి ఉంచి, వాటిని మెలిపెట్టడం పురుషుని మదిదోచే భంగిమల్లో అత్యంత ప్రధానమైంది. మహిళ ఉద్దేశపూర్వకంగా పురుషుని దృష్టిని తన కాళ్ళ మీదికి మళ్ళించడమే ఇందులోని కీలక మర్మం.

పురుషుని మనసు దోచే భంగిమ

ఒక కాలిమీద మరో కాలిని ఉంచి నొక్కడం ద్వారా కండరాలు మరింత తళుకులీనుతూ కనపడతాయని, రతిక్రీడకు ముందు శరీరం ఏ స్థితిలో ఉంటుందో ఆ స్థితినే ఇది సూచిస్తుందని ఆల్బర్ట్ షెఫ్లెన్ ఇదివరకే మనకు చెప్పారు కదా.

పురుషుని ఎదురుగా కూర్చుని కాళ్ళని మడుచుకోవడం, మళ్ళీ మామూలు స్థితిలోకి తేవడం, పదేపదే ఇదే ప్రక్రియను ప్రదర్శించడం, లేదా తన తొడల్ని పదే పదే స్పృశించడం, ఇవన్నీ తనను ముట్టుకొమ్మంటూ మహిళ పురుషునికి ఆహ్వానం పలికే సంకేతాలే.

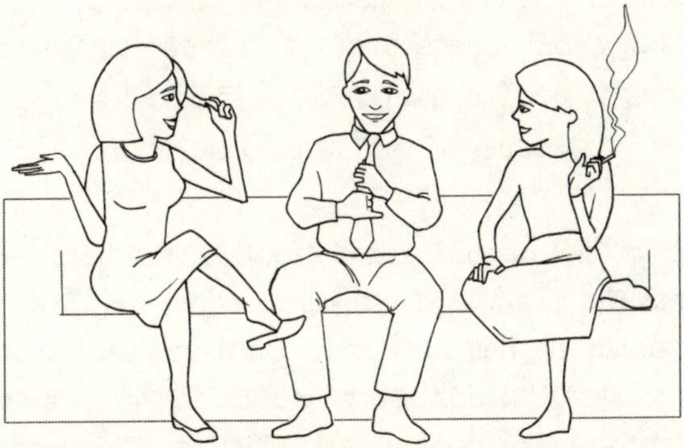

మీరు ఇంతవరకు చదివిన దాన్ని మళ్ళీ చూడకుండా ఇక్కడ ఎన్ని రకాల శృంగార సంకేతాలు, హావభావాలు కనిపిస్తున్నాయో గుర్తించగలరా?

## ఆమె తనువును తాకే అతని చూపు

'వై మెన్ లై అండ్ విమెన్ క్రై' అనే పుస్తకంలో స్త్రీ శరీరంలో పురుషుడు, పురుషుని శరీరంలో స్త్రీ ఏఏ భాగాల్ని చూస్తారన్న విషయాన్ని మేము కూలంకషంగా వివరించాం. మహిళలోని ఆరోగ్యవంతమైన పునరుత్పత్తి సామర్థ్యం, లైంగికంగా అందుబాటులో ఉండే అవకాశాలపట్ల ఆకర్షితుడయ్యే విధంగా పురుషుని మెదడు నిర్మితమైందని పరిశోధనలు రుజువు చేస్తున్నాయి. ఇక శరీరాకృతి విషయానికివస్తే, స్త్రీ పురుషులిద్దరూ క్రీడాకారుల వంటి దృఢమైన శరీరాకృతుల్నే ఇష్టపడతారు. పురుషునికి సంబంధించినంత వరకు తన జన్యువుల్ని ఆరోగ్యవంతంగా పునరుత్పత్తి చేయగల స్త్రీ శారీరక సమర్థతే ఆకర్షణలో ప్రధాన భూమికని పోషిస్తుంది.

పెద్ద పెద్ద కళ్ళు, చిన్న నాసిక, విప్పారిన పెదాలు, బూరెల్లాంటి బుగ్గలతో కూడిన లేత ముఖాలున్న మహిళలపట్ల పురుషులు విపరీతంగా ఆకర్షితులవుతారు. ఈ లక్షణాలన్నీ పసిపిల్లల ముఖాలని గుర్తుకు తెస్తాయి. కాబట్టి ఇలాంటి ముఖాకృతి కలిగిన మహిళలు పురుషుల్లో సంరక్షణా భావాన్ని ప్రేరేపించి, తద్వారా వారిలోని పుంభావనను సంతృప్తిపరుస్తారనడానికి శాస్త్రీయ ఆధారాలున్నాయి. కాస్మొటిక్ సర్జరీకి సంబంధించి వాణిజ్య ప్రకటనలు కూడా ఇలాంటి లక్షణాలకే ప్రాధాన్యమివ్వడాన్ని మనం గమనించవచ్చు. అదే సమయంలో పురుషుల్లో తమకు రక్షణనివ్వగల బలమైన లక్షణాలకే మహిళలు ప్రాధాన్యమిస్తారు. అంటే బలమైన దవడలు, పెద్ద పెద్ద కనుబొమలు, బలిష్టమైన నాసిక వంటి లక్షణాలతో ఎదిగిన వ్యక్తుల్లా కనిపించే పురుషుల్ని స్త్రీలు ఇష్టపడతారు.

*పసిపిల్లల్లాంటి ముఖాకృతి కలిగిన మహిళల్ని చూసినపుడు వాళ్ళని సంరక్షించాలన్న భావనను ప్రేరేపించే హార్మోన్లు పురుషుల శరీరాల్లో విడుదల అవుతాయి.*

పురుషుల దృష్టిని ఆకర్షించాలంటే మహిళ సౌందర్యవతి కానక్కర్లేదు. అందమన్నది ఇతర మహిళలతో పోటీ పడినప్పుడు ఒక అదనపు అర్హతగా మాత్రమే ఉపకరిస్తుంది. పురుషుల మనసు కొల్లగొట్టాలంటే తాను లైంగికంగా చాలా అందుబాటులో ఉన్నానన్న సందేశాన్ని సమర్థవంతంగా అందించడంలోనే మహిళల విజయ రహస్యం దాగుంది. ఈ కారణం వల్లే భౌతికంగా పెద్ద ఆకర్షణీయమైన రూపలావణ్యాలు లేకపోయినప్పటికీ కొంతమంది మహిళల చుట్టూ పురుషులు దీపం చుట్టూ పురుగుల్లా తిరుగుతుంటారు. పురుషుణ్ణి ఆకర్షించాలంటే మీరు లైంగికంగా ఎంత అందుబాటులో ఉన్నారో సమర్థవంతంగా చెప్పడానికి ఉద్దేశించిన సంకేతాల్ని బాగా అభ్యసిస్తే చాలు. ఆధునిక పురుషులు తొలుత మహిళ అందచందాలు, లైంగికంగా ఆమె అందుబాటులో ఉండడం వంటి లక్షణాల పట్ల మాత్రమే ఆకర్షితులవుతారని, ఆమెలోని మాతృత్వ లక్షణాలు, కుటుంబ బాధ్యతల్ని నిభాయించే ఓర్పు, నేర్పుల్ని వాళ్ళు పట్టించుకోరని కొందరు మహిళలు భావిస్తారు. 'ఇల్లాలే ఈ జగతికి జీవనజ్యోతి...' వంటి మాటలు ఆధునిక మహిళను అవమానించేవే అని వాళ్ళు భావిస్తారు.

ఆకర్షణకు సంబంధించి గత ఆరువేల ఏళ్ళ చరిత్రను పరిశీలిస్తే చిత్రకారులు, కవులు, రచయితలు మహిళల శరీరం, ఆ అందమైన శరీరాన్ని ఆమె ఉపయోగించుకునే తీరు పట్ల మాత్రమే ఆకర్షితులైనట్టు తెలుస్తోంది. ఈ ఇరవై ఒకటో శతాబ్దంలో

కూడా మహిళ ఆస్తిపాస్తులు, కళాభినివేశం, మేధస్సు వంటి విషయాలకు పురుషులు అంతగా ప్రాధాన్యం ఇవ్వడం లేదు. ఇరవై ఒకటో శతాబ్దపు పురుషుడు కూడా మహిళను తన తాతముత్తాతలు ఏ దృష్టితో చూశారో అదే దృష్టితో చూస్తున్నాడు. ఈ విషయాన్నే మేము 'వై మెన్ లై అండ్ విమెన్ క్రై' అనే పుస్తకంలో వివరించాం.

అంగీకరించక తప్పని వాస్తవం ఏమిటంటే, పురుషుడు మహిళ మానసిక సౌందర్యాన్ని వీక్షించడానికి ముందు అతనిని ఆమె భౌతికంగా ఆకర్షించి తీరాలి. మీరు చేపల్ని పట్టడానికి వెళ్ళినపుడు చేపకు ఏది ఇష్టమో దాన్నే గాలానికి గుచ్చాలి తప్ప, మీకు ఇష్టమైన పదార్థాన్ని కాదు. ఒక పురుగును మీరెప్పుడైనా రుచి చూశారా? ఆ ఆలోచనే మీకు వాంతి తెప్పిస్తుంది. కానీ చేపకు మాత్రం అదే ఇష్టం.

## గంతకు తగ్గ బొంత

అన్ని విధాలా సరిజోడి అయిన జీవిత భాగస్వామిని పొందాలంటే అద్వితీయ సౌందర్యమొక్కటే మార్గమని చాలా మంది నమ్ముతారు. కానీ ఇది టీవీ, సినిమా, మీడియా జనం మీద రుద్దిన అభిప్రాయం మాత్రమే. నిజానికి అత్యంత గొప్ప సౌందర్యం అన్నది చాలా అరుదైనది. అలాంటి అపరసౌందర్య ప్రతీకలకు సంబంధించి మన మీద మీడియా రుద్దిన తప్పుడు అభిప్రాయంతోనే మనం బతికేస్తున్నాం. అదంతా కలలకే పరిమితమైన విషయం, వాస్తవంతో దానికి సంబంధం లేదు. అందాన్ని నిర్వచించే పద్ధతి 'బుర్రకో బుద్ధి, జిహ్వకో రుచి' అన్న చందాన ఉంటుంది. అధ్యయనాల్లో తేలిందేమిటంటే, జీవిత భాగస్వామి ఎంపికలో మాత్రం మనకన్నా అందమైన వాళ్ళకి మనం ఓటు వెయ్యం. చూస్తూ, చూస్తూ మనదైన దాన్ని మరెవరో ఎగరేసుకుపోయే ప్రమాదాన్ని కొని తెచ్చుకోవడానికి ఇష్టపడం. ఈ లక్షణం మనలో సహజంగానే ఉంటుంది. పసిపిల్లలు సగటు మనుషుల ముఖాల్ని చూసినట్టు, అందమైన వ్యక్తుల ముఖాల్ని చూడరు.

## అతని కళ్ళు ఏం కావాలంటాయి?

మహిళ శరీరంలో పురుషుణ్ణి ఆకర్షించే భాగం ఏది? విశ్వవ్యాప్తంగా పురుషులు మహిళల శరీరాల్లో ఇష్టపడే భాగాల్ని బట్టి వాళ్ళని మూడు రకాలుగా విభజించవచ్చు. మహిళ శరీరంలో వక్షోజాల్ని ఇష్టపడేవాళ్ళు, పిరుదుల్ని ఇష్టపడే వాళ్ళు, కాళ్ళని ఇష్టపడేవాళ్ళు.

ఈ అధ్యాయంలోని ప్రస్తుత విభాగంలో మనం పురుషుల ఇంద్రియాల్ని ప్రేరేపించే మహిళల శరీర భాగాల్ని, వాటి ప్రభావాన్ని గురించి తెలుసుకుందాం. మహిళ శరీరమన్నది లైంగిక సంకేతాలకు సంబంధించిన ఒక సాంకేతిక వ్యవస్థ. పునరుత్పత్తి నిమిత్తం పురుషుణ్ణి ఆకర్షించడం దీని ప్రధానోద్దేశం. ఈ ఉద్దేశాన్ని నెరవేర్చే ప్రక్రియలో వక్షోజాలు, పిరుదులు, కాళ్ళు ముఖ్య భూమికను పోషిస్తాయి. ఇది సామాజికంగానూ, రాజకీయంగానూ సరైన, సవ్యమైన అభిప్రాయం కాకపోవచ్చు. కానీ శారీరక శాస్త్రం ప్రకారం మాత్రం అక్షర సత్యం.

## 1. పిరుదులు

మహిళ శరీరంలో గుండ్రటి పిరుదుల పట్ల పురుషులు విపరీతంగా ఆకర్షితు లవుతారు. ఇతర నరవానర సంతతితో పోలిస్తే మానవజాతిలో మహిళలకు శాశ్వతంగా, పెద్దవిగా పరిపూర్ణంగా ఎదిగిన పిరుదులు ఉంటాయి. ఇతర జాతుల్లో కేవలం సంభోగ సమయంలోని ఆడజంతువుల పిరుదులు పెద్దవిగా వ్యాకోచిస్తాయి. మానవజాతిలో మాత్రం మహిళలు ఎల్లప్పుడూ పూర్తిగా పరిణతి చెందిన ప్రమాణంలో ఉన్న పిరుదులతో, ఎల్లవేళలా సంభోగాసక్తిని ప్రేరేపించే లక్షణాన్ని కలిగి ఉంటారు. మానవ జాతిలో రుతువులతో సంబంధం లేకుండా సంవత్సరం పొడుగునా సంభోగం జరగడానికి, ఒక జంట కలకాలం కలిసి జీవించి, సంతానాన్ని పొందడానికి కూడా ఇదే కారణం.

మానవ స్త్రీలలో మాత్రమే శాశ్వతమైన, పరిపూర్ణమైన పిరుదులు కనిపిస్తాయి.

శృంగారంలో ముఖాముఖి పాల్గొనే అవకాశం ఒక్క మానవులకే ఉంది. మిగతా జంతుజాలమంతా వెనుక నుంచే సంభోగాన్ని జరుపుతాయి. ఆడ జంతువు పిరుదులు వ్యాకోచించి, ఎర్ర బారి కనిపించినపుడు మగజంతువుకు అది లైంగికాహ్వానంగా ఉంటుంది. మానవ జాతిలో పురుషుడు మహిళ పిరుదుల్ని చూసి సమ్మోహితుడవడం లోని రహస్యమిదే. బలిష్టమైన పిరు దులు తనకు స్త్రీ లైంగికంగా అందు బాటులోనే ఉందన్న సంకేతాన్ని మగ

వానికి అందిస్తాయి. మహిళల పిరుదులు ఇంత పరిపూర్ణంగా వికసించడానికి రెండు కారణాలున్నాయి : సంతానాన్ని పొందిన తరువాత తల్లి పాలిస్తున్న దశలో పిరుదుల్లోని కొవ్వు శరీరంలో సమతౌల్యాన్ని కాపాడుతుంది. అదే విధంగా ఆహారం పొందలేని స్థితిలో ఉన్నప్పుడు కూడా పిరుదుల్లోని కొవ్వు శరీరానికి కావలసిన పోషకాల్ని సమకూరుస్తుంది.

డిజైనర్ జీన్స్ ప్యాంట్లు అంతటి ఆకర్షణను కలిగి ఉండడానికి ఒక కారణం ఉంది. అవి పిరుదులు గుండ్రంగా, అందమైన ఆకృతిలో కనిపించేందుకు తోడ్పడతాయి. ఎత్తుమడమల చెప్పులు కూడా మహిళల శరీరాకృతిని వెనుక నుంచి మరింత ప్రస్ఫుటంగా కనిపించేలా చేస్తాయి. ఈ కాలిజోళ్ళ వల్ల స్త్రీల నడకలో ఒక కులుకు కూడా పలుకుతుంది. అందువల్లే మార్లిన్ మన్రో తన ఎత్తుమడమల జోళ్ళలో ఎడమకాలి జోడు కాడను రెండు సింటీమీటర్లు కోసి వేసేదట. దాంతో ఆమె నడకలో అందమైన కులుకు చోటు చేసుకునేది.

**2. వక్షోజాలు**

ఇటీవలి కాలంలో ప్రపంచం 'వక్షోజాల' మోజులో పడింది. కాస్మొటిక్ సర్జరీ ద్వారా వక్షోజాల పరిమాణాన్ని పెంచడమన్నది ఇవాళ కోట్లాది రూపాయల వ్యాపారంగా భాసిల్లుతోంది. రొమ్ముల్లోని ఎక్కువ భాగం కణజాలం కొవ్వుతో కూడుకున్నది. అందువల్లే అవి గుండ్రని రూపాన్ని సంతరించుకున్నాయి. ఈ కొవ్వుకు తల్లిపాలకు ఎలాంటి సంబంధమూ లేదు.

వక్షోజాలు లైంగిక సంకేతాలుగా పనిచేస్తాయి. రొమ్ములు మహిళ శరీరపు 'వెనుక అందాల'కు అనుకరణగా ఉంటాయి. జంతుదశలో ఉన్నప్పుడు సంభోగాసక్తికి కేంద్రం ఆడజీవి వెనుక భాగం. ఒక కోతి కానీ, చింపాంజీ కానీ రెండు కాళ్ళ మీద మీకు ఎదురైనపుడు అది ఆడదో, మగదో మీరు ఠక్కున చెప్పలేరు. కానీ మానవ జాతిలో ఒక మహిళ తన గుండ్రటి వక్షోజాలతో ఎదురుకాగానే ఆమెలోని

స్త్రీత్వాన్ని మీరు గుర్తించగలరు. రొమ్ముల మధ్య చీలికకు, పిరుదుల మధ్య చీలికకు తేడాను గుర్తించడంలో చాలామంది పురుషులు విఫలమవుతుంటారని ఒక పరిశోధన చెబుతోంది.

పిరుదుల మధ్య చీలికకు, రొమ్ముల మధ్య చీలికకు తేడాను పురుషులు గుర్తించలేరు.

'లోకట్' డ్రెస్సులు, పుష్ అప్ బ్రాలు రొమ్ముల్ని దగ్గరకి చేర్చి, వాటి మధ్య చీలికను అందంగా చూపడానికి తోడ్పడతాయి. వక్షోజాల పట్ల పురుషుల మోహంలో విభిన్నమైన అభిరుచులు వ్యక్తమవుతుంటాయి. రొమ్ముల పరిమాణం, ఆకృతుల్లో ఈ అభిరుచులు విభిన్నతను కలిగి ఉన్నప్పటికీ, రొమ్ముల మధ్య చీలిక విషయంలో మాత్రం పురుషులందరి మధ్య ఏకాభిప్రాయం వ్యక్తమవుతుంది. ఈ చీలిక ఏ పురుషుణ్ణయినా ఇట్టే కట్టిపడేస్తుంది. ఒక పురుషుని పట్ల ఆకర్షితురాలైన మహిళ అతని ముందుకు వంగి, చేతుల్ని దగ్గరగా చేర్చడం ద్వారా తన రొమ్ముల మధ్య చీలికను అతని కంట పడేలా చేసి అతణ్ణి మంత్రముగ్ధుణ్ణి చేస్తుంది.

ముందు

తరువాత

మోనాలిసా అమెరికాలో రెండు వారాలుంటే ఇలా కనిపిస్తుంది.

పదమూడు నుంచి ఇరవయ్యేళ్ళ వరకు వయసున్న మహిళల రొమ్ములు పురుషుల్ని విపరీతంగా ఆకర్షిస్తాయి. అందుకే ఈ వయసు మహిళల ఫోటోలే మగవారికి చెందిన పత్రికల్లోను, శృంగారభరిత నృత్యాల్లోను, వాణిజ్య ప్రకటనల్లోను వక్షోజ ప్రదర్శన చేస్తూ మనకు దర్శనమిస్తాయి.

**'చాలా హాట్ గురూ...'**

మానవ శరీర సగటు ఉష్ణోగ్రత 98.6 డిగ్రీల ఫారన్‌హీట్. కానీ మానసికోద్రేకాల్ని బట్టి చర్మంలో ఈ ఉష్ణోగ్రత మారుతుంటుంది. ప్రశాంత చిత్తులు, స్థితప్రజ్ఞులు అయిన వ్యక్తుల శరీరం కూడా వారి మనసులాగే చల్లగా ఉంటుంది. కానీ ఒక సగటు వ్యక్తి మరో వ్యక్తి పట్ల ఆసక్తుడైన వెంటనే అతనిలో మానసిక ఉద్రేకాల స్థాయి కూడా పెరిగి, అతని శరీరం వెచ్చబడుతుంది. అందుకే ఇద్దరు ప్రేమికుల్ని ఉద్దేశించి మాట్లాడాలంటే వారిద్దరూ 'వెచ్చని కౌగిలింత'లో బందీలయ్యా రంటారు. రక్తం చర్మపు ఉపరితలం మీదికి ప్రసరించడంతో ఈ వెచ్చదనం స్త్రీలలో చోటుచేసుకుంటుంది. ఆ అమ్మాయి చాలా 'హాట్' గురూ అనే మాటలు మనకు వినిపించడానికి కూడా ఇదే కారణం.

---

*మీరు మగవారైతే ఇంతకుముందు చదివిన భాగంలో మీ 'పైసా వసూల్'!*

---

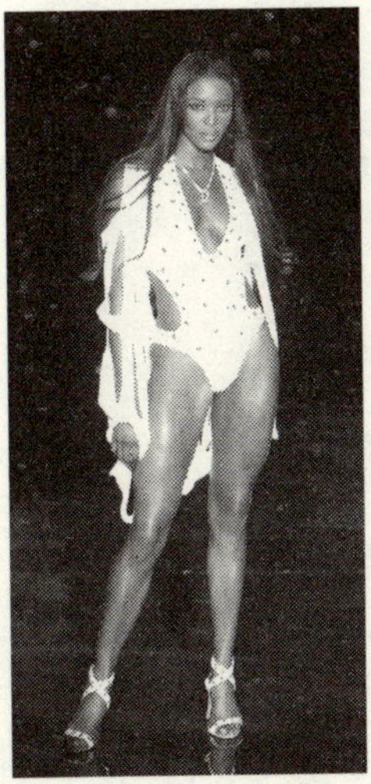

**3. అరటిబోదెల్లాంటి...**

పొడవైన కాళ్ళున్న మహిళలపట్ల పురుషులు ఆకర్షితు లవడానికి ఒక శారీరక, భౌతిక కారణం ఉంది. ఆడపిల్ల యుక్తవయసుకు రాగానే శరీరం స్త్రీత్వాన్ని సంతరించుకునే క్రమంలో హార్మోన్ల ప్రభావంతో ఆమె కాళ్ళు మరింత పొడవుగా పెరుగుతాయి. పొడవైన కాళ్ళతో మహిళ కనిపించగానే ఆమె సంతానోత్పత్తికి సిద్ధంగా ఉందన్న సంకేతం పురుషుడికి అందుతుంది. అందుకే పొడవైన కాళ్ళు మహిళల్లో

మోడల్స్, సినీతారల శరీరంలో పైభాగానికి, కింది భాగానికి మధ్య నిష్పత్తి ఎక్కువగా ఉంటుంది. పొడవైన కాళ్ళు వారి స్త్రీత్వపు పటిమకు కొలమానాలుగా ఉంటాయి.

ప్రబలమైన లైంగిక సంకేతాలుగాను, శృంగార హావభావాల్లో ప్రధాన భూమిక పోషించే శరీర భాగాలుగానూ ఉంటాయి.

ఎత్తుమడమల కాలిజోళ్ళు ధరించిన మహిళ కాళ్ళు మరింత ప్రస్ఫుటంగా కనపడి, ఆమె సంతానోత్పత్తికి సిద్ధంగా ఉన్నట్టు పురుషునికి సంకేతాన్నిస్తుంది. ఎత్తుమడమల జోళ్ళ వల్ల స్త్రీల కాళ్ళు మరింత పొడవుగా కనబడతాయి. ఆమె శరీరం వెనుక వైపున ప్రస్ఫుటమైన ఒంపుసొంపుల్ని సంతరించుకుంటుంది. పాదాలు చిన్నవిగా కనబడతాయి. జఘనభాగం ముందుకు చొచ్చుకువచ్చి పురుషుల్ని సమ్మోహితుల్ని చేస్తుంది.

---

*ఎత్తుమడమల చెప్పులు ధరించిన మహిళ మరింత పొడగరిగా కనిపిస్తుంది. ఇది ఆమెలోని ఒంపుసొంపుల్ని మరింత ప్రస్ఫుటం చేస్తుంది.*

---

బక్కపలచటి కాళ్ళున్న మహిళలకంటే, బలిష్టమైన కాళ్ళున్న మహిళలను పురుషులు ఎక్కువగా ఇష్టపడతారు. బలిష్టమైన కండరాలతో పుష్టిగా కనిపించే కాళ్ళు కలిగిన మహిళలు సంతానవంతులైన తరువాత పిల్లలకు పుష్కలంగా పాలిచ్చే సామర్థ్యాన్ని కలిగి ఉంటారు.

ఇలాంటి ఒంపుసొంపులున్న శరీరాలతో ఎల్లే మెక్‌ఫెర్సన్ వంటి మోడల్స్ కోట్లాది రూపాయల వాణిజ్య ప్రపంచానికి ఆరాధ్యదేవతలవుతున్నారు.

## పురుషుల్లో శృంగార హావభావాలు

శృంగారానికి సంబంధించినంత వరకు మహిళల్లో వ్యక్తమయ్యే హావభావాలతో పోల్చితే, పురుషుల్లో వ్యక్తమయ్యే హావభావాల్ని వేళ్ళ మీద లెక్కపెట్టవచ్చు.

పురుషుల శృంగార హావభావాల్లో అధికారం, సంపద, హోదాలు ఉపకరణాలుగా ఉంటాయి. ఒక మహిళ అందంగా అలంకరించుకుని, వివిధ శృంగార హావభావాలతో తన ప్రత్యర్థులకు సవాలు విసిరితే, పురుషుడు మాత్రం కార్లు, బంగళాలు, సంపదల్ని చూపి తన శృంగార ప్రత్యర్థులకు సవాళ్ళు విసురుతాడు. తన సరిజోడు కోసం పురుషుడు వెతికే పద్ధతి ఇలా ఉంటుంది. ఒకానొక చెరువులో నిటారుగా నిలబడి, అనువైన చేపకోసం వెదుకుతూ, అలాంటి చేప దొరగ్గానే ఒక పెద్ద కర్రతో దాని నెత్తిన బాది, సొంతం చేసుకున్నట్టే ఉంటుంది. కానీ మహిళ తన గాలానికి చిక్కుకునే చేప కోసం ఒక జాలరి ప్రదర్శించే నైపుణ్యాన్ని, సహనాన్ని ప్రదర్శించి తనకు మనసైన వాణ్ణి సొంతం చేసుకుంటుంది.

ఈ అధ్యాయంలో పురుషునిలో శృంగారాభిలాషను వ్యక్తం చేసే బాడీలాంగ్వేజ్ సంకేతాల గురించి తెలుసుకుందాం. ఈ సంకేతాలన్నీ అతని కటి భాగాన్ని కేంద్రంగా చేసుకుని ఉంటాయి. మనం ఇది వరకే చెప్పుకున్నట్టు బాడీలాంగ్వేజ్ సంకేతాల్ని ప్రదర్శించడంలోను, వాటిని అర్థం చేసుకుని తదనుగుణంగా ప్రతిస్పందించడంలోనూ పురుషుడు మహిళ కన్నా ఎప్పుడూ వెనకబడి ఉంటాడు. మహిళ తన బాడీలాంగ్వేజ్ సంకేతాలతో పరిస్థితిపై అదుపును సంపాదించడంతో పాటు, కంచెల్ని, పరిధుల్ని కూడా నిర్ణయించగలదు. పురుషుడు కేవలం సంకేతాలకు ప్రతిస్పందిస్తాడంతే.

పురుషులు ఇటీవలి కాలంలో తమ అలంకరణపై శ్రద్ధ చూపుతున్నారని, వారిలో శృంగార నైపుణ్యం అంతకంతకూ పెరిగిపోతోందని కొన్ని పత్రికలు నమ్మించాలని చూస్తున్నాయి. నేటి పురుషుడు ఫేషియల్స్ చేయించుకుంటున్నాడు, గోళ్ళు కత్తిరించుకుంటున్నాడు, జుట్టుకు రంగులు వేస్తున్నాడు, హెయిర్ కండీషనర్లు, ఫేస్ క్రీములు వంటి సౌందర్య సాధనాల్ని ఉపయోగిస్తున్నాడు. ఇప్పుడు పురుషులు అద్దానికి అతుక్కుపోతున్నారని కూడా ఇటీవలి పరిశోధనలు కొన్ని చెబుతున్నాయి. ఇవన్నీ పురుషునిలోని అలంకరణ ప్రియత్వానికి నిదర్శనాలే తప్ప, మహిళ తాలూకు శృంగార హావభావాల్ని చదివే నేర్పు అతనిలో పెరిగిందనడానికి కొలమానాలు కావు.

*'నిన్ను నేను ప్రేమిస్తున్నాను' కన్నా 'నువ్వు బరువు తగ్గావు' అనే మూడు పదాలని తమ పురుష సహచరులనుంచి వినేందుకే మహిళలు ఇష్టపడతారని అమెరికాలో జరిగిన ఒక సర్వేలో తెలిసింది.*

తగిన జోడీ కనబడగానే అన్ని జంతువుల్లాగే మగవాడు కూడా అందంగా కనిపించడానికి ప్రయత్నిస్తాడు. ఈ ప్రయత్నంలో భాగంగానే అతను తన టైని సరిచేసుకోవడం, కాలర్‌ని సవరించుకోవడం, దుస్తుల మీద, భుజాల మీద లేని దుమ్మని దులుపుకోవడం, కఫ్‌లింక్స్, వాచీ లేదా కోటుని సర్దుకోవడం వంటి విన్యాసాలన్నీ ప్రదర్శిస్తాడు.

టైని నిట్టనిలువుగా సవరించుకోవడం

## మాటకలపడమెందుకు?

ఒక మహిళతో తన వ్యక్తిగత వివరాలు, లేదా ఆమె వ్యక్తిగత వివరాలకు సంబంధించి మాట్లాడితే అది ఆమెలోని బెరుకును పోగొట్టి తనకు ఆమెను మరింత దగ్గర చేస్తుందన్న విషయం పురుషునికి తెలుసు. కొత్తగా సంబంధంలోకి దిగిన మగవాడు, మహిళ దగ్గర ఇందుకే నిరంతరాయంగా మాట్లాడుతూ ఉంటాడు. వ్యవహారం సానుకూలమై, హనిమూన్ జరిగిపోయిన తరువాత అతను మళ్ళీ తన పాతధోరణిలోకి జారిపోతాడు. మూతి బిగించుకుని ఉంటాడు, లేదా పచ్చినిజాలు, పొడి పొడి రోజువారీ సమస్యలు, పరిష్కారాల గురించి మాత్రమే మాట్లాడతాడు.

## మగసిరిని ప్రదర్శించే కటిభాగం

బెల్ట్‌లో బొటనవేళ్ళని గుచ్చి నిలబడడమే పురుషుడు తన మగసిరిని చాటే అత్యంత శక్తివంతమైన సంకేతం. దీని వల్ల అతని కటిభాగం మరింత ప్రస్ఫుటంగా కనిపిస్తుంది. అతను తాను మనసు పడిన మగువ వైపుగా శరీరాన్ని, పాదాల్ని ఉంచుతాడు. తరువాత ఆమె చూపుతో చూపు కలుపుతాడు. ఒకవేళ అతను కూర్చున్నా, గోడకి జారగిలబడి నిలుచున్నా తన కటిభాగాన్ని బాగా కనబడేలాగే ఉంచుకుంటాడు.

బబూన్లు, ఇతర వానర సంతతిలో మగసిరిని ప్రదర్శించేందుకు మగ జంతువులు వాటి శిశ్నాన్ని బహిరంగపరుస్తుంటాయి. కాళ్ళని బాగా బార్లజాపి, శిశ్నాన్ని ముందుకు తెచ్చి, తన మగసిరిని చాటుకునేందుకు అవసరమైతే అప్పుడప్పుడూ తన భంగిమను సవరించుకుంటూ నిలబడతాయి. మనుషుల్లో మగజాతి కూడా ఇలాంటి భంగిమల్నే ప్రదర్శిస్తుంది. కాకపోతే ఇవి జంతువుల్లో కనిపించినట్టు బాహాటంగా ఉండవు. నర్మగర్భంగానే మగవాడు తన కటిప్రదేశాన్ని ప్రదర్శించడం ద్వారా మగసిరి ప్రదర్శిస్తాడు.

పదిహేనో శతాబ్దంలో కటిభాగాన్ని కప్పే కౌపీనాల్ని తొలిసారిగా ఉపయోగించారు. దీనివల్ల పురుషుని శిశ్నం దాని పొడవు, సామర్థ్యాలతో కనిపించే వీలు కలిగింది. ఈ ఇరవై ఒకటో శతాబ్దంలో కూడా న్యూగినియా వాసులు తమ అంగాన్ని ప్రదర్శించడానికి ఇష్టపడుతున్నారు. పాశ్చాత్య పురుషులు బిగుతైన లోదుస్తుల్ని, బాగా కురచగా ఉండే స్విమ్మింగ్ ట్రంక్స్‌ను ధరించడం లేదా కటిభాగంలో తాళాల గుత్తిని వేలాడదీయడం, లేదా శిశ్నం దగ్గర వేలాడేలా బెల్ట్ చివరని వదులుకోవడం వంటివి చేస్తుంటారు.

ఇలా కటిప్రదేశంలో వస్తువుల్ని వేలాడదీయడం వల్ల పదే పదే ఏదో వస్తువు కోసం వెదుకుతున్నట్టు పురుషుడు తన చేతిని కటిప్రదేశంలో ఉంచుతాడు. అది కూడా బాహాటంగానే. కానీ మహిళలు ఇలా పదిమందిలో తమ కటిభాగాన్ని ముట్టుకోవడానికి సాహసించరు. కాబట్టి పురుషుల్లో కనిపించే ఈ లక్షణాన్ని స్త్రీలు విస్మయంగా తిలకిస్తుంటారు.

నృత్యం చేస్తున్నపుడు బెల్ట్‌ను ముట్టుకోవడం, లేదా కటిభాగాన్ని పట్టుకోవడం అన్నవి గుంభనమైన కటిప్రదర్శనలో భాగమే.

ఇరాన్‌లోని జాయా ప్రాంతానికి చెందిన ఈ మెక్ యోధుడు మెడలో శిశ్నపు ఒరని ధరించాడు, దీనర్థం ఏమిటో తెలుస్తూనే ఉంది కదా?!

### కటిప్రదేశాన్ని సవరించుకోవడం

పురుషుల్లో మనకు సామాన్యంగా కనిపించే లైంగిక సంకేతం కటిప్రదేశాన్ని సవరించుకోవడం. తమతో సంభాషిస్తున్నపుడు అకారణంగానే పురుషులు వాళ్ళ కటిప్రదేశాన్ని ముట్టుకుంటూ మాట్లాడుతుంటారని మహిళలు ఫిర్యాదు చేస్తుంటారు. కానీ ఇలా పదే పదే కటిభాగాన్ని సవరించుకోవడం వెనుక పురుషుల కష్టాలు పురుషులకు ఉంటాయి. వాళ్ళకి అతిపెద్దదైన మర్మాంగం ఉండడం వల్ల ఇలా పదే పదే సవరించుకోకపోతే రక్తప్రసరణలో ఇబ్బందులు ఎదురవుతాయి.

మగవాడికి ఉన్న అతి పెద్ద వెసులుబాటు ఏమిటంటే కటిభాగాన్ని సవరించుకోవడానికి కూడా అతను మరోగదిలోకి వెళ్ళాల్సిన అవసరం ఉండదు. బాహాటంగానే అతను ఆ పని చేస్తాడు.

క్రీడాకారులు వంటి యువకులు ఒక చోట నిలబడి మాట్లాడుతున్నపుడు మీరు గమనిస్తే, పదే పదే కటిభాగాన్ని సవరించుకోవడం వాళ్ళలో మనకు కనబడుతూనే ఉంటుంది. ఇతరుల ముందు తమ మగసిరిని ప్రదర్శించే ఉద్దేశం కూడా ఇందులో అంతర్లీనంగా ఉంటుంది. కటిభాగాన్ని సవరించుకున్న చేతితోనే తనకు కూల్‌డ్రింక్‌ను తేవడం, అదే చేతితో ఇతరులకు కరచాలనమివ్వడం వంటివి పురుషుల్లో మహిళలకు నచ్చని విషయాలు.

### టైని వంకరగా బిగించుకోవడం

మిమ్మల్ని చూసి ఏ మహిళ మనసు పారేసుకుందో తెలుసుకోవాలనుకుంటే, మీరు చక్కని బట్టలు ధరించి అందంగా తయారవ్వండి. కానీ టైని మాత్రం కొంచెం పక్కకి బిగించుకుని భుజాన్ని వాల్చి నిలబడండి. మిమ్మల్ని ప్రేమించే మహిళ మీ టై అలా వంకరగా ఉండడాన్ని ఎంతమాత్రమూ సహించదు. వెంటనే దగ్గరికి వచ్చి, దాన్ని సరిచేస్తుంది.

టైని వంకరగా బిగించుకోవడం మిమ్మల్ని ప్రేమించే మహిళను ఊరికే ఉండనివ్వదు.

## మగదేహంలో మగువలకు నచ్చేవి

గంభీరమైన, మృదువైన కంఠస్వరం కలిగిన పురుషుల మీద మహిళలు మనసు పారేసుకుంటారని పలు పరిశీలనల్లో వెల్లడైంది. పురుషుని కంఠస్వరానికి అతని దేహంలో పురుష హార్మోన్లయిన టెస్టోస్టిరాన్‌కు దగ్గరి సంబంధం ఉంది. బాల్యం నుంచి కౌమార దశలోకి మారేముందు పిల్లవాడి కంఠస్వరంలో మార్పులు చోటు

చేసుకుంటాయి. ఆ దశలో వాళ్ళ శరీరంలో మగ హార్మోన్ల వెల్లువ మొదలవుతుంది. అందుకే కంఠస్వరంలో ఒక విధమైన 'రాపు' ఉంటుంది. మహిళ పట్ల ఆకర్షితుడైన పురుషుడు ఆమెతో లోతైన స్వరంతో మాట్లాడతాడు. అది అతని పుంభావనకు చిహ్నం. అదే సమయంలో తనకు నచ్చిన మగవానితో స్త్రీ శ్రావ్యంగా మాట్లాడుతుంది. అది ఆమె స్త్రీత్వానికి నిదర్శనం. కానీ 1960ల నుంచీ మహిళా ఉద్యమం స్త్రీలకు, పురుషులతో సమానమైన బాధ్యతల్ని, ఉద్యోగాల్ని నిర్వహించడానికి శ్రీకారం చుట్టింది. పురుషుడు నిర్వహించే బాధ్యతల్ని నిర్వహించాలంటే అందుకు టెస్టోస్టిరాన్ అవసరం. అది 'సక్సెస్ హార్మోన్'గా కూడా ప్రసిద్ధి చెందింది. వీటన్నింటి ఫలితంగా అమెరికా, బ్రిటన్, ఆస్ట్రేలియా, న్యూజిలాండ్‌లలో ఇటీవల నిర్వహించిన పరిశోధనల్లో ఒక ఆసక్తికరమైన విషయం వెలుగు చూసింది. ఆయా దేశాల్లో ఇప్పుడు మహిళలు కూడా గంభీర స్వరంతో మాట్లాడడానికే మొగ్గుచూపుతున్నారట.

## ఆమెకి 'ఏది ఇష్టం'?

పురుషుని శరీరంలో మహిళలకు లైంగికంగా నచ్చే భాగాలు కొన్ని ఉన్నాయి. దీన్నిబట్టి మహిళల్ని పురుషుల కాళ్ళని ఇష్టపడేవాళ్ళుగానూ, పురుషుల పిరుదుల్ని ఇష్టపడేవాళ్ళుగానూ, పురుషుల ఛాతీని ఇష్టపడేవాళ్ళుగానూ విభజించవచ్చు. ఇందులో 'పిరుదుల'కే 40 శాతం ఓటు పడిందన్నది నమ్మితీరాల్సిన నిజం. ఈ భాగంలో మనం పురుషుని శరీరాంగాల లక్షణాల గురించి, మహిళలపై వాటి లైంగిక ప్రభావాన్ని గురించి తెలుసుకుందాం.

విశాలమైన భుజాలు, ఛాతీ, పెద్ద చేతులతో సింహమధ్యముడైన పురుషుడి మీద మహిళ మనసు పారేసుకుంటుంది. ఈ ఇరవై ఒకటో శతాబ్దంలో కూడా పురుషుడు జంతువులతో హోరాహోరీ పోరాడి, శత్రువుల్ని చీల్చిచెండాడే వీరుడై ఉండాలని మహిళలు కోరుకుంటున్నారు.

*పురుషుని శరీరం వెంటాడడానికి, వేటాడడానికి, జంతువులతో తలపడడానికి, బరువుల్ని మోయడానికి ఉద్దేశించింది.*

### 1. విశాలమైన ఛాతీ, భుజాలు, కండలు తిరిగిన చేతులు

వేటాడే పురుషుని శరీరంలో పై అర్థభాగం విశాలంగా ఉండి, పిరుదులు చిన్నవిగా ఉంటాయి. అదే మహిళ శరీరంలో పై అర్థభాగం చిన్నదిగా ఉండి, పిరుదుల నుంచి విశాలంగా ఉంటుంది. సుదూర తీరాల నుంచి బరువైన వస్తువుల్ని ఇంటికి

మోసుకురావడానికి అనువైన పరిమాణాల్ని పురుషుని శరీరం సంతరించుకుంది.

వేటాడేటపుడు, పరిగెత్తేటపుడు అనువుగా ఉండడం కోసం, ఎక్కువ ప్రమాణంలో ప్రాణవాయువును పీల్చుకోవడం కోసం పురుషుని శ్వాసకోశాలు బాగా అభివృద్ధి

బలిష్టమైన పురుషుని శరీరంలోని పై అర్థభాగం మహిళల్ని ఆకర్షిస్తుంది. అంతమాత్రం చేత కండలు తిరిగిన శరీరాన్ని ఆమె అంతగా ఇష్టపడదు. తన అందచందాల్ని పొగడడం కంటే, అతను తన అంగ సౌష్టవాన్ని ఎంత మేరకు కాపాడుకుంటున్నాడన్న విషయానికే మహిళలు ప్రాధాన్యమిస్తారు.

చెంది ఉంటాయి. తరతరాలుగా విశాలమైన ఛాతీ కలిగిన పురుషుడు శక్తివంతునిగా గౌరవాన్ని పొందుతున్నాడు. ఇప్పటికీ ఆదిమతెగల్లో ఇది మీకు కనిపిస్తూనే ఉంటుంది.

## 2. చిన్నది, పటిష్టమూ అయిన పృష్ఠభాగం

పురుషుని శరీరంలో కింది అర్థభాగం చిన్నదిగా, పటిష్టమైందిగా ఉండడమన్నది ప్రపంచవ్యాప్తంగా మహిళలందరూ ఇష్టపడే అంశం. చిన్న పిరుదులతో గట్టిగా ఉండే పురుషుని శరీరం రతిక్రియలో మహిళలకు భావప్రాప్తి కలిగించడంలో ఎంతో ఉపయోగపడుతుంది. వీర్యాన్ని సఫలీకృతం చేయడంలో ఇది ముఖ్య భూమిక పోషిస్తుంది. అదే పృష్ఠభాగం బరువుగా ఉంటే అతను రతిక్రీడలో చురుగ్గా ఉండలేడు. పైగా పురుషుని బరువు తక్కువగా ఉంటే మహిళ శృంగారంలో చక్కగా శ్వాసించగలదు.

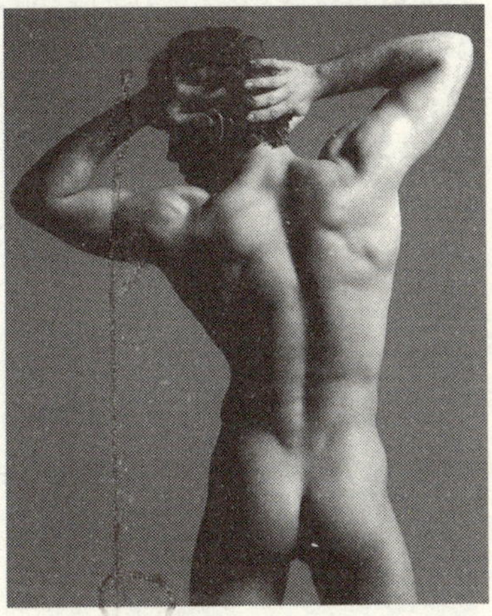

ఇంటర్నెట్‌లో పురుషుల పృష్ఠభాగానికి సంబంధించి మహిళల అభిప్రాయాల్ని కోరే వెబ్‌సైట్‌లు కోకొల్లలుగా ఉన్నాయి.

### 3. కండలు తిరిగిన కాళ్ళు

మగసిరికి, ఉత్సాహానికి మగవాడి కాళ్ళు అద్దం పడతాయి. జీవజాతులన్నింటిలో కంటే మానవ జాతిలో మగవాడి కాళ్ళు పొడవుగా, శక్తివంతంగా ఉంటాయి. దానివల్ల అతను ఎంత దూరమైనా వేగంగా పరిగెత్తగలడు. పురుషుల్లో నడుము పిరుదుల మధ్య నిష్పత్తి 90 శాతంగా ఉండడాన్ని మహిళలు అమితంగా ఇష్టపడతారని డాక్టర్ దేవేంద్ర సింగ్ జరిపిన పరిశీలనల్లో వెల్లడైంది.

## క్లుప్తంగా...

ప్రపంచానికి ఇప్పుడు 'ముదురు బెండకాయ'ల సమస్య వచ్చిపడింది. పాశ్చాత్య దేశాలన్నింటిలోనూ వందేళ్ళ వ్యవధిలో వివాహాల సంఖ్య క్రమంగా తగ్గుముఖం పడుతోంది. ఆస్ట్రేలియా వంటి దేశాల్లో 28 శాతం మంది అసలు పెళ్ళి ఊసే లేకుండా బతికేస్తున్నారట.

నిజానికి స్త్రీ, పురుషుల్ని కలిపి ఉంచేది శారీరక ఆకర్షణ మాత్రమే అంటే అది వినడానికి చిరాగ్గా ఉంటుంది. కానీ శారీరక ఆకర్షణను పెంపొందించు కోవడమన్నది మన చేతుల్లో పని. లైంగిక ఆకర్షణకు వాతావరణం అనుకూలంగా ఉంటే మిగిలిన కథ అదే నడిచిపోతుంది. అంతేగాక ప్రపంచం కొత్త పోకడలు పోతోంది. ఒంటరిగా ఉండదలచుకున్న వాళ్ళు కూడా ఆన్‌లైన్‌లో డేటింగ్ పట్ల మోజు చూపుతున్నారు. ఐటి పెళ్ళి సంబంధాలకు ఉన్న డిమాండ్ మనకు తెలిసిందే. స్పీడ్ డేటింగ్ వంటి వ్యవహారాల ద్వారా 2003లో ప్రపంచవ్యాప్తంగా తాను మూడు బిలియన్ డాలర్లని సంపాదించినట్టు 'న్యూయార్క్ టైమ్స్' చెప్పింది. పురుషుల్ని పొందడంలో మహిళలకు పెద్దకష్టమేమీ లేకపోయినప్పటికీ, మహిళల్ని భాగస్వాములుగా పొందడం పురుషులకు చాలా కష్టసాధ్యమైన విషయంగా మారింది.

# అధ్యాయం 16

# యాజమాన్యం, సరిహద్దు, ఔన్నత్యపు సంకేతాలు

మనది అని భావించాక దానిమీద మన యాజమాన్యపు హక్కును భౌతికంగా ఇలా ప్రదర్శిస్తాం.

మనది అని భావించిన వస్తువులకు, వ్యక్తులకు అతి సన్నిహితంగా ఆనుకుని నిలబడడం ద్వారా ఆ వస్తువుల మీద, వ్యక్తుల మీద, ఆ 'సరిహద్దు'ల మీద యాజమాన్యపు హక్కుల్ని ప్రకటించుకుంటాం. ఉదాహరణకు మీరు మీ స్నేహితుణ్ణి, అతని కారు లేదా బోటు లేదా మరేదైనా వ్యక్తిగత వస్తువుతో సహా ఫోటో తీయడానికి ప్రయత్నించారనుకుందాం. అప్పుడు అతను తన కారు మీద కాలు పెట్టడం, లేదా మరేదైనా వస్తువుకు ఆనుకుని, లేదా దాని మీద చేతులు వేసి నిలబడి ఫోటో దిగడానికి సిద్ధపడతాడు. ఎప్పుడైతే అతను ఆ వస్తువులని ముట్టుకున్నాడో, వాటిమీద తన యాజమాన్యపు హక్కును ప్రదర్శించడం ఒక అంశమైతే, అతను ముట్టుకున్న వెంటనే అవి అతని శరీరానికి ఒక కొనసాగింపుగా మారిపోవడం మనం గమనించాల్సిన మరో విషయం. ప్రేమికులు ఒకరి చేతిని మరొకరు పట్టుకుని నడవడం, ఒకరి నడుము చుట్టూ మరొకరు చేతులు

వేసుకోవడం కూడా ఆ వ్యక్తి తనకు మాత్రమే సొంతమని సమాజానికంతటికీ తేల్చిచెప్పడమే అవుతుంది. ఒక అధికారి తన ఆఫీసు గది ద్వారాన్ని పట్టుకుని అడ్డంగా నిలబడ్డాడు అంటే ఆ గది మీద తన యాజమాన్యపు హక్కుల్ని అతను ప్రకటించుకుంటున్నాడన్న మాట. పది మంది చూస్తుండగా భర్త భుజం మీద దుమ్ము (ఉన్నా, లేకున్నా)ను సుతారంగా దులుపుతుంది భార్య. అతనిపై తనకున్న యాజమాన్యపు హక్కును ఆమె ఆ విధంగా ఆ పరిసరాల్లోని ఇతర స్త్రీల ముందు ప్రదర్శించడమే దాని అంతరార్థం. ఇలా సన్నిహితంగా నిలబడడమన్నది కేవలం యాజమాన్యపు హక్కుల్ని ప్రదర్శించడానికే కాక, ఇతరుల్ని మానసికంగా గాయ పరచడానికి, అవహేళన చేయడానికి కూడా ఉపయోగించుకుంటారు కొందరు.

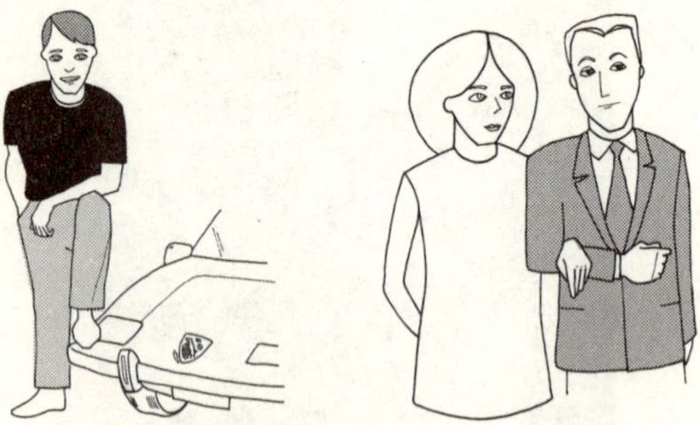

ముట్టుకోవడం ద్వారా ఆయా వ్యక్తులు లేదా వస్తువులపై
తమ యాజమాన్యపు హక్కును ప్రదర్శించడం.

అనుమతి తీసుకోకుండానే ఇతరుల వస్తువులకు ఆనుకుని నిలబడడం, లేదా వాటిని వాడుకోవడం అంటే ఇతరుల్ని కించపరచడమే. ఒక వ్యక్తి అనుమతి లేకుండానే అతని టేబుల్‌ని, కారుని కుర్చీని వాడుకోవడమన్నది ఆ వ్యక్తిని అవ మానించే ఎత్తుగడల్లో భాగంగానే ఉంటాయి.

సేల్స్‌పర్సన్‌గా వెళ్ళినపుడు ఇంటి యజమాని ఏ కుర్చీలో కూర్చోమంటే ఆ కుర్చీలోనే కూర్చోవాలి. లేదా ఏ కుర్చీలో కూర్చోవాలో

తన భర్త డేవిడ్ బెక్‌హామ్ ఛాతీమీద చేయివేయడం ద్వారా ఆయన భార్య విక్టోరియా తన యాజమాన్యపు హక్కును ఇలా ప్రదర్శిస్తోంది.

అతణ్ణి అడిగి కూర్చోవాలి. పొరపాటున అతని వ్యక్తిగత కుర్చీలో కూర్చుని, లేనిపోని చిక్కులు కొనితెచ్చుకోకుండా ఉండడానికే ఈ జాగ్రత్త.

ద్వారానికి అడ్డంగా నిలబడడం ద్వారా ఇతరుల్ని కించపరచడం

కొంతమందికి ద్వారానికి ఆనుకుని, అడ్డంగా నిలబడే అలవాటు ఉంటుంది. ఇలాంటి వారు పరిచయమైన తొలిక్షణం నుంచి తమ అలవాటుతో ఇతరులకు మనస్తాపాన్ని కలిగిస్తూనే ఉంటారు. ఈ దురలవాటు నుంచి బయటపడాలంటే ముఖ్యంగా నిటారుగా నిలబడడాన్ని అలవాటు చేసుకోవాలి. అలా నిటారుగా నిలబడి, అరచేతులు చూపుతూ మాట్లాడ్డాన్ని అలవాటు చేసుకుంటే అన్ని విధాలా మంచిది. కొత్త వ్యక్తుల్లో తొంభైశాతంమంది మనల్ని కలిసిన తొలి నాలుగు నిమిషాల్లోనే మన గురించి ఒక అభిప్రాయాన్ని ఏర్పరచుకుంటారు. ఒకసారి అభిప్రాయం ఏర్పడిన తరువాత మనం ఏం చేసినా వారి మెప్పును పొందలేం, కాబట్టి ద్వారానికి అడ్డంగా నిలబడే దురలవాటును మానుకోవడం ఉత్తమం.

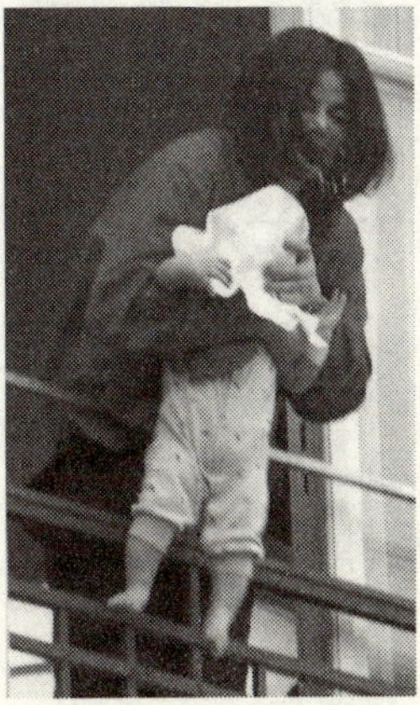

పసిపిల్లవాణ్ణి ఇలా గాల్లోకి వేలాడదీసే విన్యాసాన్ని ప్రదర్శించి మైకేల్ జాక్సన్ అభాసుపాలయ్యాడు. కానీ ఇలా పిల్లవాణ్ణి గాల్లోకి పట్టుకోవడం ద్వారా చూపరులు కొంతసేపు పిల్లవాడి గురించి కంగారుపడ్డారు. అలా కంగారు పడడమంటే ఆ పిల్లవాడి మీద వారంతా ఆ కొద్దిసేపు యాజమాన్యపు హక్కును అనుభూతి చెందారు. ఇలాంటి అనుభూతిని కలిగించడమే జాక్సన్ ఉద్దేశం. కానీ ఈ ప్రయత్నంలో అతను పిల్లవాడికి, నేలకు మధ్య ఉన్న దూరాన్ని పట్టించుకోలేదు. అందుకే అందరూ అతణ్ణి తప్పుబట్టారు.

ఒక అధికారి కుర్చీకి చేతుల్లేవనుకుందాం. అలా చేతుల్లేని కుర్చీని అందరూ విజిటర్స్ కుర్చీగా భావించే అవకాశం ఉంది. అలాంటపుడు ఆ

అధికారి తన టేబుల్ మీద రెండు కాళ్ళని పెట్టుకుని కూర్చుంటాడు. తద్వారా ఆ కుర్చీ, టేబుల్‌పై తనకు ఉన్న యాజమాన్యపు హక్కును ప్రదర్శిస్తాడు. కానీ అతని గదిలోకి అనుకోకుండా అతనికన్నా ఉన్నతాధికారి ప్రవేశించినపుడు కూడ టేబుల్‌పై కాళ్ళు పెట్టుకుని కనిపించకూడదు. మరి ఇలాంటి సందర్భంలో అతను తన యాజమాన్యపు హక్కును ఎలా ప్రదర్శిస్తాడు? టేబుల్ డ్రాయర్లలో అడుగున ఉన్న దానిపై పాదాన్ని మోపుతాడు, లేదా టేబుల్ కాళ్ళ మీద తన కాలును ఉంచుకుంటూ యాజమాన్యపు హక్కును కాపాడుకుంటాడు.

టేబుల్ మీద యాజమాన్యపు హక్కును ప్రదర్శించడం.

## వెన్ను వంచి మోకరిల్లడం

వెన్నును వంచడం ద్వారా శరీరపు ఎత్తును తగ్గించడం, వెన్నును నిటారుగా ఉంచడం ద్వారా శరీరపు ఎత్తును పెంచడం సాధ్యమేనని మనకు తెలుసు. చరిత్ర ఆసాంతం యజమాని-సేవకుల సంబంధాల్లో శరీరాన్ని ఇలా వంచడం, నిటారుగా ఉంచడమన్నది ఆయా హోదాలకు పట్టుగొమ్మలుగా నిలిచిన వైనం మనకు కొత్తేమీ కాదు. రాజవంశీకుల్ని ఆంగ్లంలో 'యువర్ హైనెస్' (ప్రభువులు) అని సంబోధించడం పరిపాటి. 'హైనెస్' అన్నది ఎత్తుకు సంబంధించిన ప్రస్తావన. అలాగే ఆ భాషలో తక్కువ స్థాయి మనుషుల్ని సంబోధించేటపుడు 'లో' (కింది స్థాయి) అనే మాటను వాడడం కూడా కద్దు. అంటే ఇది కూడా ఎత్తుకు సంబంధించిన ప్రస్తావనే. బహిరంగ సభల్లో శ్రోతలకన్నా ఎత్తుగా ఉన్న వేదిక మీద వక్త కూర్చుంటాడు. అలాగే కోర్టులో అందరికన్నా సమున్నత స్థానంలోనే న్యాయాధీశుడు కూర్చుంటాడు. ఒలంపిక్ స్వర్ణపతక విజేత మిగిలిన విజేతలకన్నా ఎత్తులో ఉన్న వేదికమీద నిలబడతాడు. ఇలాగే ఆయా సమాజాలు, సంస్కృతులరీత్యా మనుషుల్లో హోదాను అనుసరించి నిమ్నస్థానాలు, ఉన్నతస్థానాలు విడివిడిగా ఉన్న విషయం మనకు నిత్యం అనుభవంలోకి వచ్చేదే.

ఉన్నత శ్రేణి ప్రముఖులందరూ సింహాసనాలను అధిష్టించడం మనకు తెలిసిందే. దేవతలందరికీ వారి వారి స్థాయిననుసరించి వాహనాలు, సింహాసనాలు ఉన్న మాట కాదనలేనిది. ఒక సభను ఉద్దేశించి ప్రసంగించాలంటే నిలబడి మాట్లాడడమే మంచిది. అప్పుడే అందరి దృష్టి మన మీద కేంద్రీకృతమవుతుంది.

యాజమాని ముందు సేవకుడు శరీరాన్ని వంచి నిలబడతాడు.
పెద్దవారి ముందు పిల్లలు కూడా శరీరాన్ని వంచి అభివాదాలు చెబుతారు.
అలాగే మనకన్నా తక్కువ స్థాయి వ్యక్తుల ముందు మనం రొమ్ము విరుచుకుని,
నిటారుగా నిలబడడం ద్వారా మన ఆధిక్యతను ప్రకటించుకుంటాం.

రాజకుటుంబీకుల సమక్షంలో నౌకర్లు తలవంచి లేదా తమ టోపీల్ని తీసివేసి నిలబడతారని మనకు తెలుసు. ఇలా చేయడం ద్వారా రాజకుటుంబీకుల కన్నా తాము తక్కువ స్థాయి వ్యక్తులమని చెప్పడమే దీని ఉద్దేశం. ఆధునిక యుగంలోనూ నుదుటికి చేయి ఆన్చి అభివాదాల్ని తెలియజేసే సంస్కృతి ఉంది. దీనికి మాతృక రాజుల ముందు సేవకులు తమ టోపీల్ని తొలగించి నిలబడడమే. టోపీని తొలగించడం వల్ల అవతలి వ్యక్తి కన్నా తక్కువ ఎత్తులో కనిపిస్తారు. తద్వారా ఎదుటి వ్యక్తి ఆధిక్యతను అంగీకరించినట్టు అవుతుంది. నేటి ఆధునిక కాలంలో టోపీల వినియోగం విరివిగా లేనప్పటికీ, తాత ముత్తాతల నాటి 'విధేయత' మన రక్తంలో ఇంకా ప్రవహిస్తూ ఉండడం వల్ల నుదుటికి చేతిని తాకిస్తూ, మన ఎత్తును తగ్గించుకుంటూ ఎదుటి వారి ఆధిక్యతను గుర్తించే సంప్రదాయానికి అలవాటు పడ్డాం. ఇది మరింత శ్రుతి మించితే శరీరాన్ని, అంటే వెన్నును వంచి నిలబడడం ద్వారా మన వినయ విధేయతల్ని చాటుకుంటాం.

కొంతమంది రోజర్‌ను సంస్థకి వెన్నెముకగా వర్ణించారు. ఇతరులు ఆ ఎత్తుకి చేరుకోలేదు.

జపానులో కొన్ని వాణిజ్య సంస్థలు 'బౌవింగ్ మెషీన్' అనే యంత్రాల్ని ప్రవేశ పెట్టాయట. ఈ యంత్రాల సహాయంతో ఏఏ వినియోగదారుని ముందు ఎంత కోణంలో వంగి నిలబడాలో ఉద్యోగులకు శిక్షణను ఇప్పిస్తారట. ఒక 'సాధారణ' వినియోగదారుని ముందు 15 డిగ్రీల కోణంలో వంగితే చాలు, పక్కాగా కొనితీరుతాడని భావించిన వినియోగదారుని ముందు 45 డిగ్రీల కోణంలో వంగాలి. ఇదీ ఆ శిక్షణ సారాంశం. నిత్య జీవన వ్యాపారంలో కొన్ని స్వలాభాల కోసం ఇతరుల ముందు నిరంతరం వంగి వంగి దణ్ణాలు పెట్టే వ్యక్తులు మనకు లెక్కకు మిక్కిలిగా తారసిల్లుతుంటారు. అలాంటి వారిని సమాజం 'చెప్పులు నాకే కుక్క', 'చెమ్చా' అంటూ ఎద్దేవా చేస్తుంది.

## ఎత్తుదే పైచేయి

ఎత్తుపల్లాల గురించి తాత్వికంగా మాట్లాడుకుంటే కొన్ని నిజాలు మనకు అసత్యాలుగా గోచరిస్తాయి. కానీ సామాజిక, శాస్త్రీయ అధ్యయనాల ప్రకారం 'ఎత్తు'కు ఒక తిరుగులేని విలువ ఉంది. సమాజంలో విజయం పొడగరులదేనని ఈ అధ్యయనాలు తేల్చి చెబుతున్నాయి. పొడవైన వ్యక్తులు ఆరోగ్యంగా ఉండడంతోపాటు ఎక్కువ ఆయుఃప్రమాణాన్ని కూడా కలిగి ఉంటారు. న్యూజిలాండ్‌లోని కాంటర్‌బరీ విశ్వవిద్యాలయంలో మానసిక శాస్త్ర విభాగ ఉన్నత అధ్యాపకుడు డాక్టర్ బ్రూస్ ఎల్లిస్ జరిపిన ఒక పరిశోధనలో పొట్టి వాళ్ళతో పోలిస్తే పొడవైన వ్యక్తుల్లో సంతానోత్పత్తి శక్తి ఎక్కువగా ఉంటుంది అని తెలిసింది. పొడవుకు, టెస్టాస్టిరాన్ హార్మోన్‌కు దగ్గరి సంబంధం ఉండడంతో పాటు, తమకన్నా పొడవైన పురుషుల్నే మహిళలు తమ లైంగిక భాగస్వాములుగా కోరుకుంటారు. పొడవైన వాళ్ళు మహిళల్లో రక్షణ భావాన్ని కలిగిస్తారు. మహిళకు సంరక్షునిగా ఉండాలన్న కోరికతోనే పురుషులు తమకన్నా పొట్టిగా ఉన్న స్త్రీలనే తమ భాగస్వాములుగా ఎంచుకుంటారు.

మీరు ఎంత పొట్టిగా ఉంటే, ఇతరులు మిమ్మల్ని చికాకుపరిచే అవకాశాలు అంత ఎక్కువగా ఉంటాయి. మా దగ్గరికి ఒక సీనియర్ అధికారిణి వచ్చింది. ఆమె ఎత్తు ఐదడుగుల ఒక్కంగుళం. తాను పనిచేసేచోట జరిగే సమావేశాల్లో తోటి పురుష ఉద్యోగులు తనను చికాకుపరుస్తున్నారని ఆమె ఆవేదన చెందింది.

తాను ప్రసంగించవలసిన సమయం వచ్చినపుడల్లా తనమాటను పూర్తికానివ్వకుండానే వాళ్ళు అడ్డుపడుతుంటారని ఆమె చెప్పింది. ఈ సమస్యకు మేమొక పరిష్కారాన్ని సూచించాం. సమావేశం మొదలయ్యే ముందు అందరూ కూర్చున్న తరువాత, లేచి నిలబడి, దగ్గర్లో ఉన్న కాఫీటేబుల్ వద్దకు వెళ్ళి, మళ్ళీ ఆమె తన సీటు దగ్గరికి తిరిగి రావాలి. తిరిగి వచ్చి నిలబడే తాను చెప్పదలచుకున్న విషయాన్ని సమావేశంలో చెప్పాలి. ఈ కిటుకును పాటించిన ఆ అధికారిణి ఆశ్చర్యానికి అంతులేదు. కూర్చున్నవారి ముందు తాను నిలబడి ప్రసంగించడం వల్ల ఆమె ఇతరుల కన్నా పొడగరిగా కనిపించడంతో ఎవరూ ఆమె మాటలకు అంతరాయం కలిగించలేదు. ప్రతిసారీ కాఫీటేబుల్ వద్దకు వెళ్ళడం సాధ్యం కాకపోయినా నిలబడి మాట్లాడడం వల్ల ఆమె మంచి ఫలితాల్ని పొందింది.

*పొడవైన పురుషుని పక్కన అతని కన్నా ఎత్తులో తక్కువగా ఉన్న మహిళే కనిపిస్తుంది. దీనికి విరుద్ధంగా కనిపించడం మాత్రం అరుదు.*

ఉన్నతస్థాయి మేనేజర్లు మిగతా వారికన్నా అధికులుగా చెలామణి అయ్యే తీరును మేము పరిశీలించాం. మేనేజ్‌మెంట్ రంగానికి చెందిన సంస్థల్లోని దాదాపు 2566 మంది కంపెనీ డైరెక్టర్ల స్థాయి మేనేజర్ల తాలూకు ఎత్తును మేము రికార్డు చేశాం. కంపెనీ నిర్దేశించిన సరాసరి ఎత్తుకన్నా ఎక్కువ ఎత్తు ఉన్న మేనేజర్ల వేతనాలు 400 డాలర్లు అదనంగా ఉండడాన్ని మేము గమనించాం. ఇలా అదనపు జీతం పొందుతున్న వారిలో పురుషులతో పాటు మహిళలు కూడా ఉన్నారు. అమెరికాలో నిర్వహించిన ఒకానొక అధ్యయనం మనిషి ఆర్థిక విజయం అతని ఎత్తుతో ముడిపడి ఉన్నట్టు చెబుతోంది. ప్రభుత్వ కార్యాలయాలు, విశ్వ విద్యాలయాల్లో కూడా మనం దీన్ని చూడవచ్చు. కానీ ఈ సంస్థల్లో వ్యక్తుల ఎత్తుతో నిమిత్తం లేకుండా వారి ప్రతిభావ్యుత్పత్తుల ఆధారంగానే వేతనాలను పెంచినప్పటికీ 'ఎత్తు' ప్రభావం అక్కడ కూడా మనకు స్పష్టంగా కనిపిస్తుంది.

## బుల్లితెరపై ఆజానుబాహులు

బుల్లితెర మీద పొడగరులుగా కనిపించే రాజకీయ నాయకులు, నటులు, ఇతర ప్రముఖుల విజయావకాశాలు ఎంతో మెరుగ్గా ఉంటాయి. నిజానికి తెర మీద వాళ్ళు మనకు రమారమి ఆరు అంగుళాల పొడవుతో కనిపిస్తారు. ఈ ఆరు అంగుళాల ప్రతిబింబాన్ని చూస్తూ, ఆ వ్యక్తి నిజంగా ఎంత పొడవు ఉంటాడన్నది

ప్రేక్షకుల ఊహకే వదిలేస్తారు. టీవీలో చూస్తూ ఒక వ్యక్తిని మనం అతను ఎంత పొడవుగా ఉంటాడని ఊహించుకుంటామో, దాన్ని బట్టే అతనికి మనం ఓటు వేస్తాం. అందుకే నిజానికి పొట్టివాళ్ళయిన కొందరు రాజకీయ నేతలు, నటులు టీవీ తెర మీద పొడుగ్గా కనిపించేలా బాగా నటిస్తారు. ఉదాహరణకు ఒకప్పటి ఆస్ట్రేలియా ప్రధాని జాన్ హోవర్డ్‌ను అందరూ 'లిటిల్ జానీ' అనే నిక్‌నేమ్‌తో పిలుస్తారు. టెలివిజన్ తెరమీద హోవర్డ్ ఐదడుగుల ఆరంగుళాల ఎత్తు ఉన్నట్టు కనిపిస్తాడు. ఒక మగవాని సగటు ఎత్తుతో పోలిస్తే ఆయన పొట్టివాడన్నట్టే మరి! కానీ నిజానికి ఆయన ఐదడుగుల తొమ్మిదంగుళాల పొడవు ఉంటాడు. అదే సమయంలో ఆస్ట్రేలియా మాజీ ప్రధాని బాబ్ హాక్ టీవీ తెర మీద ఆరడుగుల పొడవు ఉన్నట్టు కనిపిస్తాడు. ఆయన అసలు ఎత్తు ఐదడుగుల ఏడంగుళాలు.

*టెలివిజన్ తెర మీద ఎంత బాగా నటిస్తే*
*అంత పొడవుగా ఉన్నట్టు కనిపిస్తారు.*

విల్సన్ (1968) జరిపిన పరిశీలన ప్రకారం, ఒక విద్యార్థి ప్రసంగించేటపుడు తోటి విద్యార్థులకు అతను ఐదడుగుల ఎనిమిదిన్నర అంగుళాల పొడవు ఉన్నట్టు కనిపిస్తాడు. అదే విద్యార్థిని ఒక అధ్యాపకుడుగా సభలోని వారికి పరిచయం చేస్తే, వారంతా అతను ఆరడుగుల మూడంగుళాల ఎత్తును కలిగి ఉన్నట్టు భావిస్తారు. పొడవుగా కనిపించడానికి మీరు చేసే ప్రయత్నంతోపాటు, మీ హోదా కూడా చూపరుల దృష్టిలో మీ ఎత్తును పెంచుతుంది.

## తిట్టాలన్నా పొడుగ్గానే ఉండాలి

ఒక చిన్న పరీక్ష ద్వారా హోదాని 'ఎత్తు' ఎలా ప్రభావితం చేస్తుందో తెలుసుకోవచ్చు. మీరు నేలమీద పడుకుని, మీ స్నేహితుణ్ణి మీ పక్కనే నిటారుగా నిలబడమని చెప్పండి. తరువాత మిమ్మల్ని ఇష్టం వచ్చినట్టు తిట్టాలని మీ స్నేహితునికి చెప్పండి. అతని తిట్ల పురాణం పూర్తయ్యాక, మీరు నిలబడి, అతణ్ణి నేల మీద పడుకోబెట్టండి. ఇప్పుడు మళ్ళీ మిమ్మల్ని ఇదివరకటి లాగే తిట్టాలని మీ స్నేహితుణ్ణి కోరండి. నేల మీద పడుకున్న తరువాత అతను నిలబడి తిట్టినంత తీవ్రంగా ఇప్పుడు మిమ్మల్ని తిట్టలేడు. అతని కంఠస్వరం మారిపోతుంది. అతని మాటల్లో ఇదివరకటి ఆధిపత్యం కనపడదు. ఎంత ప్రయత్నించినా అది సాధ్యం కాదు!

## ఎత్తు ప్రతిబంధకం కూడా...

ఎత్తుగా ఉండడమన్నది అన్నివేళలా మంచి ఫలితాల్నే ఇస్తుందన్న నమ్మకం లేదు. పొట్టివారి కన్నా పొడగరులు గౌరవాన్ని పొందడం ఎంత నిజమో, ఆ 'ఎత్తు' వాళ్ళకి కొన్నిసార్లు అంత ఇబ్బందికరంగానూ మారుతుంది. ఉదాహరణకు ఎవరితోనైనా సమాన ఫాయిదాలో మాట్లాడాలన్నా, మరొకరి కళ్ళలోకి చూస్తూ సంభాషించాలన్నా, ఇతరుల దృష్టిలో కాస్త తగ్గి కనబడాలన్నా 'ఎత్తు' ప్రతిబంధక మవుతుంది.

బ్రిటన్‌లో ఫిలిప్ అనే ఆరడగుల ఎనిమిదంగుళాల సేల్స్‌పర్సన్ ఒకాయన ఉన్నాడు. ఈయన 'టాల్ పర్సన్స్ క్లబ్' పేరుతో ఒక సంస్థని స్థాపించాడు. ఆజానుబాహులు జీవితంలో ఎదుర్కొనే దైనందిన, ఆరోగ్య, సామాజిక సమస్యలను పరిష్కరించేందుకు ఈ క్లబ్ పనిచేస్తుంది. ఒక సేల్స్‌పర్సన్‌గా ఫిలిప్‌కు తన ఎత్తు పెద్ద అడ్డంకిగా మారింది. వినియోగదారులు తను చెప్పేది వినకుండా, తన ఎత్తు మీదే దృష్టిని నిలపడం ఫిలిప్‌ను ఇబ్బంది పెట్టింది. దాంతో అతను వినియోగదారుల ముందు కూర్చుని మాట్లాడడం ప్రారంభించాడు. దాంతో ఫిలిప్ అమ్మకాలు 62 శాతం పెరిగాయి.

## వంగినా పైచేయే

మీ శరీరాన్ని వంచడమన్నది ఒక్కోసారి ఆధిక్యతను కూడా ప్రదర్శిస్తుంది. ఇతరుల ఇంట్లో మీరు వాలుకుర్చీలో మీ శరీరాన్ని వంచి, జారగిలబడి కూర్చున్నపుడు, ఆ ఇంటి యజమాని మీ ముందు నిలబడి ఉన్నట్టయితే, ఆ సన్నివేశం మీ ఆధిక్యతని ప్రదర్శిస్తుంది. అతని ఇంట్లో అంటే అతని సరిహద్దుల మీద మీరు యాజమాన్యపు హక్కును ప్రదర్శించడమన్నమాట. ఇది సాధారణంగా దూకుడు మనస్తత్వాన్ని, అహంభావాన్ని సూచిస్తుంది.

ఎవరి ఇంట్లో, ఎవరి వ్యక్తిగత ప్రదేశంలో వారు భద్రతను, ఆధిక్యతను అనుభూతి చెందుతుంటారు. కాబట్టి ఇతరుల ఇంటికివెళ్ళినపుడు సానుకూలమైన హావభావాల్ని ప్రదర్శించడం, వారికి సంతోషం కలిగేలా ప్రవర్తించడాన్ని అభ్యాసం చేయండి. దానివల్ల ఎక్కువ మంది ఎల్లవేళలా మీ పక్షమే వహించే అవకాశం ఏర్పడుతుంది.

## టీవీ 'నేతల్లో' ఓట్లు కొల్లగొట్టే నైపుణ్యం

ప్రజలతో నిరంతర సంబంధం కలిగిన వాళ్ళు, ప్రజల చూపు నుంచి తప్పించుకోలేని వాళ్ళు ఆ 'ప్రజల విశ్వాసాన్ని ఎలా చూరగొనాలన్న' అంశం మీద మేము గత ముప్ఫై ఏళ్ళుగా చాలామందికి శిక్షణనిస్తున్నాం. మా దగ్గర శిక్షణ తీసుకున్న వారిలో ప్రధాన మంత్రుల నుంచి వాతావరణ విశేషాల్ని చదివే న్యూస్ రీడర్ల వరకు ఎంతో మంది వృత్తి నిపుణులు ఉన్నారు. ఒకసారి ఇద్దరు రాజకీయ నాయకులు మా దగ్గరికి వచ్చారు. వారిలో 'ఏ' అనే వ్యక్తి ఐదడుగుల తొమ్మిదంగుళాల పొడవు ఉన్నారు. కానీ ఆయన మృదుస్వభావి, మితభాషి. ఆయన ప్రసంగశైలి కూడా తన స్వభావంలాగే మెత్తగా ఉంటుంది. కానీ ఆయనతో పోటీ పడుతున్న 'బి' అనే రాజకీయ నాయకుడు ఆరడుగుల రెండు అంగుళాల పొడవును కలిగి ఉన్నాడు. ఆయన ప్రసంగ శైలి ఆత్మవిశ్వాసంతో కూడుకుని, చమత్కారాలు, ఛలోక్తులతో శ్రోతల్ని ఆకర్షించేదిగా ఉంటుంది. దాంతో 'బి'ని ప్రేక్షకులు టీవీతెర మీద ఆయన అసలు ఎత్తుకన్నా ఇంకా పొడగరి అని భావించారు. ఈ ఇద్దరూ ఎన్నికల్లో తలపడిన సందర్భంగా టీవీలో ఒక చర్చా కార్యక్రమం ప్రసారమైంది. 'ఏ' మెతక వైఖరితో నిరాశకు గురైన ప్రేక్షకులు ఆయన పట్ల మొగ్గు చూపలేదు. వారందరూ 'బి' వైపే మొగ్గారు. 'ఏ' తన గోడును మాతో వెళ్లబోసుకున్నాడు, మమ్మల్ని సలహా అడిగాడు. 'ఏ' ప్రేక్షకుల ఆదరణను చూరగొనడానికి వీలైన అన్ని సలహాల్ని ఇచ్చాం. ఆ సలహాల్లో ఆయన ప్రసంగించేటపుడు వాడే ఏటవాలు బల్ల ఎత్తును నాలుగు అంగుళాలు తగ్గించడం కూడా ఒకటి. అలా దాని ఎత్తును తగ్గించడం వల్ల 'ఏ' ఎత్తు ఎక్కువగా కనబడుతుంది. ఆయన ప్రసంగాన్ని ప్రసారం చేసేటపుడు ఉపయోగించే కెమెరాల్ని కింది నుంచి వాడుతూ, పై దిశగా షూట్ చేయమని సలహా ఇచ్చాం. ఈ సలహాలన్నింటినీ 'ఏ' పాటించాడు. తరువాత జరిగిన చర్చా కార్యక్రమంలో 'ఏ'కి అనూహ్యరీతిలో ప్రజాదరణ లభించింది. ఆయన ఎన్నికల్లో నెగ్గాడు కూడా! దీనివల్ల తేలిందేమిటంటే, రాజకీయ నేతలు చేసే ప్రసంగాల్ని ఓటర్లు ఎక్కువగా గుర్తుంచుకోరు. వాళ్ళకి రాజకీయ నేతలోని నాయకత్వ లక్షణాలు స్పష్టంగా కంటికి కనబడితే చాలు, దాని ఆధారంగానే వాళ్ళు ఓటు వేస్తారు.

### 'దూర్వాసుల్ని' శాంతింపజేయడమెలా?

ఇతరుల ముందు మిమ్మల్ని మీరు తగ్గించుకోవడం ద్వారా ఎదురుకాబోయే అవమానాల నుంచి తప్పించుకోవచ్చు. ఉదాహరణకు మీరు వాహనాన్ని నడిపేటపుడు ఏదైనా తప్పిదానికి పాల్పడ్డారనుకుందాం. సిగ్నల్ దగ్గర ఆగకపోడం, లేదా వెనుక

వస్తున్న వాళ్లకి దారినివ్వక పోవడం, అత్యంత వేగంగా వాహనాన్ని నడపడం వంటి తప్పుల్లో ఏదో ఒకటి మీరు చేశారు. దాంతో మిమ్మల్ని ట్రాఫిక్ పోలీసు ఆపేశాడు. మిమ్మల్నీ, మీ తప్పునీ ప్రశ్నించే నిమిత్తం అతను మీ వాహనాన్ని సమీపిస్తాడు. ఇలాంటి సందర్భాల్లో చాలా మంది డ్రైవర్లు చేసే పని ఏమిటంటే, కారు నుంచి దిగకుండానే, అద్దాన్ని కొద్దిగా కిందికి దించి ట్రాఫిక్ కానిస్టేబుల్‌కు వివరణ ఇవ్వడానికి యత్నిస్తారు. ఇలా ప్రవర్తించడం వల్ల కొన్ని ప్రతికూల సంకేతాలు ఎదుటి వ్యక్తికి అందుతాయి. అవేమిటంటే,

1. ట్రాఫిక్ కానిస్టేబుల్ తన ప్రదేశాన్ని (కంట్రోల్ పాయింట్)ని వదిలి, మీ ప్రదేశంలోకి (మీ వాహనం దగ్గరికి) రావలసిన అగత్యాన్ని ఎదుర్కొంటాడు.
2. మీరు అపరాధ భావనలో ఉన్నారని భావించి, మీరు మీ తప్పును కప్పిపుచ్చుకుంటూ మాట్లాడుతున్నారని అతను మీమీద ముందుస్తుగానే దురభిప్రాయాన్ని ఏర్పరచుకోవచ్చు.
3. కారులోనే ఉండి, మాట్లాడడం వల్ల అతనికి, మీకు మధ్య మీ అంతట మీరే ఒక అవరోధాన్ని సృష్టించుకుంటారు.

ఈ నేపథ్యంలో పోలీసు కానిస్టేబుల్ లేదా అధికారి మీ పై ఆధిపత్యం వహించే స్థితిలో ఉంటాడు. మీ ప్రవర్తన వల్ల పరిస్థితి సానుకూలం కాకపోగా ఇంకా దిగజారిపోతుంది. మీమీద కేసు పెట్టే అవకాశం కూడా తలెత్తుతుంది. ఈ ప్రమాదాన్ని నివారించాలంటే ఇలా వ్యవహరించండి.

1. మీరు కారులో నుంచి (మీ ప్రదేశం నుంచి) వెంటనే కిందికి దిగండి. తరువాత పోలీసు కానిస్టేబుల్ ఉన్న దిశగా నడవండి. ఇలా చేయడంవల్ల పోలీసు కానిస్టేబుల్ తన ప్రదేశాన్ని విడిచి రావలసిన అగత్యం ఉండదు. (కానీ ఇలా చేయడం అన్ని దేశాల్లో మంచిది కాదు. ఉదాహరణకు అమెరికన్ చట్టాల ప్రకారం ట్రాఫిక్ మధ్యలో వాహనాన్ని వదిలి రావడం కుదరదు.)
2. అతని ముందుకు వెళ్ళి కాస్త వంగి నిలబడండి. అప్పుడు మీరు అతని కంటే కొంచెం ఎత్తు తక్కువగా కనిపిస్తారు.
3. మీరెంత బాధ్యతారహితంగా వ్యవహరించారో వివరిస్తూ మీ హోదాని తగ్గించు కోండి. మీ తప్పును క్షమించడంవల్ల అతను మీకెంతగా సాయపడ్డాడో, మీలాంటి తెలివితక్కువ వ్యక్తులతో రోజూ ఎంత ఇబ్బందిని ఎదుర్కొంటు న్నాడో వివరిస్తూ అతణ్ణి కాస్త పొగడండి.

4. అరచేతుల్ని తెరచి చూపుతూ, వణికే గొంతుతో మీమీద కేసును బుక్ చేయవద్దంటూ అతణ్ణి బ్రతిమాలండి. మీరు మహిళ అయితే, సాధ్యమైనం వరకు అతణ్ణి చూస్తూ మనోహరంగా నవ్వండి. అతని కళ్ళలోకి చూడండి. ఒకవేళ మీరు పురుషుడే అయితే అతను విధించిన జరిమానాను చెల్లించి బయటపడండి.

'దయచేసి, నా మీద కేసు పెట్టవద్దు!'

మీరు ఇలా ప్రవర్తించడం వల్ల పోలీసు కానిస్టేబుల్‌కు మీరు సవాల్‌గా కాకుండా చాలా సౌమ్యునిగా కనిపిస్తారు. అప్పుడతను బిడ్డని మందలించే తండ్రి పాత్రలోకి దిగిపోయి, మీకు ఘాటైన హెచ్చరిక చేసి, మీమీద కేసు పెట్టకుండానే మిమ్మల్ని వదిలేస్తాడు. ఈ ప్రవర్తనతో అన్ని సందర్భాల్లో కాకపోయినా యాభైశాతం వరకు మీరు కేసుల బెడద లేకుండానే ప్రమాదం నుంచి బయటపడవచ్చు.

మీరు అమ్మిన వస్తువు గడువు కన్నా ముందే పాడైపోతే ఆగ్రహంతో మీ దుకాణానికి వచ్చే వినియోగదారుణ్ణి కూడా ఇలాంటి వ్యూహంతోనే మీరు శాంతింపజేయవచ్చు. ఇలాంటి సందర్భంలో మీ దుకాణంలో పనిచేసే సిబ్బంది కౌంటర్‌లో కూర్చుని వినియోగదారునితో మాట్లాడడం వల్ల అతనికి, వాళ్ళకి మధ్య ఒక అవరోధం ఉంటుంది. అది వినియోగదారుని కోపాన్ని మరింత రెచ్చగొడుతుంది. అందుకే మీ సిబ్బంది తమ కౌంటర్‌ను వీడి, వినియోగదారుడు ఉన్న వైపుకు వచ్చి, అతని ముందు కొంచెం వంగి, అరచేతులు చూపుతూ మనం ట్రాఫిక్ కానిస్టేబుల్‌తో వ్యవహరించిన శైలిలోనే వ్యవహరిస్తే, నిప్పులు కురిపించే వినియోగదారుడు నెమ్మదిగా శాంతించి మీరు చెప్పేది వింటాడు.

## ఎత్తుకు, ప్రేమకు మధ్య సంబంధం

దంపతుల మధ్య, ప్రేమికుల మధ్య ఒక ఆదర్శనీయమైన సంబంధానికి పరస్పర నమ్మకం, గౌరవం, డబ్బు కన్నా ఎత్తే ఎక్కువగా పట్టుగొమ్మ అవుతుందంటే అది మనకు చిత్రంగా అనిపిస్తుంది. కానీ పోలిష్ పరిశోధకుడు డాక్టర్ బొగస్లా పావ్‌లోవ్‌స్కీ జరిపిన పరిశోధన ఈ విషయాన్నే స్పష్టం చేస్తోంది. ఇద్దరి మధ్య ఎత్తులో తేడా నిష్పత్తి ఒకటి నుంచి 1.09గా ఉండాలని ఈ పరిశోధన చెబుతోంది. పావ్‌లోవ్‌స్కీ 2004లో ఈ పరిశోధన చేశారు. పురుషుడు మహిళకన్నా 1.09 రెట్లు ఎక్కువ ఎత్తు ఉంటే ఆ జంట చక్కటి దాంపత్య సౌఖ్యాన్ని అనుభవిస్తుందని ఆయన కనుగొన్నారు. విఫల ప్రేమ కథల్లో ఇది ఇంచుమించు రుజువైంది. ఉదాహరణకు హాలీవుడ్ ప్రముఖులు నికొల్ కిడ్‌మాన్ ఎత్తు ఐదడుగుల 11 అంగుళాలు, టామ్ క్రూజ్ ఎత్తు ఐదడుగుల ఏడంగుళాలు, వారిద్దరి ప్రణయం గాలిబుడగైన సంగతి తెలిసిందే.

పావ్‌లోవ్‌స్కీ చెప్పిన నిష్పత్తి కలిగి, విజయవంతంగా సాగిపోతున్న మరికొన్ని జంటలు :

చెరీబ్లెయిర్, టోనీ బ్లెయిర్ = 1.10
జెన్నిఫర్ అనిస్టన్, బ్రాడ్‌పిట్ = 1.11
విక్టోరియా బెక్‌హామ్, డేవిడ్ బెక్‌హామ్ = 1.09

ఈ ఆదర్శ నిష్పత్తిని సాధించలేక విఫలమైన జంటలు :

కెమిల్లా పార్కర్ బౌల్స్, ప్రిన్స్ చార్లెస్ = 1.01
పెన్నీ లాంకెస్టర్, రోడ్ స్టీవర్ట్ = 0.97

## 'ఎత్తు'ను సాధించాలంటే...

మీరు పొట్టివారే అయితే, మిమ్మల్ని కించపరిచే పొడగరుల ఆధిపత్యాన్ని నిలువరించేందుకు కొన్ని తరుణోపాయాలు ఉన్నాయి. ముఖ్యంగా ఇలాంటి సమస్య మహిళలకు ఎదురవుతుంది. ఎందుకంటే మహిళలు సాధారణంగా పురుషుల కన్నా రెండు అంగుళాలు పొట్టిగా ఉంటారు. ముందుగా పొడవైన వ్యక్తుల్ని కలుసుకునేందుకు మీకు అనువైన చోటును ఎన్నుకోండి. అక్కడ పలు రకాల ఎత్తులో ఉండే కుర్చీల్ని అమర్చండి. ఆజానుబాహులను లోతైన కుర్చీల్లో కూర్చోబెట్టండి. మీరు ఎత్తుగా ఉన్న కుర్చీలో కూర్చోండి. కూర్చుని మాట్లాడడం

వల్ల ఎత్తుతో పుట్టుకొచ్చే సమస్యలు చాలా వరకు సమసిపోతాయి. లేదా ఎవరైనా కూర్చుని మాట్లడుతుంటే, మీరు ద్వారానికి ఆనుకుని నిలబడి మాట్లాడండి. మీకు ఎత్తైన వ్యక్తి తటస్థపడితే అతనితో ప్రజాబాహుళ్యం మధ్య, అంటే ఏదైనా సమావేశాల్లో, సభల్లో, క్లబ్బుల్లో జనం మధ్య నిలబడి మాట్లాడండి. మీరు కూర్చుని మాట్లాడుతుండగా, ఎవరైనా నిలబడి మీకన్నా ఎత్తుగా కనిపించే ప్రయత్నం చేస్తే, మీరు వెంటనే కిటికీ దగ్గరికి వెళ్ళి, బయటికి చూస్తూ మాట్లాడండి. అతని కళ్ళలోకి చూడకపోవడం వల్ల ఎత్తుతో అతను సాధించాలకున్న ప్రయత్నాన్ని దెబ్బతీయవచ్చు. అంతేగాక సంభాషణను కొనసాగించడం ద్వారా దానిపై మీకు ఆసక్తి ఉన్నదన్న విషయాన్ని కూడా స్పష్టం చేయవచ్చు. చివరిగా చెప్పేదేమిటంటే ఆత్మవిశ్వాసంతో ఇలాంటి సమస్యల్ని సులభంగా ఎదుర్కోవచ్చు.

## క్లుప్తంగా...

ఎత్తులో తేడాలన్నవి సంబంధాలపై స్పష్టమైన ప్రభావాన్ని చూపుతాయి. కానీ ఎత్తు, అధికారం అన్నవి కేవలం భావన ద్వారా ఉనికిలోకి వచ్చే అంశాలే తప్ప దేన్నయినా స్పష్టంగా శాసించగల భౌతిక ప్రాతిపదిక వాటికి ఉండదు. ముదురు రంగు దుస్తుల్ని ధరించడం, పలుచని మేకప్‌ను ఉపయోగించడం, పెద్దపెద్ద వాచీల్ని వాడడం వంటి పద్ధతుల ద్వారా పొట్టిగా ఉన్న వ్యక్తులు తాము ఎంత ఎత్తుగా కనిపించాలని ఆశిస్తున్నారో అంత ఎత్తుగా కనిపించవచ్చు. నిటారుగా నిలబడడం, నిటారుగా కూర్చోవడం, ఆత్మవిశ్వాసంతో వ్యవహరించడం వంటివి ఆచరించడం ద్వారా ఇతరుల దృష్టిలో మీ 'ఎత్తు' మరింత పెరగడం మాత్రం ఖాయం.

# అధ్యాయం 17
# ఎక్కడ కూర్చోవాలి, ఎందుకు?

'మీ సొంత ఇంట్లో ఉన్నట్లే భావించండి, ధైర్యంగా అంతా చెప్పండి!'

మనం ఎక్కడ కూర్చున్నామన్నది ఇతరులతో మన సంబంధాల్ని నిర్వచించడంలో ముఖ్యభూమిక పోషిస్తుంది. మీ సమక్షంలో ఇతరులు ఎక్కడెక్కడ కూర్చోవడానికి ఇష్టపడ్డారన్నది మీపట్ల వారి దృక్పథాన్ని తెలుపుతుంది. 'కొన్ని నిర్దిష్టమైన ఆలోచనల్ని ఇతరులతో పంచుకోవడానికి ఎక్కడ కూర్చుంటే అనువుగా ఉంటుంది' అనే విషయంపై మేము 1970లు, 1980లు, 1990ల్లో పలు సదస్సుల్లో పాల్గొన్న ప్రతినిధుల దృక్పథాల్ని పరిశీలించాం. ఇందుకోసం జరిపిన సర్వేల్లో కొన్ని ప్రశ్నపత్రాల్ని ఉపయోగించాం. కాలిఫోర్నియా విశ్వవిద్యాలయానికి చెందిన మానసిక నిపుణుడు రాబర్ట్ సమ్మర్ ఈ దిశగా జరిపిన సర్వేల నిమిత్తం రెస్టారెంట్ల వంటి బహిరంగ ప్రదేశాల్లో పలువురు విద్యార్థులు, పిల్లల ప్రవర్తనా సరళిని పరిశీలించారు. ఆయన తన పరిశీలన ద్వారా వెల్లడిచేసిన వివరాల్ని మేము పలు వాణిజ్య సందర్భాల్ని విశ్లేషించడానికి ఉపయోగించుకున్నాం. మా అధ్యయనంలో వెల్లడైన నిజాలు సమ్మర్ పరిశోధనా ఫలితాలనే ప్రతిబింబించినప్పటికీ, భిన్న సంస్కృతులు, సంబంధాల పరంగా స్వల్పమాత్రపు తేడాల్ని సూచించాయి. ఆ వివరాలన్నింటినీ మేము క్రోడీకరించాం. దైనందిన జీవితంలో మనం కూర్చునే స్థలాలు ఇతరులతో మన సంబంధాలపై ఎలాంటి ప్రభావాన్ని చూపుతాయో మేము ఈ అధ్యయనం ద్వారా తెలుసుకున్నాం.

మానవ సంబంధాల్లో మౌఖికేతర సంకేతాల గురించి వివరిస్తూ 'నాన్ వర్బల్ కమ్యూనికేషన్ ఇన్ హ్యూమన్ ఇంటరాక్షన్' అనే పుస్తకాన్ని రచించారు వెర్మంట్ విశ్వవిద్యాలయానికి చెందిన మార్క్‌నాప్. తన పుస్తక రచనకోసం జరిపిన పరిశీలనలో ఆయన వ్యక్తులు కూర్చోవడానికి ఆయా స్థానాల్ని ఎంచుకోవడంలో సాధారణ కారణాలు ఎన్ని ఉన్నప్పటికీ, అక్కడి వాతావరణం కూడా ఈ నిర్ణయం మీద చెప్పుకోదగిన ప్రభావాన్ని కలిగి ఉంటుందని కనుగొన్నారు. సాధారణ బార్లలో ఎక్కడ కూర్చోవాలన్న దానిపై మధ్యతరగతి వ్యక్తులు నిర్ణయం తీసుకునే శైలికి, ఉన్నత వర్గాలకు చెందిన బార్లలో వ్యక్తులు స్థానాల్ని ఎంపిక చేసుకోవడంలో ప్రదర్శించే శైలికి మధ్య చాలా తేడా ఉంటుంది. టేబుళ్ళ మధ్య దూరం, సీట్లు ఒకదానికొకటి ఎదురెదురుగా అమర్చి ఉన్న తీరు, తదితర అంశాలు ఎక్కడ కూర్చోవాలన్న నిర్ణయాన్ని ప్రభావితం చేస్తాయి. ఉదాహరణకు ప్రేమలో ఉన్న ఒక జంట సాధారణంగా పక్కపక్కనే కూర్చోవడానికి ఇష్టపడతారు. కానీ బాగా రద్దీగా ఉండే హోటళ్ళలో టేబుళ్ళు దగ్గర దగ్గరగా ఉంటాయి. అలాంటి వాతావరణంలో పక్కపక్కనే కూర్చోవడం వీళ్ళకి ఇబ్బందికరంగా ఉంటుంది. కాబట్టి ఎదురెదురుగా కూర్చోవడానికే మొగ్గు చూపుతారు. ఇందులో ఆత్మరక్షణ భావన ఇమిడి ఉంది.

సమాజంలో పలుచోట్ల పలు భిన్నమైన పరిస్థితుల్లో సీట్లని ఎంపిక చేసుకునే విధానాన్ని గురించి మనం ఇప్పుడు మాట్లాడుకుందాం.

## 'టేబుల్' పరీక్ష

ఒక దీర్ఘచతురస్రాకారపు టేబుల్ దగ్గర మీరు కూర్చున్నారనుకుందాం. మీతోపాటు 'ఎ' అనే వ్యక్తి ఉంటాడు. ఇప్పుడు 'బి' అన్నది మీపేరు. కింద కొన్ని సందర్భాల్ని ఉటంకించాం. మీరు ఎలాంటి సందర్భంలో మీ స్నేహితుణ్ణి కలుసుకోవాలనుకుంటున్నారో మీరే తేల్చుకోండి.

- ఒక చిన్న కంపెనీలో ఉద్యోగం ఇచ్చే నిమిత్తం ఒక వ్యక్తిని మీరు ఇంటర్వ్యూ చేయడానికి నిర్ణయించుకున్నారు.
- పదకేళిని పూరించడంలో మీరు ఎవరికైనా సహాయం చేయాలనుకున్నారు.
- ఎవరితోనో మీరు చదరంగం ఆడాలనుకున్నారు.
- మీరొక గ్రంథాలయంలో ఉన్నారు. ఎవ్వరూ మీకు అంతరాయం కలిగించ కూడదు అని భావిస్తున్నారు.

ఈ కింది బొమ్మని చూసిన తరువాత మీరు నిర్ణయం తీసుకోండి.

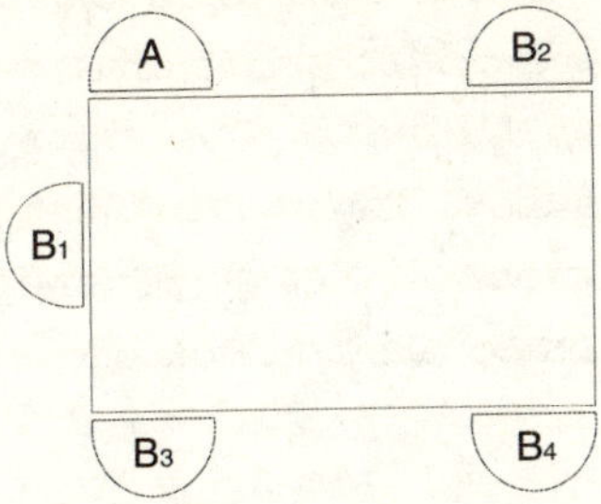


కూర్చోవడానికి సంబంధించి సీట్ల ప్రాథమిక అమరిక

మీకు నచ్చే కొన్ని సమాధానాలు:

- ఇంటర్వ్యూ జరపడానికి ఇంటర్వ్యూకి హాజరైన వ్యక్తిని క్షుణ్ణంగా పరిశీలించడానికి మీకు 'బి1' సీటయితే అనుకూలంగా ఉంటుంది. ఇక్కడ కూర్చుంటే మీరు ఎలాంటి ఆధిక్యతను ప్రదర్శించకుండానే అవతలి వ్యక్తిని స్పష్టంగా చూడగలరు. పరిశీలించగలరు. 'బి3', 'బి2' ల్లో కూర్చుంటే ఇంటర్వ్యూ జరుపుతున్నట్టు కాకుండా ఏదో ఆషామాషీగా కబుర్లాడడం కోసం కూర్చున్నట్టు ఉంటుంది.
- పదకేళిని పూరించడంలో 'ఎ'కి సహాయపడాలి కాబట్టి మీకు 'బి2' సీటు అనుకూలంగా ఉంటుంది. ఇతరులకు సహాయపడాలన్నా, ఇతరులతో సత్సంబంధాలు నెరపాలన్నా 'బి2' స్థానమే చక్కగా ఉపయోగపడుతుంది.
- ఎదుటి వ్యక్తితో చదరంగం ఆడాలంటే మీరు 'బి3' స్థానంలో కూర్చోవాలి. అలా కూర్చుంటే మీకు ఎదుటి వ్యక్తి స్పష్టంగా కనిపించడంతో పాటు, అతని ముఖకవళికల్ని, తదుపరి ఎత్తుల్ని పరిశీలించే వీలు కలుగుతుంది. ఇది పోటీకి/ఆత్మరక్షణకు ఉపకరించేస్థానం.
- చివరగా మీరు కోణీయ స్థానమైన 'బి4'లో కూర్చుంటారు. గ్రంథాలయంలో మీకు ఎవరూ అంతరాయం కలిగించకుండా ఆ సీటులో అయితే మీరు స్వతంత్రంగా, ఎవరి జోక్యమూ లేకుండా వ్యవహరించే వీలు ఉంటుంది.

**మూలనున్న సీటు (బి1)**

అతిసన్నిహితంగా, స్నేహపూర్వకంగా మెలగాలనుకున్న వ్యక్తులకు అనువైన చోటిది. ఇక్కడ కూర్చోవడం వల్ల కళ్లలోకి చూస్తూ మాట్లాడే వీలు కలుగుతుంది. ఈ స్థితిలో అయితే మనం ఎన్నో విధాలైన హావభావాల్ని సంకోచించకుండా

ప్రదర్శించగలం, ఎదుటి వారి హావభావాల్ని చదవగలం. ఇద్దరిలో ఎవరైనా అభద్రతలోకి లోనైతే, టేబుల్ మూలన ఉంటారు కాబట్టి కొంత రక్షణ భావం కలుగుతుంది. మూలగా కూర్చోవడం వల్ల టేబుల్ మీద ప్రాదేశిక యాజమాన్యానికి ఎలాంటి వీలు ఉండదు. 'ఎ'కి ఎలాంటి ప్రతిపాదనను వినిపించాలన్నా 'బి'కి ఈ స్థానమే అనువైంది. 'బి1' స్థానంలోకి కుర్చీని నెమ్మదిగా లాక్కుని కూర్చోవడం వల్ల ఆందోళన ఏదైనా ఉంటే, దానిని నివారించవచ్చు. ఈ స్థానంలో కూర్చోవడం వల్ల సానుకూల ఫలితాల్ని పొందే అవకాశం ఎక్కువగా ఉంటుంది.

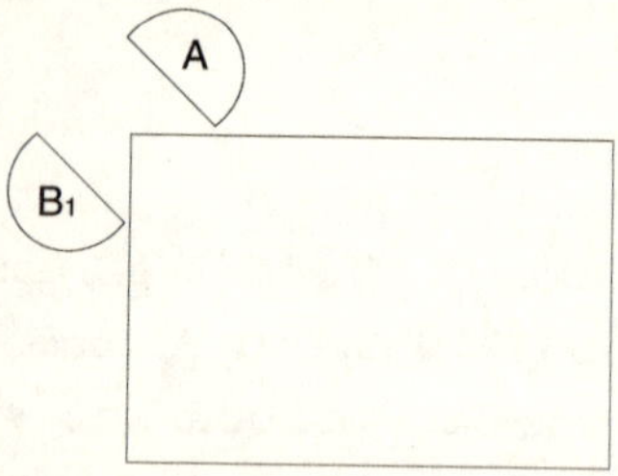


టేబుల్‌కి మూలగా కూర్చోవడం

## సహకరించే చోటు (బి2)

ఒకే విషయంపై ఆలోచించే, పనిచేసే ఇద్దరు వ్యక్తుల మధ్య ఇలాంటి సీట్ల అమరిక కనిపిస్తుంది. ఎవరితోనైనా కలిసి పనిచేయాలని కోరినపుడు 55 శాతం మంది వారితో ఆంతరంగికంగా మెలగడానికి ఈ స్థానాన్నే ఎంచుకుంటారని మేము తెలుసుకున్నాం.

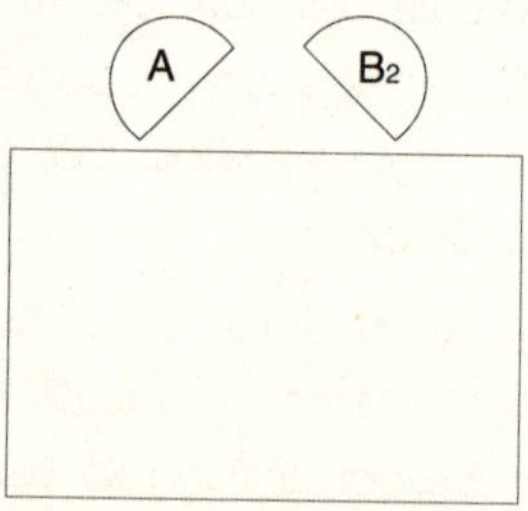


సహకారమందించే చోటు

ఈ స్థానంలో కూర్చున్నపుడు మీరు చెప్పే విషయాన్ని కూలంకషంగా వివరించడానికి, ఎదుటి వ్యక్తి నుంచి అంగీకారాన్ని పొందడానికి వీలవుతుంది. అంతేగాక మీ ఇద్దరి మధ్య 'ప్రతిఫలనం' కూడా జరుగుతుంది. కానీ తన ఆంతరంగిక ప్రదేశం చొరబాటుకు గురవుతోందన్న భావన 'ఎ'లో కలగకుండా 'బి' ఆ స్థానాన్ని ఆక్రమించినపుడే సత్ఫలితాలకు ఆస్కారం ఉంటుంది. 'బి' మరో వ్యక్తిని 'ఎ'కి

పరిచయం చేసి, సంభాషణలో అతడిని కూడా కలుపుకోవడానికి ఈ స్థానం వీలు కల్పిస్తుంది. ఒక సేల్స్‌పర్సన్ తన వినియోగదారునికి వస్తువు గురించి వివరిస్తూ, మరింత వివరణ కోసం సాంకేతిక నిపుణుడిని పిలిచి, కూర్చోబెట్టుకోవడానికి వీలైన చోటు ఇది. ఈ కింది వ్యూహం చక్కగా పనిచేస్తుంది:

వినియోగదారుడైన 'ఎ'కి ఎదురుగా సాంకేతిక నిపుణుడు 'సి' స్థానంలో కూర్చోవాలి. సేల్స్‌పర్సన్ 'బి2' (సహకరించే చోటు)లో కానీ, 'బి1' (మూల)లో కానీ కూర్చోవచ్చు. ఇలా కూర్చోవడం వల్ల సేల్స్‌పర్సన్ వినియోగదారుని పక్షాన కూర్చున్నట్టు ఉంటుంది. వినియోగదారుని తరపున సేల్స్‌పర్సన్, సాంకేతిక నిపుణుడిని ప్రశ్నలు అడగవచ్చు.

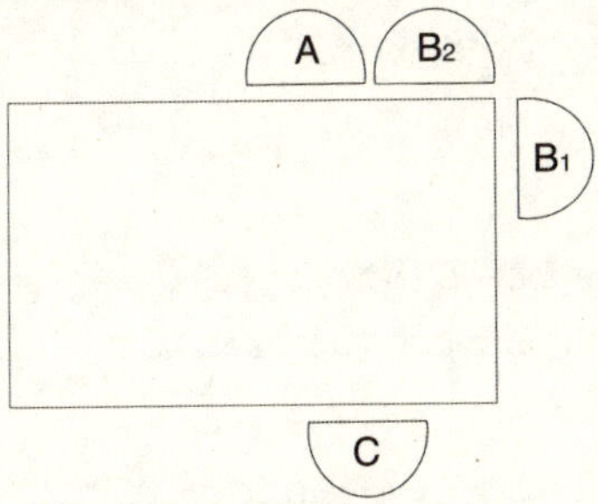


మూడో వ్యక్తిని
పరిచయం చేయడం

## పోటీ / ఆత్మరక్షణ స్థానం (బి3)

ఈ పద్ధతిలో ప్రత్యర్థులు ఒకరికొకరు ఎదురుబొదురుగా కూర్చుంటారు. ఎవరికైనా ఎదురుగా కూర్చోవడమన్నది ఒక వ్యక్తిలో ఆత్మరక్షణ భావనకు అంకురార్పణ చేస్తూనే, వారిద్దరి మధ్య పోటీ వాతావరణాన్ని నెలకొల్పుతుంది. దాంతో వారిద్దరూ ఎవరికి వారే తమ వాదన నెగ్గాలని లేదా తామే జయించాలని పట్టుబడతారు. టేబుల్ వారిద్దరి మధ్య ఒక అవరోధాన్ని సృష్టిస్తుంది.

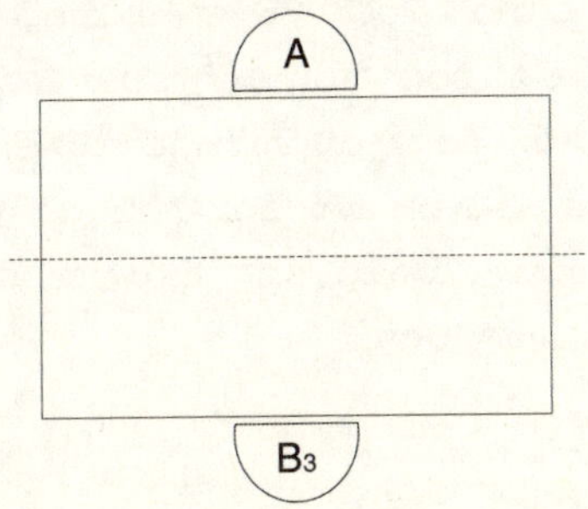


పోటీ / ఆత్మరక్షణ స్థానం

వాణిజ్య సందర్భాల్లో ఇలా కూర్చోవడాన్ని విశ్లేషిస్తూ 56 శాతం మంది దీన్ని 'పోటీకి రంగం సిద్ధమైనట్టు' చెప్పే స్థితిగా భావించారు. కానీ సాధారణ పరిస్థితుల్లో అంటే ఒక రెస్టారెంటులో ఎదురెదురుగా కూర్చోవడాన్ని సంభాషణకు అనువైన వాతావరణంగా 35 శాతం మంది అభిప్రాయపడ్డారు. రెస్టారెంట్లలో వెయిటర్లు వ్యక్తుల్ని ఈ స్థితిలో కూర్చోబెడుతుంటారు. ఇద్దరు ప్రేమికులు ఇలా ఎదురెదురుగా కూర్చోవడం వల్ల పరస్పరం వాళ్ళ కళ్ళు కలుసుకుంటాయి, ఎదురెదురుగా ఉండడం వల్ల లైంగికపరమైన తేడాలు స్పష్టంగా కనిపిస్తాయి. కార్యాలయాల్లో ఏ ఇద్దరైనా ఇలా కూర్చున్నారంటే వాళ్ళు పరస్పరం పోటీ పడుతున్న వ్యక్తులైనా అయి ఉంటారు, లేదా మరొకరిని మందలించే వారయినా అయి ఉంటారు. 'ఎ' ప్రాదేశిక యాజమాన్య హక్కును బట్టి అతను అధికారి / సేవకుని పాత్రను పోషించడానికి ఈ పద్ధతిలో వీలు ఏర్పడుతుంది.

**కొంతమందికి నచ్చదు**

వాణిజ్య సందర్భాల్లో క్లుప్తంగా మాటల్ని కొనసాగిస్తూ, పోటీ/ఆత్మరక్షణ స్థితిలో కూర్చున్న వ్యక్తులు తాము విన్న దాన్ని తక్కువగా గుర్తుంచుకుని, వాదోపవాదాలకు దిగడానికే అధిక ప్రాధాన్యమిస్తారు.

ఆసుపత్రుల్లో రోగికీ, డాక్టరుకీ మధ్య బల్ల ఉండడం, ఉండకపోవడమన్న విషయాన్ని బట్టి రోగి ఆందోళన స్థాయిని అంచనా వేయవచ్చునని ఎ.జి.వైట్ జరిపిన ప్రయోగంలో వెల్లడైంది. డాక్టరు బల్ల వెనుక ఉండి రోగికి చికిత్స అందించినపుడు కేవలం పది శాతం మంది మాత్రమే ఆందోళన లేకుండా ప్రశాంతంగా గడిపారు. బల్లను తొలగించిన తరువాత ప్రశాంతంగా చికిత్స అందుకున్న రోగుల సంఖ్య 55 శాతానికి పెరిగింది. మేము నిర్వహించిన ఒక ప్రయోగం కోసం 244 మంది సీనియర్ మేనేజర్లని, 127 మంది దిగువ స్థాయి మేనేజర్లని ఒక కొత్త భవంతిలోకి మారితే వారు ఎలాంటి ఫర్నీచర్‌ను కోరుకుంటారో బొమ్మల ద్వారా తెలియజేయమని కోరాం. వీరిలో 76 శాతం మంది (185 మంది) సీనియర్ మేనేజర్లు తమకు, తమ కింది స్థాయి ఉద్యోగులకు మధ్య తమ టేబుళ్ళని ఉంచడానికి మొగ్గు చూపారు. కిందిస్థాయి మేనేజర్లలో యాభై శాతం మంది (64 మంది) మాత్రమే ఇలా తమకు, తమ కిందిస్థాయి ఉద్యోగులకు మధ్య టేబుళ్ళని కోరుకున్నారు. మహిళా మేనేజర్ల కన్నా పురుషులు రెట్టింపు మంది టేబుల్ 'మధ్యలో' ఉండాలని భావించారు.

ఈ ప్రయోగానికి సంబంధించి ఆసక్తికరమైన సారాంశం ఏమిటంటే, తమకు, తమ కింది స్థాయి ఉద్యోగులకు మధ్య టేబుళ్ళని కోరుకోని మేనేజర్లని చాలా స్వచ్ఛమైన స్వభావం కలవారని, ఎదుటివారి భావాల్ని కించపరచకుండా శాంతంగా వింటారని, పక్షపాత ధోరణిని ప్రదర్శించరని ఇతర సిబ్బంది కీర్తించారు.

ఇతరులకు ఎదురుగా కూర్చోవడం వల్ల
ప్రతికూల ప్రకంపనలకే అవకాశం ఎక్కువ.

ఒకవేళ 'బి' పోటీ స్థితిలోకి 'ఎ'కి ఎదురుగా కూర్చుని, అతనిని తన మాట వినేలా చేయాలనుకుంటే, 'బి' సఫలీకృతుడయ్యే అవకాశాలు సన్నగిల్లిపోతాయి. ముందస్తు వ్యూహం ప్రకారం ఇలాంటి స్థితిలో కూర్చుంటే కొద్దిగా ఆశాజనకమై ఫలితాన్ని ఆశించవచ్చు. ఉదాహరణకు 'ఎ' మేనేజర్ స్థాయి వ్యక్తి అయి, అతను 'బి'ని మందలించాలనుకుంటే పోటీ స్థితి ఆ మందలింపుకు బలాన్ని చేకూర్చుతుంది. కానీ 'ఎ' అనే వ్యక్తి తన కన్నా అధికుడన్న భావనను అతనిలో కలిగించాలనుకుంటే 'బి', 'ఎ'కి ఎదురుగానే కూర్చోవాలి.

మీరు ఏ వ్యాపారమైనా చేయండి, లేదా ఏ వ్యవహారమైనా జరపండి, ఎలాంటి పరిస్థితిలోనైనా అవతలి వ్యక్తి ఏం చెబుతున్నాడో అర్థం చేసుకోవడానికి అనుగుణమైన వాతావరణాన్ని సృష్టించడమే మీ ముఖ్య ఉద్దేశం అయి ఉండాలి. అవతలి వ్యక్తి ఎలాంటి ఆందోళనకు లోనవకుండా జాగ్రత్త పడాలి. కానీ పోటీ స్థితిలో ఈ ప్రయోజనం సిద్ధించదు. ఇతరుల నుంచి సహకారాన్ని పొందాలంటే ఒక మూల, లేదా సహకారమందించే స్థానాల్లో కూర్చోవాలి. పోటీ స్థితిలో సంభాషణలు పొడిపొడి మాటలతో నిండి, సంక్షిప్తంగా ఉంటాయి.

### స్వతంత్ర స్థితి (బి4)

ఇతరుల జోక్యాన్ని నిరోధించాలనుకున్నపుడు వ్యక్తులు ఈ స్థితిలో కూర్చుంటారు. గ్రంథాలయాలు, ఉద్యానవనాలు, రెస్టారెంట్లు తదితర ప్రదేశాల్లో అపరిచితుల మధ్య ఇలాంటి స్థితి మనకు కనబడుతుంది. ఒకానొక భావనతో పూర్తిగా విభేదించిన వ్యక్తులు ఈ స్థితిలో కూర్చుంటారు. ఈ స్థితిలో కూర్చున్న వారికి ఒక సందేశాన్ని అందిస్తే, వారిలో 42 శాతం మంది దానిపై ఆసక్తిని ప్రదర్శించలేదు. మరికొంతమంది పూర్తిగా విభేదించి, విద్వేషాన్ని ప్రదర్శించారు. వ్యక్తుల మధ్య స్పష్టమైన చర్చ అవసరమైనపుడు ఈ స్థితిలో కూర్చోవడాన్ని పూర్తిగా నిరోధించాలి.

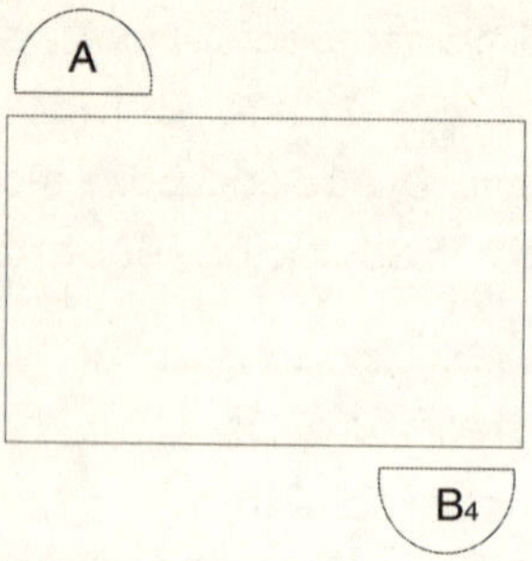


స్వతంత్ర స్థితిలో కూర్చుంటే మీరిక ఎలాంటి జోక్యాన్ని సహించబోరని ఇతరులకు చెప్పినట్టే.

## ఏం చెప్పారన్నది కాదు, ఎక్కడ కూర్చున్నారన్నదే...

దీర్ఘచతురస్రాకార టేబుళ్ళను ఉపయోగిస్తే, అది వ్యక్తుల మధ్య ఆత్మరక్షణ లేదా పోటీ స్థితికి దారితీస్తుందని ఇంతకు మునుపు చెప్పుకున్నాం కదా, దీని వల్ల ప్రతివ్యక్తికీ తన ప్రదేశం, విడివిడి సరిహద్దులు ఏర్పడతాయి. అంతేగాక దీర్ఘచతురస్రాకార టేబుళ్ల వల్ల ప్రతిఒక్కరూ మాట్లాడే అవకాశం లభిస్తుంది. కళ్ళలోకి సూటిగా చూసే వీలు ఏర్పడుతుంది. సంక్షిప్త చర్చలకు, యజమాని, సేవకుల సంబంధాల్ని నిర్వచించడానికి చతురస్రాకార టేబుళ్ళు బాగా ఉపయోగపడతాయి. దీని వల్ల వ్యక్తుల మధ్య సహకారం ఇనుమడిస్తుంది. ప్రతిఒక్కరికీ తమ కుడివైపున వ్యక్తి నుంచి మంచి సహకారం లభిస్తుంది.

కుడిచేతి వైపున ఉన్న వ్యక్తికి మీతో ఏకీభవించే వీలు మాత్రమే ఉంటుంది. తమ ఎడమ చేతిని ఉపయోగించి మిమ్మల్ని అడ్డుకునే వీలు తక్కువగా ఉంటుంది. అందుకే 'ఫలానా వ్యక్తి ఫలానా వ్యక్తికి కుడిచేతివంటివాడు' అనే మాట వ్యవహారంలోకి వచ్చింది. తమకు కుడి చేతి వైపున ఉన్న వ్యక్తి ఎక్కువ శక్తిమంతుడని చాలా మంది భావిస్తారు. ప్రతిఘటన ఎక్కువగా ఎదురుగా కూర్చున్న వ్యక్తి నుంచే వస్తుంటుంది. చతురస్రాకార టేబుల్‌ను ఉపయోగిస్తే ప్రతిఒక్కరికీ మరొకరు ఎదురుగానే ఉంటారు.

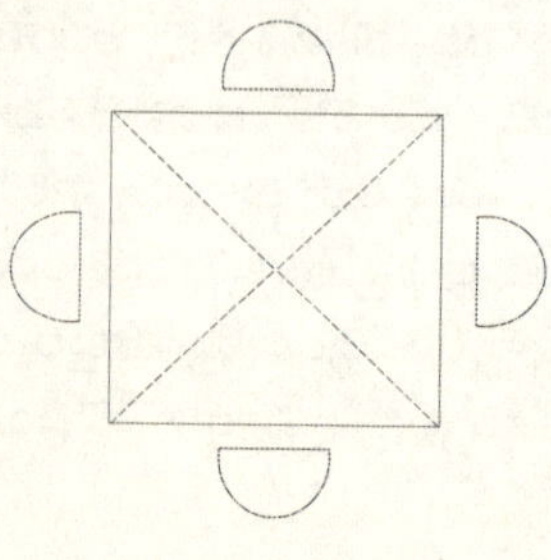

చతురస్రాకార టేబుల్ వల్ల ప్రతిఒక్కరూ పోటీ స్థితిలోనూ, మూలన కూర్చునే వీలును పొందుతారు.

## ఆర్థర్ ప్రభువు సిద్ధాంతం

బ్రిటిష్ పౌరాణిక నేత ఆర్థర్ ప్రభువు తన సేనానులందరికీ సమానంగా అధికారాన్ని, హోదాని కల్పించే ఉద్దేశంతో వారితో సమావేశమైనపుడు గుండ్రటి టేబుల్‌ని వాడేవారట. గుండ్రటి టేబుల్‌ని వాడడం వల్ల నిమ్మళమైన మానసిక స్థితిలోపాటు, సమాన హోదా కలిగిన వ్యక్తుల మధ్య చర్చ సజావుగా కొనసాగడానికి అవకాశాలు మెరుగుపడతాయి. టేబుల్ గుండ్రంగా ఉండడం వల్ల దాని చుట్టూ కూర్చున్న ప్రతి వ్యక్తికీ టేబుల్ మీద సమాన వైశాల్యం కల ఒక సొంత ప్రదేశం ఏర్పడుతుంది. ప్రపంచవ్యాప్తంగా వృత్తం ఐక్యతకు, బలానికి చిహ్నంగా గుర్తింపు పొందింది కాబట్టి, వలయాకారంలో కూర్చోవడం వల్ల వ్యక్తుల మీద కూడా ఈ ప్రభావం పడుతుంది. ఇవన్నీ ఆలోచించే ఆర్థర్ ప్రభువు వృత్తాకార టేబుల్‌ను ఉపయోగించారు. కానీ ఆయన ఆలోచనకు అందని విషయమొకటి ఉంది. వలయాకారంగా కూర్చున్న వ్యక్తుల్లో ఒక వ్యక్తి హోదా మిగతా అందరి కన్నా ఎక్కువగా ఉన్నప్పుడు, ఆ వ్యక్తికి ఇరుపక్కలా కూర్చున్న వ్యక్తుల హోదా కూడా తదనుగుణంగా పెరుగుతుంది. దాంతో ఆ బృందం తాలూకు అధికార వినిమయంలో తారతమ్యాలు చోటు చేసుకునే ప్రమాదం ఉంది. రాజు అత్యంత కీలకమైన స్థానంలో కూర్చున్న తరువాత అతనికిరువైపులా కూర్చున్న సైనికాధికారులు మిగతా వారి కన్నా హోదాలో, అధికారంలో ఒకింత ఎక్కువ మన్ననల్ని కలిగి ఉంటారు. రాజుకు కుడివైపున ఉన్న సైనికాధికారి, ఎడమవైపున ఉన్న సైనికాధికారి కన్నా కూడా ఎక్కువ శక్తిమంతునిగా ఉంటాడు. రాజుకు దూరంగా ఉన్న స్థానాల్లో ఉన్న సైనికాధికారుల అధికారం కూడా దూరం ఎక్కువయ్యే కొద్దీ తగ్గుతూ వస్తుంది.

అత్యున్నత హోదా కలిగిన వ్యక్తి వృత్తాకారంగా కూర్చున్న వ్యక్తుల మధ్య హోదా, అధికారాల్లో అసమానతకు కారకుడవుతాడు.

రాజుకు ఎదురుగా కూర్చున్న సైనికాధికారి పోటీ / ఆత్మరక్షణ స్థితిలో కూర్చుని ఉంటాడు. ఇది చాలా ఇబ్బందికరమైన చోటు. వృత్తాకార టేబుల్ చుట్టూ కూర్చుని చర్చలు జరిపిన వారిలో 68 శాతం మంది తమకు ఎదురుగా కూర్చున్న వ్యక్తిని పోటీ మనస్తత్వం ఉన్న వ్యక్తిగానూ, వాదనకు దిగే వ్యక్తిగానూ గుర్తించారు. ఎదురుగా కూర్చున్న వ్యక్తి చర్చలో పాలుపంచుకునే ఆసక్తిని కనబరచలేదని,

జోక్యం కలిగించుకోకుండా గ్రంథాలయంలో కూర్చున్నట్టు కూర్చున్నాడని 56 శాతం మంది అభిప్రాయపడ్డారు. వృత్తాకార టేబుల్ చుట్టూ కూర్చున్న వారిలో పక్కపక్కన కూర్చున్నవారి మధ్య స్నేహపూర్వక చర్చ జరిగిందని లేదా వారిద్దరూ పరస్పరం సహకరించుకున్నారని 71 శాతం మంది చెప్పారు.

ఇవాళ చాలా మంది అధికారులు దీర్ఘచతురస్రాకార, చతురస్రాకార, వృత్తాకార టేబుళ్ళని వాడుతున్నారు. దీర్ఘచతురస్రాకార టేబుళ్లని సంక్షిప్త సమావేశాలకు, చర్చలకు, సంభాషణలకు లేదా మందలింపులకు ఉపయోగిస్తున్నారు. వృత్తాకార టేబుల్‌ని కాఫీటేబుల్‌గా వాడతున్నారు. ఒత్తిడి లేని వాతావరణాన్ని ఏర్పరచడానికి ఇవి తోడ్పడతాయి. క్యాంటీన్‌లలో చతురస్రాకార టేబుళ్ళని ఉపయోగిస్తారు.

## ఇద్దరితోనూ సంభాషించడం

మీ పేరు 'సి' అనుకుందాం. మీరు 'ఎ' అనే వ్యక్తితోను, 'బి' అనే వ్యక్తితోను మాట్లాడాలి. మీరు ముగ్గురూ వృత్తాకార టేబుల్ చుట్టూ త్రిభుజాకారంలో కూర్చున్నారు. 'ఎ' అనే వ్యక్తి మంచి మాటకారి, అతను మీమీద ప్రశ్నల వర్షం కురిపిస్తున్నాడు. కానీ 'బి' అనే వ్యక్తి మితభాషి కావడంతో సంభాషణ జరుగుతున్నంత సేపూ అతను ప్రేక్షక పాత్ర వహించాడు. అలాంటి సందర్భంలో 'ఎ' మిమ్మల్ని ఒక ప్రశ్న అడిగాడు. తనని మీరిద్దరూ పట్టించుకోవడం లేదన్న అభిప్రాయం 'బి'కి కలగకుండా మీరు 'ఎ'కి ఎలా సమాధానం చెబుతారు? దీనికి ఒక చిన్న చిట్కా ఉంది : 'ఎ' ప్రశ్న అడగగానే మీరు అతనివైపు చూడండి. మీరు జవాబు చెప్పడం ప్రారంభించండి. జవాబు చెబుతూనే మీ తలని 'బి' వైపు తిప్పండి. వెంటనే మళ్ళీ 'ఎ' వైపు చూడండి. తరువాత 'బి'ని చూడండి. ఇలా మీ జవాబు పూర్తయ్యేంత వరకు ఇద్దరి వైపు మార్చి, మార్చి చూస్తూ మాట్లాడండి. చివరగా 'ఎ'ని చూస్తూ మీ జవాబును ముగించండి.

ఇలా చేయడం వల్ల సంభాషణలో తనకు కూడా చోటు లభించిందని 'బి' భావిస్తాడు. అంతేగాక 'బి'ని మీపక్షానికి తిప్పుకోవాలంటే ఇలా చేయడం అవసరం కూడా.

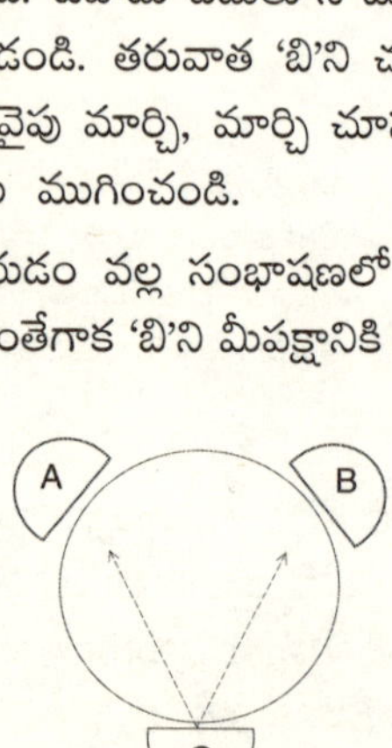


ఒక ప్రశ్నకు జవాబు చెబుతూ
ఇద్దరితోనూ సంభాషించడం

## దీర్ఘచతురస్రాకార బోర్డు టేబుల్

దీర్ఘచతురస్రాకార టేబుల్ వాడినపుడు సంస్కృతీపరమైన తేడాలన్నింటికీ అతీతంగా ఒక లక్షణాన్ని మనం గమనించవచ్చు. అక్కడ అందరి హోదాలు సమానమే అయినప్పటికీ 'ఎ' స్థానంలో కూర్చున్న వ్యక్తి సంభాషణ మీద నియంత్రణను సాధిస్తాడు. అందరి మీదా ప్రభావం చూపగల శక్తిని కలిగి ఉంటాడు. 'ఎ' వెనుక ద్వారం లేనట్టయితే ఆ వ్యక్తి తనతో సమాన హోదా కలిగిన ఇతరులందరి మీదా తనదైన ప్రభావాన్ని కలిగి ఉంటాడు.

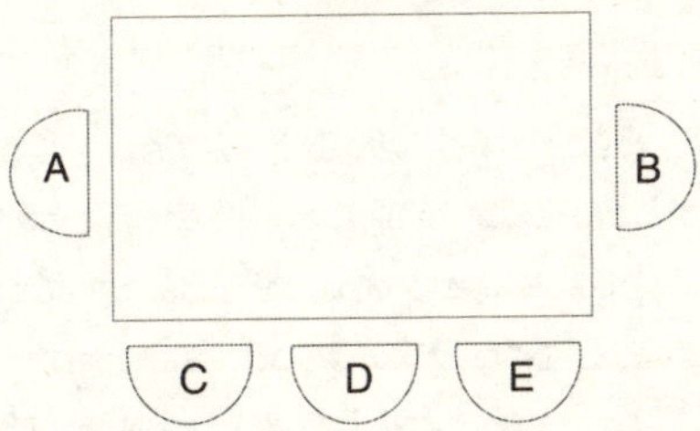


దీర్ఘచతురస్రాకార టేబుల్ దగ్గర శక్తివంతమైన స్థానాలు

ఒకవేళ 'ఎ' స్థానంలో కూర్చున్న వ్యక్తి వెనుక ద్వారం ఉంటే, అతని ఎదురుగా 'బి' స్థానంలో కూర్చున్న వ్యక్తి శక్తివంతమైన, ప్రభావపూరితమైన పాత్రని పోషిస్తాడు. అతను 'ఎ'కి గట్టిపోటీదారుగా నిలబడతాడు. ఈ దిశగా స్ట్రోడ్‌బెక్, హుక్ కొన్ని ప్రయోగాలు చేశారు. ఈ ప్రయోగాల్లో టేబుల్ దగ్గర శీర్షస్థానంలో కూర్చున్న వ్యక్తి, ముఖ్యంగా అతను ఆర్థికంగా ఉన్నత వర్గానికి చెందిన వాడయితే తరచూ నాయకునిగా ఎన్నికవుతాడని తేలింది. అత్యంత శక్తివంతమైన స్థానంలో 'ఎ' ఉన్నాడని భావిస్తే, ఇతని తరువాతి స్థానాన్ని 'బి' ఆక్రమిస్తాడు. ఇతని తరువాత 'డి', చివరగా 'సి' వరుస క్రమంలో ఉంటారు. 'ఎ', 'బి'లు బాధ్యతాయుత వ్యక్తులుగాను, 'డి' ఉద్వేగపూరిత వ్యక్తిగానూ ఉంటారు. తరచూ మహిళలే ఈ స్థానంలో ఉంటారు. సీట్ల మీద వ్యక్తుల పేర్లని ఉటంకించడం ద్వారా సమావేశాల్లో ప్రభావ పూరిత వ్యక్తుల్ని మీరు కోరుకున్న ప్రదేశాల్లో కూర్చునేలా చేయవచ్చు. మీరు ఆశించిన ఫలితాన్ని రాబట్టవచ్చు. సమావేశం మీద నియంత్రణను సాధించవచ్చు.

## 'పెట్'లు ఎడమ వైపునే ఉంటారెందుకు?

వ్యక్తులు తమ కుడివైపున ఉన్న దృష్టిక్షేత్రం నుంచి చూసిన విషయాన్ని సాధారణ దృష్టి క్షేత్రం నుంచి చూసిన విషయాలతో పోలిస్తే మూడురెట్లు ఎక్కువగా

గుర్తుంచుకుంటారని ఒరెగాన్ విశ్వవిద్యాలయానికి చెందిన పరిశోధకులు అంటున్నారు. ఇతరులకు మనం ఏదైనా విషయాన్ని వివరించేటపుడు మన ముఖానికి ఎడమవైపున ఉన్న ప్రదేశంపై ఎక్కువగా శ్రద్ధపెడితే మంచి ఫలితాలు ఉంటాయని కూడా వీరు చెబుతున్నారు. మన ముఖానికి ఎడమవైపు అంటే అది ఇతరులకు కుడివైపు దృష్టిక్షేత్రమవుతుంది.

ఏదైనా ఒక విషయాన్ని వివరించేందుకు మన ముఖానికి ఎడమవైపున ఉన్న ప్రదేశమే ఉత్తమమైంది.

పదిహేను నిమిషాల వ్యవధిలో టీచర్లు ప్రతి ముప్ఫై సెకన్లకు ఒకసారి ఎటువైపు చూస్తున్నారన్న విషయం పై ఓంటారియో ఇనిస్టిస్యూట్‌కు చెందిన డాక్టర్ జాన్ కెర్షనర్ ఒక అధ్యయనం జరిపారు. ఈ అధ్యయనంలో ఉపాధ్యాయులు తమ కుడివైపున ఉన్న విద్యార్థుల్ని పట్టించుకోవడం లేదని తేలింది. ఉపాధ్యాయులు నిర్ణీత సమయంలో 44 శాతాన్ని నేరుగా చూడడానికి, 39 శాతాన్ని తమ ఎడమవైపుకు చూడడానికి, కేవలం 17 శాతాన్ని తమ కుడివైపున చూడడానికి ఉపయోగిస్తున్నారు. ఎడమవైపున కూర్చున్న విద్యార్థులు కుడివైపున కూర్చున్న విద్యార్థులతో పోలిస్తే స్పెల్లింగ్‌లు చెప్పడంలో చురుగ్గా ఉన్నట్టు కూడా కెర్షనర్ అధ్యయనం చెబుతోంది. వినియోగదారునికి ఎడమవైపున కూర్చుని సేల్స్‌పర్సన్ జరిపిన వ్యాపార లావాదేవీలు, వినియోగదారునికి కుడివైపున కూర్చుని జరిపిన లావాదేవీలకన్నా ఎక్కువ శాతం విజయాన్ని సాధించినట్టు మా పరిశీలనలో వెల్లడైంది. మీరు మీ పిల్లల్ని బడికి పంపేటపుడు టీచర్‌కు ఎడమవైపున కూర్చోవాలని చెప్పండి.

## ఇంటి పెత్తనం

ఒక ఇంట్లో వాడే డైనింగ్ టేబుల్ స్వరూపాన్ని బట్టి ఆ ఇంట్లో అధికార విభజన ఎలా ఉంటుందో చెప్పవచ్చు. ఇంట్లో అధికారాల్ని, హక్కుల్ని పంచుకునే క్రమాన్ని బట్టే ఆ ఇంటి డైనింగ్ టేబుల్ డిజైన్‌ను ఎంపిక చేస్తుంటారు. ఇంట్లో అందరి మధ్య సమాన అధికారాలు, హక్కులు ఉన్న కుటుంబం వృత్తాకార డైనింగ్ టేబుల్‌ని వాడుతుంది. గుంభనంగా వ్యవహరించే కుటుంబమైతే చతురస్రాకార డైనింగ్ టేబుల్‌ని, ఆధిపత్య భావజాలం ఆధారంగా నడిచే కుటుంబమైతే దీర్ఘచతురస్రాకార డైనింగ్ టేబుల్‌ని వాడుతాయి.

మీరు ఈసారి ఎవరినైనా భోజనానికి ఆహ్వానించినపుడు ఈ విధంగా చేసి చూడండి : బాగా సిగ్గరి, అంతర్ముఖుడు అయిన అతిథిని టేబుల్‌కు శీర్ష భాగంలో కూర్చోబెట్టండి. అతని కుర్చీ ద్వారానికి దూరంగా, అతని వీపు వెనుక గోడ ఉండేలా చూడండి, ఒక శక్తివంతమైన స్థానంలో కూర్చోవడం వల్ల మితభాషి అయిన వ్యక్తి కూడా ఆత్మవిశ్వాసంతో మాటల వెల్లువై ప్రవహించడాన్ని మీరు చూస్తారు. అంతేకాదు అతని మాటల్ని ఇతరులు శ్రద్ధగా ఆలకిస్తారు కూడా.

## ప్రేక్షకుల్ని ఏడిపించడమెలా?

మానవ ప్రవర్తనలో ఏటా సంభవించే మార్పుల్ని 'ది బుక్ ఆఫ్ లిస్ట్స్' అనే సంపుటి క్రోడీకరిస్తుంది. ఈ సంపుటి తెలిపిన సమాచారం ప్రకారం నలుగురిలో బహిరంగంగా మాట్లాడడమే మనిషికి ఉన్న భయాలన్నింటిలోకి అతి పెద్ద భయమట. భయాల్లో అగ్రతాంబూలం దానిదేనట. మరణభయానికి ఏడవ స్థానమే దక్కింది. దీన్నిబట్టి మనం ఏదైనా అంత్యక్రియలకు హాజరైతే అక్కడ సంస్మరణ పత్రాన్ని చదవడం కన్నా, ఆ శవపేటికలో ఉండడమే మేలని భావిస్తామన్నమాట.

ఒక బహిరంగ సభలో జనాన్ని ఉద్దేశించి ప్రసంగించాలని మనల్ని కోరినపుడు మనం ముందుగా అర్థం చేసుకోవలసిన విషయం ఒకటుంది. మనం చెప్పే విషయాన్ని శ్రోతలు ఎంతవరకు అర్థం చేసుకుంటారు, ఎంతవరకు జ్ఞాపకం పెట్టుకుంటారన్న అంశాల్ని ప్రధానంగా గమనించాలి. ఇలా ప్రసంగించాల్సి వచ్చినందుకు మీరు ఇబ్బంది పడుతున్నట్టు శ్రోతలకు ఎన్నడూ చెప్పకండి. దాని వల్ల వాళ్ళు ఆ ఇబ్బందికి సంబంధించిన బాడీలాంగ్వేజ్ కోసం ఎదురుచూస్తారు. నిజమేమిటంటే మాట్లాడడానికి మీరు ఇబ్బంది పడుతున్నారన్న విషయం మీరు చెప్పేదాకా వాళ్లకి తెలియదు. మీకు లోపల నరాలు చిట్లిపోయేంత ఆందోళన, భయం కలిగినప్పటికీ, ఆత్మవిశ్వాసాన్ని ప్రకటించే హావభావాల్ని ప్రదర్శించండి. గోపురాన్ని (రెండుచేతుల్ని గోపురంలా ఉంచడం) ప్రదర్శించడం, అరచేతుల్ని తెరవడం, మూయడం, బొటనవేళ్ళని చూపడం వంటివి చేయండి. చేతుల్ని కట్టుకోవద్దు. శ్రోతల్ని బాధ్యుల్ని చేస్తూ మాట్లాడకండి. చేతులు కట్టుకోవడం, ముఖాన్ని పదే పదే రుద్దుకోవడం, బల్లని గట్టిగా పట్టుకోవడం వంటివి చేయవద్దు. శ్రోతల్లో మొదటి వరుసల్లో కూర్చున్నవాళ్ళు మిగతావారికంటే ఎక్కువగా విని, ఎక్కువగా గుర్తు పెట్టుకుంటారని అధ్యయనాల్లో తేలింది. ఎందుకంటే మొదటి వరుసలో కూర్చున్న వ్యక్తులకు వక్త చెప్పే విషయంపై శ్రద్ధ ఎక్కువగా ఉంటుంది, పొరబాటున ఏదైనా ప్రశ్నకు జవాబు చెప్పాల్సి వస్తే పట్టుబడిపోయే ప్రమాదం ఉంది కనుక వాళ్ళు శ్రద్ధగా వింటారు.

మొదటి వరుసల్లో కూర్చునే వ్యక్తులు ఎక్కువగా నేర్చుకునే స్వభావాన్ని కలిగి ఉంటారు. పాలుపంచుకోవడంలో వారికి ఆసక్తి ఎక్కువగా ఉంటుంది. వాళ్ళు చాలా ఉత్సాహవంతులై ఉంటారు.

వీరితో పోలిస్తే మధ్యవరుసల్లో కూర్చున్న శ్రోతలు రెండవస్థానంలో ఉంటారు. వాళ్ళు కూడా ప్రసంగంపై ఎనలేని శ్రద్ధని కనబరుస్తారు. పదే పదే ప్రశ్నలు సంధిస్తూ సభను ఉత్సాహపరుస్తుంటారు. మధ్యవరుసల్లో ఉంటారు కాబట్టి తాము ప్రమాదరహిత ప్రదేశంలో ఉన్నామన్న ధీమా ఉంటుంది. ఇంకా పక్క వరుసలు, చివరి వరుసల్లో కూర్చున్న శ్రోతలు పెద్దగా శ్రద్ధని కనబరచరు, అంతగా ప్రతిస్పందించరు. వేదికకు కుడివైపున - అంటే శ్రోతలకు ఎడమవైపున మీరు నిలుచుని మట్లాడితే మీ ప్రసంగం శ్రోత మెదడులో కుడి అర్థభాగంపై శక్తివంతమైన ప్రభావాన్ని చూపుతుంది. శ్రోతలకు కుడివైపున, వేదికకు ఎడమవైపున నిలుచుని మాట్లాడినపుడు శ్రోతల మెదడులోని ఎడమ అర్థభాగం మీ ప్రసంగానికి ప్రతిస్పందిస్తుంది. దీని వల్లనే మీరు వేదికపై ఎడమవైపున నిలబడి మాట్లాడుతూ ఛలోక్తులు విసిరినపుడు శ్రోతలు పదేపదే పెద్దగా నవ్వుతూ ప్రతిస్పందిస్తారు. వేదిక కుడివైపున మీరు నిలబడి మాట్లాడితే వాళ్ళు ఉద్వేగభరితమైన వ్యక్తీకరణ పట్ల ఎక్కువగా ప్రతిస్పందిస్తారు. దశాబ్దాలుగా హాస్యకళాకారులకు ఈ విషయం తెలుసు. శ్రోతల్ని వాళ్ళు కుడివైపున ఉండి ఏడిపిస్తారు. ఎడమవైపున ఉండి నవ్విస్తారు.

## శ్రద్ధాళువుల సీమ

'వ్యక్తులు ఎక్కడ కూర్చున్నారన్న అంశం ఒక విషయాన్ని శ్రోతలు ఎంతమేరకు విన్నారు, ఎంతమేరకు ఆకళింపు చేసుకున్నారు, ఎంతమేరకు గుర్తుంచుకున్నారన్న దానిపై ఎలాంటి ప్రభావాన్ని కలిగి ఉంటుంది?' - ఈ విషయంపై రాబర్ట్ సమ్మర్, ఆడమ్స్, బిడిల్ పరిశోధనలు జరిపి, కొన్ని సూత్రాలని ఆవిష్కరించారు. మేము కూడా ఈ సూత్రాలనే ప్రాతిపదికగా తీసుకుని ఒక సెమినార్‌లో పాల్గొన్న ప్రతినిధులు తాము కూర్చున్న సీట్ల ఆధారంగా ఏ మేరకు భాగస్వామ్య లక్షణాన్ని ప్రదర్శించారో తెలుసుకోవడానికి ఒక అధ్యయనం జరిపాం. మా అధ్యయన ఫలితాలు, సమ్మర్ అధ్యయన ఫలితాలు ఇంచుమించు ఒక్కటిగానే ఉన్నాయి. మా అధ్యయనంలో మేం పెద్దవాళ్లని పరిశీలించాం. సమ్మర్ తన అధ్యయనంలో విద్యార్థుల్ని పరిశీలించారు. మా అధ్యయనంలో ఆస్ట్రేలియన్లు, సింగపూర్,

దక్షిణాఫ్రికా, ఫిన్‌లాండ్ పౌరులు, జర్మన్లు, బ్రిటిషర్లు, ఫ్రెంచివాళ్ళ మధ్య ఆయా సంస్కృతుల పరంగా కొన్ని తేడాలు గోచరించాయి. ఉన్నత హోదాలకు చెందిన వ్యక్తులు ఎల్లప్పుడూ ముందు వరుసల్లోనే కూర్చుంటారు. ముఖ్యంగా జపాన్‌లో మనకు ఇది తప్పనిసరిగా కనిపిస్తుంది. సమాన హోదా కలిగిన వ్యక్తుల ప్రవర్తనా సరళి ఆధారంగా మా అధ్యయనం జరిగింది. అధ్యయన ఫలితానికి మేము 'గరాటు ప్రభావం' అని నామకరణం చేశాం.

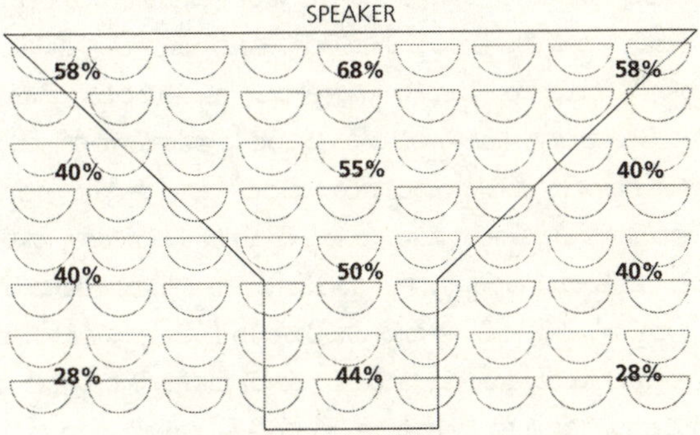


విన్నదాన్ని గుర్తుంచుకోవడం, భాగస్వామ్యం అన్నది వాళ్ళు కూర్చున్న సీట్ల ఆధారంగానే వ్యక్తమవుతుంది.

ఒక తరగతి గదిలో పిల్లలు కూర్చునే శైలిలోనే ఒక సదస్సులో ప్రతినిధులు కూర్చున్నపుడు, ఆయా సీట్ల అమరికను అనుసరించి వారి మధ్య ఒక 'అభ్యసన ప్రాంతం' అన్నది ఏర్పడుతుంది. అంటే ముందువరుస నుంచి మధ్య సీట్లతో ఒక గరాటు రూపంలో ఈ ప్రాంతం ఉంటుంది. ఈ ప్రాంతంలోని సీట్లలో కూర్చున్న వ్యక్తులు ప్రసంగంతో ఎక్కువగా మమేకమవుతూ, భాగస్వామ్య లక్షణాన్ని ప్రదర్శిస్తూ, సదస్సులో చర్చించిన విషయాన్ని ఎక్కువగా జ్ఞాపకం పెట్టుకుంటారు. పక్క వరుసల్లోను, వెనుక వరుసల్లోను కూర్చున్న వ్యక్తులు ప్రతికూలంగా ప్రతిస్పందించడం, విన్నదాన్ని తక్కువగా గుర్తుపెట్టుకోవడం చేశారు. బాగా వెనుక వరుసల్లో కూర్చున్నవాళ్ళు నిద్రలో కునికిపాట్లు పడడమో, అక్కడినుంచి మెల్లగా జారుకోవడమో చేశారు.

## 'అభ్యాసం' పై ఒక ప్రయోగం

నేర్చుకోవాలన్న అభిలాష ఎక్కువగా ఉన్న వ్యక్తులు ముందు వరుసల్లో కూర్చుంటారని, ఆ అభిలాష లేని వ్యక్తులు పక్కవరుసల్లోనో, వెనుక వరుసల్లోనో కూర్చుంటారని

మనకు తెలుసు. 'గరాటు ప్రభావం' వ్యక్తులకు నేర్చుకోవాలన్న అభిలాషను అనుసరించి ఉంటుందా లేక వాళ్ళు కూర్చున్న సీట్ల ప్రభావం వల్ల చోటు చేసుకుంటుందా అన్న విషయాన్ని తేల్చుకోవడానికి మేమొక పరిశీలన జరిపాం. ప్రతినిధుల సీట్లకు వారి పేర్లతో కూడిన 'నేమ్‌ప్లేట్స్'ని అమర్చాం. దీని వల్ల వాళ్ళు తమ ఇష్టం వచ్చిన సీట్లలో కాకుండా, తమకు నిర్దేశించిన సీట్లలోనే కూర్చోవలసి ఉంటుంది. మేము ఉద్దేశపూర్వకంగానే ఉత్సాహవంతులైన వ్యక్తుల్ని పక్కవరుసల్లోను, వెనుక వరుసల్లోను కూర్చోబెట్టాం. ఎల్లప్పుడూ వెనుక వరుసల్లో కూర్చునే అలవాటు ఉన్న వాళ్ళని ముందువరుసల్లో కూర్చోబెట్టాం. ఈ పరిశీలనల్లో ఆసక్తికరమైన విషయాలు వెలుగు చూశాయి. ఇంతవరకు వెనుక సీట్లలో కూర్చుని, ప్రతికూలంగా ప్రతిస్పందించే వ్యక్తుల్లో అనూహ్యంగా ఆసక్తి పెరిగి, వాళ్ళు సానుకూలంగా ప్రతిస్పందించారు. వీరిలో భాగస్వామ్య లక్షణం కూడా పెరిగింది. అంతేగాక ఎల్లప్పుడూ ముందు సీట్లలో కూర్చుని చురుగ్గా, సానుకూలంగా వ్యవహరించే వ్యక్తులు నిర్లక్ష్యంగా, ప్రతికూలంగా వ్యవహరించారు. వీరిలో భాగస్వామ్య లక్షణం తరిగింది. కాబట్టి ఎవరైనా మీ ప్రతిపాదనను సానుకూలంగా వినాలంటే వాళ్ళని మీరు ముందు వరుసలో కూర్చోబెట్టాలని దీన్నిబట్టి తెలుస్తోంది కదా. పలు రకాల శిక్షణలకు సంబంధించిన వృత్తి నిపుణులు తమ అభ్యర్థులదరికీ సమాన స్థాయి శిక్షణను ఇవ్వదలచి వాళ్ళని 'తరగతిలో కూర్చునే శైలి' నుంచి తప్పించారు. తరగతి గది శైలిలో అభ్యర్థుల్ని కూర్చోబెట్టడం వల్ల కొందరికే శిక్షణ ఫలితం అందుతుంది. కాబట్టి అభ్యర్థుల్ని చిన్న చిన్న బృందాలుగా, లేదా చతురస్రాకారంలో కూర్చోబెట్టడం ద్వారా వాళ్ళు తాము ఆశించిన ఫలితాల్ని పొందుతున్నారు. ఇలా కూర్చోబెట్టడం ద్వారా అభ్యర్థులు, వక్త మధ్య పరస్పరం ఒకరి కళ్ళలోకి ఒకరు సూటిగా చూసుకునే వీలు పెరిగింది. తత్ఫలితంగా వాళ్ళలో మరింత భాగస్వామ్య లక్షణం వృద్ధి చెంది, విన్న దాన్ని మరింత ఎక్కువగా జ్ఞాపకం పెట్టుకోగలిగారు.

## భోజన సమయంలో నిర్ణయం

మానవ ప్రాదేశిక ప్రాథమ్యాలు, దీర్ఘచతురస్రాకార, చతురస్రాకార, వృత్తాకార టేబుళ్ళ ప్రభావం వంటి విషయాల గురించి తెలుసుకున్నాం కదా. వీటన్నింటినీ గుర్తుంచుకుంటూ భోజనసమయంలో ఒక విషయంపై నిర్ణయం తీసుకోవడానికి సంబంధించిన ప్రభావాన్ని గురించి తెలుసుకుందాం. మీరు ఒక ప్రతిపాదనకు అనుగుణంగా ఎవరి నుంచి అయినా సానుకూల ప్రతిస్పందనను ఆశిస్తూ, వారిని భోజనానికి తీసుకు వెళ్ళారనుకుందాం. అప్పుడు భోజన సమయం, పరిసరాలు ఎలాంటి ప్రభావాన్ని చూపుతాయి?

భోజన సమయంలో నిర్ణయమన్నది మంచి వ్యాపార సూత్రం. కొంతమందిని ఒక వ్యాపార ప్రతిపాదనకు ఒప్పించే నిమిత్తం ఏదైనా హోటల్‌కు భోజనాన్ని తీసుకు వెళ్ళినట్టయితే, భోజనం మీ టేబుల్‌కి వచ్చేలోగానే మీరు సంబంధిత సంభాషణను పూర్తి చేయడం దివ్యమైన మార్గం. భోజనం వచ్చిన తరువాత అందరూ భోజనం చేయడంలో మునిగిపోతారు, సంభాషణ ఆగిపోతుంది. భోజనం చేసిన తరువాత రక్త ప్రసరణ మెదడులోంచి కడుపులోకి మారిపోతుంది. ఆహారాన్ని జీర్ణం చేసుకునే నిమిత్తం జీర్ణాశయం ఎక్కువ రక్తాన్ని మెదడు నుంచి స్వీకరిస్తుంది. కాబట్టి భోజనం తరువాత ఎవరైనా చురుగ్గా ఆలోచించలేరు. కాబట్టి అందరూ మానసికంగా చురుగ్గా ఉన్నప్పుడే మీ వ్యాపార ప్రతిపాదనల్ని వారి ముందు ఉంచండి.

.......................................................................................

మృష్టాన్న భోజనం తరువాత ఎవ్వరూ తుది నిర్ణయాన్ని తీసుకోలేరు.

.......................................................................................

వేలాది సంవత్సరాలకు పూర్వం మనిషి వేటాడి ఆహారాన్ని సంపాదించుకునేవాడు. రోజంతా వేటాడి, చివరగా మానవ బృందం ఒక గుహలోకి చేరుకుంటుంది. ఆ గుహలో అందరూ సమష్టిగా నివసిస్తుంటారు. వేట తరువాత గుహకు చేరుకున్న బృందం ఇతర జంతువులు తమ మీద దాడి చేయకుండా గుహ ముంగిట మంటను రాజేస్తుంది. తరువాత గుహలో గోడలకు జారగిలబడి కూర్చుంటారు. దీని వల్ల తమ మీద వెనుక నుంచి దాడి జరగదన్న భరోసా ఉంటుంది. చివరగా అందరూ వేటాడి తెచ్చిన ఆహారాన్ని పంచుకుని తినడం ప్రారంభిస్తారు. ఆహారాన్ని నములుతున్న చప్పుడు తప్ప గుహలో మరే శబ్దమూ వినబడదు. మంట ముందు ఆహారాన్ని పంచుకోవడమనే ఈ ఆదిమ లక్షణమే నేటి ఆధునిక మానవునిలో విందు భోజనాలుగా వర్ధిల్లుతోంది. ఈ సమయంలో అనాది మానవుని ప్రవర్తనకు, ఆధునిక మానవుని ప్రవర్తనకు పెద్దగా తేడా ఉండదు.

ఇప్పుడు మళ్ళీ మనం మన వ్యాపారాత్మక 'భోజనానికి' వద్దాం: అనుకూల నిర్ణయాన్ని పొందాలంటే ఇతరులు తమ కుర్చీల్లో నిమ్మళంగా కూర్చున్నపుడే సాధ్యమవుతుంది. ఈ సమయంలోనే వారిలో ప్రతిదాడికి సంబంధించిన సాంకేతికత నిద్రావస్థలోకి జారుకుంటుంది. దీన్ని సాధించాలంటే మన పూర్వీకుల్లాగే మనకు కొన్ని ఏర్పాట్లు అవసరం.

తొలుత, మీరు ఒక వ్యక్తికి ఇంట్లో కానీ, హోటల్‌లో కానీ విందు ఇచ్చేటపుడు అతని వీపు వెనుక గోడ కానీ, దట్టమైన తెరకానీ ఉండేలా చూసుకోండి. తన వెనుక

ఇతరులు తిరగడం, లేదా ఖాళీ ప్రదేశం ఉన్నట్టయితే ఆ వ్యక్తిలో గుండె కొట్టుకునే వేగం, శ్వాస తీసుకునే వేగం, రక్తప్రసరణ వేగం, మెదడు తరంగాల వేగం అన్నీ పెరిగిపోతాయని శాస్త్రీయ పరిశోధనల్లో తేలింది. ఒక వేళ అతని వెనుక ద్వారం కానీ, కిటికీ కానీ ఉంటే కూడా వ్యక్తిలో ఆందోళన పెరుగుతుంది. కాబట్టి ఇతరుల్ని ప్రశాంతమైన స్థితిలో ఉంచదలిస్తే, వాళ్ళ వెనుక గోడ ఉండేలా చూడడమే ఉత్తమమైన మార్గం. తరువాత తక్కువ కాంతినిచ్చే విద్యుద్దీపాలు, మంద్రస్థాయి సంగీతం కూడా అద్భుతంగా పనిచేస్తాయి. గుండ్రటి టేబుల్‌ని వాడాలి. ఒక పెద్ద తెరకానీ, పచ్చని చెట్టుకానీ ఉంటే అది కూడా ఇతరుల దృష్టిని కట్టిపడేస్తుంది. కొన్ని రెస్టారెంట్లు ఆదిమ మానవుని భోజన నియమాన్ని అనుకరిస్తూ భోజన ప్రదేశాల ముందు బహిరంగంగా మంటను ఏర్పాటు చేస్తాయి.

పెద్ద పెద్ద రెస్టారెంట్లు సాధారణ భోజనాన్ని అందిస్తూనే, ప్రశాంతతకు సంబంధించిన ఈ చిట్కాల్ని వాడుతూ పెద్దమొత్తంలో వినియోగదారుల నుంచి డబ్బును కొల్లగొడుతుంటాయి. మహిళల్ని ఆకర్షించడానికి ఈ రెస్టారెంట్లని ఎన్నుకుని పురుషులు వేలాది రూపాయల్ని వెచ్చించడం వెనుక ఈ చిట్కాలే ప్రధాన భూమికను పోషిస్తాయి. కాంతివంతమైన విద్యుద్దీపాలు, భారీ అలంకరణలు, హంగు ఆర్భాటాలతో కూడిన రెస్టారెంట్ల కంటే ప్రశాంతమైన అనుకూల వాతావరణాన్ని సృష్టించే రెస్టారెంట్లకే ఆదరణ ఎక్కువగా ఉంటుంది. ఎందుకంటే సానుకూల నిర్ణయాలకు ఇలాంటి ప్రదేశాల్లోనే ఎక్కువ ఆస్కారం ఉంటుంది కాబట్టి.

## క్లుప్తంగా...

ఎక్కడ కూర్చోవాలన్నది ఆకస్మికంగా తీసుకునే నిర్ణయం కాకూడదు. ఫలానా వ్యక్తుల్ని ఫలానా సీట్లలోనే కూర్చోబెట్టాలన్న ఎరిక ఉంటే చాలు, సానుకూల ఫలితాల్ని సాధించడం సుసాధ్యమే. ఈసారి ఏదైనా సదస్సుకు వెళ్ళినపుడు మిమ్మల్ని మీరు ఇలా ప్రశ్నించుకోండి : మీరు ఎవరిని ఎక్కువగా ప్రభావితం చేయదలచుకున్నారు, దీన్ని సాధించడానికి ఎక్కడ కూర్చుంటే అనువుగా ఉంటుంది? ఎక్కువగా ప్రతివాదనలకు, ప్రతికూలతకు పాల్పడే వ్యక్తులు ఎవరు? అక్కడ కచ్చితమైన నాయకుడు లేకుంటే అత్యంత శక్తివంతమైన సీటులో కూర్చోబోయే వ్యక్తి ఎవరు? సదస్సు మీద నియంత్రణను సాధించాలంటే మీరు ఎక్కడ కూర్చోవాలి? ఈ ప్రశ్నలకు మీరిచ్చే జవాబులు మీకు శక్తివంతమైన ఫలితాన్ని ఇవ్వడమే గాక ఇతరులు సదస్సు మీద నియంత్రణను సాధించకుండా నిరోధించడానికి కూడా ఉపయోగపడతాయి.

# అధ్యాయం 18

# ఇంటర్వ్యూలు, ఆఫీసుల్లో 'మతలబులు'

ఇంటర్వ్యూని తాను మంటగలిపేశానని ఆడమ్ బాధపడుతున్నాడు.
ఇంటర్వ్యూలో ప్రశ్నలకు అతనిచ్చిన జవాబుల వల్ల ఇలా జరిగిందా?
లేక తాను ధరించిన చాక్లెట్‌బ్రౌన్ సూట్, పిల్లిగడ్డం, చెవిపోగుల వల్ల, లేక తాను
మోసుకొచ్చిన బరువైన బ్రీఫ్‌కేస్ వల్ల ఈ పరిస్థితి నెలకొందా? లేక అతను తప్పుడు
కుర్చీలో కూర్చోవడంవల్ల ఇంటర్వ్యూలో ఆశించిన విజయాన్ని సాధించలేకపోయాడా?

ఉద్యోగ నిమిత్తం జరిగే ఇంటర్వ్యూల్లో సింహభాగం విఫలమవుతుంటాయి. ఈ పరిస్థితికి దారితీస్తున్న కారణాల్ని అధ్యయనం చేసిన తరువాత, ఇంటర్వ్యూయర్‌కు అభ్యర్థి ఎంత మాత్రం నచ్చాడు, ఉద్యోగం వచ్చిందా, రాలేదా అనే అంశాల మధ్య అవినాభావ సంబంధం ఉందని తేలింది. ఇంటర్వ్యూ చేసేటపుడు అభ్యర్థి గురించిన యథార్థ సమాచారాన్ని అందించే 'కరికులమ్ విషే' (అభ్యర్థి జీవిత వివరాల పట్టిక)కి అంతగా ప్రాధాన్యం ఇవ్వకపోవడాన్ని కూడా ఒక కారణంగా చెప్పవచ్చు. ఇంటర్వ్యూయర్‌పై అభ్యర్థి తొలి క్షణాల్లో ఎలాంటి ప్రభావాన్ని చూపుతున్నాడు, అభ్యర్థిపై ఇంటర్వ్యూయర్ ఎలాంటి అభిప్రాయాన్ని ఏర్పరచు కున్నాడన్నది కూడా ప్రధానం.

*వాణిజ్య ప్రపంచంలో మొదటిసారి కలిగే అభిప్రాయం ఎలాంటిదంటే ప్రేమికుల మధ్య తొలిచూపు వంటిది.*

వివిధ నేపథ్యాల నుంచి వచ్చిన భిన్న వయస్కులైన ఉద్యోగార్థుల్ని ఇరవై నిమిషాల పాటు ఇంటర్వ్యూ చేయడం ద్వారా టొలెడో విశ్వవిద్యాలయానికి చెందిన ఫ్రాంక్ బెర్నీరీ ఒక అధ్యయనం చేశారు. ఆశయ సాధన, మేధస్సు, సామర్థ్యాలకు సంబంధించి ఒక్కో అభ్యర్థి ఎంత మేరకు కృషి చేశాడన్న విషయాన్ని ఈ ఇంటర్వ్యూలో నిగ్గుతేల్చాల్సిందిగా ఇంటర్వ్యూయర్లని కోరారు. దీనితో పాటుగా ఇంటర్వ్యూలో తొలి పదిహేను క్షణాల్ని వీడియోలో చిత్రీకరించి, దాని సారాంశాన్ని అధ్యయనం చేయవలసిందిగా ఒక పరిశీలకుల బృందాన్ని కోరారు బెర్నీరీ. తొలి పదిహేను క్షణాల్లో అటు ఇంటర్వ్యూయర్లు, ఇటు పరిశీలకులు అభ్యర్థుల గురించి ఒకే విధమైన అంచనాల్ని వెల్లడి చేశారు. ఈ అధ్యయనం వల్ల తేలిందేమిటంటే, ఇతరుల దృష్టిలో మన మీద సదభిప్రాయం కలగాలంటే అందుకు నాంది వాళ్ళకి మనల్ని చూసిన తొలిక్షణాల్లో కలిగే అభిప్రాయమే. ఒకసారి అభిప్రాయం కలిగిన తరువాత మనం ఏం చేసినా అది మారదు. ఆ అభిప్రాయాన్ని కలిగించడంలో మన స్వభావం, ప్రవర్తనా సరళి, కరచాలనం, మన బాడీలాంగ్వేజ్ కీలకమైన పాత్ర పోషిస్తాయి.

## జేమ్స్‌బాండ్ రహస్యమేమిటి?

ఒక వ్యక్తికి సంబంధించిన హోదా, అధికారం, గౌరవాలకు, అతను ఉపయోగించే పదసంపదకు మధ్య అవినాభావ సంబంధం ఉందని భాషాశాస్త్ర అధ్యయనాలు చెబుతున్నాయి. సామాజికంగా, వాణిజ్యపరంగా ఒక వ్యక్తి ఎంత ఎత్తులో ఉంటే అతను ఇతరులతో సత్సంబంధాల్ని నెరపడానికి ఉపయోగించే పదాలు, వాక్యాలు అంత సంపద్వంతంగా ఉంటాయి. భాషా పరిజ్ఞానానికి, ఒక సందేశాన్ని సమర్థ వంతంగా ఇతరులకు అందించే క్రమంలో ఉపయోగించే హావభావాలకు మధ్య సన్నిహిత సంబంధం ఉందని బాడీలాంగ్వేజ్‌కి సంబంధించిన పరిశోధనలు వెల్లడి చేస్తున్నాయి. హోదాలో అత్యున్నత స్థాయికి చెందిన వ్యక్తి ఒక సందేశాన్ని అందించేందుకు విశేషమైన పరిభాషను వాడుతాడు. హోదాలో, నైపుణ్యంలో తక్కువ స్థాయికి చెందిన వ్యక్తి ఒక సందేశాన్ని సమర్థవంతంగా ఇతరులకు అందించేందుకు ఎక్కువగా తన హావభావాలపైనే ఆధారపడతాడు. ఇతని దగ్గర తగినంత పదసంపద లేకపోవడం వల్ల అతను తన హావభావాల్ని పదాల స్థానంలో వాడుతాడు. సామాజికంగా, ఆర్థికంగా అత్యున్నత శ్రేణికి చెందిన వ్యక్తిలో ఎక్కువగా హావభావాలు, శారీరక కదలికలు మనకు కనిపించవు.

స్పెషల్ ఏజెంట్ జేమ్స్‌బాండ్ కూడా ఈ సూత్రాల్ని బాగా వంటబట్టించుకున్నాడు. ఎంత ఒత్తిడికి గురైనప్పటికీ అతను తక్కువ హావభావాల్నే ప్రదర్శిస్తాడు. ప్రత్యర్థుల

చేతిలో దెబ్బతిన్నప్పటికీ, లేదా వారి తూటాలతో గాయపడినప్పటికీ జేమ్స్‌బాండ్ ముక్తసరి మాటలతో, కదలకుండా, స్థిరచిత్తంతో పరిస్థితిని ఎదుర్కొంటాడు.

*జేమ్స్‌బాండ్ ఎంతటి స్థిరచిత్తుడంటే పది మంది ప్రతినాయకుల్ని చంపిన క్షణంలోనే అతను ఒక యువతిని ప్రేమించగలడు.*

ఉన్నతహోదాకు చెందిన వ్యక్తులు సాధ్యమైనంత 'కూల్'గా ఉంటారు. అంటే తమ మానసిక ఉద్వేగాల్ని బయటికి వ్యక్తం కాకుండా తొక్కిపెట్టేయగలరు. జిమ్‌కారీ వంటి హాలీవుడ్ నటులు ఇందుకు పూర్తిగా విరుద్ధం. వాళ్ళు విపరీతమైన శారీరక కదలికల్ని, హావభావాల్ని ప్రదర్శించేందుకు వీలున్న పాత్రల్ని పోషిస్తారు. ఇలాంటి పాత్రలు బలహీన మనస్కుల్ని ప్రతిబింబిస్తాయి.

## 'భేష్' అనిపించుకోవడానికి తొమ్మిది సూత్రాలు

మీరొక ఇంటర్వ్యూకి వెళుతున్నారనుకుందాం. అక్కడ మీమీద ఎదుటివారికి సదభిప్రాయం కలిగించడం మీ ఉద్దేశం. ఎవరినైనా కలిసినపుడు తొలి నాలుగు క్షణాల్లోనే వాళ్ళు మీమీద తొంభై శాతం అభిప్రాయాన్ని ఏర్పరచుకుంటారన్న విషయాన్ని మీరు మరచిపోవద్దు. దానిలో అరవై నుంచి ఎనభై శాతం మీ మౌఖికేతర సంకేతాలపైనే ఆధారపడి ఉంటుంది.

ఇంటర్వ్యూలో తొలిక్షణాల్లోనే మీమీద సదభిప్రాయాన్ని కలిగించడానికి ఇక్కడ తొమ్మిది సూత్రాల్ని ఉటంకించాం, చదవండి :

### 1. రిసెప్షన్ ఏరియాలో

మీరు మీ దుస్తుల మీద ఏదైనా అదనపు తొడుగుల్ని ధరించి ఉంటే, వాటిని తొలగించి, రిసెప్షనిస్టుకు ఇచ్చేయండి. మీ చేతుల్ని అపరిశుభ్రంగా ఉంచుకుని రిసెప్షన్‌లోకి ప్రవేశించకండి. దీనివల్ల మీలో తడబాటు, అసంగత ప్రవర్తన వ్యక్తమవుతాయి. రిసెప్షన్‌లో ఎప్పుడూ నిలబడే ఉండండి. కూర్చోవద్దు. 'టేక్ ఎ సీట్' అంటూ కుర్చీ చూపుతూ రిసెప్షనిస్టులు మిమ్మల్ని బలవంతం చేస్తుంటారు. అలా వాళ్ళు చెప్పారు కదాని కూర్చుంటే మీరిక వాళ్ళ కంటికి కనబడకుండా ఒక మూలన ఒదిగిపోతారు. మీతో మాట్లాడాల్సిన అవసరం ఇక వాళ్లకి ఉండదు. వెనుక చేతులు కట్టుకుని (ఆత్మవిశ్వాసాన్ని ప్రదర్శించడం) నిలబడండి. పాదాల మీద నెమ్మదిగా ఊగుతూ ఉండండి (ఆత్మవిశ్వాసం, నియంత్రణ). మీ హావభావాలు

మీరింకా అక్కడే నిలబడి ఉన్నారని, వేచి చూస్తున్నారని చెప్పకనే చెబుతాయి. కానీ ఆదాయపన్ను కార్యాలయం దగ్గర మాత్రం ఇలా ప్రవర్తించకండి.

**2. ప్రవేశం**

మీతో ఎలా ప్రవర్తించాలన్న దాన్ని మీరు ప్రవేశించే తీరు నిర్దేశిస్తుంది. ఇంటర్వ్యూ గదిలోకి వెళ్లాలని రిసెప్షనిస్టు చెప్పగానే, ఎలాంటి సంశయానికి, సంకోచానికి తావివ్వకుండా ఇంటర్వ్యూ గదిలోకి ప్రవేశించండి. ద్వారం దగ్గర ఆగకండి. అలా చేస్తే అది అల్లరి పిల్లవాడు హెడ్మాస్టరు గది దగ్గర వణుకుతూ నిలుచున్న భావనను కలిగిస్తుంది. ద్వారాన్ని దాటి గదిలోకి ప్రవేశించేటపుడు నడకలో ఒకే వేగాన్ని పాటించండి. ఆత్మవిశ్వాసం లేనివాళ్ళు ద్వారాన్ని దాటగానే వేగాన్ని మార్చేస్తారు.

**3. నిర్దేశిత వ్యక్తిని కలవడం**

మీరు కలవాల్సిన వ్యక్తి ఫోన్‌లో మాట్లాడుతున్నప్పటికీ, లేదా టేబుల్ డ్రాయర్‌లో ఏదైనా వెదుకుతున్నప్పటికీ, లేదా తన షూలేసుల్ని బిగించుకుంటున్నప్పటికీ, మీరు ఆత్మవిశ్వాసాన్ని ప్రదర్శిస్తూ, మెత్తని కదలికలతో అతని వద్దకు సరాసరి వెళ్ళండి. మీ బ్రీఫ్‌కేసు, ఫోల్డర్, లేదా మీ చేతిలో ఉన్న ఏ వస్తువునైనా కింద పెట్టి, అతనికి కరచాలనమివ్వండి. కరచాలనమిచ్చిన వెంటనే సీటులో కూర్చోండి. ఏ ఆఫీసులో ప్రవేశించాల్సి వచ్చినా మీరు ఇలాగే ధైర్యంగా లోపలికి ప్రవేశిస్తారని, వేచి చూసే మనిషి కాదని అతనికి అర్థమయ్యేలా ప్రవర్తించండి. పొడవాటి అంగలతో నింపాదిగా నడిచి వచ్చే వ్యక్తులు తమకు బోలెడంత ఖాళీ సమయం ఉందని, చేస్తున్న పని పట్ల తమకేమీ పెద్దగా లక్ష్యం లేదని, లేదా చేయడానికి ఏ పనీ లేదని చెప్పే సంకేతాల్ని ఇస్తారు. ఇలాంటి సంకేతాలు పదవీ విరమణ చేసిన వారికి చక్కగా సరిపోతాయి. అధికారాన్ని, ఆధిపత్యాన్ని ప్రదర్శించాలనుకునే వాళ్ళకి ఈ సంకేతాలు నప్పవు. ప్రియురాలికి తాను ఆరోగ్యంగా ఉన్నానన్న సంకేతాన్నివ్వవలసిన పురుషుడికి కూడా ఈ సంకేతాలు పనికిరావు. ఇతరులపై ప్రభావాన్ని చూపే వ్యక్తులు, తమ శక్తిని చాటే వ్యక్తులు సరాసరి అంగలతో, వడిగల నడకతో కనిపిస్తారు.

**4. కరచాలనం**

కరచాలనమిచ్చేటపుడు మీ అరచేతిని నిటారుగా ఉంచండి. అవతలి వ్యక్తి మీ చేతిని ఎంత గట్టిగా నొక్కితే మీరు కూడా అతని చేతిని అంతే గట్టిగా నొక్కండి. దీర్ఘచతురస్రాకార టేబుల్ ఎడమవైపుకు కదలండి, ఇలా చేయడం వల్ల అవతలి వ్యక్తి మీ అరచేతిని కిందకి నొక్కే అవకాశాన్ని నిరోధించినట్టవుతుంది. డెస్క్

మీదుగా కరచాలనాన్ని అందివ్వకండి. మొదటి 15 సెకన్లలో అవతలి వ్యక్తి పేరును మూడుసార్లు పలకండి. తొలి పలకరింపులో 30 సెకన్లకు మించి మాట్లాడకండి.

### 5. కూర్చునేటపుడు

అవతలి వ్యక్తికి ఎదురుగా, ఒక లోతైన కుర్చీలో కూర్చోవాల్సిన పరిస్థితి తలెత్తితే, ఆ కుర్చీని 45 డిగ్రీల కోణంలోకి తీసుకెళ్ళండి. లేకుంటే అతని ఎదురుగా ఏదో మందలింపు కోసం కూర్చున్నట్టు ఉంటుంది. కుర్చీని కదిపే వీలులేకపోతే మీ శరీరాన్ని అతనికి 45 డిగ్రీల కోణంలో ఉంచండి.

### 6. ఏ ప్రదేశంలో కూర్చుంటున్నారు...

ఒక వ్యక్తి తాలూకు కార్యాలయంలో మీరు ఒక సాధారణ ప్రదేశంలో ఉదాహరణకు ఒక కాఫీటేబుల్ వంటి దాని దగ్గర కూర్చోవలసి వస్తే, మీ విజయానికి అనుకూల పరిస్థితి ఎదురైనట్టే. ఎందుకంటే 95 శాతం వాణిజ్య తిరస్కారాలు డెస్క్ వెనుక నుంచే వస్తుంటాయి కనుక. బాగా లోతుగా ఉన్న సోఫాలో కూర్చోవద్దు. ఇలా కూర్చుంటే పెద్ద బరువైన కాళ్ళ మీద చిన్న తలతో మీరొక బఫూన్‌లా కనిపిస్తారు. అలా కూర్చోక తప్పని పరిస్థితి ఎదురైతే సోఫాలో నిటారుగా కూర్చోండి. సోఫా చివరన కూర్చోవడంవల్ల మీరు మీ శరీరాన్ని, హావభావాల్ని నియంత్రించుకోగలరు. మీ శరీరాన్ని అవతలి వ్యక్తికి 45 డిగ్రీల కోణంలో ఉంచండి.

### 7. మీ హావభావాలు

ప్రశాంత చిత్తులు, సమగ్ర వ్యక్తిత్వం కలవారు, తమ ఉద్వేగాల్ని నియంత్రించు కుంటూ స్పష్టమైన, సంక్లిష్టతకు తావులేని, నిదానమైన శారీరక కదలికల్ని ప్రదర్శిస్తారు. కిందిస్థాయి వ్యక్తులతో పోల్చితే ఉన్నత స్థాయికి చెందిన వ్యక్తులు తక్కువ హావభావాల్ని ప్రదిర్శస్తారు. అధికారంలో ఉన్న వ్యక్తులు పెద్ద పెద్ద కదలికలకు చోటివ్వవలసిన అవసరం లేని ప్రాచీన సంప్రదాయమే ఇది. ఎదుటి వ్యక్తి హావభావాలకు ప్రతిఫలన చర్య ద్వారా ప్రతిస్పందించండి.

### 8. దూరం

అవతలి వ్యక్తి ఆంతరంగిక ప్రదేశాన్ని గౌరవించండి. ఒక సమావేశం మొదలైన తొలి నిమిషాల్లో అది చాలా విశాలంగా ఉంటుంది. మీరు అతనికి మరీ దగ్గరగా వెళితే, అతను వెనక్కి జరగడం, వెనక్కి వంగడం, టేబుల్ మీద వేళ్ళతో పదేపదే దరువేయడం వంటివి చేస్తాడు. చిరపరిచితులైతే మీరు అతనితో సన్నిహితంగా వ్యవహరించవచ్చు, కొత్తవాళ్లతో మాత్రం కాస్త దూరాన్ని పాటించడమే ఉత్తమం.

తమతో పనిచేసే మహిళలకు పురుషులు దగ్గరగా మెలుగుతారు. కానీ మహిళలు తమతో పనిచేసే పురుషులకు దూరంగా ఉంటారు. ఒకే వయసు వారితో పనిచేసేటపుడు సాన్నిహిత్యాన్ని పాటించవచ్చు. మీకన్నా పెద్దవాళ్ళతోను, మీ కన్నా చిన్నవాళ్లతోను పనిచేసేటపుడు దూరాన్ని పాటించాలి.

### 9. నిష్క్రమించడం

ఇంటర్వ్యూ తరువాత అక్కడి నుంచి నిష్క్రమించేటపుడు మీ వస్తువుల్ని తీసుకుని, నెమ్మదిగా బయటపడండి. ఆదరాబాదరాగా పరుగులు తీయవద్దు. ఒకవేళ వీలైతే మళ్ళీ కరచాలనమిచ్చి, వెనుదిరిగి ఆ గది నుంచి బయటికి రండి. మీరు గదిలోకి ప్రవేశించే ముందు తలుపులు మూసి ఉన్నట్టయితే, మీరు వెళ్ళేటపుడు కూడా తలుపుల్ని మూసి వెళ్ళండి. మీరు పురుషులే అయితే మీ షూల వెనుక తళతళలాడేలా ముందుగానే జాగ్రత్త తీసుకోండి. షూల వెనుక భాగాన్ని శుభ్రం చేసుకోవడంలో చాలా మంది పురుషులు నిర్లక్ష్యం వహిస్తారు. కానీ మహిళలు దీన్నే బాగా గమనిస్తారు. ఒక మహిళ గదిని విడిచి వెళ్ళాలనుకుంటే, ఆమె తన పాదాల్ని ద్వారం వైపుకు నడిపిస్తూ, తన దుస్తుల వెనుక భాగాన్ని, జుట్టును సవరించుకుంటుంది. వెనుక నుంచి కూడా అందంగా కనిపించాలన్నదే ఆ ప్రయత్నంలోని రహస్యం. మనం ఇదివరకే చెప్పుకున్నట్టు ఆ గదిలో రహస్య కెమెరాలు ఉంటే మహిళల్ని వెనుక నుంచి అందంగా ఉన్నారో, లేదో చూపుతాయి. మీకు నచ్చినా, నచ్చకున్నా జరిగేదిదే. తలుపు దగ్గరికి చేరుకోగానే మళ్ళీ ఒకసారి వెనక్కి తిరిగి, చిరునవ్వు నవ్వండి. మీ వెనుక భాగం గుర్తుండిపోవడం కన్నా మీ నవ్వు మొహం గుర్తుండిపోవడం మేలు కదా!

## ఎదురుతెన్నులతో విసిగిస్తున్నారా?

ఎవరైనా మిమ్మల్ని ఇరవై నిమిషాల కన్నా ఎక్కువ సేపు వేచి చూసేలా చేశారంటే ఆ వ్యక్తి అవ్యవస్థీకృత జీవనశైలికి అలవాటు పడిన వాడై ఉండాలి లేదా ఇందులో తన దర్పాన్ని చాటుకునే 'మతలబు' ఏదైనా దాగి ఉండాలి. ఎవరినైనా మన కోసం వేచి ఉండేలా చేశామంటే మనం వారి తాహతును తగ్గిస్తున్నామన్నమాట. లేదా అది మన తాహతును పెంచుకునే ప్రయత్నమైనా అయి ఉండాలి. రెస్టారెంటు లేదా సినిమాహాళ్ళ క్యూల్లో మనం వేచి ఉండడం వెనుక కూడా ఇదే సూత్రం పనిచేస్తుంది. అలా వేచి ఉండడం విలువైందేనని అందరూ భావిస్తారు, కాబట్టే క్యూల్లో పడిగాపులు కాస్తారు. అది ఎంత విలువైంది కాకపోతే అందరూ అంతలా వేచి చూస్తారు?!

ఎవరైనా మిమ్మల్ని వేచి ఉండమంటే, మీరు మీ వెంట తెచ్చుకున్న పుస్తకంలో కానీ, లాప్‌టాప్‌లోకానీ, ఆఫీసు పనిలో కానీ మునిగిపోండి. దీనివల్ల మీ సమయం ఎంతో విలువైందనీ, వేచి చూడ్డానికి మీరు పుట్టలేదని గట్టి హెచ్చరిక ఇచ్చినట్టు అవుతుంది. మీరు కలుసుకోవాలనుకున్న వ్యక్తి వచ్చిన తరువాత అతనినే మొదటగా మాట్లాడనివ్వండి. మీరు మీ పనిలోంచి నింపాదిగా తలెత్తి అతణ్ణి చూడండి. తరువాత అభివాదాలు తెలపండి. నెమ్మదిగా మీ వస్తువుల్ని తీసుకుని, ఆత్మవిశ్వాసం ఉట్టిపడుతుండగా అక్కణ్ణుంచి వెళ్ళిపోండి. వేచి ఉండే సమయాన్ని సద్వినియోగం చేసుకోవడానికి మరో ఉపాయం ఉంది. మీ వెంట ఆర్థిక లావాదేవీలకు సంబంధించిన పత్రాల్ని, ఒక కాలిక్యులేటర్ని తీసుకువెళ్ళి లెక్కలు చేస్తూ ఉండిపోండి. వాళ్ళు మిమ్మల్ని పిలవగానే, 'నేనొక నిమిషంలో వస్తాను, ఈ లెక్క పూర్తవగానే వస్తాను' అని చెప్పండి. లేదా మొబైల్‌ఫోన్ ద్వారా ఫోన్‌కాల్స్ చేస్తూ గడపండి. ఇలా ప్రవర్తించడం ద్వారా మీరు తీరిక లేకుండా శ్రమించే వ్యక్తి అని, ఇలా ఎదురు చూసేలా చేసి మిమ్మల్ని ఇబ్బంది పెట్టడం తగదని ఎదుటి వారిని హెచ్చరించినట్టవుతుంది. ఒకవేళ ఎవరైనా ఉద్దేశపూర్వకంగా మిమ్మల్ని వేచి చూసేలా చేస్తే, మీరు ఒక అర్జంట్ ఫోన్‌కాల్‌ని సిద్ధం చేసి పెట్టుకోండి. అతనితో సంభాషిస్తున్నపుడు మీ ఫోన్ రింగవగానే, పెద్దపెద్ద మొత్తంలో డబ్బుకు సంబంధించిన లావాదేవీల్ని ప్రస్తావిస్తూ అవతలి వ్యక్తితో మాట్లాడండి. మధ్యమధ్యలో ప్రముఖుల పేర్లు ఉటంకించండి. మీరు ఎంత మాత్రమూ రాజీపడబోరని హెచ్చరించండి. ఇలా కొంతసేపు గడిపిన తరువాత మిమ్మల్ని ఎదురుతెన్నులతో వేధించిన వ్యక్తివైపు తిరిగి, అంతరాయానికి క్షమాపణలు కోరండి. తరువాత ఏమీ జరగనట్టు అతనితో మీ సంభాషణను కొనసాగించండి. ఈ ఎత్తుగడ జేమ్స్‌బాండ్‌కి మంచి ఫలితాన్నిచ్చింది. మీకు పనిచేయకపోతుందా?!

ఒకవేళ ఎదుటి వ్యక్తి ఏదైనా ఫోన్‌కాల్‌కు జవాబునిస్తుంటే, లేదా మరో మూడో వ్యక్తి గదిలోకి ప్రవేశించి అతనితో సుదీర్ఘ సంభాషణను జరుపుతుంటే, మీరు ఏదైనా పుస్తకాన్ని చదవడమో, లేదా మీ సొంతపనిలో మునిగిపోవడమో చేయండి. తద్వారా మీరు మీ ఉనికి వల్ల ఆ వ్యక్తులకు ఏ ఇబ్బందీ తలెత్తకుండా చూడవచ్చు, అదే సమయంలో మీరు తీరికలేని వ్యక్తి అన్న అభిప్రాయాన్ని వారికి కలిగించవచ్చు. ఒకవేళ ఆ వ్యక్తి ఉద్దేశపూర్వకంగా ఇదంతా చేస్తుంటే మీరు కూడా ఫోన్‌ని చేతిలోకి తీసుకుని ముఖ్యమైన వ్యక్తులకు కాల్స్ చేసి, వాణిజ్య లావాదేవీల గురించి ఇంతకు మునుపు చెప్పుకున్న శైలిలో మాట్లాడవచ్చు.

## 'నమ్మి', నమ్మబలకండి

ముఖం–చేతులకు సంబంధించిన సంకేతాల్ని నిరోధిస్తూ, సత్యమే పలుకుతున్నానని చెప్పడానికి వీలైనన్ని హావభావాల్ని పలికిస్తూ మాట్లాడితే సరిపోతుందా, మీరు ఎదుటి వారిని నమ్మించగలరా? అదేం కాదు, మీరు తెలిసి అబద్ధమాడితే మీ అరచేతుల్లో చెమటపడుతుంది. మీ చెక్కిళ్ళు ఎరుపెక్కుతాయి, మీ కనుపాపలు కుంచించుకుపోతాయి. అంతిమంగా ఇవన్నీ మిమ్మల్ని పట్టిస్తాయి. అబద్ధాలాడడంలో వృత్తినిపుణులనదగిన వ్యక్తులు ఎలా ఉంటారంటే, తాము చెప్పే అబద్ధాన్ని మొదట వాళ్ళే పూర్తిగా నిజమని నమ్ముతారు. ఒక అద్భుతమైన నటుడు ఇతరుల కన్నా బాగా నటించినందుకు ఆస్కార్ అవార్డును కొట్టేస్తున్నాడు. అబద్ధం చెప్పినా అతికేలా చెప్పడమే అసలు మర్మం. అలాగని అబద్ధాలు చెప్పి బతకమని మేము మిమ్మల్ని ప్రోత్సహించడం లేదు. ఈ పుస్తకంలోపేర్కొన్న సానుకూల సాంకేతిక నైపుణ్యాల్ని మీరు సంపాదిస్తే అవి మీ రెండో వ్యక్తిత్వంగా మారిపోయి, జీవితాంతం మిమ్మల్ని విజయపథంలో నడిపిస్తాయి.

'నిజమయ్యే వరకు అబద్ధాన్ని నమ్మాలన్న' నానుడిని శాస్త్రవేత్తలు నమ్ముతున్నారు. దీనికి సంబంధించి వాళ్ళు పక్షులపై కొన్ని ప్రయోగాలు కూడా చేశారు. సాధారణంగా ముదురు రంగు పక్షులు వేటాడడంలోనూ, జతకట్టడంలోనూ సమర్థవంతంగా పనిచేస్తాయి. పరిశోధకులు కొన్ని బలహీనమైన, తేలికరంగు కల పక్షుల ఈకలకు ముదురు రంగు పూసి, వదిలిపెట్టారు. ఈ పక్షులు తాము ముదురు రంగు పక్షులమే అంటూ రంగు ద్వారా ఇప్పుడు అబద్ధమాడుతున్నాయన్న మాట. అయినప్పటికీ ముదురు రంగు పక్షులు మన దొంగ పక్షుల్ని కనిపెట్టి, దాడి చేశాయి. నిజమైన ముదురు రంగు పక్షులు ఎదురుకాగానే మన దొంగపక్షులు బలహీనతను చాటుకుంటూ వాటి సిసలైన బాడీలాంగ్వేజ్‌ని బయటపెట్టుకున్నాయి. తరువాతి ప్రయోగంలో శాస్త్రవేత్తలు ఈ దొంగ పక్షులకు టెస్టొస్టిరాన్ హార్మోన్లని ఎక్కించి, వదిలిపెట్టారు. ఈసారి ఈ బలహీనమైన పక్షులు నిజంగానే ఆత్మవిశ్వాసంతో సాహసోపేతంగా ప్రవర్తించి, అసలు ముదరు రంగు పక్షుల్ని బెదరగొట్టాయి. ఏదైనా ఒక ఇంటర్వ్యూలో మిమ్మల్ని మీరు ఆత్మవిశ్వాసం కల వ్యక్తిగా నమ్మి, దాన్ని ముందుగానే అభ్యాసం చేయడం వల్ల సానుకూల ఫలితాలు ఉంటాయని దీన్నిబట్టి తెలుస్తోంది కదా!

## ఏడు అదనపు మెళుకువలు

### 1. నిలబడండి

స్వల్పకాలిక సమావేశాలన్నింటిలోనూ మీరు నిలబడే ఉండండి. కూర్చుని మాట్లాడడం కంటే నిలబడి జరిపే సంభాషణలు క్లుప్తంగా ఉంటాయని అధ్యయనాలు చెబుతున్నాయి. సమావేశంలో నిలబడి ప్రసంగించే వ్యక్తి కూర్చున్న వారికన్నా ఉన్నత హోదాలో ఉంటాడు. మీరు పనిచేసే చోట విజిటింగ్ చైర్స్ లేకుండా చూసుకోండి. మీరు పనిచేసే గదిలోకి వచ్చిన వ్యక్తితో నిలబడి మాట్లాడడం వల్ల సమయాన్ని ఆదా చేయవచ్చు. నిలబడి మాట్లాడడం, నిలబడి నిర్ణయాలు తీసుకోవడం వల్ల త్వరితగతిన పని పూర్తవడమే గాక, ఇతరులు మీతో పిచ్చాపాటీకి దిగే అవకాశం ఉండదు.

### 2. ప్రత్యర్థుల వెనుక ద్వారం

మనం ఇదివరకే మాట్లాడుకున్నట్టు, మన వీపు వెనుక ఏదైనా ఖాళీ ప్రదేశం కానీ, ద్వారం కానీ ఉంటే మన రక్తప్రసరణ వేగం, గుండె కొట్టుకోవడంలో వేగం, మెదడు తరంగాల చలనంలో వేగం వంటివి చోటుచేసుకుంటాయి. వెనుక నుంచి దాడి జరగవచ్చునన్న ఆందోళన మనల్ని ఆక్రమిస్తుంది. కాబట్టి మీ ప్రత్యర్థుల్ని కూర్చోబెట్టడానికి అనువైన పద్ధతి ఇదే. వారి వెనుక ఏదైనా ఖాళీ ప్రదేశం కానీ, ద్వారం కానీ ఉండేలా చూసుకోండి.

### 3. మూసిన గుప్పెళ్ళు

చేతుల్ని తిప్పుతూ మాట్లాడే వ్యక్తులు చేతివేళ్ళని మూసి ఉంచడం, చుబుకానికి కింది స్థాయిలో చేతుల్ని ఉంచడం వంటివి చేస్తే వాళ్ళని ఇతరులు చాలా శక్తివంతులుగా గుర్తిస్తారు. వేళ్లని తెరచి ఉంచడం, చుబుకానికి ఎగువన చేతుల్ని ఉంచుకోవడం అన్నవి బలహీనతకు సంకేతాలు.

### 4. మోచేతుల్ని ఒళ్ళో ఉంచుకోవద్దు

మీరేదైనా కుర్చీలో కూర్చున్నపుడు మీ మోచేతులు బయటకు కనిపించేలా ఉంచండి. లేదా కుర్చీ చేతుల మీద మీ మోచేతుల్ని ఉంచుకోండి. ఒళ్ళో చేతులు ఉంచుకోవడమంటే మీపై మీరే పిరికి వాళ్ళుగా ముద్ర వేసుకున్నట్టు అవుతుంది.

### 5. మంచి పదాలు వాడండి

కాలిఫోర్నియా విశ్వవిద్యాలయానికి చెందిన పరిశోధకులు జరిపిన అధ్యయనంలో మౌఖిక భాషలో కొన్ని సానుకూల పదాలున్నాయని తేలింది. వాటిని ఉపయోగించడం

వల్ల సానుకూల ఫలితాలు కూడా ఉంటాయి. అవి ఏమిటంటే : ఆవిష్కరణ, హామీ, ప్రేమ, నిర్ధారితమైంది, ఫలితాలు, రక్షణ, సులభం, ఆరోగ్యం, డబ్బు, నూతనం, భద్రత, 'మీరు'. ఈ పదాల్ని వాడడం అలవాటు చేసుకుంటే 'నిర్ధారిత' పదాల నుంచి 'మీరు' 'ఆవిష్కరించే' 'హామీ' వల్ల మీకు మరింత 'ప్రేమ', మంచి 'ఆరోగ్యం' చేకూరి, మీ 'డబ్బు'కు 'రక్షణ', మీకు పూర్తి 'భద్రత' సమకూరుతాయి. ఈ 'నూతన' 'ఫలితాలు' మీకు 'సులభం'గానే అలవడతాయి.

### 6. మీ బ్రీఫ్‌కేసు బరువెక్కకుండా చూడండి

ముఖ్యమైన వ్యక్తుల బ్రీఫ్‌కేసు తాళంతో కూడి, తేలికగా ఉంటుంది. వాళ్ళు కేవలం తమతో పాటు అతిముఖ్యమైన కొన్ని వివరాల్ని మాత్రమే తీసుకువెళుతుంటారు. బరువైన బ్రీఫ్‌కేసును మోసే వ్యక్తులు పనిభారంతో క్రుంగిపోతూ, సమయపాలనలో వెనుకబడి ఉంటారు. ఇలాంటివారు సాధారణంగా అవ్యవస్థీకృత జీవనశైలికి అలవాటుపడి ఉంటారు.

### 7. కోటు బొత్తాముల్ని గమనించండి

కార్మిక సంఘాలు, కార్పొరేషన్ల మధ్య చర్చలు జరిగినపుడు ఇరుపక్షాల మధ్య ఎక్కువగా సానుకూల ఒప్పందాలు కుదిరిన సందర్భాలు ఏవంటే, వాళ్ళు తమ కోటు బొత్తాముల్ని బిగించుకోకుండా వదిలివేసినప్పుడే. తమ కోటు బొత్తాముల్ని బిగించుకున్న వ్యక్తులు ఛాతీ మీద చేతుల్ని మడతపెట్టుకుని, ప్రతికూల ప్రతిస్పందనల్ని వ్యక్తం చేస్తుంటారు. ఎవరైనా ఒక వ్యక్తి తన కోటు బొత్తాముల్ని విప్పి మాట్లాడడం ప్రారంభించాడంటే, ఆ వ్యక్తి మనసు విప్పి మాట్లాడడానికి ఉద్యుక్తుడయ్యాడని మీరు అర్థం చేసుకోవచ్చు.

## సారాంశం

మీరు ఏదైనా ఇంటర్వ్యూకి కానీ, సమావేశానికి కానీ హాజరవబోయే ముందు ఐదు నిమిషాల పాటు మౌనంగా కూర్చోండి. పైన చెప్పిన సూత్రాలన్నింటినీ మీరు పాటిస్తున్నట్టు మానసికంగా ఊహించుకోండి. మీ మనసు వాటిని స్పష్టంగా చూడ గలదు. మీ శరీరం వాటిని సులభంగా ఆచరించగలదు. ఇతరులు తదనుగుణంగా ప్రతిస్పందించగలరు.

## ఆఫీసులో 'మతలబులు'

మీరెప్పుడైనా ఒక ఇంటర్వ్యూకి వెళ్ళి విజిటర్స్ ఛైర్‌లో కూర్చున్నపుడు మీకు పట్టరాని సంతోషం కానీ, అంతులేని నిస్సహాయత కానీ ఎదురైందా? ఇంటర్వ్యూయర్ 'అల్లాఉద్దీన్-అద్భుత దీపం'లోని భూతంలా పెద్ద ఆకారంతో, పొట్టపగిలేలా నవ్వుతూ ఉంటే, అతని ముందు మీరు గడ్డిపోచలా అనుభూతి చెందిన సందర్భాలు ఏవైనా ఉన్నాయా? ఆ ఇంటర్వ్యూయర్ లేదా ఆఫీసు యాజమాన్యం ముందస్తు కుట్ర పన్ని, తమ కార్యాలయాన్ని ఇతరుల తాహతును తగ్గించేలా తయారు చేసిన ఫలితమే మీలో భయంగా, న్యూనతగా వ్యక్తమైంది. తమ హోదాని పెంచుకునే ప్రయత్నంలో వాళ్ళు మీ తాహతును కించపరిచారన్నమాట. కుర్చీల్ని, ఇతర ఫర్నీచర్‌ను ఉపయోగించి ఆఫీసుల్లో ఇలాంటి వాతావరణాన్ని సృష్టించడం వెనుక ఒక పథకం ప్రకారం పన్నిన వ్యూహం ఉంటుంది.

ఈ నేపథ్యంలో మీరు మీ హోదాని ఆశించిన స్థాయికి పెంచుకోవడంలో ముఖ్యభూమికను పోషించే మూడు సూత్రాలున్నాయి. ఈ మూడు సూత్రాలు కుర్చీలకు సంబంధించినవే : కుర్చీ, దాని ఇతర భాగాల పరిమాణం, నేల నుంచి కుర్చీ ఉన్న ఎత్తు, ఎదుటి వ్యక్తితో పోల్చినపుడు కుర్చీని అమర్చిన ప్రదేశ ప్రాధాన్యం.

### 1. కుర్చీ పరిమాణం

కుర్చీ వీపు ఎత్తును బట్టి ఒక వ్యక్తి హోదా పెరగడం లేదా తరగడం ఆధారపడి ఉంటుంది. కుర్చీ వీపు ఎంత ఎత్తులో ఉంటే అందులో కూర్చున్న వ్యక్తి అంతటి అధికారానికి, హోదాకి అర్హుడవుతాడు. రాజులు, రాణులు, మతాచార్యులు, ఇతర ఉన్నత వర్గీయులు కూర్చునే ఉచితాసనాలు ఎనిమిది అడుగుల ఎత్తును కలిగి ఉంటాయి. ఇతరుల కన్నా వీళ్ళు అధికులని చూపడమే ఇందులోని ఉద్దేశం. ఉన్నతాధికారి కుర్చీ, అతని ఎదురుగా కూర్చునే ఇతర వ్యక్తుల కుర్చీల కంటే ఎత్తుగా ఉంటుంది. అతను ఎత్తైన లెదర్ కుర్చీలో కూర్చుంటాడు. అతని ఎదురుగా కూర్చునే వ్యక్తుల కుర్చీల వీపు ఎత్తు తక్కువగా ఉంటుంది. రాణి కానీ మతాచార్యుడు కానీ ఎల్లప్పుడూ పియానో స్టూల్ మీదే కూర్చుంటే వారి ఆధిపత్యాన్ని ఎవరు గుర్తిస్తారు?

స్వివెల్ కుర్చీలు, ఫిక్స్‌డ్ కుర్చీల కన్నా ఎక్కువ అధికారాన్ని, హోదాని సూచిస్తాయి. ఇలాంటి కుర్చీలో కూర్చున్న వ్యక్తి ఒత్తిడికి గురైనపుడు తనకు ఇష్టమైన దిశలో తిరిగే స్వాతంత్ర్యాన్ని కలిగి ఉంటాడు. ఫిక్స్‌డ్ కుర్చీల్లో మనిషి కదిలే వీలు ఉండదు. దాంతో అందులో కూర్చున్న వ్యక్తి తనలోని ఆందోళనని కప్పిపుచ్చు

కునేందుకు హావభావాల మీద ఆధారపడతాడు. ఎక్కువ సార్లు ఈ హావభావాలు మనిషిలోని ఆందోళనను ఇతరులకు స్పష్టంగా చూపుతాయి. చేతులున్న కుర్చీలు, వెనక్కి వాలే వీలు ఉన్న కుర్చీలు, చక్రాలు ఉన్న కుర్చీలు మరింత అధికారానికి చిహ్నాలుగా ఉంటాయి.

**2. కుర్చీ ఎత్తు**

ఎత్తు అన్నది అధికార వినిమయం మీద ఎలాంటి ప్రభావాన్ని చూపుతుందో మనం 16వ అధ్యాయంలో చూశాం. కానీ ఎదుటి వ్యక్తి కన్నా ఎత్తుగా కనిపించాలంటే మీ కుర్చీని నేల నుంచి మరింత ఎత్తుకు అమర్చుకుంటే మీ హోదా పెరుగుతుందన్నది నిర్వివాదాంశం. ప్రకటనల రంగంలోని కొంతమంది అధికారులు బాగా ఎత్తైన వీపు కలిగిన కుర్చీల్లోనే కూర్చుంటారు. దాని ఎత్తును ఎప్పటికప్పుడు మార్చవచ్చు. కానీ వాళ్ల ఎదురుగా కూర్చునే వ్యక్తుల కుర్చీలు మాత్రం ఆత్మరక్షణ భావనలో కూరుకుపోయేటంతగా ఎత్తు తక్కువగా ఉంటాయి. ఈ కుర్చీల్లో కూర్చున్న వ్యక్తుల కంటి చూపు అధికారి డెస్క్‌ని మించి పైకి వెళ్ళే ఆస్కారమే ఉండదు. ఇలా అమర్చడం వల్ల ఎదుటి వ్యక్తుల తాహతును అధికారి తగ్గిస్తున్నాడన్నమాట.

**3. కుర్చీని ఉంచిన ప్రాదేశిక ప్రాధాన్యం**

సీట్ల అమరిక గురించి మనం ఇంతకు మునుపు చెప్పుకున్నట్టు, ఎదుటి వ్యక్తిని సరాసరి ఎదుట కూర్చోబెట్టడం ద్వారా అంటే పోటీ స్థితిలో కూర్చోబెట్టడం ద్వారా మనం మరింత ఆధిపత్యాన్ని పొందవచ్చు. అధికారి డెస్క్‌కు చాలా దూరంలో ఇతరులు కూర్చునే కుర్చీల్ని అమర్చడమన్నది ఇతరుల తాహతును కించపరచడమే.

## టేబుల్ మీద ప్రాదేశిక వినిమయం

ఒక టేబుల్‌కు చెరోవైపున ఒకరికొకరు ఎదురుగా ఇద్దరు వ్యక్తులు కూర్చుంటే, వారిద్దరూ అప్రయత్నంగానే ఆ టేబుల్‌ను రెండు ప్రదేశాలుగా విడగొడతారు. తమ వైపు ఉన్న సగాన్ని తమ సొంత ప్రదేశంగా ఇద్దరూ భావిస్తారు. రెండో వ్యక్తి అందులోకి ప్రవేశించడాన్ని గర్హిస్తారు.

మీరేదైనా చెప్పదలచినపుడు టేబుల్‌కు ఒక మూలన కూర్చుని చెప్పడం కష్టసాధ్యమూ, అననుకూలమూ కూడా. మీరు చెప్పదలచుకున్న విషయానికి సంబంధించి మీ దగ్గర ఏదైనా ఫోల్డర్ కానీ, పుస్తకం కానీ, కొటేషన్ కానీ, శాంపిల్ కానీ ఉందనుకుందాం. దీర్ఘచతురస్రాకార టేబుల్‌కు ఆవలివైపున ఉన్న వ్యక్తికి దాన్ని చూపించాలంటే మీకు అనువైన ప్రదేశం కావాలి. అందుకే మొదట ఆ

వస్తువును టేబుల్ మీద ఉంచండి. అతను దాన్ని చూడడానికి ముందుకి వంగుతాడు. దాన్ని చూస్తాడు. ఆసక్తి కలిగితే తనవైపుకు లాక్కుంటాడు. లేదంటే మీ వైపుకు తోసేస్తాడు.

టేబుల్ మీద రెండు ప్రదేశాల మధ్య సరిహద్దు రేఖ మీద కాగితాన్ని ఉంచడం

ఒకవేళ అతను ముందుకు వంగి దాన్ని చూసినా, చేతిలోకి తీసుకోని పక్షంలో మీరు కూర్చున్న ప్రదేశం నుంచే మీ మాటల్ని కొనసాగించాల్సి ఉంటుంది. అతను మిమ్మల్ని తన ఆంతరంగిక ప్రదేశంలోకి అనుమతించే ఉద్దేశంతో లేదు. ఇలాంటి సందర్భాల్లో మీ శరీరాన్ని అతనికి 45 డిగ్రీల కోణంలో ఉంచి మాట్లాడడం మంచిది. మీరు టేబుల్‌పై పెట్టిన వస్తువును అతను తనవైపుకు లాక్కుంటే, అతని వైపుకు మీరు వెళ్ళి విషయాన్ని వివరించేందుకు అనుమతిని కోరవచ్చు. అదే సమయంలో టేబుల్ దగ్గర మీరు మూలకు కానీ, సహకారమందించే స్థితిలోకి కానీ వెళ్ళవచ్చు.

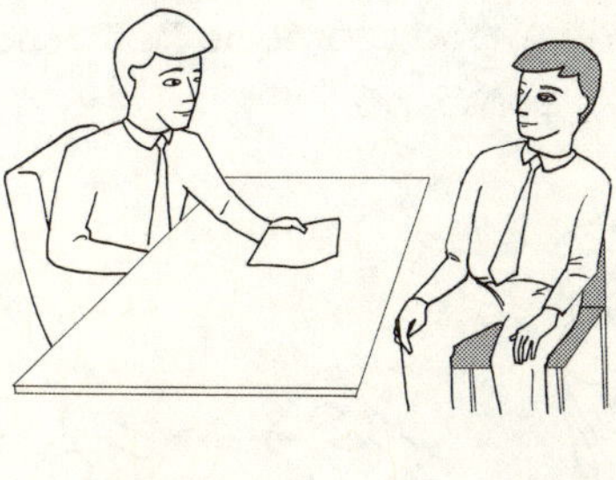

కాగితాన్ని తన చేతిలోకి తీసుకోవడమంటే అంగీకారానికి మౌఖికేతర సంకేతాన్నివ్వడమే

అతని ఆంతరంగిక ప్రదేశంలోకి వెళ్లడానికి లభించిన మౌఖికేతర అంగీకారం.

అతను ఆ వస్తువును మీరు ఉన్న వైపుకే తోసేశాడంటే, మీరు ఉన్న చోటి నుంచే మాట్లాడాల్సి ఉంటుంది. మౌఖికంగానో, మౌఖికేతర సంకేతం ద్వారానో అవతలి వ్యక్తినుంచి అనుమతి లభించేవరకు అతని ఆంతరంగిక ప్రదేశంలోకి చొరబడకండి.

## కూర్చోవడంలో శరీర దిశ

మీరొక సూపర్‌వైజర్ అనుకుందాం. మీ కింది ఉద్యోగి పనితీరు సంతృప్తికరంగా లేదు. అతణ్ణి మందలించడంతోపాటు, సలహాలు చెప్పాలి. అతణ్ణి సూటిగా ప్రశ్నించి, సూటిగా జవాబుల్ని రాబట్టాల్సిన అవసరం ఉందని మీరు భావించారు. ఇలా చేయడం వల్ల ఆ ఉద్యోగి ఒత్తిడికి గురవుతాడు. అలాంటి సందర్భాల్లో అతణ్ణి మీరే అనునయిస్తూ, అవసరమైతే అతని ఆలోచనలతో ఏకీభవించాలి.

కింద కొన్ని బొమ్మలున్నాయి. వాటికి అనుగుణంగా మనం కొన్ని అంశాల్ని పరిగణనలోకి తీసుకుందాం. (1) ఉద్యోగిని ప్రశ్నించే కార్యక్రమం మీ ఆఫీసులోనే జరగాలి. (2) మీ కింది ఉద్యోగిని చేతుల్లేని, కదలడానికి వీల్లేని కుర్చీలో కూర్చోబెట్టాలి. ఇలా కూర్చోవడం వల్ల అతని హావభావాలు, భంగిమల ద్వారా అతని దృక్పథాన్ని స్పష్టంగా విశ్లేషించే అవకాశం కలుగుతుంది. (3) మీరు స్వివెల్ చైర్‌లో కూర్చోవాలి. దీనివల్ల మీ మానసికోద్వేగాల్లో కొన్నింటిని బయటకు వ్యక్తం కాకుండా నిరోధించేందుకు, మీరు అటూ ఇటూ కదిలేందుకు వీలవుతుంది.

ఈ సన్నివేశంలో మీరు ప్రధానంగా మూడు కోణీయ స్థితుల్లో కూర్చోవచ్చు. త్రిభుజాకారంలో నిలబడి మాట్లాడే విధంగా మీ శరీరాన్ని ఉద్యోగికి 45 డిగ్రీల కోణంలో ఉంచాలి. దీనివల్ల ఒత్తిడి కలగని ప్రశాంత వాతావరణం నెలకొంటుంది. ఎవరికైనా సలహా ఇవ్వడానికి అనువైన భంగిమ ఇది.

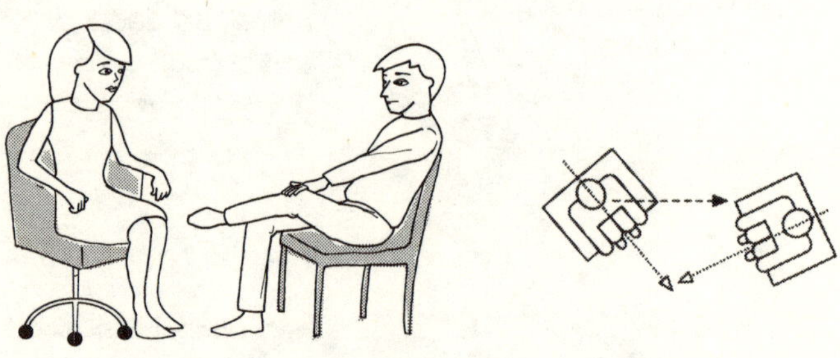

45 డిగ్రీల కోణంలో కూర్చోవడం వల్ల చర్చను ప్రశాంతమైన వాతావరణంలో ప్రారంభించే అవకాశం ఉంటుంది.

ఇలా కూర్చోవడం వల్ల అతని హావభావాల పట్ల మీరు ప్రతిఫలన చర్య ద్వారా ప్రతిస్పందిస్తారు. తద్వారా మీ ఉద్యోగితో ఒకానొక మౌఖికేతర అంగీకారానికి వచ్చినట్లవుతుంది. మీ ఇద్దరి శరీరాలు మరో వ్యక్తికి స్థానమిచ్చేలా కోణీయంగా త్రిభుజాకారంలో ఉండడం వల్ల మీ మధ్య అంగీకారానికి ఆస్కారం ఏర్పడుతుంది.

మీ కుర్చీని లాక్కోవడం ద్వారా మీ శరీరాన్ని ఎదుటి వ్యక్తికి సరాసరి ఎదురుగా ఉంచడం అంటే మీరు సూటి జవాబుల్ని ఆశిస్తున్నట్టు చెప్పకనే చెప్పినట్టు అవుతుంది.

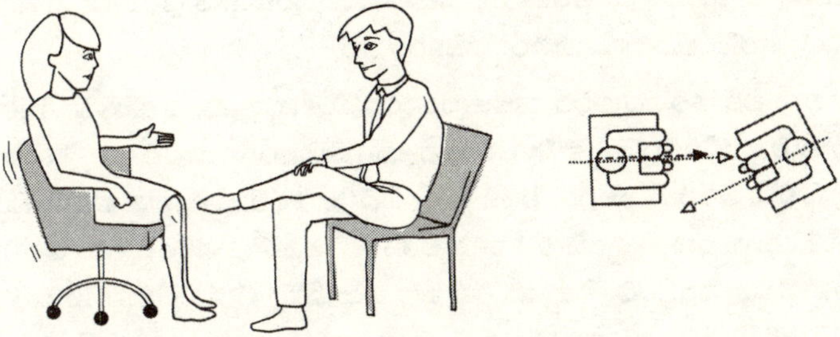

ఎదురెదురుగా కూర్చోవడం వల్ల పరిస్థితి కొంత ఉద్విగ్నంగా మారుతుంది.

మీరు మీ శరీరాన్ని అవతలి వ్యక్తి శరీరం నుంచి 45 డిగ్రీల కోణంలో దూరంగా ఉంచడం వల్ల ఇంటర్వ్యూలో ఒత్తిడిని తగ్గించిన వారవుతారు. ఇలాంటి స్థితిలో కూర్చుంటే మీరు అతి సున్నితమైన అంశాల గురించి, అతనిని ఇబ్బంది పెట్టే విషయాల గురించి సావకాశంగా ప్రశ్నించే వీలు చిక్కుతుంది. ఎదుటి వ్యక్తిని ఒత్తిడికి గురిచేయకుండానే అతణ్ణి సూటిగా ప్రశ్నించి, సూటిగా జవాబుల్ని రాబట్టడానికి ఈ స్థితి చాలా అనుకూలంగా ఉంటుంది.

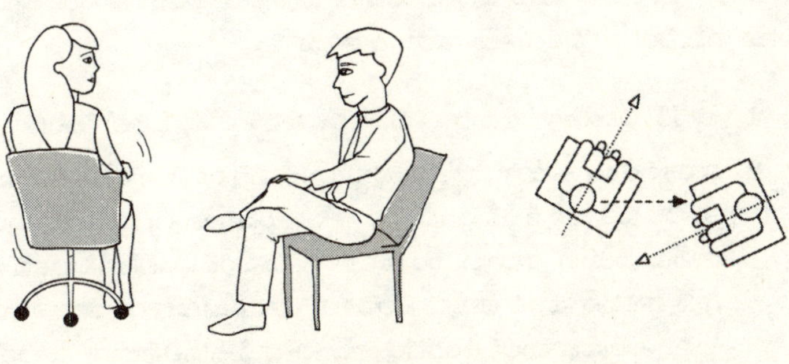

45 డిగ్రీల కోణంలో శరీరాన్ని దూరంగా ఉంచడం.

## ఆఫీసును పునర్వ్యవస్థీకరించడం

ఇంతవరకు చదివిన విషయాలకు అనుగుణంగా మీరు మీ ఆఫీసును పునర్వ్యవస్థీకరించాలనుకున్నారు. ఇప్పుడు మీలో ఆ సామర్థ్యం పెరిగిందని మేము భావిస్తున్నాం. మీ అధికారాన్ని, ప్రభావాన్ని, నియంత్రణను మరింత ఇనుమడించే విధంగా మీ ఆఫీసు రూపురేఖల్ని మార్చవచ్చు. లేదా మీ ఆఫీసులో స్నేహపూర్వక వాతావరణాన్ని నెలకొల్పేలా, ప్రశాంతత నెలకొనేలా కూడా దాన్ని మార్చవచ్చు. ఒక వ్యక్తి తాలూకు కార్యాలయంలో మేనేజర్ స్థాయి అధికారులకు, కింది స్థాయి అధికారులకు మధ్య సంబంధాల్లో సమస్యలు తలెత్తాయి. వీటిని పరిష్కరించే కార్యక్రమంలో భాగంగా మేము అతని ఆఫీసును పునర్వ్యవస్థీకరించాం.

జాన్ ఒక అతిపెద్ద ఆర్థిక వాణిజ్యసంస్థలో పనిచేస్తున్నాడు. అతనికి మేనేజర్‌గా పదోన్నతి లభించింది. కొన్ని నెలలపాటు మేనేజర్‌గా పనిచేసిన తరువాత ఆఫీసులోని ఇతర సిబ్బందికి, తనకి మధ్య ఏదో అగాథం ఉన్నట్టుగా అనిపించింది జాన్‌కి. ముఖ్యంగా సిబ్బంది తన కార్యాలయంలో తనతో ప్రవర్తించే తీరు అతనిలో ఆందోళనను పెంచింది. సిబ్బంది తన పట్ల అయిష్టాన్ని వ్యక్తం చేస్తున్నట్టు అతనికి అర్థమైంది. తన ఆదేశాలకు పాటించేలా వాళ్లని నియంత్రించడం జాన్‌కి కష్టతరమైంది. అంతేగాక సిబ్బంది తనపై పరోక్షంగా వ్యతిరేక వ్యాఖ్యానాలు చేస్తున్నట్టు కూడా తెలిసింది. ఈ పరిస్థితిని పరిశీలించిన తరువాత జాన్‌కి, అతని సిబ్బందికి మధ్య అవగాహన లోపం ఇంతింతై వటుడింతై అన్నట్టు పెరిగిపోయిందని, అతని కార్యాలయంలో వారి ప్రవర్తనా సరళి మరింత సమస్యాత్మకంగా మారిందని మాకు అర్థమైంది.

ఇక సమస్యని పరిష్కరించే క్రమంలో మేము తొలుత సిబ్బందిని నియంత్రించడంలో జాన్ సామర్థ్యానికి సంబంధించిన అంశాల్ని పక్కనబెట్టాం. అక్కడి మౌఖికేతర అంశాలపై మా దృష్టిని సారించాం. జాన్ కార్యాలయానికి సంబంధించి మేము గమనించిన విషయాలు ఇలా ఉన్నాయి :

1. జాన్‌కి ఎదురుగా అమర్చిన విజిటర్స్ కుర్చీ పోటీ స్థితిలో ఉంది.
2. కార్యాలయం చుట్టూ దట్టమైన ప్యానెల్స్‌తో నిర్మించిన గోడలు ఉన్నాయి. కేవలం ఒకే ఒక్క కిటికీ ఉంది. ఒక గ్లాస్ పార్టిషన్ ఉంది. ఇందులో నుంచి జాన్‌కు బయటి కార్యాలయం అంతా కనిపిస్తుంది. ఆఫీసు సిబ్బంది ఈ గ్లాస్ పార్టిషన్ నుంచి జాన్‌ను ఎల్లవేళలా చూడగలుగుతారు. ఇలా అందరి దృష్టికీ అందుబాటులో ఉండడం జాన్ హోదాకి గొడ్డలిపెట్టుగా మారింది.

విజిటర్స్ కుర్చీలో కూర్చున్న కింది స్థాయి ఉద్యోగి వెనుక మిగిలిన సిబ్బంది ఉండడంతో, ఉద్యోగి తాహతు ఎక్కువగా కనిపిస్తుంది.

3. జాన్ డెస్క్‌కు దళసరి టాప్ ఉంది. దానివల్ల జాన్ శరీరంలోని కింది అర్థభాగం అతని కింది ఉద్యోగులకు కనిపించదు. దీంతో అతని మనోభావాల్ని అర్థం చేసుకోవడడంలో ఇతరులకు అవరోధం కలుగుతోంది.
4. విజిటర్స్ కుర్చీని ఎలా అమర్చాలంటే ఆఫీసు తలుపు తీయగానే అందులో కూర్చున్న వ్యక్తి వీపు కనిపిస్తుంది.
5. జాన్ తరచూ వడిసెల భంగిమలోను, కుర్చీ చేతి మీద కాలు వేసుకునే భంగిమలోను కూర్చుంటున్నాడు. కిందిస్థాయి ఉద్యోగి తన కార్యాలయంలో ఉన్నప్పుడు అతను ఎక్కువగా ఈ భంగిమల్ని ఉపయోగిస్తున్నాడు.
6. జాన్ ఎత్తైన వీపు కలిగిన స్వివెల్‌చైర్‌ని వాడుతున్నాడు. దానికి చేతులు, చక్రాలు ఉన్నాయి. విజిటర్స్ కుర్చీ మాత్రం బాగా ఎత్తు తక్కువగా ఉండి, చేతుల్లేకుండా ఫిక్స్‌డ్‌గా ఉంది.

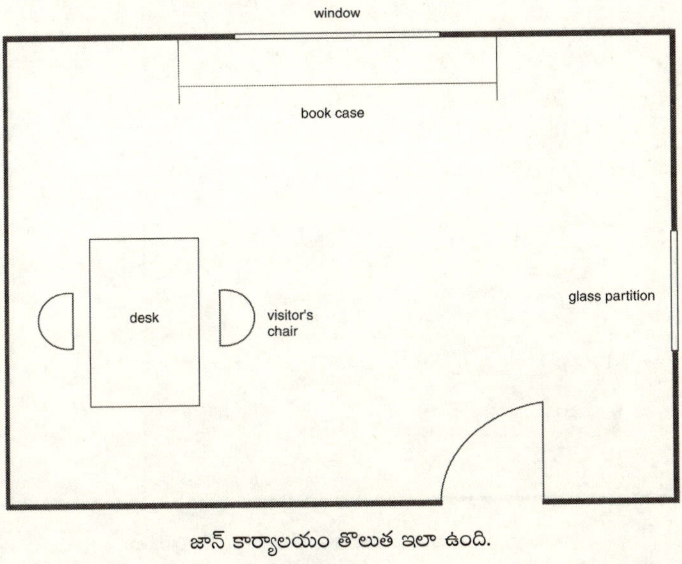


జాన్ కార్యాలయం తొలుత ఇలా ఉంది.

నిజానికి స్నేహపూర్వక, మౌఖికేతర కోణం నుంచి చూసినపుడు జాన్ ఆఫీసు తీరుతెన్నులు అధ్వాన్నంగా ఉన్నాయి. ఎవరైనా అందులో కాలు పెడితే ఏదో శత్రుశిబిరంలో అడుగుపెట్టినట్టు అనుభూతి చెందుతారు. జాన్ బాధ్యతా నిర్వహణ

సామర్థ్యానికి మెరుగులు దిద్దుతూ, తదనుగుణంగా అతని కార్యాలయ పునర్వ్యవస్థీకరణకు మేము తీసుకున్న చర్యలు ఇలా ఉన్నాయి.

1. జాన్ కుర్చీని గ్లాస్ పార్టిషన్ ఎదుట ఏర్పాటు చేశాం. దీనివల్ల అతని కార్యాలయం మరింత విశాలంగా కనిపిస్తుంది. ఎవరైనా గదిలోకి ప్రవేశించగానే అతనే వారికి తొలుత అభివాదం చేసే వీలు చిక్కుతుంది. ఇదివరకు గదిలోకి ప్రవేశించగానే జాన్ డెస్క్ కనిపించేది.
2. జాన్ కుర్చీని టేబుల్ మూలన ఉంచాం. తద్వారా అతను ఇతరులతో సంభాషించేటపుడు ఎలాంటి దాపరికాలు లేకుండా వ్యవహరిస్తున్నట్టు తెలుస్తుంది. టేబుల్ మూలన కుర్చీ ఉండడం వల్ల కిందిస్థాయి ఉద్యోగులు భద్రతని అనుభూతి చెందుతారు.
3. గ్లాస్ పార్టిషన్‌కు మిర్రర్ కోట్ వేయించాం. దీనివల్ల జాన్ బయటి కార్యాలయాన్ని చూడగలడు, కానీ ఇతరులకు అతను కనిపించడు. జాన్ ఇతరుల దృష్టికి అందకపోవడం వల్ల అతని హోదాకి భద్రత చేకూరుతుంది.

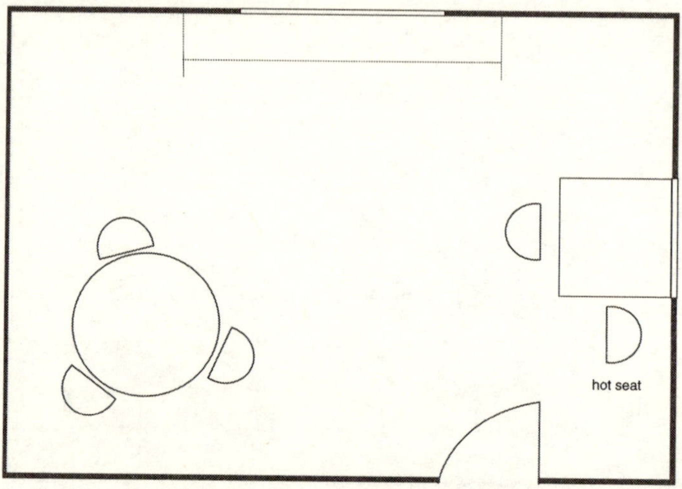


పునర్వ్యవస్థీకరణ తరువాత జాన్ కార్యాలయ రూపురేఖలు

4. జాన్ కార్యాలయంలో ఒక మూలన చిన్న వృత్తాకార టేబుల్, దాని చుట్టూ మూడు స్వివెల్ చైర్లని అమర్చాం. అవసరమైనప్పుడు సాధారణ స్థాయి సంభాషణలు జరపడానికి ఇది ఉపయుక్తంగా ఉంటుంది.

5. ఇదివరకటి శైలిలో అయితే జాన్‌డెస్క్ పైభాగంలో సగం విజిటర్ కుర్చీలో కూర్చున్న వ్యక్తి అధీనంలోకి వెళ్ళిపోయేది. పునర్వ్యవస్థీకరించిన తరువాత టేబుల్ పైభాగం పూర్తిగా జాన్ అధీనంలోకి వచ్చింది.
6. దాపరికాలు లేని సంకేతాల్ని ప్రదర్శించడంలో జాన్‌కి శిక్షణ ఇచ్చాం. అవసరమైనపుడు రెండు చేతులు గోపురంలా ఉంచుకోవడం ద్వారా ఆత్మవిశ్వాసాన్ని ప్రకటించాలని, తన అరచేతుల్ని ఉపయోగించేటపుడు జాగ్రత్త వహించాలని జాన్‌కి సూచించాం.

ఇవన్నీ ఎలాంటి ఫలితాలనిచ్చాయి? క్రమేణా జాన్ ఆఫీసులో మేనేజర్, సిబ్బంది మధ్య సంబంధాల్లో గణనీయమైన మార్పులు చోటుచేసుకున్నాయి. జాన్ సిబ్బందిలో కొందరు ఇప్పుడు అతనిని చాలా నిగర్వి అని, అతనితో పనిచేయడం ఆహ్లాదకరమైన అనుభూతినిస్తుందని కీర్తిస్తున్నారు కూడా!

మీ ఇంట్లో కానీ, కార్యాలయంలోకానీ మౌఖికేతర అంశాల పట్ల కాసింత జాగ్రత్త తీసుకుంటే చాలు, అది మీ హోదాని, అధికారాన్ని పెంచడమే గాక, ఇతరులతో మీ సంబంధాల్ని మరింత మెరుగుపరుస్తుంది. దురదృష్టం ఏమిటంటే, చాలామంది అధికారుల కార్యాలయాలు జాన్ కార్యాలయంలాగే అధ్వాన్నంగా ఉంటాయి. ఎందుకంటే వాటికి రూపమిచ్చేది డిజైనర్లే తప్ప జన సంబంధాలపై అవగాహన ఉన్న నిపుణులు కాదు కదా!

మీరు పనిచేస్తున్న కార్యాలయ తీరుతెన్నుల్ని గమనించండి. ఇంతవరకు మీరు తెలుసుకున్న పరిజ్ఞానాన్ని ఉపయోగించి అవసరమైన మార్పులు చేయండి.

## క్లుప్తంగా...

కార్యాలయాలలో అధికారానికి సంబంధించిన మతలబుల్ని మీరు ముందుగానే పసిగట్టవచ్చు, వీలైతే వాటిని అడ్డుకోవడానికి ముందుగానే తగిన ప్రణాళికతో సిద్ధపడవచ్చు. పాశ్చాత్య సంస్కృతిలో చాక్లెట్‌బ్రౌన్ సూట్ ధరించడమంటే మహిళలకు దూరమవడమేనని, పిల్లిగడ్డం ఆధునిక ఫ్యాషన్‌కు ఆలవాలమే అయినప్పటికీ, అది శాటన్ వంటి పాత్రల వృద్ధాప్యాన్ని జ్ఞప్తికి తెస్తుందని మన ఆడమ్‌కి తెలియదు. చెవిపోగు, బరువైన బ్రీఫ్‌కేసు.... ఇలాంటివన్నీ ఇంటర్వ్యూల్లో మన గురించి మనకే తెలియని చాలా నిజాల్ని ఇతరులకు ఏకరువు పెట్టేస్తాయి, తస్మాత్ జాగ్రత్త!

# అధ్యాయం 19

# పునర్మూల్యాంకనం

గబుక్కున చూస్తే మీకిక్కడ ఒక ఏనుగు బొమ్మ కనిపిస్తుంది. కానీ తరచి చూస్తే కంటికి ఉన్నఫళాన కనిపించని విషయాలెన్నో మీకు గోచరిస్తాయి. చాలామంది ఒక వ్యక్తిని చూసినపుడు, వారికి ఆ వ్యక్తి బాహ్యస్వరూపమే కనబడుతుంది. అతని బాహ్య స్వరూపం కాకుండా అతనిలో వ్యక్తమయ్యే ఇతర విషయాలెన్నింటినో వాళ్ళు అశ్రద్ధ చేస్తారు. బాడీలాంగ్వేజ్ విషయంలో కూడా ఇదే జరిగింది. బాడీలాంగ్వేజ్ ద్వారా వ్యక్తులు పరస్పర సంబంధాల్ని నెరపడమన్నది కోట్లాది సంవత్సరాలుగా జరుగుతున్నదే. కానీ ఇరవయ్యో శతాబ్దాంతంలోనే దానికి సంబంధించిన శాస్త్రీయ అధ్యయనాలు ప్రారంభమయ్యాయి. చిట్టచివరికి మానవులు బాడీలాంగ్వేజ్ గొప్పదనాన్ని ఇన్నాళ్లకి 'కనుగొన్నారు'. ఇప్పుడు ప్రపంచవ్యాప్తంగా విద్యావిధానంలోను, వాణిజ్య శిక్షణల్లోనూ అదొక విడదీయరాని భాగమైంది.

ఇంతవరకు మీరు చదువుకున్న హావభావాల్ని, శారీరక సంకేతాల్ని సామాజిక, వాణిజ్య సన్నివేశాల్లో మీరు ఏమేరకు గుర్తించారన్నది తెలుసుకోవడానికి ఈ చివరి అధ్యాయం సహాయపడుతుంది. వివరాలు చదివే ముందే ఇక్కడ ఇచ్చిన బొమ్మల్ని మీరు సొంతం గమనించండి. వాటిలో నిక్షిప్తమై ఉన్న బాడీలాంగ్వేజ్ సంకేతాల్ని ఏమేరకు మీరు గుర్తుపట్టగలరో ప్రయత్నించండి. మీరు గుర్తించిన ప్రతి ఒక్క సంకేతానికి ఒక పాయింట్‌ను పొందండి. చిట్టచివరికి మీరు ఎన్ని పాయింట్లని గెలుచుకోగలిగారో లెక్కకట్టండి. మీ అవగాహనా స్థాయి ఎంత చక్కగా పెరిగిందో చూసి మీరే ఆశ్చర్యపోతారు. మనమిక్కడ చలనరహితమైన సంకేతాల్ని పరిశీలిస్తున్నా

మన్న విషయాన్ని గుర్తుంచుకోండి. వీటన్నింటినీ హావభావ సంచయంగా పరిగణించడాన్ని మరచిపోవద్దు. సందర్భసహిత ఔచిత్యాన్ని, సాంస్కృతిక వైవిధ్యాన్ని కూడా పరిగణనలోకి తీసుకోండి.

## మీరెంత చక్కగా విశ్లేషించగలరు?

**1. ఈ బొమ్మలో ప్రధానమైన మూడు సంకేతాలేమిటి?**

జవాబులు..........................................................................

దాపరికం లేని హావభావ సముచ్చయానికి ఇది మంచి ఉదాహరణ. అరచేతులు పూర్తిగా తెరచి ఉండడంవల్ల లొంగుబాటును సూచిస్తున్నాయి. వేళ్ళు ముడవకుండా ఉండడం వల్ల దాడికి పాల్పడే ఉద్దేశం లేదని తెలుస్తోంది. తానేమీ దాచుకోలేదంటూ అతను తన శరీరాన్ని పూర్తిగా బహిర్గతపరిచాడు. దాడిచేసే ఉద్దేశం లేకపోవడంతో పాటు, దాపరికం లేనితనం కూడా ఇతని దృక్పథంలో ద్యోతకమవుతోంది.

**2. ఇందులో ప్రధానమైన ఐదు సంకేతాలేమిటి?**

జవాబులు..........................................................................

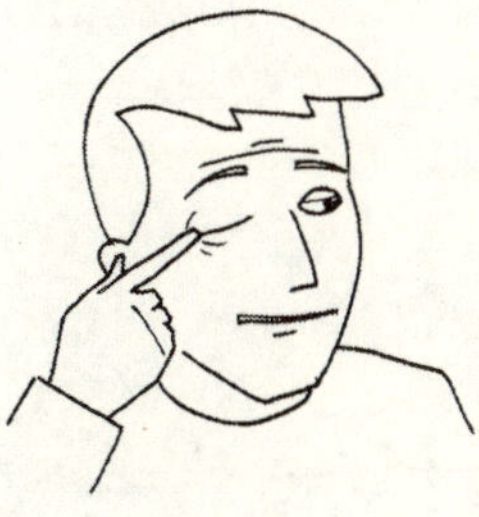

మోసానికి సంబంధించిన సిసలైన హావభావ సముచ్చయమిది. కంటిని రుద్దుకుంటూ అతను ఎటో చూస్తున్నాడు. రెండు కనుబొమలు పైకి లేచి, అపనమ్మకాన్ని ప్రదర్శిస్తున్నాయి. తలను ఒకవైపుకు తిప్పేసి, కొద్దిగా వంచాడు, అంటే ప్రతికూల భావంలో ఉన్నాడు. కపటంతో కూడుకున్న నవ్వు (పెదవులు బిగించి) అతని ముఖం మీద ఉంది.

**3. ఈ బొమ్మలో కనిపిస్తున్న ప్రధానమైన మూడు సంకేతాలేమిటి?**

జవాబులు..........................................................................

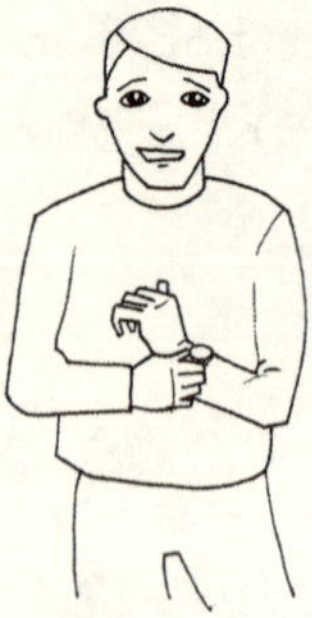

ఇతనిలో వ్యక్తమవుతున్న సంకేతాల్లో సమతౌల్యం లోపించింది. ఆత్మవిశ్వాసంతో నవ్వుతున్నట్టు ఇతను నటిస్తున్నాడు. అలా నటిస్తూనే గదిలోంచి బయటికి వచ్చాడు. కానీ వాచీని సరి చేసుకునే నెపంతో శరీరానికి చేతిని అడ్డుపెట్టాడు. శరీరానికి పాక్షిక రక్షణను కల్పించాడన్న మాట. అతని నవ్వు వెనుక భయం స్పష్టంగా కనిపిస్తోంది. అతనిలో తన గురించి కానీ, తన పరిస్థితుల గురించి కానీ ఏదో ఒక సందిగ్ధం ఉంది.

**4. ఐదు ప్రధాన సంకేతాలేమిటి?**

జవాబులు........................................................................................

ఆమె ఎవరివైపు చూస్తుందో ఆ వ్యక్తి పట్ల అసంతృప్తిని వ్యక్తం చేస్తోంది. ఆ వ్యక్తి దిశగా ఆమె తలను కానీ, శరీరాన్ని కానీ తిప్పలేదు. కానీ కళ్ళ చివర్ల నుంచి అతణ్ణి చూస్తోంది. తలను కొద్దిగా వంచింది (తిరస్కారం), కనుబొమల్ని కొద్దిగా కిందికి దించింది (కోపం), చేతుల్ని ఛాతీ మీద కట్టుకుంది (ఆత్మరక్షణ), ఆమె పెదవుల చివర్లు కిందికి వంగి ఉన్నాయి.

**5. ఇక్కడ కనిపిస్తున్న నాలుగు ప్రధాన సంకేతాలేమిటి?**

జవాబులు........................................................................................

ఈ బొమ్మలో ఆధిక్యతాభావం, సరిహద్దుల మీద యాజమాన్య హక్కు వంటి లక్షణాలన్నీ కనిపిస్తున్నాయి. 'అంతా నాకు తెలుసు' అనే అహంకారం 'వడిసెల' భంగిమ ద్వారా వ్యక్తమవుతోంది. డెస్క్ మీద కాళ్ళు పెట్టడం వల్ల దాని మీద యాజమాన్య హక్కును ప్రదర్శిస్తున్నాడు. చక్రాలు, చేతులు కలిగిన ఎత్తైన కుర్చీలో కూర్చున్నందున ఉన్నత హోదా తాలూకు అహంభావం కనిపిస్తోంది. అతను ఆత్మరక్షణ / పోటీ స్థితిలో కూర్చుని ఉన్నాడు.

**6. మూడు ప్రధాన సంకేతాల్ని పేర్కొనండి.**

జవాబులు.................................................................................

నడుమ్మీద చేతులు పెట్టుకోవడం వల్ల ఈ పిల్లవాడు తన శరీర పరిమాణాన్ని పెంచి చూపడానికి యత్నిస్తున్నాడు. ఎదుటి వ్యక్తిని భయపెట్టాలని చూస్తున్నాడు. చుబుకం ముందుకు రావడం అవిధేయతకు చిహ్నం. నోరు పెద్దగా తెరిచాడు. దాని వల్ల పళ్ళు కనిపిస్తాయి. జంతువులు కూడా దాడి చేయడానికి ముందు ఇలాగే ప్రవర్తిస్తాయి.

**7. ఐదు ప్రధాన సంకేతాలేమిటి?**

జవాబులు.................................................................................

ఈ హావభావ సముచ్చయ స్వభావాన్ని ఒక్క ముక్కలో చెప్పవచ్చు – ప్రతికూలత, ఫోల్డర్‌ని ఒక ఆత్మరక్షణ సాధనంగా అవరోధంగా వాడుతున్నాడు. ఆత్మరక్షణ భావన లేదా ఇబ్బంది వల్ల చేతులు, కాళ్లని మడుచుకున్నాడు. కోటు బొత్తాముల్ని బిగించుకున్నాడు. కళ్ళకు నల్లకళ్ళజోడు ధరించడం వల్ల అతని కళ్ళలోకి చూడడం సాధ్యం కాదు, కంటికి సంబంధించిన ఏ ఇతర సంకేతాలు ఇతరులకు కనిపించవు. వ్యక్తులు తొలిపరిచయంలోనే ఎదుటి వారి గురించిన 90 శాతం అభిప్రాయాన్ని ఏర్పరచుకుంటారన్న సిద్ధాంతం ప్రకారం ఇతను ఇతరుల మన్ననలు పొందడం కష్టమే.

**8. ఆరు ప్రధాన సంకేతాల్ని చెప్పండి.**

జవాబులు...............................................................................

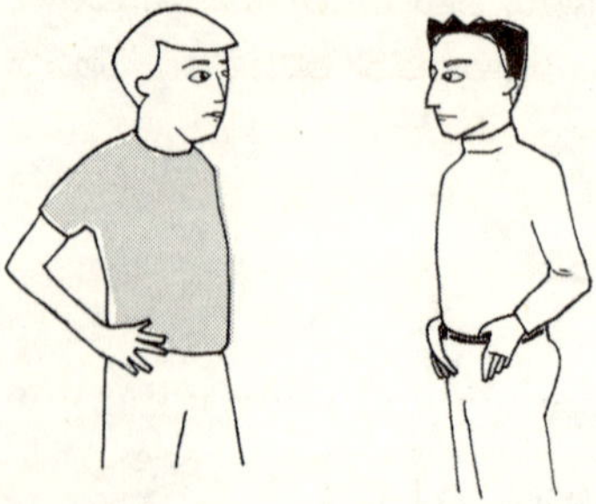

ఇద్దరూ దుందుడుకుతనం, సంసిద్ధతకు సంబంధించిన హావభావాల్ని ప్రదర్శిస్తున్నారు. ఎడమవైపున ఉన్న వ్యక్తి నడుమ్మీద చేతులు పెట్టుకున్నాడు, కుడివైపున ఉన్న వ్యక్తి బెల్ట్‌లో బొటనవేళ్ళని గుచ్చి నిలబడ్డాడు. కొద్దిగా వెనక్కి వాలి నిలబడడం, ఎదుటి వ్యక్తికి కాస్త దూరంగా శరీరాన్ని ఉంచడం వల్ల ఎడమవైపున ఉన్న వ్యక్తిలో దుడుకుతనం తక్కువే కనిపిస్తోంది. కుడివైపున ఉన్న వ్యక్తి ఎదుటి వ్యక్తికి నేరుగా శరీరాన్ని ఉంచి నిలబడడం వల్ల అతణ్ణి దూషించే స్థితిలో ఉన్నాడని అర్థమవుతోంది. ఇతని పెదవుల చివరలు కిందికి వంగి ఉన్నాయి, ముఖకవళికలు కూడా శారీరక హావభావాల్లాగే దుందుడుకుతనాన్ని ప్రదర్శిస్తున్నాయి.

**9. ఇక్కడి బొమ్మలో కనిపిస్తున్న 13 ప్రధాన సంకేతాల్ని పేర్కొనండి.**

జవాబులు...............................................................................

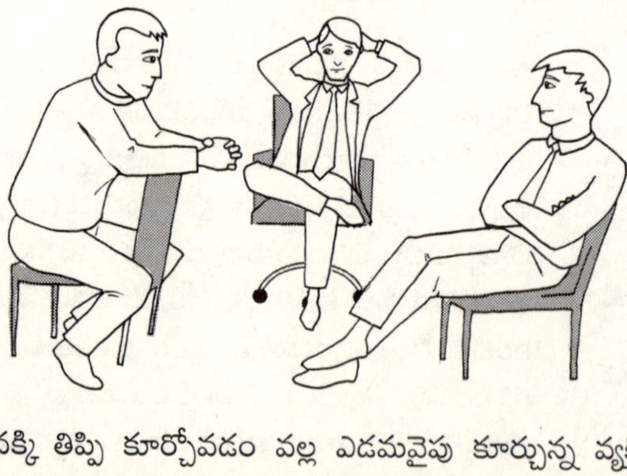

కుర్చీని వెనక్కి తిప్పి కూర్చోవడం వల్ల ఎడమవైపు కూర్చున్న వ్యక్తి సంభాషణ మీద నియంత్రణను సాధించాలనుకుంటున్నాడు. లేదా అతను కుడివైపున ఉన్న వ్యక్తి మీద తన ఆధిక్యతని నిరూపించుకోవాలనుకుంటున్నాడు. కుడివైపున ఉన్న వ్యక్తికి నేరుగా తన శరీరాన్ని ఉంచాడు. పిడికిళ్ళు మూసి ఉన్నాడు. వేళ్లన్నింటినీ

కలిపి పట్టుకుని ఉన్నాడు. కుర్చీ కింద కాళ్ళని మెలిపెట్టాడు. ఇదంతా ఆ వ్యక్తిలోని అసహనాన్ని చూపుతోంది. అంటే అతను తన ప్రతిపాదనపై అక్కడ ఉన్న వ్యక్తులందరి అంగీకారాన్ని పొందడంలో ఇబ్బందిని ఎదుర్కొంటున్నాడు. మధ్యలో ఉన్న వ్యక్తి తలకింద చేతులు పెట్టుకుని వడిసెల భంగిమలో కూర్చోవడం వల్ల అక్కడ ఉన్న ఇద్దరిపై ఆధిక్యతను ప్రదర్శిస్తున్నాడు. తన కాళ్ళని 'ఫిగర్ ఫోర్' పద్ధతిలో ఉంచుకోవడాన్ని బట్టి, వారిద్దరితో వాగ్వివాదానికి దిగడానికి అతను సంసిద్ధుడైనట్టు తెలుస్తోంది. అతను స్వివెల్ కుర్చీలో కూర్చున్నాడు. ఆ కుర్చీకి చక్రాలు, చేతులు ఉన్నాయి, అది ఎత్తుగా ఉంది. కుడివైపున ఉన్న వ్యక్తి ఒక సాధారణ కుర్చీ మీద కూర్చుని ఉన్నాడు. ఆ కుర్చీ ఫిక్స్‌డ్‌గా ఉంది. అది ఎలాంటి కదలికనూ అనుమతించదు. అతను చేతులు, కాళ్ళని మడతపెట్టుకున్నాడు (ఆత్మరక్షణ), తల కొద్దిగా వంగి ఉంది (ద్వేషం), శరీరం అక్కడ ఉన్న వ్యక్తుల వైపు కాకుండా వేరే దిశలో ఉంది (అనాసక్తత). వీటన్నింటి వల్ల అక్కడ జరుగుతున్న సంభాషణ అతనికి రుచించడం లేదని తెలుస్తోంది.

## 10. ఇక్కడ 14 ప్రధాన సంకేతాలు ఉన్నాయి, అవి ఏమిటి?

జవాబులు..............................................................................

ఇక్కడ ఉన్న మహిళ శృంగార హావభావాల్ని ప్రదర్శిస్తోంది. ఆమె ఒక పాదాన్ని ముందుకు ఉంచింది. అది ఎడమవైపున ఉన్న వ్యక్తి వైపు తిరిగి ఉంది (ఆసక్తి). నడుమ్మీద చేతులు పెట్టుకోవడం, బెల్ట్‌లో బొటనవేలిని గుచ్చడం వంటి హావభావ

సముచ్చయాన్ని ప్రదర్శిస్తోంది (స్థిరత్వం, సంసిద్ధత). ఆమె ఎడమ చేతి మణికట్టును స్పష్టంగా కనబడేలా ఉంచింది (శృంగారాభిలాష). సిగరెట్ పొగని పై దిశగా వదులుతోంది (ఆత్మవిశ్వాసం, సానుకూల ధోరణి). ఎడమవైపున నిలబడిన వ్యక్తికేసి ఆమె వాలు చూపులు చూస్తోంది. అతను తన టైని సర్దుకోవడం ద్వారా సానుకూల శృంగార హావభావాల్ని ప్రదర్శిస్తున్నాడు. అతని పాదం ఆమె వైపు తిరిగి ఉంది. అతను తన తలని కొద్దిగా పైకి లేపి ఉంచాడు (ఆసక్తి). మధ్యలో ఉన్న వ్యక్తి ఇతని పట్ల అసంతృప్తిని ప్రకటిస్తున్నాడు. అతను తన శరీరాన్ని వేరే దిశగా ఉంచాడు. కంటి చివర్ల నుంచి ఎడమవైపున నిలబడిన వ్యక్తికేసి ద్వేషపూరితంగా చూస్తున్నాడు. తన అరచేతుల్ని కనబడకుండా దాచేసుకున్నాడు. సిగరెట్ పొగని కిందికి వదులుతున్నాడు (ప్రతికూలం), గోడకి ఆనుకుని నిలబడ్డాడు (సరిహద్దు మీద యాజమాన్యపు హక్కును ప్రదర్శించడం).

## 11. ఇక్కడ కనబడుతున్న 12 ప్రధాన సంకేతాలేమిటి?

జవాబులు.......................................................................................

ఎడమవైపున కూర్చున్న వ్యక్తి తన ఎదురుగా కూర్చున్న వ్యక్తిని ఉద్దేశించి ఆధిక్యతకు సంబంధించిన హావభావాల్ని ప్రదర్శిస్తున్నాడు. తన దృష్టి నుంచి ఎదురుగా ఉన్న వ్యక్తిని తప్పించే నిమిత్తం అతను కళ్ళని అరమోడ్పుగా మూసుకోవడం వంటి నిరోధక సంకేతాలను చూపుతున్నాడు. తలను వెనక్కి వాల్చి, ఎదురుగా ఉన్న వ్యక్తిని ముక్కు మీదుగా చూస్తున్నాడు. మోకాళ్ళని దగ్గరగా చేర్చి ఆత్మరక్షణ భావాన్ని కూడా ప్రదర్శిస్తున్నాడు. గ్లాస్‌ను రెండు చేతులతో పట్టుకోవడం ద్వారా తనకు, ఇతరులకు మధ్య ఒక అవరోధాన్ని సృష్టిస్తున్నాడు. మధ్యలో ఉన్న మనిషి మిగిలిన ఇద్దరు వ్యక్తులనుంచి విడిపోయి ఉన్నాడు. అతణ్ణి వీళ్ళిద్దరూ దూరం

చేసినట్టు కనబడుతోంది. ఈ ముగ్గురి మధ్య త్రిభుజాకారం సంపూర్ణం కాలేదు. అతను ఒంటరితనాన్ని అనుభూతి చెందుతున్నట్టు తెలుస్తోంది. వెయిస్ట్‌కోటు జేబుల్లో చేతులు పెట్టుకోవడం ద్వారా అతను ఆధిక్యతను ప్రదర్శిస్తున్నాడు. కుర్చీలో వెనక్కివాలి, తన కటిప్రదేశాన్ని ప్రదర్శిస్తున్నాడు (పుంభావన). కుడివైపున ఉన్న వ్యక్తి ఇక విన్నది చాలునన్నట్టు లేచి వెళ్ళిపోవడానికి సంసిద్ధుడయ్యాడు (నిష్క్రమణ సంకేతం). అతని పాదాలు, శరీరం దగ్గర్లోని ద్వారం వైపు తిరిగి ఉన్నాయి. అతని కనుబొమలు, నోటి చివర్లు కిందికి వంగడం వల్ల అతను అసంతృప్తిని వ్యక్తం చేస్తున్నట్టు తెలుస్తోంది.

**12. ఇక్కడ 11 ప్రధాన సంకేతాల్ని పేర్కొనండి.**

జవాబులు.......................................................................

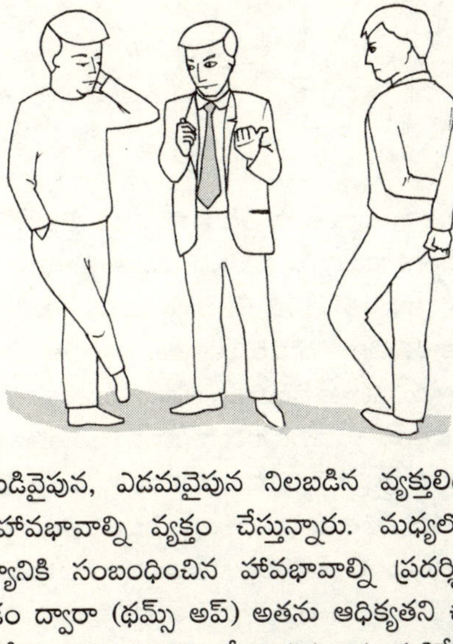

ఈ బొమ్మలో కుడివైపున, ఎడమవైపున నిలబడిన వ్యక్తులిద్దరూ గుంభనానికి సంబంధించిన హావభావాల్ని వ్యక్తం చేస్తున్నారు. మధ్యలో నిలబడిన వ్యక్తి ఆధిక్యత, వ్యంగ్యానికి సంబంధించిన హావభావాల్ని ప్రదర్శిస్తున్నాడు. బొటన వేలిని పైకి లేపడం ద్వారా (థమ్స్ అప్) అతను ఆధిక్యతని చాటుకుంటున్నాడు. మరోచేతి బొటనవేలిని తనకు ఎడమ చేతివైపున ఉన్న వ్యక్తికేసి చూపడం ద్వారా అతను ఆ వ్యక్తిని అవహేళన చేస్తున్నాడు. కుడివైపున నిలుచున్న వ్యక్తి కాళ్ళని మడత పెట్టడం ద్వారా ఆత్మరక్షణ భావాన్ని, ఒక చేతితో మరో మోచేతికి పైభాగాన పట్టుకోవడం ద్వారా స్వీయ నియంత్రణను ప్రదర్శిస్తున్నాడు. ఇతను తన చూపుల్ని పక్కకు తిప్పుకున్నాడు. ఎడమవైపున నిలుచున్న వ్యక్తి కూడా మధ్యలో నిలబడిన వ్యక్తి ప్రవర్తనపట్ల చికాకును వ్యక్తం చేస్తున్నాడు. అతను కాళ్ళని మడత పెట్టుకున్నాడు

(ఆత్మరక్షణ), జేబులో అరచేతిని ఉంచుకున్నాడు (భాగస్వామ్యంపట్ల అనాసక్తత). నేల చూపులు చూస్తున్నాడు, మెడ మీద ఏదో నొప్పి పెడుతున్నట్టు చేతితో రుద్దుకుంటున్నాడు.

**13. ఈ బొమ్మలో కనిపిస్తున్న 12 ప్రధాన సంకేతాల్ని విశ్లేషించండి.**

జవాబులు.......................................................................................

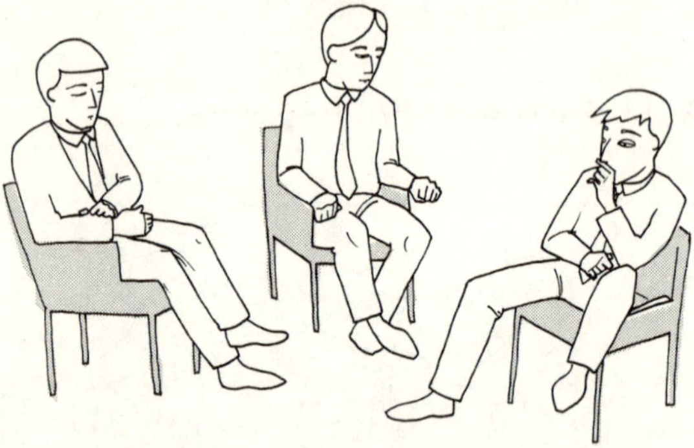

ఈ బొమ్మలో కనిపిస్తున్న వ్యక్తులు ఒత్తిడికి లోనైనట్టు తెలుస్తోంది. ఒకరికొకరు సాధ్యమైనంత దూరంగా ముగ్గురు వ్యక్తులు ఇక్కడ కూర్చుని ఉన్నారు. వాళ్ళు తమ తమ కుర్చీల్లో కాసింత వెనక్కి వాలారు కూడా. కుడివైపున ఉన్న వ్యక్తే సమస్యకు మూలకారకునిగా గోచరిస్తున్నాడు. అతను పూర్తిగా ప్రతికూల హావభావాలతో ఉన్నాడు. మాట్లాడేటపుడు అతను ముక్కును రుద్దుకుంటున్నాడు (మోసం). అతని కుడిచేయి శరీరానికి అడ్డుగా ఉంది (ఆత్మరక్షణ). కుర్చీమీద కాలు వేసుకోవడం, కటిప్రదేశాన్ని ప్రదర్శించడం, శరీరం మరో దిశగా తిరిగి ఉండడంవల్ల ఇతరుల మాటల్ని అతను ఎంత మాత్రమూ లక్ష్యపెట్టడని తెలుస్తోంది. ఎడమవైపున ఉన్న వ్యక్తి తన బట్టలనుంచి పోగుల్ని లాగడం ద్వారా కుడివైపున ఉన్న వ్యక్తి మాటలపట్ల అసంతృప్తిని వ్యక్తం చేస్తున్నాడు. అతను కాళ్ళని మడతపెట్టి ఉన్నాడు (ఆత్మరక్షణ), పాదాలు వేరే దిశలో ఉన్నాయి (అనాసక్తత). మధ్యలో ఉన్న వ్యక్తి ఏదో చెప్పాలని అనుకున్నప్పటికీ, కుర్చీ చేతుల్ని గట్టిగా పట్టుకోవడంవల్ల అతను తన భావాల్ని వ్యక్తం చేయడానికి సుముఖంగా లేడని తెలుస్తోంది. అతని కాలు మడమలు పెనవేసి ఉన్నాయి. కుడివైపున ఉన్న వ్యక్తి దిశగా తన శరీరాన్ని తిప్పి ఉంచడం ద్వారా మధ్యలో ఉన్న వ్యక్తి ఇతనికి ఒక మౌఖికేతర సవాల్‌ను విసురుతున్నట్టుగా ఉంది.

## 14. ఇక్కడ ఎనిమిది ప్రధాన సంకేతాల్ని విశ్లేషించండి.

జవాబులు..........................................................................................

ఈ సన్నివేశంలో ఎడమవైపున ఉన్న పురుషుడు, కుడివైపున ఉన్న మహిళ ఒకరిపట్ల మరొకరు ఆసక్తిని కనబరుస్తున్నారు. వారిద్దరి హావభావాల మధ్య ప్రతిఫలనం కనిపిస్తోంది. ఒకరు మరొకరివైపు కాళ్ళని మడతపెట్టుకున్నారు. ఇద్దరూ మణికట్లు కనిపించేలా చేతుల్ని ఉంచుకున్నారు. మధ్యలో ఉన్న వ్యక్తి పెదవులు బిగించి నవ్వుతున్నాడు. ఎడమవైపు ఉన్న వ్యక్తి చెబుతున్న మాటలపట్ల ఆసక్తిని ప్రదర్శిస్తున్నట్టు నటిస్తున్నప్పటికీ, అతని ముఖ కవళికలు, శారీరక హావభావాలు తద్విరుద్ధమైన సంకేతాలనిస్తున్నాయి. అతని తల కొద్దిగా వంగింది (అసంతృప్తి), నోటిచివర్లు, కనుబొమలు కిందికి వంగి ఉన్నాయి (కోపం), కాళ్ళు, చేతుల్ని గట్టిగా మడతపెట్టుకున్నాడు (ఆత్మరక్షణ). ఇవన్నీ అతనిలోని ప్రతికూల స్వభావానికి అద్దం పడుతున్నాయి.

## 15. ఈ బొమ్మలోని 15 ప్రధాన సంకేతాలేమిటి?

జవాబులు..........................................................................................

ఎడమవైపున ఉన్న వ్యక్తి ఎలాంటి దాపరికం లేకుండా బాహటంగా వ్యవహరిస్తున్నాడు. అతని అరచేతులు తెరచి ఉన్నాయి. ఒక పాదం ముందుకు వచ్చింది. కోటు బొత్తాముల్ని విప్పుకుని ఉన్నాడు. చేతులు, కాళ్ళు పెనవేసుకోకుండా విడివిడిగా ఉన్నాయి. ముందుకు వంగి ఉన్నాడు, నవ్వుతున్నాడు. కానీ దురదృష్టవశాత్తు అతని మాటలు అక్కడి మహిళ మనసును చూరగొనలేక పోతున్నాయి. ఆమె తన కుర్చీలో వెనక్కి కూర్చుని ఉంది. కాళ్లని మడత పెట్టింది (ఆత్మరక్షణ), పిడికిలి

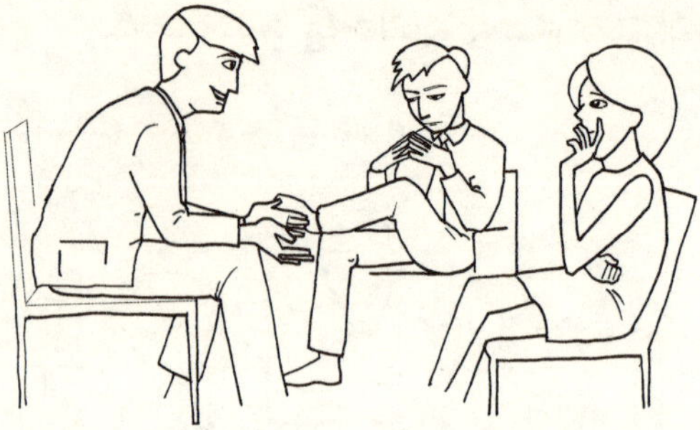

మూసి ఉంది (ఆందోళన). తలను కొద్దిగా వంచింది, చేతిని ముఖానికి ఆసరాగా చేర్చడంవల్ల ఆలోచనలో పడినట్టుగా తెలుస్తోంది. మధ్యలో ఉన్న వ్యక్తి చేతుల్ని దగ్గరగా చేర్చి గోపురం చిహ్నాన్ని ప్రదర్శిస్తున్నాడు. దీనివల్ల అతను ఆత్మవిశ్వాసంతో ఉన్నాడని, 'ఫిగర్ ఫోర్' భంగిమలో కూర్చుని ఉండడంవల్ల అతను వాద ప్రతివాదాలకు సిద్ధంగా ఉన్నాడని తెలుస్తోంది. వీటితోపాటు కుర్చీలో వెనక్కి కూర్చోవడం, తలను వంచి ఉండడం అన్నవి అతనిలోని ప్రతికూల స్వభావాన్ని తెలుపుతున్నాయి.

**16ఎ. ఇక్కడి తొమ్మిది ప్రధాన సంకేతాల్ని విశ్లేషించండి.**

ఇక్కడ బొమ్మల రూపంలో కనిపిస్తున్న మూడు సన్నివేశాలు రక్షణ, దాడి, శృంగార హావభావాల్ని ప్రదర్శిస్తున్నాయి.

జవాబులు.....................................................................

సంభాషణ ప్రారంభ సన్నివేశం

తొలి సన్నివేశంలో ముగ్గురూ తమ చేతుల్ని కట్టుకుని నిలుచుని ఉన్నారు. వీరిలో ఇద్దరు కాళ్లని మడతపెట్టారు (ఆత్మరక్షణ). అందరూ ఒకరికొకరు సాధ్యమైనంత దూరంగా నిలబడ్డారు. వీటన్నింటినీ బట్టి వాళ్ళు పరస్పరం కలుసుకోవడం ఇదే తొలిసారి అని తెలుస్తోంది. కుడివైపున ఉన్న వ్యక్తి మహిళపట్ల ఆసక్తిని కనబరుస్తున్నాడు. అతని కుడికాలిపాదం ఆమె వైపు తిరిగి ఉంది. ఆమెను అతను ఓరకంట చూస్తున్నాడు. అతని కనుబొమలు పైకి లేచి ఉన్నాయి (ఆసక్తి). అతను నవ్వుతున్నాడు. ఆమెవైపుగా అతని శరీరం కొంత ఒరిగి ఉంది. ఇప్పటివరకు ఆమె అక్కడ ఉన్న పురుషులిద్దరిపట్ల గుంభనంగానే వ్యవహరిస్తోంది.

**16బి. ఇక్కడి 11 ప్రధాన సంకేతాలేమిటి?**

జవాబులు.........................................................................................

ఐదు నిమిషాల తరువాత

ఆ మహిళ ఇప్పుడు తన కాళ్లని విడివిడిగా ఉంచింది. శ్రద్ధాసక్తుల్ని ప్రదర్శించే భంగిమలో నిలబడింది. ఎడమవైపున ఉన్న వ్యక్తి తన కాళ్లని ఎడం చేశాడు. అతని పాదం ఒకటి ఆమె వైపు తిరిగింది (ఆసక్తి). ఆమె వైపుకు అతను కొద్దిగా ఒరిగి నిలుచున్నాడు. అతను బెల్ట్‌లో బొటనవేళ్ళని గుచ్చి నిలబడ్డాడు. అది అక్కడ ఉన్న మరో పురుషునికి పోటీగా నిలబడిన సంకేతం కావచ్చు, లేదా మహిళకు తన మనోభావాన్ని తెలిపే సంకేతం కావచ్చు. తన శరీరం మరింత పెద్దదిగా కనబడాలన్న ఆశతో అతను నిటారుగా నిలబడ్డాడు. ఎదుటి పురుషుడి నుంచి వచ్చిన ఈ సంకేతాలతో కుడివైపున నిలుచున్న వ్యక్తి అవమానానికి గురయ్యాడు.

వెంటనే అతను కూడా మరింత నిటారుగా నిలబడి, చేతుల్ని కట్టుకున్నాడు. అతను ఎడమవైపు నిలబడిన పురుషుణ్ణి ఓరకంట గమనిస్తున్నాడు. ఇతని కనుబొమలు కిందికి ఉన్నాయి (అసంతృప్తి), ముఖంలో నవ్వు మాయమైంది.

**16సి. ఇక్కడి 15 ప్రధాన సంకేతాల్ని విశ్లేషించండి.**

జవాబులు.............................................................................................

పదిహేను నిమిషాల తరువాత

ఈ సన్నివేశంలో ముగ్గురి దృక్పథాలు, మానసికోద్వేగాలు వారి బాడీలాంగ్వేజ్ ద్వారా స్పష్టంగా బయట పడుతున్నాయి. ఎడమవైపున నిలబడిన వ్యక్తి బెల్ట్‌లో బొటనవేళ్ళని గుచ్చి నిలబడ్డాడు, అతని పాదం ముందుకు ఉంది. అతని శరీరం చాలా భాగం మహిళ వైపుకే తిరిగి ఉంది. ఇదంతా సంపూర్ణమైన శృంగార హావభావానికి ప్రతీక. తన సంకేతాన్ని ప్రస్ఫుటంగా ప్రదర్శించే నిమిత్తం అతను బొటనవేళ్ళని గట్టిగా గుచ్చి నిలబడ్డాడు. ఇదివరకటి కంటే మరింత నిటారుగా ఉన్నాడు. అతని పట్ల మహిళ తన సానుకూల ప్రతిస్పందనను తెలియజేసింది. ఆమె తన చేతుల్ని స్వేచ్ఛగా విడిచిపుచ్చి, శరీరాన్ని, ఒక పాదాన్ని అతని వైపు తిప్పింది. జుట్టును సవరించుకోవడం, మణికట్టును ప్రదర్శించడం, వక్షోజాల్ని

మరింత ప్రస్ఫుటం చేయడం, సానుకూలమైన ముఖ కవళికల్ని ప్రదర్శించడం, సిగరెట్ పొగని పైకి వదలడం (ఆత్మవిశ్వాసం) వంటి హావభావాలతో తన మనసులోని మాటను ఆమె స్పష్టం చేస్తోంది. కుడివైపున నిలబడిన పురుషుడు విషాదానికి గురయ్యాడు. నడుమ్మీద చేతులు ఉంచుకోవడం (దూకుడుతనం), కటి ప్రదేశాన్ని బహిర్గతం చేయడం వంటివి అతని కోపాన్ని, అసంతృప్తిని తెలియజేస్తున్నాయి.

దీని సారాంశం ఏమిటంటే, ఎడమవైపున నిలబడిన వ్యక్తి మహిళ మనసును చూరగొన్నాడు. మరో పురుషుడు మనసు వికలమై కాషాయం కట్టుకోవడానికి సిద్ధపడ్డాడన్నమాట.

## మీ ప్రగతిని ఎలా అంచనా కడతారు?

### 130-150 పాయింట్లు

హావభావాల్ని అర్థం చేసుకోవడంలో మీ తరువాతే ఎవరైనా! ఇతరులతో సత్సంబంధాల్ని నెరపడంలో మీశైలి అద్భుతం. మీ కత్తికి ఇక ఎదురులేదు, దూసుకువెళ్ళండి!

### 10-130 పాయింట్లు

ఇతరులతో మీరు ఎంతో మర్యాద మన్ననలతో నడుచుకుంటారు. కానీ జరుగుతున్న దాని పట్ల సాధారణంగా ఒకానొక మానసిక ఉద్వేగానికి లోనవుతుంటారు. కాస్త సంయమనానికి మరి కాస్త అభ్యాసం కూడా తోడైతే విజయం మీదే!

### 70-100 పాయింట్లు

ఇతరుల మనోభావాల్ని కొన్నిసార్లు మీరు చక్కగా అర్థం చేసుకుంటారు. కొన్నిసార్లు ఇలా అర్థం చేసుకోవడంలో కొంత ఆలస్యం జరుగుతుంది. బాడీలాంగ్వేజ్ సంకేతాల్ని అర్థం చేసుకోవడానికి మీరు తీవ్ర కృషి చేయాల్సిన అవసరం ఉంది.

### 70- అంతకన్నా తక్కువ పాయింట్లు

మీరు ఈ పుస్తకమంతా చదివినప్పటికీ ఇంకా 70 పాయింట్లే గెలుచుకున్నారా? మీకు కంప్యూటర్ రంగం, అక్కౌంటింగ్, మెడికల్ రిసెప్షనిస్టు వంటి ఉద్యోగాలు సరిపోతాయి. వీటికి పెద్దగా ప్రజా సంబంధాలకు సంబంధించిన నైపుణ్యం అవసరం లేదు. ఈ పుస్తకాన్ని మళ్ళీ మొదటి నుంచి చదవండి. ఇంటి నుంచి బయటికి వెళ్ళకండి. ఫోన్‌కాల్స్‌కి కూడా జవాబివ్వకుండా బుద్ధిగా చదవండి మరి!

## క్లుప్తంగా...

మీ బాడీలాంగ్వేజ్‌ని మార్చుకోవడం ద్వారా జీవితంలో చాలా విషయాల్ని మార్చుకోవచ్చునని పరిశోధనలు చెబుతున్నాయి. బయటికి వెళ్ళేముందు మీ మానసిక ఉద్వేగాల్ని నియంత్రించుకోవచ్చు. పనిలో మరింత ఆత్మవిశ్వాసాన్ని ప్రకటించవచ్చు. ఇతరులకు మరింత ప్రియనేస్తాలుగా మారవచ్చు, వారిలో చైతన్యాన్ని ప్రోది చేయవచ్చు. మీ బాడీలాంగ్వేజ్‌ని మార్చుకుంటే ఇతరులతో మీ వ్యవహారశైలిని కూడా మార్చుకోవచ్చు. తత్ఫలితంగా వారు మీ పట్ల మరింత సానుకూలంగా ప్రతిస్పందించే అవకాశం ఉంది.

బాడీలాంగ్వేజ్‌ని గురించి మీ అవగాహనను పెంచుకునే క్రమంలో తొలుత మీకు కొన్ని ఇబ్బదులు ఎదురవుతాయి. మీ ప్రవర్తన పట్ల మీకు అనేక అనుమానాలు వస్తాయి. మీ ప్రతి వ్యక్తీకరణనూ నిశితంగా పరిశీలించుకుంటారు. ఒక్కసారిగా ఆశ్చర్యపోతారు. మీ హావభావాల్లోని లోపాలన్నీ మీకు తెలిసివస్తాయి. ఇతరులు వాటిని గమనించేశారేమోనని మీరు ఆందోళన చెందుతారు. ఒక్క విషయాన్ని గుర్తుంచుకోండి, చాలా మందికి వారి శరీరాలు మాట్లాడే బాడీలాంగ్వేజ్ అర్థం కాదు. దాని గురించిన స్పృహే ఉండదు. తాము మీ ప్రవర్తనా శైలిని గమనించనే లేదని చెప్పడానికి వారందరూ తంటాలు పడుతుంటారు. జేబులో చేతులు ఉంచుకుని లేదా చేతులు కట్టుకుని, అయోమయంగా చూస్తూనే మీరు జీవితాన్ని లాగేసేందుకు అలవాటు పడి ఉంటే, మీకు ఎవరి కళ్ళలోకి అయినా సూటిగా చూస్తూ మాట్లాడడం, మాట్లాడేటపుడు అరచేతుల్ని తెరచి ఉంచుకోవడం వంటివి ప్రారంభంలో కాస్త ఇబ్బందికరంగా అనిపిస్తాయి.

'నా సొంత బాడీలాంగ్వేజ్ గురించి ఆలోచిస్తూ, ఇతరుల బాడీలాంగ్వేజ్‌పై దృష్టిని నిలపడమెలా?' అని మీరు ప్రశ్నించవచ్చు. మీ మెదడు అన్ని బాడీలాంగ్వేజ్ సంకేతాల్ని చదవడానికి వీలుగానే నిర్మితమైందని గుర్తుంచుకోండి. మీరు చేయవలసిందల్లా ఆ సంకేతాల్ని అభ్యసించడం మాత్రమే. ఇది ఎలా ఉంటుందంటే మొదటిసారి సైకిలు తొక్కినట్టు ఉంటుందంతే. మొదట్లో కొద్దిగా భయమేస్తుంది, ఒక్కోసారి పొరపాట్లు దొర్లుతాయి కూడా, కానీ చివరికి మీరు సైకిలు తొక్కడాన్ని నేర్చుకుని తీరుతారు.

బాడీలాంగ్వేజ్ సంకేతాల్ని నేర్చుకోవడం అంటే మోసం చేయడమెలాగో నేర్చుకోవడమని, అది కుట్ర పూరితమైందని కొందరు భావిస్తారు. నిజానికి బాడీలాంగ్వేజ్‌ని నేర్చుకోవడం, దాన్ని ఆచరించటం అంటే కొన్ని రకాల దుస్తుల్ని ధరించడం లాంటిది, ఒకానొక భాషని నేర్చుకోవడంలాంటిది, కథలు

చెప్పడంలాంటిది, అది మిమ్మల్ని వెలుగు వైపు నడిపిస్తుంది. తేడా అంతా ఎక్కడ ఉందంటే, అది ఉన్నఫళాన అప్రయత్నంగా పట్టుబడే విషయం కాదు. మీరు పురుషుడే అయితే మీ బాడీలాంగ్వేజ్‌ని మహిళలు గమనిస్తుంటారని తెలుసుకోండి. ఇది మీకు తెలిసి జరగవచ్చు, లేదా తెలియకుండానే జరగవచ్చు. కాబట్టి దాని గురించి మరింత పరిజ్ఞానాన్ని సంపాదిస్తే విషయం సాకల్యంగా తెలిసిపోతుంది. బాడీలాంగ్వేజ్‌ని గురించిన అవగాహన లేకపోతే మీలో మాటలకి, చేతలకి పొంతన కుదరదు. ఇతరులు మిమ్మల్ని అపార్థం చేసుకునే అవకాశం ఉంది.

ఇతరులపై సానుకూలమైన బాడీలాంగ్వేజ్ ప్రభావాన్ని చూపాలంటే చివరిగా ఇక్కడ కొన్ని అంశాల్ని మీకోసం పేర్కొన్నాం. చదవండి.

## ఆకర్షణీయమైన బాడీలాంగ్వేజ్‌కి ఆరు సూత్రాలు

**ముఖం:** ముఖంలో ఉత్సాహం ఉట్టిపడాలి. కాసిని నవ్వుల్ని దానిపై అలంకరించండి. మీ దంతసౌందర్యాన్ని దాచుకోవద్దు.

**హావభావాలు:** అభివ్యక్తికి మీరు ఆలవాలం కావాలి. కానీ 'అతి సర్వత్ర వర్జయేత్...' అన్నమాటను గుర్తుంచుకోండి. హావభావాల్ని ప్రదర్శించేటపుడు మీ వేళ్ళని మడిచి ఉంచుకోండి. మీ చేతులు చుబుకం కంటే కింది స్థాయిలోనే ఉండాలి. చేతుల్ని, కాళ్ళని మడుచుకోవడాన్ని మానండి.

**తలకు సంబంధించిన కదలికలు:** మాట్లాడేటపుడు మూడుసార్లు తలాడించండి. వినేటపుడు తలని కొద్దిగా వాల్చండి, చుబుకాన్ని పైకి ఉంచండి.

**కళ్ళు:** అందరికీ ఆమోదయోగ్యమైన రీతిలో కళ్ళలోకి చూస్తూ మాట్లాడండి. సాంస్కృతికంగా కళ్ళలోకి చూడడం నేరమైన సందర్భాల్లో మాత్రమే ఇలా సూటిగా కళ్ళలోకి చూడ్డాన్ని ఇతరులు తప్పుబడతారు. మిగిలిన అన్ని సందర్భాల్లో ఇది అందరికీ ఆమోదయోగ్యమే.

**భంగిమ:** వినేటపుడు ముందుకు వంగండి, మాట్లాడేటపుడు నిటారుగా నిలబడండి.

**సరిహద్దు:** మీకు సౌకర్యవంతంగా అనిపించేంత దగ్గరగా నిలబడండి. ఒకవేళ అవతలి వ్యక్తి వెనక్కి అడుగేస్తే, మీరు మాత్రం ముందడుగు వేయకండి.

**ప్రతిఫలనం:** ఇతరుల హావభావాలతో సరితూగేలా మీ హావభావాల్లో ప్రతిఫలనాన్ని చూపండి.